Marie Esther Murebwayire

UMUZI W'INZIKA Y'INZIGO

RWANDA:

NYUMA Y'AMAHIRWE YA NYUMA.

«*33Ariko igihe ibyo bizaboneka (ndetse biraje), ni bwo bazamenya ko bahozwemo n'umuhanuzi.*» (Ezekiyeli 33: 33).

Ubwa mbere nakurikiye inyigisho ya Mariya Esther Murebwayire hari ku itariki 19/01/2010. Icyo gihe inyigisho ye yayise: "kumenya ibihe". Nakurikiye inyigisho ye bwa kabiri ku itariki ya 28/01/2010, ubwo yigishaga inyigisho yerekeranye n'ibyo Umuhanuzi Amosi yeretswe [Amosi 7]. Izo nyigisho zombi zatambutse ku "Munara". Umuntu wese ubishatse ashobora gukurikira ibibera ku "Munara" yibereye iwe mu rugo. Nanjye ni ko nabigenje.

Kuva icyo gihe nkurikiranira hafi uko mbishoboye inyigisho zose za Mariya Esther Murebwayire kuko nazisanzemo ubutumwa ntigeze numva ahandi. Mariya Esther Murebwayire afite impano yo kuvuga ibintu mu mazina yabyo nta guca ruhinga nyuma.

Iki gitabo «UMUZI W'INZIKA Y'INZIGO: RWANDA NYUMA Y'AMAHIRWE YA NYUMA» na cyo ni ko cyanditse. Iyi ni inkunga Mariya Esther Murebwayire ateye abantu bose bibaza ku nkomoko n'impamvu y'ibibera mu karere k'iwacu i Rwanda no mu biyaga bigari muri rusange.

Ndifuriza buri muntu wese utekereza buri munsi ku bibera iwacu gusoma iki gitabo. Ntazabibuzwe n'imyemerere y'idini rye, ubwoko bwe, cyangwa se umurongo wa politiki agendera mo .

Ndashishikariza by'umwihariko abavandimwe n'inshuti zanjye bacitse ku icumu rya jenoside yakorewe abatutsi gusoma iki gitabo «UMUZI W'INZIKA Y'INZIGO: RWANDA NYUMA Y'AMAHIRWE YA NYUMA».

Iki gitabo cyatumye nibaza cyane ku bibera hirya y'ibigaragarira amaso yacu.

Etienne Masozera
Ottawa, Canada.
05 Werurwe 2013

N'ubwo maze imyaka isaga 16 narakiriye Yesu nk'Umwami n'Umukiza wanjye kandi nsoma Ijambo ry'Imana buri munsi, ntabwo nari narigeze nsobanukirwa ko n'ubwo mu mategeko y'ab'isi icyaha ari gatozi, nyamara ko mu buryo bw'umwuka icyaha gikozwe mw'izina ry'ubwoko cyangwa umuryango kigomba kwihanirwa kikaturwa n'utaragikoze ariko ariko cyarakozwe hitwajwe ubwo bwoko cyangwa umuryango. Ariko umunsi numvise Marie Esther Murebwayire asobanura Ijambo dusanga muri Obadiya umurongo wa 11 rivuga riti «Wa munsi wihagarariraga urebēra gusa, ... wari umeze nk'uwo muri bo», uwo mwanya nahise nsubiza amategeko nigishijwe «mu kabati», ndatekereza, ndetse mboneraho kwibuka ko Bibiliya itubwira ko «ubwenge bw'iyi si ari ubupfu ku Mana» (1 Abakorinto 3:19).

Iri jambo ryo muri Obadiya 11 ryatumye nsubiza amaso inyuma nibuka ukuntu ubwo nari muri Amerika muri Nyakanga 1994 narebaga kuri za televiziyo imbaga y'abahutu iriho ihungana n'abicanyi ruharwa bari basize banitse imirambo ku gasozi, nyamara abo bahutu bakagendana n'izo Nterahamwe nta bwoba nta n'umususu. Nahise nsobanukirwa impamvu mu buryo bw'Umwuka n'umuhutu utaragize uruhare mu itsemba-batutsi, icyo cyaha kimwomaho nk'umuvumo, kandi ko atari ku bw'amaraso ya Yesu, uwo muvumo ntaho abahutu tuzawuhungira.

Ndakangurira abanyarwanda bose, ariko cyane cyane bene wacu b'abahutu, kwakira ubuhamya n'ihishurirwa biri muri iki gitabo bafite ubwoba no guhinda umushyitsi; bagaca bugufi bagahindukirira Imana Se w'Umwami wacu Yesu Kristo, tukihana twese nta zindi mpaka cyangwa urubanza icyaha cy'itsemba-batutsi nk'«ICYAHA RUSANGE» Interahamwe n'abari bafatanije nazo bashyize mu bikorwa bitwaje ubwoko bwacu bw'ubuhutu.

Ubuntu bw'Umwami wacu Yesu Kristo bubane namwe mwese mutangiye gusoma iki gitabo «UMUZI W'INZIKA Y'INZIGO: RWANDA NYUMA Y'AMAHIRWE YA NYUMA».

Pastor Jean-Claude Kalinijabo
Vancouver, Canada
22 Mata 2013.

«[18]Abarezi bahagurutse nti bamurega ikirego cyose cyo mu bibi nakekaga, [19]ahubwo bamurega impaka zo mu idini yabo n'iz'umuntu witwa Yesu wapfuye, uwo Pawulo (cyangwa Mariya) yavugaga ko ari muzima.» (Ibyakozwe n'Intumwa 25: 18-19).

Nakiriye Umwami Yesu mu bugingo bwanjye, taliki ya 11/12/1990.

Kugeza kuri 13/3/1996 ubwo nahuraga na Yesu kuri uwo mugoroba saa kumi n'imwe, iyo myaka uko ari itanu n'amezi atatu yabaye igihe cyategurizaga umuhamagaro nyir'izina. Nayise «Imyaka y'uruzerero» ivanze mo ibibi byinshi (Itangiriro 47: 9).

Kuva taliki 13/3/1996 kugeza 22/6/1999 yabaye imyaka itatu n'amezi atatu yo kuvuga ubuhamya bwanjye (guhamya), mpamiriza Yesu aho yankuye habi cyane. Nzabisobanura mu buryo burambuye, mu gitabo cy'ubuhamya bwanjye, kiri mu nzira.

Nashinzwe na Yesu umurimo w'ubwiyunge bw'amoko «Hutu-Tutsi» nyuma ya jenoside yakorewe abatutsi muri 1994. Aho ni naho hari ipfundo ry'ibanga Yesu yampishuriye ku birebana n'Umuhamagaro w'Ibiyaga Bigari n'uw'u Rwanda by'umwihariko, n'ahandi ku isi muri rusange.

Ubutumwa nahawe bwabereye umugisha benshi, bakize ibikomere by'amoko n'ibindi; nawe ndasaba Imana ngo uzabe muri bo ubwo uzasoma: Umuzi w'Inzika y'Inzigo, Nyuma y'Amahirwe ya Nyuma, RWANDA.

Mfite umurimo wo kugarura Itorero rya Yesu Kristo ku «Rufatiro rw'Intumwa n'Abahanuzi» (Abefeso 2: 20). Hanyuma *«Ubwiza bw'Itorero rya nyuma bukazaruta ubw'Irya mbere»* (Hagayi 2: 9).

Mfite umutwaro kandi w'uko impunzi zose z'Ibiyaga Bigari zataha mu mahoro, kuko Zaburi 137: 4 ivuga ngo *«Twaririmba dute indirimbo y'Uwiteka mu mahanga»*?

Kimwe n'abandi benshi, ntegereje u Rwanda rushya rutarangwa mo amacakubiri, rurimo Ubwiyunge nyakuri, bwo bwonyine bushobora kuzana Ubumwe. Akaba ari ho hazava «Ububyutse» bwahanuwe, maze Abanyarwanda tukabona kwinjira neza mu muhamagaro tugakoreshwa n'Imana nta nkomyi.

Ntegereje kandi Ubuyobozi bwubaha Imana nta buryarya n'ubugome.

Imana ikomeze impihishurire birenzeho, kandi buri wese utegereje kugaruka kw'Umwami n'Umucunguzi wacu Yesu Kristo ajye ansengera.

4

Musomyi mwene Data ndakwifuriza kuzarangiza gusoma iki gitabo umaze Kwizera Yesu Kristo nk'Umwami n'Umucunguzi wawe, kandi Imana itangire muri wowe umurimo wo kukubohora mu migozi y'Amoko n'ibindi bikikuboshye, nyuma uzahishurirwe byinshi, ukoreshwe byinshi, uzafashe benshi, hanyuma uzahembwe byinshi.

Imana iguhe umugisha.

M. E Murebwayire

«[15]Umwami aramusubiza ati "Genda kuko uwo muntu ari igikoreshwa nitoranirije, ngo yogeze izina ryanjye imbere y'abanyamahanga n'abami n'Abisirayeli, [16]nanjye nzamwereka ibyo azababazwa na we uburyo ari byinshi, bamuhora izina ryanjye.».

(Ibyakozwe n'Intumwa 9: 15-16).

Amashakiro

IJAMBO RY'IBANZE

«Mbere na mbere Imana yaremye ijuru n'isi» (Itangiriro 1: 1)
«Kandi mbere na mbere hariho Jambo». (Yohana 1: 1)

Aya magambo yo muri Bibiliya, amwe ari mu Itangiriro ahabanza, andi ari mu Butumwa Bwiza bwa Yohana ahabanza.

Impamvu ntangiranye n'aya magambo n'uko ari ho hari ukuntu Imana yaremesheje ibintu byose Ijambo ryayo, uretse umuntu wenyine. Akaba ari naho mu Butumwa Bwiza bwa Yohana hari ihishurwa rya Jambo wigize umuntu kugira ngo aducungure, ari we Mwami wanjye Yesu Kristo; uyu akaba ari we agakiza kabonerwa mo wenyine. *«[12]Kandi nta wundi agakiza kabonerwa mo, kuko ari nta rindi zina munsi y'ijuru ryahawe abantu, dukwiriye gukirizwamo."».* (Ibyakozwe n'Intumwa 4: 12).

Ibyo mugiye gusoma mu «UMUZI W'INZIKA Y'INZIGO: RWANDA NYUMA Y'AMAHIRWE YA NYUMA» muzasangamo byinshi bisaba kuba usoma agomba kuba yaravutse ubwa kabiri, (Yohana 3: 3), yarakiriye agakiza kabonerwa muri Yesu Kristo (Ibyakozwe n'Intumwa 4: 12). Ibindi ni ibyumvikana kuri buri wese. Ari na yo mpamvu mbanje gusaba ngo mbere yo gusoma, banza wumve icyo iri jambo riri mu Abaroma 10: 9-10 rivuga, ubisome ubyitayeho, ndetse ndagusaba guhera mu bice 7-9, kugira ngo ugire icyo wumvamo. Unasome witonze cyane; (Ibyakozwe n'Intumwa 2: 1-42).

Nyuma ndasaba ngo Umwuka Wera agusobanurire, kuko ni we twahawe nk'Umufasha n'Umuyobozi. Urabanza kwita kuri ibi ngibi mbere yo gusoma wihuta. Kugira ngo ibyo uzasoma bizakugirire akamaro, ndetse uzabashe kubyumva neza, bishobora no kukubera ubufasha mu nzira y'agakiza ugiye gutangira.

«[9]Niwatuza akanwa kawe yuko Yesu ari Umwami, ukizera mu mutima wawe yuko Imana yamuzuye uzakizwa, [10]kuko umutima ari wo umuntu yizeza akabarwaho gukiranuka, kandi akanwa akaba ari ko yatuza agakizwa ». (Abaroma 10: 9, 10).

Kuko iki gitabo kiri mo ibice bitatu by'ingenzi ari byo: **Ihishurirwa ry'Imana.; Amateka muri rusange; Ubuhamya bwanjye n'ubw'abandi.**

Mu ihishurirwa hakubiyemo byinshi, birimo nk' ubuhanuzi n'ibindi Imana yagiye ivuga.

Mu mateka muri rusange, hari mo amateka azwi n'atazwi. Uko muzagenda musoma iki gitabo kandi, muzagenda musangamo, mu bice byacyo binyuranye, ubuhamya bwanjye cyangwa ubw'abandi bantu. IHISHURIRWA, AMATEKA MURI RUSANGE, N'UBUHAMYA, ni zo mfunguzo zigize iki gitabo.

Ntuzihe gushakisha muri iki gitabo igice gikubiyemo ihishurirwa gusa, cyangwa amateka muri rusange gusa, cyangwa ubuhamya gusa. Uko Umwuka w'Imana yanyoboye ni ko natanze ubu butumwa. Ndasaba ngo nawe akuyobore, kugira ngo wumve neza icyo Umwuka abwira amatorero, cyane cyane ayo mu Rwanda muri iki gihe cya "nyuma y'amahirwe ya nyuma.

Ndakwifuriza, wowe usoma iki gitabo, kwakira agakiza kabonerwa muri Yesu Kristo, kugira ngo uzabone ubugingo buhoraho, ndetse no muri iyi mibereho yo mu isi, uyibemo wubaha Imana yakuremye igukunze, bigatuma itanga Umwana wayo w'ikinege ngo agupfire ku Musaraba, kugira ngo n'umwizera utarimbuka ahubwo uhabwe ubugingo buhoraho. (Yohana 3: 16).

Imana iguhe umugisha usoma: «*Umuzi w'Inzika y'Inzigo: Rwanda Nyuma y'Amahirwe ya Nyuma*».

M. E Murebwayire

« [20]"Sinsabira aba bonyine, ahubwo ndasabira n'abazanyizezwa n'ijambo ryabo, [21]ngo bose babe umwe nk'uko uri muri jye, Data, nanjye nkaba muri wowe ngo na bo babe umwe muri twe, ngo ab'isi bizere ko ari wowe wantumye ». (Yohana 17: 20-21).

IKI GITABO:

- Ngituye Umwami n'Umucunguzi wanjye Yesu Kristo, n'Itorero rye; «Ni we byose muri byose».
- Ngituye: Abahutu, abatutsi, abatwa biyita Abanyarwanda.
- Ngituye: Abahutu, abatutsi, abatwa biyita Abarundi,
- Ngituye: Abahutu, abatutsi, abatwa biyita Abanyekongo bo mu Burasirazuba bwa Kongo, Mbarara, Kabare na Karagwe. N'abandi bo muri aya moko batataniye hose mu isi.
- Ngituye: Buri wese wahuye cyangwa urimo guhura n'ingaruka z'ibibi biterwa n'íbibazo by'amoko byazahaje isi muri rusange, u Rwanda by'umwihariko.

By'umwihariko ngituye
- Abana banjye: Peace Bizimana Nkundimana, Fabrice Bizimana, n'imiryango yabo, mwahunze 1994, mukaba mwaragezweho n'ingaruka z'ibyabaye mu Rwanda. Mumbabarire muri byose nabahemukiye, cyane kuba narababyaye simbarere. Nta bisobanuro mfite byo kubaha, byatewe n'umuhamagaro gusa, kandi nti bipfa kumvikana. Mfite ijambo rimwe (1) gusa mporana ku mutima kandi nzahorana: «MUMBABARIRE».

Ndashima Imana yabahereye umugisha aho muri mu mahanga. Ndabasengera, ndabakunda, nkabakumbura umunsi ukira, nkagerwaho n'ingaruka ziri mu Gutegeka kwa Kabiri 28: 32

«Abahungu bawe n'abakobwa bawe bazahabwa irindi shyanga, amaso yawe azabireba ahereyo ananizwe no kubakumbura umunsi ukira, ntacyo uzashobora gukora».

Ubu nkosora iki gitabo bwa nyuma, Yesu yaramfashije angirira neza mbonana na bo mu mahanga nyuma y'imyaka 18 irenga. Yesu ni Umwami w'abami. Icyubahiro cyose ni icye iteka ryose.
- Ngituye barumuna banyu nahamanye na bo mu Rwanda, Muhire Aimé David na Ikirezi Ingrid Shekinah, mukaba mwararuhijwe cyane n'uyu muhamagaro wanjye umunsi ku wundi: ibyo mwahuye na byo nti byakwirwa ku mpapuro: ndabakunda, ndasaba ngo muzahirwe muri byose kuko muri imbuto zo mu nda yanjye zababajwe ndetse bikabije.

Ndasenga ngo muzabone u Rwanda rushya rurimo ubwiyunge bwuzuye bw'Abanyarwanda nyabo «HUTU-TUTSI-TWA», mukorere Umwami wacu Yesu nta nkomyi. Imana nkorera izabitura ibirenze ibyo mwanyihanganiye byinshi, kandi mumbabarire aho nabaremereye, n'imibereho mibi yose mwahuriye na yo mu Rwanda. Ntacyo nabakinze, burya byose byaterwaga n'umuhamagaro, kandi ntimwashoboraga kubisobanukirwa kiriya gihe, ariko muzasobanukirwa. Kimwe na bakuru banyu, rya jambo mporana riragarutse: «MUMBABARIRE»

Ubu nkosora bwanyuma, babonanye na bakuru babo nyuma y'imyaka 18 irenga. Yesu yangiriye neza.

IKI GITABO NGITUYE KANDI:

- Abanshyigikiye muri uyu murimo, abagaragaye ni bacye cyane, abataragaragaye ni bo benshi, bankomeje, haba mu masengesho no mu bifatika, buri wese yiyumvemo. Muzahembwa n'Imana yonyine; mvuze ibyanyu bwakwira bugacya, iyo ntabagira wenda mba naranabivuyemo.

- Inshuti yanjye Zitoni Murenzi (Mama Mokambi) aho usigaye ukorera Umurimo w'Imana muri Leta Zunze Ubumwe za Amerika. Wamenye umuhamagaro wanjye ntarawumenya, umfasha utizigamye, Imana yacu EL-SHADAI izakwitura ibiruta urukundo wanyeretse n'inama wagiye ungira, kandi sinibagirwa ko uri muri bacyeya bazi ubuhamya bwanjye bwose.

- Inshuti yanjye twasangiye imibabaro irenze urugero, irimo «imiruho n'imihati» muri aka kazi, kuva katangira muri 1996: Ntawiha Tusali Jeannette (Mama Aimé), Imana iri hafi kugusubiza ku bwo gukiranuka no kwihangana. Nubaha kwizera no gushikama byawe, komeza ubudahemuka, ntuzagwe isari.

- Ngituye kandi abandwanije bose, abambeshyeye, abamfunze, abagerageje kunyambura ubuzima ni benshi, kuko mwatumye negera Imana cyane, menya ibyo ntari kumenya iyo mutaza kundwanya ngo mumpinge (gupinga), mumpige (guhiga), munyamagane umunsi ku wundi, munyite amazina mabi yose abaho. Nuko «*Byose bikaba byarafatanirije hamwe kunzanira ibyiza.*» (Abaroma 8: 28).

Imana yanyujujemo isoko y'imbabazi, namwe ndabakunda, kandi muzajya mugenda musobanukirwa, ndetse bamwe mwatangiye gusobanukirwa, kuko: «*Wanga kumva ariko ntiwanga kubona*». Mwabaye ibikoresho bya Satani byo kumbabaza Imana irabyemera ngo mbone gukomera, bintere gukomeza. Byose byafatanirije hamwe kunzanira ibyiza koko. Narabababariye bitanturutseho, ahubwo ni za mbabazi Imana yanyujujemo zo kurwana n'ikibitera aho guhangana na Gitera. Kuko mutari muzi ibyo mwakoraga.

Icyo nshimira Imana kurushaho, n'uko muri mwe hari mo abamaze gusobanukirwa bakamenya Ukuri. Bakaba barakiriye AGAKIZA kabonerwa muri Kristo Yesu Umwami wacu. Abo bakaba ari iminyago tuzaraganwa Ubwami bwa Yesu Kristo. Gusa mwasanze mfite: umuhamagaro, ihishurirwa, iyerekwa, icyerekezo, n'intego, kandi n'ubu ndacyabikomeyeho, ndetse nafashe n'ingamba.

IKI GITABO NGITUYE NCIYE BUGUFI CYANE:

- Abacitse ku icumu rya jenoside abahutu bakoreye abatutsi.
- Abahutu bacitse ku icumu ry'ingabo za FPR, ari byo byitwa: «Itsembatsemba», cyangwa «Ingaruka za jenoside», cyangwa ibyaha byo mu ntambara, cyangwa ibyaha byibasiye inyoko-muntu.

  Ndibuka abatutsi bazize ubwoko gusa gusa. Abacitse ku icimu rya jenoside na n'ubu bagihigwa ngo bashireho, kubera umwuka wo gushiraho ubagendaho. Kuko kugeza ubu utarabavaho.

  Ndibuka abahutu bishwe n'ingabo za RPF n'ubugambanyi bw'«abakada» n'abatutsi bacitse ku icumu, abo bahutu bazize ubwoko gusa gusa.

  Impunzi zose z'abahutu zikizerera isi kugeza ubu kubera ibibazo by'amoko gusa gusa, n'abahutu bose bazize na n'ubu bagihura n'ingaruka za «RUSANGE» ya jenoside bakoreye abatutsi. Nkaba mbabazwa cyane n'abadashaka kwihana ngo babeho n'abazabakomokaho. Bakaba bagendwaho n'umwuka wo guhorwa kuko nturabavaho.

  Ndibuka abatutsi bishwe na bene wabo bahunganye, bagahungukana, maze bamwe muri bo bakabica imfu nyinshi babahora amashyari n'ibindi binyoma n'ubugome bya Satani, n'abandi bongeye guhunga bitewe no kutumvikana na bene wabo, n'abandi bangana urunuka kugeza ubu.

- Ntuye iki gitabo abo bose bagiye bazira amoko, kandi batazi iyo biva n'iyo bijya, bakagerwaho n'ingaruka badasobanukiwe, kandi ni benshi mu isi.

Ndibuka abo bose bagiye bazira uko bavutse gusa, kubera inyungu za bamwe. Yesu Kristo Umwana w'Imana ni we wenyine ufite umuti wabomora akanabakiza ibyo bikomere ku bw'Umwuka we Wera. Mumwizere mumwakire mu mitima yanyu, abahe amahoro, n'ubugingo buhoraho, anabahindure ibyaremwe bishya.

Abo bose bafite ibikomere byatewe n'ingaruka za jenoside yakorewe abatutsi, n'abahutu bafite ibikomere by'ingaruka zo guhorwa, natwe twakize ariko dufite inkovu nyinshi, dusabwa kurinda kongera gukomereka: Twese twese, Imana itugirire ubuntu bugeretse k'ubundi.

M. E. Murebwayire

«²⁰ Mbese none umunyabwenge ari he? Umwanditsi ari he? Umunyampaka wo muri iki gihe ari he? Ubwenge bw'iyi si Imana ntiyabuhinduye ubupfu?

²¹Kuko ubwo ubwenge bw'Imana bwategetse ko ab'isi badaheshwa kumenya Imana n'ubwenge bw'isi, Imana yishimiye gukirisha abayizera ubupfu bw'ibibwirizwa. ²²Dore Abayuda basaba ibimenyetso naho Abagiriki bo bashakashaka ubwenge, ²³ariko twebweho tubabwiriza ibya Kristo wabambwe. Uwo ku Bayuda ni ikigusha, ku banyamahanga ni ubupfu, ²⁴ariko ku bahamagawe b'Abayuda n'Abagiriki ni Kristo, ari we mbaraga z'Imana kandi ni ubwenge bwayo, ²⁵kuko ubupfu bw'Imana burusha abantu ubwenge, kandi intege nke z'Imana zirusha abantu imbaraga».

(1 Abakorinto 1: 20-25).

17

«¹Uragowe! Wa gihugu we cyuzuye urusaku rw'amababa y'udukoko, igihugu kiri hakurya y'inzuzi z'i Kushi, ²wowe wohereza intumwa zinyuze mu nyanja, zikaza mu mato y'imfunzo hejuru y'amazi. Ni mwihute, ntumwa zabuhiriye, mutahe iwanyu muri kiriya gihugu cy'abantu barebare b'umubiri unogereye, igihugu gitinywa kugera ku mpera z'isi, igihugu gikomeye kandi gishikamira abanzi, kikaba cyambukiranyijwe n'inzuzi.

³Yemwe, bantu batuye isi mwese, ubwo ikimenyetso kizigaragaza ku musozi, muzacyitegereze! Naho ihembe nirivuga, muzatege amatwi. ⁴Kuko Uwiteka yambwiye ati «Nzigumira hamwe, maze nitegerereze aho ntuye; nzaba meze nk'ubushyuhe igihe cy'izuba, cyangwa nk'ibicu bibuditse igihe cy'isarura. ⁵Nuko ahagana igihe cy'isarura, ururabyo ruhunduye, amahundo amaze guhisha, imbuto bazitemesha umuhoro, naho amashami adafite akamaro akajugunywa, ⁶ibyo byose bizagabizwe inkongoro zo ku misozi n'inyamaswa z'inkazi. Inkongoro zizahamara impeshyi yose, inyamaswa z'inkazi zose zihugame itumba.»

⁷Icyo gihe, mu gihugu cy'abantu barebare b'umubiri unogereye, igihugu gitinywa kugera ku mpera z'isi, igihugu gikomeye kandi gishikamira abanzi, kikambukiranywa n'inzuzi, kizazanira amaturo Uwiteka Nyiringabo ku musozi wa Siyoni aho aganje». (Bibiliya Ijambo ry'Imana: Yesaya 18: 1-7)

«¹Kera Imana yavuganiye na ba sogokuruza mu kanwa k'abahanuzi mu bihe byinshi no mu buryo bwinshi, ²naho muri iyi minsi y'imperuka yavuganiye natwe mu kanwa k'Umwana wayo, uwo yashyiriyeho kuba umuragwa wa byose ari we yaremesheje isi.³Uwo kuko ari ukurabagirana k'ubwiza bwayo n'ishusho ya kamere yayo, kandi akaba ari we uramiza byose ijambo ry'imbaraga ze, amaze kweza no gukuraho ibyaha byacu yicara iburyo bw'Ikomeye cyane yo mu ijuru.». (Abaheburayo 1: 1-3).

Pawulo yaranditse ati « *¹²Ndashimira Kristo Yesu Umwami wacu wambashishije, yuko yatekereje ko ndi uwo kwizerwa, akangabira umurimo we ¹³ n'ubwo nabanje kuba umutukanyi n'urenganya n'umunyarugomo. Ariko narababariwe kuko nabikoze mu bujiji ntarizera».* (1 Timoteyo: 1 12 - 13).

Nanjye ntanze iryo shimwe ku Mwami, Umucunguzi n'Umukiza wanjye Yesu Kristo. Nk'uko buri wese agira icyo amenya akakigeza ku bandi kugira ngo bazafashwe, nanjye namenye byinshi ku birebana n'ibyerekeranye n'amateka y'u Rwanda mu buryo

18

bugaragara, no mu bwo mu Mwuka; «uburyo bw'ubu-Mana», uburyo butagaragara, budafatika, udakabakaba ngo ukoreho.

Kuko ibyo namenye bimwe nabibwiwe n'Imana, ibindi ni ubuhamya bwanjye bwite, ibindi ni ubuhamya bwaturutse ku bandi. Ibindi ni amateka asanzwe azwi na benshi cyangwa na bacye. Utazafashwa n'iby'Imana, azafashwa n'ibyanjye bwite, cyangwa iby'abandi se, cyangwa se amateka. Ariko ndifuriza buri wese kuzabanza gufashwa n'iby'Imana cyane cyane, kuko ni byo bitanga ubugingo buhoraho. Iby'umubiri ntacyo biba bimaze.

«[63]Umwuka ni we utanga ubugingo, umubiri nta cyo umaze. Amagambo mbabwiye ni yo mwuka, kandi ni yo bugingo». (Yohana 6: 63).

Kumenya umuhamagaro w'Abanyarwanda, gusubiranamo kw'amoko n'uturere, uburemere bwa jenoside abahutu bakoreye abatutsi, icyayiteye, ingaruka zayo, guhora kwakurikiyeho ku ruhande rw'ingabo za FPR, icyakwunga aya moko Hutu-Tutsi, n'ibindi bigendana na jenoside no guhora, n'ibyaha byibasiye inyoko-muntu, n'ibyo mu ntambara; ibyo byose ahanini bigashingira uko Imana ibibona, ntabwo ari uko abantu, Loni, za Leta z'ibihugu, abandi banyabumenyi, cyangwa isi mu iterambere babibona.

Amateka y'u Rwanda benshi murayazi ariko buri wese agiye amenya aye by'umwihariko bitewe n'icyo ashaka kumenya, n'ingaruka yamugizeho, akanayagoreka uko ashaka bitewe n'ibikomere yamuteye, kandi akemeza ko ari ukuri kuzuye, kandi ko ari we ugufite wenyine.

Hari byinshi byagiye byandikwa bikanavugwa, ariko ugenzuye usanga abenshi bakurura bishyira, bikubira, bishyira aheza, kuko na bo si bo, ndabumva cyane. Nanjye ni ko nari meze mbere, ni ibikomere ayo mateka nyine agenda abasigira bitajya bivurwa n'abantu kuko nta muti wabyo abana b'abantu bafite.

N'abagerageza bose kubivura na bo ubwabo baba ari abarwayi. Kandi nta murwayi uvura undi.

Nasomye ibitabo byinshi by'ababogamiye ku ruhande rw'abatutsi, bivuga ku mateka y'imibabaro yabo kuva muri 1959 kugeza kuri jenoside yabakorewe. Nasomye n'iby'ababogamiye ku ruhande rw'abahutu bivuga ku mateka n'imibabaro yabo mbere ya 1959 igihe cya gihake na gikolonize, n'ukuntu FPR yateye taliki ya 01 Ukwakira 1990 igatangira kubicira za Byumba, n'ukuntu bapfiriye mu gihugu imbere, no muri Kongo-Zayire.

Numvise ibiganiro by'ababogamiye kuri izo mpande zombi, nasanze bose ari inkomere nsa-nsa-nsa, ndetse zikabije. Ugenzuye wasanga buri ruhande n'iyo rwagerageza kuba urunyakuri gute, byanze bikunze ruvangamo n'ibikomere byo kwirengera, kuko nta bisubizo byabyo izo mpande zombi zifite. Ikibazo n'uko n'iyo wagira ute, izi nkomere nyinshi zidashaka kuva ku izima ry'ibyo zitsimbarayeho, amoko cyane cyane, uturere, n' amadini, kuko byarabasabitse, birabasarika, kandi nti bipfa kuvamo. N'abanyamahanga bagiye bandika cyangwa bakora ibiganiro, biranyorohera cyane kumenya vuba vuba uruhande baba babogamiyeho. N'iyo bakwihisha mu byo bita "ukuri" baba bihimbiye. Ibyo birasanzwe muri kamere muntu, buri gihe agomba kugira aho abogamiye yanze akunze, ku bw'impamvu runaka.

Ntabwo rero nje kubigisha amateka asanzwe (histoire), kuko buri wese aba afite uko abona ibintu bye, kandi buri wese azi aye, ndetse benshi mwarayize muraminuza, muranaminantuka, muyafitemo ubumenyi buhanitse, ndetse muranayigisha. Mufite n'ubumenyi bwinshi, kuko ubwenge bwo buva ku Mana (Yobu 28: 28). Ahubwo hari aho nafatiye bitewe nanjye ni byo nyobowemo n'Uwampamagaye, bigendanye n'ibyabaye mu Rwanda bigasiga inkuru z'amahano y'ibyorezo by'akabarore imusozi, akaba ari na zo nkurikizi twese turimo kugeza ubu nandika. Ndetse na n'ubu hakaba hakiri intambara z'urudaca, ariko akaba ari zo za nyuma.

Nkaba nizera ntashidikanya ko igihe cya vuba Imana yaremye Abanyarwanda izaturuhura ikadukura mu ngaruka mbi twasigiwe n'amateka mabi, aho buri bwoko bushaka kwishyira aheza kandi ari ubukorashyano, ari bwa «rukarabankaba». Tukaba dukeneye gutangira amateka mashya, n'imikorere mishya, tugatangira no guteguriza umurage mushya abadukomokaho, kuko abo twakomotseho ibyo badusigiye nta n'umwe wakwifuza kubisigira uwo yabyaye, keretse ari inkunguzi.

Uwo murage mwiza turagira ngo tuzawusigire abazadukomokaho. Kuko biteye ikimwaro, ndetse ni n'ubugwari bukabije gusigira abazadukomokaho aya mahano nk'uko ababyeyi bacu bayaturaze.

Namenye ubuhamya bwa benshi b'abatutsi bahunze muri 1959, abacitse ku icumu rya jenoside yakorewe abatutsi, nabiyumviye bambwira imibababaro banyuzemo n'icyo byabasigiye mu buzima no mu mibereho ya buri munsi, n'ibindi niboneye n'amaso kuva mu buto bwanjye, uko batotezwaga.

Namenye byinshi wenda wowe utanazi, ku birebana n'ubugome bw'indengakamere burenze ubwa kinyamaswa abahutu bagiriye abatutsi muri jenoside, nyuma yaho indege ya Perezida Habyarimana irasiwe, kugeza ubu nandika ngo ikaba yararashwe n'abantu batari bamenyekana. Nabwiwe n' abajenosideri ubwabo byinshi by'ubugome birenze uko wabitekereza bakoreye abatutsi, birandenga birampahamura, bituma mbura izina mbyita, mbyibazaho byinshi, mbibazaho Imana byinshi, namenetse umutima cyane.

Ku rundi ruhande rw'abahutu na rwo, numvise ubuhamya bw'abahutu bahungiye muri Kongo-Zayire; nivuganiye na bo imbona-nkubone muri ayo mashyamba arenze kuba inzitane, kuva 2000 aho nabashije kugera kuko si hose, utabona uko usobanura. «Jye sinigeze mpunga muri 1994».

Nabwiwe na bamwe bari ingabo za RPF bakiriye agakiza, uburyo baje bica abahutu aho banyuraga hose, na jenoside itari yaba. Bambwira nyuma ya jenoside uko babishe noneho bikabije. Barambwiye ubwenge bunanirwa kubyakira, nanjye bihita binsigira ibikomere byinshi kuko haguyemo abanjye batagira ingano.

Niboneye n'amaso nyuma y'uko FPR ifata igihugu aho abahutu bajyanwaga bakicwa gusa kubera ko ari abahutu. Bamwe nzi neza ko batishe abatutsi, barishwe. N'ibindi by'ukuri nagiye mbona nyuma y'uko FPR ifata igihugu. Nanjye hari ibyo nagiriwe byo gutotezwa, ariko ndi mu batotejwe buhoro ugereranije n'ibyabaye ku bandi.

Iyo abahutu bakubwira ibyo abatutsi bo muri FPR babakoreye za Byumba bagitera, n'ahandi ingabo zabo zagiye zinyura, n'igihe babakurikiraga muri Kongo-Zayire bakuye inkota. Navuganye na bamwe bo mu miryango y'abahutu babuze ababo nyuma ya jenoside igihe cyo guhora, (nanjye ndimo hari abavandimwe nabuze, n'abandi bo mu muryango, n'inshuti zanjye), bishwe n'ingabo z'abatutsi za FPR aho babasanze mu mashyamba ya Zayire, no mu gihugu imbere, batungiwe agatoki na bamwe mu bacitse ku icumu. Hari n'abandi bari bazwi kubera akazi bakoraga, abari baziranye n'impunzi zabaga hanze, cyangwa abari bazwi kubera imibereho yabo isanzwe ya buri munsi, n'ibindi.

Hari na benshi mu Nyenzi baje bazi aho abahutu bakoraga, barabarangiwe n'abavuye mu gihugu babasanga ku rugamba, baje bazi aho bari batuye, baba babahitiyeho, babica uruboze. Atari uko babiciye, oya! Ahubwo ari uguhora kubera «inzika y'inzigo y'ubwoko» yari ishyize cyera, maze yiyongeraho «icyaha rusange» cya jenoside, ari na byo byatije umurindi guhora guhanitse kwavanzemo kwihimura.

Hari abo bishe igihe batera mu ntambara yamaze imyaka 4, hari abo bishe bamaze gufata igihugu, hari na bo biciye muri Zaire-Kongo, na nyuma bakomeje kwica abandi...hari ibyo nzi, nawe uzi ibindi. Mbishyize hamwe, binanira kubyihanganira, ntangira gukurura nishyira ndetse numva abatutsi ari abagome cyane badakwiye no kuzapfa bababariwe n'Imana.

Narangiza nkibuka abahutu uko bishe abatutsi muri jenoside mbona, ngahita nibuka uko babirukanye muri za 1959, babatwikiye babica, uko bagiye babagenza za 1963 na 1973 na 1990, kugeza aho baminurije muri 1994. Ngahitira mu mateka, ukuntu igihe cy'ingoma z'abami b'abatutsi basuzuraga abahutu ari bo ba sogokuruza, babakoreshaga uburetwa n'ibindi by'agasuzuguro kavanze n'ubwibone bw'ubwiyemezi-muzi, ndetse ngo hari aho babicaga ngo bakabatambaho n'ibitambo by'ingoma, bakanabashahura, bakabakoresha imirimo y'agahato, n'ibindi.

Ariko aha ndagira ngo ubyumve neza, ko ubwo bwicanyi bwose abatutsi bagiriye abahutu icyo gihe nti byari jenoside. Umva neza: NTI BYARI JENOSIDE. Ntabwo byari jenoside. Nti byagambiriwe ngo bitegurwe, bishyirwe mu bikorwa. Nabyemeye nta nkuru, mbyemezwa n'Iyaremye ijuru n'isi, maze ntangira gucanganyikirwa. Nkumva ndemerewe cyane n'ikintu ntazi, buri gihe uko nibazaga ku bahutu n'abatutsi naracanganyikirwaga ngakuka umutima, nkumva nshaka ko bombi bamererwa neza, ariko hakaba hari ikibazo-muzi hagati yabo. Kandi nanjye nari ntarakira ibikomere neza, ngashaka ko bose bakizwa bakamenya Yesu ko ari we Nzira, n'Ukuri, n'Ubugingo, ariko ngakubitana n'igikuta cyuzuye «inzika y'inzigo», y'amahano buri bwoko bwakoreye ubundi.

IPFUNWE, ISONI N'IKIMWARO KU BAHUTU BASIGAYE MU RWANDA.

Igihe nkiri muri ibyo Imana ni ho yansanze narangije gupanga kuva mu Rwanda mu buryo bwanjye, ndetse nanyarukiye i Nayirobi ngiye kubaza impunzi zari yo uko bigenda, kugira ngo ndebe ko nagira amahoro, sinongere gutekereza kuri ibyo bintu, sinongere kubona abatutsi bategeka u Rwanda barimo kutwica no kudusuzugura, batwirukanye no ku butegetsi, kuko nari mfite ikimwaro n'isoni bikomeye bitewe no kuvaho k'ubutegetsi bw'abahutu. Nari mfite isoni nagendanaga. Ukuntu abatutsi bacitse ku icumu baturebanagana agasuzuguro no kutwishongoraho birenze urugero, ari nako bamwe birirwaga batungira agatoki abasoda ba FPR, aba na bo bakirirwa batunda abo bicaga n'abo bafungaga, na bo bamburaga ibyabo. Uwagiraga Imana akava kuri brigade cyangwa ahandi babafungiraga akamanuka gereza yabaga azabona n'ubugingo buhoraho. Kuko abenshi twakurikiraga tugenda tubaza, ngo turebe, abo twababazaga batubwiraga ko batigeze bahagera. Koko rero nti bongeraga no kugaragara.

Mbega isoni! Mbega ikimwaro! Gusigara mu Rwanda uri umuhutu nyuma ya JENOSIDE. Mbega amezi yakurikiye gufatwa kw'umugi wa Kigali! Mana yanjye! Mbega imyaka ya 1994 kuva mu kwezi kwa 7, mbega 1995, 1996, 1997, impunzi z'abahutu zitangiye guhunguka! Zikakubwira inkuru mbi gusa, gusa. Mbega ngo umuhutu wasigaye mu Rwanda arabonabona! Ubwoba, isoni, ikimwaro, n'ibindi bijyana na byo. Isoni n'ikimwaro byaratubumbye wa mugani wa mwene wabo umwe.

Imana yangaruye ku ngufu ikitaraganya maze i Nayirobi ukwezi kose. Ngarutse i Kigali mfungirwa ku Murenge wa Kacyiru iminsi 5 bambeshyeye ko navugiye kuri Radiyo BBC ngo nsebya Leta y'u Rwanda. Mfunguwe nongeye gupanga gutoroka u Rwanda, biranga… Ndongera ndagerageza biranga…..Incuro nyinshi. Abantu baramfasha biranga, ….. ugerageje kumfasha wese akagira ibibazo.

Nagombaga ibisobanuro biturutse ku Mana yonyine ibinyibwiriye ntawe itumye, kugira ngo mpame hamwe mu Rwanda, ni ho yanshakaga kiriya gihe, maze ntangire umuhamagaro, kuko nari natangiye kubogamira cyane ku bahutu, numva nanze urwango rukomeye abatutsi, cyane cyane abavuye hanze, ariko na none cyane cyane cyane abavuye i Bugande, kuko ari bo bari barabitwambuye, kandi numvaga mfite ukuri.

IMANA ITI «NTUBATINYE, UGENDE UBABWIRE, N'UBWO BAZAKWANGA»

Nari mfite ibyo naratiraga Imana byinshi mburana byo kwirengera, ariko byose ntacyo byari biyibwiye. Nagombaga kumvira Ishoborabyose. Ibyo bihe nashakaga Yesu cyane, nifurizaga n'abandi bose gukizwa, ariko nari mfite igikomere cy'amoko nagombaga kubanza gukira, ngo mbone gufasha no kubyifuriza abandi. Namaze igihe nshaka Imana, nyishakisha umutima wanjye wose, n'ubwenge bwanjye bwose, nyibwiza ukuri kwari mu mutima wanjye, nyaturira urwango-muzi nangaga abatutsi muri icyo gihe, maze umugoroba umwe taliki ya 13-03-1996, iransanga, imbwira ibyo nagombaga kubanza gukora.

Mpera ubwo ntanga ubuhamya bw'ubuzima bwanjye na bwo butoroshye, aho Yesu yankuye, buramfasha, maze bufasha benshi Imana yashakaga kwikiriza, na n'ubu buracyafite imbuto zigaragara mu buzima bwa bamwe.

Imana imaze gushyira ku mutima wanjye ihishurirwa ry'igihugu cy'u Rwanda cyane cyane ibirebana na jenoside abahutu bakoreye abatutsi, nabanje guhahamuka imbwiye ibyatubaho turamutse tutihannye «nk'abahutu». Iryo yerekwa ryo mu ijoro ry'uwa 22/06/1999 ndi ahantu ku Kicukiro, ni ryo ryampaye imbaraga zidakumirwa mu gukora ibishoboka byose ndetse no gupfa bibaye ngombwa, kuko mu bisanzwe ntacyanteraga ubwoba kibaho. Imana yabanje kundema nta bwoba busanzwe ngira. Ndavuga ubwoba bwo gutinya ibintu n'abantu n'utuntu. Kuko iyo niyemezaga ikintu byanze bikunze naruhukaga ari uko nkigezeho cyaba kibi cyaba cyiza. Ntabwo napfaga gukangwa n'ibibonetse byose. Ibyo abandi batinyaga bikomeye njye nkabona byoroshye, nkumva nabyirohamo ntanatekereje. Ahubwo ibintu bitoya akaba ari byo bintera ibibazo, bindushya.

Muri kamere yanjye habagamo guhangana n'amahane n'impaka byinshi, kandi simve no ku izima. Nkiyizera cyane cyane iyo numvaga ndi mu kuri, ariko no mu mafuti narahanganaga, kandi kuntsinda nti byari byoroshye. Narakundaga cyane, nkananga cyane. Ibyanjye byose byari cyane. Byose nahezaga inguni. Nari mfite kamere y'ubuhezanguni muri byose. Iyo ni yo yari kamere yanjye mbere. Nawe ufite uko wavutse n'uko uri.

Maze Yesu aje ankamuramo ibisigisigi by'icyitwa ubwoba n'igisa na bwo aho cyari cyihishe hose, arampindurira ibyari bibi abihindura byiza, noneho ntangirana no guheza inguni mu bye, kandi ndanayiheza koko, n'ubu ndacyayiheza, nzanakomeza kuyiheza. Ndamusaba ngo akomeze amfashe nyiheze. Ni ko yabaye! Aba angize uko yangize uku. Andoha mu bye ndarohama, ndanibira cyane, kandi sinitegura no kuburuka ngo mbivemo, ku buryo hari ababyumvaga nti bemere ko nashoboraga gukizwa, bamwe ndetse bakijijwe kubera ubuhamya bwanjye gusa, ndetse na n'ubu biracyakomeza. Umuntu akumva ko nakiriye agakiza nawe agahita akizwa. Maze na kamere yanjye Yesu arayinyukanyuka nsigara ndi uko yashakaga ko mera nyine, kuko nari mbuze epfo na ruguru. Byansigiye ibibazo kubera kurwana n'Imana nanga kuyumvira, kandi nta ntege ngira.

Bamwe mu bo nakundaga banshiraho, ibintu binshiraho, ngeze aho manika amaboko. Maze kunoga ni bwo nahindutse nk'umusazi, mu guhamiriza Yesu Kristo ko ari Umwana w'Imana, kandi ko yapfiriye ku musaraba i Gologota akazuka ku munsi wa gatatu. Ko yicaye iburyo bw'Imana Data wa twese adusabira. Kandi ko agiye kugaruka gutwara Itorero rye ridafite ikizinga cyangwa umunkanyari. Kandi ko ashaka ko abantu bahuzwa, bakiyunga n'Imana bamunyuzeho, kuko ni we Muhuza w'Imana n'abantu, akaba Inzira, Ukuri, n'Ubugingo. Barangiza bakiyunga hagati yabo (2 Abakorinto 5: 18-19).

Ndahamya neza koko ko iyo Yesu agutumye umera nk'umusazi. ni ho numvise uko bene Data batubanjirije ba Pawulo, ba Petero, ba Yeremiya, ba Mikaya, ba Eliya n'abandi byabagendekeye. Numvise neza impamvu bameraga nk'abasazi. Natangiye kugira umutwaro undemereye cyane w'Abanyarwanda muri rusange. Imana yabanje kumbwira kuvuga ku bwiyunge nyakuri bwuzuye bw'amoko «Hutu-Tutsi», dufatiye ku nzangano z'inzigo zaje no kubyara jenoside no guhora by'akabarore.

Nyuma y'iryo yerekwa ryo mu ijoro ry'uwa 22/06/1999 nakomeje guhamya ibyo Umwami wanjye yantegetse kuvuga, maze taliki 28/12/1999 kuri Stade Amahoro mbivugira ku mugaragaro uwo mugoroba. Ubutumwa bwabwiraga abahutu kwihana mbere na

24

mbere muri rusange jenoside bakoreye abatutsi nta mpaka zibaye, kandi koko habaye kwihana kutigeze kongera kuba mu gihugu kugeza ubu nandika.

Kuko muri icyo giterane cyabaye icyumweru gisoza umwaka wa 1999, taliki ya 28-12-1999, aba pasitori n'abakristo bari aho b'abahutu baciye bugufi barihana bivuye mu mitima yabo, nyuma hataho ab'abatutsi na bo bihana bivuye mu mitima yabo. Imana inezererewa icyo gikorwa cyane, ndetse yashakaga ko byazajya bihora biba buri mwaka, kugira ngo igende ikiza igihugu gahoro gahoro, igende yeza igihugu ihereye kuri bene cyo, ikirinde ko amaraso yakimenekeyemo yahamagara ayandi atagira ingano (Kubara 35: 33).

Maze Satani aramwara uwo mugoroba. Yesu ahabwa icyubahiro. Nyuma umwanzi agenda aritsira adutega ikindi gihe nk'uko yabigenje igihe agerageza Yesu, kandi koko yaraduteze tugwa mu mutego, uranadufata uratujisha, na n'ubu turacyawurimo, kuko inyangabirama zabihinduyemo ako kanya ibindi bizizanira inyungu z'amafaranga no kumenyekana vuba. Maze ku mugaragaro Satani aba yibye Itorero ryo mu Rwanda umusingi wo gukira kw'igihugu. Uwo musingi wari ushingiye ku «UBWIYUNGE».

Ama cassettes yariho inyigisho z'ubwo butumwa, dore ko icyo cyumweru cyasozaga umwaka wa 1999 twinjira muri 2000, byari byahuruje imbaga, kuko bamwe bo bari banazi ko ngo imperuka iri bube, baza kwiyahura mu masengesho kuri Stade ngo abe ari ho baza gupfira, bapfane n'abandi benshi.

Hari amashusho yafashwe n'umuzungu w'umusuwisi n'abandi bari babukereye. Ibyafashwe bimwe ba maneko barabitwaye uwo mugoroba, ibindi bijyanwa n'abo muri Zion Temple («kwa Gitwaza»).

Ariko maze gutanga ubwo butumwa bitaga «Ubuhamya», nyuma yaho umugore wahoze mu ngabo za FPR wavuye Tanzaniya yaje kumena amabanga y'ukuntu baje bica urubozo abahutu babonye bose iyo za Musha, Gikoro, Bicumbi, ndetse ngo baranabashahuraga. Yavuze nyuma yanjye nk'uwiyahura, Umwuka Wera yari yamanutse koko. Abandi ngo yabuze ubwenge. Imana yamurwanyeho ikoresheje bene wabo bari bakomeye icyo gihe. Ngicyo icyatumye ba maneko batwara cassettes z'ubutumwa n'amashusho yafashwe. Nyuma aho nayabazaga banyoherezaga ahandi, gutyooo! Hari n'uwandiye urwara ati «warekera aho gukurikirana ayo ma cassettes wa mubyeyi we, ko ishyamba atari ryeru». Maze ndabireka.

Impamvu ubutegetsi bwabitwaye, iyo uwo mudamu ataza kuvuga ibyo byaha bya FPR byo kwica abahutu urubozo, ntabwo bari kubutwara, kuko ibyo kwihana kw'abahutu nari nabwirijeho nta kibazo byateye ubutegetsi kigaragara, wabonaga byabaguye neza,

25

bisa nk'aho byahise bibahindura abere ako kanya. Ndetse bamfata nk'umwiyahuzi wataye umutwe, kuko bari batangiye gahunda yo gushyiraho za Komisiyo z'Ubumwe n'Ubwiyunge no kubuza kuvuga ku moko ndetse bakanavuga ko ntayo abaho. Uwo mudamu yarabavangiye cyane, uretse ko nyuma byaje kuzangwa nabi bashaka kunkosora. Kubera «ubwiyunge bihimbiye».

Haje kuvamo ibipande bibiri nyuma yaho abahutu bamariye gusubiza ubwenge ku gihe, bamwe basanze ngo bataragombaga kwihanira abatutsi, kubera ko na bo bishwe n'abatutsi. Mbega impinduramatwara yankozeho! Ubutegetsi na bwo kubera politiki yo kutavuga ku moko «kandi Imana ishaka ko avugwa», byabaye ngombwa ko ngira abanzi babiri, ariko abankomereye cyane ni abahutu. Byafashe n'indi ntera, batangira kumpiga bashaka kungirira nabi, no kunyambura ubuzima, ariko ntabwo bari barampaye.

Imana yagiye ikinga ukuboko kwayo. Leta yo yahoraga ishaka kunkoresha no kunkosora, ishaka gukora ubugorora-ngingo mu butumwa natangaga, ariko abahutu bo nti bashakaga kwihana bibaho. Mbega ngo ndakubitana n'ibikomere by'abahutu n'iby'abatutsi! Abatutsi bo ngo kubera jenoside bakorewe, bahora ari abere.

Nabwiwe n'Imana kubyandikaho, mbanza no kwanga ntanga n'ingero zifatika zo kwirengera, ariko byaje kunyuzura mbura uko nabyigobotora, mbura aho mbihungira maze ndatangira ndavuga: hari mu mpera za 1999. Ntangira kuvuga nk'umusazi bimpesha n'iryo zina «musazi», ryagiye rindengera aho nabaga ngeze hose mu kaga gatewe ni byo navugaga. Bajya kungirira nabi bakavugana bajya impaka karibu kurwana ngo «Erega nimumureke ni umusazi»! Kandi nakomeza kuvuga ibintu nk'ibi muri iki gihugu, azagwa ku bandi. Naticwa na bene wabo azicwa n'abatutsi. Abandi bati reka reka: «azi ubwenge ndetse bwinshi». Hari n'abavuze ko mfite bwinshi bushobora no gukuraho Leta. Maze rukabura gica, bati «Azagwe ku bandi».

Abandi bati Interahamwe ni ko zisigaye zikora, na zo zamenye ubwenge. Ngo uragira ngo nakomeza aya magambo azamara kabiri muri iki gihugu? Ko tureba ameze nk'uwiyahura? Cyangwa bati ni ko Interahamwe zihahamuka. Afite abo yiyenzaho kuko si gusa. Abandi bati «yatumwe n'Icyama»! Abandi bati ari kuri «mission» ya FDLR!

Bigeze muri 2000 Yesu anyohereza muri Kongo-Zayire mu mpunzi. Muri 2001 nandika ibya mbere, nsubira no muri Kongo-Zayire, 2002 nkomeza ubutumwa mu madini yemeraga kunyakira, no muri za gereza zimwe na zimwe. Muri 2003 nshyirwa ku mutima kwandikira Perezida wa Repubulika Paul Kagame ibaruwa taliki ya 09/02/2003. Nyuma nandikira idini rya ADEPR n'izindi nzego z'amadini amwe n'amwe. Nyuma ni bwo natangiye kwandika iki gitabo.

Bimwe muri byinshi nagiye menya, naba nsenga, ubushakashatsi nakoze muri za gereza zose, mu mpunzi no mu ngando zose z'abajenosideri bemeye ibyaha ngo bakabisabira imbabazi, n'abo muri FDLR b'abacengezi batahaga bagahitira mu ngando ya Mutobo mu Ruhengeri. Navuganye n'abapasitori b'amadini yari mu gihugu mbere ya 1994, n'abavuye hanze nyuma ya 1994, bamwe mu basirikare bakuru n'abatoya, abanyepolitiki bo mu nzego zo hejuru zinyuranye cyane cyane mu bavuye hanze. Abo mu butabera na polisi, n'abo mu iperereza nyir'izina. Abanyabumenyi banyuranye, urubyiruko, intagondwa z'abahutu, n'iz'abatutsi, no mu benegihugu bo hasi, abo bita abaturage, ba bandi bayoborwa buhumyi. Nagiye nandika bimwe muri byo, kuko ni byinshi cyane. Maze ntangira kwandika: «UMUZI W'INZIKA Y'INZIGO: RWANDA NYUMA Y'AMAHIRWE YA NYUMA».

Nibajije byinshi, ngira n'ibibazo by'aho nahera, mbese nshaka kubikurikiranya neza nk'abandi banditsi b'inarariboye. Bamwe ndetse narabarebye ngo banyungure ubumenyi, ndundanya n'ibitabo ngo ndebe ibyamfasha, nsoma amateka n'ubuhamya bwa bamwe biratinda. Nshakisha byinshi byo kureberaho, ndetse ntangira kwihugura mu byo nari nkeneye kumenya, nk'amateka cyane cyane no kugira abandi inama. Nigira n'umunyabumenyi kuko nasomye n'ibitabo bitandukanye byinshi cyane ibirebana n'amateka, niga Bibiliya bya bindi bita Tewologiya, njya no mu ishuri ry'Intumwa, ari na ryo nakunze cyane kuko hari mo ihishurirwa ry'ibihe, maze koko ndamenya. Mboneraho no kwiga n'icyongereza kuko nta kundi byari kugenda. Igifaransa na cyo cyari cyatangiye guhura n'ibibazo by'amateka y'u Rwanda, na cyo cyari gifite ibikomere by'ibihe. Maze rimwe nsenga nsaba Imana umurongo wo kugenderamo no gukoreramo, Yesu arambwira ati «N'uko urize uramenye, ariko ntacyo bikunguye cyane kuko *ubu butumwa naguhaye ni: UBUTUMWA BW'IMBUZI*, (Ezekiyeli 33), ntabwo ari roman policier, ntabwo ari Mémoire ugiye kwandika, nta n'ubwo ari Thèse ya Doctorat».

Ntuzanyura imbere ya jury y'umwana w'umuntu na rimwe, cyangwa ngo unyure imbere y'abanyabumenyi b'iyi si ngo baguhe amanota. Ntabwo wandikira kuzabona diplôme y'ikirenga PHD cyangwa ikindi gihembo, cyangwa akazi, kuko ntuzigera ukorera umwana w'umuntu na rimwe. Ntabwo ukinira igikombe, kuko nta bana b'abantu bazabiguhembera. Ahubwo witegure kurwanywa na benshi, ariko nagusigiye bacye b'impande zombi bazagukunda, bakazagufasha muri buri cyiciro uzaba ugezemo. Uzanezezwa n'umusaruro uzavamo hanyuma, ariko ubu ni ibibazo gusa. Naho ubundi, aka kazi nguhaye nanjye ndabizi ko gakomeye muri ibi bihe: karakomeye, ariko «NZABANA NAWE». Ni Jye nawe, ni yo mpamvu Jye nawe turimo kwandika *«UMUZI W'INZIKA Y'INZIGO: RWANDA NYUMA Y'AMAHIRWE YA NYUMA»*

Ni «JYE NAWE»! Andika nk'aho uhagaze imbere y'imbaga y'abantu urimo kubwiriza nk'uko usanzwe ubigenza aho ubwiriza mu biterane hose. Ntiwihindure ibyo utari byo ushaka gusa n'abandi. Ibuka amagambo nakubwiye igihe naguhamagaraga, nkagutoraniriza gukora uyu murimo. Nakubwiye ko nzagukoresha mu buryo bwihariye kandi budasanzwe: «Je vais me servir de toi d'une facon particulière et unique». (Taliki ya 28-11-1996).

«Zirikana» ibyo nakubwiye byose kandi «ntuzangambanire». Hanura nk'uko nakugize kuba umuhanuzikazi uhanurira amahanga cyane cyane igihugu cyawe n'Ibiyaga Bigari. Wirinde no gushyiramo ikinyabupfura cyinshi, wirinde amarangamutima, wirinde kugisha inama abandi ngo bagukosore ugire ibyo ukuramo n'ibyo wongeramo utabanje kumbaza, kuko iyo uhagaze imbere yabo umvugira ntawe ujya aza kukungura ibitekerezo, uvuga ibyo nshaka ibindi bikaba nyuma. «Iri ni Ivugabutumwa», ntabwo ari ibiganiro-mpaka. Kuko, uri wowe uko nakuremye, ntawe musa, naraguhamagaye, ngutoraniriza uyu murimo w'umwimerere, ntawe muhuje akazi. Urasabwa kwihangana no kumvira. Hagarara neza umpange amaso gusa. Ndabizi ko bizagutonda kuko buri gihe abatoranijwe bashaka gusa n'abandi, kenshi bagahura n'ibihano bibagarura ku murongo. Wirinde:

- Uzangwa cyane na bene wanyu, «abahutu», kandi ubafitiye umutwaro.
- Bazakugambanira nk'uko nanjye ari bene wacu bangambaniye. «Abayuda».
- Uzageragereshwa ibihendo by'ubutunzi, n'abatutsi bavuye hanze, FPR, ntuzabyemere uko bizaba bimeze kose, nzakwihera ibyawe mu gihe cyabyo. Baziyoberanya bihundure intama kandi ari amasega. Kuko ubu uri mu igeragezwa rikomeye, nuritsinda, nzaguha umugisha ubure aho uwukwiza.
- Mpamiriza imbere y'abantu, nanjye nzaguhamiriza imbere ya Data n'abamalayika be. Kandi koko nzaguha umugisha, ndetse uzaba isoko y'umugisha.

«Umugisha Uwiteka atanga uzana ubukire kandi nta mubabaro yongera ho»
(Imigani 10: 22).

- Nyuma abatutsi bavuye hanze bazakwanga urunuka kubera kwanga guhinduka igikoresho cyabo, kandi n'ibihe bizaba bibagereyeho, n'Umwuka Wera azaba arimo kubatsinda, anabemeza iby'icyaha n'ibyo gukiranuka n'iby'amateka (Yohana 16: 8).
- Bazinangira imitima, benshi nti bazamenya igihe bagenderewemo

- Benshi bazihindura inshuti zawe atari zo, nzabakurinda.
- Ntuzigere ugira umwana w'umuntu wizera uko azaba ameze kose. (Biragukomereye cyane, kuko ukunda gusabana n'abantu, ni yo mpamvu bazabanza kuguhemukira cyane, kugira ngo ubone kujya ku murongo).
- Warababwiye barakuninira none banze kumva ariko nti bazanga no kubona.
- Bazakwifuza batakikubonye. Uzajye uhorana imbabazi nyinshi.
- Bazakwanga urwango kirimbuzi, ndetse bazanagerageza kukwamburira ubuzima kenshi, aho nzaba naragushyize, aho uzaba uri icyo gihe.
- Nzaba nkujyanye kure yabo nguhishe akanya gato, kugira ngo igihe cyabyo nikigera, abazasigara bazibuke ko wabibabwiye.
- Nzakugarura mu gihugu nyuma gufatanya n'abandi kugihindura.
- Ariko muri rusange IGIHE kizaba cyarangiye.
- Iyaba barumvise imiburo nabagutumyeho ntabwo bari kuba bagiye kurimbuka aka kageni. Kandi abari hanze na bo uzababwire ubanyihanangirize uti «Nimwihane ibyaha byanyu byose cyane mwihane inzangano z'amoko n'uturere ziri mu mitima yanyu, muve mu bigirwamana, munsabe kubakiza kuko ni njye Mukiza w'abari mu isi.

«Nimwumvira Uwiteka muzarya ibyiza byo mu gihugu, ariko ni mutamwumvira inkota izabarya». (Yesaya 1: 19).

Kandi uzababwire uti «Abo bose bafite umururumba w'ubutegetsi ngo bwo gukuraho Kagame n'imikorere ye, no gutegeka u Rwanda, ntabyo bazabona. Nzabuha abafite imitima imenetse bahindishwa umushyitsi n'Ijambo ryanjye. Kuko nk'uko naciye Sawuli ku ngoma narateguye Dawidi, uko ni ko ngiye kubigenza».

- Ibihe bije biraruhije, biruhije abiyita Abanyarwanda mwese ari abari hanze cyangwa abari mu gihugu, murarushye... murarushye...mwese murarushye!
- Abanyantege nkeya bafite ubugingo buhoraho ngiye kubacyura mbavane mu isi, kuko ntabwo bazihanganira ibyago n'imibabaro bigiye kuza ku biyita Abanyarwanda n'ahandi hose mu isi.
- Abandi nzasigaza n'abo kuzankorera mu bwitange bwinshi, bwo guhangana akanya gato n'imikorere ya Antikristo watangiye gukora ku mugaragaro, hari na bo nzasigaza bo kuzabara inkuru gusa.
- Mu gihe gito ndaba nkuruhuye gato, ndagabanya **ku mutwaro** wari ufitiye abiyita Abanyarwanda, «Hari aho ndi bukunyuze mu ishuri», ariko mu kindi gihe nzongera nongere umutwaro w'abari mu gihugu imbere ndetse n'abari hanze abitwa

«impunzi»: Impunzi za politiki, iz'intambara, n'iz'inzara ari yo mibereho.

Babwire, rangurura, kandi nzi ko na bo benshi batazakumvira. Ariko babwire, rangurura:

«[6]"Kandi nawe mwana w'umuntu we kubatinya, ntutinye n'amagambo yabo n'ubwo uri mu mifatangwe no mu mahwa, ukaba utuye muri sikorupiyo. We gutinya amagambo yabo, ntushishwe n'igitsure cyabo n'ubwo ari inzu y'abagome. [7]Maze uzababwira amagambo yanjye n'ubwo bazumva naho batakumva, kuko ari abagome bikabije.

[8]"Ariko weho mwana w'umuntu, umva icyo nkubwira. We kuba umugome nk'iyo nzu y'abagome, bumbura akanwa kawe maze icyo nguha ukirye." [9] Nuko ndebye mbona ukuboko kunyerekeyeho, maze mbona gufite umuzingo w'igitabo. [10]Akibumburira imbere yanjye kandi cyari cyanditsweho imbere n'inyuma, cyanditswemo amaganya n'umuborogo n'ibyago». (Ezekiyeli 2: 6-10).

Nti none se niba batazanyumvira ndaruhira iki Mana? Uwiteka aransubiza ati «nzaba nikuyeho urubanza rw'uwo nguwo uzaburana ku munsi w'urubanza. Ngaho baburire umujinya wanjye ugiye gutera kugira ngo abanyabwenge bazumvira Ijwi ry'Imbuzi bazakizwe».

«[1]Maze ijambo ry'Uwiteka rinzaho riti [2]"Mwana w'umuntu, uvugane n'ab'ubwoko bwawe ubabwire uti 'Ninteza igihugu inkota, abantu bo mu gihugu bakishaka mo umuntu ngo bamugire umurinzi, [3]nabona inkota ije iteye igihugu, akavuza impanda ngo aburire abantu, [4]maze uzumva ijwi ry'impanda wese ntiyite ku mbuzi, inkota yaza ikamurimbura, amaraso ye abe ari we azabazwa. [5]Yumvise ijwi ry'impanda ariko ntiyita ku mbuzi, amaraso ye abe ari we azabazwa, ariko iyo yumvira imbuzi aba yarakijije ubugingo bwe. [6]Ariko umurinzi nabona inkota ije ntavuze impanda, rubanda ntiruburirwe, inkota niza ikagira umuntu irimbura wo muri bo azaba arimburiwe mu bibi bye, ariko amaraso ye nzayabaza uwo murinzi.'

[7]"Nuko rero mwana w'umuntu, nagushyiriyeho kuba umurinzi w'umuryango wa Isirayeli, nuko wumve ijambo riva ku kanwa kanjye, ubanyihanangirize. [8]Nimbwira umunyabyaha nti 'Wa munyabyaha we gupfa ko uzapfa', maze nawe ntugire icyo uvuga cyo kuburira umunyabyaha ngo ave mu nzira ye, uwo munyabyaha azapfa azize ibyaha bye, ariko amaraso ye ni wowe nzayabaza. [9]Ariko nuburira umunyabyaha ngo ahindukire ave mu nzira ye, nadahindukira ngo ave mu nzira ye azapfa azize ibyaha bye, ariko weho uzaba ukijije ubugingo bwawe.

¹⁰"Nuko rero mwana w'umuntu, ubwire umuryango wa Isirayeli uti 'Uku ni ko mvuga ngo Ibicumuro byacu n'ibyaha byacu ni twe biriho kandi bitwica nabi. None se twabasha dute kubaho?' ¹¹Ubabwire uti 'Umwami Uwiteka aravuga ati ndirahiye, sinezezwa no gupfa kw'umunyabyaha, ahubwo nezezwa n'uko umunyabyaha ahindukira akava mu nzira ye maze akabaho. Ni muhindukire, mugaruke muve mu nzira zanyu mbi. Kuki mwarinda gupfa mwa ab'inzu ya Isirayeli mwe?»? (Ezekiyeli 33: 1-11).

Uwiteka arambwira ati bibaye nk'igihe Abayisirayeli banga agakiza kanjye, maze ngahindukirira abanyamahanga ari bo ba mwebwe. Kuko ufite uruhare runini mu gutaha kw'abari hanze. Kandi ni mwe muzajyana ububyutse mu Rwanda. Ariko menya ko hanze bafite imizi y'amoko «Hutu-Tutsi», n'inzangano z'uturere kurusha abari mu Rwanda imbere ubu. Kuko benshi baracyari muri 1959, abandi 1973, abandi 1990 cyane cyane 1994, abandi kuva cyane cyane 1996.... kugeza ubu. Ndetse barashaka no kugarura ibyahise kandi byarakoze amahano.

Nta mugisha na muke uteze mu Rwanda muri iki cyiciro cya mbere cy'uyu murimo, kuko hari mo imibabaro n'ibigeragezo byinshi. Ariko nzaguha umugisha mu cyiciro cya kabiri, n'ubwo na ho uzaba ufite akazi kenshi ko **Kugarura Itorero ryanjye ku Rufatiro rw'Intumwa n'Abahanuz**i (Abefeso 2: 20). Kugira ngo: «*Ubwiza bw'inzu ya nyuma (Itorero), buzarute ubw'Iya mbere*». (Hagayi 2: 9).

Ibyo ni byo nguhamagarira gukora. Kuko nakwigishije byinshi birebana no kugaruka kwanjye. NTUZANGAMBANIRE! Kandi wibuke ko «abahawe byinshi bazabazwa byinshi». Nawe ugomba kubyigisha abandi kugira ngo hatazagira uvuga ko atabimenye.

Ariko n'idini rizaba rirwana inkundura ngo ririmbuze benshi kuko igihe cyaryo cyenda kurangira, ariko uzanyizera ni we wenyine uzakizwa. Wahawe akato n'abiyita abakozi banjye (atari bo). Barakwamaganye ku mugaragaro, bamwe kubera ubwoba, abandi ubufana bw'ubutegetsi, abandi ubusambo n'umururumba. Waranzwe ubeshyerwa byinshi, ni bo bakugambaniye cyane kuruta abitwa abapagani. Ariko ujye wihangana ugeze ku ndunduro, ni igihe gito bakazabona ibyo nabatumyeho bibaguye gitumo, ibyo wababwiye byasohoye: ni bwo bazamenya ko ari njye wagutumye». «*Ariko igihe ibyo bizaboneka (ndetse biraje), ni bwo bazamenya ko bahozwemo n'umuhanuzi «. ni ko Uwiteka yavuze*». (Ezekiyeli 33: 33).

Nshuti mwene Data musomyi rero, ntiwiteho ibicuritse n'ibicuruye, emera mbe umuyoboro gusa, kuko hari icyo Imana igambiriye ko umenya. Bishobora kutazakugirira umumaro na hato, undi bikakamugirira, ntubyibazeho cyane, ahubwo urwane no gusobanuza

Uwiteka Imana ibyo utumva. Kuko Imana ntikorana n'ubwinshi bw'abantu nk'abana b'abantu, yo irihagije, ishobora no kuba yaremeye ko nandika iki gitabo irimo gushakisha umuntu umwe gusa. Ntiwigore rero. Ni wumva ko binyuranye cyane n'ibyo wemera cyangwa umenyereye, ntuzabyiteho, uzabyihanganire, hari uwo bishaka. Ni yo mpamvu wowe usoma usanga hari byinshi bimeze nk'uko udashaka, hari n'ibyo wumva wakosora ukabikorera ubugororangingo. Ibimeze nk'imivugo, hari n'inzozi, hari n'aho bizagusaba gusobanuza. Hari n'aho uzantuka ko ntagira ubwenge, kubera ibikomere by'amateka, hari henshi uzavuga ko ndi n'umusazi n'ibindi. Hari n'aho uzarakara unyite umunyapolitiki ubogamiye kuri F.P.R., ahandi uvuge ko mbogamiye kuri F.D.L.R, na FDU INKINGI, cyangwa MDR/MRND, n'ayandi mashyaka arwanya Leta ya Kagame. (RNC yo yashinzwe nararangije kwandika ndimo gukosora). Hari n'aho uzanshima unkunde cyane uvuge ngo Imana indinde impe n'umugisha, iri muri njye imbere kandi iri kumwe nanjye.

Ariko byose nabikoze ku bwo kumvira kugira ngo Umwami wanjye Yesu Kristo ahabwe icyubahiro, kandi binafashe abiyita Abanyarwanda, abahutu abatutsi n'abatwa, bazashaka kujya ku murongo, n'abandi bizabera umugisha. Kuko UMUZI watewe N'INZIKA, kandi INZIKA na yo yatewe N'INZIGO, INZIGO na yo yatewe no gutatira IGIHANGO.... Ahanini biterwa n'umuhamagaro w'Imana, uzirana cyane n'ibigirwamana, kumena amaraso, no gusambana.

Muhutu, Mututsi, Mutwa mwiyita Abanyarwanda, ndabinginze ngo mwite ku byo Umwuka w'Imana ababwira, n'iyo wafashwa n'ijambo rimwe (1), uzashime Imana. Ikibazo kizaba ku bana batazumva wenda ikinyarwanda kiri mo, ariko ndasaba ngo abakuru bazabasobanurire kuko ni bo babaraze aya mahano y'amateka mabi, kuko bavutse babisanga birabasama. Kandi n'abandi bihangane kuko vuba vuba cyane Imana iramfasha bihindurwe mu zindi ndimi bamenyereye kuvuga no kumva.

Gahunda y'Imana ku Rwanda n'uko twese twakizwa tukamenya ukuri Yesu Kristo. Kuko turiho umuhamagaro ukomeye tugomba gusohoza cyane muri ibi bihe bisatira ukugaruka kwa Yesu. Itorero n'abo bemeye Yesu Kristo nk'Umwami n'Umucunguzi wabo, ndabinginga nkomeje ngo mugarukire Yesu kuko abenshi mwamutaye kubera cyane cyane ibibazo by'imibereho.

Nimugaruke ku *RUFATIRO RW'INTUMWA N'ABAHANUZI*. (Abefeso 2: 20). Abataramumenya ngo mumwakire mu mitima yanyu namwe nimwihane muhindukirire Imana ibababarire ibyaha byanyu ibakirize n'igihugu (2 Ingoma 7: 14). Kuko ntabwo idini rizakiza igihugu cyangwa isi, n'ubundi byapfuye rihari ndetse rigenda ribigiramo n'uruhare. N'ubu rirarwana inkundura ngo abantu Yesu yapfiriye badakizwa. Na Yesu Umwami wanjye aje mu isi ni ko ryamugenjeje, riramugenza, ryamukozeho iperereza, riramushinja, rimucira urubanza, maze rimuhereza Abaroma baramubamba. Bashyira mu bikorwa ibyo idini ry'Abafarisayo n'Abanditsi n'Abatambyi b'Abayuda b'icyo gihe bari bamusabiye.

Abari mu madini atandukanye ndasaba Imana ngo bakire Yesu mu bugingo bwabo, bakire agakiza kabonerwa muri We, aho kwakira abategetsi bita abashumba babo, bakaba barahindutse intagondwa z'amadini n'abategetsi babo. Naho ubundi idini ririca, rigasenya, rikamugaza uwo ari wese uryizeye, maze nyuma rikazamurimbuza. Idini ni rimwe muri bya bintu bitatu bikomeye biyoboye isi, ari byo: 1. *Ubukungu*, 2. *Igisirikare*, 3. *Idini*. Ni yo mpamvu aho uzajya uribona hose uzajya uhashyira ikimenyetso kugira ngo ukibone wese atarijya mo: «Wa mugani wa ya ndirimbo yavugaga kuri «Mine». «Ngo mine irica».

Idini ni cyo kibuga cyizewe Satani akiniramo umukino wo kubuza abantu Yesu yapfiriye ubugingo buhoraho, no gutuma bahuzagurika muri iyi si yahinduye iye.

Idini n'umwana wavutse hagati y'ababyeyi babiri nk'uko bisanzwe ku birebana n'imyororokere:

> «Idini ryavutse kuri Leta y'Abaroma (umugabo), n'abakristo bari bacitse ku icumu ry'itotezwa (umugore), igihe umwami Kostantino w'Abaromani yategekaga. Barashakanye babyara uwo mwana witwa «IDINI». Kandi buri munyedini wese aba afite ishyaka ryaryo, ni na yo mpamvu abanyedini bahindurira benshi kujya mu byabo kuruta uko babwiriza Yesu Kristo wabambwe. Kurusha uko bagira ishyaka ry'Imana Rurema. Abakizwa, «Abarokore», babifitemo intege nke cyane, kuko ni bo Satani arwanya cyane. Cyane cyane uko agoreka Ijambo ry'Imana maze abatabizi bakayoba, bakazarimbuzwa no kutamenya, cyangwa kwanga kumenya. (Hoseya 4: 6)».

Hari uko umeze bitewe n'ibyakubayeho, bitewe na byo n'amateka mabi yaranze u Rwanda n'Abanyarwanda. Nanjye n'uko ibyanjye ni byinshi. Wenda icyo nkurusha kandi cy'ingenzi n'uko Imana yanyujije mu ishuri ry'inkomere ryo kubabazwa bigatuma inyikiriza ibikomere kubera umuhamagaro w'igihugu cy'u Rwanda, ishuri nise «Ishuri ry'Inkomere» kugira ngo nanjye nzafashe izindi nkomere.

Icyo nkurusha mwene Data, n'uko njye nsobanukiwe n'imibabaro y'abahutu n'iy'abatutsi, nkaba narasobanukiwe n'impamvu zabyo, nkaba nzi aho ubugome bw'abahutu bwavuye, n'aho ubw'abatutsi bwaturutse, ko bwose buturuka kwa Satani nyir'izina, kuko ari we nkomoko y'ibibi byose. Satani arica, akiba, akanarimbura, ndetse akaba na se w'ibinyoma. Kandi nkaba nzi ko muri aba bombi hari mo bake cyane beza batiyanduje. Ariko ni bacye cyane ugereranije n'amateka y'u Rwanda, kandi bombi «ibyaha rusange» birabahemuza ku mugaragaro, kuko n'imyuka ihora izerera ibashakisha.

N'uwiyita Umunyarwanda utarakoresheje amaboko ye ngo avushe amaraso, ururimi rwe rwasutse ubusagwe bwica, ruranagambana. Bacye cyane batishe nti banacumurishe indimi zabo. Ni bacye cyane ariko, abo ngabo uwapima imitima yabo yasanga ibyari mo cyangwa ibirimo ubu byarimbura ubwoko na none. Hakaba n'ikindi gikoresho cyakoze ishyano ntakwibagirwa kitwa «*agatoki*». Gutunga agatoki! Namenye neza umuhamagaro w'u Rwanda, imigambi Imana irufitiye, ari na byo biruteza ibibazo, maze umutwaro uriyongera.

Umwanzi we arabizi, maze agaca inyuma akaregana, akaturega (Itangiriro 18: 20), ibirego bye bigafata kuko biba birimo ukuri. Imana na yo ikamureka kuko ica imanza zitabera, igakora ibikwiranye n'ibirego bye. Iteka Satani afashwa n'uko tutari twamenya. (Hoseya 4; 6). Ariko igihe cyageze ngo tumenye, kuko twese twarababaye cyane, ushaka inyongezo zo kubabazwa birenzeho azabihabwe wenyine ku giti cye, bitari «rusange», ni ryo sengesho ryanjye. Ibi ni byo maze igihe nsaba Imana ko uwiyita Umunyarwanda: umuhutu, umututsi, umutwa batazashaka kumvira Imana ngo ibakize, bazajye bapfa bonyine rwose. Duhaze guhitanwa buri gihe n' «ibyaha RUSANGE». Intagondwa z'aya moko Hutu-Tutsi, zijye zizirika ibisasu zonyine, ariko ze kugira uwundi zihitana.

Mana umbabarire unyumve. Intagondwa zigitsimbaraye ku turere n'amadini, n'amashyaka ya politiki, Mana umbabarire unyumve, bene abo bazajye bizira bonyine. Niba badashaka kwakira Yesu mu mitima yabo, ngo bashyire ibibazo byabo ku Musaraba, bazarimbuke bonyine.

Mana ndakwinginze: Uwo nguwo udashaka kwihana akaba atsimbaraye kuri kamere y'ubwoko bwe n'idini rye, n'ishyaka rya se na nyina na sekuru, n'ibindi byaha adashaka kureka; iyo ntagondwa y'umuhezanguni y'ubwoko bwe n'idini rye irwana no kubirengera kuko ngo birengana, uwo wumva ko ari we wababaye wenyine, cyangwa se abo bumva ko ari bo bonyine bababaye, biciwe cyane, izo nkomere zidashaka kuvurwa ngo zikire, ziramenye ntizigire abandi zihitana, zizarimbuke zonyine. Kuko nta wababuza kurimbuka kandi ari byo bashaka. Ibyo bisasu biziritse bizabahitane bonyine. Twebwe turarushye, kandi koko turarushye Mana. Tabara abarushye ntuduhanane n'abanyezima.

Nkunda u Rwanda n'abiyita Abanyarwanda biturutse ku rukundo rw'Imana gusa, «AGAPE», ubundi kuri njye nta gikundiro abahutu n'abatutsi bakagombye kugira imbere yanjye. Nsubiyemo ngo nta gikundiro bakagombye kugira. Kuko ubu nanjye iyo ntamenya Yesu ngo ampe umurongo wo kugenderaho, agenda ankanda ndetse rimwe na rimwe akambabaza cyane mu buryo bwe, ubu nakagombye kuba ndi mu ishyaka rya politiki kandi rifite ingufu, nshinzwe kumenyesha no kwamamaza amatwara yaryo, mfatanya n'abandi kwanga no kurwanya Leta ya Kigali bita iya Kagame w'umututsi, no kurwanya bamwe mu bahutu banyiciye. Yesu yaranjishe cyane.

Ariko se nari kubigenza nte? Ko nanga akarengane kuva kera? Amashyaka ya politiki na yo akaba ari amanyamanyanga. Nari kugirana ibibazo na bo ni hahandi hanjye, kuko nari mfite byinshi nzi nari guheraho; mfite n'ibimenyetso simusiga byari kuntera ishyaka: **Ikimwaro, guseba, isoni, urwikekwe**, ni byo bitera umujinya. Ubwabyo uko ari bine, byari kuntera inkunga ifatika, kuko byose byari binyuzuye. Nk'uko ari byo byuzuye abakora amashyaka kugeza ubu.

Ku rundi ruhande na rwo rw'abahutu hari abo ntakagombye no kwibaza niba bariho, kuko na bo nzi ibyo bampemukiye bikomeye, kuko muri bo hari mo abanyiciye nabo. Kandi babiherereje ku Nyenzi na zo zirabyemera ziranabyemeza ndetse zumva hari mo n'ishema. Sinibagiwe kandi ko ari aba GP ba Habyarimana bishe data.

Nari mfite ibyatuma ndwanya abahutu bamwe na bamwe, kuko na bo hari ibyo dupfa mfitiye ibimenyetso. Ariko kubera ko mu bwoko habamo imbaraga nyinshi, iyo wari kumbaza witonze uti muri aba bombi Hutu-Tutsi, ko bose baguhemukiye, atari Imana ibijemo, uvugishije ukuri, ni bande wari kwanga no kurwanya cyane kuruta abandi wivuye inyuma? Ni bande wari kwanga cyane? Nkagusubiza ntiriwe mbitekerezaho nti «ni abatutsi»... Kuko iyo nta kibazo kiri hagati ya «Hutu-Tutsi», kigaragara, icyo gihe abahuje ubwoko bashobora kwangana ndetse bakanicana, ariko iyo haje ikibazo ubwoko bumwe buhuriye ho, ako kanya bihita byimvangura, kubera imbaraga ziba mu bwoko.

Bitabaye ibyo ntabwo abanyenduga bari gufatanya n'abakiga kurwanya umututsi kandi muzi inzigo iri hagati yabo. Ni nka wa mugani uvuga ngo «Entre un ami et un frère, le choix est clair»; ni ukuvuga ngo hagati y'inshuti n'umuvandimwe, amahitamo arasobanutse. Bikanyibutsa Abayisirayeli. Barishwanira hagati yabo, ariko ntupime kubizamo. Iyo Umwarabu ahagurutse kubarwanya, bahita bamuteraniraho ako kanya. Ibyabatanyaga bahita babyibagirwa, bihita byikora. Iryo ni ishyaka ry'ubwoko n'inkomoko. Ni imbaraga ziba mu bwoko, no mu bindi abantu bahuriye ho.

Ntabwo Imana yampaye uyu murimo ifatiye ku busa. Yafatiye kuri ibyo bibazo nakuriyemo kandi nari mfitanye n'impande zombi, cyane urw'abatutsi, maze iranyigisha, ndamenya nanze nkunze. Maze impa umutwaro wa bombi. Ntabwo byanjemo gusa rero, nanjye yansanganye ibikomere itangira kumvura ikoresheje imiti ikarishye, yarankanze bikomeye kugira ngo njye ku murongo, ndetse igeza n'aho imbaga nta kinya, igihe yampanduragamo urubuto rw'ubwoko-

35

hutu. Ibifitemo uruhare rero 100%. Maze kuri njye «hutu» isigara ari igipampara kidafite ubuzima, nta mbaraga igifite muri jye. Ntangira kubasengera ngo bihane ntabogamye. Tutsi na yo isigara kuri njye ari iyo kugirirwa impuhwe gusa, kuko na yo ibyayo nti byari byoroshye. Maze nsigarana umwenda na n'ubu ntari nishyura abacitse ku icumu rya jenoside, ari wo wo kubacira bugufi igihe cyose.

Nguko uko Yesu yatumye ntsinda imizimu y'amoko. Ndavuze ngo ni Yesu watumye ntsinda imizimu y'amoko. Yesu yatumye nesha imizimu y'amoko. Ni Yesu gusa. Reka ngusubiriremo ngo NI YESU GUSA WABIGIZE MO URUHARE. Nta n'ibindi wandatira bishobora gukiza amoko, ntabyo.

Nyuma y'amatora ya Perezida wa Repubulika yo muri 2003, nagize iyerekwa. Mbona mpetse Perezida Kagame mu mugongo mukunze cyane, turimo kugenda mu muhanda wa kaburimbo urambuye, ahantu hameze nko ku kibuga cy'indege i Kanombe. Ariko mbere y'uko muheka twari twabanje gusezerana ko: «N'iyo byagenda gute atanzamva mu mugongo ntamubwiye», ntamwiyururukirije ubwanjye. Arabyemera, maze tugenda ambwira amakuru yo mu gihugu no mu Biyaga Bigari. Mu kanya haza kuvuga isasu ritoya rya pistolet, arinyagambura ashaka kumva mu mugongo, ndamwangira. Mu kandi kanya havuga noneho igisasu kinini, aranyiyufura ariko nanjye nkomeza imijishi y'ingobyi nari muhetsemo, kuko na yo yari ikomeye. Atangira kwitotomba no kuntuka ibitutsi byo mu giswayire no mu cyongereza byinshi, ngo nimwururutse ngo ni nde wambwiye kumuheka, ariko ndamwihorera, ngo ariko namuhetse mu biki?

Ubwa nyuma bateye bombe irivugiza cyane ndetse n'ivumbi riratumuka imberey'aho twari tugeze, noneho ahita amva mu mugongo n'imbaraga araturumbuka ariruka aransiga, mubona arenga yiruka cyane, ashakisha abateye bombe. Avuga asakuza cyane muri ya magambo abasirikari bakunda kuvuga atumvikana, asa n'aho atanga amategeko, ariko abo yayahaga ntabo nabonye. Ubwo n'ingobyi yahise igwa sinayitaho, kuko yaturumbukanye imbaraga nyinshi. Imana irambwira ngo *«Ubundi se wangiraga iki kumuheka? Ntagucitse se»*?

Nari narabanje kwanga kumuheka mbere, kuko hari undi nakundaga w'umuhutu nashakaga guheka, Imana yampitishijemo hagati y'uwo na Kagame mpitamo uwo nguwo. Kandi Imana yo yashakaga ko mpeka Kagame icyo gihe. Kuko uwo wundi ngo hari abandi bari bamuhetse.

Numva Imana imbwira iti *«Ko n'ubundi agucitse se wiruhirizaga iki? Uko agucitse kandi yari akuri mu mugongo, ari ho nari naramuhitiyemo kumuhisha, kandi akaba ari ho yagombaga kurindirwa, none akaba aturumbutsemo, mureke agende, kandi koko aranagiye. Aragiye, mureke agende. Nagende!...Ashigaje incuro imwe, natumvira abahanuzi, igihe azaba ageze aho yanezererwa umusaruro w'ibyiza by' igihugu yaruhiye, igihe igihugu kizaba kirese ibyo bazaba bita amajyambere, ni ho we na benshi bizaba bibavuye ku munwa. Mbega amaraso agiye kumeneka kubera Kagame!*

Igihe azaba ageze aho isi yose imwemera n'abamurusha ubwenge bakamusaba inama, ubwo azaba ageze igihe cyo kuba yaryama agasinzira. Ubwo azaba amaze kurundanya arengeje ibya Mirenge ku Ntenyo, abarirwa mu ba mbere bakize mu isi, icyo gihe ni ho azamanuka nk'uko yazamutse. Yanze kukumvira? Ararangiye, kandi ntashobora kwihana, kuko arimo umwuka wa Farawo. Akuvuye mu mugongo?

Koko rero aranagiye. Kandi mureke ntuzongere kumuririra. Ni wowe nari naramuhaye ngo umuheke, ngo umufashe kuyobora igihugu, akumvire nk'umuhanuzi, none akuvuye mu mugongo».

Guheka mu buryo bw'Ubu-Mana ni ukumurwanaho, gusengera umuntu umwingingira, uba umufitiye umumaro, uba umufatiye runini. Uba umurinze. Ibyakurikiyeho nti byabaye byiza. Kandi kuko namwangaga cyane mbere, Imana yari yambwiye kubyihana ndanga, ndanangira, ndetse ndanarira cyane kuko nashakaga gukomeza kumwanga we na bene wabo bavanye i Bugande, nyuma nyibwira ko ntabishobora keretse ibimfashije.

HUTU–TUTSI: AGATERERANZAMBA NK'AKO MU MURIMA WA EDENI

Imana yaje kunkundisha Kagame na bene wabo bavanye i Bugande mu buryo bumeze nk'ibisazi, ndetse bamwe ibampamo inshuti zangiriye umumaro ukomeye kurusha abandi twari tuziranye mbere, baba abanyamabanga banjye, turasengana n'ubwo bari babogamye, baranyizera, baramfasha mu bifatika, baramburira, n'ibindi byagaragazaga ubucuti, n'ubu ndabasengera, ndabakunda bandutiye abavandimwe banjye icyo gihe, ubu sinzi uko bimeze, kubera ibihe n'amateka. Ndasaba Imana ngo bazabone u Rwanda rushya rwahinduriwe n'izina.

Namenye byinshi ku batutsi, noneho impa kwingingira abiyita Abanyarwanda bose, kandi ntushobora gusengera uwo udakunze. Imana ni Yo yanyihereye urukundo rero rwo gukunda abiyita Abanyarwanda. Ni yo mpamvu ugiye kumva ibyo utarumva wenda, cyangwa se uzi ariko bigutoneka ukaba udashaka ko bakozaho, cyangwa ibyo udasobanukiwe. Ariko hamwe n'Umwuka Wera Umufasha, azagufasha. ni ryo sengesho ryanjye.

Kuva igihe natangiriye kwandika, ibya mbere nagiye mbyandika nkabitanga nta nkuru, ibindi nkabica nkabijugunya. Numvaga ari njye ubyadukanye nta handi ndabyumva, kuko icyo gihe byari bikomeye kuvuga iby'abahutu n'abatutsi ku mugaragaro, «amoko».

No kuvuga amakosa cyangwa ibyaha by'abatutsi, cyangwa iby'abahutu. Abahanuraga bose barabafungaga abandi bakaburirwa irengero. Nabageragezaga kuvuga ibitagenda bagirirwaga nabi cyane. Mbere bavugaga ngo «itsembabwoko n'Itsembatsemba». Kandi ni byo byari byo. Kuko abahutu bakoze itsembabwoko, nyuma abatutsi bakora Itsembatsemba. Bakanakoresha imvugo ko Abanyarwanda bishe abandi banyarwanda. Kandi «itsembabwoko n'Itsembatsemba» ni byo byo.

Ubutegetsi bwari bwarabujije abiyita Abanyarwanda kuvuga ku moko, ndetse kubera ibikomere bakanavuga ngo «nta moko abaho». Bakaba baribeshye baranibeshyeye bagira ngo barambeshya. Ngo ko hari bya bindi by'Abega, Abanyiginya, Abatsobe, Abasindi, n'ayandi. None nyuma y'imyaka yakurikiyeho uhereye igihe natangiriye kubisakuza no kubyandika, na bo ubwabo bagize isoni zo kubeshya ikinyoma kingana kuriya, ndabona hari icyahindutse, kuko noneho hemejwe ko habaye jenoside yakorewe «abatutsi», ubwabo baba bahamije banashimangiye ko amoko ari ho, nta zindi manza zibaye, nta ngingo yo muri «Mbonezamubano», cyangwa «Mpanabyaha» igiyeho. Nta n'ibyo bashyize mu Itegeko Nshinga, cyangwa amategeko-shingiro. Icyo kintu bashaka guhisha na bo ubwabo bazi ko ari ho ikibazo-muzi kiri. Uretse ko kugeza ubu nandika batari bavuga abayikoze mu izina neza, ngo banabisobanure neza. Keretse nko mu cyunamo ni ho njya numva bakomozaho, ariko ubundi barabitsinda cyane. Byoroha cyane kuvuga ko jenoside yakorewe abatutsi, ariko kongeraho ko yakozwe n'abahutu ngo babishyire ku maradio na televiziyo, no mu binyamakuru...abenshi barabihunga. Hari impamvu!

Nti bari bemeza neza ingingo ngo bayishyire mu Itegeko Nshinga ivuga ko jenoside yakozwe n'abahutu ku mugaragaro: hari icyo abategetsi bariho ubu b'abatutsi bashaka ku bahutu; barabakeneye cyane n'ubwo batabakunze na gahoro, ndetse kuri bo bapfa bagashira. Ariko mu bigaragara abatutsi bategeka bakeneye abahutu mu birebana na politiki yabo ubwabo na Mpuzamahanga cyane cyane. Ni na yo mpamvu ntaho birandikwa kugeza ubu. Babitinyuka mu bihe by'ibyunamo cyangwa kubyandikaho. Hari mo ibanga ry'«icyaha rusange». Nti banavuga ko jenoside yakozwe n'agatsiko, oya, ibyo bivugwa n'abahutu bemera ko jenoside yakorewe abatutsi, ko yakozwe n'agatsiko k'intagondwa z'abahutu. Kuko iyo uvuze ko yakozwe n'agatsiko, we aba avuyemo, kuko ntiyibara muri ako gatsiko, akaba ahumekaho, ariko aba ahumeka insigane, kuko biba byoroshe nti biba bivuyeho, bikomeza kumusimbiza. Ariko uwamubaza ntiyakwerekana ako gatsiko ako ariko, ntikerekanwa, ntako azi. Kari hehe maze ngo abarengana benshi barenganurwe? Yazana wenda ba Bagosora na bariya bandi bafunze bavangavanze. Wasanga akekeranya, ngo ni «BA» «Bagosora»; kandi na none akaba ashyizemo «BA». Iyi «BA», ni yo ifite ikibazo. Iyi «BA» ni yo irimo ipfundo ryananiranye gupfunduka kugeza ubu. Kuko baramutse bavuze ko yakozwe n'abahutu, baba bemeye ko ari «rusange» nta manama n'imishyikirano bibaye. Nibavuga ko ari agatsiko k'intagondwa z'abahutu na byo, bazatubwira izo ari zo batibeshye. Zirihe izo ntagondwa ngo zihanirwe jenoside yakorewe abatutsi? Baduhe n'imyirondoro y'izo ntagondwa, kugira ngo zikurikiranwe, maze abarengana bose barenganurwe. Abafungiwe ubusa bafungurwe, maze ako gatsiko k'izo ntagondwa z'abahutu bagashake bakabone gahamwe n'itsembabwoko maze gahanwe by'intangarugero. Ibihano byo gufungwa burundu y'akato, kuko icy'urupfu ngo cyavuyeho. Na byo ndabitegereje, ariko ntabyo nzabona.

Uretse ko binumvikana. Kutabishyiramo nti bibuza abavuga ko ari abahutu bakoreye abatutsi jenoside, kandi ni byo byo, ni ko kuri nyakuri. Kuvuga ngo ni «jenoside Nyarwanda», «Génocide Rwandais», kandi ko itateguwe, kandi ko yatewe n'uburakari bw'abahutu kubera ko Habyarimana yapfuye. Kuvuga «jenoside-nyarwanda» bituma amoko atakaza imbaraga kandi ikibazo ari ho kiri. Kuvuga «jenoside-nyarwanda...ni uburyo bwiza butuma abahutu basa n'abasubiranye ubumuntu, basa n'aborohewe. Bagatangira gutekereza neza. Byorohereza abahutu hafi ya bose, kuko jenoside yakorewe abatutsi iba icitse intege cyane, ubwo rero iba ibaye jenoside-Nyarwanda hagasigara ibyaha bya bombi: Hutu-Tutsi, by'ubwicanyi bwashaka bukaba ubwo mu rwego rwo hejuru, cyangwa ibyaha byibasiye inyoko-muntu, cyangwa iby'intambara, ariko atari jenoside.

Ibyo rero RPF, n'abatutsi muri rusange, abacitse ku icumu by'umwihariko nti babikozwa. Barashaka ko havugwa ko jenoside yateguwe n'abahutu, kandi ko yatangiye cyeraaaa muri za 1959, kandi ko bo batigeze bica abahutu n'umunsi n'umwe. Ko batigeze batekereza no kwica umuhutu n'umwe. Ari na yo mpamvu abatutsi badashaka ko havugwa ko abahutu na bo bakorewe jenoside. Kuko ibyaha bya bombi byaba bingana. Abahutu na bo nta kuntu bahakana ko batatsembye abatutsi. Kubihakana waba wihindura ikigoryi imbere y'abakumva n'abakureba. Ariko bahita bongeraho bihuta ko abatutsi na bo babatsembeye ku Gikongoro no muri Kongo-Zayire. Na mbere yaho za Byumba. Icyo kikaba gisibye mu bwonko bwabo by'agateganyo ibya mbere byose, jenoside igasigarana imbaraga nke cyane. Maze bigahinduka «agaterera nzamba».

Abatutsi barashaka ko havugwa ko habaye jenoside yabakorewe gusa, kandi ko yateguwe n'abahutu igashyirwa mu bikorwa nabo, kuva muri 1959. Kandi ko ari bo bihanuriye indege ya Habyarimana Perezida wabo w'umuhutu. Ndetse ko n'umudamu we n'abana be n'umuryango we babigize mo uruhare. Kandi ko abahutu batangiye jenoside cyera muri 1959. Ko FPR iyobowe na Kagame ari yo yahagaritse jenoside, kandi ko abatutsi barushije abahutu gukorera igihugu neza, kubera "Ubumwe n'Ubwiyunge", ndetse ko n'amajyambere n'isuku bigaragara, n'ibindi byinshi bashimirwa, ariko Imana ititayeho. Ko bafite n'igisirikare gikomeye. Ko bazi kurwana. Bakihesha ishema n'Agaciro. Ko abahutu bagomba gukurikiranwa n'inkiko zose zo mu isi, aho bari hose, ariko cyane cyane bakabazana mu Rwanda rugendera kugeza ubu nandika ngo ku mategeko, ko rwakuyeho n'igihano cyo gupfa...

Maze byarangira, ibisabwa bikaba bigomba gushyirwa mu bikorwa, RPF n'abandi bashamikiyeho bagashimirwa ibikorwa byabo byiza, ariko cyane... cyane... cyane... cyane... hagashimirwa, hagashimirwa by'intangarugero nyakubahwa Kagame. Agashimirwa biruseho ko yahagaritse jenoside wenyine, ko ari umugabo ukomeye wenyine, ko azi ubwenge wenyine, ko afite imbaraga wenyine, ko azi gupanga wenyine. N'ibindi bisingizo bitera urujijo. Bakongeraho kandi ko Leta yiyita iy'Ubumwe yarangije kunga Abanyarwanda bose nyuma y'amarorerwa yabaye mu Rwanda, ikaba irinze n'umutekano wabo, kandi ko ikigeretse kuri byo kibirusha n'imbaraga n'uko mu Rwanda nta moko abamo.

Umenya ataranigeze abamo. Ngo nta moko abaho.... Ngo keretse ibyo abazungu b'abakoloni bahimbye kubera inyungu zabo. Kandi ko abahutu bapfuye bose, bose, bose.. bishwe na twa dusasu twari twarabuze iyo tujya, twa tundi tuba tumeze nk'utwataye umutwe, tumwe tutafashe Aduyi, utwo bita «les balles perdues». Ko ahubwo abahutu bakoreye itsembabwoko abatutsi, kandi ko FPR igomba gukurikirana abajenosideri aho bari hose ku isi, n'abo muri FDLR bari mu mashyamba ya Kongo. Igakurikirana yo abana batari bakavuka cyangwa bari bato cyane muri 1994....(rusange). Ariko kubera ko na bo bafite «ingengabitekerezo» basigiwe na ba se na ba nyina, bagomba kuba urwitwazo rufatika. Kugira ngo ngo FPR irengere ubusugire bw'u Rwanda n'ubw'Ibiyaga Bigari na Afurika muri rusange, ndetse n'isi yose.

Ariko si ko abatutsi bose babibona. Abacitse ku icumu n'abatutsi bavuye hanze banganye na Kagame na PFR, bo si ko babibona, kubera ko banganye.. Baranganye bahita bareba neza...mbere bari bahumye??

Abahutu na bo barashaka ko havugwa ko RPF ari yo yatangiye jenoside igihe cy'ubutegetsi bw'abami bwa gihake na gikolonize, maze ikayikomereza i Byumba igihe yateraga ku yambere Ukwakira 1990, igakomereza kuyikorera mu gihugu igihe yahanuraga indege ya Habyarimana, ikayikomeza imaze gufata igihugu, maze ikayikomereza ku Gikongoro igihe ibicira mu nkambi ya Kibeho, no muri Zayire igihe yabakurikiragayo ikuye inkota, ikabarunda ibirundo. Maze Tingitingi igahinduka indahiro y'ibyorezo y'akabarore. Kandi ko na n'ubu ikiyikomeje kuko abahutu bafungiwe ubusa bose... Kandi ko na Gacaca yashyizweho na FPR kugira ngo yongere imare abahutu. Kandi ko FPR ari yo yateye jenoside kuko ari yo yahanuye n'indege yari itwaye umubyeyi Habyarimana. Ndetse n'undi muhutu ari we Perezida w'u Burundi.

Ko rero k'ubwiyo mpamvu abatutsi ubutegetsi bwabananiye, ko ahubwo abahutu ari bo bari babushoboye na n'ubu bakibushoboye, ko bari bazi kubanisha Abanyarwanda, ko n'ubundi babasagariye bari bibereye mu Mahoro n'Ubumwe n'Amajyambere bari muri MRND.

Aha ni ho imyuka y'uturere y'abahutu irwanira ubutegetsi yinjirira igahita igaragara, maze Nduga-Rukiga bigaseruka, buri wese yitwaje igikomere cye. Maze abanyenduga bakarata ko ari bo bashoboye gutegeka neza bakarusha gihake na gikolonize n'abakiga, nyuma abakiga bagaseruka bakarata ko ari bo bategetse neza kurusha abanyenduga, na gihake na gikolonize. Kandi ko aba bombi abakiga n'abanyenduga barusha kutegeka cyane, cyane, cyane «FPR n'Inyenzi», abatutsi muri rusange.

Ariko ukurikiranye neza, wakwibaza uti ko abatutsi bavuga ko abahutu batangiye kubakorera jenoside muri 1959 kugeza kuri kaminuza yo mu kwa kane 1994, abahutu bakavuga ko abatutsi bo muri FPR batangiye kubakorera jenoside kuva taliki ya mbere Ukwakira (01-10-1990), igihe Inyenzi zitera: Aha rero tubisuzumye neza twasanga tugomba gufatira ku babanje gukorera abandi jenoside. Ni bande babanje gukorera jenoside abandi?

Reka mbe nemeye izi jenoside ebyiri bavuga bitana bamwana. Reka mbe nemeye izi jenoside zombi, noneho dutangire urubanza. Ndabaza nti ni bande babanje gukorera abandi jenoside? Igisubizo ukisubize kuko kiroroshye cyane. Ariko bamwe hari aho bagera bakemera ko ngo... basi ...baremera... ko... bakoze... jenoside..., ariko.... ko... n'abatutsi...... nabo... bayibakoreye... muri Zayire, ko bayikozeeee nabo.

Amazina y'abo bombi bitwa Hutu-Tutsi bitwa ba «ADAMU» na EVA» muri Edeni. Bari muri Edeni igihe bari bamaze gucumura, aho ni ho abahutu n'abatutsi bari muri uru rubanza «rw'agatereranzamba ka nyina wa nzamba». Bari muri Edeni kandi bombi bamaze gucumura, nti bashaka kwemera ibyaha bakoze. Bose bari mu Rwanda kandi nti bashaka kwemera ibyaha. Kandi bose bariye ku mbuto z'igiti Uwiteka yababujije kuryaho. Bombi uko ari babiri baraziriye, ariko nti babyemera na gato.

Ipfundo ry'ibibazo n'ibisubizo by'abahutu n'abatutsi, n'ibyaha bakoraniye, bikubiye muri aya magambo Uwiteka yavuganye na Adamu na Eva. Kandi ugenzuye neza ni nako bimeze mu isi yose. Nta muntu upfa kwemera uruhare yagize mu cyaha runaka, hagomba kuba buri gihe ngo hari uwabiteye, we akaba aba arengana, ari umwere, yarabiroshywemo, yarasagariwe, n'ibindi.

Ni umwuka w'aba bakurambere bacu «Adamu na Eva». Ni cya cyaha cy'inkomoko kitugenda mo. Kandi kigendagenda muri buri kiremwa-muntu. Ni yo mpamvu buri wese asabwa kwemera gucungurwa na Yesu Kristo kugira ngo ahabwe amaso areba ibintu neza, naho ubundi byitwa kwitana bamwana kandi bizanira impande zombi guhanwa by'intangarugero nk'uko byagendekeye aba ngaba.

«[8]Bumva imirindi y'Uwiteka Imana igendagenda muri ya ngobyi mu mafu ya nimunsi, wa mugabo n'umugore we bihisha hagati y'ibiti byo muri iyo ngobyi amaso y'Uwiteka Imana. [9]Uwiteka Imana ihamagara uwo mugabo, iramubaza iti "Uri he?"

[10]Arayisubiza ati "Numvise imirindi yawe muri iyi ngobyi, ntinyishwa n'uko nambaye ubusa, ndihisha."

[11]Iramubaza iti "Ni nde wakubwiye ko wambaye ubusa? Wariye kuri cya giti nakubujije kuryaho?"

[12]Uwo mugabo arayisubiza ati "Umugore wampaye ngo tubane, ni we wampaye ku mbuto z'icyo giti, ndazirya."

[13] Uwiteka Imana ibaza uwo mugore iti "Icyo wakoze icyo ni iki?" Uwo mugore arayisubiza ati "Inzoka yanshukashutse ndazirya."». (Itangiriro 3: 8-13).

Abahutu barashaka ko hemezwa jenoside ebyiri, ubwo bo bahita bemera iyo bakoreye abatutsi. Abatutsi bagashaka ko hemezwa imwe, ihita ibahindura abera deee ako kanya, igahamya abahutu jenoside bonyine. Kuko na bo bazi ko jenoside ifite imbaraga nyinshi, n'Imana irabizi na Satani arabizi. Abahutu bashaka ko buri ruhande rugira ibyaha, bakabiringaniza. Barihimbire kuko basabwa kubanza kwihana ibyaha byabo by'indengakamere. Abatutsi na bo bazi ko bera de, barihimbire kuko na bo ubwabo imitima yabo irabacira imanza, kandi urubanza rwabasatiriye rugeze ku muryango. Ndetse ni bo ibihano bigiye kurangirizwaho. Mbega ishyano ritegereje izi mpande zombi!

Ariko byose Uwiteka araje abisobanure neza kandi ntawe uzamugisha impaka cyangwa ngo yitake yitakume yibeshyera, kuko uwo nawe aba azi ko nta kuri kurimo. Ngo ajye aho ashimagize imikorere y'ígihe cy'abami, cyangwa ngo ashyire ibyo yemera ku Mbuga za Interineti. Abandi bahutu na bo baze bashimagize imikorere ihwitse y'igihe cya za Repubulika zombi. Ariko hari mo ibice bibiri; habanze abanyenduga bashime ibyabo cyane ko barushije Gihake na Gikolonize bakabirukana, bagashyiraho Repubulika na Damokarasi, hakurikireho abakiga na bo bashime ibyabo, ko barushije Gihake na Gikolonize n'Abanyenduga, bagashyiraho Repubulika ya kabiri, n'amahoro n'ubumwe n'amajyambere. Maze haze ikindi cyiciro cy'abatutsi ari cyo kiriho ubu, cyishimagize ko bafite amajyambere barusha abababanjirije bose, bose, bose. Aba bo bishimira ko barushije abahutu kuyobora neza. Bibatera akanyamuneza.. Ngo barubaka imitamenwa? Imitamenwa iruta «WORD TRADE CENTER»!

Bavuga ko ari Ben Laden wayishyize hasi? Uzi ko hari abagomba gushyira iyo mitamenwa hasi? Muri bo hari abagiye kuyishyirira hasi. Iyabo bazayishyirira hasi, bamaze kubura epfo na ruguru, ubwo ingabo z'amahanga zizaba zibagezeho, bamaze gusakizwa, maze umujinya ubatere kurimbura Imitamenwa yubakishijwe amaraso y'inzira karengane, n'amarira y'imfubyi n'abapfakazi! Kandi aba bose bari mu irushanwa, imbere y'Uwiteka Imana yanjye bafite amanota ari munsi y'icya kabiri, ntavuga ko bafite zero mukavuga ko nkabya.

Bose bari munsi y'akarongo. Nagiye nsenga, ndigishwa, ndashakashaka, ndegeranya, ndongera ndashakashaka, none ibyavuyemo, ibyo Imana ishaka ko nkugezaho n'ibyo ngabanijeho nkaba nguhaye nshuti muvandimwe musomyi, ngusabira ngo uzasobanukirwe.

Ariko ndibaza nti nyuma y'imyaka 18 irenga tuvuye muri jenoside yakorewe abatutsi, no guhora ku ruhande rw'ingabo za FPR, hari ubwiyunge? Cyangwa ntabwo? Hari uguturana gusa? Kuko rimwe Perezida Kagame yavuze ngo «Si ngombwa ko Abanyarwanda bakundana, ariko bagomba kubana mu gihugu cy'u Rwanda kuko ni icyabo». Nyumvira nawe, Perezida w'igihugu udasaba abaturage be gukundana? None; Dufite «réconciliation» Cyangwa ni «cohabitation? »

Umwanzuro w'igice cya mbere: Ndashima Imana

Ndashima Imana Data wa twese wamenye ntaraba urusoro mu nda ya mama, akantoraniriza kuba umuhanuzikazi uhanurira amahanga. Akaba yarambashishije kumenya ibyo nzi birebana n'igihugu cyacu, byambujije guhuzagurika, ndetse simpuze na benshi, bikamviramo n'ibibazo. Ariko dore ibyo Imana yambwiye:

« [17]Nuko weho kenyera uhaguruke ubabwire ibyo ngutegeka byose, nti bagukure umutima ntazagutera gukukira umutima imbere yabo, [18]kuko uyu munsi nakugize umudugudu w'igihome, n'inkingi y'icyuma n'inkike z'imiringa. Igihugu cyose n'abami b'u Buyuda (Rwanda) n'ibikomangoma byaho, n'abatambyi baho n'abaturage baho [19]bazakurwanya, ariko nti bazakubasha kuko ndi kumwe nawe kugira ngo nkurokore." Ni ko Uwiteka avuga». (Yeremiya 1: 17).

«[12]Ndashimira Kristo Yesu Umwami wacu wambashishije, yuko yatekereje ko ndi uwo kwizerwa, akangabira umurimo we [13] n'ubwo nabanje kuba umutukanyi n'urenganya n'umunyarugomo. Ariko

43

narababariwe kuko nabikoze mu bujiji ntarizera». (1 Timoteyo 1: 12-13).

Ndashima Umwuka Wera we Muyobozi n'Umufasha wanjye utantenguha, ni we mbaraga zanjye n'Inshuti yanjye. (Yohana 14: 26). Ndasengera buri wese uzasoma iki gitabo: «**Umuzi w'inzika y'inzigo: Rwanda nyuma y'amahirwe ya nyuma**», ngo azasobanukirwe. Ndemerera buri wese ufite umutima wo gushaka amahoro anyuze muri Yesu Kristo Umwami wayo, kunyunganira no kuntera inkunga, kuko hari byinshi bisigaye byo gukora. Sinemera na gato kungurwa ibitekerezo n'imyumvire n'abanyamadini n'abanyapolitiki abo ari bo bose, n'abandi bafite imyumvire itagendanye n'Ijambo ry'Imana. Nsubiyemo ngo uwo nemera nkemerera ni buri wese ushaka amahoro nyamahoro aturuka kuri Yesu Kristo Umwana w'Imana akaba n'Umwami w'amahoro, uwo ni we nemera ko ari muzima, naho abandi Bibiliya ibita INTUMBI; bivuga ko nta buzima bubarimo. Kuko amahoro atangwa na Yesu ni yo yonyine y'ukuri nemera. Kuko n'ubundi iby'abiy'isi ni ko byabaye, imikorere ni imwe, hahinduka abantu gusa, gusa. Nta nama zabo nkeneye rero. Aka ni agapande k'umusanzu mpaye «Abahutu, abatutsi, abatwa» biyita Abanyarwanda n'abandi bose bizagirira umumaro. Ariko sinemera na hato impaka na zimwe izo ari zo zose kuri buri wese, kuko ntabwo ari «ibiganiro-mpaka». Ni «UBUTUMWA BW'IMBUZI» ku biyita Abanyarwanda, urabwumva cyangwa ukabureka. (Ezekiyeli 2).

Abakunda guhanganisha ibikomere by'amoko n'uturere n'amadini n'amashyaka, nta mwanya mbafitiye na muto. Ahubwo mwirinde, kuko nk'uko tubisoma mu gitabo cy'Umuhanuzi Amosi ngo «*14Maze Amosi asubiza Amasiya ati "Ntabwo nari umuhanuzi cyangwa umwana w'umuhanuzi, ahubwo nari umushumba kandi nari umuhinzi w'ibiti by'umutini. 15Uwiteka yantoye ndagiye amatungo, maze Uwiteka arambwira ati 'Genda uhanurire ubwoko bwanjye Isirayeli.' 16Noneho wumve ijambo ry'Uwiteka. Uravuga uti 'Ntuhanurire Isirayeli ibibi, kandi ntugirire inzu ya Isaka ijambo ribi'»* (Amosi 7: 14-16).

Nanjye sinari umuhanuzi, Uwiteka yansanze muri byinshi nari ndimo, nifitiye izindi «vision» zizana inyungu vuba, maze angira uko yangize.

Buri wese ufite impaka ku byo mvuga cyangwa nandika ajye abaza Yesu Kristo w'i Nazareti Umwana w'Imana wapfuye akazuka, ni we wantumye, azamusobanurira. Uwo ni we wampaye akazi ni we nkorera ni nawe umpemba, ni nawe wampaye ubwishingizi bw'iteka ryose. Nkorera mu biro by'abahagarariye ijuru mu isi, ni muri ubwo Bwami bw'Imana mu isi nkora, ni ho mfite adresse, ndi urugingo rw'Itorero rya Yesu, ndi igice muri byinshi byubatse umubiri we.

Mpamya ko Yesu Kristo ari Umwana w'Imana kandi yapfiriye abantu bose ku musaraba i Gologota, akazuka ku munsi wa gatatu, kandi ko umwizera wese ahabwa ubugingo buhoraho, ariko utamwizera akaba amaze gucirwaho iteka. Kandi ko agiye kugaruka gutwara Itorero rye ridafite ikizinga cyangwa umunkanyari. Uwo ni we wangize Intumwa n'Umuhanuzikazi, angira Umubwirizabutumwa bwiza n'Umwigisha w'Ijambo rye. Kandi kimwe n'abandi ntegereje kuzabona ibyasezeranijwe.

Yampaye z'izindi mpano nyinshi zikora mu gihe cyazo. Buri mpano yose igenda ikora bigendanye n'uko ashatse, n'ibiba bikenewe icyo gihe. Ukeneye ibisobanuro byubaka bigendanye n'ibiri muri iki gitabo, n'ibindi byose bigendanye n'umuhamagaro wanjye bitanditse ariko bijyanye n'Ijambo ry'Imana mfitiye ibisobanuro, niteguye kubimuha. Nongere mbisubiremo sinemera impaka izo ari zo zose, zaba iz'abanyamadini, n'abanyapolitiki babo, narazihaze, nkeneye gufashwa sinkeneye guhangana no kurushywa. Kandi nzi neza ko bitakwemerwa na bose, ndabizi n'uwantumye arabizi, ariko Imana iba ishakisha nibura umwe gusa. Urumva neza? Umwe gusa.

Kuko n'Umwami wanjye yavuze ngo «Ubwo bibaye ku giti kibisi ku cyumye, bizagenda bite?» Nkeneye icyatuma nigira imbere mu mirimo w'uyu muhamagaro, nkabona abana b'ubugingo Yesu abakiza ibikomere, sinkeneye abandindiza, kandi wenda bazanarimbuka. Naba ndimo kuruhira Nyanti.

Imana Data wa twese iguhe umugisha wo kuzabona Ubwiyunge nyakuri hagati y'abiyita Abanyarwanda bagizwe n'amoko atatu ari yo: Hutu-Tutsi-Twa, bakazasubirana Ubunyarwanda amaraso atongeye kumeneka. Kuko nyuma y'ibigiye kuba u Rwanda ruzahindurirwa izina, n'ibindi byinshi bizahindurirwa inyito. N'imikorere yahozeho iriho ubu izahita ikurwaho, hashyirweho iya Yesu. Abiyita Abanyarwanda ubu rero, mwumvire Uwiteka mukore ibyo abasaba, naho ubundi murarye muri menge, muriho umuhamagaro ukomeye wazabasiga muri mbarwa.

Nuko rero: «[19]Nimwemera mukumvira muzarya ibyiza byo mu gihugu. [20]Ariko nimwanga mukagoma inkota izabarya, kuko akanwa k'Uwiteka ari ko kabivuze». (Yesaya 1: 19-20)

« [5]*Nakumenye ntarakurema mu nda ya nyoko kandi nakwejeje utaravuka, ngushyiriraho kuba umuhanuzi uhanurira amahanga."* [6]*Nuko ndavuga nti "Nyamuneka Nyagasani Yehova, dore sinzi kuvuga ndi umwana!"* [7]*Ariko Uwiteka arambwira ati "Wivuga uti 'Ndi umwana', kuko abo nzagutumaho bose uzabasanga kandi icyo nzagutegeka cyose ni cyo uzavuga.* [8]*Ntukabatinye kuko ndi kumwe nawe kugira ngo nkurokore." Ni ko Uwiteka avuga.* [9]*Uwiteka aherako arambura ukuboko kwe ankora ku munwa, maze Uwiteka arambwira ati "Nshyize amagambo yanjye mu kanwa kawe.* [10]*Dore ngushyiriye hejuru y'amahanga n'ibihugu by'abami, kurandura no gusenya, kurimbura no kūbika, kubaka no gutera imbuto»*. (Yeremiya 1: 5-10)

« [11]*Ijambo ry'Uwiteka rinzaho riti "Yeremiya we (Mariya we), uruzi iki?" Maze ndavuga nti "Nduzi inkoni y'umurinzi."* [12]*Maze Uwiteka arambwira ati "Waroye neza, kuko ndinda ijambo ryanjye kugira ngo ndisohoze."* [13]*Ijambo ry'Uwiteka rinzaho ubwa kabiri riti "Uruzi iki?" Ndasubiza nti "Nduzi inkono ibira itwerekejeho urugāra iri ikasikazi."* [14]*Maze Uwiteka arambwira ati "Ibyago bizatera abaturage bo mu gihugu bose biturutse ikasikazi.* [15]*Dore nzahamagara imiryango yose yo mu bihugu byose by'ikasikazi," ni ko Uwiteka avuga, "Kandi abami babyo bose bazaza bashinge intebe zabo mu marembo y'i Yerusalemu no ku nkike zaho zose no ku midugudu yose y'u Buyuda.* [16]*Kandi nzabagaragariza imanza nabaciriye mbahoye ibyaha byabo byose, kuko banyimūye bakosereza izindi mana imibavu, kandi bagasenga imirimo y'amaboko yabo.* [17]*Nuko weho kenyera uhaguruke ubabwire ibyo ngutegeka byose, nti bagukure umutima ntazagutera gukira umutima imbere yabo,* [18]*kuko uyu munsi nakugize umudugudu w'igihome, n'inkingi y'icyuma n'inkike z'imiringa. Igihugu cyose n'abami b'u Buyuda n'ibikomangoma byaho, n'abatambyi baho n'abaturage baho* [19]*bazakurwanya, ariko nti bazakubasha kuko ndi kumwe nawe kugira ngo nkurokore." Ni ko Uwiteka avuga».(Yeremiya 1: 11-19).*

« [15]*Arazibwira ati "Kwifuza nifujije gusangira namwe Pasika iyi, ntarababazwa.* [16]*Ndababwira yuko ntazongera rwose kuyirya, kugeza aho izasohorera mu bwami bw'Imana.».* (Luka 22: 15-16).

Aya magambo yo muri Luka 22 Yesu yayabwiye abigishwa be mu bihe byari bimugoye, nanjye ndayababwiye bahutu, batutsi, Batwa mwiyita Abanyarwanda, muri ibi bihe bitugoye cyane.

U RWANDA NK' IGIHUGU RWAGOMBYE KUBABWAMO N'ABENEGIHUGU, ARI BO: ABANYARWANDA.

Kugeza ubu nandika nta Munyarwanda wari waboneka uba mu Rwanda cyangwa hanze yarwo bose bihinduye abanyamahanga. Ni abaturarwanda, abavukarwanda, n'abiyita Abanyarwanda baba mu mahanga, n'impunzi z'abiyita Abanyarwanda, n'abanyamahanga bavuga ururimi rw'Ikinyarwanda. Barahatura bakahavukira, bagahunga biyita Abanyarwanda ariko si Abenegihugu, si «Abene-Rwanda». Igihe cyose rero u Rwanda ruzasanga nta Banyarwanda nyir'izina barubamo, ruzajya rwivumbagatanya. Kuko rufite ubuzima, ruriho, rufite amatwi n'amaso, n'amaboko n'amaguru n'ibitekerezo, n'umutima utera cyane, n'ibindi bigendana n'imibereho.

Kuva aho rutangiye kumva Abanyarwanda biciyemo ibice by'ubuhutu n'ubututsi n'ubutwa, bikabanziriza Ubunyarwanda, bikabutesha agaciro, ndetse bigahinduka ibikoresho birusenya bikabyara inyungu nise «INYUNGU Z'IBIHOMBO» (kuko ubona ko wunguka bigitangira, nyuma ukazahomba burundu), aho ni ho u Rwanda rwatangiye kwirwanaho, kuko nta na rimwe ruzitwa cyangwa ngo rube urw'abahutu, urw'abatutsi cyangwa urw'abatwa.

Iteka iyo u Rwanda rwajyaga rubona abahutu n'abatutsi bateye hejuru, rwirwanagaho uko rushoboye, rushaka kubabwamo n'abanya.... Rwanda, bene.... Rwanda...n'ubu ntabwo baraboneka, ruracyashakisha, kandi ngo na rwo rwifitiye ibibazo byarurenze rukeneye kurangiza. Ngo rurabizi ko akarikera bazarwambura n'iryo zina. Rurarwana ku izina ryarwo.

Ruratanguranwa no gusibanganya ibimenyetso by'aho rwaturutse kuko na ho si heza. Kwanda..., Kwaguka..., Rwanda..., na rwo ngo rwavuye mu kumena amaraso atagira ingano. Ariko ruzi kwigira nyoni-nyinshi, kuko ba Hutu-Tutsi barurusha amahano kandi ari rwo nkomoko yayo.

Ubu ngubu dosiye yarwo, dossier yitwa «u Rwanda», itari yajya ahagaragara, na rwo rurimo gushakisha icyazarurengera, kandi ibihe byarusatiriye. Ruzavaho nta manza zibaye kuko aba bandi bazaba bahanwe by'intangarugero. Ruzavaho hasigare igihugu gihindurirwa izina ry'umugisha atari iry'amaraso n'indi mivumo. Rugomba kuvaho rukajyana n'ibibi byarwo n'ababi barwo. Tuzabigarukaho ubutaha igihe cyabyo kigeze. Ariko byari umusogongero.

AMARASO N'IBITAMBO

Yesu ni we cyitegererezo cy'ibitambo kuko **ni we wenyine witanze aranitamba** kuba incungu ya twese. Satani ni we kabarore ko kuvusha amaraso kuko azi amahame y'Imana ku birebana n'ibitambo n'amaraso. Ni we wamennye amaraso ya mbere y'ikiremwa muntu ubwo yoshyaga Kayini akica mwene se Abeli amugiriye ishyari. Subiramo ngo «ISHYARI».

Mu Isezerano rya Cyera, uwakoraga icyaha yazanaga intama cyangwa irindi tungo nk'igitambo kugira ngo ahongererwe. Satani azi agaciro k'ibitambo by'amaraso kandi azi uko birutanwa. We akunda kumena amaraso y'abantu Imana yaremye mu ishusho yayo kuko azi ko bibabaza Imana cyane. Arabanza agasaba ay'ibisimba nk'inkoko n'ihene z'ibara rimwe ajijisha, yarangiza agasaba ay'abantu; ntatinya no gusaba ay'abana banyu, ay'ababyeyi cyangwa ay'abavandimwe. Muzumve ubuhamya bw'abamukoreraga. N'ubu hari abo nzi batanze ibitambo by'abana, abavandimwe, ababyeyi kugira ngo babone ubutunzi n'ibyubahiro.

No muri Repubulika ya kabiri hari ababikoreshaga ndabazi, ariko byabaviriyemo ibihombo byinshi, no muri iyi Repubulika ya gatatu na bo babishishikayemo, bararushanwa basiganwa. Ni imyuka mibi ihamagarana, ikabasama. Kandi nti bemera ko babikoze cyangwa babikoresha, nti bashaka kubyihana ngo babyature babeho babesheho n'ababo. Ahubwo kuko bazi ko ari bibi cyane baranabihisha, ntabwo bashobora kubyemera, ngo babyihane biveho. Niba ari byiza kuki batabikora ku mugaragaro? Ngo baraguze ku mugaragaro? Bice ku mugaragaro? (ibi byo byarabarenze biba ku mugaragaro), bagambane ku mugaragaro. n'ibindi bibi byose bakorera mu bwihisho.

Yesu ni we wenyine wemeye kwitanga aranitamba. Ariko buri gihe hagomba kuba ababishyira mu bikorwa. Abasigaye bose babirohwamo cyangwa bakabyirohamo batazi ibyo barimo. Mu rupfu rwa Yesu muzasome neza, uko byamugendekeye: Iperereza ryo kumugenza no kumugambanira no kumugurisha ryakozwe na mwene wabo wa bugufi witwa Yuda Isikariyota.

« ¹⁴Hanyuma umwe muri abo cumi na babiri witwaga Yuda Isikariyota, asanga abatambyi bakuru ¹⁵ arababaza ati "Mwampa iki nkamubagenzereza?" Bamugerera ibice by'ifeza mirongo itatu, ¹⁶aherako ashaka uburyo yamubagenzereza». (Matayo 26: 14-16)

«⁴⁷Akibivuga, Yuda umwe muri abo cumi na babiri azana n'igitero kinini gifite inkota n'inshyimbo, giturutse ku batambyi bakuru n'abakuru b'ubwo bwoko. ⁴⁸Ariko umugambanira yari yabahaye ikimenyetso ati "Uwo ndi busome, ni we uwo mumufate."

⁴⁹Uwo mwanya yegera Yesu aramubwira ati "Ni amahoro Mwigisha", aramusomagura». (Matayo 26: 47-49)

Yuda Isikariyoti ako kazi yagakoranye n'Abafarisayo n'Abatambyi «b'Abayudu». Ni bo bareze Umwami wanjye ibirego ndetse banamukatira urwo gupfa. Bene wabo ni bo bemeje Pilato «w'Umuroma» ko agomba kumukatira urwo gupfa. Barasheze cyane kandi Pilato we yari yabonye ko nta cyaha Umwami wanjye yari afite. Ndetse n'umugore we yari yarose inzozi kuri Yesu azibwira umugabo we. Abayuda basakurije icyarimwe barakaye bitera imikungugu mu mitwe, bashishimura imyenda yabo nk'uko byari mu mihango yabo iyo bagaragazaga uburakari kirimbuzi, basakuriza icyarimwe ngo «Yesu ni abambwe! Ni abambwe! Ni abambwe!» Ndetse bagerekaho no gutera Pilato ubwoba bati nutamubamba by'intangarugero ngo ukurikize amategeko, uraba utari inshuti y'umwami Kayizari Augusto.

Abaroma bo bategereje itegeko gusa (kuko ngo na bo bari mu gihugu kigendera ku mategeko); ngo bakore akazi ko kwica Yesu urubozo. Barimo kurundanya bashakashaka ibikoresho byo kwica aribyo; za «Nta mpongano, udufuni, imihoro, amacumu, akandoyi, utuzi, amafu, amasashe n'ibindi bari bakeneye hafi aho, hari mo inyundo n'imisimari, amahwa, peteroli na lisansi, n'ibindi…. no kwambarira uwo murimo, kwitunganya, no kuzura abazimu b'ubugome, n'ibindi bijyana no kwica uruvozo kuri uwo nguwo wahindutse ikivume utagomba kugirirwa imbabazi na gato. (Abagalatiya 3: 13).

Umenye neza ko mu kugambanira Yesu nta Muroma wari urimo. Na none kandi mu kwica Yesu ku musaraba nta Muyuda wari urimo. Hagombaga «abamutanga», «abamutamba». Byibazeho cyane, urahita ubona ibyo bijya gusa n'iby'abahutu n'abatutsi biyita Abanyarwanda.

Nta bandi bari bakwiriye kumutanga uretse bene wabo bahuje ubwoko ari bo Abayuda. Ntabwo rero bari kumwiyicira bari kuba batambamiye ihame ryo gutamba, ahubwo bagombaga kurangiza akazi ko kuba «ibyitso bye», kuko yari mwene wabo, kandi yari ababangamiye muri byose, maze bamuterereza Abaroma baramubasunikira, aba na bo bakora akazi ko gushyira mu bikorwa, «kwica». Abaroma ni bo «bamutambye», kuko ntaho bari bahuriye nawe, haba mu nkomoko y'igisekuru cyangwa mu muhamagaro no mu mibereho isanzwe ya buri munsi.

Bisobanurwa ngo Abayuda batanze mwene wabo, maze Abaroma baramwakira aba ari bo bamwica. Ibyo byose byabaye kugira ngo njye nawe ducungurwe.

No mu mibereho isanzwe rero ni ko bigenda. Muri gahunda irimo umuhamagaro hagomba aba bantu bombi: ABATANGA, N'ABATAMBA. Ariko kubera ko Yesu yari Imana, ubwe yari yabyemeye, ndetse n'ijuru muri rusange ribishyiraho umukono. Data wa twese, Umwuka Wera, abamarayika…

«[1]Mbonana Iyicaye kuri ya ntebe igitabo mu kuboko kw'iburyo cyanditswe imbere n'inyuma, kandi gifatanishijwe ibimenyetso birindwi by'ubushishi. [2]Mbona marayika ukomeye abaririza n'ijwi rirenga ati "Ni nde ukwiriye kubumbura kiriya gitabo no kumena ibimenyetso bigifatanije?" [3]Ntihagira uwo mu ijuru cyangwa uwo mu *isi cyangwa uw'ikuzimu, ubasha kubumbura icyo gitabo cyangwa kukireba. [4]Nuko ndizwa cyane n'uko hatabonetse ukwiriye kubumbura icyo gitabo, habe no kukireba. [5] Umwe muri ba bakuru arambwira ati "Wirira dore Intare yo mu muryango wa Yuda n'Igishyitsi cya Dawidi aranesheje, ngo abumbure igitabo amene ibimenyetso birindwi bigifatanije."*

[6] Nuko mbona hagati ya ya ntebe na bya bizima bine no hagati ya ba bakuru, Umwana w'Intama uhagaze usa n'uwatambwe, afite amahembe arindwi n'amaso arindwi ari yo Myuka irindwi y'Imana itumwa kujya mu isi yose. [7]Araza akura cya gitabo mu kuboko kw'iburyo kw'Iyicaye kuri ya ntebe. [8] Amaze kwenda icyo gitabo, bya bizima bine na ba bakuru makumyabiri na bane bikubita imbere y'Umwana w'Intama, bafite inanga n'inzabya z'izahabu zuzuye imibavu, ari yo mashengesho y'abera. [9] Nuko baririmba indirimbo nshya bati "Ni wowe ukwiriye kwenda igitabo no kumena ibimenyetso bigifatanije, kuko watambwe ugacungurira Imana abo mu miryango yose no mu ndimi zose, no mu moko yose no mu mahanga yose ubacunguje amaraso yawe, [10] ukabahindurira Imana yacu kuba abami n'abatambyi, kandi bazīma mu isi. ». (Ibyahishuwe 5: 1-10.)

Mu mateka y'isi n'ijuru, Yesu wenyine ni we WITANZE ARANITAMBA, kubera ko Igitambo cye cyagombaga gucungura abari mu isi, kandi ari cyo cyahagije iteka. Kuko ni Umucunguzi w'abari mu isi. Yatanzwe n'ibyitso basangiye ubwoko, ari bo bene wabo b'Abayuda. Ariko yari yemeye kwitanga. Hagombaga ababibyira mu bikorwa ari bo Abaroma. Iyo yanga nti byari no gushoboka. Aha bitandukanye n'abandi basanzwe. Kandi buri gihe hagomba abashyira mu bikorwa ibyahanuwe byaba byiza cyangwa bibi. Ari Imana ikoresha abantu, ari na Satani akoresha abantu. BYANZE BIKUNZE HAGOMBA ABASOHOZA UBUHANUZI, BUBI CYANGWA BWIZA.

Maze Yesu yicwa n'abasirikare b'Abaroma, bari barazobereye mu kwica urubozo. (Matayo 26, 27, Luka 23, Mariko 14, 15, Yohana18, 19). Umenya kugeza ubu Abaroma batari bihana iyi rusange ya Leta yabo n'abasirikare babo bakoreye Umwami wanjye. Abanyagalileya bishwe na Pilato, abana b'i Beterehemu bishwe na Herode, Titus wasenyuye Hekaru y'i Yerusalemu, n'abandi, bitewe n'uko bategekaga muri Isirayeli. Kandi kugeza ubu nti bari bemera icyo gikorwa kirimbuzi bakoze ngo kibababaze. Bategereje umujinya w'Imana ubwo izibuka byose bibi by'ubugome bagiriye Umwana wayo n'izo nzirakarengane zose. z'Abaheburayo. Yego.... Uwiteka azabyibuka, ndetse vuba.

IBITAMBO BY'ABATUTSI KUVA MURI 1959

Ibitambo by'abatutsi b'impunzi zo muri 1959 byari abatutsi bo mu gihugu. Abagombaga kubatamba ni abahutu bo mu gihugu, ni yo mpamvu abitwaga Inyenzi za mbere iyo bateraga, bene wabo babaga imbere mu gihugu baricwaga, bagafungwa cyangwa bakameneshwa.

Saba gusobanurirwa kuko ntiwahita ubyumva, kandi ntabwo nshinyagura, nta n'ubugome burimo ahubwo n'ihishurirwa ryuzuye ukuri, kandi ushakashake no mu mateka uko byagiye bigenda, byinshi birasobanutse. Kwitwa «icyitso» bivuga «gufatanya icyaha», nawe uhanwa nka nyirabayazana ndetse uhanwa cyane kumurusha, kuko akenshi nyiri ukubitangiza no kubikora ntafatwa. Iteka abitwa ibyitso barababazwa akenshi bakahasiga ubuzima bwabo.

Nibo bagiye bababazwa kurusha ba nyirabayazana, ntubizi se icyitso? Ibyitso.... Menya impamvu witwa icyitso, iyo ni yo igutera kuba igitambo cyangwa impongano. Kuko hari aho uhuriye na «Nyirabayazana» w'ibyo urimo kuzira, kuko uri icyitso cye. Ndibuka cyera n'ubwo nari muto cyane ariko abo twiganaga icyo gihe ba se b'abatutsi bari mu gihugu, abahutu barabishe ngo ni «ibyitso by'Inyenzi» za mbere. Ba Burabyo, Africa, Karekezi, Philipo n'abandi. No muri 1973 ni ko byagenze, noneho byari byageze no mu mashuri, mu bana, na bo batangiye kwica bagenzi babo, ibyitso byahagiriye ibibazo, byarapfuye ibindi birafungwa, ibindi birahunga. Icyo gihe ibyitso byabaga ari abatutsi.

Muri 1990, namwe muzi ibyabaye, abahutu barafunze bica abitwa ibyitso. Maze muri 1994 baraminuza. Nyuma yaho abatutsi na bo baraminuza. Iteka abantu bazira abandi iyo hari icyo bahuriye ho, iryo ni ihame ry'icyaha «rusange». Ndashaka ko usobanukirwa cyane.

Abatanze abatutsi bo mu gihugu ni abatutsi baturutse hanze. AHA NI UKUHITONDERA! Kuko impamvu bishwe, n'uko hari bene wabo bari bateye igihugu, ababatambye ni abahutu: kuko «incungu» impongano Imana yemera ari amaraso kandi atamenetse bidashoboka ko ibyaha bibabarirwa. (Abaheburayo 9: 22). Hagombaga kuboneka ababatamba rero. Kuko iyo nta Yesu ubirimo ngo asabe imbabazi ku bw'amaraso Ye, ayandi yose aba asaba guhorerwa, kuko n'ayandi aba yaramenetse na yo aba asaba guhorerwa, maze bikaba uruhererekane ruhoraho rwo guhora (Kubara 35: 33). Maze abishe na bo bakaba bagomba gupfa, kandi iyo bapfuye abasigaye nti babihagarikishe kwizera Yesu n'amaraso ye, birakomeza bigahitana bene wabo, kuko biba bibizi, birakomeza bikabara, byishimiye kutamenya kw'abo ngabo. Ndasaba ngo aha uhasobanukirwe neza. KUKO NTA MUGAMBI N'UMWE UDASOHOZWA N'AMARASO. ARI KU MANA ARI NO KURI SATANI.

Ni nako adashobora kwemera ko amasezerano y'Imana n'abantu asohora amaraso atamenetse. Abisobanukiwe kurusha abantu. Niba utabizi byo birabizi kandi birakuzi. Amaraso atari ay'ibisimba «Isezerano rya cyera», ahubwo ari ay'abantu kandi bazima batoya baba bagifite umumaro, apana abakecuru n'abasaza, cyangwa abamugaye, abafite inenge cyangwa ibikoko. Iri n'ihishurirwa ry'ukuri kuzuye, kugira ngo abashaka kumenya bimenyere.

Ubirebye neza wasanga n'aba bose batazi iyo biva n'iyo bijya, babona bakoreshwa gusa. Kandi na bo byagiye bibahitana dore ko ari na benshi. Tumenye impamvu, tureke kubaho nk'abatagira ubwenge bw'Imana. (Hoseya 4: 6). Kugira ngo ubyumve neza, uzakurikirane ukuntu «Abatasi» iyo bafatiwe mu cyuho bahanwa. Akenshi bahanishwa «kunyongwa», kwicwa nabi kuko babanza kubabaza amabanga babica urubozo bashinyagurirwa, kandi na bo bakaba baba barabwiwe n'ababatumye ko aho kuyavuga bazemera bagapfa, bakabirahirira, bivuga ngo «uba warangije gutanga ubuzima bwawe». Leta zabo ziba zabatumye zigasigara ari nzima zikomereza gahunda, ndetse zikongera gutuma n'abandi, aba na bo bakemera kugenda, baba bazi urubategereje nibaramuka bafashwe.

Icyitso ni uhakubereye, umutasi ni maneko unekera wa wundi. Na Bibiliya ivuga cyane ku batasi, no ku gutata. Ba maneko bakunze kuba ibitambo by'abo banekera. N'ibitambo by'ubutegetsi bwabo. Bazira «gufatanya ibyaha», gushyigikirana muri ibyo ngibyo, bahuriye ho.

UBWAMI BUSIMBURANA

Iyo ubwami busimburana hagomba kumeneka amaraso yo kubutambirira. Ubwami bwa Yesu busimbura ubwa Satani hagombye kumeneka amaraso ye. Ubwo mu Rwanda buri gihe iyo bwacyuraga igihe, hatangiye ubundi, hagombaga kumeneka amaraso menshi rwihishwa mu ibanga: «abatutsi», cyangwa ku mugaragaro «abahutu», kubera umuhamagaro ururiho.

Buri gihe Satani agomba kuburana yaka ibitambo bitewe nuko we azi umuhamagaro w'u Rwanda, ariko abiyita Abanyarwanda bakaba ntabyo bazi, benshi bakaba batanashaka no kuwumenya, bafite ibindi bararikiye. Akunze kuhatuzahariza cyane, aba arimo kurwana n'icyaburizamo umugambi w'Imana. N'ubwo utajya uburiramo ariko, usohozwa na bacye, kuko ngo imbuto y'umugisha yera ku giti cy'umuruho. Na Yesu yatambiririye Ubwami bwe.

«[26]Byari bikwiriye ko tugira Umutambyi mukuru umeze atyo wera, utagira uburiganya, utandura, watandukanijwe n'abanyabyaha kandi washyizwe hejuru y'amajuru, [27] utagomba iminsi yose nka ba batambyi bakuru bandi kubanza kwitambirira ibitambo by'ibyaha bye ubwe, hanyuma ngo abone uko abitambirira abandi kuko ibyo yabikoze rimwe ngo bibe bihagije iteka ubwo yitambaga» (Abaheburayo 7: 26-27).

Buri bwami bwose butanga ibitambo ariko iyo buriho umuhamagaro bwo birakabya kuko Satani aba arwana no kuburizamo uwo mugambi w'Imana. Aba arwana no kumaraho abagomba kuwusohoza. Aha humve neza. Ubwami bwa Yesu buje mu isi, bwateye ubwoba ubwa Herodi wari igikoresho cy'ubwami bw'Abaroma n'abambari babwo, kandi bwari bwarashinze imizi. Abaroma bari biyizeye mu buryo bwose. Ako kanya Satani ashyira mu bikorwa ibitambo bya bene wabo wa Yesu «abana b'Abayuda» bamaze imyaka ibiri n'abatarayimara (hagati ya 0 na 2), ntabwo ari abana b'Abaroma, wumve neza.

Bibiliya ntivuga umubare wa bariya bana b'i Betelehemu bapfuye igihe Herodi (wari umuyuda w'umufataanya-cyaha n'Abaroma) yahigaga Yesu ari uruhinja, kandi byari ibitambo by'abana b'abahungu bizira inenge. Ari byo byitwa «IBITAMBO BY'IBIKENYA» (Matayo 2: 3-21). Byageze n'aho Yesu ubwe apfa akiri umusore w'intarumikwa (imyaka 33), yabaye «Igitambo cy'Igikenya», kuko mu maraso y'ibikenya ni ho habamo imbaraga zo gucungura. Ndabyandika nciye bugufi cyane imbere y'Umwami wanjye...... Yatambwe kugira ngo akomeze Ubwami bwe. Mwibuke na cyera iyo abatambyi batambiraga ibyaha, akenshi byabaga ari intama zimaze umwaka.

Impamvu Yesu byamusabye gupfa ubwe, n'uko ari we uhagarariye ibitambo byose, ni we ubimira, ni we ubirangiza, ni we utesha agaciro ibindi byose kuri abo twese twamwizeye, kandi yageretseho no kuzuka, ari na byo byamuhesheje kutazava ku Bwami bwe na rimwe, ari ku Ngoma ye. Aburiho, ni Umwami w'abami ubuziraherezo. Ubwami bwe buzahoraho iteka ryose kuko ni we Mucunguzi w'abari mu isi ku bwo KWITANGA NO KWITAMBA KWE. Ni we wenyine witanze aranitamba, kubera ko nawe Ubwami bwe butameze nk'ubw'abandi bami bo mu isi. Ariko kubera ko yari umuntu waje gucungura abantu, hagombaga abashyira mu bikorwa ubuhanuzi bwari bwarahanuwe kuri we. Byari ngombwa rwose ko agambanirwa agatangwa na bene wabo b'Abayuda, nyuma Abaroma na bo bagasohoza kumutamba ku mugaragaro bamwica urubozo.

«[17]Kuko ahamywa ngo Uri umutambyi iteka ryose, Mu buryo bwa Melikisedeki.» (Abaheburayo 7: 17).

Ubwami bwe n'ubw'iteka ryose, Amen! Iyo nta gucungurwa n'amaraso ya Yesu Kristo Umwana w'Imana, (Abaroma 3: 25), hakoreshwa amaraso y'ibisimba cyangwa ay'abana b'abantu. Dawidi asimbura Sawuli muzi uko byamugendekeye, yari yatoranijwe n'Imana ivuze ko: «Ibonye umuntu ufite umutima nk'uwayo». Sawuli yasabwe n'abantu, Dawidi ashyirwaho n'Imana. Kugira ngo ajye ku ngoma byaramugoye muzasome izo nkuru, muri Samweli wa mbere n'uwa kabiri.

Igihe cy'abami b'u Rwanda, iyo bimaga hapfaga abantu, hagatambwa ibitambo by'amaraso y'abantu bibanza gusasira bikanakira ubwami buje, bikanasezerera ubwami bwabaga buriho, «byakorwaga n'Abiru», bigatangiza ubwami bushya, ari byo nise: «IBITAMBO BY'AMARASO BY'IHEREREKANYA-BUBASHA RY'UBWAMI MU RWANDA».

Reka duhere hafi kuri Kigeri V. Ndahindurwa J. B. Avaho, bene wabo b'abatutsi bari bamaze imyaka 400 ku bwami barapfuye, abandi barahunga, barafungwa, abandi barabebera, batangira guta agaciro, kuko ubwami bwari buhinduye isura, maze nti babimenya.

Menya impamvu y'iriya myaka 400. Kuko isaha yabo yari igeze yo guhanwa kubera kudasobanukirwa n'umuhamagaro wabo. Satani yareze ba sekuruza babo, abariho icyo gihe aba ari bo bifata, kuko ba sekuruza babo batari bakiriho. Iteka bifatira aho biba bigeze kandi ntushobora kubicika cyangwa ngo ubihagarike, keretse ubyihannye wivuye inyuma, ugatanguranwa no guhagarika ingaruka ziba zitoroshye. Bikaba bigusaba kuba warizeye Igitambo cy'amaraso ya Yesu Kristo Umwana w'Imana, yo yonyine afite imbaraga zo guhagarika ibibi byose. Naho ubundi, uba uri umwana wa babandi bakoze bya bindi, kandi bo baba batakiriho. Ubwo rero uba ushakishwa uruhindu. (Amaganya ya Yeremiya 5: 7 havuga ngo «*Ba data bakoze ibyaha kandi nti bakiriho, none twikoreye ibicumuro byabo*».)

Cyangwa mugasigarana incyuro nk'izo Yesu yacyuriye Abatambyi, Abafarisayo n'Abanditsi ba kiriya gihe ati «*33Mwa nzoka mwe, mwa bana b'incira mwe, muzahunga mute iteka ry'i Gehinomu? 34Nuko rero ku bw'ibyo, ngiye kubatumaho abahanuzi n'abanyabwenge n'abanditsi: bamwe muri bo muzabica muzababamba, abandi muzabakubitira mu masinagogi yanyu, muzabirukana mu midugudu yose bajyamo, 35 muhereko mugibweho n'amaraso yose y'abakiranutsi yaviriye ku isi, uhereye ku maraso ya Abeli umukiranutsi, ukageza ku maraso ya Zakariya mwene Berekiya, mwiciye hagati y'Ahera h'urusengero n'igicaniro. 36Ndababwira ukuri yuko ibyo byose bizasohora ku b'iki gihe*». (Matayo 23: 33-36).

Urareba ukuntu Yesu ahamije, akemeza, agashinja bene wabo b'Abayuda bariho icyo gihe? Akabashyiraho amaraso yose y'abakiranutsi bishwe na ba sekuruza babo. Abashinja atyo anabahamya «icyaha rusange». Yesu nawe ashinje "rusange" hariya, reba neza kandi wumve usobanukirwe. Tubyitondere. None se ko wumva ari abana b'abishe abahanuzi, barazira iki kandi ari ba se babikoze? Ko bo batari bakavuka? Aha ni na ho hinjirira Ijambo ry'icyaha cyitwa «GUKIRANINWA». Kandi aba bana bari babanje kuburana birengera, ngo iyo baba ari bo bariho kiriya gihe nti baba barakoze nk'ibyo ba se bakoze..Urumva? Ariko Yesu arabahindukirana ati «Muremera ko muri abana b'abo ngabo? Ati «N'uko rero muriho amaraso yose y'abakiranutsi yamenekeye mu isi, kuva ku ya Abeli kugeza ku ya Zakariya mwiciye ahera h'urusengero…. «mwiciye».

Kayibanda ajyaho hapfuye abatutsi benshi. No mu kuvaho kwe hapfuye abandi, igihe babashyiraga ku malisiti muri 1973, hirukanwa benshi ku kazi no mu mashuri, kuko ni bo yari yarambuye ubutegetsi ari bwo «bwami». Na none abandi barabebera, barahunga, bamburwa n'uburenganzira n'ibindi, icyo gihe na bwo nti babimenya. *Iteka abantu bicwa no kutabimenya.*

Kayibanda n'abo bari bafatanije «Iyerekwa» kiriya gihe babaye inkoni ya mbere ikomeye yo guhana abatutsi. Guhana abatutsi kubera kutinjira mu muhamagaro neza. Kubera kudasobanukirwa ibyo Imana yabashakagaho.

Dosiye yo guhana abatutsi yatangijwe n'ubwami bwa Kayibanda, irangizwa n'ubwami bwa Habyarimana. Aba ni bo bahutu babaye ibikoresho Imana yemeye bo guhana abatutsi, kugira ngo bagaruke ku murongo, ndetse no ku bwami, barakubiswe, barasuzugurika, baricwa, ariko na n'ubu nandika nti barasobanukirwa n'icyo Imana ibashakaho. Sinzi ibyo barangariyemo, igiye kongera kubakubitana n'abahutu. Kuko «nta bwami bujyaho Imana itabwemeye». N'iyo bwaba ari bubi gute, Imana iba yemeye ko bujyaho ku bw'impamvu nyinshi. Itabishatse nti bwajyaho. Nk'uko igihe cyose Isirayeli yacumuraga, Imana yahagurutsaga Abafilisitiya n'ayandi moko bagakubita bakanababaza, bakanica cyane Abayisirayeli. Urwo ni urugero.

Mukurikire izo nkuru muri Bibiliya. «Ntakabura imvano». Kandi kuvuga ko Kayibanda na Habyarimana babaye ibikoresho by'Imana ntutangare kuko na Satani ni umukozi wayo. Biterwa n'ikigendererwa n'akazi kaba kagezweho. Iteka iyo Imana ibuze Icyubahiro ivanaho kurinda kwayo, ikaba yemereye Satani kumerera nabi abo bigometse. None se idahari bahanwa nande?

Ndaguha urugero kugira ngo ubyumve neza bitaza kukuyobya: Hari ibikoresho byiza n'ibibi. Igihe cya Yobu, Imana ubwayo ni yo yirase kuri Satani imuratira Yobu, imaze kuyibaza aho ivuye, bamaze gusubizanya yanga kuviramo aho. Ikomeza imubaza imwishongoraho, imuninira, iti « [8] *"Mbese witegereje umugaragu wanjye Yobu yuko ari nta wuhwanye na we mu isi, ko ari umukiranutsi utunganye, wubaha Imana kandi akirinda ibibi?»*? (Yobu 1: 8).

Ukurikiranye izi nkuru, urasanga hari ibyo baziranyeho. Satani ahita asubiza Uwiteka nawe yiyizeye yishongora, asobanura impamvu Yobu yubaha Imana, ko ari ukubera ko yamuhaye umugisha. Ubyumva ako kanya wagira ngo Satani aratsinze. Naho byahe? Ko Imana yari yarangije gupanga kuzasubirana Icyubahiro cyayo nyuma y'ubutsinzi bwa Yobu. Bitewe n'ibyo Imana imuratiye, nawe asaba kumwambura ibyo Imana yari yaramuhaye uhereye ku matungo kugera mu bana. Maze akora akazi ke ko: «KWIBA, KWICA NO KURIMBURA». (Yohana 10: 10). Kandi yaragatunganije.

Ibibi byose yakoreye Yobu murabizi ko yabuze ibye byose n'umugore we n'inshuti ze bakamwereka mu makuba no mu byago aho babera abana b'abantu. Satani yemerewe ibyo yasabye byose abuzwa gukora ku bugingo bwa Yobu gusa, maze akora akazi kazatuma nyuma mu butsinzi bwa Yobu, icyubahiro cyose kizagarukira Imana, maze Satani agafata zero nini. «*Ku bakunda Imana koko, BYOSE bifataniriza hamwe kutuzanira ibyiza*»(Abaroma 8: 28).

Kuko nyuma Yobu yakubiwe kabiri ibye Satani yarimbuye. (Ibice 1 na 2 bya Yobu). Nawe usoma ibi, umunsi Imana yakwiratiye Satani uzahura n'ibyo Yobu yahuye na byo, ariko humura nyuma nuhagarara neza nka Yobu uzanesha igukubire kabiri. Umenya n'u Rwanda n'ibiyaga Bigari Imana yarabyiratiye Satani kuko si gusa. Kuko si gusa urebye ibihakorerwa ... si gusa!

Ku bakunda za Repubulika cyane na demokarasi n'Amatora, na nyamwinshi, nagira ngo mbamenyeshe mbaciye intege ko nkoresha imvugo ya Bibiliya kandi nta za Repubulika na demokarasi n'amatora bibamo. Imana ikoresha Ubwami, na Tewokarasi. Kuko na yo ni Umwami, ndetse n'Umwami w'abami, nta nkunga z'amahanga ikeneye. Irihagije muri byose. Ntawe ikeneye ko abanza kuyemera, ngo inisobanure icyuya kiyirenge.

Habyarimana ajyaho yatangiranye n'ibitambo by'abahutu b'abanyenduga, kuko ihererekanya-bubasha ryari hagati y'abahutu ubwabo. Umva neza; Cyari igipimo kitoroshye mu mateka y'u Rwanda: ibitambo byagombaga kuba abahutu kuko yagombaga gutangirana n'ibitambo bya bene wabo ariko bagombaga kuba na bo bafite ibyo bapfa, «Amajaruru n'Amajyepfo». «UTURERE», abakiga n'abanyenduga, bivuga ko buri gihe ibyo abantu bishyiriyeho biba «Imfashanyigisho»; biba ari «imbanziriza mushinga»; Imana irabyubaha nyuma bikazahemuza ababishyizeho, Imana yigaramiye.

Gusubiranamo kw'abahutu byari birimo umwaku mwinshi, byatewe n'uko abatutsi bari bakiri mu bihano byazanywe no gukiranirwa kwa ba sekuruza. Kandi n'abahutu gukiranirwa kwabo kwari kutaruzura. (Itangiriro 15: 16). Bisa n'uko ubu abanyamahanga, ari bo ba twebwe, twabonye agakiza kubera ko Isirayeli yakanze, maze Imana iraduhindukirira itugirira ubuntu bugeretse ku bundi, kuko ubundi ntitwari ubwoko bw'Imana twitwaga «ABANYAMAHANGA B'ABAPAGANI» batazi nti banagire Imana Rurema. Ariko umubare wacu ni wuzura, agakiza kazahita gasubira iwabo muri Isirayeli. Abuzukuruza ba Aburahamu na Sara «mu mubiri» bagomba kugasubirana byanze bikunze. Icyo gihe inzugi zizafungirwa abanyamahanga ba twebwe. Nyamuneka nimwinjire muri Yesu imiryango itarafungwa.

« [25]Bene Data kugira ngo mutabona uko mwirata ndashaka ko mumenya iby'iri banga: Abisirayeli bamwe banangiwe imitima ariko si bose, kugeza ubwo abanyamahanga bazinjira mu Itorero bakagera ku mubare ushyitse. [26] Ni bwo Abisirayeli bose bazakizwa nk'uko byanditswe ngo "Umukiza azava i Siyoni, Azakura muri Yakobo kutubaha Imana." [27] "Iryo ni ryo sezerano mbasezeranije, Ubwo nzabakuraho ibyaha." [28]Ku by'ubutumwa bwiza babaye abanzi b'Imana ku bwanyu, ariko ku byo gutoranywa n'Imana, bayifiteho igikundiro ku bwa ba sekuruza, [29]kuko impano z'Imana no guhamagara kwayo bitavuguruzwa. [30]Nk'uko mwebwe mwagomeraga Imana kera, ariko none mukaba mubabariwe ku bw'ubugome bwabo, [31]ni ko na bo bagomye ubu, kugira ngo imbabazi mwagiriwe zibaheshe na bo kubabarirwa , [32]kuko Imana yabumbiye hamwe abantu bose mu bugome, kugira ngo ibone uko ibabarira bose.» (Abaroma 11: 25-32).

Ndabakangurira kwakira Umwami Yesu mu mitima yanyu none aha agakiza katari kasubira iwabo muri Isirayeli, ngo Imana igufungireho urugi. Nawe jyamo umubare utaruzura, uhite wizeza umutima maze watuze akanwa kawe, wihane ibyaha byawe uhindukire, uvuke ubwa kabiri. Maze wizere Umwana w'Imana Yesu aguheshe kuba umwana w'Imana, ubone n'Ubugingo buhoraho. (Yohana 1: 12, Abaroma 10: 9-10).

Ihererekanya bubasha hagati y'abahutu KayibandaHabyarimana, nta mututsi wari urimo». UBISOMA ABYITONDERE! Aba na bo nti bamenye igihe bagenderewemo. Kiriya gihe ibitambo byabaye abahutu b'abanyenduga, ni bo basezereye ingoma ya Kayibanda, ndetse nawe abigenda mo na nabi cyane. Hapfa n'abategetsi hafi ya bose bategekanaga. Kubera ko byari Hutu-Hutu, ibitambo byabaye «hutu». Ihererekanya-bubasha ryari hagati y'abahutu. Habyarimana avaho hapfuye abatutsi benshi no kurushaho, bigeza no ku itsembabwoko ryabo, kuko na none ubwami bwari buhinduye isura, bugarutse ku batutsi, ndetse byari n'impindura-mateka na none ikomeye mu mateka y'u Rwanda. Kuko aya mateka arimo ubunyerere bwinshi cyane.

Abatutsi bategeka ubu, abari ku butegetsi ubu nandika, barimo gukata ikoni rimanuka cyane kandi nta feri bafite, byanze bikunze hari ibyo bagomba kugonga, hari n'ibyo bamaze kugonga byinshi, kandi nti babyemera, nti bashaka kwemera ko bagonze, ko hanakorwa n'Anketi, ni isibaniro, mu mwuka no mu mubigaragara. Kuko abantu bakoreshwa ibyo batazi, kandi byose biba biri mu mugambi w'Imana, n'ubwo Satani aba akomeje guhinduka igikoresho cy'Imana cyo «GUHANA» abatayumvira.

Kuri Kigeri V, Ndahindurwa Jean Baptiste byari Ihererekanya bubasha; Tutsi-Hutu, ibitambo byari abatutsi, nawe nti byamuguye neza, kugeza ubu nandika aracyariho umuvumo w'uruzerero, «ariko agiye gutaha vuba», kuko yatangiye gusobanukirwa n'Agaciro ka Yesu Kristo akamwakira mu bugingo bwe», ariko kugeza ubu nandika ngo ntarabatizwa mu mazi menshi, kandi arimo kuvangavanga Imana nyinshi z'abanyamahanga. Aracyafite udusigisigi tw'igisekuru cye cyari gikomeye mu bigirwamana, kandi Imana irashaka ko amaramaza. Afite abajyanama benshi bamuroha, bagitsimbaraye ku bya cyera, kandi ntaho bishobora gukora. Yagiye atinzwa na byo, n'ubu ntarahagarara neza. Bizanatuma n'igihe cy'ubwami bwe ubuzima bwe bushobora kuzagabanywaho, ariko akabona ubugingo buhoraho kubw'isezerano. Kuko aho yamenyeye ukuri, ni ukuvuga Yesu» yakomeje kuvanga mo n'ibigirwamana by'abanyamahanga, kugeza n'ubu nandika ntarahagarara neza. Kandi ni no kugira ngo ibyaha bya bose byuzure; iby'abahutu, n'abatutsi bene wabo byuzure hataburaho, ibyaha by'ingoma zose byuzure hataburaho, kugira ngo n'ibihano na byo byuzure bitaburaho. Ikindi n'uko niba nti beshye Umwami Kigeli wa V, Ndahindurwa Jean Baptiste ari we mpunzi imaze igihe kirekire hanze y'igihugu cyayo.

«*16Ubuvivi bw'abazajyayo ni bwo buzagaruka ino, kuko gukiranirwa kw'Abamori kutaruzura*» (Itangiriro 15: 16). Ariko kandi afite isezerano rikomeye rituruka kuri mukuru we umwami Rudahigwa Charles Léon Pierre, wemeye guta ibyubahiro byo mu isi agatakaza n'ubupfura bw'ubunyiginya, agatura u Rwanda Kristu Umwami. Abikorera imbere y'abagererwa be bose.

Sekuru Rwabugiri w'umurwanyi, «Inkotanyi Cyane», na se Musinga w'agasuzuguro, ndetse na Rudahigwa «Nkubito y'Imanzi» babaye abagwa-gasi, nti baguye mu Rwanda. Nti batangiye (gutanga) mu Rwanda. Niba baranahaguye ibyabo nti bisobanutse. Ibi na byo ni ukubyitondera tukabigenzura neza kuko bifite inkurikizi.

Aha hakubiyemo ibanga rikomeye mu mateka y'abami b'u Rwanda, ariko si cyo kigendererwa. Nyamara nti byambuza kubaza aho imva z'abo bami ziri, mushobora kuzinyereka? Nkeneye kumenya aho ziri. Iya Perezida Kayibanda iri hehe? Ndayibaza nde? Abo nayibaza sinzi niba bakiriho, hashobora kuba hasigaye mbarwa, kuko nashakaga kuyibaza cyane Lizinde, Biseruka, Sagatwa, Zigiranyirazo, Cyarahane, Butsitsi, Sembagare, Sukiranya n'abandi…. Ariko ndabiretse. Gusa nti byambuza kubaza abakiriho ubu nandika, niba hari icyo baturusha…. Na byo ndabiretse… nta manza z'imikururano nshaka.

Hari n'abandi nari ngiye gushyira ku murongo bagiye bazira amashyari ya bene wabo; na byo ndabiretse…. Mbajije abariho ubu, «Leta ya Kagame», bansubiza bansuzuguye bananyishongoraho ko batari bahari, kandi ko ari bene wacu bicanye ko ibyo bitabareba, bitanabashishikaje, kandi ko ari bo babirukanye muri 1959. Ko ntagomba kubasubiza inyuma mu mateka kandi bageze kure mu majyambere. Ko Kayibanda uwo mbaza imva ye, ari we wirukanye ba se na ba sekuru muri 1959. Igihe yabitaga «des bandits». Mbwira uwo mbaza se? Mbajije ab'igihe cyo kwa Habyarimana bansubiza ko bifitiye ibindi bibazo by'ingutu byo kumenya uwahanuye indege ye ngo bamenye ukuri bibonere n'impozamarira, ko ibyo atari byo by'ingenzi byihutirwa. Nabaza nde? Urukiko mpanabyaha rwashyiriweho u Rwanda? Urwa La Haye? Nta bimenyetso byabyo bagira kandi bafite n'izindi manza nyinshi zigendanye n'ibihe by'iterambere, hari mo n'imanza z'abanyakenya, kandi na bo ikibazo-muzi ni «amoko». N'impinduramatwara ya za politiki. Ariko uwo muzimu akoresha amoko cyane.

Ndabaza noneho aho bashyinguye Habyarimana ubu nandika. Rahira ko niba yaranashyinguwe imva ye itari hanze. Rahira ko ntumvise ko yashyinguwe muri Zayire? Uranyumvira? Kuki? Igomba kuba iri muri Kongo-Zayire. None se ni umukongomani? Buriya Habyarimana ni Umuzayiruwa? Imva ye iri hehe? Nka Perezida wategetse u Rwanda imyaka 21 ukuye mo ine (4) y'intambara hagasigara 17. Iriya myaka 4 kuva taliki ya mbere Ukwakira igihe Inyenzi zatereye, ni Inzibacyuho y'Imana iba itegereje ko abantu bihana gusa, ntabwo tuyibara, ni nka ya yindi 30 Imana yongeye k'uyo yari yarabwiye Aburahamu abuzukuru be bagombaga kumara muri Egiputa. Yavuze ko bazababazwa imyaka 400, (Itangiriro 15: 13), ariko Bibiliya nyuma itubwira ko bamaze imyaka 430 hatabura hatongeweho. (Kuva: 12: 40-41). Iriya myaka 30 ivuye hehe? Ko mbere iyo Imana yababwiwe yari 400?

Iriya myaka 30 yari iy'imyiteguro, n'inzibacyuho yo kwisuganya bitegura kuhava. Uwiteka yari yaranababwiye ngo bazirwaneho basabe abanyegiputa iby'igiciro: Zahabu n'ifeza n'ibindi.... Abatera kugirira umugisha ku banyegiputa. (Kuva 11: 2-3).

Dawidi ati «Sinaramburira ukuboko k'uwo Uwiteka yimikishije amavuta?». Kandi Sawuli yarimo kumuhiga ngo amwice. Dukeneye abami bameze nka Dawidi, abayobozi bameze nka Dawidi. Ariko yari afite guhishurirwa gutangaje uriya mugabo. (1 Samweli 24). None se niba Imana yemeye ko umuntu yicara ku ntebe y'ubwami, ayicaraho nyine kakaba karabaye, maze ikamusama, kuko ifite ikiyiriho. Ni uwo nguwo aba akuyeho, uwo nawe akaba ategerejwe na none no gusamwa n'ibyakuyeho wa wundi.

Ahubwo reka nze mbaze?...ndabaza n'imva ya Perezida Sindikubwabo. Imva ye iba hehe? Sindikubwabo Tewodore yashyinguwe hehe? Bamwe kubera ibikomere muransubiza vuba murakaye ngo yaguye Zayire kandi yishwe n'Inyenzi, mukurikizeho n'ibigambo byinshi byuzuye ibyuririzi. Yee! Na byo ndabimenyereye. Hari n'abari bumbwire ko yishwe n'abahutu bo mu muryango we.

Kandi ko ibyo bitabashishikaje, ngo abe ari bo mbibaza. «Abandi ngo umva mbese ibyo icyo gipinga kiba kibaza»: Ngo ntiyari Interahamwe y'umujenosideri ruharwa wo mu rwego rwa mbere se? Ngo ntari kuri lisiti ya ba ruharwa, akaba yarakatiwe burundu y'akato adahari n'urukiko rwa Gacaca ya Arusha...bakaba bagomba guteza ibye?

Yeee!, nanjye ndabaza aho iyo Nterahamwe y'umujenosideri aho yahambwe kuko yigeze kwitwa Perezida w'u Rwanda amezi 3. Ndetse na Leta ye yitwaga iy'Abatabazi.. Ndabaza, Ndabaza iki? Ntacyo bivuze? Mbireke? Ndashaka iki? Narasaze? Ntacyo bibabwiye? Yeee! Mukomeze mugwize abagwagasi benshi bari abategetsi banyu...banyu...banyu.... Banyu... N'ubwo we na Bizimungu Imana yari yarangije guca akarongo ku butegetsi bw'abahutu, nk'uko yari yaragaciye kuri Ndahindurwa J. B. Kigeli V, kiriya gihe, ariko bitwa ba Perezida b'u Rwanda mu mateka ntiwabakuramo ngo byemere. Hari ibikorwa babayemo byaba byiza cyangwa se bibi, barimo, bahamamo. N'ubwo bimikiwe mu kirere barabarwa mu mateka nti bavamo.

Ndabaza gusa byo kwibariza, wenda nawe bigutere kubaza, kuko kubaza bitera kumeya. Ejo bundi nti bataburuye amagufa ya Mbonyumutwa ku manywa y'ihangu? Ngo sinzi ibyo bashakagamo. Na byo ntabyo muzi? Ntabyo mwamenye? Ntabyanyuze mu makuru? Ntimubyitayeho? Mwataburuye Perezida wa mbere w'u Rwanda? Muba bazima? Muri bazima? Ariko abantu bashirika ubwoba koko. Mbonyumutwa wabaye Perezida wa mbere w'u Rwanda rutarabona Independansi, mwaramutaburuye nyuma y'igihe kirekire ahambwe? Mwashakiraga iki amagufa ye? Amagufa? Amagufa kandi? Kuki mukunda gutaburura abashyinguwe? Ariko kuki mukunda gutaburura amagufa? Abapfumu bababwiye ko habamo iki? Ayo magufa azabatera umwaku. Mushaka iki ku magufa? Mupfa iki n'amagufa y'abiyita Abanyarwanda ariko? Mwabaye mute? Muri inkunguzi ..... za zindi zihiga! Murikungurira mugakungurira n'abazabakomokaho! Murakungurira nde?

Kuki mutubaha abicaye ku ntebe yo mu Rugwiro rwo hambere? Iriya ntebe yitwa «MWAKU» kugeza ubu. Wowe wicaye kuri iyo ntebe ndakubaza, kuki udatekereza neza? Ngo wibaze uko wowe bizagenda? Urashaka ko nawe bazakujugunya maze nyuma bakazataburura amagufa yawe? Mwabaye mute? Abantu babura n'ababagira inama koko? Hakabura basi n'ababiyahuraho ngo bababwize ukuri. Hakaba ababakomera amashyi gusa nka bya bindi bya: «Yego Mwidishyi». Kuki mutubahiriza abategetse u Rwanda? Kuki? Subiza? Ngo baba barategetse nabi? None se wowe ni nde uba aguhaye amanota akwemeza ko wategetse neza? Ni nde uzayaguha? Bite bya nyuma yanyu mwebwe ba Nyakubahwa bategeka u Rwanda ubu? Muzabona angahe? Ay'isuku na ICT gusa? Ko aho mutahatekereza? Wowe waba uzasiga inkuru ki imusozi? Aho ntuzagenda uri ruvumwa. Kuki mutigira ku bababanjirije? Uwagushungura cyangwa agashungura ubutegetsi bwose yabuburamo inkumbi? Zirimo nyinshi cyane aribyo. Nta n'ubwo ukeneye kugosorwa, uri inkumbi nsa. Ahubwo ko ababa bariho baba bakwiye kwiteganiriza ngo na bo batazagenzwa nk'abo baba basimbuye, kugira ngo na bo abazabasimbura batabagenza nk'uko bagenje abo basimbuye. Ndajya inama ni cyo kifuzo cyanjye.

Ngaho nsobanurira utanyise *umuginga n'inyangarwanda na "nothing"*. Wowe urabyumva ute? Warabyibagiwe? Wumva ukomeye cyane utazavaho? Urimo kuntuka kuko utsinzwe? Byo nti bishobora kukwibagirwa na rimwe, bizi kurwara inzika cyane, kandi ntabwo wabibeshya kuko bikurusha ubwenge, n'iyo wabiha amafaranga byayarya bigakomeza kukwibuka, binakwibutsa ko bizagukurikirana mpaka. Birakubarira umunsi nijoro, nti bituza. Urabicikira hehe? Ibyo ngibyo nyine bigushakisha. Ibyo ngibyo..Ibyo bituma ukora amahano y'ibyorezo. Ibyoo! Abantu ntabwo baba bazi ibyo bakora, kandi ngo baba babikora birengera barengera n'inyungu zabo, birindira umutekano ngo n'ubusugire bw'igihugu. Ngo hari n'ababa bateguriza imbere heza abana babo disi!

Ariko ntimugashinyagure, ngo munishinyagurire. Kugeza aho umubyeyi umwe ukomeye ngo yabwiye mugenzi we aje kumutakira ngo bamufungurire umugabo we wari afunze, ati «Ko turi inshuti z'amagara kuva kera mwatubabariye koko mukamufungura»! Undi amusubizanya agasuzuguro no kwishongora ngo *aho tugeze ubu nta nshuti tugikeneye!* Uranyumvira? Buretse igihe kiraje kibabumbabumbe, maze bashake n'aho banywa amazi bahabure. Bahinduke akabarore! Abazasigara.... Aba bana babo barambabaza! Bagomba buri gihe gusigarana ikimwaro n'isoni n'ubukene n'imivumo yose iyo iva ikagera, ababyeyi baba babasizemo, n'imanza n'imyenda, n'umuvumo w'uko ari aba «kanaka». Bagahinduka ba ruvumwa kubera ababababyaye. Murumva ibyo mukorera abana? Muri ibisambo! Murikunda! Muriyanga! Mubaho muri ako kanya, ariko ntimumbeshye ngo muba muteganiriza abana banyu. Ahubwo murabanga cyane.

Ariko ingaruka ziba ziteye ubwoba, babimenya batabimenya byo birabazi, byo bikomeza kubagenzura, «kubaneka», kandi bizi kuneka cyane bibarusha n'ubwenge, kuko nti bifatika, na yo n'iyindi mikorere mutazi, cyangwa mukorana na yo ibabeshya. Maze *akebo kakazajya iwa Mugarura*, kakajya no gushakisha ya nkoni iba yarakubise mukeba wa mbere kuko ntabwo ababa bariho icyo gihe baba barayirengeje urugo, bakomeza kuyifata mu ntoki, bakanayirekera hafi aho, maze akebo kakayibashikuza kakayizana, ikabakubita nabo, kandi ikababaza cyane.

Kandi iyi myuka mibi iraziranye. Iyo itamenyana ntabwo Kagame yari kubaka mu kibanza cyo kwa Habyarimana mu Kiyovu. Yari gushaka ahandi azajya aba. Bizimungu nawe akaba yarahitiye kwa Habyarimana i Kanombe kubayo. Kuki batashatse ahandi baba? Ko igihugu kiba ari icyabo muri icyo gihe gito, ko amahoteli yose aba ari ayabo, n'amazu yose, kuki badafata imisozi n'ibisozi n'udusozi ngo babyubakeho? Na none se baba bakosoye iki? Imyuka iba yabarondoye. Hariya haba hari za «HARAMU», n'amahano y'ibyorezo byinshi, ni yo mpamvu abazabasimbura bagomba guhindura byose, byose, byoseeee!

Rahira ko atari imyuka ikurikirana abategetsi bo mu Rwanda kugeza ubu? Sinabibabwiye mbagira inama nti bari bampitanye ngo ndabakura imitima? Ngo ngira amagambo mabi gusa sinitaye ku majyambere yabo. Ngo ngira amagambo nk'ay'Interahamwe. Ngo sinshaka ko batera imbere.

Kandi ubwo nagira ngo bazarame kandi nibanapfa bazahambwe mu byubahiro byabo batazabataburura bakabashyira muri za *étagères* ngo abashyitsi b'abazungu n'abandi bajye bahita babarebe maze babashyire ama «devises» n'amanyarwanda hejuru. Ama «devises» y'umuriro! Kurya umuriro!

Umenya Rudahigwa ari we wenyine w'umwami mu ba vuba ufite imva mu Rwanda y'icyubahiro iri kumwe ahari n'iya Rwigema.... sinibuka neza. Musinga we yaguye ishyanga sinzi niba yarahambwe he, kandi niba yaraguye no mu Rwanda, ubwo muravuga aho imva ye iri. Sinzi niba ari mu Rwanda. Ariko umuhungu we Ndahindurwa J. Baptiste, Kigeli V, we agiye gutaha vuba, ntazagwa ku gasi na gato n'iyo wagira ute. Mwirinde no kumusuzugura no kumufata uko mubonye. We azatanga ahambwe kandi ntawe uzamutaburura. Uko byagenda kose arataha vuba ku bw'impamvu nyinshi ntarondora aha: ni koko aratashye kandi vuba, kandi arataha ari umwami wubashywe nk'uko bisanzwe mu bindi bihugu, nta wabihindura. Ni byiza ko ataha, kugira ngo Imana isohoze ibyo yagambiriye byose ku birebana n'umuhamagaro w'u Rwanda, kuko nawe mu muhamagaro arimo. Ni we ufashe impunzi nyinshi hw'ingwate mu mahanga. Murumva? Ntabwo umwami yaba impunzi wenyine. Nta n'umwe ufite imbaraga zo gutambamira gutaha kwe ari umwami, ndabasabye. Mwirinde iyo myuka ya za Repubulika, mwirinde kwishyira hejuru no kunyuranya n'ubushake bw'Imana. Mwikunde kuko Imana imushyizeho umutima cyane.

Kandi ntihagire unshinja ubusa ntabwo ndi *mu ngabo z'umwami Kigeli* na gato, dore ko mwahahamutse mubona umwanzi hose, ahubwo ndi mu z'Umwami w'abami Yesu Kristo kandi mfitemo n'ipeti rikuru, ndibabwiye mwarakara kubera ishyari, mwagira ngo ndigereranije, cyangwa ndarihimbye. Mwandegera Kayisari, Kayafa, Ana, Herodi, cyangwa Pilato ko «*nigereranije*» (Matayo 26: 65). Kandi ndihaniza buri wese wagize umwami Kigeli V urwitwazo rwo gukora amanyanga, no kumwiyitirira, abo bose bihaye kuvuga ko bazamutahana, ntabwo muba muzi ibyo muvuga. Ibyo murarikiye bizababarweho mwenyine.

Kuri Kayibanda byari ihererekanya-bubasha Hutu-Hutu, ni na yo mpamvu ibitambo bya Habyarimana bitabaye abatutsi kiriya gihe, ndetse wabonaga bisa nk'aho abakunze azabaha agahenge, nyamara Satani yarakinnye cyane, byahemberaga binategura kuzamaraho ikitwa «inyoko-tutsi» yari mu Rwanda kiriya gihe, ni ko byari byanditswe kuri we, yaremanywe na byo, ntabyo yize mu ishuri, byari muri we imbere; mu muhamagaro we ni mo byari bihishe, byari mo, sinzi uwamupangiye, nawe umushake. Icyo gihe cye, ibitambo by'ingoma ya Habyarimana byabaye abahutu b'abanyenduga b'abanyabumenyi, abo yikangaga bose we n'abambari be b'icyo gihe babihimuraho bikabije bihorera batanafite n'impamvu zifatika.

Ariko bakujije inzika itari ifite agaciro, bigaragara ko ari ubutegetsi koko bashakaga kuko ntabwo abo bitaga abanyenduga bigeze bica abakiga na rimwe. Nta n'ubwo babahemukiye bigaragara...ngo barabasuzuguraga? Ariko abantu mukunda ibyubahiro ye! Ngo bashatse kubica? Ntabyo nzi, uretse ko buri gihe abagiyeho bavuga ngo batanguranwe, ….. ngo abandi bari bagiye kubamara ngo noneho barabatanga ….., umenya banagerekaho ko bari baracukuye n'ibyobo byinshi bazabatamo. Bareba ibyo bahimba bibahesha kwemerwa, ariko akenshi biba byuzuye ibinyoma bisobetse ubugome, n'ubwibone, no kwihimura, no kwiganzura. Ndetse nyuma uko iminsi ihita, ukuri kugenda kubahemuza kukabishyira ku mugaragaro. Buri gihe ngo barabatanga, baba bagiye kubamara, maze abandi bakabatanga bakaba ari bo babamara.

N'Abarundi bakunze gukoresha iriya mvugo ngo abahutu baba bapanze kumara abatutsi, maze abatutsi bakabatanga bakabamara. Ni ngombwa bagomba gushaka impamvu n'iyo yaba itumvikana. Rero niba umuntu ugusuzuguye igihano umuha ari ukumwica uruboze, ukamutwikira, ukamwangaza, ukamwicisha inzara, ukamukuramo amaso, ukamuhamba abona yumva, ukamushahura…, wa mugani uvuga ngo «*uwakubitira imbwa gusutama yazimaraho zose*» waba ubaguye gitumo. Ni umugani si ugutukana, mera neza usome neza, ntugire ibindi wibaza kuko ntabwo uri imbwa; ni umugani w'urugero gusa. Kuko ni ko zicara, imbwa zicara zisutamye, kamere zazo ni ko imeze, keretse uzishe, n'iyo wazikoresha imyitozo ngo zizajye mu marushanwa-mpuzamahanga arimo ibihembo byinshi, zatsindwa, nta mahitamo yandi yo kwicara zifite. Zirasutama.. Zirasutama.

Kuko we na bene wabo ngo bari babafitiye inzika y'agasuzuguro: Nduga-Rukiga ntabwo ari inzika y'inzigo, kuko nta maraso ari mo, bari bafitanye n'ibindi bihango byagaragazaga ubucuti, nko kubyarana abana mu batisimu n'ibindi. Icyo byitwaje icyo gihe n'umwuka w'uturere, «Nduga na Rukiga». Buri gihe hagomba kuba impamvu n'iyo ntayo abashaka ubutegetsi Satani arayibahishurira, barayihimba igafata, ikaba urwitwazo. Arajijisha kuko muri we hari mo kuzamarisha abatutsi nyuma ye, byari byanditswe kuri we, «ntabyo yari azi».

Kubera ibikomere bya complexe d'infériorité (subiramo ngo «COMPLEXE», «URWIKEKWE», «IKIMWARO») abakiga bari bafite batewe n'abanyenduga ngo kuko bo bari barize, abandi (abakiga) ari abasirikare, babihimuraho mu bugome bw'indengakamere, babakoza isoni barabamwaza, babica urubozo karahava, babajugunya birenze kujugunya imbwa. Maze haba hishyuwe igice kimwe cya fagitire y'ukuntu igikundi cy'abanyenduga na shefu wabo Kayibanda bagenje abatutsi, igihe bari ku isonga ry'ubutegetsi. Akebo karongera kajya iwa mugarura vuba.

Maze abakiga bamwaza imiryango yabo barayishinyagurira mu manza zabaye zari ziteye isoni n'iseseme, zari zirenze amahano y'ibyorezo. Kuko indishyi z'akababaro z'impozamarira bahaye imiryango y'abitwaga abanyenduga babuze ababo zari ziteye isoni n'agashinyaguro. Na byo byarambabaje, mbura uko mbigenza, kuko sinigeze nemera akarengane uko kaba kameze kose. None n'abo kwa Habyarimana ubu barashaka indishyi? Bazabaha izingana iki? Ni uburenganzira bwabo kwaka indishyi, kandi bashobora kuzabona nyinshi kurusha abo kwa Kayibanda.

None rero ndacyabaza aho imva z'abanyagitarama bishwe na Lizinde na bagenzi be bari bayoboye za gereza bari bafungiye mo, lisiti igasingira naba Porokireri. «lisiti ni ndende». Ndabaza aho izo mva ziri…. ndabaza aho imva zabo ziri? Icyo gihe Perezida yari Habyarimana. Sinzi n'uwatinyutse kuvuga ngo ntabwo yigeze amenya ko abategetsi b'abanyagitarama bapfuye. Perezida wa Repubulika? Kubinyemeza byakugora..Mushobora kuzerekana? Ndazikeneye vuba, kandi sinshaka kuzitaburura, ndashaka kuzireba gusa. No kwereka abatari bariho icyo gihe, tubasobanurira amateka tunabereka aho abo bategetsi ba mbere ba Repubulika bashyinguwe mu cyubahiro, izo Mpirimbanyi za demokarasi. Baba barategetse neza cyangwa nabi, izo mva zigomba kuboneka zikajya mu mateka. Ko nkeneye ko muzinyereka? Simvuze amagufa ndabaza imva. Kandi ntumbwire ko ntabifitiye uburenganzira, kuko iby'u Rwanda nabigabiwe n'Uwiteka Imana yanjye, kubimenya no kubikurikirana, no kumenya aho umuhamagaro warwo ugeze, no kuburira abiyita Abanyarwanda ibihe baba bagezemo. Ngaho wowe vamo turebe se? Nawe urimo ku ngufu; ku neza cyangwa ku nabi.

Ndabaza aho babashyinguye mu cyubahiro gikwiriye abategetsi b' igihugu ba Repubulika ya mbere. Impirimbanyi za Parmehutu na demokarasi ziri he? Ndimo guteta? Ndabaza iki? Ndabaza ubusa? Bashyinguwe hehe? Intiti za Repubulika ya mbere zishwe urubozo zashyinguwe hehe? Ziciwe iki? Zararezwe? Zaraburanye? Zarajuriye?

Zaciriwe imanza? Kayibanda yaraburanye? Iriya lisiti ndende ya bariya bose baraburanye? Urubanza rwaciwe rute? Nsobanurira kuko wize amategeko mpuzamahanga.

Reka ngusobanurire neza rero: BURIYA BISHYURAGA FAGITIRE Y'UKUNTU BIRUKANYE ABATUTSI, BAKANABICA, BAKANAZUNGURA IBYABO, BAKANABAMWAZA! Birukanye n'umwami na bene wabo n'abo mu muryango we maze. Abahutu ni ba: «Simbikangwa», abatutsi ni ba: «Simbikangwa no kurushaho».

Bajugunywe nk'imbwa? Yee! Ko babajugunye nk'imbwa se, kubera ko n'abatutsi bari barabajugunye nk'imbwa, wowe ubona bizakugendekera gute? Aba Repubulika ya kabiri bajugunywe nk'iki? Bajugunywe hehe? Wowe wabajugunye bazakujugunya nk'iki? Abawe bazabajugunya hehe? Nk'iki? Gute? Ndagusaba gutekereza aha hantu gusa. Aha honyine. Ujya ugira igihe cyo kubitekerezaho? Nta mwanya ufite kuko ufite akazi kenshi? Uri *very busy*? Warabyibagiwe? Igihe uzaba ukeneye kubimenya bizagusubiza ko na byo nta gihe bizaba bifite. Na byo bizaba byarakwibagiwe. Na byo bizagusubiza mu cyongereza ko bizaba ari «very busy». Wowe bazakujugunya hehe? Gute? Ko ibyo umuntu abiba ari na byo asarura ko iryo ari ihame risanzwe ko na Bibiliya ibyemera. (Abagalatiya 6: 7): Ubiba ibigori ugasarura ibigori. Ubiba amasaka ugasarura amahundo. Wabiba kwica ugasarura kwicwa. Ubiba kuneka ukazanekwa na CIA, FBI, na MOSSAD cyangwa KGB. Kuko DMI na NSS nti byakoramo. Bifite imbaraga nkeya. Ubiba kubeshyera abandi bakazaguhimbira ibifite ibimenyesto simusiga. Wabiba ibitotsi ugasarura ingonera.

Muzansubiza mwanze mukunze. Mugomba kunsubiza kandi vuba. Ni mwanga amateka azansubiriza muri rusange, cyangwa by'umwihariko. Abahutu bafatanije «nduga-rukiga» mwajugunye he abatutsi mwari kumwe mu Rwanda kuva cyera? Mwabajugunye hehe muri 1994? Ntabwo muhazi? Ntabwo mwumvise icyo mbabajije? Ntabwo nsubiramo.

Umukiga umwe yirase ku munyenduga baganira amwishongoraho ngo «ntiyize». Undi amusubiza atuje yiyizeye, aramusubiza ati none se nari kwiga iki? Nari kwigira iki? Ko ari mwebwe mwari mukeneye kwiga, twe twari kwiga iki ko twari dusanzwe tuzi ubwenge. Icyababaje abari aho n'uko umukiga yarakaye kandi ari we wabitangiye, maze umunyenduga akomeza kureba neza no kwema, no kuvuga atuje. Abantu baratandukanye mu mico no mu myifatire koko. Urumva uko kwishongora? Wabyumvise ariko?

Mu ihererekanya-bubasha Kayibanda-Habyarimana, abahutu b'abanyenduga babaye ibitambo «by'ingoma-mputu y'abakiga», maze babica urupfu rubi rurenze urw'agashinyaguro. «Ubu kandi na byo wasanga abashinjabyaha babisabiye ibimenyetso». Bapfuye bose ari ingirakamaro, barize, abacuruzi, inshuti zabo, (iteka n'inshuti nyinshi zibigenderamo kuko habaho «kanaka na bagenzi be») bagishoboye kwibeshaho no kubeshaho ababo. Benshi mu bari mu mikorere y'ingoma ya Kayibanda barahashiriye.

Amateka yarabibabwiye icyo gihe, abariho ubu abibabwire, cyangwa azabibabwira. Gusa icyiza nkunda n'uko «uwanga kumva adashobora no kwanga kubona», n'iyo waba ukomeye ute ugomba kubona wanze ukunze. Ikibi cyabyo ariko, n'uko Satani azubaza abantu nti bibuke ngo babyihane biveho, noneho bigasa nk'aho nta cyabaye. Ababasimbuye na bo bagakomereza aho ba bandi bari bagejeje. Wagira ngo barabisezerana. Bagakomereza ngo ku «Bumwe.... Amajyambere.... n'Ubwiyunge bucuritse «nanga cyane», kuko ubwo mu Rwanda bubanzirizwa n'ubumwe, kandi bidashoboka. Biracuritse! Maze byose bakabyorosa kandi biba byumva binareba.

Naravuze narasaraye, narabifungiwe, narabitukiwe, nti bigeze babikosora. Kandi nabwiye abanyamadini ngo babyiteho babicurure habanze ubwiyunge hakurikireho ubumwe, baranangira ngo banze kwiteranya na Leta yiyita iy'ubumwe ngo ni yo yabyishyiriyeho mbere. Bamwe ndetse baranyinginze ngo ndeke kuzongera kubivuga ngo bibyutsa byinshi, maze nanjye mbivugira icyo. Nyamara umwanzi we ntahuga, ahora ategereje amakosa y'abiyita Abanyarwanda maze agatunganya ibirego, arwana n'ibihe gusa. Kuko kugeza ubu, ikibazo cy'abanyagitarama bapfuye nabi ntabwo kigeze kivaho, ntabwo abakiga bari bihana ukuntu bishe abanyenduga imfu z'agashinyaguro: iriya ni «rusange y'abakiga», kuko byakozwe n'abari ku isonga y'ubutegetsi kiriya gihe, ni abitwa abakiga bose kuko kiriya gihe dosiye ya Lizinde na bagenzi be yari itaraza ngo bibe byarakozwe n'igipande kimwe (abashiru). Bose uko ari abakiga (abagoyi n'abashiru n'abanyabyumba), bafatanije kwica abanyenduga urubozo.

N'uko rero bitegereje abana n'abuzukuru ba bariya bombi (abakiga n'abanyenduga) kuzasubiranamo mu buryo buziguye cyangwa butaziguye, kuko bafitanye «INZIKA Y'INZIGO», igomba guhorwa iramutse idakuweho n'amaraso ya Yesu yonyine. Ubwo yasigara ishakisha abo ihora (guhora), kuko Uwiteka yavuze ati «[33]Nuko ntimuzanduze igihugu muzabamo, kuko amaraso yanduza igihugu, ntihabe impongano yagihongererwa ku bw'amaraso yakiviriyemo, itari ay'uwayavushije». (Kubara 35: 33).

Na none u Rwanda rwarivumbagatanije kuko aba bose bavuzwe haruguru si Abanyarwanda, «bitwa abahutu b'abanyenduga», rwarabihakanye ku mugaragaro.

Habyarimana yakoze ihererekanya-bubasha n'ubwami bw'abatutsi, igihe yavagaho abatutsi bakajyaho. Ibitambo byagombaga kuba abatutsi, kuko ni bo bari baje ku ntebe y'ubwami itoroshye, bagombaga gukora amateka y'ibihe. Barahamagarirwa gukora itandukaniro mu Mwuka no mu bigaragara, ariko bari mu ikoni ribi, haramanuka cyane, haranyerera cyane kandi nta feri bafite, kandi bo bazi ko ihari. Bazi ko bagenda neza, ariko baribeshya bagira ngo barambeshya. Bazi ko na moteri yabo «FPR» iri mo amavuta naho umenya ntayigezemo, kandi bakomereje gutwariraho iyo modoka. Bishobora kuzavuga ngo «Poooo!» Kuko iyo moteri ntabwo bigeze bayikorera «vidange na graissage» kuva yitwa yo. Izagonga rero. Cyangwa yarangije kugonga. Ubu irimo kugenda yararengeje kilometero.

«Amavuta ya feri» afitwe na Yesu Kristo Umwana w'Imana, keretse basabye Umwuka Wera we akabatabara, kuko ni we ufite «Amavuta ya Moteri» FPR. None baramwanze ngo bazi kurwana. Abantu bose ngo babarasa, abamarayika bayobowe na Général Mikayire ngo babarasa. Iyindi Batayo ikomeye nkunda cyane iyobowe na Capitaine Chrioni wari uyoboye urugamba igihe inyanja itukura icikamo Abisirayeli bakambuka maze ingabo z'abanyegiputa na Farawo wabo bagashiriramo. Abo na bo ngo RPF yabarasa, babarasa? Bose mwabarasa? Kweri? Umenya na Yesu ahari aje bamurasa cyangwa bakamurebera izindi mfu muri nyinshi bazi, bigakorwa n'ababizobereyemo. Kandi ingabo ze zirwanisha amagare y'imiriro atwawe n'Abakerubi, nawe ubwe ni Uwiteka Nyiringabo, ni Umuriro ukongora.

Bagomba kubimenya, batabimenya byo bikabamenya. Barazwe amahano arenze ubwenge bwabo, nti babimenya, na n'ubu nti barabimenya kandi umenya badashaka no ku bimenya, kuko bariyizera ngo ni bo bafite ubumenyi bakabyita «ubwenge». Ariko: «Niba bari bazi ibyo nzi», kuko: *«Kubaha Uwiteka ni bwo bwenge, kandi kuva mu byaha ni ko kujijuka»* (Yobu 28: 28).

Bakunda gukomereza aho bya bindi by'aba mbere byari bigeze, ni umwuka urondora w'inkurikizi z'ubwami mu Rwanda. Imana ibafashe bamenye ibibareba kuko, bafite ubwibone, izima n'ubwiyemezi kubera ko ibiro (kgs) by'amateka yabo «abatutsi» bingana n'ibiro by'imibabaro bahuye na yo mu Rwanda kuva 1959, mu buhungiro no mu nkambi za Nyakivala na Nshongerezi na za Gahunge iyo ba sekuru na ba se bari barahungiye. Bingana n'imiruho bahuye na yo mu buhunzi. Aba ngaba bari ku ngoma, kandi bigomba no kungana n'imiruho bahuye na yo mu ntambara yamaze imyaka ine bashaka gutaha ngo bakureho Habyarimana n'ubutegetsi bw'abahutu. Nta yindi «vision», nta yindi «mission», nta zindi ntego bari bafite, kwari ugukuraho Habyarimana wari uhagarariye imikorere y'ingoma-mputu. Abahutu muri rusange kiriya gihe, ibindi bikazakurikiraho.

Baharaniye gukuraho abahutu cyane cyane kubera ibikomere byari bishyize cyera bari bafite. Bashakaga kwiganzura abahutu mbere y'ibindi byose, kuko byabateye agashema nk'ubwoko bw'abatutsi, gukuraho ingoma y'abahutu babirukanye muri 1959. Byababereye ubutsinzi buvanze n'ubwiyemezi bwari bufite ibilo byinshi, ni na yo mpamvu ibindi batabyitayeho, badakeneye no kubyitaho n'ubwo ingaruka zibagonga aho zibasanze hose. Bahora bakoze za «gisida» zabyo.

Bishimiye ko bakuyeho indirimbo yubahirizaga igihugu cya gihe, bakuraho ibendera rya cya gihe n'ibirangantego, bahindura n'amazina ya byinshi bya cya gihe, kugira ngo bumve koko ko ari ibyabo babyambuye abahutu burundu. Maze bibagirwa iby'ingenzi byari gutuma bakomeza ibyo bahinduye, bibagirwa Imana n'Umwana wayo, bariyemera, «barisinyira» ngo barihagije, barakomeye. Barabihindaguye biratinda na n'ubu baracyahindagura ibyo abahutu bakoze. Bariniguye ngo barebe ko nta cy'umuhutu cyasigara, ariko wapi biracyahari. Bizanahahora kubera amateka. Ntabwo babimaraho. Mbagire nte?

Ibyo bilo (kgs) bikagomba no kungana n'ibyo bazakoreshwa byose, n'imbaraga bazakoresha zose, byose bigomba kungana na none n'imbaraga z'umuhamagaro wabo n'amavuta abariho, n'iby'Imana yabavuzeho. Bikagomba kungana n'ibizakira n'ibizangirika, n'ibizapfa. Ibi byose bigasaba uburemere n'agaciro k'ibitambo by'abantu n'ibintu. Ibitambo byinshi.. byinshii! Kandi bigasaba ibitambo by'amaraso atari ay'ibisimba, kuko Satani ageraho akayahaga, ahubwo aba ashaka amaraso y'abantu. Si abantu babonetse bose kandi, kuko akunda ay'abana n'ay'abasore, ariko cyane cyane ay'abasore ku rugamba.

UBISOMA ABYITONDERE, *kuko aha ni ho ubwenge bw'ihishurirwa ry' igihugu cy'u Rwanda buri.* Wanze ukunze mu buryo bwo mu mwuka no mu bigaragara nta kibaho cy'ubusa. Kandi ibitagaragara ni byo bitegeka ibigaragara ndetse bikanabibeshaho. Kandi mu mateka y'isi n'ijuru n'u Rwanda, iki cyiciro cyo kuvaho kw'abahutu no kujyaho kw'abatutsi, taliki 4/7/1994, ni cyo cyabayemo amateka akomeye, ndetse azasiga n'ibindi bikomeye no kurushaho, ni na bwo bwa nyuma Imana iruhanya n'umuhamagaro w'abiyita Abanyarwanda.

UMWUKA WA NIMURODI MU GIHUGU

Aha harasaba abikunda bagakunda n'igihugu ko baba maso, kuko baramutse bagendeye muri ya myuka yashutse abandi ikabahuma amaso, barihimbire na bo kuko ibya nyuma byazarusha ibya mbere kuzaba bibi! Uretse ko abari ku bwami ubu babishatse batunganya ikibazo n'ubwo ari ingorabahizi, kandi amazi ndabona asa n'agiye kurenga inkombe, n'ibikoba birankutse. Yemwe ko amazi yarenze inkombe! Kubera ko bishaka ko bihera mu Itorero kandi hakaba hagaragara idini ryiyita Itorero, hariho za «Forums z'amadini» gusa. Idini rikaba ryikorera ibyo ubwami bwikoreye. Mufti akaba ayoboye Abakristooooo! Ni ishyano ry'ibyorezo! Na bo bakaba bakora amazina n'amateka birimo kurushanwa n'ubwibone bwinshi. Binjiwe mo n' «umwuka wa Nimurodi» (Itangiriro 10: 8-9), watangiye guhiga no kurundanya abantu, agatangiza na «viziyo» (vision) ikomeye yo kurwanya Imana; akubakisha umunara w'i Babeli ngo nawe akore izina ndetse ngo yanashakaga kugera no mu ijuru ngo yambure Imana ubutegetsi. Ibigoryi biragwira!

Byari bikomeye rero kuko abo yari ayoboye bubaka umunara w'i Babeli ngo bari bafite «ubumwe» nta bwiyunge bari bakeneye kuko nta byari byarabatanije, icyo gihe byateye Imana ikibazo ihitamo kubihagarika ikoresheje kunyuranya indimi zabo (Itangiriro 11: 1-9). Mbere rwari ururimi rumwe mu isi, twari kuzajya tuvuga ururimi rumwe. Uranyumvira? Imana yashakaga ko abantu bakwira isi yose, we arabarundanya biyubakira umunara w'i Babeli. Ni we watangije «Akazu» ka mbere. Gahunda y'Imana yari uko abantu bavuga ururimi rumwe, ni na yo mpamvu tugomba kwitondera Abanyarwanda, Abarundi, ...abo mu burasirazuba bwa Kongo na bo bavuga ikinyarwanda, n'abandi bavuga ururimi rumwe; baba bariho umuhamagaro, kuko baba bumvikana.

Nimurodi ni we watangije ibyitwa «Akazu», «Agatsiko k'Akazu», maze ashyiraho n'inzego z'ubutegetsi bw'Akazu (Itangiriro 11: 3-4). Kandi buri gihe hagomba kuba hari «Agatsiko» kabiyoboye. Kuko ubundi Imana ni Yo yagombaga kuyobora ibintu byose, abantu baranga bashaka kubyiyoborera, maze birabahemuza karahava.

Igihe cy'abami bo mu Rwanda habaga hari «Agatsiko k'Akazu» k'Abiru n'abandi b'indobanure babiyoboye. Igihe cya Kayibanda hari «Agatsiko k'Akazu» kizewe k'Abaparmehutu b'impirimbanyi za demokarasi kaharaniraga rubanda nyamwinshi, katataye umurongo, kari kabiyoboye. Kuko byageze no muri za 1966 cyangwa mbere yaho sinibuka neza, habonekamo abitwaga ko bataye umurongo. Bataye inshingano n'amahame y'imikorere y'agatsiko k'akazu k'abanyenduga.

Hari n'indirimbo Abanyuramatwi baririmbye icyo gihe ngo «*Barahari barahari batataye umurongo, b'Abaparmehutu koko...*». Muzehe wanjye yakundaga kuyiririmba. Maze nanjye nkayimenya cyane! Buri gihe habamo abagomba «guta umurongo», «kudahuza n'amahame y'Agatsiko k'Akazu», kaba gafite imbaraga icyo gihe. Bigeze kwa Habyarimana hajyaho «Agatsiko k'Akazu k'abashiru» n'abandi babaramyaga, ni bo bari bayoboye Agatsiko k'Akazu. Ni na ho ijambo «Akazu» ryatangiye kwamamara no kwamamazwa cyane, Akazu! Akazu! Akazu!

Abatutsi bategeka ubu nandika hari mo «Agatsiko k'Akazu» kayobowe n'abavuye i Bugande batataye umurongo wa RUPIYEFU nshya, kuko amahame ya cyera barayishe yose. Abayo ba cyera hasigaye mo mbarwa. Mbega umwuka wa Nimurodi ngo urasigara

69

ukora ishyano! Ni wo mwuka ukorera mu bategetsi bose bo mu isi, no mu madini yose yo mu isi. No muri buri kintu cyose gifite ubutegetsi butayobowe n'Imana. Ni imikorere yuzuye ya Antikristo. Ni imikorere irwanya Imana n'Umwana wayo.

Rero iyo unyuranije n'amahame y'abanyakazu, uba utaye umurongo, bagomba kugira icyo bagutwara, kuko uba ubavangiye, kandi barabyanga cyane. Ibihano uhanishwa ni byinshi, ariko kuko batiyizera na buhoro, bakunze kwica abo bose batavuga rumwe nabo. Abandi barabafunga, abandi bakabima akazi, bakababuza epfo na ruguru, abandi bakabatoroka bakaba impunzi. Agatsiko k'akazu gakoresha:
1. Kwica ubavangira wese.
2. Gufunga ubavangira wese.
3. Kubuza uburyo ubavangira wese.
4. Guhunga kw'uwo ubavangira wese.

Ni ikibazo gikomereye igihugu cyacu, kandi birabasaba guca bugufi cyane, kandi kamere zabo zirabyanga, zikunda kutagonda. Nyine ni umwuka wa Nimurodi, uhora ushaka kuvuguruza Imana no kurwana na yo ngo uyivane ku butegetsi. Ariko uribeshya! Kuko iyo Imana igushaka ukanga kugonda, ikugonda ku ngufu. N'ubwo waba ufite ingufu zingana iki, sindumva uwahanganye na yo ngo ayitsinde kuko ni «Umuriro ukongora», kandi ngo birakomeye gusumirwa n'amaboko yayo.

Kuva taliki ya mbere Ukwakira 1990, u Rwanda rwahinduye amateka n'amatwara n'imibereho, n'umuhamagaro ufata indi ntera, n'ubwo rutari rubizi, na n'ubu sinzi ko rwari rwabimenya. Gahunda y'Imana yo ntihinduka na busa, nta n'uwabasha guhindura amahame yayo, nta n'inyuguti n'imwe habe n'akadomo ko kuri (i) ngo kavaho. Icyo Satani akora ni wa mugani uvuga ngo «utakwambuye aragukerereza».

Satani we mu bugome bwe bw'indengakamere yibwira ko ahima umuntu n'Imana, cyane ko we azi ayo mahame. Ariko ku Mana yo ni kimwe, ntabwo yacyererwa, umuntu ni we uhagwa, akagenda ahura n'ibyago biterwa no kutamenya ibihe bye. Nk'uko byagendekeye Abayisirayeli mu mibereho yabo. Kuko kuva igihe Adamu atsindwa n'ikizamini agatanga ubutware bwe abuha Satani muri Edeni, Imana yatangiye umurimo wo gusana ibyo Adamu yari yangije. Ntiyaretse umugambi wayo ngo ite umutwe itangire ibindi, ngo ireme abandi bantu n'ibindi n'ibintu, yakomeje bya bindi bya mbere ariko igenda ibisana na n'ubu iracyasana ibyangirijwe muri Eden kuko byagiye byangiza n'ibindi byose byakurikiyeho. Byageze kwa Nowa amaze kurokoka umwuzure, yateye uruzabibu maze anywa vino arasinda, bimuviramo kuvuma umuhungu we Hamu wari wabonye ubwambure bwe. (Itangiriro 9: 20-27). Umuvumo......

Kuri Aburahamu kubera gutegereza isezerano ry'umwana cyane, yinjiwe mo no kurambirwa maze umugore we Sara abyuririraho, aramusaba amwinginga, aramushuka ngo aryamane n'umuja we Hagayi. Muzi mwese ibyavuyemo ko babyaye Ishimayeli ari we ukomokwaho n'Abarabu bitwa Abanyepalestina. N'ubu nandika aka kanya, barimo kurwana n' «abana b'isezerano» ari bo Abayisirayeli bo kwa Aburahamu na Sara.

Iyo umuntu atabaye maso ngo amenye icyo Imana imushakaho mu gihe cye akirinde, Satani we akora azi amahame y'Imana, azi ko igihe cyose umuntu adasobanukiwe ko amaraso ya Yesu «mu Isezerano Rishya», kuko Imana ari yo yemera nk'igitambo kizima yonyine, ko ari yo yamurengera. Aba azi amasezerano maze akabanza agatanguranwa kugira ngo abeshye nyir'amasezerano. Akaba ahaye Aburahamu Ishimayeli kandi isezerano riri kuri Isaka (Ibice 17 na 18 by'Itangiriro). Ntajya abura uko akora ngo arebe ko yaburizamo umugambi w'Imana, ariko buri gihe aba yibeshya. Iteka aza mbere atanguranwa no kuburizamo. Buri bikorwa hafi ya byose by'Imana Satani arabibanziriza. Maze Kayini akica Abeli, Satani yibagirwa ko Adamu na Eva bashoboraga kongera kubyara abandi bana, nyuma se nti babyaye Seti? Agakomokwaho n'abandi. Icyo gihe umuntu ahita ahagwa ndetse bikabije. Umuntu ni isibaniro hagati y'Imana na Satani. Aho arabizi?

Nta cyakorwa amaraso atamenetse, nta cyacungurwa amaraso atamenetse, nta kubabarirwa ibyaha kwabaho amaraso atametse. (Abaheburayo 9: 22). Kuko nta kindi cyakorwa, keretse kimwe gusa gishobora kubihagarika ari cyo «KWIHANA BIGENDANYE N'UMUHAMAGARO UBA UKURIHO, UGAHA AGACIRO AMARASO Y'UMWANA W'IMANA YESU KRISTO, IBYO BYONYINE».

- Niba ari umuntu ku giti cye akihana ibyaha bye yemeye amaraso ya Yesu kumwezaho ibyaha byose, agaha agaciro igitambo cye cyo ku musaraba, akamwizera nk'Umwami n'Umucunguzi we, akaba atambamiye n'ingaruka zabyo ziba ari mbi cyane (Abaroma 3: 25-26).
- Niba ari ibyaha by'umuryango na bwo bagakoresha kwizera Yesu n'amaraso ye ngo abeze ho ibyaha.
- Niba ari ibyaha byakozwe muri rusange nk' igihugu na none amaraso ya Yesu ni yo yonyine batabaza, ni yo gisubizo cy'iteka ryose.

Bitabaye ibyo Satani aba yibikiye mu gihe runaka, ategereje ko nta gikorwa maze agakora akazi yahamagariwe ko: KWICA, KWIBA NO KURIMBURA (Yohana 10: 10), kuko aba yaburanye agatsinda, maze Imana igakuraho kurinda (Protection) kwayo.

KUKO NTIJYA ITSINDWA, IRIYUBAHA IKIYUBAHIRIZA MU KWERA KWAYO, IKUBAHA IJAMBO RYAYO BIKOMEYE, IKUBAHA BYIMAZEYO

Urizera Yesu ubeho ubuziraherezo, uramwanga upfe ubuziraherezo, urupfu rw'iteka ryose. Kandi ntabwo ubu wayishukisha ibitambo by'inkoko z'ibara rimwe (1), n'amapfizi n'amasekurume y'ihene, bya bindi abatambyi bakoreshaga cyera ngo ibyaha bitwikirwe, cyangwa iby'abiyita Abanyarwanda batanga ubu, ngo ibyaha bitwikirwe, cyangwa ibyo abapfumu badusabaga cyera igihe twaraguzaga, kuko Imana si umupfumu. Cyangwa se ibitambo bya misa bya buri saha bivanzemo no gusabira abapfuye ngo bave muri Purugatori, no kwambaza abapfuye bagizwe abatagatifu ngo badusabire, kandi biba byarabarangiriyeho igihe bapfaga, kuko abazima ni bo bumva ubutumwa bakihana ntabwo ari abapfuye. Kuko hasengerwa abazima ngo bihane. Nyuma y'urupfu haba hasigaye urubanza gusa.

[27]*Kandi nk'uko abantu bagenewe gupfa rimwe hanyuma yaho hakaza urubanza* (Abaheburayo 9:27).

Ntabwo ibyo bihendo by'ibitambo abantu bihimbiye yabyemera, n'ubwo babikora ari benshi, bakanabikora kenshi bate, bakanabikoresha benshi. Nigeze kuvuga nti nk'uko Ibiyaga Bigari biri ni nako imirimo ya Satani igabanijwe: *Kongo-Zayire ni: «UKWIBA», «Burundi ni: «UKWICA», naho u Rwanda ni: «UKURIMBURA».* Umuzayiruwa cyera ngo yari umwana mwiza yariyibiraga. Ababaye Zayire babanye na bo bati bakundaga kubaho, bagaceza bagakunda abagore, bagakunda icyo nakwita ruswa ariko idasobanutse, kuko nta bugome babikoranaga cyangwa uburyarya, iyo wabaga uyafite mwaragabanaga, akaba yanagusigira n'aya taxi; ibyo kwica ntabyo bakoraga. Ariko ubu kubera abicanyi benshi bakiriye (abahutu b' abajenosideri, n'abatutsi ingabo za FPR bagiye batera igihugu cyabo bakurikiye ngo abahutu n'ibindi bintu ntazi)...byatumye na bo bafatwa n'imyuka y'ubugome idasobanutse, kubera abamennye amaraso mu Rwanda bakiriye bagacumbikira, abahutu n'abatutsi babatereye igihugu bakakimeneramo amaraso y'abahutu n'ay'Abanyekongo na n'ubu nandika bakaba bakiriyo, na bo imyuka y'ubugizi bwa nabi bukabije yarabafashe.

N'aho ndetse Abanyekongo barakomera. Babatesheje umutwe! Abanyekongo barambabaza na bo nkabura uko mbigenza. Bafite igihugu gikize cyane maze kigasahurwa n'abandi bo bakicwa n'inzara. Mbega agasuzuguro! Ariko nibahumure Imana iraje ibitunganye.

Abarundi na bo barica cyane cyane bakica abagabo, kuko kuva cyera bo nti bigeze bica abagore n'abana, keretse ahari ubu wenda kubera gutera intambwe mu bugome bigendana n'ibihe bya Antikristo n'amajyambere n'ibihe by'imperuka. Uzasanga bafite abapfakazi benshi b'ababahoze bategeka Uburundi, n'abandi bari abategetsi abagore babo n'abana barahari. Na bamwe mu ba Perezida babo baracyahari. Ni igitangaza! Uretse Ndadaye abatutsi berekaniyeho ubugome kugira ngo ibyabavuzweho by'ibihano byuzure. Ariko Imana yibutse abatutsi b'Abarundi nabo, igiye kubasubiza ubwami kuko abahutu byabananiye namwe murabibona umuntu atiriwe ahanura. N'ikimenyimenyi ubu nandika abahutu barimo gusubiranamo ngo Imana ibone uko iha ubwami abatutsi.

Natandukiriye mumbabarire.......

Nk'uko no mu Rwanda na ho byanze bikunze abatutsi bagomba kubanza gusubiranamo kugira ngo Imana ibone uko igarura ubwami bwayo mu Rwanda. Ndabona ibyo Imana yavuze byasohoye, iti *«Nimubona abari ku butegetsi ku isonga batangiye kwangana urunuka bamwe bagahunga, bagatangira kumena amabanga y'amahano bakoranye, bari baziranyeho cya gihe, muzamenye ko ingoma yabo iri mu marembera ya hafi aho».*

Koko rero ubu nandika abatutsi basubiranyemo bibi cyane, bavananyemo bikabije, banganye ururenze urunuka. Hari mo na none INZIGO. Hari ibintu barimo kudutangariza tutari tuzi. Mana yanjye! Ingoma zose zirasa weee! Oya ntabwo ari ya mayeri arenga miliyoni y'Inyenzi, AHUBWO N'UMUHAMAGARO W'U RWANDA UGIRA NGO USOHORE. Byose byarangiye! Buri wese agomba kugeragezwa n'uyu muhamagaro yanze akunze. Buri wese agomba gusabayangwa agasogobwa, agata umutwe kugira ngo yumve uko abaye. Kandi reka mbahe n'iri Tangazo:

«UWUBAHA IMANA NI WE UZARYA IBYIZA BYO MURI IBI BIHUGU IMANA IFATA NK'IMPANGA: U RWANDA N'UBURUNDI, HONGEWEHO UBURASIRAZUBA BWA RDC».

Kandi hariya muri Kongo-Zayire mu burasirazuba, amajyaruguru ni na ho intambara igomba kubohoza Ibiyaga Bigari igomba guhera 100%. Na none natandukiriye mumbabarire........ Sinzi igitumye ntomboka!

Reka tugaruke aho twari tugereje. Naho mu Rwanda ho ni «Final», kuko bararimbura ntagisigara, n'abana bari mu nda barababaga bakabarya. Iyi myuka ni ukuyitondera kuko itambuwe imbaraga ngo yamaganwe yamburwe uburenganzira, amahano yajya ahora asimburana n'andi mahano kubera ko Satani yaba agifite uburenganzira «Droit légal», kandi twitondere n'Ibiyaga Bigari cyane biriho umuhamagaro w'Ubutatu, ni yo mpamvu Satani yatanguranwe n'Imana kubakoresha. Nk'uko yagiye itanguranwa kunkoresha, ndetse kenshi ikagerageza no kunyica, kuko nari ndiho umuhamagaro. N'abandi bose bariho umuhamagaro iteka iratanguranwa maze Imana ikayihorera agahe gato, bya bindi ikabibyazamo Icyubahiro cyayo. Urugero rwa Sawuli wahinduwe Pawulo. (Ibyakozwe n'Intumwa 9). Ariko ndashima Imana ko iyi ncuro ari yo ya nyuma, iraje ibishyireho iherezo. Turarushye!

Satani, umushinjacyaha mukuru: «umurezi wa bene Data»

Ku Mana jenoside yari ibirego by'umushinjacyaha mukuru Satani, byinshi kandi bifite ingingo n'ishingiro. Satani aragenda agashinga urubanza ku Mana Data ati:

- Mana ko abatutsi wemeye ko bataha bakagaruka ku ntebe y'ubwami mu Rwanda, kandi abahutu bakaba barakunaniye bageze igihe cyo kuvaho, none ko nshaka ibitambo byinshi bigomba gusasira ubwami bw'abatutsi no kuvanaho ubw'abahutu biragenda bite? Ni uburenganzira bwanjye kandi uca imanza zitabera. Kandi igihe cyanjye cyarangiye, ndashaka guhitana byinshi, kubera ko batigeze bizera Umwana wawe muri rusange kandi bariho umuhamagaro utoroshye wo kundwanya.

- Dore bakoze ibi n'ibi (arabirondora byose ari ukuri, Itangiriro 18: 20), kandi wibuke n'ukuntu ba sekuruza na basekuru bavuye mu Rwanda (abatutsi), ibuka n'ukuntu batakubahirije, wibuke n'amaraso bagiye bamena igihe bajyaga bibera mu mihango y'ibigirwamana by'abanyamahanga. Ibuka n'amasezerano ya Ruganzu na Ryangombe, wibuke ukuntu bahaye intebe Nyabingi n'Abacwezi. Ibuka n'ubwibone n'inzangano byabo. Ibuka ubugome bwabo. Ibuka ngo ko *basangira amaraso ariko nti basangire amata*. Ukuntu bakoreye ibigirwamana by'abanyamahanga, bagahombokera mu mbaraga z'abacwezi n'abarangi, ukuntu bagiye bangiza amavuta yawe, bakagukoza isoni. Ndashaka kurimbura benshi nanjye.

- Byose byibuke Mana ishobora byose, maze umpereze nanjye mbihimureho uko nshoboye. Bigeze se bizera amaraso y'Umwana wawe? Ntabwo bari bupfe kwima gusa rero, nti bari bugaruke ku ngoma utampaye ku maraso ya bene wabo bahuje ubwoko n'umuhamagaro ariko badahuje imibereho n'amateka, kuko bo bari mu gihugu, bari imbere mu gihugu, nti bahunganye, basigaranye n'abahutu muri 1959 no muri 1973, kugeza ubu.

- Simbyemera koresha ubutabera bwawe, n'ikimenyimenyi barataha barwana, habanze hameneke amaraso y'ibanze y'ibikenya, kuko ndabanangira umutima, ndetse bazanga no kumvikana n'abahutu, maze nyuma nzamene amaraso menshi nkeneye, kandi ab'imbere mu gihugu bari bugambanirwe na bene wabo baturutse hanze. Ndanangira cyane imitima ya Habyarimana n'abambari be, bange kwemera ko abatutsi bataha ku neza, kandi byarashobokaga, babemeze ko ngo igihugu ari gitoya, ko bahabwa ibyangombwa n'ubwenegihugu n'ibihugu byabakiriye. Ndanangira cyane imitima y'abari hanze, biyemeze bidasubirwaho gutaha barwana, bashaka gukuraho abahutu.

- Kandi ndakomeza guhembera urwango rurenze urugero mu bahutu rwo kwanga abatutsi urunuka, mbibutse cyane ibyahise by'inzangano zirimo inzigo, ndetse ndambura ubumuntu abatutsi bitwe Inyenzi n'nzoka, kandi bazabyemera, ayo mazina azabokame, babe biyemereye ubwabo gupfa nk'inyamaswa, batagirirwa impuhwe n'isi yose. Nibigera aho, Habyarimana ni amara kunoga kubera ubwoba n'amahanga amwotsa igitutu, aremera asinye amasezerano ayashyireho umukono, ariko naramupangiye iryo joro, ntazarara hari abo nateguye bazamuhitana kuko nkeneye akaduruvayo katazahagarara ntaragera ku ntego. Hari n'ibindi byinshi nshaka kubarega.

- Hari n'amasezerano akomeye nagiranye n'ingoma ye yo kumena amaraso. Hari n'andi nagiranye n'impande zombi, igihe bampanuzaga. Bampaye ibitambo ariko nti bihagije ndashaka ibindi byinshi by'abasore cyaneee.... None muri bo (abatutsi)...ba kanaka ni bo nshaka mbere na mbere ko amaraso yabo ameneka ku butaka bw'igihugu cyabo. Ndabashaka! Kuko nibo...bitambo nishimiye.... Ni byo BIKENYA bikenewe muri uyu muhamagaro.

Icyo gihe ababanje gupfa namwe murabazi. Ariko umwe w'icyamamare ni Rwigema Fred Gisa, na ba Bayingana na Bunyenyezi n'abandi namenye bagiye bapfa atari ukubera imirwano...abasore beza b'intarumikwa bakicwa na bene wabo ku rugamba... Barambwiye ngo babakubitaga udufuni, abandi bakabaroga.. bakabicira ku rugamba ngo rwo kubohoza u Rwanda kubera ishyari. Cyane ngo abo bikangaga ko babaga barize. Uranyumvira? Urahumva aho? Ni ho haguye abasore bari barize basanze Inyenzi zavuye i Bugande mu ishyamba bazi ko basanze ngo abatutsi bene wabo, ngo kubafasha urugamba rwo kwipakurura abahutu, batazi ko Satani yabapangiye, yashakaga amaraso yabo ko ameneka na yo ku butaka bw'u Rwanda, maze si uguhamagara ayandi arasizora. Arahamagaraaaa, maze ayandi menshi arayitaba.. Maze abasore barapfa weee! B'impande zombi. Mbega amahano y'ibyorezo y'umururumba w'ubutegetsi abatutsi bavuye hanze bazanye!

Erega u Rwanda rwanyoye amaraso menshi maye! Umenya ari yo mpamvu rujya runyuzamo rukavangirwa, rugahahamuka, rukanasara rwabanje gusabayangwa, n'uko rugasama abarutuye n'abarwiyitirira.

Nuko Satani agakomeza ibirego bye bifite ishingiro ari nako asaba ibitambo ati:

- Ndashaka kubanza kurya biriya bitambo by'ibikenya, kuko mfitanye amasezerano na ba sekuruza babo ashyize cyera (abatutsi). Kandi babanje no guteza inzuzi mu Bagande, Tanzaniya, Burundi, mu Rwanda n'ahandi bari bafite abapfumu babaza, bafite n'abakozi banjye bababwira ibyo gukora ari bo bapfumu.

- Nkurikije kwera no gukiranuka kwawe Mana, bampe, kuko uramutse uretse umututsi agasimbura umuhutu ku bwami bwo mu Rwanda muri ibi bihe, nta bitambo umpaye by'ingirakamaro ngo bijye mu bwami bwanjye benshi barimbuke baze iwanjye, ngo natwe ikuzimu twishimire agasuzuguro bagusuzuye, dufatanye na bo kugusuzugura, waba wivuguruza ukirengagiza ibyo uzi wishyiriyeho. Waba urobanura ku butoni kandi warabihakanye mu Ijambo ryawe? Bibaye bityo rero ubwo nanjye Satani witwaga Lusiferi cyera wampa umugisha kandi wararangije kunciraho iteka. Ntujya wivuguruza rero ndabizi. Urabampa rero, kuko ibirego byanjye bifite ishingiro, bigendanye n'Ijambo ryawe. Ngaho byibazeho neza unsubize, nzi ko udashobora kwibeshya na hato, urera ugakiranuka, kandi ushobora byose, uca n'imanza zitabera, uri itangiriro ukaba n'iherezo. Uri hejuru ya byose, kandi ubera hose icyarimwe. Maze nanjye ndakwizera, n'abadayimoni banjye barakwizera..

- None dore uko ikirego nzanye giteye: Amabwiriza agendana n'ukuri kwanjye kandi yubahiriza n'ukuri no kwera byawe n'aya: Abatutsi bo hanze batange abatutsi bari mu gihugu bose, kugira ngo abavuye hanze babone inzira yo kwima, kuko nti bakwimana na bene wabo basigaranye n'abahutu, kuko aba ni ibyitso by'abaturutse hanze, baragomba kubatanga kuko ni ibyitso byabo.

- Nibarangiza kubatanga, ntabwo ari bo bari bubatambe, kuko ni bene wabo, bafitanye igihango cy'ubwoko n'umuhamagaro n'amavuta amwe n'inkomoko, ahubwo barabagambanira gusa maze bakome imbarutso babagabize abahutu, maze babisohoze. Hari abo nateguye na none na bo mufitanye ibibazo bo gusohoza umugambi wo kubatamba ari bo bahutu, kuko na bo mufitanye urubanza rutoroshye kandi rushyize cyera rugomba no kuzakomeza kugira ngo igikombe cy'umujinya wawe cyuzurire kuri bo, kuko batigeze bamenya igihe wabagendereyemo.

- Abahutu bakoreshejwe guhana abatutsi bagira ngo begukanye ubwami bw'u Rwanda burundu....... Wabahaye inkoni yo guhana bagira ngo ubahaye iyo gutwara? Wabicaje aho benshi baririraga, ku ntebe y'ubwami bw'u Rwanda, uyambura Abanyiginya b'imfura bari bafite imisaya miremire bagororotse, urabamwaza ku mugaragaro barangara, basuzugurwa n'umuhisi n'umugenzi, barasabiriza, bavumba urwagwa n'umusururu. Barira ku makoma y'Abagande. Maze abahutu baranga bigira ba Kagarara. Aha humve neza Mana. Wabahaye ubwami batari babukwiye.

Wowe usoma ibi ubyitondere, kuko nanjye mba mbaza nti «kuki tutari tubukwiye»? Kuki abahutu batari bakwiriye ubwami? Ari na yo mpamvu babihinduye ako kanya REPUBULIKA. Bahise bakoresha amatora kandi kizira ku Mana. Wabakoresheje mu guhana bagira ngo babukukanye burundu, bagira ngo babifitiye uburenganzira.

UBISOMA ABYITONDERE, NANJYE NDABYANDIKA MBYIBAZAHO IBIBAZO, kuko nanjye nashakaga ko hakomeza gutegeka abahutu ubuziraherezo. Kari agashema k'ubwo bwoko. Nanjye nari kumva bimeze neza. Maze barashyekerwa nti bamenya ko wabahaye ikigeragezo bananiwe kuvumbura ngo bagitsinde.

Satani arakomeza agira ati

- Impamvu nsaba ibi, nyumva neza Mana, n'uko batigeze bemera amaraso y'igitambo cyuzuye cy'Umwana wawe ngo abeze ho ibyaha byabo byose n'ibya ba sekuruza. IBYAHA = PÉCHÉS; IBICUMURO = TRANSGRÉSSIONS; NO GUKIRANIRWA = INIQUITÉS, bya ba sekuruza, ngo bagucire bugufi. Byari n'isomo bagombaga kwigira ku bo bari basimbuye, ariko nti barabutswe ngo basobanukirwe ko niba waremeye ko abatutsi bamera kuriya, bagaseba bagasabiriza bari imfura z'abatutsi zanga umugayo n'agasuzuguro, mu mayeri, ndetse benshi bagasebera mu mahanga, bamwe bakanga no gukorera abo bitaga abahutu b'Abaganda bagahitamo kwicwa n'inzara. Ukabangabiza nkabica urubozo, ndetse nkanagerageza kubatsembaho. Nkabangisha ayandi moko ubabonye wese akabavuma, icyo gihe abahutu bo bibwiraga ko ari bande? Bibwiraga ko ari abaki? Bibwiraga ko babarushaga iki?

- Kandi Mana Nkuru, nakwibutsaga ibyaha by'abahutu birenze urugero cyane cyane itsembabwoko bakoreye abatutsi, bagambiriye kubamaraho... Barabigambiriye, barabigambiriye, barabigambiriye, barabipanze, babikoreye gahunda, ndabarega, ndongeye ndabareze, barabipanze... Nzanye ikirego. Ndabizi ko kugira ngo abahutu bongere gusubirana ubutegetsi n'uko bakwihana itsembabwoko nk'

77

«icyaha rusange», kandi nti babikozwa. Kandi muri uko kwihana kwabo bigasaba ko abatutsi bakomeza gukora ibyaha by'indengakamere byibasiye inyoko-muntu. Ndabizi nanjye ndabanangirira aha ngaha. Sindibuhatirimuke utaransubiza; none..... bampe!

- Kandi nakwibutsaga ko na none aba bombi, Hutu-Tutsi, namenye ko ubafitiye umugambi wo kuzabakoresha ibi bihe bya nyuma kundwanya, ukabakoresha ibikomeye byiza kurenza uko nabakoresheje amahano y'ibyorezo. Nanjye ndimo kwirwanaho, ari na yo mpamvu ntanguranwa ngo ngire ibyo mpitana byinshi mu burenganzira mpabwa n'ibyaha byabo nabakoresheje, bikabangamira umugambi wawe. Ndabasaba kandi mfite ukuri.

- Hari n'ikindi gikomeye nari nibagiwe kurega Habyarimana, gikomeye cyane: Kuva u Rwanda rubaye u Rwanda ni we mukuru w'u Rwanda, ni we mu Perezida w'u Rwanda abaturarwanda n'abavukarwanda bahimbaje baranamuramya ku mugaragaro bose babireba. Kandi ibyo ari wowe byahariwe wenyine. Kandi urabizi ko nabaga mbiri inyuma. Nacanye umuriro, ndawatsa, ndanenyegeza. Maze nawe arizihirwa yumva yabaye nk'Imana, kandi n'ikuzimu nitwe twabibateraga tugahora twongeramo umuriro, tubogeza, twishimira cyane ibyo bakoraga tugafatanya na bo kugutera umujinya.

- Ni uburenganzira bwanjye rero. Bampe! Ntabwo wabakoresha batari bumva neza ko bagomba kureka inzangano zishingiye ku moko no guhora bampa buri gihe urwaho rwo kumena amaraso yabo. Erega bataye n'ubunyarwanda maye ! Nkeneye amaraso menshi cyane atagira ingano. Bataye ubunyarwanda. Maze bihimbira ibindi biburusha imbaraga, baranabusuzuguje cyane, nawe baragusuzugura bimpesha kwidagadura mu bugome mporana. Baranshyigikira twemeranwa ko ngomba gukorera mu moko Hutu-Tutsi. Amahame yawe amwe ndayazi, ibihano mbasabira birakubabaza ariko nturi bwivuguruze kuko Ijambo ryawe ni Ukuri. Mpereza amaraso yabo menshi, cyane cyane ay'abasore...

Maze guhura na Yesu ku mugoroba w'uwa 13/3/1996, hari ku wa gatatu saa kumi n'imwe. Ni bwo natangiye guhura n'ibibazo bikomeye mu mibereho ya buri munsi. Binyinjiza mu gusenga negera Imana cyane, ariko sinkamenye ko Satani yarikandagiye. Amaze kumenya ko mpamagarirwa umurimo ukomeye wo kugira uruhare mu kunga amoko Hutu-Tutsi. Yagiye imbere y'Uwiteka aransaba nk'uko yabigenje igihe cya Yobu. (Yobu 1: 2). Kuri njye ntiyasabye Imana ngo inyambure ibintu kuko ntabyo nari mfite. Ahubwo yasabye ikintu gikomeye yari azi ko kizamena umutima: ni ko gusaba urupfu rw'umwana wanjye w'umuhererezi. Namubyariye mu bibazo by'inzitane, mu ikorosi ry'ubuzima bwanjye ryanduhije, ariko namukundaga urukundo koko rw'ubukunguzi. Iramusaba rero ivuga iti «Mana urahamagarira Mariya umurimo ukomeye kandi wamurase cyane ngo azawukora, ngo azaba icyihebe cyawe, ndetse azaba n'igiharamagara? Mu ijuru babishimye natwe twabimenye. Kandi reba ukuntu umutima we uba kuri Loulou. Reka nkore kuri Loulou, ni ko kazina bamuziho, ubundi yitwaga Ikirezi Imelda Tona, iti «Namara gupfa ndabizi neza dushatse twatega, Mariya arasubira mu nzoga n'itabi n'urumogi, n'amahane aragaruka yose ndetse arikuba incuro 7».

Satani ati «Nyemerera gusa!». Imana iremera kandi irabimenyesha mu mvugo yayo sinasobanukirwa neza, yabitumye umupasitori w'Umufaransa muri aya magambo iti «*Il y a une rivière qu'il te faudra traverser, mais de l'autre côté c'est le pays de la promesse*», dit Le Seigneur*». Uyu mugezi nagomabaga kwambuka n'uwo nyine. Narawambutse nyine, ariko hari uwawuguyemo. Mu Kinyarwanda ngo «*Hari umugezi ugomba kwambuka, ariko hakurya ni mu gihugu cy'amasezerano*».

Koko rero «Loulou yaje» gupfa taliki ya 3/4/1998. Mu rupfu rwe nahakuye imbaraga z'Imana nyinshi zambashishije gukora neza umurimo, kandi hanakijijwe abantu benshi batari gukizwa iyo Loulou adapfa. Iyo uriho umuhamagaro rero bigusaba kwitonda ukamenya impamvu z'ibintu. Nta muteto ubamo. Wirinda kwirizariza. Hari igiciro cy'umuhamagaro nyir'uguhamagarwa yishyura. Kandi twese ntiduhamagarwa kimwe, ntitugeragezwa kimwe, kuko ntiduhuje akazi. Ntihagire ikigucanga, n'igiciro ntikingana, biterwa n'uburemere bw'umuhamagaro. Satani adusaba uko ashaka akurikije ibyo duhamagarirwa, maze nyuma Imana yacu igasubirana Icyubahiro cyose.

Reka tugaruke aho twari tugeze.

Nigeze kuvuga muri conférence imwe ko abatutsi bazize ibyaha bya ba sekuruza babo, ko batumviye Imana kandi bari bariho umuhamagaro n'amavuta ajyana nawo, maze abatutsi b'imfura baraho banakomeye benda kunyica ngo ndabavuze, ngo mvuze ko ba sekuruza bari abanyabyaha, bajya no kubimbaza bitonze, ndara ahantu ku Kacyiru bafungira abahungabanya umutekano w'igihugu, bambwira ngo nimbisobanure neza. Ariko nakomeje kubivuga kugeza aho ba maneko babiri b'abapolisi bemeye ko nta mumalayika w'umututsi ubaho nta n'uzabaho, ndanabahanurira bansaba kubasengera, kuko Imana yari imbwiye ibyabo. Niba bagikomeye ku gakiza simbizi.

Imana yarandinze, benshi bagizengo koko narasaze, kuko gutinyuka kuvuga ko umututsi ari umunyabyaha ukabivuga uri mu Rwanda bukira bugacya, ukahahama abantu bakakubona, byonyine biragaragaza ko ubivuga aba atari muzima mu mutwe, byarabatangaje nyuma birabarakaza, ariko ni ko kuri. Byabateye kwibaza, ni na bwo batangiye gushakisha abo twabaga dukorana baba hanze.

Ni nk'aho nigeze kuvuga ubutumwa mu ngando imwe yari i Nyanza mu ishuri rya Collège ya Kristu Umwami muri 2005, maze biracika bantegera i Butare kundoga Imana ikinga ukuboko. Maze 2006 nsubiye muri gereza ya Gitarama mpasanga umwe mu bari i Nyanza cya gihe, yari yaragarutse muri gereza. Asaba ijambo ati «*Mbwira niba ari wowe wa mugore watubwirije umwaka ushize i Nyanza mu Ngando, kuko niba ari wowe ukaba ukiriho nsengera nkizwe njye mu idini yawe*». Twari tuzi ko wapfuye cyangwa ufunze. Iyo Mana yakurinze ni yo nshaka.

Imana yakinze ukuboko icyo gihe mbaho, na n'ubu ndacyariho.

None se abatutsi bari barakijijwe icyo gihe? Ubu se bwo bose barakijijwe? Beraga imbuto zikwiriye abihannye? Ubu se bwo barazera? Bose koko bareraga de? Cyangwa bari abamarayika? Ab'ubu se bo barimo kwera imbuto zikwiriye abihannye? Si abanyamadini birirwa bababeshya ngo bakoreshwa n'Imana. Ngo nta byaha bagira! Iriya za Luwelo muri Uganda bayobewe icyo umurengwe wabakoreye. Ni bo ubwabo banyibwiriye ngo bari «barasinze amata».

Gusinda amata?! Umva umurengwe w'ubukunguzi. Bakajya ngo gutegera ku masoko Abaganda bitaga abahutu ngo babakubite saa kumi ni mwe za nijoro, bitwaje ngo inkoni z'abashumba zabigenewe. Bagenda bavuga urukonjo, bitetesha! Birirwaga barahira ngo «Ndakaba umuhutu!» Umva ubukunguziii! Ni nk'abaturage bo mu Majaruguru twahuriye mu ivugabutumwa, umwe muri bo ararahira numva ngo «Ndakaba IBINGIRA wamazeho abana!»

Nkomeje kubaza nti abatutsi bari bejejwe kiriya gihe? Aha ni ho ikibazo kiri. Kandi bari bakiri no mu bihano. Bo bazi ko beraga de, ndetse ko na n'ubu bera de. Ndetse ko basa n'abamarayika. Ngo n'ubu nandika barera de. Ntabwo ari byo, ni abanyabyaha kuko ni Ijambo ry'Imana ribivuga neza ko: «*Twese twakoze ibyaha ntitwashyikira ubwiza bw'Imana*». (Abaroma 3: 23).

Abatutsi rero bagomba gusobanura ukuntu bavuye muri iriya «Twese». Kandi bakabitangira ibimenyetso bifatika na simusiga. Buri gihe ngo bahora bera, barengana. Bahora bakora neza, mama shenge! Ni nde wababeshye ko barengana? Igituma bangwa, ni amavuta y'Imana bakoresha nabi, kandi indi mpamvu ituma babona ko bera, n'ibyaha by'indengakamere by'abahutu biremereye cyane kuko batinyutse kubaramburiraho amaboko bakavusha amaraso yabo bagambiriye kubamaraho. Byakozwe ku mugaragaro bose babireba, noneho abatutsi bo bakabona ari abere ugereranije n'ibyaha by'abahutu byabaye ku mugaragaro.

Ni nko kubona umuntu muremure uri imbere y'umugufi, cyangwa ufite ibiro byinshi iruhande rw'ufite bikeya, cyangwa umuntu munini n'unanutse. Kuko bo bahera muri 1959, mbere yaho igihe bari ku butegetsi ngo bategetse neza cyaneee! Ngo maze abahutu barabasagarira. Hari uwambwiye ngo twarabirukanye kubera inda nini zacu, abahutu, ngo kugira ngo tubarire inka. Ngo dukunda kurya ariko byagera ku nka zabo tukarusha. Nasubije ndakaye nkomeretse, ko bagomba kuba bari bafite inka nyinshi zagombaga gutunga abahutu n'ubwinshi bwabo. Ariko ibyaha by'abahutu bivuye imbere y'Imana gato gusa wareba, cyane cyane itsembabwoko, ni ho iby'abatutsi byaboneka nk'ibyambaye ubusa.

Abahutu muzagerageze kwihana murebe. Hari aho nabivuze mu mpunzi, mbwira abahutu ko baramutse bihannye jenoside ari bwo Imana yabona ibyaha by'abatutsi maze ikabahana by'intangarugero. Icyo gihe ntawasigaye bose bakubise amavi hasi barihana baraboroga kugira ngo Imana ibone uko ihana umututsi. Naratangaye mbonye ibibaye.

Mbega urwango rufite *umuzi w'inzika y'inzigo*! Mbega inzika y'inzigo! Nyuma ni bwo nababwiye ko uko kwihana kutemewe, nabonye urwango aya moko afitanye, ndatangara. Mana tubabarire.

NTABWO ITSEMBABWOKO ABAHUTU BAKOZE RIHINDURA ABATUTSI ABERE.

Kubera ko abahutu batari bihana kugeza ubu bihagije, abatutsi bumva ari Abamarayika batacumuye, ahubwo bagowe, bagomba kugirirwa impuhwe. Igihe cyose abahutu batazihana itsembabwoko bizahesha abatutsi kumva ko ari abere, ariko si byo, kuko ibyaha by'abahutu birimo icyaha kiruta ibindi ari cyo «jenoside». Ariko abatutsi barihimbire kuko igihe cy'Imana kigeze ibyo ntizabyitaho: izababumbira hamwe n'abahutu n'abatwa bose mu bugomwe bwabo ibakubitire hamwe kugira ngo ibone uko ibababarira bose burundu.

Izabagotomeza ku GIKOMBE CY'UMUJINYA wayo usharira, bose, bose. Kandi kubera ko abahutu batinze kwihana byatumye ibyaha by'abatutsi na byo bijya ahagaragara. Byose byaturumbutseyo. Turabireba. Birimo birishyira ahagaragara. Kuko Imana byayirambiye, na yo igihe cyayo cyayigeranye. (Abaroma 11: 32). *Aha ni ho ubwenge buri.* Ubisoma abyitondere kandi bimutere umutwaro wo gusengera ubwoko bwe ngo busubirane ubunyarwanda inzira zikigendwa. Kuko Abanyarwanda bagomba kwihana incuro

81

ebyiri. Ubwa mbere ni ukwihana ubwoko, ubwa kabiri ni ukwihana ubupagani busanzwe.

Na ziriya raporo za Loni isohora bitinze, iba izi ukuri «ni Imikorere ya Antikristo», maze ikareberaaa, ikazategereza igihe ihagiye uwo yarengeraga cya gihe. Ubu ni ingoma y'abatutsi, nk'uko mbere yarengeraga ingoma y'abahutu, maze yabihaga ikabata hanze, amabanga yose ikayamena.

None se kuva cyera kose nti bari bazi ko abahutu benshi bapfiriye muri Zayire? Bishwe n'ingabo za FPR Inkotanyi? Kuki Loni itabivuze mbere ngo inabyamagane? Biyirakaze? Kuki muri jenoside isi yoye yarebereye? Wansubiza? Kuki? Ba Clinton nti bagarutse biriza, bagatangira kwisabisha imbabazi za nyirarureshwa no gutanga amafaranga yo gukora imishinga yo kubaka ibitaro? Loni ntiyari ihari? Kuki yatinze gusohora raporo? Kuki se mbere hose itahagaritse jenoside cyangwa ngo iyibuze kuba? Ntiyabikurikiraniraga hafi? Ntiyari ishoboye kuyibuza kuba cyangwa kuyihagarika?

Nanga ibikorwa by'amashyaka ya politiki, nk'uko nanga ibya Loni! Umwe mu bayoboke ba FPR yigeze kundakaza icyo gihe barimo gushaka abayoboke muri buri Mudugudu (Nyumbakumi), noneho nanjye baza kunyoberaho bansanze iwanjye mu rugo mu gitondo kandi nari naniwe nifitiye n'ibibazo byo guhora mbazwa ngo «uruhande rwa politiki mbogamiyemo». Ngo mba mu rihe shyaka? Mbabwira ko nta shyaka iryo ariryo ryose nshobora kujyamo, mvuga n'ububi bwayo kandi ndakaye. Ko amashyaka ya politiki atera umwaku, kandi na bo babizi. Kuko n'akenshi nariyenzaga ngo ahari nanjye bamfungira muri 1930 bikagira inzira, atari biriya byo kumaramo iminsi 2, 3, 4, 5 cyangwa kwirirwayo. Nari mbihaze ngeze nk'igihe Eliya abwira Uwiteka ati «Nyica», nagize ishyaka ryawe, urareka abahanuzi bawe bose Yezebeli na Ahabu (Interahamwe, Abahuzamugambi, Abahezanguni n'Intore) barabica ureba, none ni njye jyenyine usigaye, kandi nanjye baragenza ubugingo bwanjye. None Nyiyicira ngwe mu maboko yawe». (1 Abami 19: 4-10).

Cyangwa Yona byamuyobeye umuhamagaro wamugonze, ababazwa n'uko Imana ibabariye i Nineve. Icyo gihe Abaheburayo banganaga n'ubwoko bwari butuye i Nineve Uwiteka yari yamutumyeho. Ni yo mpamvu yahise ahungira i Tarushishi.

Maze abonye Uwiteka ababariye ab'i Nineve aravuga ati

«²Uwiteka, si icyo navugaga nkiri iwacu? Ni cyo cyatumye nshoka mpungira i Tarushishi, kuko namenye ko uri Imana igira ubuntu n'imbabazi, itinda kurakara, ifite kugira neza kwinshi kandi yibuza kugira nabi. ³ None rero Uwiteka, ndakwinginze unyice kuko gupfa bindutiye kubaho» (Yona 4: 2-3).

82

Ni kimwe n'uko Imana yatuma umuhutu ku batutsi ngo bihane ibakize yabanje kubahishurira ibyiza izabagirira, «ko izabasubiza ku butegetsi» nibamara kwihana, cyangwa igatuma umututsi ku bahutu, ikanabereka ko hanyuma izabababarira ikabaha n'umugisha mwinshi. Ntaho bajya ahubwo bahitamo gupfa. Nk'uko Yona ku gihe cye nawe yasabye Uwiteka kumwica ngo «*Gupfa byari bimurutiye kubaho*» kubera ko ababababariye ab'i Nineve (Yona 4: 1-4).

Mbega urwango! Nanjye muri kiriya gihe nashakaga buri kimwe cyatuma bamfunga basi kuko gupfa byo nti byarimo kubera impamvu z'akazi. Bansubije ko bo atari ishyaka rya politiki ko ari «Umuryango», «Icyama». Bampa n'agatabo gakubiyemo intego zabo bagenderaho. Naragasomye ndatangara wagira ngo si akabo. Iyo baza gukurikiza ibirimo Imana yari kubishima ikanezerwa; ariko inyandiko ntiyabaye ingiro.

Nabasobanuriye ko ibyo mbamo bya Yesu bitanyemerera kujya mu byabo, kandi ko nanjye mfite igitabo cy'amategeko ngenderaho. Na byo nti byanguye neza.

Naje guhura n'undi nawe bagiye kubwiriza no kumucengezamo amatwara ya FPR ati «nawe baraje»? Turaganira maze ati «ntuzemere na gato kuko FPR iragukanjakanja bwa mbere uba urimo uburyohe, nk'uko bakanja chiclette», bakaguharara maze ugashyekerwa nawe ukivayo ukanivamo, maze yakumaramo uburyohe ikagucira. Kandi aho igucira si hasi gusa, ireba ahari ibyobo birebire, hajya gusa n'i Kami. Nahise numirwa kuko yakurikijeho ibindi bigambo ntakwandika aha, kuko yahekenyaga n'amenyo...Ngo yebaba weee! ....Bose nibamwe. Ngo buretse ariko Bazivamo, cyangwa ngo Bazivamo….. Ngo ariko; bose nibamwe».

U RWANDA RUMAZE KUMVA IBIREGO SATANI AREGA ABAHUTU N'ABATUTSI

U Rwanda rumaze kumva ibirego Satani yashyikirije Imana Data, arega abahutu n'abatutsi, ko bataye ubunyarwanda, na rwo rwahise rutekereza neza rwitandukanya nabo, ndetse runagaragaza ko rwasagariwe, rwamagana abarusagariye bose; nko kubona mu Rwanda nta banya-Rwanda babamo. Rwahise rufungura ubutaka bwarwo ngo bwakire amaraso y'ibitambo by'abatutsi n'abahutu bavuga ikinyarwanda kuko bari barakoze ihererekanya-bubasha ryateye ubwoba ku isi yose.

Ariko kuva aho Abanyarwanda bihinduye abanyamahanga ari bo: Bahutu-Batutsi-Batwa, amaraso yabo yagiye ameneka. U Rwanda rwemera kunywa, rwemera ko ubutaka bwarwo bunywa ayo maraso, rwayafashe nk'aho yari ay'abanyamahanga «bavuga ururimi rw'ikinyarwanda», ko nta maraso y'Umunyarwanda mwene-gihugu nyir'izina yari ari mo.

Igihe barwanaga bicana rwamiraga amaraso rugotomera, rwanyoye buri maraso yose rwo rwitaga ay'abanyamahanga «bavuga ururimi rw'ikinyarwanda», hari mo n'ay'abazungu, abazayiruwa, Abagande, abatanzaniya n'ayandi moko atazwi. Ariko bo ntabwo bavugaga ikinyarwanda. Ni na bo bitwa «abanyamahanga-nyabanyamahanga» baguye mu Rwanda. Satani yasabye abatutsi bose bari mu gihugu ngo bashire, kugira ngo bazabise abazaba baturutse hanze. IRYO NI IHAME RY'IGABANYA N'ISIMBURA.

N'abaturutse hanze bamwe baje batangara babaza abatutsi basigaye ngo «wowe wasigaye ute»? Nti byumvikanaga! Baje bazi ko abahutu bamazeho abatutsi. Satani yasabye abatutsi bose, kuko yari azi ko arimo kurwana n'amoko bwa nyuma. *«Aha ni ho ubwenge buri na none ubisoma abyitondere bimutere gusenga».*

Nti byumvikanaga! Baje kuvuga ngo u Rwanda ni rutoya babwira abari hanze ngo bazafatireyo ibyangombwa n'ubwenegihugu, cyangwa bagahindura ngo ubuhunzi ku biyita Abanyarwanda burahagaze ngo mu Rwanda ni amahoro; ngo taliki iyi n'iyi nta mpunzi y'uwiyita Umunyarwanda bashaka; kandi ariko bakomeje gutoteza no kwica abiyita Abanyarwanda; biyibagiza nkana ko na bo bari impunzi mu bihugu by'abandi ejo bundi umusibo ari ejo hashize, cya gihe.... ukaba wakwibaza niba baba bibagiwe aka kanya bikakuyobera. Ukagira ngo uvuga ibyo yahinduye u Rwanda Paradizo none rutuwemo n'abamarayika batacumuye. Aho ni ho haba hari icyemezo gifatika kandi kigaragara ko nta hohoterwa rizongera gukorerwa abenegihugu.

Naho ubundi se ko haba hari «imikorere» yashyizweho ifite imizi, ikubakwa, unyuranije na yo akaba agomba gupfa, gufungwa cyangwa se guhunga! Cyangwa «kimwe muri ibyo bihano»! Byazamera nka wa mutegetsi wo muri Repubulika ya kabiri wagiye afunga utudirishya twose two muri gereza ya Ruhengeri iyitwaga Sipesiyari dore ko bakunda bya sipesiyari; utudirishya aradufunga aratudanangira, arasibanganya abasiga mu mwijima w'icuraburindi, ubwo ngo arabumvishije, umenya bari ba banyenduga ahari. Maze hashize agahe gato nawe arasamwa aba asesekaye muri "Sipesiyari". Yinjiye mo mbere yo gusuhuza abo asanze atabonaga ati "Qu'est ce que c'est?" Ko nta madirishya ahari? Bati Nyakubahwa se si wowe wayakuyeho ubushize igihe wazaga kudusura?

Niba hari abenegihu hanze, wowe ukaba uri mu gihugu imbere, TINYA CYANE! Ndetse uhinde umushyitsi, kuko na bo ni nkawe, kandi na bo ni abenegihugu. Nibataza ku neza, (ni byo nsaba Imana), bazaza ku nabi nk'uko namwe FPR Inyenzi-Inkotanyi mwaje ku nabi y'uruhembe rw'umuheto, umusibo ejo. Ntimwaje murwana se kandi? Ibi na byo murabihakana kandi mubibyaze ibindi byaha ntazi? Kuko igihe cyanyu cyari kigeze gusa? Imbaraga zo gukuraho Habyarimana mutiraririye, atari Uwiteka mwari kuzikura hehe? Ko yacogoje

84

amaboko yose abahutu biratanaga mukabirukana amanywa ava! Reba mu gitabo cy'Abalewi maze usome ibice 26 uhere ku murongo wa 14-45, maze urebe ahari 7x4, maze ukomeze n'imivumo yose ingoma ya Habyarimana, (natwe turi mo) yahuye nayo. Hanyuma ibyo byose byarangira ngo «uzi kurwana». Murwana iki? Murwana na nde se? Iyo Imana itaba kumwe namwe na none baba barakomeje kubabwira ko u Rwanda ari rutoya. Ko muri IMIHIRIMBIRI!

Nimwanga kumvira Imana, izazana abazayumvira, kuko byanze bikunze igomba guhabwa icyubahiro mu Rwanda. Yesu agomba guhabwa intebe mu Rwanda. Bazaza bitwa irindi zina. Na bo bazaza babakureho kuko nta biro mufite. Ngo nta kanya kabaga gahari, ko n'inyamaswa zikeneye kubaho. Akanya kabaga kagiye hehe? Ubu bansubiza? None ngo nibatangire baboneze imbyaro, kuko igikoresho cya Satani gikomeye ari cyo «umuzungu» kiba cyategetse ibi n'ibi ngo kugira ngo bakomeze babafashe, abandi na bo bafashwe. Kandi menya neza ko nta «NYANGARWANDA» y'Umunyarwanda w'umwene-gihugu ubaho, kuko nta wiyanga. Nta wanga gakondo ye, ubwene-gihugu bwe.

Ariko hari inyangarwanda nyinshi z'abiyita Abanyarwanda, nyinshi ariko. Ziba zishaka gusenya ibyo abandi biyita Abanyarwanda baba bubatse byo guhimana barwanira ubutegetsi badashobora gutunganya ngo baburamiremo. Wibuke ko nawe ariko witwaga cya gihe, (impunzi), wari umusuhuke mu mahanga, wari uri aho umwana yariraga nyina ntiyumve. Maze nawe uti iki? Uti nta mpunzi ushaka? Kandi hari ibituma bahunga? Kandi ari wowe ubitera?. Wabanje ugahagarika ibyo bibitera? Ntabyo uzi? Ufite amajyambere? Buretse turaba turarora aho ayo majyambere ari bukugeze Rwanda we! Noneho bakanasaba ko u Rwanda rwabereyemo itsembabwoko no guhora, ngo rugabanye imbyaro. None namwe mutegeka ubu ndabona mubishyigikira. Kugabanywa...ngo bagabanye imbyaro? None se muzasigara muri bangahe noneho? Muzasigara mudashobora kuzura Taxi Voiture. Muba mwabitekerejeho mbere yo gufata ibyemezo?

Icyo gihe ni nko kuba urimo gusenga winginga Imana ngo «Mana, twabaye benshi na none, ntabwo tugikwirwa mu gihugu waduhaye, dusabire, utwingingire Satani yihute atugabanye, akoreshe uko ashoboye atugabanye, kandi agire vuba. Urakoze Mana ko wumvise gusenga kwacu tugushimiye ko utwumvise kandi udusubije, mu izina rya Yesu, Amen».

Impunzi z'abatutsi zashakaga gutaha iwabo, bwari uburenganzira bwabo 100%, kandi ngo «umwana ujya iwabo ntawe umutangira». N'Imana iba yarahaye abantu igihugu ho gakondo yabo ngo bakibemo, buri muntu wese utuye isi agomba kugira iwabo «gakondo». Ni muzajya mubona byatangiye, mujye mumenya ko hari icyo bihamagara, Ni ubukunguzi buba bwatewe n'umurengwe n'ibindi ntazi. Kuko Satani aba yatangiye kuba maso ategereje abo ahitana akurikije gahunda y'umuhamagaro n'ibihe, kuko baba batangiye kwivugira biyaturira ubwabo mu kanwa kabo ko babaye benshi, bakeneye kugabanywa byihutirwa. Bivuga ngo haba hagiye gushakishwa ingamba zose zakoreshwa ngo «BAGABANYWE».

Bakozi b'Imana b'ukuri mwirinde iyi mvugo yo «KUGABANYA», «KUBONEZA IMBYARO». Ni ukwitondera iriya mvugo ngo «Gahunda yo kuboneza imbyaro», «ngo tubyare abo dushoboye kurera». Iyi gahunda ni nziza mu bifatika birebana n'amajyambere bihuje n'igihe tugezemo ndetse usanga ari «insirimu». Na za gahunda za Leta, n'isi yose kuko ni yo ipanga igatanga n'amabwiriza, ariko umwanzi aba abonye akazi nta piganwa, ni nawe uba yakipangiye mu gukora kwe ko kwiyoberanya. Biba bishaka kuvuga ngo «Mana twabaye benshi none tugabanye kugira ngo tubone aho dukwirwa tubone n'ibidutunga bihagije». Ibi bintu byo kubara ugamije kugabanya, Imana irabyanga cyane kuko yaremye abantu ngo babeho, yo ubwayo ikagena igihe umuntu azavira ku isi, ntabwo yabaremye ngo habeho abapanga kubagabanya, kandi banabagabanye koko. Wenda yazanabaza «abayoboye isi» iti kuki muri ubwo bwenge bwanyu n'ubushakashatsi muratisha bwabatesheje umutwe, n'iterambere, mutabona n'ibyabatunga? Kuki mutabifatira ingamba na byo ko mwabishobora? Antikristo ni ho akorera, ni cyo kibuga cye gikoze neza kiriho tapis yikoreye akiniraho yisanzuye. Nzabisobanura mu gitabo kizakurikiraho cyitwa: «UBUHENEBERE BUTEYE UBWOBA BWO MU MINSI Y'IMPERUKA» (2 Timoteyo 3).

Kuki mutabikorera ubushakashatsi ko ibindi mubishakashaka mukabigiramo «courage»? Aho nta kindi muba mugamije cyangwa kiba kigamijwe? Reba igihe Dawidi abara abantu icyo byamukoreye (2 Samweli 24). Unarebe ibi bya cyera muri izi Repubulika zombi byo kubara bavuga ngo abahutu ni ba «nyamwinshi 85%», icyo byabakoreye aho barabizi? Aho bazi ko na n'ubu bagikurikiranwa n'iriya gahunda y'ibarura-moko bishyiriyeho bafashijwe n'umuzungu wayibigishije? Maze barangiza kubara ngo bagasanga ari 85%, abatutsi ari 14%, abatwa ari 1%? Mpora ndwana n'iyi mibare nyikuramo imbaraga z'ubumara mu Izina rya Yesu. Aho barabizi? Mana tubabarire ntabwo turi benshi, turagusaba kubaho tukangana uko ushaka ko tungana, mu izina rya Yesu Amen! Kandi biveho burundu.

Gusobanura nyamwinshi bivuga ko buri kimwe cyose kikugeraho kigomba gufatira kuri nyamwinshi ubwawe wishyiriyeho. N'amanota mwishyiriyeho. «Kwiga, gukira, kurwara, kubaho, gupfa, gusonza, kwambara ubusa, gukena, kumwara, guseba, guhunga, ibyorezo, n'ibindi byose» biterwa n'ikigendererwa kiba kigezweho. Byose bifatira kuri 85% ku bahutu, «grande distinction», bigafatira kuri 14% ku batutsi, «aba bo nta n'icyakabiri bafite», bigafatira kuri 1% ku batwa, aba bo rwose sinzi uko umuntu yajanisha %. Ni ko imibare yari imeze, umenya na n'ubu ariko biri kuko nti byari byavaho ku mugaragaro. Kugeza ubu nti biravaho. Ni ko bikimeze mu mitwe ya ba nyirabyo, no muri gahunda yabo n'uko bimeze.

Abahutu ngo bahora begamye biyizeye ngo badahari nta matora yaba kubera ubwinshi bwabo ngo batsinda amatora. Ntihazagire uwo nzongera kumva avuga ngo turi rubanda nyamwinshi. Ariko nzagira uruhare mu kubikuraho kandi bizavaho kuko ibigiye kuba bizabagabanyamo benshi ku mpande zose, sinzi ko hari uzongera kubara akurikije amoko. Bose bazasigara badashobora kuzura «Kositeri» cyangwa «Tata», kuko n'ubundi ubu ngo bamwe ntabwo bakuzura na «minibus». Ibi ngibi byo mu Rwanda byo kubara…. Ntabwo ari mu nyungu z'ibyiza gusa muba 85% byo gutsinda amatora, si mu butegetsi no kwikanyiza mukoresha iringaniza gusa oya, ahubwo no mu bibi muragereka bikabomeka, bigomba byose kuba byinshi, no muri Kongo-Zayire mugapfa muri benshi, n'ahandi hose bikaba uko.

None se nyine ntimwibaze mugasanga muri benshi. Murashaka kubahiriza gahunda y'amajyambere, gahunda y'ibihe tugezemo. Izo nkuru Satani arazikunda cyane, ahora afunguye radiyo na televiziyo bye, kuko abenshi babikora, baba babizi baba batabizi, we arabizi, abyumva vuba akaba abonye akazi yishimira ko kumena amaraso. Abahutu kubera kwirata ubwinshi kandi ku isi hakaba hakora demokarasi, bituma begama bakiyemera, buri gihe uzabumve bahora bategereje amatora. Bakunda amatora cyane, baranayakangisha, mu biyita Abanyarwanda n'Abarundi. Abatutsi na bo bazi ko abahutu ari benshi, bo bakaba bake, batinya amatora cyane kuko batsindwa rwose, ni byo byabaye mu Burundi igihe cya Ndadaye, na bwo umututsi ntiyabyihanganiye. Ni yo mpamvu umututsi nawe arundanya intwaro uko ashoboye ngo azahangane na «nyamwinshi». Uyu «nyamwinshi» nawe intwaro ye ni ubwinshi mu matora.

None ba uretse uze urebe rero! Bombi Imana izi ibyabo, ari yo mpamvu nta na kimwe muri byo kizakora, ari ubwinshi ari byo matora, cyangwa intwaro. Ntacyo byose bizamarira ba nyirabyo, ahubwo bizabamara, bizabicamo benshi cyane, abazasigara bacye cyane bo muri bo bazaba bahinda umushyitsi. Erega n'abitwa ko bakorera Imana ugasanga barimo kubyeza babishakira n'imirongo yo muri Bibiliya ijyanye na byo. Bakabyubahiriza bashishikaye, bagafatanya na Leta yiyita iy'Ubumwe kubishyira mu bikorwa, ntihagire abahaguruka ngo babirwanye badahanganye ahubwo bubaka, banatange n'inama n'impamvu, banifashishe n'Ijambo ry'Imana rihora buri gihe risobanutse kandi rikanasobanura. Ubu se Musenyeri Kolini Emmanuel nigeze kumva bavuga ko yanze ko idini ryabo ry'Abangilikani ryemera abatinganyi, niba ngo ari mu nama yabereye muri Amerika, ntiyagaragaje ubutwari se niba ngo yari muri Amerika muri iyo nama y'amahano? Uragira ngo mu ijuru bararebereye gusa? Uriya mugabo ndasaba ngo Imana izamurinde ajye atanga inama mu minsi iri imbere, kuko niba yarabashije kuvuga imbere yabo batinganyi biyita ibihangange mu kurwanya Imana, baratisha amafaranga, sinzi ko hari ikindi yazatinya. Ndanamusaba ubu ngo agire inama abategetsi bihane kugira ngo batazapfa nabi. Nagire inama Kagame ahari aho wenda we yamwumva, kuko narishimye cyane maze kumva ko yangiye abatinganyi. Yarabangiye, kandi na Yesu agomba kuba yaravuze ati «sawa, naba nawe anyuranyije n'amahame ya Antikristo, aragera012 geje».

Basi n'ubwo bitakwemerwa na benshi kubera imikorere y'ibihe by'imperuka ariko bagapfa kwitandukanya na byo, Imana ikabona ko hari icyo yakoze nk'urugingo rwa Kristo, yashaka ikabibafashamo cyangwa ikabireka kubera impamvu zayo bwite. Ariko nibura hakaboneka abadahuza no kuboneza imbyaro no gutingana bihwanye no kugabanya abiyita Abanyarwanda.

Gutingana byamaze gufata intera hose mw'isi. Babishyize no mu mategeko shingiro yabo, bakiyibagiza nkana ko ari cyo cyaha cyatumye Imana irimbura Sodoma na Gomora iyitwitse ikayihindura ivu. None ngo babiboneye n'umurongo wa Bibiliya. Ngo Dawidi na Yonatani barakundanaga. Mu bihugu byateye imbere ho barabyemeje mu mategeko nshinga yabo, maze Museveni ati «ahubwo abazafatwa batingana bajye babarasa». Nahise nongera urukundo mukunda. Mba mbona umujinya mwiza wubaka aba yarabivuganye. Ntabwo mvuze ko ari umwere. Mperutse kumva ko n'u Rwanda rwasabwe n'abaterankunga kubyemera vuba ngo bakomeze babahe imfashanyo (umuriro), ariko ngo hari abatarabyemeza neza. Umunsi babyemeje, abahunga bazatangire guhunga vuba, kuko bizaba birenze «agasomborotso».

Mu bihugu byateye imbere ho iyo indaya zagabanutse bakoresha amanama yo kubaza impamvu, kuko ngo imisoro iba yagabanutse. Baranazubakiye na polisi irazirinze, n'ibindi. Kandi bo n'abandi bateye imbere, bemera ubutinganyi ku mugaragaro, biri mu Itegeko Nshinga ryabo no mu yandi mategeko, bakemera ko n'abagore basezerana imbere y'amategeko ya Satani. Ngaho se n'u Rwanda nirupime turebe! Maze bimere «nka ya mbwa yiganye inka»...Ntimuzabyemere bategetsi bo mu Rwanda, ndabasabye! Mana tubabarire aba bategetsi nti bazabyemere kandi bizanabarakaze cyane bumve ko birenze amahano cyangwa ibyorezo, bumve ko babasuzuguye birenze ubwenge, maze bange agasuzuguro bihe agaciro. Hamwe n'umuhamagaro w'u Rwanda noneho bemeye «gutingana» n'abagore kubana, umenya Imana yarara ihagize nka Sodomu na Gomora.

Ngo abiyita Abanyarwanda baba babaye benshi. Ni nde wakubeshye? Kuki mudakora itandukaniro? Kuki mushaka kumera nk'ayandi mahanga? Ngo babaye benshi? Ni yo mpamvu se batingana? Ni ukugira ngo batabyara? Kuko nyine gutingana nta rubyaro rubamo. Abagore bombi nta rubyaro. Ariko ni ukuri Satani irakabije ibi bihe! Uzi ko ikabije gucokoza umuriro ukongora? Kandi birimo kwinjira gahoro gahoro bireberwa na buri wese. Kandi iriya mvugo ngo yo «kwirinda kubyara indahekana», akenshi ntabwo birinda gusama ahubwo byica uwasamwe, bikanamugaza uwasamye, kuko ibyo bamuha ngo bimubuza gusama biba bimufiteho ingaruka mbi. Ni ukwica abantu mu iterambere. Ni jenoside y'ubundi bwoko, ni jenoside iterwa ikanakorwa n' «iterambere», ni jenoside ikorwa na ICT.

Hari n'ikindi gitangaje nibajije mu minsi ishize: Buriya imibare bari barabariye abiyita Abanyarwanda, uko bazaba bangana muri 1994 na nyuma yaho kugeza tuvuge nko muri 1998, ari abari mu gihugu n'abari hanze kiriya gihe basanze ari yo? Ubu se n'iki kibabwira ko ibyo bapanga byo muri 2013 cyangwa se vision 20/20 bizaba ari byo. Bivuga ngo ni ukwitonda kuko: «L'homme propose et Dieu dispose». Umwana w'umuntu ahora apanga utuntu n'utundi, ariko Imana yo ishobora gupangura nk'uko byagiye bigaragara.

Abahutu bazaba ari bangahe muri 2013 mu kwezi kwa munani? Abatutsi bazaba ari bangaye muri ariya mezi? Abiyita Abanyarwanda bazaba ari bangahe? Mu madini amwe bo ni n'abagome bikabije, babishyigikira babikunze, kubera inyungu zo kumira umuriro kuko batacira akaryoshye kaba kabari mu kanwa. Ariko si umugambi w'Imana kugabanya abantu, kuko yatanga n'ubwenge bwo kubatunga, ubundi amadini ni cyo aba ashinzwe, kuko wowe ubishyigikira kubera inyungu zihuse, wabwirwa n'iki niba abana bawe cyangwa abo mu muryango wawe atari bo bazabanza kugabanywa? Cyangwa wowe ubwawe na bene wanyu.

Ariko hari mo ubugome bwo kwikunda n'ubusambo bukabije. Ku isi hari abagome benshi, ibisambo byinshi, abatagira impuhwe benshi, maze amadini na yo akabigiramo uruhare. Amadini weeee! Ndayanga gusa. Kandi Imana yubahiriza gahunda abana b'abantu bishyiriyeho, kuko iba izi neza ko itazamara kabiri itarabahemuza. Ikabareka bagakora za bombes maze zikazabahitana, bagakora intwaro za kirimbuzi. None se intambara ya gatatu y'isi yazakorwa ite badakoze intwaro zigendanye n'igihe cy'iterambere. Maze igategereza kumwara kwabo, n'ubwo biyibabaza, ariko iriyubaha ikiyubahiriza, kugeza aho umuntu ubwe agarutse yataye umutwe yanegekaye ati «nari narabyishe mbabarira», cyangwa se akarimburwa n'ubutagondwa bwe nk'uko bikunze kugenda. Imana yo iba igifite pozisiyo yayo ntakuka, ntijya iva ku izima, kandi ni yo yonyine ifite uburenganzira bwo kutarivaho, kuko ibyayo bitunganye.

Igihe cya Habyarimana bigeze kubyadukana, ndetse hari n'amasezerano yasinye ngo Abanyarwanda bage gutura muri za Gabon. Muzabaze abagiye gutura yo uko byagenze. Cyane iyo ari igihugu kiriho umuhamagaro nk'u Rwanda, ku Mana biba bimeze nk'ubukunguzi. Repubulika zombi zabujije impunzi z'abatutsi gutaha. Mu by'ukuri impamvu batangaga wagira ngo nti bari bazima. N'ubwo n'abandi na bo barimo kurwana n'umuhamagaro, ubu ni ho mbyumva neza kuruta kirya gihe: kubuza abantu gutaha iwabo? Ni ibiki? Wowe se ko uba uhari? Ngo ni hato kandi nawe ari ho uri? Kuki utigira yo se ngo n'undi aze? Uba uri muntu ki? Nta kigereranyo cyabyo mfite, ariko ibyavuyemo twese turabizi, twigijweyo ku ngufu nyinshi, kandi koko twigirayo, na n'ubu turacyigirayo, turacyigizwayo. Kugira ngo tudakomeza kwigizwayo biradusaba igiciro gikomeye cyo guca bugufi tukihana «nk'abahutu muri rusange».

REKA NGIRE ICYO MVUGA KU BIREBANA NO GUHUNGA

Bibiliya irimo impunzi za politiki, izahunze kubera inzara, n'izindi. Ariko ndabaha urugero rw'impunzi za politiki n'izi nzara.

- Hari Mose wishe umunyegiputa ahungira i Midiyani ahunze Gacaca yo muri Egiputa. (Kuva 2: 11-15). Mose yishe umunyegiputa, nti batanga mandat yo kumufata. Kandi ntiyakatirwa adahari. Yamaze mu buhungiro imyaka 40 yose abona gutahuka, ariko yaramaze guhura n'Uwiteka mu gihuru cyaka umuriro.

  Reka nkubaze akabazo k'amatsiko. Kuki Mose agarutse Umushinjacyaha mukuru w'urukiko mpanabyaha rwashyiriweho Abaheburayo atamufashe ngo ashyikirizwe ubutabera?

- Hari indi mpunzi ya politiki na yo yahungiye muri Egiputa. «ARIKO EGIPUTA UMENYA HARAFATAGA IMPUNZI NEZA YE!». Yesu Umwami wanjye igihe Hérode yamuhigaga ashaka kumwica, marayika yabonekeye Yosefu mu nzozi, Imana imubwira guhungisha umwana na nyina.

  «[13]Bamaze kugenda marayika w'Umwami Imana araza, abonekera Yosefu mu nzozi ati "Byuka ujyane umwana na nyina uhungire muri Egiputa, ugumeyo ugeze aho nzakubwirira, kuko Herode agenza umwana ngo amwice." [14]Na we aherako arabyuka ajyana umwana na nyina nijoro, ajya muri Egiputa, [15] agumayo ageza ubwo Herode amaze gutanga, ngo ibyo Umwami Imana yavugiye mu kanwa k'umuhanuzi bisohore ngo "Nahamagaye umwana wanjye ngo ave muri Egiputa». (Matayo 2: 13-15)

- Izindi mpunzi ni impunzi z'inzara. Twavuga nk'umuryango wa Elimeleki n'umugore we Nawomi n'abahungu be Mahaloni na

Kiliyoni. Bo bahuye n'isanganya kuko baguyeyo bose hagaruka Nawomi wenyine. (Rusi 1: 1-5).

Bibiliya ifite mpunzi nyinshi. Guhunga biba bifite impamvu, uko yaba imeze kose nta muntu upfa guhunga gusa, ngo apfe guturumbuka gusa, kuko ntabwo guhunga binejeje, nta munezero uri mo. Ntabwo ari imyidagaduro, cyangwa byenda gusetsa.

Hari guhunga inzara ari yo mibereho mibi; hari uguhunga intambara muri rusange, nka 1959, 1973, 1990, 1994, 1996, hari no guhunga kubera ko uhigwa kugirirwa nabi. Ku giti cyawe, cyangwa umuryango wawe. Ariko abahunze hariho igihe bagaruka, n'ubu vuba aha umusibo ejo bazaba bagarutse mu Rwanda. Ariko se haragaruka nde? Ni nde Imana iribwemerere gutaha mu gihugu cy'amata n'ubuki? Ko agomba kuba afite amanota meza arenze urugero! Ko agomba kuba indakemwa mu mico no mu myifatire, bitari amagambo ahubwo mu mutima! Imana ije gupima imitima y'abiyita Abanyarwanda, baba abari mu gihugu imbere cyangwa abari hanze. Ntaho bari buhungire Uwiteka Imana yaremye ijuru n'isi. «¹⁹*Herode amaze gupfa, marayika w'Umwami Imana araza, abonekera Yosefu mu nzozi ari mu Egiputa ati* ²⁰"*Byuka usubize umwana na nyina mu gihugu cya Isirayeli, kuko abashakaga kumwica bapfuye.*" ²¹*Arabyuka ajyana umwana na nyina, asubira mu gihugu cya Isirayeli.*» (Matayo 2: 19-21).

Ni yo mpamvu tugomba gushyigikira cyane ko impunzi zose zitaha kandi amadini akabigiramo uruhare. Dore ndabibabwiye, n'ubundi narabibabwiye, kandi ni mutanabikora, igihe cyageze. Abatazataha ku neza bazataha ku nabi, bafate intwaro nk'uko Inkotanyi-Ntore, mwebwe muri ku butegetsi ubu mwabigenje cya gihe. "AKEBO" na none kazahita gatekereza neza gasubize ubwenge ku gihe, kibuke, maze gasubire «iwa mugarura» vuba vuba. Ufite amatwi niyumve ibyo Umwuka abwira abahutu, abatutsi, abatwa bavuga ururimi rw'ikinyarwanda.

Ubundi gahunda y'Imana n'uko abantu bisazira bagasiga abana n'abuzukuru, n'abuzukuruza n'ubuvivi, uko ibihe bihora bisimburana iteka. Umugisha ukabomaho. Umuntu rero iyo abihinduye kubera iterambere, agakoresha ubwenge bwe, Imana iramwubaha, maze usenya urwe Satani akamutiza imihoro.

Mwibaze no ku mivumo y'aba Perezida n'imiryango yabo, n'abandi banyepolitiki benshi. Fata akanya ko kubitekerezaho, ngaho tekereza…Ariko uzi kumwaza ku mugaragaro umuntu wigeze gutegeka igihugu? Ni ishyano! Uko byaba bimeze kose bigomba kugira inkurikizi mbi. Kuko hari icyubahiro Imana imuha kiriya gihe aba amaze ayoboye abantu bangana kuriya, uko byaba bimeze kose aba yarabaye umutegetsi, n'ushaka ubyemere cyangwa ubyange,

91

abo mu Rwanda bo rwose nta waseka undi, bose n'uko wagira ngo barabisezerana.

Uzi ko Ahabu nyuma yo koshywa n'umugore we w'ishyano ari we Yezebeli, Nyiragacabintu, Nyirashyano, Nyirabyorezo, Nyirankunguzi, Nyirakirimbuzi, Nyiramiziro. Yezebeli, yatumweho n'Imana umuhanuzi Eliya (1 Abami 21: 17-29). Ariko icyo nshaka ni hariya Ahabu amaze kumva ubuhanuzi, ku mirongo ya 27-29:

«27Nuko Ahabu amaze kumva ayo magambo, atanyaguza imyambaro ye yambara ibigunira, yiyiriza ubusa yirirwa aryamye ku bigunira, akagenda abebera.

28Hanyuma ijambo ry'Uwiteka rigera kuri Eliya w'i Tishubi riramubwira riti 29"Ubonye uko Ahabu yicishije bugufi imbere yanjye? Kuko yicishije bugufi imbere yanjye sinzamuteza ibyo byago ku ngoma ye, ahubwo nzabiteza inzu ye ku ngoma y'umuhungu we».

Ntabwo Imana ikunda ko abami n'abatware bamwara! Imana yanga kumwaza abantu, cyane cyane abami n'abatware. Ariko abatware bo bashaka kwimwaza. Kandi n'undi uwo ari we wese ntabwo Imana ikoza isoni, keretse iyo wihaye gukora ku cyubahiro cyayo, aha ho murahangana. Natwe iba itubwira ko itazadukoza isoni. Irabizi ko kumwara ari ikintu kibi cyane. Naho ubundi iba ivuga buri gihe ko *«Itazadukoza isoni»*. Icyo iba ishaka n'uko umuntu aca bugufi gusa, akihana. Ariko kandi, iyo biguturutseho kumwaza umwami cyangwa umutware, menya ko nawe ruba ruriye abandi rutakwibagiwe. Byanze bikunze nawe uba uzamwara kurushaho. Kuko Imana yubaha uwo nguwo wicaye kuri iyo intebe y'ubwami muri icyo gihe. Kuko nta bwami bujyaho itabwemeye. Na Hitler yagiyeho Imana yabyemeye; yari inkoni yo guhana Abaheburayo.

Si nka biriya bya Bizimungu bafunze ngo yashinze ishyaka kandi na bo bafite ishyaka ryitwa FPR. Nyuma y'imyaka 5 mu buroko, aho bamufunguriye bakamubuza kwinyagambura no kujya kwivuza! Kuki bataretse ngo ibyo yabafashije birushe imbaraga amakosa yaba yarabakoreye? Wowe wumva byumvikana? Narababaye na n'ubu ndacyababara, ndasaba Imana ngo azabeho azarebe u Rwanda rushya igihe ruzahindurira izina. Bizimungu yahunze bene wabo yari afite n'akazi keza cyane, asanga Inyenzi disi ngo bakureho ubutegetsi bw'igitugu bwa Habyarimana. Mbega ngo arakora akazi kenshi akavunika aruhira ubusa buriburi! Akorana n'indashima. Barabimweretse, bamwituye ibihwanye nuko batekerezaga, n'imigambi yabo, ntaho bamuhishe.

Urumva ari inkuru wabara? Ukanazisobanura? Yabahungiyeho ngo mufatanye gukuraho Habyarimana wari umwanzi wa mwembi, maze mumwuzuriraho nk'uko Herode na Pilato buzuriye mu rubanza rwa

Yesu (Luka 23: 12). Maze Bizimungu aruha imiruho itavugwa! Ni we ubizi n'umuryango we! Muramumwaza, muramujujubya, maze murangije mumukuba na «zero». Hanyuma mumukubye na zero mwabonye iki? Ndababaza! Ndabaza umubare mwabonye mumaze gukuba na zero ibikorwa bya Bizimungu yabakoreye ubwo mwamuhinduraga igikoresho, akabakorera ibyo mutari kubasha, mwabonye ikihe gisubizo? Mwabonye zero? Koko zero? Cyangwa Ibikorwa yakoze ni byo byagarutse mu maso yanyu.

Byonyine kuba yaricaye ku ntebe yo mu RUGWIRO mwari kumwubahira icyo. Yarambabaje uriya mugabo, mbura uko mbigenza kuko tuziranye na mbere yuko asanga FPR hanze. Ubu mwabonaga hari icyo yabakinze koko? Kuki mutabitekerejeho? Aha ndabaza Kagame cyane. Afite icyo yansubiza? Ngo yashinze ishyaka? Yaramaze! Kuki se mutamuretse ngo murebe? Aho nta kindi mwatinyaga? Cyangwa ni cya kindi navuze haruguru cya NYAMWINSHI? Kagame aho yaba yibuka? Ndamwibutsa aka kanya Bizimungu. Nasigaye musabira agakiza n'ubugingo buhoraho, ni byo nari nshoboye.

Reka ne gutandukira, ariko na byo mugomba kubimenya. Mbega ukuntu FPR yahembye Bizimungu! Ariko n'abatari we b'abatutsi b'imfura z'imisaya yabahembye ibiruta ibyo yahembye Bizimungu.

Ubushize mbere y'intambara na jenoside hadutse inkubiri y'abagore muri Repubulika ya kabiri yo kwifungisha imbyaro, byitwaga kujya muri ONAPO yari iyobowe na Mme Habimana Nyirasafari Gaudence. Icyo gihe benshi ndetse bifungisha burundu (Ligature), bafata ingamba zo kwikorera gahunda zo gusambana cyane nta mpinja zibatesha umutwe, ngo babyaye indahekana birababuza imikino n'imyidagaduro n'amajyambere. Benshi baribwaga no mu migongo, banakuyemo n'ubundi bumuga bunyuranye. Mumbabarire wenda byari ukubera ko twebwe tutari twarateye imbere cyane mu majyambere icyo gihe, kuko nta korana-buhanga twari dufite «ICT», nta n'ubushakashatsi bwinshi bwari buhari, nta computers, nta na telephone mobile twagiraga, nta Television na Satelite. Nta minara. Nta koranabuhanga mu by'ukuri. Nyuma abasengaga icyo gihe baje kutubwira ko na bwo Imana yavuze iti «*Nimusigeho mwo kwigabanya kuko ntimwiremye!*»

N'ubwo batari babyitayeho, ubu ni bwo mbyibuka bikambabaza, iyo mbonye abari barifungishije burundu batarashoboye kongera kubyara abana bamaze kubashiraho muri jenoside, abandi bakabapfusha muri Kongo-Zayire, bitewe no kwicwa na FPR, ibyorezo n'imivumo y'urudaca, kandi bari bakiri bato. Abasigaye byabaviriyemo ibibazo byiyongereye ku bindi. Ubwo se kandi nanone wasaba umwana ubwira iki Imana? Ko wayikinishaga cya gihe wifungishanga burundu? Ko wari mu mikino n'imyidagaduro? Ko bagushutse?

Natandukiriye mumbabarire, hari aho bigera bikanyobera, ariko na byo mugomba kubimenya ngo mubifatire ingamba, ndetse binabatere no gutekereza. Ariko reka mvuge no kuri iki:

Narindimo nsenga rimwe, nsengera abiyita Abanyarwanda ngo bihane barandure imizi y'amoko yabasabitse ikabashingamo cyane, nsenga ngo babeho babyare baheke, abakozi b'Imana bumvikane, abahutu n'abatutsi biyunge, n'abatutsi hagati yabo biyunge kuko hari imyuka ifite imizi mu nzangano na bo ibatera bakangana nabi ndetse urunuka n'iyo baba baravuye hamwe nti bazakubeshye. Iyo myuka ituruka ku nzangano za cyera zageze n'aho bamwe batwikirwa cyangwa bitwikira mu mazu banze agasuzuguro. Ku Rucunshu, ni inzika y'inzigo ihora izikuka hagati y'Abega n'Abanyiginya. Narasengaga ngo n'Itorero risobanukirwe ritere imbere: Imana iti «Mwabaye benshi na none murashaka kugabanuka»? Kuva muri 1990, 1994, 1997...kugeza na n'ubu ntimurapfusha ngo mubihage? Ntimurahaga gupfusha koko? Si bwo mwapfaga cyane bamwe bagapfira mu gihugu, abandi bagapfira muri Kongo-Zayire n'ahandi mwatataniye mu isi? Murongeye kandi?

Imana yarambwiye iti «Rero niba mushaka kugabanyuka munyuze mu nzira zo kubarushya, bikaba bibasaba gutekereza no gukoresha ubuhanga bw'umwana w'umuntu, muboneza imbyaro, bisaba za gahunda n'amanama menshi, mushakisha n'abatera-nkunga babakoza aha na hariya bibasaba imiruho, mugenda mugaruka mukora na za PROJETS; mubifashijwemo na Banque Mondiale na FMI na BAD, n'iyindi miryango iharanira inyungu zayo; Reka nze mbaruhure mbagabanye mbageze aho mwifuza hashoboka, kandi ndabibakorera mu gihe gito, mbarinde guhora musiragira mukora cyane. Kandi ndabanza ngabanye abakiri bato kugira ngo bitazabarushya igihe bazabyara abo batazashobora kurera. Maze n'abandi nzabasigira abo bashoboye kurera. Kandi n'abari mu kigero cyo kubyara nzagabanyamo benshi, maze muruhuke guhora muboneza imbyaro»

Icyababwira ibyambayeho icyo gihe ntakamba ngo itatugabanya; ubwo nkaba nyuranije n'amahame n'ingamba bya Leta yiyita iy'ubumwe, n'amadini ayishyigikiye, byo biri muri gahunda yo kugabanya abiyita Abanyarwanda. Ngahita nsakuza nti nimusigeho gahunda yo kuboneza imbyaro. Ngahita mpinduka Inyanga-vision 20/20 n'inyanga-majyambere.

Reka dukomeze n'u Rwanda: Koko waba uri umwenegihugu nyir'izina, maze ugakangurira bagenzi bawe kwigabanya nawe utiretse? Ugomba kuba uri umucancuro kugira ngo wibonere inyungu z'ako kanya kuko ntacyo ibyago by'abandi bikubwiye. Ibyo bikorwa n'«abatura-Rwanda», «n'abavuka-Rwanda», n'abandi banyamahanga baba mu Rwanda, kuko nta mwenegihugu nyawe watinyuka kwigirira nabi. Nkaba mbaye nk'umuhanuzi Yeremiya wageze aho abwira Imana ati «*Ariko kuki buri gihe mpora mpanganye? Kuki nyuranya n'abandi? Wandemeye guhangana cyangwa? Mpora nyuranya n'abandi kubera iki?*» ati « [7]*Ayii Uwiteka, waranshutse nemera gushukwa! Undusha amaboko ni cyo gituma untsinda, mpindutse urw'amenyo umunsi wose, umuntu wese aranseka.*» (Yeremiya 20: 7).

Mbona nanjye ari uko byangendekeye.

SATANI YARI YANDITSE KO U RWANDA RUHAWE «ABANYAMAHANGA B'ABATUTSI» BAVUGA URURIMI RW'IKINYARWANDA BAVUYE HANZE

Imana yakiriye ibirego bya Satani rero iranabyemera, yambara umwambaro w'abacamanza, iha na dosiye nimero, iranabisuzuma. Ariko yisigariza abatutsi bacitse ku icumu ry'abahutu babatambye. «*Ngo batuzuye minibus*»! Imana ntiyemerera Satani kumaraho, ku bw'imbabazi n'ubuntu byayo gusa. Isigaza n'abahutu batahitanywe no guhorwa byari byabanditsweho, kuko nyuma yo gukora itsembabwoko, sinzi uko bibazaga byari kugenda. Njya nshaka kubibabaza ngo bambwize ukuri. Ariko baracyari inkomere nsa. Byari kugenda bite? Amaraso y'abatutsi (itsembabwoko). Aba na bo irabasigaza kuko Satani na bo yari yabasabye ngo amareho. Ubwo ngo akaba aburijemo umugambi w'Imana k'u Rwanda, naho byahe?

Imana mu mahame yayo ntijya imaririza, n'ubwo Satani we aba azi ko yabikoze, kandi atsinda, kuko aba afite ibimenyetso n'abatangabuhamya benshi, ariko Yesu ku bw'urupfu rwe no kuzuka kwe, akaba ari nawe wicaye iburyo bwa Data wa twese adusabira, aburanira abamwizeye, maze «*n'abazimu bakarira ku banyagasani*». Ni we uburanira abaregwa akaba n'umutangabuhamya ushinjura wenyine tugira mu ijuru no mu isi. Kenshi Imana yagiye isigaza bake ngo irebe ko hari icyo bazamara, ko bazayishimira basi ko bo basigaye, ariko wapi! Baba bayibaza aho yari iri ababo bapfa. Ikabasubiza nk'uko yasubije umwe yihaye kuyibaza aho umwana we w'ikinege yapfuye iri. Iti «*Nari ndi aho umwana wanjye nawe w'ikinege yapfuye ndi*». Ndetse abenshi bakanahakana ko itabaho rwose, ariko baba bigiza nkana kubera imiruho n'imihati n'imibabaro, n'agahinda kaba kabarenze. Ibyo byose kubera umugambi yari ifitiye Umunyarwanda, umuhutu, umututsi, n'umutwa kuva cyera bakiri Abanyarwanda nyakuri. Maze Satani akarikandagira agatanguranwa no kubakoresha ngo aburizemo umuhamagaro wabo.

Ariko Imana iba ikomeje kugenzura gahunda. Na none igategereza igihe bazongera kubera Abanyarwanda banze bakunze. UBUNYARWANDA BUGOMBA KUGARUKA BUGAKIZWA. «*Aha ni ho ubwenge buri, na none ubisoma abyitondere*». Banze bakunze: ku neza cyangwa ku nabi, ku manywa cyangwa nijoro, mu mvura cyangwa ku zuba, hakazagwa mo na none benshi, hari mo n'inzirakarengane

nyinshi, iteka hagomba kugwa mo inzirakarengane, kuko n'ubundi
«*ivubira imvura ababi n'abeza*», ibyo ababi babonera ku beza, ni
nako hari iby'abeza babonera ku babi. Byumve neza usobanukirwe,
kuko: «abazimu barira ku banyagasani».Bivuga ngo ababi
babeshwaho n'abeza. Kuko gusohoka muri «Hutu-Tutsi» bavuga
ikinyarwanda, biyita Abanyarwanda usubira mu Bunyarwanda
nyakuri, na byo nti byoroshye. Kwiyambura ubuhutu n'ubututsi nti
byoroshye. Ni kimwe no kukubaga wumva bataguteye ikinya.

Aya moko «Hutu-Tutsi» rero aha arahahunga cyane, ni yo mpamvu
yirirwa ashaka icyarengera ubunyarwanda bukabaho mu manyanga.
Kugeza na n'ubu ni byo barwana na byo, banga kuvurwa neza,
bakanga no kubagwa. Biraruhije cyane kuko kuba abanyamahanga
birabaryohera bituma babyitwikira bagakora ibyo bishakiye mu
gihugu cy'abandi kandi baba bavuga n'ururimi rw'icyo gihugu, bazi
n'umuco wacyo, bibeshya babizi ko atari Abanyarwanda, kandi kizira
kugira ubwenegihugu bubiri iyo uriho umuhamagaro. Umesa kamwe,
ukaba Umunyarwanda cyangwa umunyamahanga bikagira inzira.
Biramutse bitihanwe nk'uko Imana ishaka, na none byazasaba
ibitambo byinshi by'amaraso, byinshi ariko, byinshi bikabije.

Kandi noneho byaba ari ibitambo by'abanyamahanga bose bazaba
bari mu Rwanda, batuye mu Rwanda, «abahutu, abatutsi, n'abatwa»
n'abanyamahanga nyabanyamahanga bazaba bahari icyo gihe,
bakabumbirwa hamwe bose mu mafuti no mu byaha byabo, no mu
gukiranirwa kwabo, no mu bugome bwabo, (Abaroma 11: 32).
Bakazira ko babaga mu gihugu cy'abandi bameze nk'abajura
cyangwa abacancuro b'abangizi, b'abasahuzi, ko ari na yo mpamvu
bagisahura bakajya kubitsa ubwo butunzi hanze mu bindi bihugu. Ko
banakibohoje ku ngufu, maze abazasigara bakazahita bava vuba mu
bunyamahanga bakazabwiyambura bagasubirana ubunyarwanda.
Ariko hazaba hasigaye ingerere. Niba ngo hazasigara 1/3 gusa,
simbizi. Niba ari ¼ simbizi na byo.

Mu gutegura jenoside, Satani n'abakozi be bari bazi ko nta mututsi
wari mu gihugu uzasigara, kandi ko nyuma nta muhutu uzasigara na
none mu gihugu cyangwa aho azahungira hose. Ni ko gahunda ye
yari imeze. Yari yanditse ko u Rwanda ruhawe «abanyamahanga
b'abatutsi» bavuga ururimi rw'ikinyarwanda bavuye hanze. Kandi
yari yanateguye abagombaga gusohoza uwo mugambi. Aba na bo
yari yabapangiye neza, ko nibagera mu Rwanda batazaba ari
Abanyarwanda nk'uko Imana n'u Rwanda byabishakaga, ahubwo
yapanze ko abavuye Uganda bazitwa «Abasajya», Abaganda bavuga
ikinyarwanda, ari na bo ubu bari ku ibere, ni bo bategeka muri iki
gihe nandika. Abavuye Kongo-Zayire ko ngo bazitwa «Abadubayi»
bavuga ikinyarwanda. Abavuye i Burundi ko ngo bazitwa «AbaGP»
bavuga ikinyarwanda. Abavuye Tanzaniya ko ngo bazitwa «AbaTZ»
bavuga ikinyarwanda. Ko abahutu bari mu Rwanda barimo ibice
bitatu:

- Aba «Résistants b'intagondwa», ba twebwe twahasigaye duhanganye n'Inyenzi, bavuga ikinyarwanda cy'umwimerere cyane kitavanzemo izindi ndimi z'amahanga. za so.... Résistants bivuga intagondwa, abahutu b'abahezanguni bavuga ikinyarwanda, n'abandi bahutu bahise bihindura abatutsi ako kanya kugira ngo bagendane n'ibyari bigezweho, cyane abari bavanze.
- Imvange: Abitwa imvange bavuka ku muhutu n'umututsi, bahise bajya mu ruhande rw'umubyeyi w'umututsi ako kanya, nk'uko mbere bari ku mubyeyi w'umuhutu. Umva neza ko mbere bari ku ruhande rw'umubyeyi w'umuhutu. Nabirebesheje amaso ntiriwe mbikorera iperereza ndumirwa.
- Hakaba n'abatutsi bacitse ku icumu n'imihoro by'abahutu na bo bavuga ikinyarwanda; aba hamwe natwe, twese twari mu Rwanda tukitwa; «ABASOPECYA», «ABASOPE». Kubera ko ari yo station ya lisansi «SOPECYA», yasigaye ya Déo Mukaniwa, ni yo yakoraga muri jenoside. Erega nta kaburimvano! Maze twese tukitwa «ABASOPE»!

U Rwanda rubibonye rusanga nta munyarwanda nyir'izina rufite, rwemeranywa na Satani ko bagomba kwaka ibitambo byo kuzana Abanyarwanda nyakuri, kuko iyo rwarebaga rwasangaga rubabwamo n'abanyamahanga twavuze haruguru, muri make rwaragambaniwe, rwarasagariwe bikomeye. Na rwo rwagize uruhare mu kwaka ibitambo byinshi ngo rutebutse Abanyarwanda, ariko inzira yaranze iba ndende. Cyera amaraso yaramenekaga mu Rwanda, abatutsi bagatera u Rwanda baturutse hanze bitwa Inyenzi zavugaga ikinyarwanda, zikaza ziteye zirwanya ubutegetsi bw'abahutu bavugaga ikinyarwanda, bategekaga mu Rwanda. Nyuma abahutu na bo baje guhunga bagaruka batera u Rwanda bitwa Interahamwe n'Abacengezi bibumbiye muri FDRL na FOCA, bitwa n'Abacunguzi na bo bavuga ikinyarwanda. Abahutu bateye u Rwanda kugira ngo bakureho ubutegetsi bw'abatutsi bavuga ikinyarwanda.

U Rwanda rukomeza kubura abenegihugu nyabo ari bo Banyarwanda. Rugahorana «abavukarwanda, n'abaturarwanda. Mu gushakisha na rwo ntirubure abo rwihimuraho byo kwiyahura rwirengera, rugahitana buri kintu cyose rusanze mu nzira. Satani akaregera Imana na yo yareba igasanga u Rwanda rubabwamo n'abanyamahanga ari bo Bahutu-Batutsi-Batwa, Abaganda, Abatanzaniya, Abazayiruwa-Kongo, Abarundi, abatutsi bacitse ku icumu, abahutu b'Interahamwe, n'aba CDR b'abahutu b'umwimerere, n'ibindi bifite ayandi mazina, nawe reba mo iryawe n'ubwo utarivuga cyangwa ngo barikwite ku mugaragaro ariko urarizi na Satani ararizi, n'Imana irarizi, kuko wanze ukunze hari umwe muri iriya myuka ukuyoboye, hari umugozi wabyo ukuboshye. Cyangwa uduhe ubuhamya bw'ukuntu Imana yabigukijije.

Nti bifatika ni mu Mwuka, keretse iyo ingengabitekerezo yabyaye ibyuririzi bikarenga ba nyirabyo bikajya ahagaragara. U Rwanda rusobanukirwa ko rwanyoye amaraso y'abanyamahanga bavugaga Ikinyarwanda. Satani we aryoherwa n'ibirego byo kurega ko nta munyarwanda uba mu Rwanda, kuko bimuhesha uburenganzira bwo guhora amena amaraso ntacyo yitayeho cyane cyane ay'abasore bahora bakereye urugamba, bajya kurwana, bagatera cyangwa bagatabara ari ingaragu, abasiga abagore batwite, cyangwa se bamaze kurongora, cyangwa se abana babo bakambakamba, bagasiga na ba nyina baboroga, batakamba babaza Imana uko bazamera, benshi bakanayivuma, babaza impamvu buri gihe babyarira gupfusha. Imana na yo yareba igasanga nta munyarwanda uba mu Rwanda koko.

Nigeze guhura n'ikibazo njya ahantu ku nshuti yanjye y'umudamu w'Inyenzi maze mpasanga abandi badamu babiri na bo b'Inyenzi. Ariko abo bose uko ari batatu bari bahuriye ku kuvuma Leta yiyita iy'ubumwe, Leta ya Kagame. Bavuga uko yabahemukiye n'ukuntu yahemukiye abagabo babo. Nararuciye ndarumira. Kandi nari nzi ko mbere bari bayirimo imbere. Nabonye aho abagore bo mu «Kazu» bavuye i Bugande ari bo bavuma bagahenera abategetsi bavanye i Bugande mu mazina. Nashatse guturumbuka ngo niruke batazavuga ko nari mpari cyangwa ko ari njye wabivuze. Narumiwe nibaza byinshi bigendanye n'ingoma. Byanyeretse iyindi shusho, ndushaho guhishurirwa ko ubutegetsi bwose ari kimwe ko, «Nta bisusa nta mboga». Wabonaga mbarusha kwema kuko njye ntacyo byandebagaho, nta mabanga mfitanye na Leta yiyita iy'ubumwe, nta n'icyo yamariye, nta fagitire yanyishyuza, byatumye menya n'ibindi bibi byayo bikabije kandi ntabishakaga, maze ndasubirwa. Mbega inzangano! Mbega ubwirasi bwa bamwe baba bitwa ko ngo bari ku ibere! Mbega «umuzi w'inzika y'inzigo»! U Rwanda rwareba rugasanga nta munyarwanda urubamo, maze si ugupfa ntiwarora. Ko umunsi babonetse ari bwo hazaboneka amahoro arambye, ko iryo ari ihame ntakuka, n'iyo wazasenga amasengesho y'iminsi Magana angahe ntiwabihindura.

U Rwanda rukeneye «Abaneguhugu» ntirukeneye Abaturarwanda, n'abavukarwanda, kuko kuruvukiramo no kuruturamo ntacyo birubwiye, umuntu atura aho ashatse, avukira aho nyina agiriye ku bise, aho ibise bimufatiye ni ho abyarira, byumvikane neza. Umunsi habonetse «Abenegihugu», bazaburana uburenganzira bwabo bwo kubaho mu mahoro mu Rwanda rwabo ari Abanyarwanda, ari bene icyo gihugu. Icyo gihe abanyamahanga bazaba bambuwe uburenganzira bwose, ibirego bihagarare, hatangire gahunda nshya isobanutse yo kwihana, no guhindurira u Rwanda izina.

Aha rero haratugeza mu kumenya neza ikibazo uko giteye. Niba koko cyera igihe tutazi twari Abanyarwanda barimo aya moko atatu atarigeze agira icyo atwara gikabije icyo gihe cyashoboraga kubyara inzigo ikomeye, kuko yazaga nyuma y'ubunyarwanda nyir'izina, kandi buri wese afite umurimo we: Abahutu bagahinga, abatutsi bakorora, abatwa bagahiga bakanabumba, maze bose bakuzuzanya, maze bose bakavuga ikinyarwanda, bakaba mu Rwanda ari Abanyarwanda. Izi mpano ari zo nshingano zifite ibyo zisobanura, ariko simbivuga nonaha. Kuko guhinga ni byo byabanje muri Edeni, guhiga bikurikiraho, korora byaje nyuma, no kubumba ahari...ariko habanje «Guhinga». Bakagira umuco umwe n'ibindi byinshi byabahuzaga, bakanashyingirana ndetse n'ibyinshi bikaba byaranivangavanze udashobora kubimenya.

Kuko iriya gahunda yo kuroha abakobwa babaga batwite ibinyendaro, ngo babahaga abatwa ngo babajyane kubaroha, bagera mu nzira bakabakatana bakabagira abagore babo. Hano narahakunze cyane! Ndebera nawe abahutu n'abatutsi babyaranye n'abatwa uko bangana. Kandi bakubahana buri wese mu mwanya we, maze u Rwanda rukabishimira, rukaba rutarigeze rwita no kuri ariya moko kuko ntacyo yararutwaye cyane, yazaga inyuma cyane kubera y'uko ubunyarwanda bwayarushaga agaciro n'imbaraga. Ntiyigeze akoreshwa ibibi birenze urugero, ntiyigeze abangamira ubunyarwanda, ntiyigeze ahinduka ibikangisho icyo gihe, keretse bya bindi bivuga ngo «Nta zibana zidaterana amahembe» byo mu miryango, kandi bene ibyo nta nzigo ijya ivamo, nta nzigo bijya bisiga, n'iyo ihari ntifata intera ndende.

Ariko ntitwibagirwe ibyo kwipakurura Gihake na Gikolonize icyabiteye. Ubwibone bw'abatutsi icyo gihe bwateye abahutu kumwara n'urwikekwe maze babakorera Revolution. «KUMWARA». Maze aho kwihimura ku bami n'abatware, bihimura no ku mwenegihugu wo hasi w'umututsi. Baramwica, baramutwikira, abandi barahunga. Kumwara bihora bikora ishyano. Uretse ko byaje kubyara agasuzuguro gakabije kugeza aho hadukiye «Hutu-Tutsi» birusha agaciro ububasha, ubushobozi n'imbaraga ubunyarwanda, kuko u Rwanda na rwo rwahereye ubwo rwivumbagatanya ruha Satani uburenganzira mu birego bye aregera Imana irabyemera.

Satani yatije u Rwanda umurindi mu kwivumbagatanya kuko rubabwamo n'abanyamahanga bavuga ikinyarwanda, barahuza barabinononsora, biremerwa. Bakorana amasezerano yo gutabarana. Impamvu Imana itabigiye mo n'uko yavuze bakanga kumva maze ihita ikuraho kurinda kwayo. Aho ruterewe rero, ku birebana n'aba batatu, Imana, Satani n'u Rwanda bari babiziranyeho, kandi bahurira ku bintu bimwe ari byo ko: Nta munyarwanda uba mu Rwanda. Intambara yari iteye itya: Itangazo rya Minisiteri y'ingabo z'abahutu «ziyitaga ingabo z'igihugu», FAR Inzirabwoba, riramenyesha Abaturarwanda n' «Abavukarwanda», ko rwatewe n'Inyenzi ziyise «Inkotanyi». Ni abanyamahanga baturutse i Bugande bashyigikiwe na Leta y'u Bugande iyobowe na Museveni w'Umugande w'Umuhima ushobora nawe kuba afite inkomoko y'abiyita Abanyarwanda b'abatutsi, kandi nawe ukanyuzamo akavuga ikinyarwanda. Nta n'ubwo aba bo ari n'abantu neza «kuko bitwaga»: Inyenzi, Inzoka, ngo bari bafite imirizo n'amatwi maremare, n'ibindi byabagaragazagaho ubunyamaswa kugira ngo bicwe nta nkomyi «Kwicwa nta mbabazi».

Ni yo mpamvu igihe cyose Imana ishatse kugira abo ikoresha isanga bamwe ari:
- Abahutu,
- Abatutsi,
- AbaGP,
- AbaTZ
- Dubayi,
- Sajya,
- Sopecya,
- Abatutsi bacitse ku icumu,
- Abahutu b'aba résistants b'abahezanguni,
- Interahamwe zifite ingengabitekerezo ya jenoside,
- Aba CDR b'abahuzamugambi bashaka gutunganya igihugu.
- Abacengezi biyita abacunguzi, FDRL na FOCA, n'ingabo za Yesu utari uwatubambiwe, n'ibindi bivangavanze ukuntu, kandi bose bakaba ngo ari Abanyarwanda bashaka kubohoza u Rwanda.
- Sinakwibagirwa n'Abanyamulenge bitwa «Abanye-Kongo» bavuga ururimi rw'ikinyarwanda. Aba bo bafite n'imico itandukanye n'iy'abandi banyamahanga b'abatutsi baba mu Rwanda, kuko nta n'ubwo bemera ko n'abandi ari abatutsi neza. Ngo ni bo batutsi b'umwimerere, ngo kuko abandi bivanze n'abahutu kandi kizira, kandi kuri bo kurongora cyangwa kurongwa n'umuhutu, ibyo ni «haramu». Ni yo mpamvu nabise «abatutsi doubles».

Kandi abanyamulenge bibuke uko bavuye mu Rwanda. Numvise ko ngo umwami wariho icyo gihe yabavumye. Sinzi ngo yabavuzeho amagambo mabi cyane. Bagomba kuba babizi mu mateka yabo. Akaba ndetse ari byo ngo bituma bamera uko bameze kuriya! Bazafate rimwe akanya basubire mu mateka y'ukuntu bagiye hariya, maze bihane basabe Imana ibavaneho ibyo abategetsi babavumye. Bariho ikintu kibi kidasobanutse, ari yo mpamvu no kumenya Imana ntacyo byabamariye; aho kubahesha umugisha byabateje umuvumo mubi wo kuzererera, guhunga, gupfa, gupfusha (ibikenya byinshi), kwangwa na benshi, kutizerwa, kugeza n'aho abantu batēga umwe atēgera undi ati numbonera umunyamulenge ukijijwe by'ukuri nzaguha amadolari 1000! Bafite ubuhamya bubi kubera ibintu byinshi ntariburondore aha. Ariko ndabasaba ngo bahure bisuzume, bahindukirire Imana. Kuko iyo ubabwije ukuri ku byo Imana ibavugaho, aho kubiha

agaciro bararakara, bakakwanga. Ndabakunda cyane nari mfitemo n'inshuti nyinshi ubu sinzi niba bakinkunda!
- Hari ngo n'abandi ngo ni Abanyekongo bavuga ururimi rw'ikinyarwanda bahorana ibibazo bakaba banafite n'ubundi bwenegihugu, baba no muri Kongo iyo za Masisi n'ahandi.

N'ibindi bidasobanutse umwanzi ahora yuririraho kugira ngo aburizemo umuhamagaro w'Abanyarwanda, ariko aribeshya, aho ni ho Imana izahera itunganya ibintu. Imana mu mbabazi zayo ihorana, yaburira aba ngaba ngo badakomeza gushirira mu gihugu cy'abandi, yababwira ngo nibiyambure biriya binyamahanga bambaye. Ni byo bibatera umwaku, bakanga bakabitsimbararaho ku mpamvu zabo bwite «bakarya umuriro, bakanga gucira akaryoshye». Bakaba gutyo mu gihugu cy'abandi ku ngufu.

Ibi byo gukoresha buri gihe ingufu n'igitugu mu gihugu cy'abandi bigaragaza koko ko ari abanyamahanga, kuko baramutse bagikunda ntabwo bagisenya, cyangwa ngo bamwe bajye binjira abandi basohoka.

Ariko usenya urwe Satani amutiza umuhoro utyaye. Bakoreshwa n'imyuka yo kutiyizera, na bo ni ba rusahurira-mu-nduru nk'abazungu, bo nise ba «KARYARUGO». Ni yo mpamvu ujya kumva ngo abahutu bari muri FDRL bavuga ikinyarwanda, bateye u Rwanda barashaka gukuraho ubutegetsi bw'abatutsi bavuga ikinyarwanda, buyobowe na Kagame w'umututsi. Na none Imana, u Rwanda, Loni na Satani bakaba babiziranyeho, babyumva kimwe ko abanyamahanga bateye abandi banyamahanga, nti bibashishikaze cyane bakabikurikiranira hafi bagacungana n'ibihe. Ari yo mpamvu hatagize igihinduka ngo Abanyarwanda babe ari bo baba mu Rwanda, tuzahorana imidugararo y'urudaca, kuko rurabizi ko rwatewe n'abanyamahanga, rubabwamo n'abanyamahanga bavuga ikinyarwanda kuva cyera na rwo italiki byatangiriyeho rwarayibagiwe. Abo na bo bagahora bahanganye n'abandi banyamahanga baba hanze na bo ngo baba bashaka kuza barwana ngo bategeke u Rwanda kandi atari Abanyarwanda. Na bo baba bararuvuyemo birukanwe n'abandi biyitaga Abanyarwanda.

Iyo bikomeje kuzurungutana gutyo, LETA YIYITA IY'UBUMWE ishyiraho komisiyo y'ubumwe, n'utundi dukomisiyo, maze bikagerageza cyane......

Ku isi yose u Rwanda ruri mu bihigu bishobora kuba bifite za Komisiyo nyinshi, kubera ibibazo byinshi, amatiku menshi, ingaruka z'amahano nyinshi, rugira n'urukiko-mpuzamahanga-mpanabyaha rwihariye rwashyiriweho u Rwanda gusa, ariko rugacira imanza uruhande rumwe rw'abanyabyaha, kubera ko ibyaha bitakorewe rimwe,.. rugira n'ibindi bya sipesiyari byinshi.

101

Cyakora bijya gusa na Loni na yo igira utunama twinshi dushingwa ibintu bitajya bibonerwa ibisubizo na rimwe kuva nayumva. Leta yiyita iy'ubumwe ntisobanukiwe neza uko ikibazo giteye, ntabwo ihageza, izi ubwenge bwinshi, ariko u Rwanda ruyirusha ubwenge, ni nka ka «kamasa kazaca inka kazivukamo». Ifite «vision» iteye ubwoba ku isi yose, ariko ntizi impamvu. Igerageza kuvunda ngo ibone ko yakwemerwa ariko nti bishoboka. Ni inyamahanga mutupu. Ihora ikora ibintu byo kwiyemera guterwa no kutiyizera, n'ubwoba bwinshi butuma ihitana ibyo iketse byose ko bidahuje nayo, na byo bigaterwa n'ibibazo byayirenze, kandi idafitiye ibisubizo.

Ihora ikora «Défensif» «Kwitabara», ihora initeguye n'intambara ntisinzira, akenshi «ikanaziteza» ishotorana kubera ubwoba bwinshi no gutata. Keretse muri Kongo ni ho yakoze «Offensif» ikomeye kubera inyungu zayo bwite. Gutera uwo mufitanye ikibazo, ukamusanga mu birindiro bye, kuko yateye Kongo ku mugaragaro ngo ikurikiyeyo abahutu biyita Abanyarwanda bavuga ururimi rw'ikinyarwanda, ngo hari n'utundi tuntu yikundira tubayo. Utuntu ijya icukura yo gahoro gahoro, natwo turiho ibibazo, kuko n'abazungu na bo baba badushaka utwo tuntu.. Abazungu ba «Karyarugo» baradukunda.

Buri gihe abategetsi b'u Rwanda, LETA YIYITA IY'UBUMWE yumva yakwiberayo... kugira ngo ikomeze icukureyo utwo tuntu.... Ntijya ituza ngo iruhuke, none irananiwe, kandi ni mu gihe yarakoze cyane, kandi ifite ibibi byinshi kubera ko yakomereje ku bibi byinshi by'izindi Leta zayibanjirije, bitabujije ko hari n'ibyiza yakoze njye nemera, ugereranije n'ibihe yagiriyeho.

Ariko ndibuka ukuntu bageze mu Rwanda batwiraseho bishongora ngo ntacyo twakoze. Ngo inzu zose twubatse ngo ni za rukarakara. Urumva di! Ariko ntaho zari zihuriye n'ibyatsi babagamo za Uganda na Tanzaniya. Ngo na BNR buriya ni rukarakara di? Na za Minisiteri na n'ubu bagikoreramo na zo ngo ni za rukarakara. Ko hari izo bagikoreramo na n'ubu basanze se? N'Urugwiro ni rukarakara? Bajya bamenya ko ari Abafaransa barwubatse ku ngoma ya Giscard? Kuki barukoreramo? Igihe bashwana bakirukana Ambasaderi wabo na nabi cyane adakoza amaguru hasi, nari nzi ko bahita bimuka mu Rugwiro bakanarutwika, kuko ari urw'Abafaransa (icyururirizi cyari kije. Sorry!).

Yifitiye ibibazo yihariye byarayirenze, ikora ibintu bitigeze bikorwa n'izindi Leta zo mu isi. Ngizo za Komisiyo y'Ubumwe bubanziriza Ubwiyunge, Gacaca, Komisiyo za Mucyo, Komisiyo yo kumenya uwahanuye indege yari itwaye Habyarimana na Ntaryamira na bagenzi babo ari yo ya Mutsinzi, iyo gucyura impunzi bacyura zigahita zisubirayo, Komisiyo yo kurwanya jenoside iyobowe na Mucyo wagowe. Komisiyo yo kumenya imitungo y'abategetsi..

Ariko igihe cyageze ngo impunzi zose zitahe kuko ubundi byari bimeze nko «guta Matene». Hari na za Komisiyo zigezweho ari zo: Imihigo, Mituweri de santé, Ubudehe, Udusozi Ndatwa, Uturima tw'igikoni, Gira inka, Umurenge w'icyitegererezo, Intore, TG, na none Intore...n'ibindi bigaragaza ubushakashatsi bw'ubwenge bw'imiruho. Hamwe n'Imirenge Sacco, na Mwalimu Sacco, hashobora no kuzaza na za Mariya Sacco. Ngo hakabaho n'itorero ry'igihugu.

Kuko na yo ubwayo «Leta yiyita iy'ubumwe» ikorwa mo n'abanyamahanga «iraregwa» kuko ibabwamo na bariya bose twavuze, ni bo bahora bayivuruga, bayisahura bayisuzuguza, nti bayikunda kuko si Abenegihugu nyir'izina. Ruriya ruvangitirane rwose rw'abanyamahanga bose baba muri Leta yiyise iy'ubumwe amacakubiri ni ho abarizwa, aho buri wese afite ingengabitekerezo ye ihuje n'amateka ye y'irari rye, byinshi bikajyana n'aho baturutse no gushaka gukira cyane. Bakiba bagasahura bajyana hanze, kuko ntacyo bibabwiye, kuko ni abanyamahanga b'abatutsi bavuga ururimi rw'ikinyarwanda. Buri wese agashaka ko buri wese amwemera kandi bose ari intagondwa z'abibone b'abanyamafuti. Ni yo mpamvu bangana urunuka bakanicana kandi bahuje ubwoko n'imiruho, bose banga agasuzuguro. Bakunda guhora mu bushoroshori, nti bibaze ko bashobora guhanuka kandi bikaba byakwivugiza cyane.

Kandi baraziranye, bazi ko bose ari abanyamahanga, ariko nti bashaka kubivugaho kuko kirazira, byatuma batarya neza, bahitira mu nkiko, kuko: «BARI MURI LETA YITWA IY'UBUMWE». Kandi ntabwo twemererwa kuvuga kuri ariya moko aduhindura abanyamahanga, biradutoneka kubera amateka, kandi turashaka gukomeza kwisahurira mu byo twita ibanga. Kandi: «twese tugakomeza kuba Abanyarwanda.

Leta yiyita iy'ubumwe irahuzagurika, muri icyo kibazo, iyo isobanuriwe ko mu Rwanda hataba Abanyarwanda kandi ari bo bakenewe, kandi bikavugwa ku mugaragaro, uba ubaye: «Umuginga» na «Useless and Nothing», n'ayandi mazina bita abo batavuga rumwe ntasubiramo.. kuko mfite ikinyabupfura. Ariko ubwo uwo aba avuze, noneho ibyo bisambo bikajya kubyigaho byitonze, none batangiye kwemera gato ko bashobora kuba ari abanyamahanga. Kuko ibihe ni byo bibibemeza ku ngufu.

Subiramo ngo IBIHE. Ongera uti IBIHE....Vuga ngo IBIHE. Ni yo mpamvu Leta yiyita iy'ubumwe ishakisha buri kimwe cyose cyahindura aba banyamahanga Abanyarwanda ku ngufu. Kuko izi gushyira abantu ku murongo, babishaka batabishaka, ni ku ngufu gusa, ikoresha igitugu nyine kuko ari inyamahanga. Ntijya yiyizera na rimwe, kubera ko izi ko ari inyamahugu. Iramutse ari «inyene-gihugu» yakora neza yitonze kandi ikabikorana urukundo ibyifuriza kurama bakaramana. Murumva? Ni INCANCURO, irisahurira, sinzi aho ijyana, sinzi n'uko izabirya. Igerageza kwibeshya ibizi neza kandi ibishaka rwose, biyiruhije ariko ikiha imbaraga (ariko zigiye kurangira), ikitera inkunga cyane, maze igategeka na yo yitegeka, ikishyiriraho amahame akomeye gukurikizwa. Ikibwira iby'itemera, kandi ayo mategeko na yo ubwayo ntishobora kuyubahiriza, kubera ba banyamahanga bose bayirimo, kuko akuzuye umutima ni nako gasesekara ku munwa. Igategekesha ibyo itemera igategeka abatayemera. Bayibwira bayibeshya ko bigenda, na yo ikabyemera ibabeshya ko bitunganye.

Aba bose baraziranye; iyi mikorere iraziranye cyane. Iri mu mwuka umwe. Ndetse biranatangaje kubona ukuntu bubahana bakuzuzanya mu bworoherane ku byo bahuriye ho ku nyungu cyangwa igitugu aho cyaba giturutse hose, ibyo bikagendana n'iterabwoba, n'isi yose ikabashima ikanabubaha uretse hamwe na hamwe, kuko na bo bazi ko ntawabishobora uretse Leta yiyita iy'ubumwe bw'abanyamahanga bavuga ikinyarwanda. Ikaba iya mbere mu isuku, iya mbere mu muco no mu ikoranabuhanga, muri byinshi by'ubwenge buhanitse, kandi ubwayo ntabwo izi. N'uburere mboneragihugu, NO KWAMBARA INKWETO UTABANJE KOGA. Igahorana abanzi ku isi yose bayivuyemo biyita Abanyarwanda, kuko mbere bari bayiri mo. Kandi na bo baba bashaka gutaha ku ngufu. Ihorana n'ibikombe. Igashyiramo imbaraga, ikihanukira ikavuga ngo NTA MOKO ABA MU RWANDA kandi ahari, ikagira ngo barabyemeye, kuko hari n'itsembabwoko ryakorewe abatutsi, ryakozwe n'abahutu, hakaba no guhora ku ruhande rw'ingabo z'abatutsi ari bo ngabo za FPR, maze ikatwemeza ko twese turi Abanyarwanda. Igahirimbana ndetse ikagera no kuri byinshi bigaragaza ko dushobora kuba twaba Abanyarwanda ku ngufu.

Ariko ubunyarwanda ntabwo bupfa kuza gusa, bufite imbaraga nyinshi buterwa n'uburenganzira buhabwa n'ibyaruvuzweho n'Idashobora kubeshya. Kuko «Ubunyarwanda» bwarasagariwe cyane, bufite ibikomere byinshi, haragomba ibitambo, cyangwa tukemera Igitambo cya Yesu Kristo, twese nk'abitsamuye. Ubunyarwanda bugomba guharanirwa, kurwanirwa, bugatsindirwa, bugakizwa, bukavuka ubwa kabiri, bukabona gusohoza umugambi Imana ibufiteho.

Leta na Komisiyo yiyita iy'Ubumwe n'Ubwiyunge ibyo bakora ni nko gusinziriza umuntu ku ngufu kandi yanyoye ikawa nyinshi n'ibiyobyabwenge byinshi. Kubera gukoresha ingufu habamo gutinya. Wa wundi ugomba gusinzira afunga amaso gusa, ubundi akaba areba, anumva ibihita n'ibivugwa, akanyuzamo akareba n'ibikorwa. Ikibazo n'uko umusinziriza azi ko adasinziriye, n'uwisinzirije azi ko umusinziriza azi ko ari maso. Baraziranye. Ni nka wa mubyeyi yahannye umwana aramubwira ngo napfukame ku itegeko, umwana nawe arabanza aranga, se aramukubita aramubabaza, umwana apfukama kubera inkoni. Igihe apfukamye abwira se arira ati «n'ubwo mfukamye ariko ndacyahagaze». Ni kimwe n'imikorere ya Leta yiyita iy'ubumwe na Komisiyo yiyita iy'Ubumwe n'Ubwiyunge.

Nta bandi bafite umuti uretse mwebwe ba Nyakubahwa muhagarariye Itorero rya Kristo mu Rwanda «niba muhari»; murasabwa kujya ku murongo, mukagaruka ku «*Rufatiro rw'Intumwa n'Abahanuzi*» (Abefeso 2: 20) mwataye cyera. Leta igizwe na ba bandi bose, yageze aho irabimenya ko ari ho ikibazo kiri, ko bategekera mu gihugu cy'abandi, bakaba baracyujujemo ingengabitekerezo z'abanyamahanga, ariko bakanga bagahatiriza kubera gukoresha igitugu, kiba gikubiyemo ubugome-muzi, ubwibone-muzi, imbaraga-muzi n'amahane-muzi, n'izima-muzi.

Bivuga ngo byose biba byarashinze imizi muri abo ngabo bakoresha igitugu, kuko bigendana no gukoresha ibigirwamana, no kumena amaraso cyane. Ikibazo n'uko baba bazi ko bakoresha igitugu, ibyo kubimenya nti bibe ikibazo, biba ikibazo ari uko abandi batari muri bo bavuze ko bakoresha igitugu. Maze Leta ikavana amoko mu ndangamuntu, igakuraho Komini na Perefegitura mu ndangamuntu, nta kigaragaza aho wavukiye, igira ngo twese tube Abanyarwanda tubiheshejwe no kwiyoberanya. Ivuga ko Abanyarwanda bakoreye itsembabwoko abandi banyarwanda (mu itegeko Nshinga mbere ni ko hari handitse ritarakosorwa).

Nti byari bisobanutse na gato, kuko twananiwe kumenya abo banyarwanda abo ari bo. Bivuga ngo igice kimwe cy'abiyita Abanyarwanda tutazi ni abajenosideri, maze ikindi gice na none cy'abiyita Abanyarwanda tutazi kikaba abacitse ku icumu. Ibyo bicanze abantu nti basobanukirwa, nyuma bakosoye iyo ngingo bavuga ko itsembabwoko ryakorewe abatutsi, ariko na bwo kugeza ubu nandika abarikoze nti bari bamenyekana. Ntabwo Itegeko nshinga rirabavuga. Ntirinavuga abihoreye uko bangana, ntirinavuga abishwe mbere y'itsembabwoko ku mpande zombi. Ntabwo rivuga abagiye bazira ubusa mu ntambara zose.

Ubanza Polisi y'igihugu igishakisha abo bagizi ba nabi bari bitwikiriye amajoro. Ni yo mpamvu twandika ibyo abantu bazi, tukavuga ibyo bazi, ariko batinya kuvuga kubera ibikomere n'ubwoba amateka yabasizemo bibaremereye cyane. Bahora batonekara buri gihe uko havuzwe ukuri ku byabaye. Nabajije umwe mu bategetsi b'u Rwanda witwa ko akomeye impamvu batabishyizemo, aransubiza ngo byatera ibibazo, ngo abahutu barakara nti bazatange amajwi mu matora yo gutora Afande PC. Muzehe wacu. *Ngo ntuzi se ko muri benshi*. Nti se ko mwanditse ko ryakorewe abatutsi? Ngo erega turarwana na ya rusange yawe uhora uvuga ariko iratugonga. Ni yo mpamvu ntanga umusanzu uko nshobojwe, narabanje kunyura mu ishuri ry'inkomere kugira ngo nzatabare inkomere. Ntugire ngo ni ko navutse, ahubwo nabazwe numva, nta kinya Imana yanteye. Nemeye gutukwa no gusuzugurwa, kumwara, kurwana no kumenyera impinduka. Naramaramaye mu Rwanda weee!

Aha nabaza aho Itorero nyakuri riri, kuko ndabona hagaragara idini ryiyita Itorero. Kuko niba Leta yiyita iy'ubumwe ikora ibyo ishoboye ndetse bifite umusaruro mwinshi ugaragara. Idini ryiyita Itorero rya Yesu Kristo, ryo riba ryibereye mu kuyikiriza kuko ntirishaka gukora inshingano zaryo zo gukiza imitima, risa nk'aho rihora rinaniwe, maze rigakora ibitarirushya ari byo: kwemera buri gihe ibyo Leta yiyita iy'ubumwe n'ubwiyunge yikoreye yarushye, yatekereje, yashakashatse, ndetse akenshi ugasanga abitirirwa iryo dini ryiyita Itorero bashobora no gucanganyikisha Leta yiyita iy'ubumwe bayiyobya mu byo yikorera, kubera ko itazi uruhande baba babogamiyemo, bakoreramo, n'abo bakorana.

Kuko Leta yiyita iy'Ubumwe ifite ishusho mbi y'idini ryiyita Itorero, ni yo mpamvu bagomba KUBATEGEKA BOSE BAKARAHIRIRA FPR, KANDI KO UZAYIVAMO IGIHANGO KIZAMUHITANA. Padiri, Bishopu, Pasitori, n'abandi bakora imirimo bita iy'Imana, bose bagomba kurahira. Nk'uko ubushize idini ryafatanije na Leta ya Kayibanda na Habyarimana kubagirira nabi, na yo rero ibakurikiranira hafi, kubera ko ritari ryabihanaho (abategetsi bariho ubu), idini rikora byose rivunda nk'iry'igura, ni yo mpamvu ryitwa «YEGO MWIDISHYI», izina ry'igipagani, naho «irikirisitu babatijwe ni «ABAVUGA RIKIJYANA». Nti bakora ibyabo bahamagariwe neza, nti banafatanya na Leta 100%, sinzi uko bameze.

Cyera hari umucuranzi wajyaga aririmbisha umuduri yitwaga Sagihobe. Yararirimbaga ngo «SAGIHOBE SI UMUHUTU, SI N'UMUTUTSI NGO BIMENYWE, SI N'UMUTWA NGO BIVUGWE, ATI NI IMBURA BYOSE GUSA GUSA». None n'idini ryiyise Itorero na ryo...n'imbura byose gusa gusa!

Igihe cy'itsembabwoko u Rwanda rwitereye hejuru rurarahira rurirenga, ruvuga ko nta mwenegihugu warwo rubura, ahubwo ko ari ba banyamahanga barubagamo bavuga ikinyarwanda bitwa abahutu barimo kumaraho abandi banyamahanga bitwa abatutsi. Kandi ko bitewe n'abanyamahanga baturutse i Bugande biyita Abanyarwanda. Nyuma uwavugaga ko kanaka ari umuhutu cyangwa umututsi bakamuhana. Leta yiyita iy'ubumwe ishyiraho Komisiyo yo kwemeza ba bandi ibyo bazi kandi badashobora kureka biranga. Satani yakomeje kunezerwa, arega anafite ibimenyetso simusiga, atizwa umurindi n'abanyamahanga bashaka ko bakomeza kuba mu gihugu cy'abandi, babeshya ko ari Abanyarwanda. N'ikimenyimenyi n'iyo bageze hanze bakerekana impapuro z'inzira zanditsemo ubunyarwanda, abandi baterwa n'ubwoba kubera ibinyoma byabo. Noneho bakibaza impamvu badashyiramo uko bari nyakuri. Ni ikibazo.

Leta yarongeye irakosora mu itegeko-Nshinga, noneho irandika ngo *itsembabwoko ryakorewe abatutsi*. Na none u Rwanda rurumirwa kuko noneho abanyamahanga barikoze nti babavuze, havugwa gusa abanyamahanga ryakorewe. Biba ikibazo. Uragira ngo U Rwanda ntiruzi ubwenge se? Rwakomeje kugira ibibazo rusaba uburenganzira nk' igihugu, ruratabaza kubera ko abanyamahanga barumereye nabi, rushaka kwigenga, rubura urutabara, umutungo warwo n'ibintu byarwo, n'ibidukikije byose, barabyangiza uko bashaka nta soni, bagashyiraho n'inzego za Leta yiyita iy'ubumwe y'abanyamahanga mu gihugu cy'abandi.

Bakarusahura bajyana hanze. Kugeza ubu u Rwanda nta bene-gihugu rurabona barubamo, ba bandi twavuze haruguru barufashe ku ngufu, ruba ingaruzwamuheto. Bagira ngo rwaremeye naho byahe birakajya, rwagize ubwoba ruba rwisinziriye ho gato. Rwarisinzirije kubera ubwoba, n'ibibazo ruhorana byarumazemo ingufu, rwarahahamutse nk'abanyamahanga barutuye. Rwakomeje kubitekerezaho none rwabihaze burundu, na rwo ruratara ingufu ngo rwirwaneho, ni biba na ngombwa ruzitabaza Loni. Ariko simbizi bafitanye ibibazo bishyize cyera, ihora yanga kurutabara kubera nyine ko itazi ibyo rubamo, na yo ijya itiza umurindi icyagirira nabi abanyamahanga barubamo. Ndetse ikananyuzamo ikabafasha muri bimwe na bimwe.

Umuntu yakwibaza ati ibi bizahereza he? Niba turi abanyamahanga bavuga ikinyarwanda, hari mo abahoze ari Abanyarwanda cyera, bakaba barihaye andi mazina n'andi moko kubera inyungu zabo bwite, bagatatira igihango bari baragiranye n'igihugu cyabo; bazongera babe ibyo ngibyo byabambuye ubunyarwanda bihane babyambaye? Bemere, bababazwe, bavuge, bature ko bari barafashe ubundi bwenegihugu, bakaba barateje ishyano n'amahano n'ibyorezo mu Rwanda? Bibababaze cyane, binagaragare ko hari igikozwe, babanje gusubiza amaso inyuma bakabona ibyo bangije byose, atari bya bindi byo guhora barenzaho. Ibyo bizakorwa kugira ngo basubirane ubunyarwanda. Ubunyarwanda nibumara kugaruka, hashobora kuzakurikiraho gushakira izina rishya igihugu cy'u Rwanda, kugira ngo dusezerere icyitwa ubupagani bwose dukoreshwe n'Imana turi bashya.

Kuko kubera umuhamagaro, twagiye tuvanga ibintu. Ubundi cyera byari kariya gasozi kitwa Gasabo ari nako bitirira «U RWANDA RWA GASABO». Nyuma abami b'u Rwanda b'abarwanyi bagiye barwana bakagura Gasabo. Kubera kugenda bigizayo, baba babyise «u Rwanda». Izina "Rwanda" rituruka ku nshinga "Kwanda" bivuga "Gukwira" hirya no hino. KWANDA bivuga kwaguka.

Sinzi icyo bipfana na Isirayeli, na yo yafashe i Kanani irwana yirukana abari bahatuye ntiyabamaraho, irabasigaza ngo bajye bayibera amahwa abajomba na n'ubu aracyabajomba, kandi arababaza cyane (Yosuwa 11: 21-22).

Tugomba guhindura ririya zina ryavuye mu kumena amaraso y'ibitambo by'ibikenya menshi «abasore ku rugamba», ngo kugira ngo rubashe kubaho. Noneho nitumara kubona izina rishya tuzarimurikira Yesu dutangirane nawe ibintu bishya. Imana Data wa twese ibizemo, Umwuka Wera akore yisanzuye, Yesu Kristo ahabwe Intebe y'Ubwami iwacu. Haleluya!!!

Gusubirana ubunyarwanda birakomeye cyane, birarusha imbaraga ibyabubambuye. Aha rero ni ukuhitondera, kuko ni ho ibanga riri. Nta gupfa guhubuka batabanje gupfundura ipfundo. Muzabanza mwihanirane hagati yanyu kuko mwabaga mu gihugu mu buryo butemewe n'amategeko mukabamo atari icyanyu mukakirwaniramo mukagiteza imidugararo n'ibibazo by'urudaca, byinshi mubiziranyeho! Mukarumeneramo amaraso! Mukarutonganiramo! Mukarwanganiramo! Mukarwicaniramo! N'ibindi bibi byinshi, mwiyita amazina yambaye amaraso. Mwitegure kujyanwa mu nkiko mpuzamahanga, kuko simpamya ko muzihana ku buryo muhita muhinduka abere.

Ndetse bizatera n'isi ubwoba. Maze abahutu bavuga ikinyarwanda bagatsemba abatutsi bavuga ikinyarwanda, bakabatsembera mu Rwanda. Abatutsi bavuga ikinyarwanda na bo bakihorera, «ingabo za FPR Inkotanyi» zikica abahutu kugeza aho zibakurikiriye Kongo-Zayire. Abahemukiranye bari mu Rwanda muzihanirana byose ntacyo musize, «muzasasa inzobe», na nonaha mushobora kubikora kuko muri mwe hari mo abangana urunuka, kandi bitwa ko ngo bakorera Imana, bivuga ngo abahutu bazihanira abatutsi ko babatsembye. Abatutsi bababarire, nibarangiza bihanire abahutu ko bihoreye bombi bihanire abatwa ko babasuzuguye, n'ibindi byose bazibuka bizabizikura, kuko noneho umuryango wo kwihana uzaba wafungutse, Umwuka Wera azatuyobora no mu bindi tutazi. N'abandi bafite ibyo bapfa muri ba banyamahanga bavuzwe haruguru, buri wese azambara umwambaro umugaragazaho ubunyamahanga yakoresheje mu Rwanda. «GP, DUBAI, TZ, SAJYA, SOPECYA, INTERAHAMWE, UMUCENGEZI, FDLR, n'ibindi ba nyirabyo barabizi. Buri cyiciro kizajya kimara kwihana kizasuzumwa n'Imana yonyine kuko ni yo nyakuri, kinyuzwe mu kanama kabishinzwe. Nta na kimwe kiziha amanota kuko cyakwibera, nk'uko byagiye bigenda, bakiba amanota. Iyi ncuro ni ukurushanwa kwihana, no gucukumbura ibyaha byose, kugira ngo duhabwe izina rishya ritanduye, kuko ukurikiranye neza n'ubunyarwanda bwagezweho kubera kumena maraso.

Uzihana neza ni we uzakukana ibihembo byinshi byo kuba Umunyarwanda wemewe, nyuma ahite ahindurirwa izina ahabwe izina rishya.

Ndumva bibaye! Nyuma ni ho hazaboneka ba «alias Banyarwanda», «ex-Banyarwanda» bafite uburenganzira bwo kuba muri «alias Rwanda», «ex-Rwanda» mu mahoro. Muzasobanukirwa neza nyuma, kuko muzagira n'ubwenge n'ubushishozi Muzahinga musarure mubirye nta mpagarara, mudafite abari hanze bavuga ikinyarwanda, bashaka gutera u Rwanda. Muzabyara muheke, murerere gukuza mudahora mutegereje intambara. Isi yose izabaka inama, Umwuka wera azakora yisanzuye.

Mbega byizaaa! Nanjye nkeneye izina rishya nka Aburamu wahinduwe Aburahamu, na Sarayi agahindurwa Sara (Itangiriro 17: 1-8), na Yakobo agahinduka Isirayeli (Itangiriro 32: 29), na Sawuli agahindurwa Pawulo, na Simoni agahinduka Petero kubw'impamvu z'imihamagaro. Njye sinahinduriwe ahubwo narongerewe. Nari Mariya mpabwa na Esiteri, kubera impamvu z'akazi.

Ubwo ni bwo igihugu gishya kizaba cyera kubera kwezwa n'amaraso ya Yesu yabanje kweza bene cyo, ni bwo kizatemba amata n'ubuki. Naho kugeza ubu kiracyatemba amaraso menshi, kandi n'ubu nandika hari mo kumeneka ayandi, kandi amajwi yayo arataka asaba guhorerwa vuba byihuta. Igikomeye cyane ni ugusubirana ubunyarwanda, naho izina rishya rizahita riza ako kanya (Itangiriro 9: 5-6).

UMUNYAMAHANGA WITWA UMUHUTU NI WE UFITE URUFUNGUZO

Muri ba banyamahanga twavuze haruguru baba mu Rwanda mu buryo butemewe n'amategeko, na bo haragomba gahunda ihamye yo gusubirana ubunyarwanda. Bigakorwa nta muvundo kuko buri wese yifuza icyamugarurira ubunyarwanda. U Rwanda ni nk'ikigo kinini gifunze n'urufunguzo incuro ebyiri, hejuru hari senyenge zirimo umuriro. Muri icyo kigo kinini hari mo inzu nini nziza cyane irimo ibyumba bipakiyemo Amahoro cyane cyane, n'Ubwiyunge, n'Ubukungu n'ibindi byiza by'Abanyarwanda bose. Kugeza n'ubu byose birafungiranye.

Kuva igihe ubunyarwanda bwatakariye birafunze. Iyo nzu ifite ibyumba bingana n'Abanyarwanda bose, kandi buri cyumba kiri mo ibyahaza buri munyarwanda nta mururumba uhabaye. Iyo nzu irafunze kandi ntawamena urugi, kuko baragerageje birananirana. Ntiwanyura inyuma, ntiwaca mu madirishya nti byakunda, ntiwasimbuka, washya kubera senyenge zirimo umuriro mwinshi.

Ariko hari urufunguzo, kandi umunyamahanga witwa umuhutu ni we ufite urwo rufunguzo kandi ni we ufite n'uburenganzira bwo gufungura bigafunguka. Ni nka Adamu, kuko yagize uruhare runini rwo gutesha agaciro Ubunyarwanda, kandi Imana yari yaramuhaye uburyo bwose bwo gukiza abantu, abenegihugu, n'ibintu.

Gufungura birababaza cyane, bisaba kubaza cyane umutima-nama, no kuyoborwa n'Umwuka w'Imana. Bisobanurwa ngo «ni uguca bugufi bihagije». Umuhutu ni amara kwihana ibyaha bye bikomeye azi neza, yihanira wa munyamahanga babana mu gihugu witwa umututsi, uyu nawe akamuha imbabazi; umuhutu azafungura bifunguke. Ariko yirinde guhita afungura kuko si we ugomba gufata poignet «gukuraho urugi» kirazira, ahubwo umunyamahanga w'umututsi ni we uzeguraho urugi, na byo birababaza cyane; nawe amaze kwihana ihora rye nawe atajya yemera, ibyo yita ibyaha byo mu ntambara. «Babiziranyeho». Ba banyamahanga bandi basigaye na bo nibamara kwihana ibyaha byabo «abitwa ko bavuye hanze» bazihana bigendanye n'aho baturutse, indimi bavuga, imico n'ibindi, «uretse ko na bo hari mo abangana urunuka kubera kutava ku IZIMA kwabo no kwanga agasuzuguro.

Hari icyo navuga aha ngaha: Abahutu bari imbere mu gihugu n'abatutsi bavuye hanze bagomba gusaba imbabazi abacitse ku icumu rya jenoside yakorewe abatutsi bari mu gihugu. Bagomba gusaba imbabazi abacitse ku icumu, kuko batirengagije ni bo babatanze, abahutu babatamba babizi neza kandi babishaka rwose, ariko hari abatari babizi bayoborwaga buhumyi, ari na bo benshi, bitwa abo mu cyiciro cya kabiri. Uko byagenda kose, nti bibakura mu mubare, bakatiwe urwo gupfa n'urukiko rw'ijuru. Kuko nta mpamvu n'imwe yatumye babatanga (abatutsi). Ntayo, ntayo, ntayo, ntayo, ntayo, ntayo, ntayo = 7x7x7.

Ntabwo mushobora kuburana muvuga ngo twishe abahutu za Byumba kubera ko bari baranze ko dutaha, ngo baratwirukanye na bo muri 1959, kandi twabakurikiye muri Kongo-Zayire turabica kubera ko twari dufite umujinya w'ibyo bari bamaze gukora ni byo bari baradukoreye cyera. Twabishe kubera kwihorera, kandi ko ari benshi ngo bagabanuke kubera gutinya amatora... Waburana imbere y'Imana uvuga gutya? Maze n'abacamanza b'isi nti babyemera nkanswe! Bibiliya yahita igusubiza ngo «Guhora ni uk'Uwiteka mumureke ahoreshe uburakari bwe».

Abacamanza n'amategeko barakubwira ngo «Ntukihanire». Hari inzego z'ubutegetsi. Bakaguha n'ingingo ya kangahe yo mu gitabo cy'amategeko ahana, cyangwa Mbonezamubano.

Kugira ngo bagere ku butegetsi, «abatutsi bavuye hanze», bagombaga gutanga abatutsi bari imbere mu gihugu, «aribo bene wabo». Iryo ni ihame ryo «GUCUNGURA NO GUCUNGURWA».

Abahutu na bo barabatamba bashakaga ngo kugundira ubutegetsi bababonagamo abanzi babo ba mbere, «ibyitso», babaziza bene wabo baturutse hanze barwana, babica babigambiriye, babizi neza kandi babishaka rwose, kubera inyungu zabo bwite, cyane izo

110

guhama ku butegetsi ubuziraherezo. Bivuga ko nta mpamvu ni mwe abahutu bari bafite yatumye bica abatutsi. Ntayo, ntayo, ntayo, nta nizabaho.

Iyo bigeze aha simba nshaka kumva ngo impamvu yo kubatsemba ngo n'ukubera ko Indege yahiye. Na biriya byo kuvuga indege, ntushobora kujya imbere y'Imana mu rubanza ngo uvuge ngo icyatumye tubica rero Mana n'uko bishe Habyarimana. Yakubaza Habyarimana uwo ari we utuma abantu barenga miliyoni irenga bapfa, kandi wabura icyo usubiza. Ukamwara ugatangira imanza z'amahugu.

Nta kintu kitagira impamvu ku Mana no ku bana b'abantu, ariko waba ubaye nka Adamu muri Edeni, igihe avuga ngo si we ngo n'umugore Imana yari yaramuhaye. Kandi koko uwo mugore ni we wari waciye urubuto aruha n'umugabo wari kumwe nawe. Imbere y'Intebe y'Imanza yo mu ijuru baratsinzwe, maze na bo bakatirwa urwo gupfa. Mu ijuru ho nti barakuraho igihano cy'urupfu kugeza ubu nandika. Nta mpamvu rero yatumye abahutu batsemba abatutsi. Hagomba kugira ubitera nyine, maze nawe akagukoresha ibibi birenze ibyo we aba yakoze cyangwa ateganya gukora, ariko menya ko bitakuraho ibyawe na rimwe n'iyo waburana ute. Nta mpamvu yatumye jenoside iba. Ntayooo!

Nta mpamvu yatumye abahutu batsemba abatutsi. Ntayo, ntayo, ntayo, ntayo, ntayo, ntayo, ntayo 7x7x7. Bose baratsinzwe ari abatutsi bavuye hanze, ari abahutu, bose bakatiwe urwo gupfa. Ubwo wambaza noneho uti se abacitse ku icumu bo? Aba bo baracyafite kwihanganirwa kuko bagiriwe nabi n'impande zombi, ariko kubera kutabihanaho kw'aba bombi (abahutu n'abatutsi bavuye hanze), byabakururiye gukora ibyaha byo guhora, maze babivangamo n'ibinyoma byinshi byageze n'aho batanga ababahishe ngo na bo ni Interahamwe. Bamwe ndetse bahakanye ko Imana itanabaho, ko niba inabaho ari ingome, ngo kuko ni yo yishe ababo. Ariko Imana ibahishiye byinshi byiza abazacika ku icumu rya kabiri. Barasabwa kwihanira Imana, bakihana guhora bihoreye ku bahutu, bakababarira abavuye hanze n'abahutu. Bafite akazi gakomeye. Gucika ku icumu bwa kabiri.. Bwa kabiri.

Abagiye gucika ku icumu bwa kabiri, ibi byose nibirangira, byose bikajya ku murongo, bikagenda uko bizagenda, bazahita bafungura ibyumba byabo by'imbere kuko byo nti bifunze n'imfunguzo, byegetseho. Kirazira ko habamo amanyanga bamenyereye gukoresha kuko biri ku murongo, nta bujura burimo, kuko haramutse habonetse ibimeze nka za ruswa, no gusibanganya ibimenyetso byateza amahane bikomeye. Kuko bagerag</je ngo habanze hafungure umututsi basanga nta mfunguzo afite «yakoresha ingufu nk'uko asanzwe», kuko ni we uri ku butegetsi, na ba bandi bose bageragaje no kunyura mu madirishya ariko biranga.

Ikibabaza kandi n'uko hafi ya bose bazi ibiri imbere ko ari byiza cyane, ariko nti barabibona, ni yo mpamvu bamarana, bakanagerageza no gukora za fotokopi bijya gusa. Umuhutu impamvu asabwa kubanza n'uko ari we wari ku butegetsi (Adamu). Maze buri wese agashaka ko biba ibye.

U Rwanda na rwo ruracunga cyane ko nta munyamahanga wazarwinjirira mu nzu, kuko iriya nzu ari yo Rwanda irimo amasezerano yose y'Imana yageneye u Rwanda n'Abanyarwanda. Imana itegereje ko ibintu bijya ku murongo gusa. Ahubwo na rwo rurihimbire kuko rugomba guhindurirwa izina, kubera ko izina «Rwanda» na ryo si ryiza, RIRASAMA. Satani nawe arashaka ko bakomeza kwinangira nawe agahora amena amaraso y'abo yita ay'abanyamahanga, ararwana no kutazatuma Abanyarwanda babona ibyabo bateganirijwe, cyane amahoro arambye.

U Rwanda ngo rujya rwumva (niba ari ukubeshya ntirubizi) ngo ko hari abanyamahanga bajya banyuzamo bakiyita Abanyarwanda. Noneho rukibaza niba ari Abanyarwanda impamvu badataha mu Rwanda bikarushobera. Ni yo mpamvu hari igipimo gikomeye kuri buri wese ubeshya ngo ni Umunyarwanda, ngo akunda u Rwanda kurusha abandi? Sinzongere kumva hari uvuga ko akunda u Rwanda kurusha abandi, ko yarwitangiye kurusha abandi, kuko buri wese wiyita Umunyarwanda rwaramuzahaje mu rwego rwe, yarumeneye amaraso arumeneramo ayandi, mu buryo bwe. Utarakoresheje umuhoro yafashe imbunda, yaratekereje cyane, undi aravuga cyane, undi arakora cyane, undi arakomereka, abandi barapfa basiga ababo. Kandi byumvikane neza ko «NTA NYANGARWANDA» y'u Umunyarwanda, mwene-gihugu ibaho, kuko nta wiyanga. Ahubwo habaho inyangarwanda z'abiyita Abanyarwanda, ari bo bariho ubu.

Kwihana kw'abanyamahanga biyita Abanyarwanda bose bari mu Rwanda mu buryo butemewe n'amategeko, bigomba gukorwa vuba nta rukiko bishyiriweho. Ibi nti bireba abanyamahanga ba nyabo bo mu yandi mahanga ya kure batavuga ikinyarwanda, kuko bo baje guhaha no gusahurira muri iyi nduru n'aka kavuyo. Bitwa ba «Karyarugo».

Ikitonderwa! Umuhutu afunguze urufunguzo rutari urwiganano, ategereze ko umututsi akurura urugi, binjire bafate ibyabo. Birinde guhubuka. Aha rero umututsi ashobora kwizubaza ntafungure, ariko kirazira umuhutu agomba gutegereza nta kundi byagenda. Ba bandi na bo binjire mu byumba bafate ibyabo, babanje gusuzumwa neza ko ari Abanyarwanda «biyambuye ubunyamahanga». Kandi nti bibeshye ko bashobora kubeshya kuko buri kintu cyose kirebana n'ibirimo, cyose kizi gupima. Birasaba ubushishozi bukomeye kugira ngo ibi bikorwe neza. Kuko wasanga bakomereje muri wa mwuka wabokamye wo gusahura, kubohoza, kwica bagasibanganya ibimenyetso n'ibindi bafitiye Impamyabumenyi z'ibirenga. Bitabaye ibyo hari amanyanga bashobora gukoresha: nko gukoresha ingufu mu gufungura, nko kuba barasa urugi amasasu menshi, bashaka gusahuranwa cyangwa kubohoza bagira ngo wenda hari mo za zahabu, kandi koko zirimo, ugasanga bizarushya kongera gusana kuko ntabwo twaba mu nzu idafunga. Kandi si byo tuzahoramo.

Birasaba aba banyamahanga babaga mu Rwanda cyera bahoze ari Abanyarwanda gukorana iki gikorwa ubwitonzi, ubushishozi, gukunda igihugu, kureka umururumba, guharanira gusiga umurage mwiza, kureba kure, n'ibindi byatuma basohoza neza uyu murimo bose babyumvikaneho, batazangiza urupangu n'inzu yabo nziza, n'ibiri muri iyo nzu byose by'akataraboneka. Kuko na none byasaba kongera gutangira gahunda yo gusana ibyangijwe n'intambara. Abanyarwanda nyAbanyarwanda nibamara kuboneka, bazasaba Imana imbabazi z'ibibi bakoze, basabe n'u Rwanda imbabazi kubera amahano yose barukoreyemo, nibarangiza bihanire isi yose na yo izatangara ibonye ibibaye, nibarangiza ni bwo U RWANDA RUZATEMBA AMATA N'UBUKI... Ruhindurirwe izina kugeza ubu ntari namenya.

Mana umfashe nzarebe kandi ngire umumaro muri ibyo bihe byegereje, ndashaka kureba Abanyarwanda batari abanyamahanga uko bazaba basa n'ibyo bazaba bakora, ni byo bazaba bavuga, bamaze no guhindurirwa izina. Nanjye nzaba mfite akazi kenshi cyane ko kwishimira kubaho mu mahoro twumvira Imana, Yesu yicaye ku ntebe y'Ubwami y'ubuyobozi. Ari ku NGOMA. YESU KU NGOMA.. YESU MU BWAMI BWE!!!

Kandi mfite uruhare rukomeye rwo kugarura Itorero rya Yesu Kristo ku «RUFATIRO RW'INTUMWA N'ABAHANUZI». (Abefeso 2: 20). No gukora ku buryo Itorero rya nyuma rizarusha ubwiza irya mbere. (Hagayi 2: 9).

Ngako akazi kanjye!

Icyitonderwa: «Ntabwo ndota ndi maso»! Kandi aya magambo ni ay'ukuri agomba kubahirizwa. Mugire amahoro arambye abonerwa muri Yesu Kristo, mube Abanyarwanda, Abanyarwanda bashya, mwemere Imana ibabagemo amoko, kandi nta kinya izabatera, izababaga mwumva, kuko mwarayiruhije cyane, ibakuremo ubumara bw'ubwoko musigarane ubwoko bw'ibipampara budafite ingufu na mba. Kandi kubera ko bwakoze amahano, nyuma nitumara gusobanukirwa kubera ibizaba bibaye, ntawe uzongera kubwirata.

IBISABWA KUGIRA NGO UMUNYARWANDA ABE UMUNYARWANDA NYAMUNYARWANDA

- Kubanza kwihana ubuhutu n'ubututsi, byo bifite imizi yashoye cyane.

- Abahutu b'abakozi b'Imana n'abari mu buyobozi bwite bwa Leta kwihana itsembabwoko bakoreye abatutsi muri rusange, bihanira Imana n'isi yose.
- Abatutsi kubabarira no kwihana ibyaha byabo byinshi.
- Abafite ibyo bapfa hagati yabo biyunge vuba.
- Idini ryiyita Itorero ryihane kuko ryagize uruhare mu bibi byose byabaye mu Rwanda, na n'ubu rikaba rikomeje ubugome bwaryo.
- Nta muhutu nta mututsi, nta bavuye hanze, aba bose bagomba kubanza kuba Abanyarwanda kugira ngo babone gukizwa, no guhabwa izina rishya, kuko ubundi bafite ya mazina y'amanyamahanga; ntabwo Imana yabona uko ibandika mu gitabo cy'Ubugingo.
- Kwiyambura ubwoko mbere na mbere, kubutesha agaciro kuko bugakunda cyane, kubumaramo imbaraga n'ubumara buratisha, bukanakoresha ubugome, hanyuma ubone guhinduka Umunyarwanda, uhite uhabwa itike yo guhabwa izina rishya.
- Kwihana, kwakira agakiza kabonerwa muri Yesu Kristo.
- Kwihanirana hagati yacu, kuko hari ibyo dupfa byinshi, birimo n'Inzigo.
- Kwihanira igihugu kuko twagiteje ibyago bikabije, kwihanira isi yose.
- Gufata ingamba zo gukiza igihugu dushyize hamwe muri rusange.

IYO HABUZE UWIHANA, IMANA IRIHANA

Kwihana kw'umwana w'umuntu bihesha Imana icyubahiro bikamwaza Satani, kwihana ni ho Imana itegera Satani, ngo iyishime hejuru. Iyo bibuze rero, Satani ahabwa icyubahiro Imana ikamwara.

Muri Edeni habuze uwihana maze Imana irihana itanga ibihano kuri Adamu na Eva ndetse natwe bitwomaho, ni yo mpamvu icyaha cyabo cyitwa icy'inkomoko. Igihe cy'umwuzure habuze uwihana na none igaragaza kwihana gukomeye iteza isi umwuzure. Igihe cya Sodoma na Gomora na bwo yaje kwihana imanura umuriro mu ijuru irahatwika ihahindura ivu (nawe hari aho uzi yagiye yihana), ibyaha bazize ni byo byokamye isi ubu kuko abagabo baratinganaga. Na n'ubu ngo bigeze ku rwego babasezeranya mu idini. Abagore na bo basambana bakanasezerana kubana, ibi byo umenya icyo gihe cya Sodomu iby'abagore umenya bitari byakaza, byazanywe n'amajyambere menshi.

Imana itubabarire ntizaduhanane nabo. Yiboneye icyororo kwa Tera ise wa Aburamu, imuhamagaye imukura muri Uri y'Abakaludaya no mu muryango wa se. Yagombye kumuhindurira n'izina kuko yari itangije gahunda yo kumukuramo ubwoko bwayo, ibanje kumukuraho ubwa se, kuko bwari bufite ikibazo cy'ubupagani

114

n'ibigirwamana byinshi bya ba Ryangombe n'abacwezi, imandwa z'iwabo icyo gihe. Bigeze kuri Yakobo kuko ari we wari kuzabyara imiryango 12, kandi kamere ye yari iyo kuriganya n'amanyanga gusa, byabaye ngombwa ko umuhamagaro umuzunguza kuva akiri mu nda ya nyina kugeza avuka. Impanga ye Esawu nyir'umugisha kuko yari imfura, Yakobo arawumunyanganya ku mugaragaro ndetse na nyina abigiramo uruhare, yaje no kumutwara imigisha y'uburyo bubiri hari mo no gukunda ibiryo kwa Esawu. Vuga usubiremo uti GUKUNDA IBIRYO, wongereho ngo KUGIRA INDA NINI.

Umuhamagaro wateye Yakobo guhunga kandi uramukurikirana nawe araruha nk'uko yaruhije mwene nyina. Nawe nyirarume yaramuruhije amubiza icyuya, mu rushako biradurumbana, arongora Leya yashakaga Rasheli. Agizengo arashaka gutaha, akubitana n'ikibazo cy'uko yasize ahemutse (ndabona bijya gusa n'ibyo mu Rwanda). Usome izi nkuru mu Itangiriro kuva ku bice 26.

Ariko Imana ishimwe byamukururiye guca bugufi, amaze kubabazwa cyane, (aha akaba anyuranye n'umuhutu n'umututsi biyita Abanyarwanda), kuko n'ubwo baba babizi n'umutima ubacira urubanza, bo barabisuzugura bakikomereza ibyabo baba bita byiza, ndetse bakaba banarwanira ibyo batemera ariko batsimbarayeho kubera izima, kandi atari byo Imana ishaka, n'ubwo byaba bibarimbuza.

Yakobo igihe yasengaga Imana yiseguye ibuye i Beteli, kubera umuhamagaro Imana yohereje marayika barara bakirana ijoro ryose, uyu mugabo yari yariyemeje intambara y'uburiganya koko, ariko aho nshaka kugera ni hariya bubakereyeho, marayika akamusaba ngo amurekure undi akanga. Maze marayika akamubaza uko yitwa, undi ntiyashidikanya ngo atangire yipfushe ubusa abeshyabeshya ahisha izina rye ry'amanyanga, ngo yivugishe ngo ni umunyiginya w'umutsobe w'abasindi, ngo nyirakuru yari umwega nyirasenge akaba umuzigaba. Ibyo ntiyabigiye mo ngo atangize impaka n'ibisobanuro, yahise asubiza ati nitwa Yakobo rwose, ndi umuriganya. Naba nawe! Maze imbaraga z'umuhamagaro ziza zihuta zimuhindura izina kuko yari avugishije ukuri; marayika ati uhereye ubu witwa Isirayeli. Kandi yari yarabyaye abana bose, kuko Rasheri yapfuye abyara Benyamini ari we muhererezi mu nda ye. Mwibuke ko ari nawe (Rasheli) yakundaga cyane. Yakobo yongeye guhura na Esawu atakiri umunyamanyanga, bahuye yarahindutse sekuruza w'imiryango myinshi, bahuye yaranoze. Yaramaze no gukirana na marayika. Byatumye acira mwene nyina bugufi kandi uyu yari yamaramaje kwihorera (musome izo nkuru mu bice byo mu Itangiriro 31, 32, 33). Mubisome mwitonze.

None twebwe baratubaza niba turi abahutu n'abatutsi tukanga kubyemera kandi ari ho ibibazo biri. Kandi twarabyitwaje, twarabikoresheje mu kumena amaraso y'inzirakarengane na n'ubu tukaba tubikoresha n'ubwo dusibanganya ibimenyetso bwose, tukani yoberanya. Tugahita tuba Abanyarwanda tudakiranye na marayika ngo tunamuneshe kugeza aduhaye umugisha akadusubiza n'ubunyarwanda buteguriza izina rishya. Nta n'icyo byadutwara cyane gusigarana ibisare n'inkovu kuko na Yakobo n'ubwo marayika yamukoze ku mutsi wo ku itako, nti byamubujije gukora inshingano zo kurangiza umuhamagaro acumbagira akarangiza neza agasanga ba sekuruza amahoro. Biraruta kuba ugenda wibwira ko wemye kandi uri umunyamanyanga, w'umugome w'umwicanyi, kandi ukaba utinya no gupfa da! Abicanyi ibyabo byaranyobeye. Barandahiye ngo batinya gupfa.

Murumva byumvikana? Akica maze we agatinya gupfa! Ari na yo mpamvu baba bashakisha ibyabarinda bakambara za «Anti-balles» bya bindi ngo bitamenwa n'amasasu. Ariko iki kirakomeye cyane: Wowe ukaba utinya gupfa ariko ugahora wica abandi urubozo? Iyi mibare y'abagome yananiye gusobanukirwa.

Umunyarwanda yaravuze ati «*ntawe urusimbuka rwamubonye*», ati kandi «*nta mukuru w'ikizimu*». Njye nahitamo gucumbagira ndi umwenegihugu kuruta kwibwira ko nemye nibeshya ndi umunyamahanga w'amanyanga. Abahutu n'abatutsi bakunda ibyoroshye kandi ni abanyabyaha kabuhariwe, kandi bariho umuhamagaro.

Iyo umuntu ari ho umuhamagaro akenshi ntakunze kubimenya, yifata nk'abandi, ni na yo mpamvu akubitwa cyane kugeza igihe abigiriyemo neza, ndetse benshi bakabaza niba abiyita Abanyarwanda ari twe twenyine dukora ibyaha kurusha abandi mu isi. Ntabwo ari twe twenyine dukora ibyaha kuruta abandi, ariko hari icyo Imana yatuvuzeho.

«*Imbwa yiganye inka kwituma mu rugo, barayikubita «kuko ibyayo binuka*». *KWIGANA!* Abiyita Abanyarwanda na bo n'uko; bariho umuhamagaro uteye ubwoba, ariko nti bumva, barakubitwa ariko nti bumva. Byinshi byagiye bibababaho ariko nti byatumye bahindukira, bakunda kwigana abandi.

Ntako Imana itagize, na nyuma ya jenoside Imana yaravuze cyane ariko isanga benshi bari «mu ntsinzi», abandi bari mu kwica no gusahura, abandi bari mu guhunga no gutuka Imana no gupanga uko bazagaruka barwana. Ikavuga iti mwihane mwa bahutu mwe, mubabarire mwa batutsi mwe bakanga, iti mwihane mwa batutsi murekere aho guhora, ibikomeye biraje; bagasenga babicuritse bamwe birukana abacengezi abandi babatebutsa; bagakubitwa ariko nti bumve, hakaza ibimenyetso ariko nti babone. Hakavuga n'amahoni menshi ariko nti bumve; kuko amatwi arimo urupfu ntiyumva ihoni. Imana ikavuga iti batutsi mwihane murimo murica mugahisha, mugasibanganya ibimenyetso bati turera de, habaye jenoside wiyipfobya utwita abanyabyaha. Reka dukomeze twirire uyu muriro uvanze n'amaraso n'amagufa wenda twazahaga. Ariko wapi!

ICYO ITORERO RYAGOMBAGA GUKORA

Itorero riba mu gihugu, ntabwo ari igihugu kiba mu Itorero. Itorero ni ryo rigomba kubererera igihugu ntabwo ari igihugu kireberera Itorero. Bivuga ngo byanze bikunze kugira ngo ibintu bigende neza rigomba kugira inama ubuyobozi. Na cyera igihe cy'abami muri Bibiliya, iyo hajyagaho umwami hagombaga kubaho umutambyi, n'umuhanuzi. Ari na ho hagiye hava amakimbirane hagati y'ubwami n'abahanuzi Imana yabaga yatumye ku bami ba Isirayeli.

Kuva igihe cy'abami b'u Rwanda ba nyuma, abanyamadini bagiye bivanga n'ubutegetsi bwabaga buriho, ndetse byakaze cyane muri za 1959 ubwo byagaragaye ko Kiliziya Gatulika n'abandi banyamadini bivanze mu kwica no kwirukana abatutsi.

Buri gihe mu bibi byose biba mu isi haba hari mo ukuboko kw'idini, cyane muri ibi bihe bya nyuma bwo ryamaze guhabwa imbaraga nyinshi zo kurwanya uwo wese utariri mo, kuko rigiye kuba rimwe (1) ku isi yose (Idini, IMPUZAMADINI). Nk'uko Itorero na ryo ari rimwe (1). Kuko hari imbaraga eshatu ku isi ari zo: *Ubukungu, Igisirikare, n'Idini*. Nk'uko hariho Imana na Yesu na Mwuka Wera, hakabaho «Antikristo, Inyamaswa, n'Umuhanuzi w'ibinyoma», «hakabaho «umuhutu, umutwa n'umututsi, «hakabaho Rwanda, Uburasirazuba bwa RDC-Kongo, n'u Burundi, ari byo byitwa «Ibiyaga Bigari».

Iyi nkubiri yo gushaka byose kubihinduramo ikintu kimwe bihishe byinshi cyane. Ubulayi Ifaranga ryabo (Euro), na Afurika ngo barashaka kuyihindura imwe. Iyi 3 yo haruguru ifite icyo isobanura, nawe ugerageze kugira icyo ukuramo kuko si cyo kigendererwa.

Mu byagiye biba byinshi twararebaga, ibindi tukabibwirwa by'impamo, ibindi tukabisoma, ndetse hakabaho n'amabanga akomeye umuntu amenya atabishakaga (nzi menshi cyane). Kuva mbere ya jenoside nari mu mikorere ya Repubulika ya kabiri, kandi benshi nti bari babizi, na nyuma ya jenoside banyibeshyeho ngo ndi umututsikazi, ngo kubera izuru ryegeranye, n'izina: «Murebwayire», ngo nta muhutu witwa gutyo. Maze ndabwirwa ndamenya.

Murebwayire ni izina ry'irihima. Kubera ko data yitwaga Bukayire, yagiye Uganda icyo gihe sinzi ibyo bari bagiye kwigayo, agarukana amazina "ajyanisha". Kuki bashakaga ko anyita Nyanzira, Nyiraromba, Nyirambabajende, cyangwa Nyirabaryurimenge? Aba anyise Murebwayire rero, ndetse undi amwita Gahongayire, maze abahungu abita ba Ngabonziza, Ntaganda, Ntagungira na Ntaganira. Ariko iri zina ryanjye igihe cy'ingoma z'abahutu ryajyaga rinteza ibibazo, nahoraga nisobanura mu ishuri no mu kazi ko data ari umuhutu ndetse w'umurwanashyaka w'impirimbanyi ya Parimehutu MDR «Ishyaka ry'umucyo».

Maze igihe cy'abatutsi izina Murebwayire ringirira umumaro, kubera impamvu z'akazi.

Hari benshi bavuye Uganda twitiranwaga, maze ibyo kwitwa Mariya «Marie» bisimburwa na Mary. Byarantonze cyane icyo gihe. Menya amabanga menshi, kandi na mbere igihe cy'ingoma z'abahutu, nagize inshuti nyinshi z'abatutsi kubera umuhamagaro. Ndetse nyuma ya jenoside bamwe bari bazi ko navuye Uganda, uretse ko nta Kiganda nari nzi na mba, n'icyongereza cyari gike, ariko mu gihe gito nari natangiye kubimenya nirwanaho ngo ntavumburwa, kubera umuhamagaro......

« [10]Kandi Esiteri ntabwo yari yigeze kuvuga bene wabo cyangwa ubwoko bwe, kuko Moridekayi yari yaramwihanangirije kutabivuga.» (Esiteri 2: 10).

«[20]Kandi Esiteri yari ataravuga bene wabo cyangwa ubwoko bwe ubwo ari bwo, nk'uko Moridekayi yari yaramwihanangirije, kuko Esiteri yumviraga itegeko rya Moridekayi nk'uko yaryumviraga akimurera». (Esiteri 2: 20).

Bamwe bakamfata nk'uwacitse ku icumu nkamenya ibyabo kandi akenshi byabaga ari bibi. Abandi bakamfata nk'uwavuye hanze, navuga igifaransa bati yavuye i Kinshasa cyangwa i Burundi. Kuko nari nzi n'igiswayire rero. Abahutu bo twari tuziranye, birirwaga bambwira ngo naracengeye. Ngo nzi gucengera. Ngo ndiye ingoma zose, nti bamenye ibanga. Ni ko Imana yabishatse kubera impamvu z'akazi. Maze menya iby'abatutsi byinshi bita amabanga. Twari tukiri ku idini. Nka njye mfite icyo mpfa na ryo cyane, nazabiharira igitabo kuko namenye ubugome bwaryo bintera kwibaza, iyo ntekereje n'ukuntu ryemerwa ku isi yose kurusha Imana n'Umwana wayo, ku buryo abayoboke baryo bakwizirikaho ibisasu bakaripfira bakanapfira na ba Pasitori cyangwa ba Padiri na ba Musenyeri babo. Simvuze ba Karidinali na Papa wabo bo bahitana benshi kubera gukomera kwabo, Papa we yiyita cyangwa bamwita ngo «Nyirubutungane». Mu gifaransa ni ngo «Saint Père..??» Mu cyongereza ngo ni «Holy Father..??»

Abantu nta soni n'ubwoba bagira, bikaba bibaye nka za ntagondwa z'Abayisilamu ngo zizirika ibisasu ngo zirarwana intambara ntagatifu, kandi ngo upfuye muri bo atyo ahitira mu ijuru. Ariko ni ijuru ryabo si irya Yesu Umwami w'amahoro. Birambabaza cyane. Abami ba cyera bagiye banga abahanuzi nyakuri kuko bababwiraga icyo bakora ngo babeho. Kandi abahanuzi akenshi nti bakunze kubembereza. Noneho kubera irari ryabo bami bagashaka ko babahanurira ko bera de, ko bakora neza, ko bazagumaho ubuziraherezo, ko badashobora gupfa n'ibindi by'ubupfapfa n'ubugoryi n'ubucucu, kandi ibyaha byabo byararushagaho kugwira. Icyo gihe abami bicaga abahanuzi cyane; bigendana no kwica abahanuzi buri gihe, bakabashyira mu nzu z'imbohe, ariko bagakomeza kubahanurira. N'ibindi namwe muzi byinshi hagati y'abami n'abahanuzi.

Ubushize Habyarimana yarabwiwe, abo bategekanaga barabwirwa, «natwe twarimo agatsiko k'abari bashinzwe kuraguriza igihugu», ariko ntacyo byatubwiye, twikomereje mu bigirwamana turaraguza, turamya Habyarimana na Satani, twimika abapfumu, duhindura umuhamagaro w'Imana ubusa, na yo iduhindura ubusa, icogoza imbaraga twiratanaga duhungana intwaro zigifungiye mu ma karito. Dukwira isi yose umuvumo uturi imbere n'inyuma, no hirya no hino, buri wese atuzungiriza umutwe. Nk'uko Interahamwe zavugaga ngo zirasiga abatutsi bacye bo kuzerekana uko basaga, nyuma FPR n'isi na byo byashakaga kureba no kwerekana uko abahutu nyuma bazaba basa.

Akebo gakomeza kujya iwa Mugarura, kagahama mu nzira. Umuvumo warazereraga wihuta kurusha imirabyo. Nanjye nishyizemo kandi sinahunze, nahamye iwacu Kacyiru nkurikirana Radiyo RTLM ya Kantano avuga ko tugomba gukomera «Tukarezisita» ku Nyenzi (resister) kugeza ku munota wa nyuma, kandi yarageze i Goma ahunga. Byarambabaje ndushaho kwanga politiki y'abana b'abantu.

Kuki batatubwiye twese ngo duhunge? Nyamara nagiye kubona aho twari turi, mbona Inyenzi zitugezeho zivuga igiswayire gusa. Nawe ibwire aho imitima yacu yahise ijya. Ibyakurikiyeho ntubimbaze. Ubwo mu gitondo twari twaciye amafoto ya Muzehe wanjye yifotoranije na Makuza na ba Kayibanda na ba Nzeyimana, kuko yari inshuti ya Makuza cyane. Twibwiraga ko zizadusaka. Hari n'ibindi twaciye turatwika bya MDR, ariko ntitwari kubirangiza. Hari ibyo bahasanze...Mpita njya kubazwa ngo n'ibyerekeye Rwendeye kandi yari yarapfuye. Ariko amagambo nahavugiye kuko na none nari nzi ko ntari bugaruke, iyo nyibutse ndibwira ngo «genda Mariya Imana yaguhagazeho kuva cyera».

Tugaruke ku Itorero. Ni yo mpamvu Umwuka w'Imana asaba akomeje ko Itorero ryasubirana umuhamagaro waryo wo gukiza imitima, rigasubira ku «*Rufatiro rw'Intumwa n'Abahanuzi*» (Abefeso 2: 20) bitari byaba nabi, rikumva icyo Umwuka avuga, na ryo rikabwira abategetsi, kugira ngo igihugu kigire amahoro arambye. Kubabwira ngo nibareke ubusambanyi ariko hakabura ubabwira ngo nibareke ubwicanyi no kurenganya abantu, na cyo ni ikibazo.

Nk'uko byavuzwe haruguru, igihe ubwoko bwasumbiye ubwene-gihugu ni ho byapfiriye, byageze n'aho abatwa bitwa
.

abasangwabutaka, ukagira ngo bababumbye muri ubwo butaka nyine. Kandi byumvikane ko nitumara kwihana ubumara bw'amoko bwadushizemo, tuzajya tuvuga ko turi Abanyarwanda b'abahutu, apana abahutu b'Abanyarwanda. Abanyarwanda b'abatutsi, apana abatutsi b'Abanyarwanda. Kuko ubundi byaracuramye habanza ubwoko, burusha imbaraga ubunyarwanda.

Ngukurire inzira ku murima: nta na rimwe amoko azavaho, ahubwo azatakaza imbaraga z'ibikangisho. Ingero: Umubiligi w'umufurama, Umubiligi w'Umuwalo. Umunyakenya w'umukikiyu, gutyo gutyo. Ubu nkosora na bo muri Kenya birayoba rwambikanye, ikibazo cy'amoko cyabazahaje.

Jye na mwene Data umwe twigeze kugera ku mupaka wa Tanzaniya. Abo twahaye ibyangombwa batangira kutubaza iby'amoko. Tuti ntubona se ko turi Abanyarwanda? Ati «Apana, nataka kujyuwa kabila zenu». Dutinze ku bunyarwanda ati «nini mbaya? Munaogopa Kagame sana»! Ati reka mbaruhure, ati wowe uri umututsi (njyewe), ati naho wowe uri umuhutu (mugenzi wanjye).

Yarebye amazuru nk'uko benshi bazi kubipimisha, ahita yibeshya kuko uwo yise umuhutu ni umututsikazi wo kwa Gahindiro ka Mibambwe na Rutarindwa wavuye i Masisi wanavukiyeyo. Twarasetse, ariko mpita nibaza uko tuzamera.

SATANI IJYA KUREGA U RWANDA KU MANA NA RWO RURIREGURA

Nyuma y'uko ubwoko busumba ubwenegihugu, bwasimbuwe n'ubunyamaswa, maze ubunyamaswa burusha imbaraga ibyabubanjirije: «kwitwa Inyenzi, n'inzoka». Hakaza n'amazina ari yo: Interahamwe mu kwica, Inkotanyi mu kwica, Abahuzamugambi ba CDR mu kwica, kuko ni yo yari intego ya Satani. Kuko mu bwoko ni mwo yahishe ubunyamaswa bw'abiyita Abanyarwanda, kandi byagaragajwe n'ibikorwa, n'imikorere.

Turebye amateka y'u Rwanda igihe amoko yatangiriye kugira ingufu z'ubugome, tubisanga cyane mu byivugo, kuvuga imyato no kuvuga amacumu. Abayisirayeli ku rugamba bo bacaga ibihanga akaba ari yo macumu yabo, Abanyarwanda bo barashahuraga. Nawe unyumvire ubwo bugabo. Bakagira n'imandwa zitwa za «Mugasa» Rukarabankaba. Bakunda kwica...Kugeza ubu abari mu Rwanda ni abaturarwanda n'abavukarwanda babumbiye mu bunyamaswa, ni ko Satani arega «si njye ubivuze», ariko bakarutana mu bugome, kuko muri bo hari mo inyamaswa-bantu z'inkazi.

Kwamburwa ubwenegihugu bingana no kwamburwa ubumuntu. HUTU-TUTSI-TWA, ni n'amazina y'ibikoresho akoresha yisanzuye. Ubunyarwanda ni yo nkomoko-gakondo na yo ifite ibibazo, naho amoko H.T.T, Hutu-Twa-Tutsi ni amazina y'imirimo-mibisha gusa.

120

Imana yokeje u Rwanda igitutu, irubaza aho rugejeje umuhamagaro, na rwo rugasubiza ko rwabuze Abenegihugu bo gusohoza umuhamagaro.

Kuko abanyamahanga biyita Abanyarwanda barurimo bakomeje gusohoza imigambi ya Satani gusa. Byageze n'aho Imana ibaza u Rwanda aho Ububyutse bwo muri za 1936 bwagiye, maze u Rwanda rurya iminwa, ruhita rubura icyo ruvuga, rutangira kuvuga ngo ahubwo ububyutse bwakurikiwe n'inzara nyinshi; za Ruzagayura, Rujukundi, Gakwege n'izindi, kuko nyine Satani yaruciye mu rihumye, ararwiba kugira ngo azarwice, nyuma azarurimbure (Yohana 10: 10).

IBIREGO BYA SATANI

- Urega: Satani
- Uregwa: Rwanda
- Umucamanza: Imana yaremye ijuru n'isi, yicaye ku ntebe yayo, kandi ni «Sérieux». Kandi ikunda aba-sérieux, igakoresha sérieux.
- Abanditsi: Abamarayika batacumuye (Abaserafi)
- Umushinjacyaha mukuru: Satani witwaga Lusiferi (Sekibi)
- Abashinjabyaha: Bezebuli, Abadayimoni, Imandwa, Abacwezi, Abarangi n'Amajyini n'abasenga ibishushanyo.
- Uwunganira uregwa: Yesu Kristo Umwami w'amahoro.
- Abatangabuhamya banashinjura: Abamarayika batacumuye, Abaserafi n' Abakerubi.

Satani yatangiye arega igihugu kiriho umuhamagaro, ari cyo u Rwanda. Ikirego cyaziye igihe, kirakirwa, kandi Umucamanza mukuru asanga gifite ishingiro, n'ibimenyetso bifatika bya simusiga; ni ko gusaba umushinjacyaha gutangira gushinja uwo arega.

IBIREGO:

1. Abiyita Abanyarwanda biyambuye ubwenegihugu ari bwo «ubunyarwanda», bihindura cyane abahutu, abatutsi n'abatwa.
2. Bataye ubumuntu baba nk'inyamaswa bigaragarira mu nzangano zikabije zabyaye inzigo, ndetse bamwe biyemeza kumaraho abandi, kuko kwica inzoka n'Inyenzi ngo nta kibazo. Abandi barihorera cyane, ariko cyane barimo kwihimura.
3. Bigabanije imirimo y'umuhamagaro wanjye: Kwiba, Kwica no Kurimbura, ndetse no kuba ndi se w'ibinyoma, kandi nkaba ari njye nkomoko y'icyaha.

Baranyumviye cyane, turajya gusa. Ibirego byanjye bikubiye muri ayo mahame yanjye, ariko ndabibutsa Nyakubahwa Mucamanza

Mukuru ko mwakwibanda cyane ku maraso rwanyoye (u Rwanda) y'inzirakarengane nameneye muri rwo akaba asaba guhorerwa. Ndashaka ayandi menshi nk'uko Ijambo ryawe rivuga.

Ni ho ikirego cyanjye gishingiye, kuko nayanywesheje ubutaka bw'u Rwanda, kandi nkaba nsaba ayandi mu gihe cya vuba. Mubirebe neza biri mu burenganzira mpabwa n'Ijambo ry'Imana. (Itangiriro 9: 5-6; Kubara35: 33). Murakoze!

U RWANDA RURIREGURA

- Rwatangiye ruhinda umushyitsi, ubona rufite ubwoba, kuko bwari ubwa mbere rujya ahantu nka hariya mu nzu nziza, intebe nziza, ibintu by'amajyambere rutari rumenyereye. Nta «avoka» rwari rufite, kandi wabonaga rusa n'urufite inzara irumazemo iminsi; rwari rushonje cyane.
- Rutangira ntirwari ruzi aho ruhera.
- Habanje kurukosora mu mvugo no mu myifatire. Maze baruha ijambo, babanje kurusomera ibyaha ruregwa.
- Rwatangiye rwemera ibyaha byose ariko rubitangira ibisobanuro
- Ruvuga ko rwakorewemo ibyaha ariko atari rwo rwabikoze, ko rwatakaje abene gihugu igihe rutibuka. Ngo rimwe rwaryamye rukangutse rusanga ruri kumwe n'abanyamahanga b'intagondwa barwanga gusa, bicana gusa, barusahura bajyana hanze. Bafite ubugome buruta ubwa Sekibi
- Ko rwahereye ubwo rwinjirwa mo n'ubwoba bwinshi.
- Ruhakana ko nta maraso y'Abanyarwanda nyir'izina ubutaka bwarwo rwanyoye, kuko ngo ntabo rwari rufite, rukomeza rwisobanura ko rwajyaga rubona intambara zaruberagamo z'abanyamahanga biyitaga abaturarwanda n'abavukarwanda. Abaturage.. Ko rwabonye n'amaso abitwa abahutu batsemba abatutsi, ngo kubera ko hari abatutsi bari barruteye baturutse i Bugande. Abo batutsi na bo rwabonye uko baje bica abahutu inzira yose, kuva aho batereye za Byumba. Ikindi rwibukije n'uko «UDASHOBORA GUSENYA IBY'UKUNDA», ko niba hari abarusenya, ni byo bigaragaza ko ari abanyamahanga. Ruti «Baranshenye barenda kumaraho, n'ubwo bavuga ngo «baranyubaka», ngo barankunda daaa! Barabeshya ahubwo nimuntabare.
- Rurasakuza abashinzwe umutekano bararucecekesha barutuka mu giswayire no mu cyongereza, na rwo rukomeza gusakuza ntawe rwitayeho, rukora ibintu bidafite ikinyabupfura. Ruvuga ngo rwaratabaje rubura abarutabara, rutakambira Loni irarwihorera, rutakambira idini ryiyita Itorero rusanga n'irigambanyi ry'irinyamahanga na ryo, Itorero nyakuri rusanga ngo ari umuntu ku giti cye.
- Hari n'ibindi rwashakaga kuvuga rwisobanura byinshi byarukorewemo, rushaka kuvuga amagambo menshi

y'akababaro ubona byarurenzeho rutangiye kurondogora no kuvuga ibintu bicuramye, no kuzana impapuro zishaje zanyagiwe zaho rwagiye rwandika utuntu n'utundi, ngo ni za Agenda za mémoires zarwo. Ibyo rwibukiragaho. Kwibuka...

- Ruribuka, ruributsa, rurarira, rurasarara. Ruribuka ruvanga amagambo. Bivamo no guhahamuka, ariko bararucecekesha, ngo ibyo si ngombwa, ngo rurabasubiza inyuma, ngo niruvuge iby'ingenzi «rurase ku ntego», rugabanye kurondogora, ngo amasaha aragiye kandi hari izindi gahunda z'amajyambere, ngo hari imanza nyinshi z'abahungabanya umutekano, n'udutsiko tw'abitwaje intwaro bakitwara gisirikare, n'abagizi ba nabi bitwikira amajoro, n'abangisha ubuyobozi abaturage... n'ababuza u Rwanda umudendezo ; ngo nirucunguze uburyo umwete, n'ibindi.

Icyababaje abari aho n'uko rwageze aho rwatabaje Itorero cyangwa idini ryiyita Itorero ngo ntirwibuka neza «umenya ngo nta Torero ryari rihari icyo gihe». Maze idini ryanga kurutabara kandi ryari rifite imbaraga n'ububasha n'ubushobozi n'ubutunzi maze u Rwanda ruhageze, ruraturika rurarira, Ruraborogaaaaa, rurashavura rumara akanya ruderanja (déranger), abaraho bararambirwa, ariko bamwe bagerageza kurwumva, no gushaka ibikurikiraho (inkuru). Maze mu kanya n'abari aho bose bararira, ubona bihinduye isura, hajemo agahinda no kwibuka ibyarukorewemo byose, «KWIBUKA», kuko impande zose zari zihari.

Buri wese ukabona arabaza ngo ese ababigize mo uruhare bari hehe? Abakoze ayo mahano bari hehe? Ni bande? Hari abari hano mu rukiko? Nta na bene wabo bahari? Nta bana babo? Nta buzukuru? Nta n'abuzukuruza se basi? Nta babasimbuye mu myanya y'ubutegetsi? Abari aho nti basubize. Bagahwihwisa gusa. Hatangira kuza ikintu cy'ubwoba, no kuvugira mu matamatama, abari aho bitotomba, kandi ba maneko bakebaguzaga cyane, bafite iterabwoba ryinshi. Habaho guceceka kwinshi, kuko buri wese yitekerezagaho.

Bamwe mu bungirije Perezida w'urukiko batangira gusaba ngo urubanza ruburanishirizwe mu muhezo, kubera amabanga y'ígihugu u Rwanda rwari rwatangiye kumena, maze barwambura twa dupapuro rwari rwizaniye, ariko Perezida w'urukiko aranga, atsimbarara ko urubanza rukomeza kuburanishirizwa mu ruhame, ba bandi bahita barusubiza na twa dupapuro twarwo, ariko bamaze kudusoma. Rutangira ibyo gutera abantu ubwoba, rukura abantu umutima, ruvuga n'akari imurori, rucukumbura amabanga, ni bwo barusabaga kwihangana rukanavuga make kubera amasaha, n'ubwiyunge bubanziriza ubumwe, n'ubworoherane n'ubusabane, no kwanga gukomeretsanya. Ibyo bikavugwa n'abungirije umucamanza mukuru, cyane cyane umwanditsi w'urukiko wabonaga asa n'aho abogamiye kubashakaga gucecekesha u Rwanda. Kwanga ko hari abakomeretsa n'abakomereka, bikaba byakwitwa amacakubiri cyangwa ingengabitekerezo ya jenoside, cyangwa iyo «Kwibuka», y'akababaro, kandi byose biba byarashyizweho mu buryo bwemewe n'amategeko-teka, n'amategeko-shingiro, cyangwa ayihariye, bikaba biba bifite n'ingingo z'amategeko n'ibihano bigendana na byo.

Hari n'amabanga akomeye rwashatse kumena y'igihe cy'abami na za Repubulika, ni byo ku ngoma ya FPR ariko bararubuza, abari aho bayoberwa uko babyifatamo, bose bashakaga ko byose, byose, byose rubivuga: ariko nti byashobotse, rwamburw'ijambo ku ngufu gutyo N'ABUNGIRIJE Perezida w'urukiko, nawe arabihorera yari yarambiwe. Kuko we (Perezida w'urukiko) yari arakaye gusa, yandikaga mu gitabo cye wenyine.

Barusaba no kwifata neza mu rukiko, kuko rwifataga uko rubonye kubera imiruho n'imihati n'imvune byinshi n'imibabaro rwatewe, n'agahinda rumaranye igihe. Ntabwo rwari rwafunze ibipesu by'ishati yari yuzuyeho ibintu by'ibizinga bisa n'amaraso. Rwari rwambaye nabi biteye isoni. Ipatalo wagira ngo ibizinga byanze kuvamo. Abaraho na bo bagize isoni, batangira kwivugisha ngo na rwo rwakabije kuza rusa nabi, ngo ntabwo se rwari ruzi ko rugiye mu bantu? Ngo iyo rupfa kumesa basi ibyo hejuru.

Mbega ibyenda bibi rwari rwambaye weee! Rwari rwagerekeranije ibimeshe n'ibitameshe, ntabwo rwakarabye, rwaranukaga, nta gusokoza, mbega ibikweto weee! Rwasaga nabi gusa. Wabonaga rusa n'urwataye umutwe. Maze rurangiza rutarangije, kuko wabonaga rwashyugumbwaga, rwerekana ko rufite ibindi byinshi rushaka kuvuga, ariko bararwangira...Bararwangiraaaa!

UWUNGANIRA UREGWA, AVOCAT: YESU KRISTO

Yahawe ijambo, abantu bose bacecetse bari batangiye guhahamuka, kuko bari bumvise ibyo batari bazi kandi bibakomeretsa, n'ubwo bitavuzwe byose, kuko byari mu ruhame (ba maneko barutaga abaturage ubwinshi). Maze uwunganira uregwa ahagurukana kwiyizera kwinshi byagaragazaga ko afite ibisobanuro by'ukuri, maze afata ijambo ati «Nyakubahwa Mucamanza mukuru ari we «Papa», ni byo koko u Rwanda rwatakaje abene gihugu, kandi rwishe umuhamagaro, ndetse rwanyoye n'amaraso y'abanyamahanga menshi. Ni koko rubabwamo n'inyamaswa-bantu, ruriho n'umuvumo rwikururiye, ariko aba banyamahanga bihinduye ni bo cyera bari Abanyarwanda, ni na bo bagombaga gusohoza umuhamagaro (abari aho bararebana birabayobera).

Uwunganira urengwa arakomeza ati kandi hari n'icyo nongeragaho nsobanura: umunsi ubwoko bwamize ubwenegihugu, ni na wo munsi ubunyamaswa bwinjiriye mu bwoko, ni cyo gihe u Rwanda rwatakarije ubunyarwanda (nti babisobanukirwa). Nyakubahwa Mucamanza Mukuru «ariwe Papa», nagira ngo mbibutse ko abo

124

ngabo bihinduye abanyamahanga kandi bari Abanyarwanda ari bo napfiriye ku musaraba i Gologota. Kandi igitambo cyanjye uracyemera. Kandi ndabasaba ngo munyihanganire, nongereho ko kugeza ubu hari icyo bashobora gukora ngo bagarure ubunyarwanda, bubaheshe agakiza, kabinjize mu MUHAMAGARO. Ndetse bazahindurirwa n'izina.

Hari icyakorwa rwose Nyakubahwa Mucamanza Mukuru. Mu by'ukuri umuhamagaro uri ku Rwanda, ku Banyarwanda Hutu-Tutsi, Twa, unganya imbaraga. Kuko bose bakoze amahano, ari na yo mpamvu bazakoreshwa ibikomeye. Aho bitandukanira n'uko iyo hari abitwa ko bari ku butegetsi bagira uruhare mu gukoresha amavuta yabo mu ishyaka ry'ubwoko (fanatisme ethnique) guteza imbere ubwoko no kugerageza gusana ibiba byarangiritse, abandi na bo babireba bagashaka kubyangiza, kuko na bariya na bo baba barabyangije, maze ba bandi nti babyibonemo, bagakoresha ubugome bwo guhimana no kutabyitaho.

Hutu iyo agiyeho tutsi irabebera kubera impamvu z'amateka. Tutsi yajyaho hutu ikabebebra kuko hutu iba yasize inzigo y'itsembabwoko. Ni yo mpamvu iyo igice kimwe kivuyeho gikomeza kwambara umwambaro wacyo ushaje kikarenzaho umushya uba ugezweho, ari wo witwa «Twese turi Abanyarwanda», bigahora binuka kuko iby'imbere biba bishaje bitanameshe, warebera inyuma ukabona ibishya ariko imbere hanuka. Ariko bigomba gukosorwa, bakavanamo umwambaro w'inyuma bakaba bawushyize ahantu runaka, kuko bahise bawambara batiyuhagiye. Noneho bakongera bagakuramo na wa wundi w'imbere waboze bakawutwika ugahinduka ivu, bakabona kwambara wa wundi mwiza, babanje KWEZWA N'AMARASO YANJYE.

Abari aho bo mu yandi madini batangira kurakara no kuzunguza imitwe, babazanya ibyo kwezwa n'Amaraso ya Avocat. Baranahaguruka, batangira kwitotomba, ngo «Azanye bya bindi by'abarokore». Baba baguwe gitumo n'amagambo y'Umuhanuzi w'umusaza Simewoni wahanuriye Mariya nyina wa Yesu ati «[34]*Dore uyu ashyiriweho kugira ngo benshi mu Bisirayeli bagwe, benshi babyuke, abe n'ikimenyetso kigīrwa impaka, [35]ngo ibyo abantu benshi batekereza mu mitima bizahishurwe, kandi nawe inkota izagucumita mu mutima*». (Luka 2: 34-35).

Maze birabashobera. Avocat arakomeza agira ati munyihanganire ndumva bazabikora vuba kandi neza, kuko nahagurukije abo kubabwira, kandi ndizera ko bazabumvira. Hari ibindi navuga mbere y'uko umushinjacyaha agira icyo abiregaho kuko ndabona arekereje: mu butegetsi hari amashyaka menshi ya politiki bakagira na Forum imwe, kandi ugasanga bumvikana bya gitegetsi, byo kurenzaho, koroherana, kubahana, kurubanamo, n'ibindi byatuma badashwana. Ariko mu bitirirwa Izina ryanjye ugasanga basa nk'abahanganye,

125

none bikaba byarabateye kwangana nti batahirize umugozi umwe. Ni igihe cyo kubibutsa Nyakubahwa Mucamanza mukuru, munyemereye mukampa igihe gito cyo kongera kubatumaho abahanuzi banjye. None Forums z'Amadini yiyita Itorero zikaba zishyamiranye zarabaye na nyinshi z'agahimano. Nanjye nzazana ikirego vuba kuko bakoresha Izina ryanjye mu mafuti n'amanyanga menshi, ni ba «Escrots méchants». Bivuga ko batandukiriye, ubundi muri gahunda y'Itorero ryanjye nta forums zibaho. Aha rero umurezi, Umushijacyaha mukuru, akaba arekereje ngo azane ikirego cyitwa «Forums z'amashyaka y'amadini», kandi na byo bifite ishingiro. Ibi na byo nkaba ntanguranwe nemeza ko na byo bizakosorwa vuba bitagombye kuregerwa ngo byongere ibirego, ni biba ngombwa nzahagarika guhagararira umukiliya wanjye ari we «Rwanda», ndeke Umucamanza Mukuru «Papa wanjye», atange ibihano bikaze.

Murakoze Nyakubahwa Mucamanza Mukuru «Papa». Reka nsobanure n'ibi bitari bizwi, biri bufashe Umucamanza mukuru gusuzuma neza ibirego: U Rwanda ni nk'ikigo kinini gifungiraniyemo ubutunzi n'imigisha yose, ibi byose nti bigomba na hato guhabwa abanyamahanga. Ibyo ni byo ya MATA N'UBUKI bababwiraga mukiri mu mahanga, kubera inyota yabyo mwari mufite, mwe abavuye hanze, kandi ifite ishingiro. Mwafashe igihugu gitembamo amaraso, mugira ngo ni amata n'ubuki muranywa, muranagotomera muraniyongeza murayasinda, murangije muyarwaniramo, mukomeza no kumena ayandi ari nako mushaka n'abanzi benshi. Kurwanira mu maraso koko. «Yesu ararira»….

Hari n'imigani yanyu mujya muca ngo «*musangira amaraso ntimusangira amata*». Hari n'ibindi bavuze byambabaje ngo «bamwe bameneye amaraso igihugu (FPR), maze abandi ngo imbwa ziyanywera ubusa. Abo ngo ni «abacitse ku icumu». Ni cyo gituma nta mpinduka mu buryo bwo mu Mwuka yagaragaye hagati y'ibyo mwasanze n'ibyo mwazanye; aha ndavuga ku birebana no guhangana n'ibibazo nyamukuru hakurikijwe ibyari bimaze kubera mu Rwanda. Kuko mwari gushyira ingufu mu bwiyunge nyakuri, buturutse k'Uwiteka Imana no ku Mwana we Yesu Kristo ari we njyewe (2 Abakorinto 5: 18, 19).

Aha harabwirwa Itorero gusa kuko Leta yiyita iy'ubumwe yo na politiki yayo ni iya mbere ku isi, kuko ibigaragara biratunganye, ibitagaragara byarapfuye byose. Ariko mumenye neza ko ibitagaragara ari byo bibeshaho ibigaragara, bivuga ngo ni byo bigaragara, guhumbya no guhumagura byashiraho. Aha rero bigasa n'ibicuritse, kuko mu kanya gato byasenywa. Kandi ni mutihana bizasenywa ndetse namwe byaruhije mugire uruhare mu kubisenya.

Navugaga ko u Rwanda ari nk'ikigo kinini gifungiraniyemo ubutunzi n'imigisha yose. Ariko urugi rw'icyo kigo rurafunze, imfunguzo ziri mu mifuka y'abahutu b'abanyamahanga bavuga ururimi rw'ikinyarwanda. Ni bo bafunze byose babifungisha urufunguzo rwitwa «itsembabwoko bakoreye abatutsi». Baradadira, urufunguzo barushyira mu mifuka yabo bararugendana aho bagiye hose, kandi barabizi, ubwo ngo baba bahima abatutsi. Ni bo bagomba gufungura ariko si bo bagomba gukurura urugi, kuko imbaraga zikurura urugi ziri mu maboko y'abatutsi b'abanyamahanga bavuga ururimi rw'ikinyarwanda batsembewe n'abahutu, abasigaye bafashijwe n'abavuye hanze na bo nyuma barihorera karahava, bica abahutu benshi kurusha abatutsi bapfuye, kuko abahutu ngo ari ba nyamwinshi 85%.

Abiyita Abanyarwanda bafashe amazina y'ubunyamaswa; abagiye muri 1959 bahunze ari abatutsi bagaruka ari Inyenzi bigeze aho babita n'inzoka. Abateye muri 1994 baje bitwa Inyenzi ziyise Inkotanyi. Abatutsi bagiye bitwa amazina y'inyamaswa yo kwicwa, abahutu bakitwa amazina yo gushyira hamwe ngo bice abatutsi: Impirimbanyi, Interahamwe, Abahuzamugambi, Abacengezi, Abacunguzi n'ayandi. Abahunze 1994 bahunze ari abahutu, bagaruka ari Abacengezi.

IMPAMVU ABAHUTU NTA MAZINA YA KINYAMASWA BITWA, N'UKO ARI BO SATANI YAMBITSE «KWICA KU MUGARAGARO». BAMBAYE KWICA KWAMBAYE UBUSA. NTI BARI BAZI GUHISHA.

Ufungura azabanza yiyambure umwambaro w'ubunyamaswa bw'ubunyamahanga *buhiga*. (abahutu ni abahigi). Biyambure imbaraga z'ubwoko, basubirane ubunyarwanda, basabe imbabazi z'ibyo bakoreshejwe n'ubwoko bw'ubunyamahanga bw'ubunyamaswa buhiga, maze babone gufungura. Ukurura urugi nawe arabanza yiyambure ubwoko bw'ubunyamahanga bw'ubunyamaswa *buhigwa*. Abatutsi bahigwa bitwa Inyenzi, inzoka, biyambure imbaraga z'ubunyamahanga, babone gusubirana ubunyarwanda, hanyuma batange imbabazi, bihane na bo kwica abahutu bagasibanganya ibimenyetso, babone gufata urugi barukurure, bizahita bifunguka.

Abatutsi bihane biyambure imbaraga zo kwica mu mayeri n'ubugome buhanitse, bihanire abahutu. Icyo gihe abiyita Abanyarwanda bazaba bahindutse Abanyarwanda nyakuri bazakizwa, bose bazinjira mu nzu yabo nziza, bakore iby'umuhamagaro, babone kurya ku byiza byose byo mu gihugu, badafitanye na cyo urubanza. Kuko Imana irabashaka nk'ubwoko bumwe byanze bikunze (Ezekiyeli 37: 15-28).

Nyakubahwa Mucamanza Mukuru, ndemeza ko ibi bisubizo abahagarariye Itorero ryavukiye mu bise byanjye i Gologota bagomba kubikora vuba kugira ngo umwanzi adakomeza kutwishima hejuru, kuko: «Nishigarije ibihumbi 7000 bitari byapfukamira imizimu y'amoko n'ibigirwamana by'abanyamahanga». Murakoze Nyakubahwa Mucamanza mukuru «Papa wanjye».

Nyuma yo kumva ibisobanuro by'uburanira uregwa, Umucamanza mukuru yagiye kwiherera n'abamufasha, banatindayo cyane, abamufasha bashaka kumuzubaza ariko ababera ibamba kuko azi byose, akaba hose, agakora byose (Zaburi 139). Bagarukana imyanzuro idakuka y'uko urubanza rusubitswe.

Byari bimeze nk'iyo Inyangamugayo za Gacaca zigiye kwiherera, abaregwa jenoside basigara imitima idiha. N'abahutu baba baje muri Gacaca baba bazi ko na bo babafunga. Imitima yabo ibemeza ko ari abahutu, kandi ko abahutu bakoreye abatutsi jenoside, ko na bo akanya ako ari ko kose hagira ubatunga agatoki agahahamuka agasakuza akabashinja, kandi iyo ushinjwe muri Gacaca n'uwahahamutse bihita bifatwa ako kanya nk'ukuri, bagahita bakujyana. Kuko iyo bavuze Gacaca buri muhutu wese uri mu Rwanda ahita yiyegeranya akisuganya, akiheba, ubwoba bukamurenga, akazatekereza neza nyuma.

Narabiboneye uko baba bameze; biteye agahinda gusa. Atangira gushakishwa no guterwa ubwoba n'icyaha cy'itsembabwoko ari cyo «rusange» kuri buri muhutu wese. Rusange ya jenoside ifite «télécommande». Ariko uzumve iyo bavuze ngo ingabo za RPA zishe abahutu aba n'aba, aha n'aha, mu bihe ibi n'ibi., abatutsi barakomeza bakema. Akumva ngo ko bafite ingabo zizi kurwana. Kandi ko gupfa kw'umuhutu nyuma ya jenoside byo rwose ntacyo bivuze, ni nk'aho yaciriwe urubanza rwo gupfa bure, ntawe umwitayeho. Ni ikibazo kubona ntawe ubishyira ahagaragara ngo byumvikane. Hari impamvu kandi ntimushaka kuyimenya. Ku batutsi keretse wenda iyo bigeze kuri za mandats ni ho hanyeganyega abari kuri malisiti y'umufransa Jean Louis Bruguiere n'umunyespanye Fernando Merelles, wenda n'imiryango yabo, ariko abandi batutsi basanzwe barakomeza bakema. Kuko nta Gacaca izahamagara abatutsi basanzwe. Nta Gacaca izahamagara abasirikare ba RPA bo hasi ngo bitabe Arusha cyangwa i La Haye, nta bizaba. Hazahamagarwa bariya bari kuri lisiti ya manda za Bruguière na Fernando, wenda hajyeho n'abo Raporo ya Loni itunga agatoki.

Abatutsi bose «rusange nti bafata». Ni yo mpamvu n'ubu usanga bagifite ijambo. Ariko kuvuga ko buri mututsi wese azashyirirwaho urukiko, cyangwa ko bazamuhamagara muri Gacaca, nta n'ubwo umuvumo wo guhora ubariho bose, nabikoreye ubushakashatsi. Bigenda bikora kuri uwo wahoye gusa. Byinshi ndabizi. Kuko ibyo bakoze ni ubwicanyi bwo mu rwego rwo hejuru ariko ntabwo ari «jenoside». Kandi ntabwo jenoside bigombera ko abantu bapfa ari benshi gusa, ahubwo ikigenderwa ni «ugutegurwa». Gupanga kumaraho, bikaba byaranashyizwe mu bikorwa.

Nuko Umucamanza mukuru n'abamufasha bagarutse bavuye kwiherera babwira abaregwa ko baba bategereje gato cyane, ko bahawe «NYUMA Y'AYANDI MAHIRWE YA NYUMA», yo kwikosora kandi bakagira vuba, bakirinda no kujya impaka, kuko bitinza dosiye. Yasabye kandi ko byakorwa vuba kuko byatinze cyane bikaba bidindiza n'imirimo y'urukiko n'Umucamanza mukuru, kandi afite andi madosiye menshi yihutirwa yo gusuzuma. Iyindi taliki bazayimenyeshwa mu gihe cya vuba, bamaze kwemeranwa, ariko ngo Umucamanza mukuru ni we uzavuga ijambo rya nyuma.

> N'uko rusomewe mu ruhame rwa benshi imbere y'imbaga y'abamarayika n'abiyita Abanyarwanda bari baje ari benshi gukurikirana urwo rubanza. Bikaba ari na bwo bwa mbere habaye urubanza ruteye gutya, kandi rukaba rwimuriwe igihe cya bugufi......

Bagiye mu kiruhuko bose uretse Umucamanza mukuru ni we utajya aruha, ku bw'ibyo ntanaruhuka (namaze kumenya ko itariki bahawe n'Umucamanza Mukuru yarenze ntacyo bakoze). Nyuma buri munyamahanga wese uvuga ururimi rw'ikinyarwanda yagiye yivugisha ngo «uzi ko ari byo»; ngo «birakomeye gukurikizwa, ariko ni byo!» Ngo «mbega urubanza weee! »

Abahutu bari aho mu rukiko bameze nk'abajunjamye bacecetse biyumvira, noneho bamera nk'abaturitse, bavugira icyarimwe ngo

> Orororo!.... Huuuu! Ye baba weee!... Uzi ko yabereye abatutsi di? Ntabwo tuzemera ko badutegeka ye tugomba kugaruka ku butegetsi tu, byanze bikunze. «Nibarwigere baruduhe» (u Rwanda). Kandi ni dushaka tuzapfe dushire aho gupfukamira abatutsi ngo turabasaba imbabazi. Z'iki? Z'iki koko? Z'iki? Avocat nawe urabona asa n'aho abogamiye ku batutsi cyane. Ibyo ni akazi ke, ayobewe ukuri se? Twipakuruye dusezerera ingoma ya Cyami na Gihake na Gikolonize rimwe na rizima, kandi ntidusubira inyuma! Twanze Shiku n'ibiboko! Twanze ubwikanyize bw'abatutsi, ubwibone, n'umwirato wabo. Twizaniye Repubulika na demokarasi, kandi turi rubanda nyamwinshiiii, 85%; umenya ahari ubu tugeze no kuri 90%. Turashaka rukokoma n'amatora adafifitse. Turi hutu power.... Twaba twibagiwe se uko batugenje bagitera za Byumba, uko baturunze ibirundo ku Gikongoro no muri Kongo-Zayire badukurikiye twarabahunze. Ayi we Tingitingi weeee! N'ahandi hose ku isi. C'est du jamais vu! Cyangwa se basi habeho amatora. Turashaka Rukokoma, n'amatora adafifitse...Ibindi ntitwabyemera. Non, Non! Non...Jamais, Jamais, Jamais!.

> Ubu se twibagiwe ukuntu bagenzaga ba sogokuruza babakoresha uburetwa. None bazagarure bya bindi byabo, maze tubaheke? Ce n'est pas possible! Ngo na Kanjogera yahagurukira ku mpinja z'abahutu ra! Akoresheje inkota ye yitwaga «ruhuga». Nous ne

sommes pas du tout d'accord, et nous ne serons jamais d'accord. Compris?

Abatutsi na bo basaga n'ababitekerezaho ubona bibaza byinshi banjunjamye, bacecetse mu mayeri menshi, bahita basa n'abakangutse ngo

Eheeeee! What? What? What?.... Yabereye abahutu bigaragara. As long as.... you know.... May be.... Ariko n'iyo bagira bate twarafashe byararangiye, ntituzongera guhunga cyangwa ngo dutege agahanga n'amajosi abahutu baduteme, ahubwo tuzapfa dushire aho kongera gutegekwa n'abahutu. Twarabigaranzuye byararangiye. Abazungu nibashaka bazagire bate. Niba ari benshi baramaze... Any way.. May be...No.

Reba rero dupfukamye imbere y'abahutu ngo turabasaba imbabazi. Forget about that. Imbabazi z'iki? Tukibagirwa 1959, 1963, 1973, 1990, 1994..?

Kubera iki? Kandi twarahagaritse na JYENOSAYIDI!.Perezida wacu ni Kagame Paul, oyeeee! Yego abahutu badufitiye umumaro mu ruhando mpuzamahanga kubera kugaragaza ubumwe n'ubwiyunge, ariko bikabya se nyine twarabihanganiye cyane. Abahutu buri giheeee! Ngo kubera ko ari benshi? Baramaze. Ngo demokarasi? Na yo iramaze!

Ngo ariko Avocat azi kwisobanura da! Afite n'igitinyiro n'ubwenge bwinshi, ariko ni hahandi he.. Twabonye asa n'aho abogamiye ku bahutu. We se azadukoraho iki? Ubu ni ukwirwanaho tukarwanisha amayeri n'imbaraga za gisirikare. Nibatahe abo bari hanze birirwa basakuza, izo Nterahamwe zatwiciye, baze tubategekeshe agahato nta kindi. S'ibiryo bashaka? Tuzapakira inda zabo bajye bananirwa gufunga ibipesu by'amashati. Ntidushobora kwemera ko abahutu bongera kudutegeka na rimweee! Twahita dusara...cyangwa tukiyahura bikagira inzira. By the way...Kuko turamutse dukoze biriya Avoka asaba, na none abahutu baracyari benshi 85% bashyiraho amatora ako kanya bagatora mwene wabo.

No! No! No! .... Never, Never, Never! Twibagiwe se muri 1959 na 1973 uko batugize? Naho se 1994? It's not possible at all..

KUTEMERA KO WATSINZWE BITERA GUHORA UHANGANA

Kugeza ubu nandika (nkosora bwa nyuma) nyuma y'imyaka 18 irenga jenoside yakorewe abatutsi ibaye, nta kwemera gutsindwa kw'abahutu kwari kwaba, umenya nta n'ukuzaba. Baracyari muri MRND na CDR, ndetse abandi benshi baracyari muri MDR PARMEHUTU ya yindi y'umwimerere yuzuye abazimu ba karande

130

ikurikirana abana n'abuzukuru ba ba bandi kugera ku bihe ibihumbi, ngo bategereje ko basubira ku butegetsi. Nk'uko n'abatutsi na bo kugeza aho batereye ku ya 1/10/1990, batari barigeze bemera ko abahutu babatsinze. Kuko iyo utsinzwe ntiwemere, urushaho kuba mubi no gushakisha no gucura indi migambi mibi irusha iya mbere kuba mibi.

«Aho guhishurirwa kutari, abantu bigira ibyigenge, ariko ukomeza amategeko aba ahirwa». (Imigani 29: 18).

Ni na yo mpamvu Leta yiyita iy'ubumwe n'iyo yagira ite, ihanganye n'umwuka ukomeye w'ubutagondwa uyivuguruza mu buryo butagaragarira amaso vuba, uri hafi muri buri muhutu wese witwa ko azi ubwenge, kandi noneho rero afatanije n'umututsi nk'uko namwe cya gihe mwabigenje (Inyenzi-Inkotanyi), igihe mwafatanyaga n'abahutu, ba Kanyarengwe, Bizimungu, Lizinde, Biseruka, na ba Sendashonga mugatera u Rwanda. «Akebo karakomeje kajya iwa Mugarura». Karacyari mu nzira.

Impamvu ni uko kutemera ibyaha bituma udashobora gushima ibyo uwagutsinze akoze. Uwatsinze agerageza kubigushyiramo ngo mufatanye mwubake ariko ntiwemera kuko si ibyawe, kuko ibyawe byakoze bibi. Hari umwuka wo guhangana, wo kudashima ibikorwa, n'ubwo bigaragara ko ari byiza, kandi ikibi cyabyo n'uko byiyoberanya cyane. Nti bigombera umwanya ufite, kuko biri muri wowe, uri «matière» yabyo, bikozwe muri wowe. Igihe cyose abahutu batazemera ko batsinzwe ngo bature ibyaha byabo babisezerere, umwuka wabo uzaba ari uwo gusenya gusa. Kandi bagomba no kuvuga «NEVER AGAIN» babibwira abacitse ku icumu babikuye ku mutima kugira ngo umwuka wa jenoside ugende burundu. Ntabwo ari abatutsi bazawirukana, ntiwagenda kuko nta bubasha bawufiteho, si bo bitsembye. Kugira ngo umwuka wo «KWICWA» ubagendaho ubaveho ni abahutu bazawubakura ho kuko ni bo babatsembye.

Uyu mwuka wo kutagonda ni na wo uteza no mu bahuje ubwoko gushwana, kuko igihe cyose abantu batazasobanukirwa imbaraga za jenoside, bazahora bari mu gihirahiro. Kuko ingaruka si ku bahutu gusa n'abacitse ku icumu nise direct, (abatutsi bari bari mu Rwanda), hari n'abatutsi batari mu gihugu ari na bo barutashye, aba na bo nabise abacitse ku icumu «indirect» kuko iyo baza na bo kuba mu Rwanda baba barabishe kuko bari abatutsi.

Ariko «vision» y'abavuye hanze yo yari ugufata ubutegetsi gusa. Aho batandukanira n'abari mu Rwanda, n'uko abavuye hanze bazanye umujinya wo kuvanaho abahutu. N'ubwo bene wabo bamwe bari mu gihugu babasanze «mu rugano» icyatumye bahora si ugushaka ubutegetsi kuko nta n'ubwo bari kubona. Bihoreye kubera ko basanze bene wabo, imiryango yabo abahutu bayirimbaguye.

131

Bitandukanye n'abavuye hanze (impunzi za cyera zo 1959), bo bashakaga kwiganzura abahutu gusa.

Abatutsi bahoze mu Rwanda barabasanze ngo babafashe gukuraho umuhutu, ariko mu by'ukuri bo nta nzigo ikomeye yari ihari kuko babanye n'abahutu imyaka yose igihe abandi bazereraga. Aha ni na ho abahutu jenoside ibakomerera cyane. Kuba baratsembye abatutsi babanaga umunsi ku wundi kubera ko bababonagamo bene wabo bari barateye u Rwanda. N'ubwo bidakuraho ko abari mu Rwanda na bo bari bishimiye ko umututsi muri rusange asubiranye ijambo, na bo bumvaga barimo, ariko nti bari bazi ko bene wabo baturutse hanze barangije kubatanga cyera.. Iyo baza kubimenya nti bari kwishimira ko batashye barwana.

Abacitse ku icumu bari bafitanye igihango n'abahutu mu buryo bukomeye kandi bugaragara, ari na byo bituma jenoside ifata intera ndende. Na ya nzika ya za 1959 kugeza 1973 yari yaratangiye gushiramo imbaraga, ubuzima bwarongeye burakomeza, barashakana, barabyarana, bahana inka n'imirima. Barabana umunsi ku munsi. Bafatanya ubucuruzi n'ubwo abahutu bakabyaga, nk'uko n'ubu abari ku ngoma na bo ubucuruzi hafi ya bwose babugiramo imigabane akenshi batanatanze, na mbere ni ko byari bimeze. Biha agaciro, mbese GUKOMERA KWABO NI CYO GISHORO.

Abatutsi bahoze mu Rwanda ntabwo bibukaga iby'amoko «Hutu-Tutsi». Maze bivundururwa na FPR iteye ku wa 1/10/1990. Ubwo ni bwo abatutsi bo mu gihugu bongeye gusubiza ubwenge ku gihe bibuka ko bagira bene wabo hanze bahuje ubwoko, bihita bibuzura mu mutima, kandi bahita bumva babaye bamwe nabo, kuko bahise bibuka 1959, 1963, 1973. Ariko amateka nti bari bayasangiye n'abo bari bateye, ntabwo bigeze bamenya ko baje kubamarisha. Barabihishwe, maze barashira koko...

Umwuka w'ingaruka za jenoside uteza imivurungano, ukongera ibikorwa byinshi bya kinyamaswa. Nako n'inyamaswa ntishobora kurongora akana kayo ijya ahandi, ariko bigeze aho bitakiri ibanga: abagabo bararongora utwana babyaye, abandi bararongora ingurube, n'intama, abagore bararongorwa n'ihene z'amasekurume biguriye ngo mu mafaranga baguze mu masambu yabo. N'ibindi by'amahano y'ibyorezo y'urukozasoni atabonerwa izina mu muco nyarwanda cyangwa ku isi hose.

Ibyo nkubwira ndabizi, ndanagukangurira kumenya, kuko wowe wibera mu iterambere gusa, ntumenye ibiri hanze aha, bishobora no kuzagira ingaruka mbi kuri iryo terambere ryawe. Bishobora kuzaryangiza utabaye maso. Maze kumenya byinshi by'amahano y'ingaruka zatewe n'amarorerwa ya jenoside, no guhora bitigeze bihagarara, nti bikorwa ku mugaragaro, tumenyaho bike, ariko tukabimenya, ibindi Imana ikabihishura kubera impamvu z'akazi, naribwiye nti ibi byose abiyita Abanyarwanda bagomba kubimenya, kugira ngo bagire umutwaro. Ndagerageza ariko nti byoroshye.

Umwuka w'ubuhezanguni ni umwuka usenya, kandi ni wo wirirwa uzerera, ufata buri wese ufite igikomere kuko mu gikomere ni ho virusi y'amoko ikorera cyane, mu ngaruka za jenoside, hari mo no guhora ku ruhande rw'abatutsi. No gusubiranamo mu bavuye hanze bimaze gufata indi ntera ntari nabonera izina ryihariye, kuko biteye ubwoba. Bigaragaza «kamere-umuntu». Uku gusubiranamo kw'abatutsi bavuye Uganda birateguriza ububyutse mu Rwanda. Ndabinginga ngo niba mwikunda mugakunda n'abazabakomokaho, kugira ngo mutazasenya ibyo mwubatse, murakuraho uyu mwuka w'ubutagondwa (abahutu). Hari uwundi mwuka na wo w'abarutashye, na wo winjije umurengwe n'ipiganwa n'inzangano n'ubugome bikabije, ndetse wagira ngo baribagiwe, nti bashaka Imana, barishaka ubwabo, nti bizera Imana bariyizera ubwabo, nti bashaka guha Imana icyubahiro, baracyiha cyose bakanarenza.

Yesu arashaka INTEBE y'icyubahiro y'Ubwami bwe mu Rwanda. Kugeza ubu nandika barayimwimye ngo na bo barakomeye bazayigumaho. Ni ibibazo. Kudaca bugufi bitera guhangana, biradusaba impande zombi zihanganye guhara ishema ry'izima tukabona kugendana n'ibihe. Naho ubundi bamwe baracyari mbere ya 1959, abandi muri 1959, abandi 1963, 1973, abandi 1990, abandi 1991, abandi 1992, abandi 1993, abandi ari na bo benshi cyane bari muri 1994, abandi benshi cyaneee bari nyuma ya 1994 kugeza ubu. Hariho abitwa «aba nyuma y'indege», n'aba mbere y'indege. Muri Ezekiyeli 28 Satani witwaga Lusiferi, yari Umumalayika mwiza utangaje mu ijuru, ageze aho ngo aribwira mu mutima ati «*ndashaka kumera nk'Imana nanjye ngakorerwa biriya byose, cyane cyane nkubahwa na buri wese, kandi bakanandamya cyane amasaha 24/24. Yes, yes, yes! Kandi nkamenya byose, nkarema n'abantu nkayobora isi n'ijuru, maze wenda Imana ikaba Vice wanjye*».

Imana ntiyamwihanganiye na gato maze hatangira intambara. Satani arahanwa acirwaho iteka, ajugunywa mu isi akomeza ubutagondwa bwe, na n'ubu. Ntiyigeze na rimwe yemera ko yatsinzwe kugeza n'aho Yesu Kristo Umwana w'Imana amutsindira burundu ku Musaraba i Gologota, ku manywa y'ihangu». «*[15]Kandi imaze kunyaga abatware n'abafite ubushobozi, ibahemura ku mugaragaro, ibīvuga hejuru ku bw'umusaraba.*». (Abakolosayi 2: 15). Ndetse n'ikuzimu aramuhemura mu ntambara y'iminsi ITATU barwanye inkundura ubutaruhuka, amwambura n'imfunguzo z'urupfu n'ikuzimu, n'uko njye nawe tubona «agakiza ku buntu». Ariko n'ubwo yatsinzwe burundu, akaba azi neza ko ibye byarangiye, ko yaciriweho iteka, yanze kuva ku izima akomeza guhangana, yiyemeza kuyobya abo Yesu yapfiriye ngo bazibonere ubugingo buhoraho. Yangiza byinshi kandi yaratsinzwe. Azi ko atazasubira mu ijuru, ko n'isi atazayitegeka kuko isi yahawe umuntu, maze muri Edeni Satani arayimwambura,

Imana itegura gucungurwa kw'umuntu, Yesu aritanga arapfa ngo yongere agarurire umuntu ubutware bwo gutwara isi. Naho Satani we arabizi ko azashya iteka ryose, ni yo mpamvu ashaka kuzashyana na benshi. Yaciriweho iteka, ariko na n'ubu yayogoje isi, n'ubu nandika arimo kuyogoza. Aratanguranwa no guhitana benshi batari basobanukirwa, arakorera cyane mu madini kugira ngo hatagira ugira icyo amenya, bahore bibwira ngo ko na bo basenga kandi ko baremewe kuzajya mu ijuru. Ko baramutse banapfuye bazahitira muri Purugatori maze misa zikazabakuramo bahitira mu ijuru.

Hari n'ayandi madini yihimbiye ibindi byuzuye ubuyobe. Uyu ni wo mwuka w'ubutagondwa uba mu bantu, ugatuma batemera ko batsinzwe ngo bajye ku murongo babane n'abandi mu mahoro.

Ku birebana na jenoside, uyu mwuka uri no mu batutsi mu bindi bibi byabo na byo bitoroshye, by'ubwiyemezi-muzi, n'ubwo itsembabwoko kugeza ubu ribimira. Riramutse rivuyeho byagaragara nk'ibyambaye ubusa.

- Hari umwuka uva ku Rucunshu ukurikirana abatutsi wo kwiyahura no kwiyahuzwa, wo gutsemba imiryango byo kwa ba Kanjogera na ba Kabare na Ruhinankiko na Rutarindwa ngo ni bwo baba babaye abagabo.

- Hari uwundi bafite w'ubugome bwo kwica urubozo rusobetse amayeri menshi yo kwiyoberanya, kutagira impuhwe iyo hari igikoze ku cyubahiro cyabo: kugenza, kuneka, kutava ku izima, inzika z'iteka ryose n'ibindi…

Aya mateka yakwiharira ibindi bitabo. Byonyine uko byagenze biteye ubwoba. Kuko habaye amahano atavugwa kugira ngo Umugabekazi Kanjogera abyare Musinga kugira ngo azabone uko azakina umukino wa nyuma, umuryango wo kwa Rutarindwa bawutwikira mu nzu.

Amateka ya Kabare na Ruhinankiko basaza ba Kanjogera. Buri gihe haba hari ba kanaka, na ba Nyirakanaka na basaza babo. Mana babarira ababakomokaho bose. Uyu Kanjogera umugore wa Rwabugiri yakoreshwaga n'umwuka wa Yezebeli umugore w'umwami Ahabu (1 Abami 19: 1-2; 21: 4-16). Hari n'abandi bagore bagiye bakoreshwa n'uyu mwuka, na n'ubu baracyahari, n'ubu nandika nonaha barahari.. Ariko bafite igihe gito cyane kuko Yesu agiye kugaruka.

[4]Maze Ahabu ataha afite agahinda n'uburakari, ku bw'ijambo Naboti w'i Yezerēli yamubwiye ngo "Sinaguha gakondo ya ba sogokuruza banjye." Nuko aryama ku gisasiro cye yerekeye ivure, yanga kugira icyo afungura. [5]Hanyuma umugore we Yezebeli araza aramubaza ati "Ni iki kiguteye agahinda kikakubuza kurya?"

6Na we aramusubiza ati "Ni uko navuganye na Naboti w'i Yezerēli nkamubwira nti 'Mpa uruzabibu rwawe turugure ifeza, cyangwa washaka naguha urundi mu cyimbo cyarwo.' Na we akansubiza ati 'Sinaguha uruzabibu rwanjye.' "

7Umugore we Yezebeli aramubwira ati "Dorere, ntutegeka ubwami bwa Isirayeli? Byuka ufungure ushire agahinda. Ni njye uzaguha urwo ruzabibu rwa Naboti w'i Yezerēli."

8Aherako yandika inzandiko mu izina rya Ahabu azifatanisha ikimenyetso cye, azoherereza abatware n'impfura bo mu murwa we n'abaturanyi ba Naboti. 9Yandika muri izo nzandiko ngo "Nimutegeke abantu biyirize ubusa maze mushyire Naboti imbere yabo. 10Imbere ye muhashyire abagabo babiri b'ibigoryi bamushinje bati 'Watutse Imana n'umwami.' Nuko muhereko mumujyane, mujye kumutera amabuye mumwice."

11Nuko abatware bo mu murwa n'ab'impfura b'abanyarurembo babigenza uko Yezebeli yabatumyeho, nk'uko yanditse muri izo nzandiko yabohererereje. 12Bategeka abantu kwiyiriza ubusa, bashyira Naboti imbere yabo. 13Maze abagabo babiri b'ibigoryi barinjira bamwicara imbere. Abo bagabo b'ibigoryi bashinja Naboti bari imbere y'abantu bati "Naboti yatutse Imana n'umwami." Uwo mwanya baramusumira bamuvana mu murwa, bamutera amabuye arapfa. 14Baherako batuma kuri Yezebeli ko Naboti bamuteye amabuye bakamwica.

15Yezebeli yumvise ko Naboti bamuteye amabuye agapfa, abwira Ahabu ati "Haguruka wende rwa ruzabibu Naboti w'i Yezerēli yangaga ko mugura, ntakiriho yapfuye." 16Ahabu yumvise ko Naboti yapfuye arahaguruka, aramanuka ajya muri urwo ruzabibu rwa Naboti w'i Yezerēli kuruzungura. (1 Abami 21: 4-16)

Igisubizo:

17Ubwo ijambo ry'Uwiteka rigera kuri Eliya w'i Tishubi riti 18"Haguruka umanuke usange Ahabu umwami w'Abisirayeli utuye i Samariya, ubu ari mu ruzabibu rwa Naboti yagiye kuruzungura, 19 umubwire uti 'Uwiteka aravuze ngo ni uko urishe urazunguye?' Maze umubwire uti 'Umva uko Uwiteka avuga: Aho imbwa zarigatiye amaraso ya Naboti, ni ho zizarigatira n'ayawe.' "

20Ahabu abwira Eliya ati "Urambonye ga wa mwanzi wanjye we?"

Na we ati "Ndakubonye koko, kuko wiguriye gukora ibyangwa n'Uwiteka. 21'Umva:

1. NZAKUZANIRA IBYAGO NGUTSEMBE RWOSE,
2. NZAMARA UMUHUNGU WESE KURI AHABU,

3. Uw'imbata n'uw'umudendezo mu Bisirayeli.

4. Nzahindura inzu yawe nk'iya Yerobowamu mwene Nebati,

5. Kandi nk'iya Basha mwene Ahiya, kuko wandakaje ukoshya Abisirayeli ngo bacumure.

6. Kandi ibya Yezebeli Uwiteka arabihamya atya ati «Imbwa zizarira Yezebeli ku nkike z'i Yezereli.

7. Uwa Ahabu wese uzagwa mu mudugudu azaribwa n'imbwa,

8. Uzagwa ku gasozi azaribwa n'inkongoro.

[25]Nta wigeze gusa na Ahabu wiguriye gukora ibyangwa n'Uwiteka, yohejwe n'umugore we Yezebeli. [26]Nuko yajyaga akora nabi cyane, akurikira ibishushanyo bisengwa nk'uko Abamori babigenzaga kose, abo Uwiteka yirukanye imbere y'Abisirayeli. (1 Abami 21: 5-26).

«[1]Uwiteka ategeka Aburamu ati "Va mu gihugu cyanyu, usige umuryango wanyu n'inzu ya so, ujye mu gihugu nzakwereka. [2]Nzaguhindura ubwoko bukomeye, nzaguha umugisha, nzogeza izina ryawe, uzabe umugisha. [3] Kandi nzaha umugisha abakwifuriza umugisha, kandi uzakuvuma nzamuvuma, kandi muri wowe ni mo imiryango yose yo mu isi izaherwa umugisha» (Itangiriro 12: 1-3).

«[35]Pilato aramusubiza ati Uragira ngo ndi Umuyuda? Ab'ubwoko bwanyu n'abatambyi bakuru ni bo bakunzaniye. Wakoze iki?» (Yohana 18: 35)

Virus y'ubwoko ni kimwe n'iya sida. Virus y'ubwoko: HUTU-TWA-TUTSI ari yo «V/HTT», ni kimwe n'iya SIDA ari yo «VIH». Hafi buri muhutu, mutwa, mututsi, biyita Abanyarwanda ni ba «SEROPOSITIFS», babana n'ubwandu bw'agakoko k'ubwoko.

Bene Data, bakristo, barokore, abiyita Abanyarwanda n'Abanyarwandakazi, namwe mwese mwazahajwe n'amoko, mwaba mubizi cyangwa mutabizi, mureke twitonde twe guhubuka, ahubwo twibaze aho abadayimoni b'imyuka mibi ibiri basa nk'impanga, bazonze isi cyane cyane u Rwanda kuko ni rwo nzi ibyarwo cyane. Ku isi yose nta muti nta rukingo kuri SIDA n'UBWOKO. Abanyabwenge bikomeje kubayobera, kandi iyo bananiwe bahita batangaza ko bakomeje ubushakashatsi. Nyamara hari umuganga uruta abandi «Yesu Kristo» n'ubwo abo yahaye ubwenge ari bo ba mbere mukumupinga, hanyuma umwizeye agakira akabaho, ubyanze agapfa, ubwo ngo ni ho aba abaye umugabo. Ni mvuga gupfa ahanini mba mvuga urupfu rw'iteka kuko abamara imyaka 100 ari bake cyane kuri iyi si.

Kandi n'iyo wapfa urupfu rusanzwe rw'umubiri wazasiga inkuru nziza imusozi, abakristo twe nta n'ubwo urwo rupfu ruhabwa agaciro, kuko Ijambo ry'Imana ritubwira ko iyo upfiriye muri Yesu uba usinziriye. Byanze bikunze uzakanguka. Uzazukira kubaho ubuziraherezo. Kandi aho Yesu arushiriza bose kuba mwiza, ntakoresha igitugu, ntiyaka ibiguzi, umenya ari byo bamuhora. Kurama na byo ni umugisha, ariko urama kugira ngo uhamirize abandi ibyiza Uwiteka aba yarakoze.

Virus y'ubwoko yandagaje abantu, abize, abaswa, abarebare, abagufi, abatunzi, n'abakene, abibone n'abicisha bugufi, bose irabaribata, ikabazahaza. Ntikangwa n'amagambo aryohereye, ntikangwa na politiki, ntikangwa no kuyikangara cyangwa kuyirakarira, yica urubozo maze yagera ku wiyita Umunyarwanda «cyane Hutu-Tutsi» igasya itanzitse. Ni yo ndwara yashegeshe abiyita Abanyarwanda abahutu, abatutsi, abatwa buri wese afite agakoko ke «ka virus ke» «HTT». Kandi ntukoreho utamutoneka, ntashaka gukira ntashaka no kumenya ko arwaye, ntashobora no kubivuga, kandi azi neza ko arwaye, ariko inyuma agaragara ko ari muzima.

Ashobora kumarana «agakoko» igihe kirekire, kataragaragara biterwa n'igikoze ku bwoko bwe, icyabubayeho, ni ho kagaragara, kanga agasuzuguro, gakunda amacakubiri no kwicana, ni ko kabyara iringaniza mu kazi no mu mashuri, mu madini n'ahandi, gatuma umuntu avuga ibyo atazasubiramo, gatuma umuntu yicira undi ubusa, undi gatuma ahora. Bose bagahunga.

Ntigatoranya ni nka «SIDA» koko, kica abagabo, abagore, abasore, inkumi impinja, abagore batwite abakecuru, abasaza. Kagira ishyaka ry'ibibi gusa, risenya, kihaye uburenganzira bwo gushaka kubaho konyine, kamara abandi kishakira ibyiza byako, uwako ntagoheka, ahora areba nabi, yirukana uwo badahuje ubwoko, gashaka kurya konyine, kubaho konyine, kuvuga konyine, gutegeka konyine, kubyara konyine, karirata, gakorera imbere mu mubiri ariko ibyako ubibonerra inyuma. Ni aka mbere mu kubeshya, ni ko kabyara uburyarya. Uwavuga iby'agakoko k'ubwoko bwakwira bugacya, ntikanyurwa n'iyo wagaha iki? Kataye umutwe, kitwa agakoko k'ubwoko kitwa «uhongera umwanzi amara inka». Iyo ushaka kukavumbura ukora ku cyururizi, nk'uko ku ka SIDA/VIH hariho ibyururizi musanzwe muzi, no kuri virusi y'ubwoko HTT hari ibyururizi byinshi. Turaza kubireba.

Ibyururizi bya visusi HTT nti bikunze kugaragara ariko iyo byagaragaye bigarika ingogo. Ako gakoko gakunda kumaraho ayandi moko kandi nta bwenge kagira, ariko gategeka nyirako. Igihugu cy'u Rwanda, amoko yacyo uko ari atatu, hari abiri ya kaminuza yagaragaje ibyururizi bikabije ayo ni yo HUTU-TUTSI. Abatwa bo bifitiye ikibazo cy'amajyambere, ariya moko yagiye abakoresha ibyo yishakiye by'ubusabusa, n'imirimo yo kwica, kuririmba no kubyina, ariko ubwabo bakeneye kujijuka no gukizwa, ariko Hutu-Tutsi byagiye ku kibuga mpuzamahanga maze byerekana aho bigirira virus. Maze hutu yo igaragaza ko yabitse ibyururizi byinshi mu bubiko bwayo itegura n'itsembabwoko irishyira mu bikorwa yica miliyoni irenga y'abatutsi igira ngo bararangiye yibagirwa ko nta bwoko bujya bushira. Tutsi na yo ijya mu guhora, igerageza kwihimura, kandi nta kundi byari kugenda kuko nta malayika w'umututsi ubaho, ngo abe yarihanganiye ibyo yabonye cyangwa yagizemo uruhare.

Byageze aho umuvumo wari warajyanye abahutu muri Kongo-Zayire, abahaguye nti bagira ingano, maze ibyururizi by'impande zombi birakomera, barafungwa, barahunga, barapfa, maze imiryango yabo irarakara yibagirwa ibyaha byayo. Abafite ababo bahunze, ababo bafunze, ababo bapfuye, ibyururizi birakomera maze virus irivuga irirahira, barayogeza bakoma amashyi, u Rwanda rwongera gucura imuborogo bamwe uruhande rumwe, abandi urundi. Haba haje Ubumwe n'Ubwiyunge na bwo bufite virus, mama shenge! Maze agakoko karihinduranya biracika, uyu munsi bakagira ngo kavuyeho ejo kagatungukira ahandi, kagakora ibindi.

IKININI CY'UBUMWE N'UBWIYUNGE agakoko kahise kakimenyera, karagisuzuguye cyane karagikenetse, noneho gatangira amayeri yako y'ubugome kiyemeza kujya gakina umukino wo kubeshya no kwihishana na Komisiyo, kakabeshya Komisiyo na yo ikakabeshya, maze bahera muri urwo bameze nk'abana bihishanya. Agakoko ka virus y'ubwoko kazi kwiyoberanya nako ni kimwe n'aka SIDA (VIH) koko. Ugira ngo karandutse maze icyuririzi kikagaragaza kagasubira kuba kazima. Umuti ni Yesu wenyine. Tumwemerere adukize virus y'ubwoko yazahaje abiyita Abanyarwanda, ni we ufite kutubaga nta kinya.

IMANA IVUGA IKI KU MOKO YO MU RWANDA?

Nakunze kubivuga kenshi ko ubutabera bw'Imana bwagaragaje ko abahutu bagomba kubanza kwihana nta yindi mvugo ihari uretse kwihana bivuye inyuma, bihanira Imana, n'abatutsi. Iryo ni ihame ridakuka ntabwo icyuririzi cyawe cyarikura ho. Ntabwo bikurikiza amategeko-shingiro cyangwa amategeko-nshinga y'ibihugu; nti bikurikiza amatohoza, imyanzuro ya Loni cyangwa iy'imiryango itegamiye kuri za Leta.

Iyo mvuga kwihana mba mvuga abakijijwe ko ari bo babanza (Yona 3), kuko ntiwabasha kwihana udafite Yesu mu bugingo bwawe. Waba urimo gusinziriza virus neza kugira ngo izakanguke mu gihe gikwiriye, naho ubundi hihana abazi icyo bihana. Uretse ko na bo bibagora iyo batarinjira neza, abenshi baba ari abanyamadini gusa, bigomba kuyoborwa n'Umwuka Wera kuko ni we ubifitiye ububasha n'ubushobozi (Yohana 16: 7-11). Yohana 16: 8 haravuga ngo ubwo azaza, (Umwuka wera):

1. AZATSINDA AB'ISI,
2. ABEMEZE IBY'I CYAHA,
3. N'IBYO GUKIRANUKA,
4. N'IBY'AMATEKA;

Uyu rero we nta manama ajya akoresha ngo havemo imyanzuro, ahamya «UKURI» ari ko Yesu umwana w'Imana (Yohana 14: 6), kuko avuga ati «Ni njye Nzira, n'Ukuri, n'Ubugingo».

Yesu imbere ya Pilato yamuhase ibibazo aza kugera aho amubaza ngo noneho ga uri Umwami? Yesu yaramushubije ati

« *37Wakabimenye ko ndi umwami. Iki ni cyo navukiye kandi ni cyo cyanzanye mu isi: ni ukugira ngo mpamye ukuri, uw'ukuri wese yumva ijwi ryanjye." 38Pilato aramubaza ati "Ukuri ni iki?" Amaze kubivuga atyo aherako arasohoka, ajya aho Abayuda bari bari arababwira ati Njyewe nta cyaha mubonyeho».* (Yohana 18: 37-38).

Hanyuma yongeye kumwirataho amuratisha ububasha bwe, amwishongoraho ko afite imbaraga zo kumukiza no kumwica. Ariko Umwami wanjye yamushubije amuhanikiye ati *«nta bubasha wagira bwo kugira icyo untwara utabuhawe buvuye mu ijuru, ni cyo gituma ukungabije akurusha icyaha»* (Yohana 19: 8-11).

Dutandukanye ibintu: Iby'Imana bisobanuzwa Umwuka wayo, n'iby'abantu bigasobanuzwa «LOGIQUE INTELLECTUELLE». Uko ubumenyi n'ubushakashatsi bwa muntu bubibona. Ndabinginga abazasoma ibi ngo ntimuziranganye kandi nanjye ntimuzandenganye, uko nabihishuriwe ni ko mbitanze, iyo mba ari njye wabigennye, nanjye sinakwemera ko abahutu ari bo babanza kwihana. Nanjye mba numvaga nshaka ko abatutsi babanza kubera kamere n'ubwoko bwanjye, ariko ngomba kujya ku ruhande rw'Imana kugira ngo bitankomerera, kandi nanze nta mwana w'umuntu wankura muri ako kaga ko kutumvira Imana. Nta kundi rero.

Kandi Imana nta sentiments cyangwa émotions (amarangamutima) igira, nta n'ubwo ijya ifana «fanatisme». Kandi iyo biguceengeye neza ukihana umenya ko Imana ahubwo ikugiriye neza, ko iguhaye «faveur». Isa n'aho iba ikubereye. Kuko uhita ugira amahoro, n'ubugingo buhoraho, ukabaho neza mu bwenge buzira ubwoba. Kandi kubera ko virus y'ubwoko yiyoberanya cyane ukagira ngo warihannye neza ni yo mpamvu n'abavuga ko bihannye basabwa kwipimisha kenshi kugira ngo barebe niba bafite négatif. Byagera ku bagomba gutanga imbabazi ari bo batutsi bigakomera. Aho virus ikunze kwiyoberanya mu rwego rwo hejuru ukagira ngo warababariye naho wapi! Kuko nti byoroshye.

Birasaba abiyita Abanyarwanda twese gukizwa neza, tukemera Yesu akatubaga twumva. Abatutsi na bo bakihana guhora kwabo kwaranzwe n'inzika z'inzigo, umujinya bakoresheje ntiwagaragariye amaso n'ururimi. Kuko ibigaragara bisa nk'aho ari byiza, kandi iyo banabivuga wumva ari byiza. Byarabakomereye kuko ni bo batangije ibyo bise Komisiyo y'Ubumwe n'Ubwiyunge, kandi cyaraziraga ngo abe ari bo bayitangiza, yagombaga gutangizwa n'abahutu.

Aha rero umututsi yahakoreye amakosa atazashobora gukosora kuko byarenze ihaniro, yihaye kuvangavanga ibintu arundarunda ibyasenyutse agira vuba kugira ngo arebe ko yagaragaza umusaruro mwinshi kandi vuba, maze akaba arushije abahutu gukora neza, amahanga ngo akabireba ariko wapi! Imitima irakomeza irabora ariko inyuma hakagaragara ko ari hazima.

Ya magambo ya Yesu na none aba abasohoye ati «*25Mwebwe banditsi n'Abafarisayo, mwa ndyarya mwe, muzabona ishyano kuko mwoza inyuma y'igikombe n'imbehe, ariko imbere yabyo huzuye ubwambuzi bwanyu no kutirinda. 26Wa Mufarisayo uhumye we, banza woze imbere y'igikombe n'imbehe, inyuma yabyo habone kuba heza.*» (Matayo 23: 25-26).

Leta yiyita iy'ubumwe yabicuritse bigitangira igihe yavugaga ngo ishyizeho «Komisiyo y'Ubumwe n'Ubwiyunge», kandi nti bishoboka ko ubumwe bubanziriza ubwiyunge. Iyo ni imibare ipfuye. Habanza kwiyunga maze ubumwe bukizana ako kanya. Ariko iyo ubivuze banakwica ngo bo barera de! Ngo ni ibyaha by'intambara byishe abahutu. Umva di! Ntabwo twarebaga se? Kandi ugenzuye aba bombi nti bemera ibyaha byabo. Buri wese ari ku izima rye. Muri Kongo-Zayire se barwanaga n'abasivile? Ngo bari barivanze n'Interahamwe na ba Ex-FAR? Maze benshi barabasya.. Bikaba bihwanye n'igihe cya jenoside aho babagaga n'umwana uri mu nda, ngo nawe yari umututsi. Ngo na Rwigema yahunze afite imyaka ibiri.

Bariya na bo ntacyo baberaga bari bazi ko izo mpunzi zose ari abahutu. Ndetse bari bafite ikintu kibagenda mo kugeza ubu kibatera ubwoba ko abahutu ari benshi. Urumva rero kubica byari birenze no kwihorera. Kubica byaraboroheye cyane, nta rutangira bari bafite, maze na bo babarunda ibirundo muri Kongo-Zayire, nk'ibyo na bo ngabo bari barasize barunze mu Rwanda. Urumva bitajya gusa? Erega hari aho bijya gusa, «ariko si kimwe».

Baransubije mbabajije ukuntu bagiye na bo bica n'impinja n'incuke, baransubiza ngo abaturage bari barivanze n'abasirikare n'Interahamwe. Buri munyabwoko ni intagondwa mu cyiciro cye, ni umuhezanguni mu gufana ubwoko bwe. Ibikomere bye biracyava amaraso, ni mudahuza murangana. Wabaza uti se n'utwana n'abakecuru n'abasaza n'abamugaye na bo bari ku rugamba na bo mwagombaga kubica? Bati se twari kubatandukanya gute? Aha rero ni na ho igisubizo cyo kwihana kiva. Kubera ko batari kumenya gutandukanya abo barwanaga na bo n'abo batarwanaga, baragongwa n'itegeko ryo guca bugufi bakihana kuko nyine bananiwe no kubatandukanya.

Ngo abaturage baba barivanze n'Interahamwe n'aba Ex-FAR. Na Ruhengeri na Gisenyi ngo abaturage bari barivanze n'abacengezi...Oya ahubwo iyo bavuga bati «Ni umuvumo twagombaga kubica nyine, kandi twarabishe». Naba na byo bifite inzira. Ariko nta n'aho bitaniye no kuvuga ngo ni ko mu ntambara bigenda. Kuvuga ko ariko mu ntambara bigenda byabaye ahanini

141

urwitwazo, kuko akenshi nti byabagwiririye nk'uko mu ntambara bigenda. Benshi bagiye bicwa byagambiriwe, babamenye aba aribo, ibyo bakoraga n'ibindi. Perezida Kagame we na n'ubu yagaragaje igikomere cy'ubuhezanguni, ARACYICUZA........IMPAMVU HARI ABAMUCITSE. Mbega igikomere cyamunaniye guhisha! umuperezida w'umututsi wananiwe gusibanganya imitekerereze ye!..maze inyungu ze yahoraga arengera no kugaragara neza mu ruhando mpuzamahanga akabikuba na zero igihe avuga ati:

«IBIHE BIHINDUKA.... VUBA.... BIRAGENDA BIHINDUKA VUBA.... IBIHE BYAHINDUTSE VUBA.... NTITWAKOZE IBIHANGIJE....... NTITWASHOBOYE GUKORA IBIHAGIJE....UMUNTU YAJYAGA KUBAMARIRAMO RWOSE.... UMUJINYA.... BAKAJYANA...BAKAGIRA ICYO BAJYANA BAVANYE MU RWANDA.... NA BARIYA BANDI BADUCITSE BAKAMBUKA UBU BAKABA BAGARUKA TUKABAKIRA NEZA TUKABASUBIZA MU KONGERA KUBA MU BANYARWANDA.... IKIJYA.... KIMBABAZA.... NTABWO TWABONYE UMWANYA WO KUGIRA NGO BAMWE BE KUGERA HAKURYA.... DUHEREYE RERO KU NTAMBARA.... AHO MWAHUNGIYE...TUZABASANGAYO, TUZABAKURIKIRANA TUBIBABAZE...ABAGOMBA GUTAHA TUBACYURE.... ABAGOMBA KURASWA TUBARASE, KANDI TWARABIKOZE....». Amashyi ngo kaci kaci kaci!

Eheee! Nti bizoroha. Akarenze umunwa karushya ihamagara. Kandi abazanye kwandika na bo bateje ibibazo. Ariko abazanye amajyambere yo kubika amagambo ukajya uyagarurira igihe ushakiye bo babiteje no kurushaho, baragaciye mu bumenyi. Ubundi yagombye kuba yarahishe iyi nzika isobetse ubugome, akayihisha kure nk'uko hari byinshi ahisha akarenzaho, ariko byaramunaniye, byaramurenze, nti byamucitse, oya! Yabivuganye umujinya no kwishongora kwinshi. Nzaba ndora. Ubumenyi bwabo umunsi bwabisubiranye.

Biragoye kongera kumva ibintu wavuze mu gihe runaka, kubera impamvu runaka. Maze nyuma y'igihe runaka bikagaruka na none mu gihe runaka, ariko noneho mu gihe kitamutunganiye. Hari ibintu umuntu avuga kubera umujinya. Akaba atabisubiramo nyuma y'íkindi gihe runaka. Kandi aba atagishoboye no kubisiba cyangwa ngo asibanganye ibimenyetso byabyo.

Ikindi kinakomeye, abenshi nti bakunze no kubisabira imbabazi, cyane ko Kagame akunze no kuvuga ko ibyo atabisabira imbabazi, ariko we agakunda cyane gutegeka abandi ngo bamusabe imbabazi z'ibyaha batigeze bakora, kugira ngo abafunge ibitekerezo gusa kandi kugira ngo akomeze abakangishe ibyo byaha basinyiye, akabahindura za «robots» atyo.ari na yo mpamvu abamunaniye bose bashwana. Iyo wanze gusaba imbabazi z'ibyaha utakoze arakwica, akagufunga cyangwa se ugahunga. Ntushobora kuzitekerereza na rimwe, kuko aba afite dosiye yawe azamura buri gihe uko wihaye kuba umuntu muzima. Akunda gukorana n'abazimu! Ubwo ni ubugome bw'indengakamere, nta zina ryabwo mfite.

Iyo umuhutu w'umukristo w'umurokore yihannye (ni bake cyane bihana), aca bugufi rwose, akumva bahemukiye abatutsi akumva ababaye akihana ko bitazongera, akarira cyane akagira impuhwe, agasobanukirwa ibikomere. Maze, yakumva umubwiye ko hari umuhutu bafunze, icyo kikaba icyuririzi agasubira bubisi. Ahita yumva abatutsi bose ari babi nta kigenda:

- Iyo birukanye umuhutu ku kazi
- Iyo abonye impunzi zitahutse zisa nabi
- Iyo baneguye ubwoko bwe babutuka
- Iyo bahinduye idarapo n'ibirangantego
- Iyo hari igikomye icyo ari cyo cyose «icyuririzi» kirabyuka umuntu akaba mubisi.

Iyo umututsi w'umukristo w'umurokore yababariye abamwiciye akababarira abahutu muri rusange (bamwe baranarahiye ngo nibashaka bazarimbuke ariko nti bazababarira abahutu).

- Ahora agenzura amakosa yabo kugira ngo avuge ko badakizwa.
- Iyo hari nk'itangazo ritanga imbabazi cyangwa iyo icyunamo kigeze, cyangwa TIG, gacaca n'ibindi, ibyuririzi birazamuka! Nti byoroshye!
- Kuvuga umucengezi, imfungwa, Interahamwe, ntihashobora kubura ijambo ribi ribiherekeza, ribinegura ribininira cyangwa kubona iriya myenda y'abanyururu ya rose. Nti byoroshye, kandi ndabumva 100%.

Ibyo ni bimwe muri byinshi nawe uzi. Abakijijwe bafite Yesu mu bugingo bwabo ni bo bafite kwihana no kubabarira mu bubasha n'imbaraga bahabwa na Yesu. Niba na bo bibagora iyo batarinjira neza. None ubwo wanyizeza ute ko umupagani yakwirirwa yiyumya? Yesu azanye igipimo nonaha agapima amoko, yabona bacye cyane cyane bakize. Kwihana no kubabarira bituruka ku Mwuka Wera kandi Umwuka Wera ahabwa abemeye Yesu nk'Umwami n'Umukiza n'Umucunguzi wabo gusa, abo ni bo bitwa abana b'Imana, abandi ni abantu b'Imana. Ibindi bikorerwa hanze y'ibyo bituruka mu bwenge-muntu, Science n'ibindi, cyangwa kuri Satani nyir'izina, nti bijya bimara kabiri.

VIRUS HUTU-TWA-TUTSI

Hafi buri wese wiyita Umunyarwanda ni séropositif, bivuga ko abana n'**AGAKOKO** k'ubwoko. Ntigapimishwa ijisho. Nta muti nta rukingo. Katangiye kugaragara muri za 1959. Kamaze guhitana abiyita Abanyarwanda batagira ingano, ndetse kubera ko kandura byafashe n'abandi cyane cyane abo duhana imbibi.

Ubwandu bwa virus y'ubwoko bugaragazwa n'ibi bimenyetso bikurikira ari byo «BYURIRIZI BY'UBWOKO». Biterwa n'ubwoko bwawe, n'uruhererekane, uko wavutse, n'ibindi.

Ibyo byuririzi ni ibi:

- Kubona uwo mudahuje ubwoko;
- Iyo ubonye uwakwiciye;
- Uwagufungishije;
- Urebye amazuru;
- Aho waturutse;
- Igifaransa cyangwa icyongereza;
- Abahoze mu Rwanda;
- Abavuye hanze;
- Ubonye impunzi;
- Iyo wumvise ko bafunguye abanyururu b' abajenosideri;
- Iyo wumvise ko impunzi zapfuye muri Kongo;
- Ingando;
- Abahunga igihugu;
- Uwacitse ku icumu;
- Abahungutse;
- Amakuru ya radio na télévision;
- Amagambo y'abanyepolitiki;
- Icyunamo; amateka; ibinyamakuru;
- Ibiranga ntego by'igihugu;
- Guhindura amazina y'imisozi;
- Intara n'uturere, imirenge n'utugari, imidugudu;
- Amashyaka ya politiki;
- Ubwirasi n'ubwibone bw'abarutashye;
- Kwishongora n'ibindi....

Umuntu ubana n'ubwandu bwa Virus «H.T.T» (HUTU-TUTSI-TWA) nta mahoro agira; ahorana inzika, agira abanzi benshi yihimbiye, agenzura amoko rwihishwa, ahora ashakisha aho bene wabo bari, akunda gusenga cyane byo hejuru, amasengesho ye ntasubizwa, ni indyarya, arisekesha (ubwo ngo biragenda); arakazwa n'abavuga ku moko, ni we wenyine wiciwe cyane muri jenoside, ni we wenyine ufite imfubyi nyinshi, ni we wenyine wapfakaye, ni we wenyine wacitse ku icumu, ni we wenyine wapfushije abantu muri Zayire, abahutu bose ni Interahamwe, impunzi zose ni Interahamwe, abavuye hanze barashinyagura, umuhutu ni igisimba, nta muhutu ukizwa, nta mututsi ukizwa, umututsi ni mayeri masa.

Iyo ari umurokore akoresha 2 Abakorinto 5: 17 «*ko abari muri Kristo Yesu ari ibyaremwe bishya*». Iyo ari umupagani akoresha: «*Twese turi Abanyarwanda. Tuzarubanamo n'ibindi....*»

DORE IBIBAZO U RWANDA RUFITE BIDASHOBORA GUKEMURWA NA POLITIKI:
Impunzi, imfungwa, abacitse ku icumu, imiryango y'abafunzwe,

imiryango y'abahunze, abapfakazi ku mpande zombi, impfubyi z'impande zombi, gacaca, ubumwe n'ubwiyunge, abapfushije ababo nyuma y'itsembabwoko, ubwoba bwinjiye mu banyarwanda, uburyarya, inzika ku mpande zombi, ubugome ku mpande zombi, ingando, ibigirwamana, ubusambanyi, ubujura, ruswa, gutanga amasoko, n'ibindi......

Yesu ni we wenyine ushobora kubikemura kuko ni we:

- Nzira: Yohana 14; 16; Ukuri: 14; 16; Ubugingo: Yohana 14; 16; Amahoro: 14; 27; Yesaya 9; 6; Umujyanama Imana ikomeye: Yesaya 9: 6
- Ubumwe: Yohana 17;
- Ubwiyunge: 2 Cor. 5; 17-18;
- Umuhuza: 1 Timoteyo 2; 5;
- Kwihana: Matayo 26; 75; Mariko 1; 72; Itangiriro 33.
- Kubabarira: Luka 23 34.

Ni yo mpamvu wowe usabwa kwakira Yesu nk'Umwami n'Umucunguzi n'Umukiza, ukihana ugahindukira, ukareka ingeso zawe mbi, uwo uri we wese kugira ngo abe ari we ugukemurira ibibazo ufite uretse n'iby'amoko, n'ibindi byose. Kandi ndakugira inama isumba izindi, kuba uri uwiyita Umunyarwanda ugomba kwakira Yesu kugira ngo aguhindure Umunyarwanda umukorere muri ibi bihe kuko u Rwanda ruriho umuhamagaro wihariye, wo gukorera Imana ibi bihe bya nyuma. Ni wanga sinzi aho uzaba.

Kandi ukeneye mbere ya byose ubugingo buhoraho. Reka gupinga rero wemere Yesu akuyoborere ubuzima na gahunda wowe wiyita Umunyarwanda «Hutu-Twa-Tutsi». Witegure ububyutse, butazakurimbuza, cyangwa bugasiga bukumugaje.

FPR iteye taliki iya mbere Ukwakira, ni bwo amoko yongeye guhemberwa mu mitima y'abahutu n'abatutsi. Mbere yaho yari yarahwekereye, ndetse wabonaga asa n'aho yavuyeho. Itsembabwoko ni ryo ryatanze imbaraga zo kongera gucukumbura neza no gukurikirana iby'amoko no kubyinjira mo neza. Itsembabwoko ryakozwe n'ubwoko bw'abahutu ari na yo mpamvu Imana isaba ubwoko bw'abahutu kwihana mbere na mbere bihanira Imana, bihanira abatutsi, bihanira igihugu muri rusange, ndetse n'isi yose.

Dore ibinini bine (4) abahutu bagomba kunywa, mu gitondo, saa sita na nijoro, no mu gicuku:

1. Abahutu bagomba kwemera ku mugaragaro ko bakoreye abatutsi itsembabwoko babigambiriye, babizi neza kandi babishaka rwose.

2. Abahutu bagomba kwihanira Imana babikuye mu mitima yabo bakabikora ku mugaragaro.

3. Abahutu bagomba kwihanira abatutsi muri rusange kubera ko babirukanye muri 1959, bakihanira abacitse ku icumu by'umwihariko, babikuye mu mitima yabo, kandi bakabikora ku mugaragaro.

4. Abahutu bagomba kwihanira isi yose yabibonye babikora, n'ubwo yaba yaranabibakoresheje.

Byarangira byakozwe neza Imana ikarehereza abatutsi kwihana na bo ibyaha byinshi bakoze byo kwica abahutu bahora, ikabaha imbaraga zo kubabarira, ni zo kwihana guhora, byarangira yabapima bagashakisha virus y'ubwoko bw'abiyita Abanyarwanda: hutu-twa-tutsi (HTT) bakabona «Négatif».

Kwihana birarushya kuko bisaba gupfa kwa kamere, kandi umuntu nyamuntu agizwe na kamere ye kandi Imana irwanya kamere. Birakomeye. Kugira ngo ucire bugufi uwo wahemukiye nti byoroshye. Guca bugufi ni cyo giciro cy'imbabazi, cyane iyo wamwiciye, kuko ni na byo Imana isaba umwana w'umuntu, «guca bugufi, kumeneka umutima». Guhindira umushyitsi Ijambo ryayo. Ni cyo Imana yagiye ipfa n'umuntu kuva kera. Imana ntishobora kukubabarira udasabye imbabazi, urabanza ukemera ko uri umunyabyaha nta mpaka, ko wahemutse n'ibindi.

Jye mbona byoroshye gutanga imbabazi uretse ko na byo bitoroshye (umenya mfuye kuvuga), kuri uwo nguwo waciye bugufi cyane, ariko ukirinda na none ibyuririzi. Kwihana navuga ko birimo imbaraga zigabanya uburakari bw'uwahemukiwe agacogorera imbere y'umusaba imbabazi. Hari inzitizi zirwanya gutanga imbabazi, hari n'inzitizi zirwanya kwihana.

Biraruhije ko ubabarira umuntu waguhemukiye atagusabye imbabazi, ariko uba wigiriye neza ku giti cyawe, n'ubwo Yesu Umwami wanjye avuka ko ugomba kubabarira wanze ukunze, kuko Ijambo rye rivuga ko «*Nutababarira na Data wo mu ijuru atazakubabarira*» (Mariko 11: 25-26).

Iyo umuntu agusabye imbabazi zivuye ku mutima (ku Mwuka Wera) biroroshye kuzimuha. Byagiye bigaragara ku birebana n'ibyabaye mu Rwanda: Kwihana birapimwa, no kubabarira birapimwa. Ubundi kugira ngo wibereho neza ugomba guhita ubabarira uwo waguhemukiye kugira ngo wigirire neza. Kuko ubundi biba bimeze nk'umwana uri mu nda ufatanye na nyina, wowe rero iyo ushaka amahoro uhita usaba Imana ikagufasha ugaca urwo rureri, iyo «cordon ombilical» iguhuza nawe, ukaba urabohotse noneho wa wundi akaba ari we usigarana ikibazo, kuko ni we usigarana ingombyi yanyuma. Bikazamusaba kuzaza noneho gusaba imbabazi, icyo gihe ni ho uzimuha cyangwa ukazimwima ni uburenganzira bwawe. Ariko akenshi bikunze kugorana cyane iyo ari ibyaha bimeze nk'itsembabwoko, n'ibindi biremereye mu mibereho isanzwe y'abantu. Hakenewe imbaraga z'umusaraba kugira ngo bijye ku murongo.

Hari ama fotokopi yo kwihana no kubabarira cyane cyane iyo abantu ari abapagani, bakoresha urugero rwo kwikiza muri za disikuru, ariko abazi Imana yabo bafite ubayobora akabafasha ari we Mwuka Wera. Ni ngombwa gukomeza kurinda uko kwihana no kubabarira kugira ngo ibyuririzi bitabyangiza kuko biranandura. N'amadini yarabyadukanye, ndetse aranabikoresha mu Rwanda, kuko na yo azi ko Ubwiyunge ari cyo kibazo Abanyarwanda bafite, ariko benshi bagiye babikora bitavuye ku mutima, bishakira inyungu z'imibereho. Ibyo na byo n'irindi shyano! Si ugupfa kuvuga ngo «Imana imbabarire namwe mumbabarire» ubwo ngo birarangiye.

Na n'ubu nandika umuhutu n'umututsi baracyafatanye, habuze uca umugozi. Nta n'umwe muri bo ubohotse, bombi baraboshye, bariyemera cyane kandi baboshye. Barashinjanya umunsi ukira. Imana ntiyakwemera ibinyoma byabo kuko yo yirebera mu mutima, n'iyo wabeshya uba wibeshye, ubeshye n'abantu ariko Imana yo izi byose, ikora byose iba hose, kandi wanze ukunze bizagaragara n'ubwo bizi kwihisha cyane. Umunsi uzaba umwe ujye kumva wumve watombotse.

Hari n'ibindi amadini yihaye bimeze nk'amakinamico, aho kugira icyo bikiza ahubwo biba bibi no kurushaho. Kwihana guturutse ku Mwuka Wera biraramba ni burundu. Kwihana gusanzwe kumenyerewe kw'amagambo ya Kinyarwanda bikorwa mu kinyabupfura byo kurenzaho nti bijya bimara kabiri. Byaragaragaye nawe urabizi ari na byo bikunze gukoreshwa. Nabonye n'abasaba imbabazi batonora inzara, birya cyane, bihana bamwenyuraho, na byo bikanshobera.

Abahutu nibemera kunywa ibinini byitwa:

1. Kwemera ko bakoreye jenoside abatutsi , ni ukuvuga kubyemera bikababaza

2. Kwihanira Imana

3. Kwihanira abatutsi.

4. Kwihanira isi yose

Bazapimwa basange bafite: Négatif.

Abatutsi nibemera kunywa ibinini byitwa: KWIHORERA, KWIHORERA, KWIHORERA, KWIHORERA......, bakihana ibyaha byo guhora. Kandi abategetsi b'abatutsi n'abanyamadini bazihana na bo guhora no kwica mu izina ry'abatutsi, n'ubwo ingabo za FPR ari zo zishe abahutu, ariko zari ingabo-ntutsi. Kandi hari n'abahutu benshi bagambani we n'abatutsi, bazira «icyaha rusange», ko ari abahutu gusa. Maze abakuru b'ingabo bihane mu izina ry'ingabo za FPR, nibarangiza bazapimwa basange bafite: Négatif.

Ntabwo za négatifs zipfa kuboneka gusa ariko: biriya binini <u>bine</u> byitwa «KWIHORERA» bishobora kuba birusha ubusharire biriya <u>bine</u> byo kwihana. Birasharira cyane ndetse kugira ngo ubimire ubanza gusenga neza naho ubundi hari abashaka kugenda babicamo kabiri cyangwa gatatu ngo bajye banywa igice, igice, igice, ibiceee! Kandi itegeko ari ukubimirira igihe kandi ukamirisha amazi menshi kugira ngo bitagaruka (utabiruka). Ariko ugenda ukira gahoro gahoro. Ugenda ukira gahoro gahoro.

Banyanze urwango rwatumye bavuga ku mugaragararo ko Inyenzi zampaye amafaranga ngo ngende mvuga hose ngo abahutu bihane jenoside. Umva nawe, guhabwa amafaranga yo kubwira abahutu ngo bihane babeho. Babikwije isi yose. Kuko kwihana biramwaza, biramwaza, biramwaza. Kandi nta muntu n'umwe ujya yihanganira kumwara, keretse iyo abyemejwe n'Umwuka Wera. Ari na yo mpamvu bashaka kureshyeshya ibyaha bagatinyuka kuvuga ko habaye jenoside ebyiri, ngo nibura ibyaha bireshye.

Umuti w'abahutu na wo urahenda cyane kandi urasharira na wo ku buryo bamwe aho kugira ngo bawufate wose, BAHITAMO GUFATA IKININI CYO KWIHANIRA IMANA CYONYINE, ari bonyine, ibindi binini bitatu barabizira kuko bibasaba kubifata abantu babareba, ku mugaragaro ni ukuvuga ko ibinini bibasharirira ari byo kubyemera ku mugaragaro no kwihanira abatutsi bifatwa n'umugabo bigasiba undi, kuko ngo baba babaye imbwa, ariko iyo bifashwe neza bikiza vuba, bikunze gukora bake cyane, ni na bo bazima dufite. Ni bake cyane bari munsi y'akarongo.

Kwihanira isi yose na byo byakorwa n'umugabo bigasiba undi, na byo birahenze cyane kuko n'iyo ubinyoye ugira ngo warakize, ariko bisaba kwipimisha kenshi kugira ngo barebe niba umuntu yarakize neza. Benshi bipimishije basanze bakirwaye. Ibinini by'imbabazi nyamuneka mbona birusha ibyuririzi biriya <u>binini bine</u> byo kwihana, mujye muhora mwipimisha cyane kugeza aho muboneye négatif définitif.

Ariko abandi babona ibyo kwihana ari byo bikomeye kuruta ibyo kubabarira. Birashoboka. Byumvikane ko abatutsi na bo ibyo bazakora byo kwihana, hari mo:

148

- Kwemera ko ingabo zabo zihoreye, zishe abahutu, ndetse ko abandi bagambanye ari byo byitwaga; gutunga agatoki. Kubyemera birababaza
- Kwihanira Imana
- Kwihanira abahutu
- Kwihanira isi yose

Kandi buri cyiciro kirasabwa kubabarira ikindi. Biramutse bikozwe byabyara Ubwiyunge bwuzuye. Ariko umva ikibazo: HAGOMBA UBANZA

YESU WENYINE NI WE MUTI, NI NAWE RUKINGO RWA VIRUS «H.T.T»

- Bavuga ko kwirinda SIDA ari: Kwifata, agakingirizo, kudaca inyuma uwo mwashakanye.
- Bavuga ko kwirinda ingengabitekerezo n'amacakubiri ari: KOROHERANA, KWIHANGANIRANA, KWEMERANWA, KUBAHANA, KURUBANAMO, GUSARANGANYA, KWIRENGAGIZA, KUREBA NEZA, KUVUGA NEZA, KUMVA NEZA, KUGENDA NEZA, KWIFATA NEZA, KWIRINDA INGENGABITEKEREZO, GUSHINYIRIZA, UBUSABANE, KUMVIRA UBUTEGETSI, KUBA INTORE, n'ibindi...,

Kimwe na virus ya VIH/SIDA, na virus y'ubwoko nta muti. Izi ndwara zombi zirasa zihuje ibimenyetso n'imirwarire n'imipfire, n'imikirire. Ntushobora gukora biriya tuvuze udakijijwe ni «ugusetsa imikara», ni ugukora ubusa. Uburyo bwashyizweho bwo kwihana utarakira Yesu nk'Umwami n'Umucunguzi ni kimwe no kuvuga ngo kwirinda Sida bakoresheje agakingirizo. Ni iki kikubwira ko ako gakingirizo katanduye?

- Urukingo rw'ubwoko: Ni ukwakira Yesu neza
- Urukingo rwa SIDA: Ni ukwakira Yesu neza
- Ni ukuvuga ko kwifata udafite Yesu ni 0.00
- Gukoresha agakingirizo na byo ni 0.00
- Kubohoka ku moko: ni ukubohorwa na Yesu.
- Dufite bake cyane babohotse, kandi na bo bibasaba guhora bipimisha. Bapimwa n'Ijambo ry'Imana. Hanze ho ni ukurenzaho, ni ukuremekanya ni ukubahana. «Ni ukugabanya ubukana». N'ubusabane na Morali n'Uburere-mboneragihugu.
- Icyuririzi cy'injangwe ni imbeba, noneho nawe urimo gusoma komeza urebe ibindi byuririzi nawe uzi urasanga ari byinshi cyane.
- Icyuririzi cy'umuhutu ni umututsi:
- Icyuririzi cy'Umuheburayo n'Umwarabu:
- Kandi icyuririzi cy'umututsi ni umuhutu.
- Kandi wemere utonekare ariko ukire.
- Ihangane ikibyimba kimeneke kuko cyarahishije cyane. Kandi ukinyura ku ruhande uracyagaza.

Umuntu usanzwe na kamere ye yuzuye ntashobora kwihana. Icya mbere ni Adamu neza kuko mwibuke Adamu amaze gucumura Imana yaje imuhamagara iti uri hehe? Yahise aregana ati «*Umugore wampaye ngo tubane ni we wabiteye, yampaye kuri izo mbuto ndazirya*».
(Itangiriro 3: 8-12).

Yihanisha Imana atyo. Ni kimwe n'iby'abahutu Imana ibwira iti nimwihane ni mwe mwakoze itsembabwoko bagasubiza ko abatutsi ari bo babiteye ko ari bo babanje gutera, kandi ngo n'indege yarahanutse n'ibindi.... kandi ko ari bo bayihanuye... n'ibindi. Kubera ko Adamu yanze kwemera icyaha no kukihana agahitamo kuregana, byatumye n'umugore we abiherereza ku nzoka, habura uwemera icyaha bazanira ubutaka kuvumwa. Bazanira isi ibihano, na n'ubu turacyari mu ngaruka zazanywe n'icyaha cyabo.

Virus «VIH» hagomba kugira uyitera undi ariko n'iyo wamwica ntashobora kubyemera agifite kamere ye keretse afite Yesu mu bugingo bwe, akijijwe, Umwuka Wera akamwemeza, naho ubundi ngo baba bamuroze, n'abamuroze aba abazi. IZI VIRUS ZOMBI ZIRASA:
- Ziteye isoni: ubugome, kwangana, kwica, no gusambana.
- Zikira mu buryo bumwe: kwakira Yesu ukemera icyaha ukakihana.
- Ziragendanwa ntiwahita ubimenya.

N.B.: Négatifs zose nabonye kuri VIH na «H.T.T» ni YESU wabigize mo uruhare gusa. Abategetsi nibemere Yesu abayoborere. Impamvu n'uko: Imbaraga n'umuti uvura izi ndwara ni umwe: ni imbaraga za Yesu zonyine nta bundi buryo nta n'uburaboneka, kugeza igihe isi izashirira. Abashakashatsi nibashaka nibakizwe Yesu abayobore be gukomeza kwandavura. Nta muti nta n'urundi rukingo, ku isi yose. Byumvikane, aho kwirirwa bashakashaka ibitazaboneka, amafaranga bagashoye mu bushakashatsi nibayashore mu ivugabutumwa maze Imana yibohorere abantu. Muri ibi bihe biruhije aho umwanzi akora yiyoberanije ashobora gutanga imiti itazamara kabiri, ubwo ngo bavumbuye.

Kimwe na Virus ya SIDA, na Virus y'ubwoko iriyoberanya ukagira ngo warakize. Urugero: hari bamwe baba bashaka kwihana no kubabarira bivuye ku mutima bakagira ngo bakize bajye bahita bajya kwipimisha.

Kugira ngo umenye ko urwaye cyangwa wakize, upimwa n'ibyuririzi:
- Niba uri uwacitse ku icumu:

    - Iyo wumvise ko bafunguye Interahamwe umera ute?
    - Impunzi iyo zitashye zivuye muri Kongo umera ute?
    - Iyo wumvise abacengezi umera ute? Uvuga iki?

- Iyo hari uwahunze mudahuje ubwoko uvuga iki?, Ni ibiki wongera ho.
- Wacitse ku icumu? None se icyunamo kikumerera gute, wibaza iki? Wumva wakora iki? Rwose wibwire ukuri
- Abanyururu b' abajenosideri se bo?
- Muri make iyo ubwoko mudahuje bugiriwe nabi umera ute?
- Iyo bugiriwe neza umera ute? Aho kuhipimisha urabona igisubizo.
- Iyo wumvise ko hari aba FDLR bapfuye umera ute?

Ipimishe, umuntu ni we wimenya kandi nti bivugwa n'amagambo gusa, ahubwo ni imibereho ya buri munsi. Njye wandika ibi, ndi inararibonye, nzi byinshi, nzi benshi cyane cyane ibirebana n'abakristo, cyane abitwa abarokore (abavutse ubwa kabiri), nkaba nibaza uko hanze bimeze. Umuntu arihanukira ati «nnjyewe nababariye abahutu ni bene Data rwose turajya mu ijuru, erega ni Satani wabikoze»! Akabivuga mu gitondo nijoro mu makuru bagahitisha abanyururu muri gereza, byose bikavaho agasubira kuba mubisi akavugaaa! Kandi ndamwumva. Uwahungutse nawe ati «rwose abatutsi ni abana beza ati nari mbafitiye ubwoba none vraiment ati erega ni Satani! Hashira akanya agahura n'uwo bari kumwe mu ishyamba, bakibukiranya ibyababayeho, agasubirwa.

Ni ko imitima y'Abanyarwanda «hutu-twa-tutsi» imeze. Warababariye ariko iyo ubonye abakwiciye uhita usubirwa, icyururirizi kiragutamaza, ariko ndakumva 100%.

Izi si imbabazi kuko niba ari uko bimeze ntiwazabaho kuko uzahora ubabona. Kubabarira ni ukuba wari urwaye ugakira. Ingero ni nyinshi zankuye umutima aho umututsi yihanukira ati uriya ntitwakorana n'iyo byamera bite ninshaka nzajye mu muriro.

Ngaho unyumvire ariko. Undi ati iyo numvise Interahamwe zapfuye muri Kongo igihe ingabo z'u Rwanda zari zaragiyeyo, ati numva umunezero, nakumva hari abasirikare bacu b'Inkotanyi bapfuye nkasuhererwa. Nanjye kigeze kumpagararana numvise ngo abacengezi bageze i Shyorongi nsubiramo imbaraga numva akanyamuneza, nirinda kubigaragaza gusa. Nahise numva abahutu bagarutse ku butegetsi. Numvise ko Nkundiye na ba Mugemanyi n'abandi baguye mu mirwano, umutima urankuka, narababaraga nkirinda gusa kubigaragaza. Ariko nakoze ikiriyo. Kandi abo twasengana na bo barancungaga ngo barebe uko mbyifatamo. Abavuye hanze bakundaga kubaza aho umuntu yihishe, maze rimwe nkabura ibyo nsubiza nkabazubaza. Imana yagiye inyikiriza kubera umuhamagaro, naho ubundi nanjye nari nashotse ishyamba ryo muri Kongo-Zayire mu mwuka. Natutswe byinshi nabeshyewe byinshi kubera amoko.

Namenye byinshi bintera kwibaza nti Mana ni nde wiyita Umunyarwanda muri iki gihe wajya mu ijuru ari umuhutu cyangwa umututsi? Imana iti «ihereho», kandi ntiwibere dore ko nanabikumenyesheje. Imana iti iyo bagututse umera ute? Iyo batutse abahutu umera ute? Iyo wumvise hari ikibaye ku muhutu umera ute? Iyo abatutsi uje bagaceceka cyangwa bagaceceka kuko uhari umera ute? Iti ntiwisama wasandaye?

Nibuka ko byabanje kujya bimbabaza ntari nagera mu rwego Imana yangejejeho rwo kubirenga, mbere najyaga mbabara cyane, ariko na bo nkumva simbanze. Imana iti ongera wibuke neza iyo Satani akugaruriye ibya kera uko mwari mumeze. Nsanga by'ukuri tugomba guhora twipimisha. Iti rero niba wowe hari utuntu dushobora kuguhungabanya kandi warabonye amasomo menshi, uragira ngo abandi bimeze bite? Inyibutsa ibyuririzi byajeho igihe havaho ibendera ry'umutuku, umuhondo, n'icyatsi. Iyo bagize icyo bahindura twari dufite cyera, iyo bantutse kubera ko Habyarimana na Ndengeyinka batorotse, iyo bantutse ba Mwanakosi (Abacengezi).

Iyo ngiye kubwiriza ba FDRL batashye, (ni ba bandi bahitira i Mutobo mu ngando mu Ruhengeri), nsanga mu by'ukuri ni uguhora twiyeza kuko nuhigimye aba avuze. Mpora naka Imana imbaraga zisumbaho, cyane cyane izo kubabarira. Nawe se? Nigishijwe kwipimisha buri gihe kandi ndahamya ko nzabona négatif mu gihe gito 99% narabirenze ariko 1% ni yo nkirwana nayo, kandi ni réserve igomba gusigara igomba kumfasha kurinda inkovu, bitewe n'uko ari ubuzima bwa buri munsi. Nabujijwe kugira uruhande mbogamiramo. Ahanini ubwo mba mbwirwa urw'abahutu. Birakomeye ariko ni ko bimeze, ni nka cya gihe Imana ibwira Ezekiyeli ngo napfusha umugore ntazarire azamere nk'aho nta cyabaye. Kugira ngo bibere abayisirayeli ikimenyetso. Imana si umuntu iyo yavuze kaba kabaye (Ezekiyeli 24: 15-27).

Reba neza imibabaro ya Ezekiyeli. None ubu n'iyo bantuka ibingana iki? Numva urukundo rw'Imana gusa. Menya kugenzura imvugo ya buri wese ku rwe ruhande. Ibyo impande zombi zivuga mpita menya indwara barwaye. N'iyo wagira ute ntushobora kubohoka ku moko atari Yesu ugukijije. Kandi hari ibikomere bigomba gukira bivuwe neza, hagasigara inkovu zigomba kurindwa gukomereka. Kandi nabwiwe n'ibanga rizajya rituma ndinda amavuta y'ubwiyunge bw'abahutu n'abatutsi : Ni uguhora numva ko umututsi mubereyemo umwenda kandi ntaramwishyura, cyane cyane abacitse ku icumu rya jenoside. Niba wowe utarahagera icecekere, ntuvuge amagambo menshi, wibaza ibyo udashobora kwemera n'iyo wahabwa ibisobanuro bimeze bite kubera uburemere bw'ibikomere byawe. Ariko humura, niba ushaka gukira ariko ukaba warashegeshwe, Imana izagutabara vuba ibyikorere. Uzayemerera? Ndabikwifuriza cyane mwene Data.

Imana ijya kunsobanurira uko bimeze nari maze guhura n'ibibazo muri bene Data dusangiye kwizera n'umurimo w'Imana, nari nzi ko bakize noneho mbana na bo mbohotse ariko bo hari aho bagifungiye. Sinigeze menya imigambi yabo igendana n'ibikomere by'ibyuririzi byabo.

Ubundi hari ubwoko butatu bw'ibikomere:

1. Ikigomere gihishe utazi
2. Igikomere uzi uhishira mu buryarya
3. Igikomere kigaragara nyiracyo adahisha, kitagombera icyuririzi ari na cyo cyiza kuko uhita umenya uko ubyifatamo.

Ibikomere bigaragara bikunze kuboneka mu badakijijwe kuko barakara vuba, ndetse bakanarwana. Nagiye mpura n'ibikomere bigaragara bikeya, kuko ibyinshi byoroswa n'uburyarya. Ibindi nti bivumburwe vuba bitewe n'uko nyirabyo aba azi ko ari muzima, bene uwo ni mwiza aba azi ko yababariye akabona bimuguyeho, arwana no kubabarira kandi kenshi aratsinda. Muri biriya byose, igikomere cyaciye ibintu ni kiriya cya kabiri cyoroswa n'uburyarya ukabana n'abandi bakakwisubirana ntacyo baguhoye. Ngo kuko bibutse ko mudahuje ubwoko cyangwa bene wabo bakabagira inama yo kukwanga ngo uri mubi ushobora kuzabatema cyangwa ukabanga nyamara ikibi ni uko ukuri kutagaragara vuba kugaragara hamaze gupfa byinshi cyane, cyangwa ngo kanaka yatorotse, ibyo na byo ukabizira, njye nagiye nzira byinshi bene ibyo. Imana yarandetse mbinyuramo byose ariko biteye agahinda.

Igikomere cy'ubwoko giteye ubwoba, icyuririzi cy'ubwoko giteye ukwacyo, ni «kirimbuzi». Reka mbwire bene wacu bahunze bakaburira ababo muri Kongo-Zayire nti no kuba umuhutu yarasigaye mu Rwanda na byo si ikirori. Njye narahasigaye nzi icyo byankoze. Nakijijwe no gusenga no kwizera Yesu nta kindi. Yesu yaramfashije kubera umuhamagaro naho ubundi isoni n'ikimwaro byarambumbye birambumbabumba, maze: «Aho nambariye inkindi mpambarira ibicocero». Akebo gahita gasubira iwa Mugarura. Mbega kumaramara! Birenze isoni!

Intandaro ya byose ni ibyabaye mu Rwanda aya moko abiri yamaranye, agakomeza ahora arebana ay'ingwe. Mbere narinzi ko biba mu bapagani maze nza no gusanga mu nzu bita iy'Imana ari ho Satani yagize indiri. Kuko abo hanze ntacyo abashakaho bariho nk'uko ashaka. Bene Data mukundanira hanze bakanga amacakubiri bakanegura Satani, ariko baba babeshya kuko iyo muri kumwe bakuvuga neza waba udahari ukavugwa ibindi. Nagize ikibazo cy'umwana wanjye wakundanye n'undi bari batoya, maze uwanjye agakunda gusura mugenzi we, hashize iminsi uwo wundi atari yaza na rimwe kureba iwabo w'inshuti ye.

153

Naje kubaza uwanjye nti kuki ataza kugusura? Amubajije undi yarasubije ko Dady na Mammy baramubujije ngo ni bibi ati «*ngo muri abahutu*». Ati «ariko uzaceceke kuko bamenye ko nabikubwiye banyica». Kandi abo babyeyi biyitaga abapasiteri baharanira ngo Ubumwe n'Ubwiyunge, twakoranaga umurimo w'Imana. Ntabeshye nahise numva nsubiye bubisi, nakijijwe nuko natuye icyo cyaha nkerurira Imana nkayibwiza ukuri kwari mu mutima wanjye, ko nananiwe kuba mu Rwanda no gukorana umurimo wayo n'abatutsi. Ndayibwira nti Mana birananiye. Nti none nyitegekera wowe kandi uko ungenza ndabyemera. Imana yaje kunyivurira ku bw'imbabazi zayo kandi ikunda cyane abanyakuri. N'ubwo iba ikuzi wese, ariko iyo wishinje ikugirira vuba. Uhereye icyo gihe byanteye kwibaza byinshi, sinavuga abo babyeyi mwatangara. Kuko bahagarariye ubumwe n'ubwiyunge ahantu hakomeye. Ingero ni nyinshi ariko niba batabishyiraga mu bana, kuko nirwo Rwanda rw'ejo. Mbahaye urugero rumwe muri nyinshi mfite.

- Undi nawe yarabitewe n'icyuririzi kitari kinturutseho ariko byavuye ku wundi muhutu. Ndacyari mu nzu bita iy'Imana, undi ati «abahutu ntimukizwa, kandi n'iyo mwakizwa, (abahutu) ariko ntacyanyemeza ko byabashizemo.

- Undi ati ariko ubona nakwizera gute n'ukuntu muhinduka vuba. Ati «muhoza imihoro hafi n'ibindi... tuzahurira hanze.

- Undi yareruye ati n'ubwo bimeze gutyo ntabwo nshobora gukunda umuhutu. Ati niba Imana ishobora byose ngaho izabankundishe. Ati ariko niba ari byo bizanjyana mu muriro utazima nzajyeyo.

- Undi ati niba Interahamwe zizajya mu ijuru ubwo njye ni umuriro kuko Imana yaba atari nzima.

- Undi ati ibisimba we! Ibisambo, abicanyi gusa, ibirura mbese ubundi babahaye ahabo baba ko n'ubundi bazatumara?

- Undi yarakaye yarampitanye ngo mbese Kagame mwamurogesheje iki? Kuki atabica ngo abamareho? Abonye ibyo yorora! Muzamwisubirana ayoberwe. Ejo bundi ntimuzatumara dore ko mwababajwe n'uko mutatumaze! Nti erega nta burozi ahubwo hari Imana ishaka ko tubaho. Kuko wowe urashaka ko dupfa. Aramvuma ngo nawe ntabakunda rero n'ukubera politiki, ngo n'uko muri benshi akaba abakeneye mu matora. Nti ntacyo ubwo afite politiki ituma tudapfa na yo ndayemeye, kandi ubwo adukeye mu matora nawe urabyumva ute? Yaragiye kunkubitira mu nzira.

154

- Hari undi w'umudamu wavuye Uganda twarasenganaga ariko atazi ko ndi umuhutu, aho abimenyeye abanza kuntuka ngo kuki ntahise mbimubwira, ageze aho ati «ayi weeeee!... uribeshyera Mariya we!.... Ntabwo uri umuhutu we!... rwose bivemo kuko ndagukunda none sinshaka ko uba umuhutu we!».... Avuga amagambo menshi. Ngo «ni nde wakubwiye kwibeshyera? Niba ari n'Imana ntubyemere, kuko ndagukunda weee!. Uwica ni Satani naho ukiza ni Yesu».

- Maze undi antuka ibitutsi byinshi ngo ninsange izindi Nterahamwe muri gereza cyangwa Kongo-Zayire, ngo na Tingitingi. N'ibindi bitutsi bibi byo mu cyongereza, kuko nabimenyereye ndamuhunga. Imana inyemereye nkabona akandi kanya, nzandika ku birebana n'ibitutsi bantutse gusa. Ariko tumenye neza ko abantu bashize.

Ibikomere bivugisha umuntu amagambo rimwe na rimwe adashobora gusubira mo iyo agaruye ubwenge. Uwantukiye abahunze nyuma yarambwiye ngo politiki yari yarenze Yesu. Ngaho nawe nyumvira. U RWANDA NI IGIPIMO. Twakwipimisha twamenya neza ibiro dufite. Ntidupfe gupimisha ijisho twaba twibeshya cyane.

VIRUS Y'UBWOKO «V/HTT» YANDURIRA MU GISEKURU (uko wisanze). Uwanduye uzamubwirwa:

- N'uko adashaka kuvuga ku moko cyangwa kumva aho abandi babivuga ngo baba ari abapagani b'abanyamacakubiri.
- Iyo ari umukozi wiyita uw'Imana yaranduye umubwirwa no gukoresha 2 Abakorinto 5: 17; «abari muri Kristo Yesu baba ari ibyaremwe bishya».

Hadutse n'abagomba ngo gucukumbura ngo bagaragaze ko nta moko abaho mu Rwanda ngo keretse bya bindi ngo by'abega, abacyaba, abanyiginya, abasindi, abatsobe, n'ayandi ngo ayo ni yo moko y'Abanyarwanda. Ibyo simbyanze ariko se barahunga iki? Barashaka guhisha iki? Baragaragaza se ko abahutu n'abatutsi bapfuye ubusa? Cyangwa na bo ntababayeho. Barahindura se noneho havugwe ko itsembabwoko ryakorewe nde? Abanyiginya? Abasindi? Ko ryakozwe na bande?Abazigaba n'abatsobe, n'abungura? None se FPR imaze gufata igihugu yagiye yica abaki? Abasindi, abazigaba? None se muri Kongo FPR yicaga nde? Abafurero n'abahunde? Ababembe? Cyangwa yicaga abega n'abasindi n'abagesera, n'abakono, n'abatsobe? Aha ngaha ndashaka ko bahansobanurira bihagije kugira ngo tutazayoba, kuko ibi byose n'ibihungisha kwihana, n'ibikingira ikibaba ubwoko Hutu-Tutsi kuko ni ho ikibazo kiri. Kuko uko byaba byaragenze kose: hari igihe ntazi hatangiye kwitwa mu banyarwanda, abahutu kandi barabyemera. N'igihe ntazi hatangiye kwitwa Abanyarwanda abatutsi na bo barabyemera. Uko kubyemera kugeza aho banabikoresha amahano y'amarorerwa y'ibyorezo, ni byo «Muzi» w'ibibazo byose.

Barabyemeye barabyambara na byo birabambara. Bagomba rero kubyiyambura na byo bikabiyambura, nta kindi rwose. Aha rero ni ho Imana na njye ni ho dufatira, tutitaye ku wabishyizeho ahubwo turita cyane ko byabayeho bikemerwa bikanakoreshwa amahano y'ibyorezo. Buretse rero guhita uhunga ngo uhindure utarakuraho icyo byateye, kuko ndabona neza ko ari byo uhunga. Keretse nunyemerera ko nta jenoside abahutu bakoreye abatutsi yabaye, aha ho biraba biruta ubwo bushakashatsi bwawe. Erega ngo ni n'abakozi b'Imana baba basengera igihugu kandi aho baba bari, baba ari ubwoko bumwe gusa. Abatutsi gusa cyangwa se abahutu. Rimwe dusengana batari bamenya uwo ndi we barasabye mu masengesho ngo dusengere FPR, ngo tuyeze.. Nashatse guseka kandi bari bakomeje, nabuze aho nkwirwa, numvise nasakuza cyangwa nkiruka kugira ngo Imana itansangaho ikambaza icyo ndi kuhakora.

Hari udutsiko dusengera igihugu nta muhutu uba urimo, aho abahutu bari na bo baba bahanura ko *ibikomeye bije*. Cyane cyane muri ADEPR. Ubwo ngo Leta ya Kagame n'abatutsi be igiye kuvaho, kuko akenshi ni byo baba bifuza. Urwo ni u Rwanda.

Umupagani umubwirwa no guhora avuga ko twese turi Abanyarwanda, kandi umusobanuje ntacyo yagusubiza uretse kuba yanajya kukurega ko ufite ingengabitekerezo ya jenoside cyangwa ko ufite amacakubiri. Aberura baranduye ni bake kubera ubwiyunge (2 Abakorinto 5: 17), ni ko gakingirizo bambara kugira ngo batihana kandi ijambo rivuga neza abari «muri» kandi bo baba bari «kuri». Iyo bari muri Kristo koko baba ari ibyaremwe bishya, ariko kuko abo baba bari kuri Kristo baba bakiri ibyaremwe bishaje, indyarya abagome, abirasi, abagambanyi n'ibindi.

Abo bari KURI KRISTO YESU baba ari ibyaremwe bishaje « ibya kera biba bikiriho dore byose biba bikiri bibisi rwose ». Iyo mvugo yarambiranye ikunda kuvuga abahinduye ubwoko ubwo ngo ni abatutsi ngo bavuye hanze ngo bize Ntare School, (kuko Kagame yigeze kuhiga), ngo se wabo yari mu gisirikare cya NRA n'ibindi byinshi ngo na nyirasenge ni we watekeraga abasirikare mu rugano, ubu narumiwe. Kandi abo nkaba mbazi za Kacyiru na Remera. Imana ibabarire abiyita Abanyarwanda gusa.

Nzi abapasitori batatu ubu bahinduye rwose ngo ni abatutsi kandi mbere bari abahutu b'umwimerere. Ni aba mbere mu gukoresha 2 Abakorinto 5: 17. Baranyanga cyane kuko mbazi ariko ntacyo bankoraho. Abo ni bake cyane sinakubwira mu bakristo. None se wambwira ute umuntu mwiganye, mukicarana ku ntebe, mwaturanye n'iwabo, ngo yavuye Nyakivala? Cyangwa ngo Aunty we ni ho yabaga. Ngo tantine we yabaga i Kinshasa kandi nta mwene wabo wabaga hanze. Mbega ibyuririzi! Hari uwitatse mpari yibagiwe, bimuviramo guhahamuka. Ariko se u Rwanda ibyarwo byose bitera guhahamuka? Ni ibipimo gusa? Ubu koko tuzahereza hehe?

Iyo bavuga kwifata bisobanura idini; iyo bavuga agakingirizo bisobanura amajyambere; iyo bavuga kudaca inyuma uwo mwashakanye bivuga IKINYABUPFURA, INYANGAMUGAYO, UBURERE BWIZA. Byose bijyana mu kurimbuka.

- Kwifata: Ntiwakwifata udafite igituma wifata ari we Yesu n'imbaraga ze nyinshi.
- Agakingirizo: Amajyambere, abantu benshi kubera amajyambere no kumenya ubumenyi bw'isi, no gusirimuka, bapinga Imana kenshi bikabahitana nk'uko agakoko ka SIDA gahitana benshi. (Ninzajya mvuga gupfa, akenshi ni urupfu rw'iteka ryose. Kurimbuka).

- Kudaca inyuma uwo mwashakanye: Umuco ikinyabupfura, kwanga umugayo, imfura, uburere bwiza, iyo nta Yesu ubiri mo bihinduka ZERO. Ni hahandi umubyeyi arongora akana ke bakabigira ibanga, kugira ngo bitajya hanze bagaseba, cyane cyane abatutsi ni bo banga guseba cyane kurusha abahutu. Nkurikije ubushakashatsi nakoze, n'abagiye bampa ubuhamya.

Nawe uzakore ubwawe bushakashatsi, uzamenya byinshi ku birebana n'aya moko. Ariko ngufashije: byarashobokaga ko rwose igihe cyo ku Rucunshu n'ubwo amabanga yari yamenetse ariko iyaba njye simba narahiriye mu nzu. Cyangwa ngo bantwikiremo mpamemo. Nari guturumbuka bakanyicira ku gasozi hanze.... Reka...Bwari gucya kabiri bugacyana n'ayandi.

- NTIWABABARIRA ABAHUTU NEZA NTA YESU UFITE, NTI BISHOBOKA.
- NTIWABABARIRA ABATUTSI NEZA NTA YESU UFITE,
- NTIWAKWIHANIRA ABATUTSI NEZA NTA YESU UFITE,
- NTIWAKWIHANIRA ABAHUTU NEZA NTA YESU UFITE,
- NTA N'IBINDI WAKORA BIGENDANYE NO KWIHANA NO KUBABARIRA NTA YESU UFITE.

Kandi byumvikane neza kuko ubundi buryo bwose ni «ugusunika iminsi». Nti bimara kabiri kandi nawe urabizi. Ni ukuremekanya gusa, byo kugabanya ubukana. Ikizakubwira umugisha uturuka kuri Yesu ni (Imigani 10: 22) «*Umugisha atanga uzana ubukire kandi nta mubabaro yongera ho*».

None se ko duhora turemekanya bishwanyuka ntacyo mwumvamo? Ko ari Yesu ubiburamo. Muze twese tunywe umuti ari wo YESU.

Iyo Imana ivuga ngo abahutu bihane mbere na mbere ntabwo ari ukubanga cyangwa kubakoza isoni ahubwo ni ukubagirira neza, kubarinda imivumo igendana no kutihana cyane cyane icyaha cy'itsembabwoko. Ni ukubakiza kamere muntu ; cyane cyane kamere Hutu-Tutsi yo ntishaka ko unavuga ku cyaha, twishakira ko Imana ibiduheramo umugisha. Aho rero ho kwihana Satani arahazi azi ko iyo utihannye uvumwa, ukazarimbuka. Biramunezereza iyo anangira imitima y'abahutu ngo batihana kuko formule yo kwihana arayizi n'iyo kutihana arayizi; kwihana kamere irabyanga kuko ari umuti kuri nyirawo, ku muryango, ku Itorero no ku gihugu.

Kutihana ni muvumo kuri nyirabyo, ku muryango, ku Itorero no ku gihugu. Byumvikane neza rero, ugiriwe ubuntu Imana ikagusaba kwihana wagira vuba kuko nyuma umera neza. Satani ashuka abantu yemeza abagomba kwihana ko na bo ari abagabo, ko bahemukiwe cyane ndetse, ko na bo biciwe kandi biba ari byo, ariko «Impyisi ikurira umwana maze ikakurusha kurakara». Maze ikaguha imvugo, ingendo, kwihagararaho n'ibindi byose bijyana n'ubwibone, ukumva uramutse wihannye waba ubaye imbwa, ndetse ukanabyita n'agasuzuguro. Basi tayari yakurangije arakwishe kandi uzapfa kabili, wicishe n'abandi benshi. Byaragaragaye ko abagiye bihana cyane cyane icyaha cy'itsembabwoko Imana yagiye ibabohorana n'imiryango yabo.

Noneho babandi bihagararaho bagahora bahahamutse batinya, bahunga, bicyeka ubusa, bahora babaririza amakuru y'aho intambara igeze, atari ikindi kibibatera, ari izima gusa, bakisuzugura n'ibindi bigendana n'umuvumo wo kutihana no kutababarira.

No kutababarira na byo ni umuvumo, kuko iyo utababariye ubabara cyane kurusha uwaguhemukiye kuko intimba, agahinda n'umujinya, imigambi yo kwihorera n'ibindi bitekerezo bibi ni byo biguhoramo. Ni yo mpamvu Imana idusaba ndetse ni n'itegeko ngo tubabarire kuko ngo ni tutababarira na yo ntizatubabarira, sinzi niba tujya tubisoma.

«[25] *Kandi ni muhagarara musenga hakaba hari umuntu wabagiriye nabi, mumubabarire kugira ngo So wo mu ijuru na we ababababarire ibyaha byanyu. [* [26]*Ariko ni mutababarira abandi, So wo mu ijuru na we ntazababababarira ibyaha byanyu.]'* » (Mariko 11: 25-26).

Iyo utababariye wumva uri umugabo cyane, ufite uburenganzira bwo kubaho cyane cyane ibyo mu Rwanda by'itsembabwoko rero byo, abacitse ku icumu ni *"ba cira aha nikubite"* mu buryo bugaragara ariko mu by'ukuri si ko bimeze, bagirirwa impuhwe n'isi yose kandi ni byo, maze bikabarehereza kutababarira kugira ngo bihamire muri ibyo by'agahinda n'imibabaro batewe no kwicirwa ababo.

Abavuye hanze babakoresheje ikosa imbere y'izamu, babaheza mu gahinda no kuganya, maze ibyari ibyabo barabyirira, maze abacitse ku icumu bagahugira mu kuganya no «kwibuka». Ariko umuvumo uba wiyandika buri munsi, indwara z'agahinda z'imitima, guhahamuka kwangara n'izindi z'umuvumo, guhora ubabaye, igifu kidakira, kutagira uwo wizera, kubona ari wowe «wagowe» n'ibindi. Ndetse benshi bakanahakana ko n'Imana itabaho.

Aho bibera bibi ni uko kenshi umugayo uvuna ugaya ugawa yigaramiye. Akenshi hateseka uwababajwe, kuko undi we aba ari icyihebe cy'inzererezi, n'ubwo nawe atorohewe kuko umuvumo wo ntujya uhagarara kubara kuko n'iyo wowe utakiriho usigarana n'ugukomokaho bityo bityo kugeza aho wumviye ko wababariye cyangwa se wihannye burundu, cyangwa igisekuru kigashira neza. Babarira we kubabara, babarira we kubabazwa, wikwiyica kandi ufite umuti. Uriyahurira iki? Ni ugupfa kabiri, gupfa umubiri ugapfa n'umwuka. NI ISHYANO. Ikunde rero. Ntabwo wari ubizi? Nti wari uzi uko bigenda? Nti wari uzi uko bigenda ngo ukire? Ngaho rero shyira ibyo umaze kumenya mu bikorwa.

NTA WIHANA ATABABARIYE, NTA WABABARIRA ATIHANNYE

Kugira ngo wihane uce bugufi wemere ibyaha ubyature uba warangije kujanjagurika. «Njyewe» iba yavuyeho, ahava guca bugufi hava n'imbabazi zo kubabarira uwo wihanaho. Biba byoroshye cyane kuko birwanya cyane umuzimu uvuga ko «twese twakosheje, buri wese yakoreye undi amakosa», kandi hagomba kuba uwihana n'ubabarira. Hagomba ubanza. Aho ni ho imbaraga zo kwihana zihanikira cyane kuko ntiwapfukama imbere y'umuntu umusaba imbabazi utabanje kumubabarira ibyo umuziho byose.

Ni yo mpamvu Imana yanga uwihana ashinja, cyangwa ushinja yanze kwihana, kirazira mu mikorere yo kwihana. Niba ugomba kwihana kirazira ko ubona amakosa y'uwo wihanira. Aho ni ho dukunze kugwa cyane. Iyo watangiye kuvuga ngo «erega nabo, … ngo ni bo babitangiye…», uba ubaye Adamu…. Biba byakunaniye. Uwihana aba yakunze, yababariye byose, ni byo bimuhesha imbaraga zo guca bugufi akihana. Kenshi abo yihanira bakorwaho Umwuka akabemeza na bo guca bugufi, ibyo biba ari mahire ni byiza cyane, ariko n'iyo batihannye wowe wihana nta burenganzira ufite bwo gushinja uwo wihanaho. Nibyumvikane rero, ntuzishuke nta wihana atababariye. Dukunze kubicurika muze tubicurure tujye twihana twuzuye n'imbabazi ni ho bikora, kandi dusabe Umwuka w'Imana abidufashemo naho ubundi NTITUZARUSYAHO.

Mbere yo kubabarira uwaguhemukiye vuba vuba ureba niba wowe nawe waba uri shyashya kuko akenshi nawe hari ibyo uba ushinjwa n'Umwuka w'Imana. Bikunze kugaragara cyane iyo umuntu yihaniye undi bivuye ku mutima maze mugenzi we ati ndakubabariye ariko nanjye mu byukuri mbabarira kuko nakugiriye gutya bigaragara ko kubera guca bugufi kwa mwene se bimutera nawe kubona ari umunyabyaha.

Izo mbabazi ziba zuzuye cyane kuruta kwitana bamwana ngo ni we wabiteye cyangwa ngo twese twihane. Nibaza buri gihe uwavuza ifirimbi baramutse bihaniye icyarimwe. Nawe bitekerezeho. Iyo abantu bafite ibyo bapfa ari uwabanje ari uwakurikiyeho, uwo byababaje, bose baba barimo kujya i Gehinomu kuko baba bafatanye nk'urureri rufatanya umwana na nyina mu nda. Rero ni ngombwa ko urwo rureri rucika kugira ngo mubohoke bwembi. Icyiza cyabyo ni uko uruciye wese rucika, ariko akaba abohotse wenyine, ni byiza ko mwembi murucira icyarimwe mukabohokana mwembi. Nta wababarira atihannye.

Niba udafite kubabarira irorerere no kwihana ntushobora kuko byose ari magirirane kimwe ntikibaho ikindi kitariho. Kimwe n'umukenyero ikindi ni umwitero. Ziriya mbabazi Yesu avuga muri Mariko 11: 25-26 zibohora nyiri uguhemukirwa, ariko nyiri uguhemuka agahanwa kabiri.

Twitonde dusabe Imana guca bugufi rero twihane tunababarire ni byo ishaka. Bitabaye ibyo Imana yajya ipfa kuduha imbabazi tutihannye, kandi nti bishoboka nti bizanashoboka. Twitonde cyane. Nta muntu n'umwe Imana iha imbabazi atazisabe. Ifite nyinshi zayirenze, ariko zirakorerwa ntuzibeshye, zibonwa n'uwizinutswe.

NTA GIHANGANGE MU KWIHANA NO KUBABARIRA KIBAHO

Ni nde bikomereye cyane muri iki gihe? Ari uwishe cyangwa uwiciwe mu mpande zombi.

Ngaho mbwira: ubu buri wese agiye gukurura yishyira. Ngaho ishyire turebe! Bamwe bati bikomereye abacitse ku icumu kuko ni uguhahamuka kabiri, kongera kubona uwagutemaga cya gihe aje ari muzima. Asabwa discipline gusa no gukora TIG, ari ho arya akaryama, ari ho? Abandi bati have have abakomerewe ni abitwa [alias] Interahamwe, «mwana kosi» bagiye guhura n'abo biciye mbega isoni mbega ikimwaro! Ati «ni uguhahamuka kabiri, bahahamuwe n'amaraso bamennye, none bagiye no kubona abo biciye. «Torture morale». Abandi bati Imana izi ubwenge byose ni mahwi. Bati ba «mwana kosi» bazitonda, abacitse ku icumu babababarire, bati ariko n'abacitse ku icumu bafite ubwoba ko na none baje kubatema. Bakongera bagahahamuka.

Imana yemeye ko tunyura muri ibi bigeragezo yo ifite icyo ishaka kugeraho, irategura abakozi bayo mu bihe bije kandi iranategura igihugu cy'u Rwanda rushya by'umwihariko, u Rwanda rw'ejo, abashumba b'ejo, abavugabutumwa b'ejo, abingizi b'ejo, ibakuye mu

160

mpande zombi zahahamutse. *Byose bizafataniriza hamwe kutuzanira ibyiza.* (Abaroma 8: 28). Akazi k'Imana ni ugukura ibyiza mu bibi, guhera muri Edeni.

Muraba mureba aho ibiganisha. Abishe abantu ku mpande zombi se uragira ngo ni abageramo neza bazongera? Abazasigara bagomba kwihebera Imana burundu. Ko azahita abahindura bashya, abananiwe kubabarira babishaka se ugira ngo uri buze kubamenya! Ari bubahindure. Igihugu cy'u Rwanda koko ni igipimo. Buri wese yarahunze; igice kimwe kishe abandi, ikindi gice kirihorera. Ibikomere birajojoba, ibyuririzi biranuka. Ni nde bikomereye kurusha undi; uwishe cyangwa uwiciwe ku mpande zombi? Hariho abavuga ngo icyo gipinga mbese ngo kirabaza ibyo na cyo kizi. Ngo kiyobewe se ko abakomerewe cyane ari abiciwe?

Aha ndavuga kuri jenoside, kuko tugiye mu kwicirwa twese nk'abitsamuye, buri wese yazana dosiye ye. Reka rero igipinga kigusubize: uwiciwe ararwana no kubabarira ariko afite muri we uburenganzira busesuye, buri wese amufitiye impuhwe, yararenganijwe n'ibindi, bamumariye abantu, yacitse ku icumu, n'ibindi... Uwishe afite ubwoba, ikimwaro, isoni, urwikekwe, kubura epfo na ruguru, kuvugwa nabi na buri wese, kubaho yikandagira mbese kutisanzura n'ibindi; yarihannye, yasabye imbabazi ariko baracyamureba batyo. Bitekereze neza. Kugira ngo abantu bazakwemere nk'uko Imana ikwemera biragorana cyane kuri abo bakoze ibyaha by'itsembabwoko, n'ibyaha bisanzwe basigara baguha iminsi, amezi, imyaka wamaramaza bakaguhimbira, ubwo barwana n'uko utihannye kandi ukanababarirwa nkantswe jenocide.

Namwe mubyibaze munsubize. Ni nde bigoye ari uwishe muri jenoside cyangwa uwiciwe? Ese wasubije neza ko ntacyo uba, ese wowe uri mu ruhe ruhande? Uri mu biciwe muri jenoside, wacitse ku icumu, cyangwa uri umuhutu w'Interahamwe? Ugiye kwijijisha ngo ntiwumvise, kuko wuzuye Umwuka cyane? Ndabaza ngo urihe? Uherereye he? Nnjyewe ndi mu ruhande rw'abakoze jenoside ariko ndakumenyesha ko ari uruhande rubi cyane.

Uruhande rw'urwikekwe ruhoraho, n'ubwo bitagaragara inyuma ariko imbere biba ari ibindi. Imana yonyine ni yo yagira icyo ikora ikadutabara, impamvu ni uko buri wese yigira mwiza noneho ukibaza niba nta mubi muri bo ubaho. Cyangwa wabayeho. Ubu nandika ibi navuye gusura «mwana kosi» alias Interahamwe, waraye avuye mu ngando yagize Imana asanga umugore we yarabyaye umwana umwe kandi amubyarana n'Inyenzi. Ariko inzu iracyahari n'umugore aracyari ku kazi. Ati «ma sœur», (donc yaranakijijwe) «j'ai vraiment très peur na n'ubu je n'en reviens pas. «Ces gens là sont très compliqués, c'est un piège, kuko il faudra longtemps pour digérer tout ça, sincèrement ça nous dépasse». Sinamubajije byinshi kuko ndabamenyereye, iyo batangiye kurondogora, ibiba bigiye gukurikiraho ndabizi. Ati warabitubwiraga tugifunze tugasigara tuvuga ko baguhaye agafaranga, none ils sont terribles, que Dieu nous pardonne encore.

Bataye umutwe rero; kujya hanze ni ukubasindagiza, kubatembereza, kugira ngo azakwizere, Mana yanjye keretse nkanjye wamazeho kandi bazi kubipima. Bavanye muri gereza ubwenge bwinshi. Icyo umuntu atari azi yakigiyeyo. Ariko umutima uratera cyane, bazi ko ari ya amayeri 1000 y'Inyenzi, ko zizabica nyuma zigasibanganya ibimenyetso.

Uwiciwe nawe twahuye yarakaye ati bene wanyu baje ubakujeyo da! Mbese ngo ubu ni njye wabibwiye Perezida ngo afungure Interahamwe. Ariko icyo ntahakanye ni uko nabimubwiye. N'uko atangira kuntuka kandi ni umurokore ra! Avuga amagambo menshi y'ibyururizi biratinda, ati ariko sinzi icyo mwamuhaye (Prezida Kagame) ati n'iyo mutorotse, mumututse, mumuhemukiye ntareka kubakunda sinzi icyo mwamuhaye. Ati harya uracyemeza ko ziriya zene wanyu zizajya mu ijuru? Nti vuba vuba bazajyayo ari na benshi, kuko babonye igihe cyo kwitunganya. Yongera kuntuka cyane, ijuru riramutse ari irye nta «mwana kosi» n'umwe wajyayo, nanjye ntabwo yazanyemerera kuko ngo ndabarengera cyane. Ngo mpora mbaririra ngo bihane bazabeho ubuziraherezo.

Ni nde ufite ubwoba? Undi ati «ni bombi». Abiciwe bati biraje byongere ...abishe bati turatinya ko bakwihorera. None se Itorero rya Yesu ryo riti iki? Imana izi imitima yose uko imeze, ni yo mpamvu yo ntabwo yirengagiza ibyabereye mu Rwanda. Ni yo mpamvu yiteguye gukiza buri wese uyizeye akayemera nk'umukiza. Abazi ko bihagije kandi nta kigenda nabo, sinzi aho bari bugarukire kuko ni tutinjira muri Yesu neza karatubaho. Uko ni ukuri kuzuye buri wese arakurura yishyira ariko reka dufate Yesu uko ari, byose abirangize.

Ni nde ukomerewe. Uwishe? Cyangwa uwiciwe? Subiza ariko wabaye iki? Urakomeza ubitekerezeho? Igihe wahereye ubyibazaho? Nturabona igisubizo? Nta gihangange mu kwihana no kubabarira kibaho. Twese turareshya, tunganya agaciro imbere yabyo byombi.

ICYUNAMO KIGAMBURUZA ABAKRISTO. NI IGIPIMO

Mu cyunamo impanda ivuze ntawagenda ndakurahiye! Sinzi niba Imana yadukundira igapima kuko icyunamo ubwacyo ni igipimo kitoroshye ku mpande zombi. Ibyo nabiboneye mu ngando imwe dushyizeho film ya Génocide, usanga abakoze génocide bataye umutwe, bagira ubwoba bavuga amagambo ngo ntabwo twari tuzi ko ari kuriya twabigenje.

None se wambwira ngo ubu nti bafite ibibazo birenze iby'abo biciye abantu? Byonyine umutima ugucira urubanza buri gihe wawukira?

Keretse wemeye Yesu neza kuko n'abarokore nyir'izina mu cyunamo bose baragwa cyane cyane kuva icyunamo cyo mu kwezi kwa kane 2003 kuko itangazo ryavuzwe le 1/1/2003 ryaje rihuhura.

Nibura bumvaga ko bafunzwe wenda bazanapfira muri gereza, none nti babyumva. Barafunguwe! Mana yanjye kiriya cyunamo sinzakibagirwa. Nahuye n'uwacitse ku icumu mvuye mu ngando zari i Mudende na Nkumba, icyunamo kikiri kibisi ndamutanguranwa nti «Yesu ashimwe»! Ntiyansubiza ahubwo ahita ambaza ngo mvuye hehe? Nti mvuye Nkumba mu ngando. Andebana iseseme, avuga ngo harya wiyemeje kubageza mu ijuru? Arantuka, ageze aho ati «urarwana no kubeshaho abahutu bose ariko ntabyo uzabona. N'iryo juru bazajyamo ye! Ahubwo ni bo bazakwiyicira. Ntabwo ubazi».

Kubera ko yari arakaye ndaceceka byari byakomeye, kandi mu cyunamo umuhutu agize icyo avuga, aba apfobeje jenoside, Mana yanjye yatabarwa n'abamarayika b'Imana. Duhuye nyuma y'icyunamo ati Pasito, ati burya mu cyunamo ndahahamuka, nti se impanda nivuga mu cyunamo uzasigara ino? Ati ndeka Imana imbabarire, ati kandi si njye jyenyine ati icyakubwira. Avuga abo bari kumwe ukuntu ukurikije ibyo bavugaga nta wari kujya mu ijuru kandi na Révérend nawe aba ahari ashyiramo umunyu.

Nyamuneka icyunamo ntikizadukoreho, ubwo kandi abandi na bo baba bafite ubwoba imitima yenda kubaca mu kanwa batinya ngo babica bakihorera, dore ko buri wese aba yigira ibyo ashaka buri wese aba ari nta gitsure. Igice kimwe ni agahinda, umujinya, uburakari. Ikindi gice ni ubwoba kandi na bo barabuze ababo, ariko ibyabo nti byumvikana kubera jenoside. Kandi biriya byose nta na kimwe cyatuma uzamuka, byose biganisha i Gehinomu. Mbwira nawe, natwe twarapfushije (abahutu), ariko usanga nta burenganzira dufite ku cyunamo kuko ngo nta muhutu wapfuye, ngo nta muhutu upfa, ibyo nabyibwiriwe n'abatutsi rwose, twebwe ngo turica gusa, ariko ntidupfe, naho ngo bo abatutsi baricwa gusa, buri gihe ngo barasagarirwa, bo ngo ni abantu beza, ni imfura zigororotse.

Ni insobe! Uretse ko Imana ari Imana nyine itajya ibura uko ibigenza kandi ikaba idashobora kuvuza impanda ngo ibure n'umwe mu Rwanda, ariko ukurikije uko biba bimeze ubwo ndavuga aho bita mu nzu y'Imana, biba ari ibindi. Ba bandi bose bikarakaza ko bababariye cyangwa ngo bihannye, barabihindura iyo bakubitanye na kiriya cyuririzi ntangarugero. Imana idufashe itubohore burundu.

Ntukabeshye! Warikarakambije ngo wahuye n'imbaraga z'Imana ngo rwose ubabariye abahutu. Nti byoroshye, ipimishe vuba urebe urasanga ukiri "positif". Ibuka uko wabaye n'amagambo wavuze igihe cy'icyunamo, utabeshye Yesu iyo aza wari kugenda? Na n'ubu ni ko ukimeze kubera ko ni nko kugusonga kuko dore na bo barabarekuye. Gira imbabazi nyakubaho, gira imbabazi Mukristo-Murokore rwose uri mu biki utewe n'iki? Nti byoroshye ni yo mpamvu ugomba kwisunga uwagushoboza ari we Yesu. Sinumvise usenga usaba ububyutse? Ntiwarize ushaka ubwiyunge? None se wagira ngo uziyunga na nde? Za félicitations nyinshi cyane, wagira ngo ni njye wafunguwe. Icyunamo ni cyo gipima ibiro byinshi ku buryo uwagitsinda by'ukuri yaba ari umurokore nyawe.

Saba izindi mbaraga, ubutaha uzakirenge kugira ngo ubashe guhagarara uko Imana ishaka, twe kugamburuzwa n'icyunamo cyangwa ibindi byuririzi, tumese kamwe kugira ngo tubashe kunesha, turwane intambara nziza nk'abarokore, biradukomereye cyane, ariko Yesu yiteguye gukiza buri wese ubyemeye. Tangira kujya wipimisha uko ubonye akanya, ubwize Yesu ukuri, usase inzobe imbere ye maze wirebere ngo aragutabara akagukiza.

ICYURIRIZI CY'ICYUBAHIRO

«⁹Amujyana i Yerusalemu, amuhagarika ku gasongero k'urusengero aramubwira ati "Niba uri Umwana w'Imana, ijugunye hasi ¹⁰ kuko handitswe ngo 'Izagutegekera abamarayika bayo bakurinde». (Luka 4: 9, 10).

Aya ni amagambo Satani yabwiye Yesu amushuka ngo yishyire hejuru, yiyibagiza ko n'ubundi Yesu ntawe barwanira icyubahiro. Icyubahiro kigendana n'ubwibone ni byo byatumye Satani avanwa mu ijuru. (Reba Yesaya 14: 12-21 na Ezekiyeli 28: 1-29.). Hanyuma Imana na yo iti *Icyubahiro cyanjye sinzagiha undi.* Pasitori nawe ati *icyubahiro cyanjye sinzagiha undi.* Evangéliste ati *icyubahiro cyanjye sinzagiha undi.* Umuririmbyi ati *icyubahiro cyanjye sinzagiha undi.* Umwinginzi ati *icyubahiro cyanjye sinzagiha undi.* Umuhanuzi nawe ati *icyubahiro cyanjye sinzagiha undi.* Abahutu bati *icyubahiro cyacu ntituzagiha Imana n'abatutsi,* Abatutsi bati *icyubahiro cyacu ntituzagiha Imana n'abahutu.*

Buri wese agomba kurwana ku cyubahiro cye rero, yakwemera agapfa aho kugihara. Ku Mana ho abenshi barahagwa kuko uretse no gucishwa bugufi bikabije baranapfa iyo bakozeho, ku bantu rero na bwo hapfa benshi kuko iyo icyuririzi cy'icyubahiro cyahagurutse bose bagomba kwigizwayo, bagaceceka, bagaca bugufi bakakumvira, ukavuga wenyine, ugakora ibigaragara gusa kugira ngo bakurebe n'iyo ntabyo waba uzi.

Urashaka ko bakureba gusa, ko bavuga kuri wowe kandi bakuvuge ibyiza, ko ari wowe ubizi ko ukizwa cyane, ufite ijambo n'uburambe ku kazi, ko witonda, uzi ubwenge ndetse ufite no guhishurirwa n'iby'Imana byinshi n'ibindi…. Iyo habuzeho na gato birayoba.

Urugero: Higeze gutegurwa igiterane ntavuze noneho bavuga ko Perezida wa Repubulika aza kukizamo. Uwiyise Réverend umwe ati ni mutanyicaza iruhande rwe njye mbivuyemo. Mbese ubwo iyo Perezida yari kuzana n'umudamu we yari kwicara inyuma. Undi nawe ati ni njye uravuga dusoza; bati reka reka. (Kandi aba avuga ubusa). Ati niba ntazavuga mbivuyemo. Ibiterane bibyara amahane. Kenshi bibyara intonganya, gucyurirana maze ugasanga abantu barakaye. Icyo gihe nta kuyoborwa n'Umwuka bose baba bashaka kuvuga, ku buryo hakunze kuvugwa ijambo ridafite aho rihuriye n'ibyo Imana ishaka. Ariko kugira ngo badasakuza kandi kubera icyubahiro cyabo.

Ku birebana n'igihugu byo ni agahoma-munwa. Bapfa télévision cyane (kugaragara), kandi Imana ni Yo yonyine ikwiriye icyubahiro, gupfukamirwa, kuririmbirwa. Ibindi ni ugukunda gushimwa.

Umwe yigeze kumbwira ngo rero uyu munsi ntuvuga ngo byahindutse kuko mbizi, ndicecekera nti ndabizi. Arongera bimwanga mu nda ati bavuze ngo ntuvuga ngo ukomeretsa abantu. Nti nyamara Imana nishaka ko mvuga ndavuga. Arongera ati bongeye kuvuga…… Ndamuhunga. Ariko icyo gihe Imana yashatse ko mvuga ndavuga, mvuga n'iminota myinshi. Icyubahiro ni cyo cyicisha abantu kurusha inda n'ubutunzi. Ni ho hava za «anga agasuzuguro», ni ho hava kwemera gupfa aho guca bugufi. Benshi bakenyutse hejuru ya dayimoni yo kwishyira hejuru; Imana ikabakura ku isi batararangiza byinshi, kuko icyubahiro cyangiza ibiriho n'ibitariho, ni kirimbuzi. Kubera ko icyubahiro ari cyo shema ry'Imana, uwiyita Umunyarwanda «Hutu-Tutsi» nawe akaba ashaka ko Imana ari yo igomba kumuha icyubahiro, ahari yibwira ko yaremye Imana mu ishusho ye. Yemera ari uko yanegekaye, akaba yibutse ibitereko yasheshe.

BAKRISTO B'ABAROKORE, TWIRINDE UMWUKA WA YONA

Mu bihe by'amashyaka byanyibukije ibihe byahise mbere ya 1994. Erega twari abarokore maye! Maze tugasenga ye! Icyo gihe hari Radio ebyiri: iya mbere yari RTLM, iya kabiri yari MUHABURA; maze tukajya gusengera igihugu ku wa gatanu, buri wese yumvaga Radio akeneye kumva tugahura saa yine z'ijoro. Maze umwe umwe akaba agomba gusengera igihugu. Ariko u Rwanda rwararushye koko! Umuhutu agashyira hejuru ati Mana ubirebe neza, urebe akarengane no gusagarirwa, dore igihugu cyacu ari na cyo cyawe cyaratewe ariko reba uko udutabara Mana udukize…. Umututsi ati Mana uzi igihe twahereye turuha none urengere abantu bawe ubongere ingufu, Mana ndakwereka intambara, fasha impunzi zose Mana! Icyo gihe uwo nguwo yabaga yabaye icyitso. Amasengesho yarangira tugatongana buri wese akurura yishyira. Kandi turakaye cyane.

Mumbabarire rwose ntitwongere gusenga dutyo Imana irashaka abayisenga biyinginga batabogamye. Nyamuneka muramenye ntihagire usengera ishyaka, cyangwa Radio, cyangwa ubwoko. Abinginzi muramenye mudasamwa n'imyuka y'ubufana nka mbere dusengera MRND, umenya ari twe twayiteye umwaku. Ni musengere igihugu cyacu, kandi gusengera igihugu ni ugusengera abakiri mo. Ariko aya moko murabona yaratunganye? Ariko abinginga Imana biyita Abanyarwanda batandukanye n'abazimu b'amoko koko?

Ndumva mbifitiye ubwoba mbutewe n'ibyo mbona kandi numva. Mwaje tugafatanya tugasaba Imana imbaraga zo kutabogama? Twemere bitatugoye ko Perezida yaba umututsi, yaba umuhutu, yaba umutwa, Imana ishimwe. Rahira ko mubyumva. Ariko uwo nawe muri iki gihe agomba kuba yubaha Imana n'Umwana wayo, bitabaye ibyo ibiriho byahamaho kuko na none imikorere yaba ari ya yindi.

Hari ubwo twagiye gusengera igihugu na none, uwari uyoboye gahunda ati tubanze dusengere FPR, tuyeze... Na none nashatse guseka, ariko byanteye gusobanura neza ko bitabaho gusengera ishyaka rya politiki, ko ari nko gusengera idini cyangwa Satani ngo bikizwe, cyangwa gusengera imikorere ya Antikristo ngo iveho. Cyangwa kuba Abayuda barasengeye Yesu cya gihe ngo ntapfe. Byambyariye ibibazo ngo ishyaka ni «Umuryango», ngomba kujya kwisobanura nyuma. Reba nawe abasenga basaba ngo Mana turagusaba kweza FPR. Tureza FPR mu izina rya Yesu? Wagira ngo ni ikinamico na yo yakinwe n'abaswa. Ntabwo Imana izategereza igihe kirekire, kuko igihe cyayo cyo gukora ibitangaje muri iki gihugu cyageze. Rero ari abihana bihane vuba, ari ababarira babarire vuba. Dore ko Abanyarwanda bamenyereye kwingingwa. Kuva intambara n'itsembabwoko byarangira 1994 hakurikiyeho ubutumwa buvuga ngo Mwihane! Ibisebe byari bikiri bibisi ariko ubutumwa burakomeza.

Mu bihano bitatu bivugwa muri Amos 7: 1-9, ubu igihano cya gatatu ni cyo turi mo ubu ngubu, kuko Imana igiye kuzana "TIMASI" yo gupimisha imitima y'abiyita Abanyarwanda. Bati hari dayimoni ya KARIMUNDA na IBUKA n'izindi, ababivuze bagahindurwa abasazi, bagakubitwa, bagafungwa, bakicwa. Bati nyamuneka nimugarukire Imana dore ibibi biraje bakakwita umusazi. Ntabwo ubwo butumwa bwigeze butuza ariko bwumvise benshi bwakirwa na mbarwa. Ntabwo bizabuza umugambi w'Imana gusohora. Kandi ni tutihana ngo tunababarire natwe ntabwo Imana izatubabarira.

Umuntu umwe yarambajije ati ko uvuga ngo Imana izahana abiyita Abanyarwanda Iramutse itaduhannye wajya hehe? Naramubwiye nti iyo Imana ivuze ni ukugira ngo dusenge tubyingingire ibikureho, rero niba abantu bashaka ko biba, uwanze kumva ntiyanze no kubona. Iyo Imana yerekanye ikavuga ko ibikomeye nk'intambara, inzara, ibyorezo, inkota bije, iba igira ngo duce bugufi tuyinginge duhindukire ibikureho. (2 Ingoma 7: 14). Rero iyo tubisuzuguye kubera ko tuzi ubwenge dufite n'amahame yacu, biba uko byakabaye nyine. Ntabwo Imana itinya kwiyemera kwawe cyangwa izindi «philosophies», ni wanga kumva ntuzanga no kubona. Ntabwo itinya indembe n'intumbi. Ntabwo igira ubwoba ngo Sida irica benshi, nta

166

n'ubwo yo ijya ihahamuka kubera Jenocide. Icyo nyikundira kuruta ibindi irabanza igateguza iti nimugire gutya, nanjye nzagira gutya, nimwanga bizagenda gutya, iti «Mwihane uburyarya, mwihane itsembabwoko, mwihane iby'abapfakazi n'imfubyi mwariye mubigarure. Mwihane ubugambanyi, mwihane ubwicanyi buhishe n'ubugaragara, mwihane nkize igihugu mwa biyita Abanyarwanda «Hutu-Tutsi» mwe! Mwihane! Abandi bati oya ahubwo turahimbaza, tunaramye, maze twumve ijambo (ariko turihe akanya gato kuko korali ari nyinshi), kandi tugomba no kwaka ibya cumi n'amaturo byinshi. Noneho umwe asengere gacaca undi asengere amatora n'Itegeko Nshinga. Undi asengere Inzibacyuho, undi asengere amatora ya Perezida na mandats ze zose uko zingana ubuziraherezo, undi asengere Ibiyaga Bigari, maze turirimbe «aheza mu ijuru».

Ubwo se ibyo Imana yabyemera? Dawidi yarahimbaje imyenda iragwa none mujye muhimbaza cyane muririmbe. Kandi na Nowa yabaje inkuge. Uwiteka ati nyabuneka nimukore neza, mukore nk'ibyo musoma muri Yona 3 maze nkize igihugu. Bati oya ahubwo Dawidi yarabyinnye; Imana iti 2 Ingoma 7: 14, bati oya ahubwo nta mukene mu nzu y'Imana twese turi abakire kubera ubutumwa bwa prospérité. None se ubwo mwazahurira he n'Uwiteka? Aho ntimuzabonana nawe? Ibyo ababwiye si byo mukora? None ngo ngw'iki?

Mbere ya 1990 hari intumwa nyinshi z'Imana, zimwe barazifunze izindi barazishe. Nanjye hari uwo nabwiye nabi mfite uburakari bw'ishyaka rya Yesu. Nyuma ya 1991, 1992, 1993, bakomeje kuvuga. Maze 1994 yegereje si ukuvuga barakotsora kandi bose bitwaga abasazi. Na n'ubu abo basazi baracyahari baratabaza. Imvugo ni ya yindi ngo «mwihane, mubabarire mbakirize igihugu», bati oya ntabwo Imana yakongera kwemera ko dusubira mu bibi twarababaye bihagije. Ubwo ngo baratsinze. Ngo nta maraso azongera kumeneka mu Rwanda? Ni nde wababeshye ko ni tutihana nk' igihugu atazameneka ndetse menshi. Nyamara nk'umuntu ukunda igihugu reka mbabwire: nimuze twihane tunababarire. Imana idukize, kuko guhimbaza no kuramya na Prosperité no kubwiriza ibya 1/10 n'amaturo, no kubwira FPR ko ikoraneza, biza nyuma yo kwihana no kubabarira byo musingi w'imigisha yose.Mbifurije guca bugufi tukemera kwihana no kubabarira Imana ikadukiza cyangwa tukanga ikatwihorera tukaba uko twabaye ntimuzagire ngo sinababwiye. Ariko wa mugani wa Yosuwa «njye n'inzu yanjye tuzakorera Uwiteka».

YESU YAVUTSE ARI UMUYUDA, ABAMBWE YIREHEREZAHO «AMAHANGA YOSE».

«[35]Pilato aramusubiza ati "Uragira ngo ndi Umuyuda? Ab'ubwoko bwanyu n'abatambyi bakuru ni bo bakunzaniye. Wakoze iki?"»
(Yohana 18: 35)

Yesu ni uwo mu muryango wa Yuda na Dawidi, uyu Yuda n'umwe mu bana 12 ba Yakobo Imana yashimye ko ari mo Umwami wanjye akomoka. N'utubazo tw'amashyari bagiye bagirana hagati y'abavandimwe, baradukemuye nta muryango wigeze ugambirira kumaraho uwundi. Yavukiye i Betelehemu aba umuntu nk'abandi, ariko bigeze ku musaraba, yireherezaho amahanga. Ndagira ngo twibukiranye ko mbere byagoranye iby'uriya mugore w'umunyakananikazi igihe yazaga gusaba Yesu ngo amukirize umukobwa we (Matayo 15: 21-27). Yesu yamushubije nabi amwishongoraho ngo ntiyafata ibiryo by'abana ngo abijugunyire imbwa. Uretse ko n'umugore yamubereye ibamba, abigishwa bo basabye ko amusezerera, kuko amategeko ya Mose atabyemeraga. Yesu ati «Sinatumwe ku bandi keretse ku ntama zazimiye zo mu muryango wa Israyeli». Umudamu arakomeza ati ntabara. Yesu ati ibiryo ni iby'abana si iby'imbwa. Umugore ati ndabyumva ariko imbwa na zo zirya ubuvungukira abana bashigaje bwatakaye hasi. Wagira ngo si we Yesu dufite ubu. Maze ageze ku musaraba byose biba birahindutse, «YIREHEREZAHO AMAHANGA YOSE». Wowe nanjye duhurirayo.

Yesu atarajya ku musaraba nta bandi yabwirije uretse na none wa Musamariyakazi w'indaya wamwihambiriyeho bakaganira nyuma akajya kubwira bene wabo ko yabonye Mesiya. Yesu yirirwaga kwa Lazaro akagoroberezayo, akogera yo, akambarira yo, akarira yo, nta handi mu banyamahanga bavuga yajyaga cyane. Keretse iyo yabaga agiye gucyurira Abafarisayo. «Kuko Umwuka Wera yari ataraza». Kuri we icyo gihe nyine yari Umuyuda nya muyuda wuzuye, wo kwa Yozefu na Mariya b'i Nazareti.

Mboneyeho gusobanurira abatabizi ko Mariya atari «Nyina w'Imana» (la Mère de Dieu). Kuko Imana ishobora byose, Rurema, El-SHADAYI, ADONAYI, ...ELOHIM...nti byarwa, ntiyabyawe. Yibeshejeho......Izi byose, Iba hose, imenya byose, Ikora byose. Nta mama wayo igira. Ariko mumenye iki ngiki neza: Kubera ko Imana ishobora byose, yanabyara, ariko yo nti byarwa. Ishoboye no kubyara, ndetse yabyaye Umwana witwa Yesu, Umwuka wayo wateye inda Mariya, kuko imbaraga z'Isumbabyose zaramukingirije. Ntabwo baryamanye dore ko hari n'amadini avuga ko Adamu na Eva basambanye, cyangwa ko ngo Eva yasambanye n'inzoka bakabyarana Kayini.

Ku bw'iyo mpamvu rero, Yesu ni umuntu wabyawe n'umugore ni na yo mpamvu afite igisekuru. Ni umwana w'Imana ku bw'imbaraga z'Umwuka Wera, akaba umuntu k'ubwo kubyarwa na Mariya. Kuko ari we wishyizeho ibyaha by'abari mu isi akabibambanwa ku musaraba rero, umwizera ni we ubona ubugingo buhoraho. Ni umuntu rero, afite kamere muntu, ni na yo mpamvu nyina ari Mariya, kandi koko yaramubyaye. Kuvuga ngo Mariya ni nyina w'Imana ni UBUYOBE bubi ndetse bukabije. Nanjye nizera Yesu nkabyarwa n'Imana, nkavuka ubwa kabiri.

Ababikora babivuga banabyemeza ko Mariya ari nyina w'Imana, bamenye ko ukuri ari uko Imana itigeze ibyarwa, habyawe Yesu wavukiye i Betelehemu mu kirugu cy'inka, nyina akaba ari Mariya. Uwo Yesu rero waje mu isi kuducungura, igihe yari muri iyo misiyo ni bwo yabwirizaga Abayuda bene wabo, baje no kumuhemba kumubamba. Na bo ni kimwe n'abiyita Abanyarwanda «Hutu-Tutsi»; ubavura amaso bakayagukanurira cyangwa bakayanogoramo. Ariko uzi ko musetsa. Ko mu ntumwa za Yesu nta munyamahanga wari uri mo bose bari Abayahudi, b'Abaheburayo. Abanyamahanga n'abandi b'imvange binjiye nyuma aho asubiriye mu ijuru yaratsinze urupfu n'ikuzimu, amaze kuzuka. Uretse ko na none mu mateka yo gucungurwa kw'umwana w'umuntu, Yesu akomoka mu moko atandukanye. Afite igisekuru kivangavanzemo abanyamahanga benshi, ibyo byose byateguriza kwemerera buri wese kwinjira. Byategurizaga iki gihe cyacu kugira ngo agakiza natwe kazatugereho. Ngabo ba malaya Rahabu w'umunyekanani, Rusi w'umumowabu, Batisheba wahoze ari umugore wa Uriya w'Umuheti waje kubyara Umwami Salomo Yesu akomokaho, none wowe urapfa kuvuga amoko gusa ukinakina.

Uwabambwe ku musaraba yo gahoraho, akanahora ku ngoma ko ari we wadukijije, none urambwira ngo umuhutu utarabambwa yapfa kureka ingengabitekerezo n'amacakubiri? Gute se? Kandi nyine ari uko ameze. Akozwe na yo. Umututsi utarabambwa yapfa kureka ingengabitekerezo n'amacakubiri? Kubambwa birababaza ni yo mpamvu abantu babitinya. Buri wese yipimishe arebe niba yarabambwe nk'uko Pawulo avuga. Kandi arebe neza niba akiri ku musaraba.

Yesu ni uwo mu muryango wa Yuda nk'uko nanjye nakubwira aho nakomokaga…. kwa Bukayire wa Nti baziganya, wa………nta cyaha naba nkoze. Uretse ko mu buryo bwo mu Mwuka nitandukanije n'ibikorwa byawo. Ariko ntabwo Yesu yari kwitwaza Ubuyuda ngo ahohotere Abanyamahanga. Ariko reba amaze kubambwa byarangiye umwenda wakingirizaga ahera h'urusengero umaze gutabuka mo kabiri. Maze abahutu n'abatutsi n'abatwa duhurira yo. «Twabanje kuba Abanyarwanda ariko».

Twanze dukunze tugomba kubambwa kandi birababaza. Niba utari wabambirwa amoko uracyarwaye rorera gusengera igihugu n'ibihugu. Niba wigira nk'uwabambwe nturi butinde kugaragara kuko uzibagirwa uvangemo n'ibya kera. Bigasa nko kurambikwa ku musaraba nta misumari watewe kuko uhita uvaho, iyo nta kamba ry'amahwa ku mutwe, uhita uburana uwunyeganyeza, ugahita uva ku musaraba bitakuruhije. Iyo nta misumari, nta kamba ry'amahwa mu mutwe, nta musumari mu birenge byombi, nta misumari mu biganza, wikomereza gahunda zawe za buri munsi, ukica byinshi kuko uba utabambye uba utababara, kandi ukigira nk'uwabambwe. Kuko aho ugiriye ikibazo hose uhita uwuvaho, ukajya kwirwanaho uhumuriza kamere yawe.

Reka ngire icyo mvuga gato ku byerekeye ahantu Imana yagiye iba. Muri Edeni yasangaga Adamu mu busitani bwo muri Edeni bakaganira. Bananiranwe yajyaga yisangira umuntu atazi aho ivuye, bavugaga ko ngo yavaga mu ijuru. Ba Nowa, Aburahamu, Isaka, Yakobo. Mose we yamuvugishije iri mu gihuru cyaka umuriro. Umva nawe: «IGIHURU». Ni yo mpamvu bagendaga bubaka ibicaniro aho babaga bavuganiye na yo hose nk'ikimenyetso. Igicaniro cya mbere cyubatswe na Nowa (Itangiriro 8: 20-22). Yabonekeye Mose iri mu gihuru cyaka umuriro. Yigaragarije Abayisirayeli mu bitangaza byinshi. Maze bava muri Egiputa, ku manywa ikaba inkingi y'igicu, nijoro ikaba inkingi y'umuriro. Bigeze aho ibwira Mose ko ihinduye gahunda, imuha igishushanyo «cy'Ihema ry'Ibonaniro», ko ari ho bazajya babonanira na yo. Maze ikibera ahitwa «AHERA H'AHERA». Umva neza, mu ihema. Rikagira urwinjiriro, hagati ari ho hitwaga Aʜᴇʀᴀ, n'imbere, ahitwaga Aʜᴇʀᴀ ʜ'Aʜᴇʀᴀ, ahari isanduku y'isezerano irimo ibisate by'Amategeko icumi ya Mose, Manu, na ya Nkoni ya Aroni yarabyaga.

Aho ni ho Imana yuzuye yabaga muri iyo sanduku. Umva nawe «ISANDUKU»! Kuko Amategeko asobanura «Imana Data wa twese», Manu isobanura Yesu Kristo kuko ni we mutsima w'ubugingo, n'Inkoni yarabije ari yo isobanura Umwuka Wera. Kandi Ihema rya Mose risobanura byinshi ariko si cyo kigendererwa. Ndashaka gusobanura gato ibyerekeye aho Imana iri ubu ngubu. Ibya mbere murabisoma mu bitabo bitanu bya mbere ari byo byitwa ibya Mose. Igihe Yesu yamaze kuzuza byose ku musaraba akavuga ati «<BIRARARINGIYE» (Yohana 19: 30). Bibiliya ivuga ko umwenda wakingirizaga ahera h'Urusengero watabutsemo kabiri kuva hasi kugera hejuru. Bivuga ngo buri wese rero agomba kwibonera Imana ye, nta wundi anyuzeho.

Igihe cya Pentekote ubwo Umwuka Wera yamanukaga Imana yahise iba muri buri wese wizeye Umwana wayo nk'Umwami n'Umukiza. Umuntu ahita ahinduka atyo urusengero rw'Umwuka Wera maze Imana ikaba muri njye nawe. Ibindi bituruka ku mubi. Ikibazo: Niba Imana iba mu muntu kuki hubakwa ibyo bita Insengero? Kuko n'urw'i Yerusalemu rwarashenywe bwa kabiri igihe cya Titus w'umuroma mu mwaka wa 70 nyuma ya Yesu.

Mbere urwo Salomo yubatse rw'akataraboneka, rwasenywe na Nebukadineza. Ndabaza ibyo bubaka bakabyita ngo ni Inzu z'Imana niba koko ziba ari inzu zayo. Mubitekerezeho muzansubize. Kuki Imana yemera ko basenya inzu zayo irebera?

Reka dukomeze aho twari tugeze.....

Abayuda basa n'abiyita Abanyarwanda «Hutu-Tutsi». Ntumbwire kandi ngo barasa kubera amajyambere, kuko uraba uhushije igisubizo. Abayuda basa n'abiyita Abanyarwanda «Hutu-Tutsi», kuko bombi BARAHAMAGAWE!

- Kutagonda ijosi
- Ibigirwamana byinshi
- Kwibagirwa vuba
- Gupfa cyane (kubera ibyaha kandi bariho umuhamagaro)
- itsembabwoko
- Amahane
- Ubwibone
- Kwitotomba
- Ubusambanyi bukabije
- Kwangwa n'andi mahanga
- Intambara zihoraho
- Guhunga
- Guhanga
- Ubwenge bwinshi
- Ubucakura n'amayeri n'ibindi...byinshi by'imiruho.

Nyuma yo kuzuka nta Muyuda nta Mugiriki. Ariko yabwiye umupfakazi ati «Natumwe ku ntama zazimiye zo mu muryango wa Isirayeli». Yabivuze mbere yo gupfa no kuzuka. Niba utari wabambwa ngo upfe uzuke, ba uretse kwica ibintu. Wikora nk'iby'uwabambwe kandi ukidegembya, ukiri muzima, dore ni cyo kitwishe. Twese tuvuga ko twageze ku musaraba ndetse ko twabambanwe na Kristo. Tubyigisha n'abandi tubwiriza. Tukavuga nka Pawulo, Petero n'abandi nk'abo. Ipime nawe urebe kandi ntiwibere. Hari imisumari wari waterwa? Bari baguteye se icumu ryo mu rubavu? Kugira ngo umubyimba wawe utazongera kwinyagambura? Bamaze kukujomba bagutamiriza rya kamba ry'amahwa mu mutwe kugira ngo ubwonko bwawe buhindure ibitekerezo? Imisumari irateye neza mu biganza byombi ifashe ku biti? Ibirenge barabigerekeranije babiteramo umusimari umwe niba ari uwa cm 50? Ese ubundi waba warambaye ubusa abantu bose bakakureba ubwambure? Cyangwa utinya guseba? Byaba byarabereye iwanyu aho bakuzi bose? Kugira ngo usebe cyane maze Imana irebe uko ubyihanganira? Waramwaye uramaramara, maze ubisohokamo utsinze? Ntabwo Imana yanga ko tugira igisekuru n'ubwoko dukomokamo, ariko iyo twabambanywe na Kristo tubyambura agaciro n'urwitwazo, ni ho twitwa abana b'Imana nyabo, ibyaremwe bishya, ibindi nta gaciro biba bigifite. Utabambwe ntushobora gukunda abandi, umusaraba usobanura imbabazi kuko ni na ho ya magambo Yesu yayavugiye ngo «Data ubababarire kuko batazi ibyo bakora».

Sitefano yuzuye Umwuka Wera, ararama areba mu ijuru abona ubwiza bw'Imana na Yesu ahagaze iburyo bw'Imana, aravuga ati «Dore mbonye ijuru rikingutse n'Umwana w'umuntu ahagaze iburyo bw'Imana». Barasakuza cyane biziba amatwi bamugwirira icyarimwe, baramukurubana, bamuvana mu murwa, bamwicisha amabuye.

[55]Ariko Sitefano yuzuye Umwuka Wera arararama, atumbira mu ijuru abona ubwiza bw'Imana na Yesu ahagaze iburyo bw'Imana, [56]aravuga ati "Dore mbonye ijuru rikingutse, n'Umwana w'umuntu ahagaze iburyo bw'Imana."

[57]Barasakuza cyane bīziba amatwi, bamugwirira icyarimwe, [58]baramukurubana bamuvana mu murwa, bamwicisha amabuye. Abagabo bamushinje bashyira imyenda yabo ku birenge by'umusore witwaga Sawuli. [59]Bakimutera amabuye, arāmbaza aravuga ati "Mwami Yesu, akira umwuka wanjye." [60]Arapfukama avuga ijwi rirenga ati "Mwami, ntubabareho iki cyaha." Amaze kuvuga atyo arasinzira. (Ibyakozwe n'Intumwa 7: 55-60).

Aho honyine iyo uhageze ni bwo ushobora kubabarira abanzi bawe, kuko mbere ntushobora guhishurirwa ko batazi ibyo bakora. Uba ubashinja ko bakora ibyo bazi. Bakwanga bakaba baguhima, bakubeshyera n'ibindi. Ntushobora kubabarira utarabambwe, ntushobora kwihana utarabambwe. Ntabwo bishoboka. Ntushobora kwihana cyangwa kubabarira utaranoga. Ni yo mpamvu benshi bahitamo kunogoka aho kugira ngo bakore ibi byombi.

Iyo buri gihugu Imana iza kuvuga ko kizajya gicungurwa n'abene gihugu twari kuba tugowe. Urugero: Uwiyita Umunyarwanda agacungura abiyita Abanyarwanda. Cyangwa abiyita Abanyarwanda bavuye Uganda akaba ari ho hava umucunguzi. Cyangwa akava nko mu bahutu. Cyangwa mu bacitse ku icumu. Byari kuzasiga inkuru mbi na none. Nta wari kubakira. Byari kugera aho tukabaza niba uwo mucunguzi ari umuhutu w'umunyenduga cyangwa w'umukiga. Hanyuma Umuhutu cyangwa umututsi muri rusange. Noneho buri bwoko bugapfira ubwoko bwabo.

Ariko bari no kubaza niba uwo ari umututsi w'umwega cyangwa w'umunyiginya. Maze ubwoko bw'uwacunguye akaba ari bwo butangira konka bukajya ku ibere, «igihe gito», bwiyemera, bwica ibintu gusa. None kwa Yesu twese turareshya imbere ya Yesu? Ntarobanura ku butoni, Imana ishimwe. Ndamukunda cyane uriya mugabo. Buri hantu Yesu yanyuze umukristo wuzuye agomba kuhanyura hose, ariko benshi barahakwepa. Bakunda gukoreshwa ibitangaza batatanze igiciro, bataciye bugufi ngo biyegurire Imana. Bakunda kuzuka bakicara iburyo bw'Imana Data, ariko batapfuye. Bakunda kuvugwa neza bo bavuga abandi nabi. Kandi birengagije ibyavuzwe kuri Databuja ngo ni ikirura, arigereranya ni umusazi, ari na byo yazize ngo yarigereranije ngo yiyise Umwana w'Imana ngo kandi yakoze n'imirimo myiza ku isabato.

172

Muri iki gihe ngo hari abagenewe guhanura ngo byemerwe. Nyamara umuhanuzi yemerwa ibyo yahanuye byaragaragaye. Yeremiya yarakubiswe. Mikaya aramwunganira mu mibabaro. Yesu ati Ayi weee! Yerusalemu we! Ati nta buye rizasigara rigeretse ku rindi. Iyo bava mu magambo bagahita bihana, bakareka kureba ibigaragara byakozwe n'intoke zabo, Imana yari kubikuraho ariko kubera ko bameze nk'abiyita Abanyarwanda Hutu-Tutsi bashakaga ko ibibi byose bibasohoraho ngo babirebe neza. Bashaka ngo ko babireba neza. N'ubwo twabonye intambara n'ibirenze intambara, abiyita Abanyarwanda Hutu-Tutsi ntitwumva. Twumva dupfuye.

Ni tutihana ngo tubabarire kandi Imana ishaka kudushyira ku murongo se murabona yabyihorera n'ibirego bya Satani byuzuye ibitebo. Hari ubuhanuzi buba buvuga ngo ibyo nti bizabura kubaho. Imana iba yasinye ifite icyo ishaka. Hari na mugire gutya, kuko ni mutabigira bizagenda gutya, kandi byose bigafataniriza hamwe kutuzanira ibyiza. Dusenge ubushake bw'Imana bube ku Rwanda.

IMPUZAMADINI: UMUZIRO WO KUVANGA AGAKIZA N'IDINI

Mvuge iki ndeke iki? Ibi ni ibiki? Ba Pawulo bananiranwe n'Abafarisayo (idini). Abo ni bo bishe Yesu ni bo batoteje Itorero rya mbere, ni bo bishe abarokore, ni bo babagaburiye inyamanswa, ni bo weee! Ni bo bamennye amaraso y'abera. Uwo mwuka ntaho wagiye. Mbese abantu babiri bajyana batasezeranye? (Amosi 3: 3). Wansobanurira ute aho Kristo na Beliyali bahurira? Ni biganiro ki bafitanye? Namwe muzabona ishyano! Wambwira iki gusengana n'uwo mudahuje, mutegereje ko ngo Imana isubiza. Yesu yaje se abafarisayo badahari? Nti bashwanye bikayoba kuko batari mu mwuka umwe? Harya ngo ni ugushaka guhuza n'abandi bose? Wahuje n'abo mwizera kimwe se waba iki? Uzasengana n'abo mudahuje Imana isubize? Ni umuswa se? Umwe azakora ikimenyetso cy'umusaraba, undi ntagikore maze mwihanganirane. Bavugaga ko ukabya none kugira ngo bimere neza reka gukabya mugendane. None ngo Rick Warren ni we wabahuje? Amadini yose yayagize rimwe? Eheee... Ngo rwose amadini yoseee! N'abagatulika, n'abayisilamu, n'abarangi, n'abacwezi, na yo ni amadini di! Ni amadini ya gakondo na Ryangombe? Buriya byose kuko afite amafaranga yabihuza rwose ndabyemera, kandi na byo byakwemera.

Itorero rya Yesu Kristo se ryavutse batarimo gutamba ibitambo? Yesu yaje mu isi se ayo madini adahari? Aho wahansubiza? Kuki se niba yari ashoboye, Yesu yaziye iki? Nti bananiranywe? Amadini siyo yamugambaniye akamubambisha? Mfite inkovu z'idini mpora ndinda kongera gukomereka. Na n'ubu baracyatamba ibitambo birengagije igitambo kimwe cya Yesu ku musaraba ari na cyo Ijambo rivuga ko cyahagije iteka. Bibabuza se gutamba ibindi bitambo ngo bya misa. Kugambanira Yesu Kristo. Ubugambanyi gusa. Mwamuhinduye agakingirizo. N'ubu nandika hari henshi ku isi barimo gutamba ibitambo bya misa, cyangwa bari mu yindi mihango idafite aho ihuriye na Yesu. Ariko buretse araje Intare yo mu muryango wa Yuda, araje nk'Umwami w'abami noneho, ntabwo aje ari mu muvure i Betelehemu, ntabwo aje ngo yongere asuzugurwe na ba Herodi na ba Pilato b'abapagani. Araje ari Umwami w'abami n'Umutware utwara abatware, nzaba numva ibyo muzaba muburana ko ngo mwamukoreye cyane, kandi ngo mwafashije n'abakene.

Nemera ko abantu bahurira mu kazi, administration, imiyoborere, no mu birori runaka, no mu isoko, no mu manama y'imirenge, n'am'associations, n'ahandi nk'aho mu gihugu n'ibindi. Ariko ibyerekeranye n'idini n'agakiza bigomba kuzavanguka igihe kimwe kandi kiraje, kuko byaravanze cyane. Ngomba kugira uruhare mu kubivangura mu izina rya Yesu. Reka mbe nsabye n'imbabazi ntabwo ari ugupinga ntawe ukunda u Rwanda kundusha. Ndanze kandi nzajya no mu ijuru, nzabana n'Umwami wanjye ubuziraherezo. Babiri cyangwa batatu bahuje umutima koko se bahuje umutima? Wishinyagura! Wowe se iyo urenzaho ntuba wumva? Kandi uwiyita Umunyarwanda azira uburyarya bwe.

Igihe cyose abiyita Abanyarwanda, abahutu-abatutsi, batazajya imbere y'Imana baciye bugufi bashaka mu maso h'Imana bareka ingeso zabo mbi, bagahindukira. Igihe ibi bitazakorwa bizaba ari ukwishinyagurira. Igihe igihugu kitazamera nk'i NINEVE, kubera ibyakibereyemo.

Turashaka umwuka wa Pawulo na Petero, Debora na Esiteri. Turashaka gukora nk'Ibyakozwe n'Intumwa igihe cyageze. Ntabwo Pawulo yafatanije n'Abafarisayo n'Abatambyi kuko mbere ni bo bamutumaga kwica ba Sitefano. Aho akirijwe abavamo batangira kumutoteza ubwo. Ndebera noneho iyo nyuma yo kubasezeraho no kubahanurira ko Yesu ari muzima, n'uko ari bo bamwishe, noneho nyuma bagahura bagakundana bagasengera tuvuge Isirayeli ngo ive mu bubata bw'Abaroma. Akazana ihishurirwa rya Yesu Kristo, na bo bagakomeza n'amategeko ya Mose. Ntabwo bari kongera kumufunga no kumuhondagura, ariko ntabwo Yesu yari kuzamubonekera ngo amubwire yabaye ibisebe ati «Uko wampamirije i Yerusalemu abe ariko uzampamiriza n'i Roma».

Aya magambo nayabwiwe mvuye kuvuga ubutumwa mu ngando y'i Gishamvu i Butare, ngomba kujya mu ya Gisovu nyuma y'iminsi ibiri. Yesu ati «Uko wampamirije imbere y'Abanyabumenyi b'i Butare, abe ari nako uzampamiriza imbere y'abagize ingando yo mu Gisovu». Icyo gihe ibyabereye i Gisovu bwari ubwa mbere mbibona mu buzima bwanjye bw'aka kazi ka Yesu. Abanyarwanda bafite uburambe mu buryarya, ndashima Imana ko ibizi. Amoko aranihira ngo barasengera hamwe. Buri wese arashaka kugaragara ngo barasengera u Rwanda. Rwanda we! Humura uzakira. Pawulo ati simpamya ko narangije isiganwa, rwose ariko nibagirwa ibiri inyuma ngasingira ibiri imbere. Ndamaranira kugera ku rugero rusumbyeho. Icyaduha ba Paulo, ba Petero ikaduha ba Debora na ba Esiteri. Ndasaba Imana kugera ku rugero rusumbyeho. Imana imfashe ngo ndusheho.

Abakristo biyita Abanyarwanda Hutu-Tutsi twarayoberanye. Hari uherutse kwihanukira ati ariko uriya mugore aba muzima? Ati ibyo avuga uziko bazamufunga? Undi ati noneho ibye byarangiye yandikiye Perezida. Wowe wafunga uwakubwirije Yesu ngo ubeho? Waba uri inkunguzi. Waba ari wowe musazi w'icyorezo. Hariho na ba bandi bishyizeho ngo ni ba Révérends babujije abo twakoranaga, kuko ngo bari babaze bagasanga ndibufungwe, maze bitandukanya nanjye, kugira ngo Leta yiyita iy'ubume ibarebe neza. Kandi iyo Leta ntijya ireba neza na gato…. Ibyo biba ari ibyifuzo byabo, ni abanzi b'umusaraba n'Uwawubambweho. Imana yabo n'inda n'ubwoba n'ubwibone, biratana ubugome bwabo! N'aho nafunzwe hose ni bo babaga babigize mo uruhare, bakagira ngo byarangiye, bajya kubona bakaba barambonye. Na bo bagiye bamwaraho, isoni zagiye zibabumba. Ngo ari ejo ari ejobundi azaba yageze mabuso. Ni mwitandukanye nawe. Kandi dupfa ko banga ukuri cyane. Benshi bahinduye n'ubwoko, mbere bari abahutu, none ubu ngo ni abatutsi. Kuko ubu ingoma ari iy'abatutsi. Bihane bagire vuba cyangwa ububyutse babubure cyangwa bubabure.

Ngiye mbabazwa n'ibyo bavuga naba narahindutse KABABARO na GAHINDA n'ibindi…. Ariko nabajije Imana impamvu iyo mvuze kandi ibyo yantumye banyita umusazi, uwabuze ubwenge, ugomba gufungwa n'ibindi. Dore igisubizo ngo niba uvuze ukuri, ku rutonde rw'abafunzwe bazira ukuri hari Yohana Batisita, Pawulo, Sila, Petero nongereho Yeremiya mu isezerano rya kera na ba Mikaya n'abandi murabazi. Nyirako we (agakiza) Yesu, muzi icyo ukuri kwamukoreye. Kugeza n'aho Pilato amubaza ngo ukuri n'iki? Yesu Aramwihorera. Ngo none se niba bariya bagabo barafunzwe bakicwa, noneho na bo tuvuge ko bazize kubura ubwenge? Baravangiwe? Baracanganyikiwe? Nti bahuguwe, banze guca bugufi, nti bahamagawe n'Imana. Banze kumvira ubuyobozi? Urumva ari wowe ubarusha ubwenge? Imana iti (yaransekeje) hari uburyo <u>butatu</u> uzababwira:

- Niba bituruka ku Mana ibyo uvuga bizagaragazwa n'imbuto zabyo kandi ziragaragara zatangiye kugaragara. Zigiye kugaragara, ndetse nyinshi, zirazwi, izindi nyinshi cyane zizagaragara nyuma cyane.
- Niba kandi ari Satani wagutumye, na bwo imbuto ze ntizijya zihishira.
- Niba ari ubwenge bwawe na bwo waba ufite bwinshi burenze ubwabo ahubwo bagombye kukubaha, kuko igihugu n'isi yose bagombye kugufata nk'umushakashatsi kabuhariwe

bakagushyigikira kuko waba ufite ubwenge bwinshi bwo kuyobora ibihugu n'isi yose.

Ngo niba kudafungwa ari byo bigaragaza gukizwa, imbaraga z'Imana ntaziba zigihari. Petero na Pawulo na Yeremiya ntituzabasanga mu ijuru baravangiwe barafungwa.

Kandi niba uvuze ukuri ntufungwe ku bw'impamvu Yesu aba yifitiye ubwe cyangwa wakuvuga ugafungwa wenda kugira ngo wibonere n'ako kazi ko kubwiriza abanyururu, abapolisi, n'abacunga-gereza n'abayobozi babo. Mupfa iki? Ahubwo mwavuze ko muri abanyabwoba b'ibisambo gusa. *«Abanyabwoba batizera bagakora ibizira, abicanyi, abasambanyi, abarozi n'abambuzi, n'abanyabinyoma bose n'abasenga ibishushanyo nti bazajya mu ijuru»* (Ibyahishuwe 21: 8).

Dore ikibazo: Ni uko hamwe n'ubwo bwoba bwawe udapfa guceceka. Koko wacecetse ukareka kuvuga utugambo nita twa kibwa. Kuko wanga utwa kigabo. Hakenewe «IMPIRIMBANYI Z'AGAKIZA» zitari iza Parmehutu. Kandi ntugire ngo ndatukanye ahubwo mbikoze nk'igihe Yesu atuma kuri Herodi ngo «mugende mubwire iyo ngunzu muti.......» Cyangwa Pawulo na Petero barakaye bati «Mwirinde za mbwa...».

Hari ahaherutse kubera igiterane, rero nta wangwa na bose, umwe ati «mwamuhaye akanya ko hari aho yadufasha bati «reka ma!» Uriya munyapolitiki se maye atazadukoraho. Umuntu wihandagaza akavuga abahutu n'abatutsi. Ntabwo tuzi uwamutumye. Koko rero ntabwo bazi uwantumye ariko ejo cyangwa ejo bundi baraza kumumenya, kuko uwantumye agiye kubagwa gitumo. Ngo ndi maneko kandi nti bazi uwo nekera. Koko ngo babura icyo banegura inka bati «dore icyo gicebe cyayo».

DUSENGERE ICYURIRIZI CY'UBWOBA

> Mana fasha abakozi bawe muri ibi bihe bya nyuma bavugishe ukuri, Ijambo ryawe ni ko kuri kandi ukuri ni Yesu. Mana dufashe twamazwe n'ubwoba, turashaka korosa ibisebe kandi birimo kunuka cyane, tubabarire twemere intege nke zacu utwambike imbaraga tugukorere mu kuri no mu mwuka. Kandi utugirire vuba abo utahamagaye batumaze rwose urebe iyindi mirimo ubaha rwose baratuvangira. Ni bo batinya gufungwa no gusonza no kurebwa nabi. Duhe umwuka wo gushira amanga kugira ngo tugukorere. Ndasenga ngo udusukeho umwuka w'Ibyakozwe n'Intumwa no kubarusha kuko turi mu kinyejana cya 21, kandi Yesu akaba agiye kugaruka. Urakoze mu izina rya Yesu, Amen!

Ubundi se n'ubundi ko nagombye kuba narapfuye. Kandi nawe ni uko. Ubwo se naba ndwana n'iki? Yesu ati reba ukuntu imfu zawe zingana, mbese nakongereye igihe ngo unkorere gusa. None wowe uravuga? Yesu aravuga nawe ukavuga. Ahari wowe sinzi ibyawe, ariko njye ndakubwira ibyanjye. Mbeshejweho no gukorera Yesu gusa, nta bundi bumanzi nta yindi business ngira. Niba rero wowe umucungiraho uvangamo n'ibindi kazi yako ndeka. Mvanaho ubwoba bwawe, jyana ubwenge bwawe, n'ubushishozi bwawe. Tuzaba turarora igihe tuzaba duhagaze imbere ye aho ni ho nshaka ko duhagarara gusa, kandi tuzahahurira mwanze mukunze, reka dutegereze icyo gihe uzabone kuvuga. Ubwoba bw'imibereho, gutinya abantu n'utuntu n'akantu ukabaho wigengesera. Ugahugura Umwuka Wera. Kandi rimwe na rimwe ugacyaha na Yesu yuko akabya. Niba ari uko wahamagawe se uranshakaho iki ko ndamutse nigize nk'ibyawe naba mbaye nka ya mbwa yiganye inka. Niba Yesu yarambwiye ati ni njye byose byawe: ndi ibiryo byawe, ndi imyenda yawe, ndi ukurindwa kwawe hamwe n'abawe, mpanga amaso gusa. Uragira ngo nigire nkawe wirwanaho wirwariza?

Ndamutse ntumviye Imana wandengera? Ko wakwiriza uririmba aheza mu ijuru kandi atariho ngiye. Cyakora ubwoba bw'imibereho bwahinduye imihamagaro ya benshi. Ngo hari ibitavugwa, ngo hari ibyo badakora, hari uwambwiye ngo njye ngereranya nibura n'ibyo Leta yavuze, «ngo mfe kugereranya». Ndinda mfa kugereranya se Leta yiyita iy'ubumwe ko izabazwa ibyayo nanjye nkazabazwa ibyanjye. Ese ubundi ndinda kumvira Leta yiyita iy'Ubumwe kubera iki? Umwuka w'ubwoba na wo muzawipimishe. Ndifuza ko abashinzwe umutekano bazadutungura maze bakabaza abemera Yesu Kristo no kumupfira, cyangwa wenda bagatangira gukubita inshyi n'imigeri bafite n'imbunda. Ni ho wareba aba Yesu neza. Abenshi bamushimisha iminwa ariko imitima yabo imuri kure. Ni yo mpamvu Yesu adashobora kuguha ibye atagupimye.

BENSHI BAKIRA (KWAKIRA) IBYA SATANI BAGATANGA UBUHAMYA KO ARI YESU. IMANA ITUBABARIRE.

U RWANDA RUJYA GUSA NA ISIRAYELI

Ukurikiranye amateka y'Abayahudi, Imana yabahisemo mu yandi mahanga ngo bayibere ubwoko. Mwitonde murebe uko bahamagawe, ibyo bakoze, igitsure giteye ubwoba Imana yabashyizeho, ibihano yabahanishije, kutagonda amajosi kwabo, uburakari bw'Uwiteka bwatumye bashirira mu butayu. Buri gihe yagiye ibabuza kumera nk'ayandi mahanga, baranze baranananirwa, barakubitwa muri Egiputa, barakubitwa mu butayu barakubitwaaa! Biza kugera aho bakorerwa jenoside na Hitler mu ntambara ya kabiri y'isi yose. Aha bahita basa n'abatutsi ako kanya 100%. Aha ndabaza nti Hitileri apanga kumara Abayahudi Leta y'Ubudage icyo gihe yabyifashemo ite? Yaramwamaganye ku mugaragaro? Aranga arananirana? Yaramushyigikiye kubera impamvu za politiki? Yaracecetse kuko n'uhigimye aba avuze? Nkeneye ibisobanuro muzatanguranwe kunsubiza.

Uwo Uwiteka akunda aramucyaha ngo akamuhana n'ibihano.

Uwiteka Imana yabwiye Abayisirayeli banga kumva. Byari mu masezerano, ko nibanyuranya na yo izabatataniriza mu mahanga, ndetse ikazabakurikira yo ikuye inkota. Iteka banyuranyaga n'Uwiteka Imana yabo, na yo ikabahondagura ikabanoza, bajya kunogoka bagatakamba bakayibutsa amasezerano yagiranye na:

1. Aburahamu,
2. Isaka,
3. Yakobo,
4. Dawidi n'abandi…. Na yo igasanga koko bagiranye amasezerano ikunamura icumu.

Ndabaza rero abiyita Abanyarwanda nibasumbirizwa, bazitabaza ayahe masezerano? Bazibutsa Imana iki? Bazabwira Uwiteka ngo yibuke amasezerano ya nde? Ni aya ba Cyirima Rugwe na Rujugira? Ruganzu Ndoli na Bwimba? Kigeli Ndabarasa na Rwabugiri? Mibambwe Gisanura na Rutarindwa? Ngo Uwiteka yibuke amasezerna ya nde? Ni aya Kabare na Ruhinankiko na Kanjogera ku Rucunshu? Nyirarunyonga se? Musinga? Mbonyumutwa? Kayibanda? Habyarimana? Cyangwa Sindikubwabo? Bizimungu? Ni Kagame se???? Ni nde bazibutsa Uwiteka? Ubu koko abiyita Abanyarwanda bakwibutsa iki Imana? Ni Mugasa Rwayibebe? Cyangwa ni Semuhanuka. Ni Kamegeri n'ubugome bwe? Hari benshi bafite umwuka w'ubugome nk'uwa Kamegeri. Ubwo wenda ni Rukara rwa Bishingwe wishe umuzungu? Ni Binego bya Kajumba na Nkonjo? Ni so se? Ni nyogokuruza? Ni nyogosenge se disi? Ubwo ni so wanyu? Ko Imana ikunda ko tuyibutsa ibyiza byakozwe byayinejeje, nk' igihugu cy'u Rwanda cyizibutsa Imana iki? Muzayiratira ingoma z'igihe cy'abami se? Muzazana Repubulika ya mbere, iya kabiri, iya gatatu? Wabona muyiratiye muyibutsa amashyaka ya politiki nka: MDR PARMEHUTU, APROSOMA, Lunari, Raderi, Nkundabera, MRND, CDR, FDU, FPR…Amashyaka ari ho ubu murambabarira nta mateka yayo ndabona, reka tubanze turebe. Mbwira niba hari ishyaka na rimwe muri aya wakwibutsa Imana ko ryayishimishije, ryayikoze ku mutima. Ahubwo ko aya yose yayimennye umutima.

Mwitegure ibihano rero kuko Uwiteka abakunda. Muributsa ayahe masezerano? Ko ibihe byabagonze. Ikibazo gikomeye ni ukutimenya, kutisobanukirwa. Abanyarwanda bageze igihe cyo gusakizwa, kuburabura. Kubura epfo na ruguru, kandi ari bo babyiteye, kubera kumvira Satani bagasuzugura Imana yabaremye. Nk'ubu se uwiyita Umunyarwanda azi aho ageze n'iby'Imana imusaba? Uretse kuvuga ko hari amahoro, kandi nawe ubwawe uzi ko ntayo kuko nawe ufite ubwoba n'ubwo utabivuga, ntusinzira. Uririrwa ubunza Imitima y'ukuntu wasohokana n'umuryango wawe mukava mu Rwanda. Umucunze wasanga akebaguza, abana be biga hanze, umugore we yaragiye Canada, n'ibindi....... Hari n'abitirirwa ngo Izina ry'Imana birirwa bacungacunga, bakazenguruka isi batinya ko hari icyo baba mu Rwanda. Bagapanga ibiterane bakirirwa bazenguruka isi bacungacunga ko hari icyaba, bashaka amakuru, birirwa babaza!

U Rwanda n'umuhamagaro warwo rurasabwa ibintu byinshi, kandi bikomeye ntabwo byigeze bikorwa, abakagombye kubikora babirengaho bakabyoroshya, cyangwa bakabikora agace bahuzagurika, bakabicurika, bagakora ibisoza, maze bakagira ngo bameze nk'ayandi mahanga. Tugasoreza kuri Z. Nk'abiyita Abanyarwanda tugomba kumenya abo turi bo, ko twahamagawe ko turi nk'Abayisirayeli. Ntitugomba kudamarara, kuko ndetse hari n'ubwo twibagirwa tukiyambaza n'ibigirwamana, n'ibindi byaha byaduteza intambara nk'izo Abayahudi bahuye nazo. Na n'ubu ngo nti bari banamenya ko Yesu yaje, kandi ko ari we MESIYA.. Ubu ngo bategereje MESIYA. Erega natwe ibigirwamana biri mu madosiye yacu! Kuko na n'ubu nandika abiyita Abanyarwanda barimo kuraguza. Reka twisobanukirwe tumenye kandi ngo icyo Imana ishaka n'uko TWIHANA TUKABABARIRANA noneho tukubakira kur'uwo musingi kugira ngo bifate bitazasenyuka, naho ubundi kubwiririza hejuru y'ibyaha, kuririmbira hejuru y'ibyaha, gukorera ibiterane byo gushima Imana hejuru y'ibyaha, gushyigikira Leta yiyita iy'ubumwe hejuru y'ibyaha, guhanurira kubyaha, kubeshyabeshya hejuru y'ibyaha muri make gukorera Imana hejuru y'ibyaha. Uwiyita Umunyarwanda «Hutu-Tutsi» Imana ntizabimwemerera n'iyo yagira ate. Igiye kubishyiraho iherezo. Mureke kwirirwa muvuga amahoro kandi muzi ko ntayo. Murayobya abantu b'Imana, murabahamisha mu mudendezo ku ngufu kuko n'ibyo umwanzi Satani ashaka kandi namwe ntimwiretse.

Kuva intambara ya 1994 yarangira Imana yagaye IDINI RYA ADEPR kuko ritabashije guhagarara mu cyuho. Ni na zongaruka ryagiye rigira kuko rifitanye urubanza n'Imana. By'ukuri habuze umukiranutsi, «Itorero nk'umuntu umwe» mbere ya 1994, iyo Itorero riza guhagarara neza ntabwo amaraso yamenetse aba yaramenetse. Iyo Itorero rihagaze nabi byose birapfa, kuko ni ho Imana ikorera, ni ko byagenze rero na none politiki yagiye hejuru ya Yesu, uyu nawe akuraho uburinzi bwe ararekura katubaho, kugira ngo twumve ariko wapi!

Abitwa inzaduka ko yabagaye namwe! Ndavuga abavuye hanze nyuma ya 1994. Nanjye nari mu «nzaduka» none na zo nazivuyemo, kuko nasanze «Nta bisusa nta mboga». Byose byuzuye imyuka mibi yo gushaka gukora amazina bubaka ibyo bita insengero z'Imana kandi ziba zibitirirwa. Abana b'Imana, Itorero ry'Imana, Abashumba bahamagawe, basutsweho amavuta, batoranijwe ko mutabwiye Leta, abo abategetsi, abayobozi ngo barekure igihugu bagihe Itorero na ryo rigihe Yesu? Ko muvuga ibindi mwavuze n'ibi na byo ko ari byo byakiza u Rwanda. Mwaretse tugakora ibyo Imana ishaka? None se ko igihugu cyahawe Satani mwambwira twarakimwambuye? Ntimubizi se? Uretse ko ari njye uba ubivuze ariko sinzi impamvu mutabivuga kugira ngo abe ari mwe biturukaho. Ubu se ubwiyunge nti bwari kuba bwararangiye? Iyo abahutu bemera kwihana bakababarira, abatutsi bakihana bakababarira ariko kubera ko bombi ari intagondwa, akaba ari ba Adamu na Eva, bazahanishwa intwaro za kirimbuzi kuko intagondwa ntizumva. Ubu se tuzahora tugawa n'Imana tuyirakaza gusa? Byumvikane neza Imana iratugaya, kandi yaratugaye, kandi iranarakaye cyane. Ni na yo mpamvu igiye no guhana cyane. (Yesaya 1: 18).

UWO GUHAGARARA MU CYUHO CY' IGIHUGU AMEZE ATE?

Kubera ko buri wese ngo aba asengera igihugu ariko hari uwo Imana ishaka ko ahagarara mu cyuho. DORE IFOTO YE UKO AGOMBA GUSA: agomba kugira imbuto zoze z'umwuka ziri mu Abagalatiya 5: 22, 23 ukagerekaho wejejwe. Niba umeze utyo ngaho saba umutwaro w'igihugu cyangwa niba hari uko wari uwufite isuzume urebe icyo ubura ariko niba udatunganye ubanze wisengere. Ngaho isuzume rero. Aha ndagira ngo nkubwire ngo ntukangishe impano zawe. Kuko muzababwirwa n'imbuto zabo ntimuzababwirwa n'impano zabo.

Ishusho y'Imana ifite nde ngo ahagarare mu cyuho, uwavuye mu macakubiri arihe ngo ahagarare mu cyuho, igenzure neza. Ni nde mushumba ufite mu idini rye abahutu n'abatutsi maze akaba abafata kimwe? Ari hehe umeze atyo? Ni aseruke aze apimwe n'ijuru. Ni nde witeguye gushyingira uwo badahuje ubwoko nta ntambara zibaye? Arihe ariko ngo ahite ahagarara mu cyuho. Ni nde wemeye gupimwa n'Imana ikamwemerera guhagarara mu cyuho?

Ubushize habuze uhahagarara.Ubwo uravuze ngo wowe warahagaze»? Yee ndabyemeye ariko ntabwo wari wujuje ibiro, kilogarama Imana yashakaga, ibyo twavuze haruguru. Abujuje ibiro bahamagariwe guhagarara mu cyuho kugira ngo Imana itazavuga ngo yarashakashatse ibura n'umwe maze…. Imana idufashe idufashirize n'igihugu. (Ezekiyeli 22: 30). Rahira!

Ntabwo ari umwe, ni abizera bameze nk'umuntu umwe, kuko na kiriya gihe Ezekiyeli yari ahari, ariko Imana ntiyabyitayeho, yaravuze iti «Nashakashatse umuntu umwe wo guhagarara mu cyuho ngo ntarimbura igihugu, ariko ntawe nabonye».

Abakozi b'Imana nyabo ni bo bajyanama b' igihugu, ba Leta, kuko ni bo bavugana n'Imana. Umujyanama arakaze, iyo agiye inama mbi birapfa, yajya nziza bikaryoha. Reba noneho umujyanama w'umunyabwoba azakuroha kuko azakubwira ibihuje n'ubwoba bwe. Wowe ukeneye inama noneho akishyiramo uko umeze n'iby'ushaka akanga kugutoneka.

Umujyanama w'umunyabwoba akubwira iby'ushaka gusa kugeza igihe uzarundukira kandi akenshi murarundukana. Hari ubwoba bwinshi, Imana izi ko abantu bayo ari abanyabyaha noneho wowe ugahindura abere abo yita abanyabyaha? Niba hari icyo Imana ivuga ku gihugu kuki kitavugwa nk'uko kiri ngo gikosorwe? Igihugu kiri mo iterabwoba mu buryo bwo mu Mwuka no mu mubiri, mu buzima busanzwe bwa buri munsi. None nawe uti iki!

None se guhora babwirwa ko ari abamalayika batacumuye uko ni ko kuri? Ibyo si ukubaroha koko? Guhora buri gihe ari byiza bashakisha uko bahuza. Niba Leta yiyita iy'ubumwe ifite gahunda iyi n'iyi abandi barayishyigikira ariko iyo bo, abakozi b'Imana bagize icyo bakora Leta birayorohera kutabijya mo, keretse iyo ari igihe cy'amatora.

Umuntu umwe yigeze kwandika kera ngo kwambaza umutegetsi ni ukumuroha, kandi ni byo. Wahora ubwira umuntu ko ari mwiza, akora neza, arya neza, yambara neza, areba neza, yumva neza, agenda neza, avuga neza umwaka ugashira undi ugataha, ubwo waba umukunda koko? Waba uri mujyanama ki?

Ugomba gucunga ibyo uwo ugira inama yemera ngo abe ari byo umushyigikiramo. Abajyanama ni bo baroha abategetsi kubera kubatinya bakanga kunyuranya na bo noneho bigapfa byose, kandi biri mu bice byombi, mu madini no muri Leta.

Sawuli na Eli ni abagabo dusanga muri Bibiliya; ndashaka kubatangaho urugero kuko imyuka yabo iracyahari. Uti bite? Eli wari umaze kugera mu zabukuru karamuhagararanye amaze kwisazira ntiyaba akimenya aho ibihe bigeze yirengagiza gukangara abahungu be basambaniraga mu Ihema ry'Ibonaniro. Mu Itorero! Mana yanjye we! Yari asigaye agereranya abinginzi n'abasinzi. Umusaza yari asigaranye uburambe ku kazi gusa bubwira Samweli ngo ni yongera guhamagarwa yitabe ngo ndumva Mana. Maze ateza Isirayeli ibyago iraseba biratinda, iraneshwa kuko yabuze abatambyi ndetse irapfusha bikabije, n'isanduku y'isezerano abafilisitiya barayinyaga. Eli ngo abyumve muzi uko byagenze?

Abahungu be b'abasambanyi basambaniraga mu Rusengero barapfuye, umukazana we ahita abyara umuhungu amwita «IKABODI», bivuga ngo Icyubahiro cy'Imana kirashize muri Israyeli, kuko abazi kubara inkuru bari bamubwiye ko n'Isanduku y'Uwiteka Abafilisitiya bayinyaze. Eli yahise apfa. Eli adogereza ibintu igihugu gicura umuborogo mu gihe cye.

181

Ubu ibibi byose bizaba ku gihugu bizabazwe abashumba biyita abatambyi, ba Pasitori mubarebe bazakurikiranwe ni bo bafite gukiza igihugu, ngo ni bo batorewe imirimo ya za alitari zabo zo KU TUNUNGA. Ngayo nguko! Ibindi nawe ubihishurirwe kuko wuzuye Umwuka w'Imana, kandi ntucyahe Imana, niba ufite umwuka wa Eli na Sawuli.

Sawuli yarantangaje. Icya mbere yagiyeho asimbuye Imana kuko yasabwe n'Abayisirayeli ngo barashaka umwami barebesha amaso. Bari barambiwe ngo iyo Mana ivugana na Samuel wenyine bo batayireba ngo ivugane nabo. Kuko bari banze ubuyobozi bw'Imana ya Isirayeli. Maze Imana ibwira Samuel ngo nagende yimikishe Sawuli amavuta iti ariko muzaba mureba uburyo azabarushya. Iti si wowe banze Samuel, ni njye banze, none buretse nze.

Kubera ko n'ubundi muri Sawuli hari mo umuzi w'ibyaha utari wararandutse yarabidogereje. Yewe yari umurwanyi rwose kabuhariwe, ariko nta kumvira Imana kwabaga muri we. Kwirarira, kwiyemera, kwivanga mu kazi katari ake. Ishyari ryinshi. Kudaca bugufi, gukunda icyubahiro (hari abo bameze kimwe mu Rwanda), nawe yaranshobeye. Sawuli yaravunze, yakundaga icyubahiro cyane abantu bamukoresha icyaha cyatumye atanababarirwa kinamuvana ku ngoma. Asuzugura ibyavuzwe n'Uwiteka Imana y'Abaheburayo, yikorera ibye, arokora umwami Agagi, n'inyamibwa z'intama n'inka z'indatwa. Yihana yahanutse biruhanije, anoga anogotse kandi akomeza ubwibone di! Asaba Samuel ngo amukure mu isoni banyurane imbere y'abantu kuri «tapis rouge» bagiye gutamba igitambo. Ngo banaririmbe indirimbo yubahirizaga Isirayeli icyo gihe. Ngo abaturage bamurebe baririmbe n'indirimbo yubahiriza igihugu, kandi Uwiteka yarangije kumukura ho. (Soma ibice 15 bya 1 Samuel, ariko aho nshaka havuga ku bwibone bwe ni ku murongo wa 30). Ni byinshi navuga ku mwuka wa Sawuli wamaze abakozi b'Imana.

Hamwe no kudaca bugufi kwe ntiyigeze anemera ko yavanweho. Akomeza gukora. Yakomeje gukorera muri Perezidansi kandi Imana yarimitse Dawidi cyera. Maze abazimu bose baramutera karahava, bigeza n'aho ajya gushikisha mu bapfumu. Ajya ku mupfumukazi yiyoberanije ngo amuzurire Samueli. Iyo byakurangiranye, ntiwikure vuba, ukora bibi kuruta ibya mbere.

Tuvuge nka Pasitori wanze kwihana kugeza ubwo ajya kuraguza i Kibungo i Musamvu, aho twajyaga cyera, kugira ngo Satani abe ari we umubwira uko yabigenza. Mbega umwuka wa Sawuli! Urahari, urahari ndetse mwinshi! Uwiteka yaguciye ku ngoma kubera ko waciye umwitero w'abahanuzi, warokoye Agagi n'izibyibushye yakubujije, none nturemera. Buretse ushobora no "kuzemezwa n'imigeri nka moto". Wakwihannye koko ahari wenda ntawe ubizi Imana yakubabarira. Niba umeze nka Sawuli rwose ibabarire utubabarira we gukomeza akazi kandi warasezerewe. Urangiza byinshi. Gira vuba. Ba Dawidi barahari ni abo kuramya Imana, si abo gucurangira abarimo abazimu. Ibibi birarutanwa ariko Sawuli arusha ubugome Eli n'ubwo bose boretse Isirayeli. None Mana tubabarire k'ubw'imyuka ya Eli na Sawuli yaciye ibintu kandi ntabwo ba nyirayo babyemera bazi ko ukibashyigikiye mu bibi bakora, kandi baravuyeho cyera. Ubu ushobora kumva Perezida Kagame yivuze.

Naheze mu rungabangabo, nabuze epfo na ruguru, kuko abakagombye kunkunda ari bo bene wacu duhuje ubwoko bihaye ibyo kunyanga ngo mvuga ko twishe abatutsi ngo simvuge ko n'abatutsi batwishe. Ikibazo ni uko ntavuga ko n'abatutsi bishe, ariko muri abo bose nta wahakanye ko abahutu bishe abatutsi, ko babatsembye. Kubasobanurira ngo bumve bibasaba kugera mu rwego ndimo. Iyo mbasobanuriye ko ari uburyo bwo kudukiza kamere n'izima biranga. Bagongwa n'isoni n'ikimwaro. Birababumba, kandi ni ngombwa ko bamwara.

Hari bake bemeye barabohoka ariko kamere «hutu» yanga kwihana cyane kubera ko ari mu mubiri (ndabumva); usanga bibamwajije kandi koko utekereje neza wasanga aribyo. Erega bivuga KWIHANA, KWIHA IBIHANO, bisaba kuba intwari kugira ngo wirengere ikimwaro cyose. Cyangwa se ugategereza kuzahanwa n'Imana. Kuko ntiyabireka kandi biba bivuza amahoni. None se ko ibyo Umwuka ari byo bikiza kuko Yohana 6: 63 hatubwira ngo "Umwuka ni wo utanga ubugingo umubiri ukaba ntacyo umaze rwose".

Ni duhama mu mubiri tuzongera tumarane, kandi koko uyu muti urasharira, kuko buri wese yihaye kumpugura, abandi bo barampunga ariko Imana irabizi yo iranyegera. Kandi hari ababohotse neza bumva uko ikibazo kimeze n'ubwo ari bake cyane. Na mbere yanjye hari bene Data babihishuriwe si njye musazi jyenyine, kandi na bo batutswe byinshi. Reba déclaration ya mbere ya «DETMOLD». Nawe se guha umuti umuntu akawanga, yarangiza akakwanga yishakira gupfa. Abahutu cyane cyane abazi Yesu bamwizeye mujye mu Mwuka tujyane, aho kwirirwa muvuga imirongo irengera kamere zanyu, mushire isoni n'ikimwaro mwihane mubeho mubesheho n'abazabakomokaho, cyangwa mwange. Ariko amaraso yanyu sinzayabazwa «kurimbuka no gusiga za karande mbi, mpora nyakaraba ibihe byose, agiye kunshiraho, cyangwa yanshiizeho simbizi.

Nkwibutse ko niba wowe wirinda kubonana cyangwa kuba hamwe cyangwa gusengana n'uwo mudahuje ubwoko ubwo ngo ni ho wababariye cyangwa ngo warihannye, «nti bishoboka», urarwaye cyane kuko igipimo n'uko mubijyanamo byose nyine. Hari abajya bansetsa, ati njyewe vraiment nta moko ambamo. Kandi ntaho yahurira n'uwo badahuje ubwoko. Ubwo se byagaragazwa n'iki? VIRUS IBA IHARI ITEGEREJE IBYURIRIZI. Ubwo abatutsi bo bumva agashema iyo abahutu bihannye, bitonde ntabwo ari ububwa ahubwo

183

ni bwo bugabo, kuko kutihana bihora bigahesha umugisha (ka gakoko / virusi). Umunsi na bo igihe cyabo cyo kwihana cyageze ubwo na bo bazanga ahari. Tuzaba tureba kuko «ruriye abandi rutabibagiwe» buri wese akurura yishyira, ariko hari ugomba kubanza kwihana byanze bikunze. Nta bihanira icyarimwe hari ubanza kenshi bikarehereza n'undi kwihana. Ariko njyewe nahawe ubutumwa bwunga bwuzuye, musabwe kunkunda mwese; abahutu abatutsi n'abatwa ndetse mukundane namwe.

Kuki Imana yaje ihamagara Adamu mbere na mbere? Kuki itabahamagariye bose icyarimwe? Hagomba ubanza kwihana rero. Wowe uribaza uti eeeh, ko tumaze kumva inyigisho nyinshi ku by'amoko none kuki bitamvamo? Ubushize vraiment narabyihannye kandi nari nakozweho cyane numva nababariye abahutu rwose none wapi sinzi icyabigaruye, ariko nibutse neza, ndumva byarongeye kubyuka haje ziriya mpunzi mbese numvaga tugiye kwiberaho basi ntacyo bitwaye abari ino ntacyo bampungabanijeho cyane.

Uti by'ukuri sinanezerejwe n'uko impunzi zatashye bitewe ahanini n'uko nabaga no mu nzu y'imwe, ngakorera na business mu yindi nzu y'iyindi. Byarankomereye rero aho numvise bavuze ngo nituvemo, ngo ba nyirazo baje. Baje nyine! None se hari iyo wubatse? Nongeye kumva nanze abahutu n'umutima wanjye wose. Kandi uwo twarasenganaga ngo dusaba Imana ngo Impunzi zitahe tugire amahoro. Arakomeza ati «ndimo kukubwiza ukuri kandi si njye jyenyine kuko no mu Itorero Imana ishimwe ntihari mo benshi ariko n'iyo tuvuze n'iyo dukoze sha abahutu kweli ntabwo tubakunze ntitubashaka rwose, mbese ubona ari sinzi wenda twaba ukwacu na bo bakaba ukwabo ahari».

«Sinzi. Birashoboka! Eeeh! Ikindi ntajya nihanganira ni ubuhamya bwa bene Data bacitse ku icumu. Reka mbikubwire kuko wowe ndumva nkubohokeye kandi entre nous ndashaka kujya mu ijuru. Wavuze ko ngo ari uwishe n'uwiciwe n'undi wese ufite kutababarira ngo bose ari kimwe. Pardon! Imana na yo igomba kuba itazi ibyabereye mu Rwanda tu sais? » (Yavuye i Burundi, ni yo mpamvu ashyiramo agafaransa). Nanjye nari mfite famille ino y'abantu nka 50 bose barabatsembye. Et tu parles. Ubwo rero byarakomeje ngakunda Imana, ariko nkanga abahutu. Hagiye hakurikiraho n'ibindi byagiye bimbabaza nakumva ngo Perezida ni Bizimungu. Ahaa……. Na Minisitiri w'ingabo na MINALOC ; askyi! Nkumva ni ugukabya. Byageze n'aho Kagame asa n'aho abihereye igihugu. Mbabarira kuko iyo bigeze aho nibuka ko ngo igihe cya Habyarimana umututsi yari petit joueur nsa nk'aho ntakijijwe kandi biza ntabizi. Ngendana n'ibihe rero hari igihe nihana neza nkagira ngo byarashize noneho nkumva ngo bavanze ingabo ubushize hari mo ngo Ruhashya wenyine, si ko watubwiye ubwiriza ra? None ngo bavanze ingabo koko? Ba bicanyi boseee! Yooo sinzi uko Kagame ameze, na NINJA avec tout ce qu'il a fait. Ah non pas ça quand-même il ne faut pas éxagerer. Rimwe mba ndi mu mwuka ubundi bikanga.»

«Ariko si njye jyenyine hari na …. Babandi bahanura bakanigisha, ejo ngo bari bakamejeje bafite imanza banze kuva mu nzu ya ba Ex-FAR ngo bishe abatutsi, ibyo rero ino nti bikora. Na bo sinzi ko impanda ivuze bagenda dada? Umfashije iki se wowe ko wabonekewe. Nkubwize ukuri ikibazo cy'u Rwanda n'abahutu, n'abatutsi na cyo giteye inkeke, ubu bwo ariko ndumva ndi «OK» kuko Muzehe yatowe twari nko gusara iyo aba Twagiramungu. Erega si njye jyenyine nuko ari njye tuvuganye, ariko hamwe n'amasengesho Yesu aradufasha, gusa wowe wagiriwe ubuntu kweri. Ubutaha tuzavugane ku birebana n'idini ryiyita Itorero ryanjye».

«Mbabarira kuko nari naragufashe nk'umusazi kubera ko ntashakaga ko bivugwa. Njyewe navuye hariya hirya muri Uganda, OK! Twebwe Dady yagiye muri za 1961 twari dutuye i Gitarama mu mujyi. Nuko nza kwakira Yesu muri za 1988 urumva ko ari cyera ariko cyari igihe dushaka gutaha. Twaravangavangaga cyane, twari tubogamye bya bindi ujya uvuga. Byari hatari! Nakunze Yesu cyane ariko nkunda n'igihugu cyanjye twahunze mfite imyaka 6 twabayeho nabi. Hariho igihe Abaganda badusuzuguraga tugata umutwe. Batwita ba «KANYARWANDA», twanyuzagamo tukarira no ku makoma. Ariko sinigeze nanga Abagande, abatoro, abateso n'abarugwara nk'uko nanga abahutu. Twize twirwanaho, batubwira ko impamvu turi impunzi ari ukubera umuhutu. So, numvise umuhutu atazanapfa ababariwe iyo ava akajya noneho biriya bya 1994 bimuciraho iteka, byarampuhuye cyane. Numvaga tuzataha mu gihugu kitabamo abahutu. None ni bo basa. Harya wowe wiyemeje kubageza mu ijuru? Ku isi nta muntu ufite akazi gakomeye nk'akawe. Sinzi ibyo mperutse kumva ngo ujya no kubwiriza Interahamwe n'abacengezi?? Mana we, waragowe! Nawe haryaaaa?....»

Eh mbabarira buri wese agira umuhamagaro we!

«Ariko tujye duhura cyane ndumva wansobanuriye wenda ahari Yesu agira amaboko nazakira. Hari uko numva nari mbaye, iyaba abahutu bose bari bameze nkawe, wenda twapfa kubyemera. Bizagenda bite? Niba ntabonaga abahutu naba muzima cyangwa ngo mbone za filimi zo mu cyumamo. Cyangwa ngo bavuge iby'amateka, cyangwa ngo mbone abacitse ku icumu. Ehee! Mpita njya mu mubiri maze rero byajya gupfa Kagame na Leta ye na bo bagakabya kubatonesha. Ukabona yabapanze muri za minisiteri no mu kandi kazi, wagira ngo arabarata».

«Kandi nibura nti bashyire mo abapfa kuba bazima, bakarundamo abicanyi. Wowe nkubwira icyo ntekereza, erega rimwe nibagirwa ko negurira abazimu mu ndaro! Ariko wowe ntacyo, ujye uhora udusengera tuzababarire. Ese kuki bene wanyu banga kwihana?»

185

Uzihana wenyine? Mana yanjye iby'uru Rwanda... Hutu-Tutsi.... Amera nk'uhahamutse. Imana yonyine ni yo izabirangiza.

«*Tubwire wowe wabaga ino: Ese wihishe he bariya baburagasani? Biriya bikoko byo gakubitwa n'inkuba. Impyisi!... Ayi we!. Iyo mbibutse ndahahanuka uragira ngo se ubundi ndatukana? Sinzi ikibinyibukije. Iri juru na ryo ahaa! Yego rata wabaga he sister? Wihishe he? Umugabo wawe kandi ubwo yari umuhutu? Ese abatutsi ko batari barashizeho kuki ataribo mwashatse? Erega nta soni? Harya ngo mwakurikije amafaranga ubu se mufite ayahe. Ngaho mbwiriza numve ugire icyo uvuga ku bahutu ukuntu mwabanaga ino ni bwo buhamya nshaka*», (ubwo ni igihe bari bataramenya uwo ndiwe) «*n'ibyo bisambo mwarabanaga nti bibarye di! Ayi we murakomera. Mushirika ubwoba, mwabanye n'Interahamwe namwe? Koko?* »*

Byabaye intambara n'ikimwaro igihe bamenyaga ko ndi mu bo bitaga «Interahamwe», bamwe banyanze cyane urunuka, abandi bankunda cyane, kandi birumvikana. Kuko nabumviye amabanga yabo, ahubwo iyo bashaka bari kundega ko nabihishemo, ariko byari umugambi w'Imana kugira ngo ngire ibyo menya kubera impamvu z'akazi. Uzi kukukubaza aho wihishe ukahabura? Kubera ko utahigwaga. Kandi udashobora kubisobanura (icyo gihe), wihishe he? Wabaga he? Namaze imyaka itandatu bazi ko nacitse ku icumu bya bindi byo gupimisha ijisho. Ah bon! Aho babimenyeye bagira ngo nari maneko, magigiri cyangwa DMI, eh cyangwa maneko w'abacengezi barabibura. Na n'ubu ndacyibuka uko byagenze bikiri bibisi kuva muri za 1994 ngasanga Imana ari yo yarangiza ikibazo cy'u Rwanda.

Nongere mvuge ngo U RWANDA NI UMUNZANI UKOMEYE. Wowe ufite ibiro bingahe? Buri wese akunda ubwoko bwe cyane. Yumva bwavugwa neza bugakora neza bukaba ubwa mbere muri byose. Kandi bimuteyemo neza n'ubuzima bwe buri munsi. N'ubwo bwakora amakosa ntashaka kubyemera, yuzuwemo n'ubufana. Umwe yigeze kuvuga ati «ushobora gukunda umuntu udakundika (yabivugiraga ku Nterahamwe kuko hari mo basaza be, umugabo we). Ati ushobora no kwanga umuntu utangika (yavugaga Inkotanyi). Ubwo ngo we yabonaga ntako zitagize. Ariko ni ukubera ko zitamwishe gusa, naho ubundi nawe yifitiye amateka ye y'ibikomere nk'abandi bose. Iyo bakoze ku bwoko bwawe ushakisha icyaburengera, kubisobanura, icyabiteye, mbese impamvu zikaba nyinshi, ku buryo kugeza ubu abemera icyaha cya jenoside ari abari mu rwego rwa kabiri na bo ni uko babanje Gacaca. Naho urwego rwa mbere ngo nta n'umwe wigeze anabitekereza rwose ngo nti bazi uko jenocide yabaye. Naratangaye! Ikibababaza ngo n'uko batageze ku ntego no ku migambi yabo. Ni ko umushinjacyaha umwe mu bari Arusha yambwiye. Ngo baricuza impamvu hari icyasigaye.

Kambanda yabanje kubyemera, ageze aho arabigarama. Abandi ngo habura ibimenyetso. Abahutu: Ubu bwoko bwaranduye ariko usanga tugenda dushaka kubweza dukoresheje kuburengera mu mafuti. Wakoraho uti mwihane ukaba ubaye umugambanyi. Birenze ubufana bw'umupira w'amaguru cyangwa kunywa urumogi.

Wakunda ubwoko wagira, nkubwire, ntuzagereranye itsembabwoko no kwihorera, cyangwa ubwicanyi bwo mu rwego rwo hejuru. Biratandukanye cyane n'ubwo no guhora atari shyashya, ariko ntiwaringaniza ibitaringanira. Mbifitiye ibisobanuro byinshi nubishaka uzambaze we kuba umufana w'ubwoko bwawe buhumyi, ahubwo ba umukristo nyawe usabe guhishurirwa birenzeho umenye. Aho kuvuga ibyo utazi saba Imana igukize, ikomore ibyo bikomere watewe n'ubundi bwoko.

Byumvikane neza, niba Imana ivuga ngo abahutu twihane itsembabwoko umva neza ntabwo ivuze ngo abatutsi bo ni abere kuko abahutu bapfuye bose ntabwo bazize urw'ikirago, kandi hapfuye benshi bishwe n'abatutsi, kandi abapfuye bose ntabwo bose bakoze jenoside mu buryo bugaragara. Impamvu ni urugero rwa Adamu: burya iyo yihana ako kanya Imana ikibimubaza kubera ko yari hamwe n'umugore we nawe yari guhita yihana maze hagahanwa inzoka yonyine, kuko ni yo yari nyirabayazana. Ariko Adamu yarabigaramye, Eva arabigarama bibazanira ibihano. None se imbuto yari yiriye? Byumvikane neza rero ntabwo kwihana kwacu (abahutu) guhindura abatutsi abere. Kuko ntabwo ari abamarayika batacumuye. Ariko nta n'ubwo dushinzwe kubashinja.

Ntabwo uri umushinjacyaha wa mugenzi wawe, ntabwo turi «Akanama ka Loni gashinzwe iperereza». Ibyabo Imana irabizi; n'ibyo tuzi tuziho agace, ibyinshi ntabyo tuzi; umuntu azi ibyamubayeho wenda n'abandi bake, ariko Imana yo izi byose. Kandi na bo ibyabo biri mu nzira kubera ko twanze kwihana, na bo baraje. Na bo ibyabo biraje, maze na bo bange, maze duhanirwe hamwe. Muze twihane turangize urwacu ruhare twe kumera nk'aho duharikanijwe, nyuma Imana nisanga ari abere, Imana ishimwe, izabaha umugisha. Ariko barihimbire kuko na bo ubwabo bazi ukuri, kandi ntaho bakwihisha ibihano. Imana nisanga hari ibyaha bafite kandi na bo izabihanisha banze bakunze, icyo ngukuriyeho ni uko twakwihanira icyarimwe.

Ahubwo twahanirwa icyarimwe, nka Adamu na Eva. Tugomba kubanza kuko babanje batumarisha. Nabisobanuye ko kwihana no kubabarira bibyara ubwiyunge (Abaroma 8: 5-8). Iyo umuntu wamuhemukiye akakubabarira utamusabye imbabazi cyangwa akaba ari we ukwihanira, icyo gihe wowe munyabyaha uhanwa kabiri. Wowe wahemutse ibihano byawe byikuba kabiri. Urumva rero ko tugomba kwitonda tugatunganya ibintu, Imana ntabwo ibeshyeka. Mwirinde gushinja rero, mwiyambure umwuka mubi wa Adamu na

Eva. Mwirinde no guca imanza kirazira kwa Yesu, umucamanza w'abari mu isi n'umwe wenyine, ni Uwiteka Imana Rurema. Twihane gusa, ni byo dusabwa. Twemere ibyaha by'itsembabwoko twakoreye abatutsi.

Nti byumvikana muri «Mbonezamubano» na «Mpanabyaha», ariko birumvikana mu bundi buryo bwo mu Mwuka bukiza abarengana bugahana abakoze ibyaha. Ndetse birakwiye kandi biratunganye, bishobora kuba birimo n'agakiza, kuko ibya Bibiliya biraboneye bifite imbaraga n'ingero zifatika n'umusaruro ugaragara.

UBUTUMWA BWIHARIYE KU BATUTSI BAVUYE HANZE NYUMA YA 1994

- [7]*Icyateye Uwiteka kubakunda akabatoranya, si uko mwarutaga ayandi mahanga yose ubwinshi, ndetse mwari bake hanyuma y'ayandi yose. [8]Ahubwo ni uko Uwiteka abakunda, agashaka gusohoza indahiro yarahiye ba sekuruza banyu, ni cyo cyatumye Uwiteka abakūzayo amaboko menshi, akabacungura mu nzu y'uburetwa, mu butware bwa Farawo umwami wa Egiputa. [9] Nuko none menya yuko Uwiteka Imana yawe ari yo Mana; ni Imana yo kwizerwa, ikomeza gusohoreza isezerano no kugirira ibambe abayikunda bakitondera amategeko yayo, ikageza ku buzukuruza babo b'ibihe igihumbi, [10]ikītūra vuba abayanga ubwabo, ngo ibarimbure, ntirāzīka mu byo igirira uyanga, imwitura vuba ubwe. [11]Nuko ujye witondera ibyategetswe n'amategeko n'amateka ngutegeka uyu munsi, ubyumvire.* (Gutegeka kwa Kabiri 7: 7-11)

- [10] *Uwiteka Imana yawe, nimara kukujyana mu gihugu yarahiye ba sekuruza banyu Aburahamu na Isaka na Yakobo ko izaguha, ukagira imidugudu minini myiza utubatse, [11]n'amazu yuzuye ibyiza byose utujuje, n'amariba yafukuwemo amazi mutafukuye, n'inzabibu n'imyelayo utateye ukarya ugahaga, [12]uzirinde we kwibagirwa Uwiteka wagukuye mu gihugu cya Egiputa, mu nzu y'uburetwa. [13] Wubahe Uwiteka Imana yawe abe ari yo ukorera, izina ryayo abe ari ryo urahira. [14]Ntimugahindukirire izindi mana zo mu mana z'amahanga abagose, [15]kuko Uwiteka Imana yanyu iri hagati muri mwe ari Imana ifuha, kugira ngo utikongereza uburakari bw'Uwiteka akakurimbura, akagukura mu isi.* (Gutegeka kwa Kabiri 6: 10-15).

- [7]*Icyateye Uwiteka kubakunda akabatoranya, si uko mwarutaga ayandi mahanga yose ubwinshi, ndetse mwari bake hanyuma y'ayandi yose. [8]Ahubwo ni uko Uwiteka abakunda, agashaka gusohoza indahiro yarahiye ba sekuruza* banyu, ni cyo cyatumye Uwiteka abakūzayo amaboko menshi, akabacungura mu nzu y'uburetwa, mu butware bwa Farawo umwami wa Egiputa. ⁹ Nuko none menya yuko Uwiteka Imana yawe ari yo Mana; ni Imana yo kwizerwa, ikomeza gusohoreza isezerano no kugirira ibambe abayikunda bakitondera amategeko yayo, ikageza ku buzukuruza babo b'ibihe igihumbi, ¹⁰ikītūra vuba abayanga ubwabo, ngo ibarimbure, ntirāzīka mu byo igirira uyanga, imwitura vuba ubwe. ¹¹Nuko ujye witondera ibyategetswe n'amategeko n'amateka ngutegeka uyu munsi, ubyumvire. (Gutegeka kwa Kabiri 7: 7-11).

- ¹¹ Wirinde ntuzibagirwe Uwiteka Imana yawe, ngo utitondera ibyo yategetse n'amateka yayo n'amategeko yayo, ngutegeka uyu munsi. ¹²Numara kurya ugahaga, ukamara kūbaka amazu meza ukayabamo, ¹³inka zawe n'imikumbi yawe, n'ifeza zawe n'izahabu zawe n'ibyo ufite byose bikaba bigwiriye, ¹⁴uzirinde umutima wawe we kwishyira hejuru, ngo wibagirwe Uwiteka Imana yawe yagukuye mu gihugu cya Egiputa, mu nzu y'uburetwa, ¹⁵ikakuyobora inzira ica muri bwa butayu bunini buteye ubwoba, burimo inzoka z'ubusagwe butwika na sikorupiyo, n'ubutaka bugwengeye butarimo amazi, ikagukūrira amazi mu gitare kirushaho gukomera, ¹⁶ikakugaburirira manu mu butayu, iyo ba sekuruza banyu batigeze kumenya, kugira ngo igucishe bugufi, ikugerageze ibone uko izakugirira neza ku iherezo ryawe. ¹⁷Uzirinde we kwibwira uti "Imbaraga zanjye n'amaboko yanjye ni byo byampesheje ubu butunzi." ¹⁸Ahubwo uzibuke Uwiteka Imana yawe, kuko ari yo iguha imbaraga zikuronkesha ubutunzi, kugira ngo ikomeze isezerano yasezeranishije indahiro na ba sekuruza banyu, nk'uko irikomeza muri iki gihe. ¹⁹Niwibagirwa Uwiteka Imana yawe ugahindukirira izindi mana ukazikorera, ukikubita hasi imbere yazo, uyu munsi ndaguhamiriza yuko utazabura kurimbuka. ²⁰Nk'amahanga Uwiteka arimbura imbere yanyu ni ko muzarimbuka, kuko muzaba mutumviye Uwiteka Imana yanyu. (Gutegeka kwa Kabiri 8: 11-20).

- ⁴Uwiteka Imana yawe nimara kubirukana imbere yawe, ntuzibwire uti "Gukiranuka kwanjye ni ko guteye Uwiteka kunzana muri iki gihugu kugihindūra", kuko gukiranirwa kw'ayo mahanga ari ko gutumye Uwiteka ayirukana imbere yawe. ⁵Gukiranuka kwawe cyangwa gutungana k'umutima wawe, si byo bitumye ujyanwa mu gihugu cyayo no kugihindūra, ahubwo gukiranirwa kw'ayo mahanga ni ko gutumye Uwiteka Imana yawe iyirukana imbere yawe, kandi no kugira ngo ikomeze ijambo Uwiteka yarahiye ba sekuruza banyu, Aburahamu na Isaka na Yakobo. ⁶Nuko menya yuko *gukiranuka kwawe atari ko gutumye Uwiteka Imana yawe iguha iki gihugu cyiza ngo ugihindūre, kuko uri ubwoko butagonda ijosi.* (guhindura igihugu ntabwo ari ugukomereza aho byari bigeze). (Gutegeka kwa Kabiri 9: 4-6)

Ibyo niyongereyeho:

- Abavuye hanze nyuma ya 1994, ni mumara kurya mugahaga, mukaba mu mazu mutubatse mwasanze yubatse n'ubwo mwavuze ko yari rukarakara ariko mwayabayemo arabasayidira igihe mutari mwamenya «science» na «technologie» byinshi, kuko mwahise mwandikaho ngo «zarafashwe».

- Mukagendera mu mihanda yubatswe na Nzirorera Yozefu n'ubwo nyuma mwayisubiyemo, ariko mwasanze ihari yaraciwe muyigenderamo.

- Hari n'iyo mu giturage y'imigenderano yasibye kandi mwarasanze igendwa.

- Mugatangira kureba aho amajyambere yarageze icyo gihe, «mukanatunegura ngo ntacyo twakoze». Koko ntacyo twakoze?

- Mukubaka za Nyarutarama, Kibagabaga za Kacyiru na Kagugu, Gisozi n'ahandi.

- Mukinjira mu iterambere ryinshi, mugateza imbere uburezi cyane na ICT, nk'uko mubivuga, mugahabwa ibikombe, mukarwanira inzuri bikabije, amashyari agatangira hagati yanyu, mugatangira gucuranwa kandi iyo muza kwitonda mwese mwari guhaga.

- Mugatangira kwikanyiza birenze ibyo abababanjirije, mukinjirwa mo n'umurengwe mukarusha abo hambere.

- Mugatangira kumena ibiryo kandi bene wanyu mwazanye, imfubyi n'abapfakariye ku rugamba, na ba «casualties» banyu n'abacitse ku icumu bicira isazi mu maso, abandi baramugariye ku rugamba, akazi mwabahaye kakaba ako ngo gukora niba ngo ari uguharura imihanda (ubu narumiwe n'ukuri)!

- Mugatinyuka gukina ku mubyimba abacitse ku icumu rya jenoside, ngo nti bakuzura minibus, kandi ari bo babatunze.

- Mukiyemera ku bapfakazi baburiye abagabo ku rugamba, mugakina ku mubyimba ababyeyi baburiye abana ku rugamba.

- Mugatinyuka kwishongora ku babafashije bagatanga ababo n'ibyabo, ndetse bagatanga n'abana babo bakamena amaraso yabo, maze mugatinyuka kubabwira ngo nti bazongere kubafasha ngo mwageze iyo mujya.

- Ngo ni ba «useless and nothing».. Kweli?? Nta soni mugira kweli.

- Mukarundanya ubutunzi buvuye iyo mwanyuze hose murwana.

- Mukanga mukarundanya mutazi uruzaba, ntimuhishurirwe ibiri imbere.

- Isi yose mukaba muyifitemo imigabane. Mukagwiza abanzi bo muri mwe nk'aho muri mu marushanwa, mukagerekaho gusuzugura Imana n'Umwana wayo bigera aho mubaza ngo «Imana n'iki»? Nk'igihe Farawo ubukenya bwamubyinagamo.

- Ndetse bamwe mukavuga ko mwayirasiye i Matimba, n'ahandi.

- Mukabwirwa mukanga kumva, mugatumwaho mukanga mukigira ba Kagarara. Mukiyibagiza ko na bo mwasimbuye bari abagabo bize bari bazi guhahira ingo zabo cyane, batigeze bamenya igihe umwanzi Satani yabinjiriye mu mitima, nti banahishurirwa ko byabagonze kubera kutamenya ibihe n'umuhamagaro wabo.

- Mukishyiraho mutazi na none ko na «nyina wundi ashobora kongera kubyara umuhungu», nk'uko n'aba mbere batari bazi ko nyina wundi cya gihe cyanyu yashoboraga kubyara umuhungu. Kandi yaranamubyaye koko rero. Kuko Imana yabahaye igihugu mwayigijeyo mwishyira mu mwanya wayo ngo byose ni mwebwe. Ngo byose muzi kubikora, ngo murihagije.

- Mukibagirwa icyabirukansaga vuba mutyo. Umurengwe w'abo hambere ukabasama, ukabanduza nk'amahano y'ibyorezo. Mukanga mukagamika amajosi imbere y'Uwabagabiye, mukiyemera kuri buri wese mutazi uruzaza ejo, mugahishwa ibanga nyamukuru ari ryo rivuga ngo «KUBAHA UWITEKA NI BWO BWENGE, KANDI KUVA MU BYAHA NI KO KUJIJUKA» (Yobu 28; 28).

Reka ndekere aho mvuga ngo «MWARIBAGIWE» none wa mugani wanyu mu Cyongereza mujya mukunda kuvuga ngo «It is too late». Kandi ngo «Enough is Enough». Reka nanjye nongereho nanjye mu rurimi nzi kandi nkunda nti «C'est trop tard!».

INTAMBARA Y'AMOKO MU IDINI RYIYISE ITORERO

Nyuma y'igihe kirekire maze ndundarunda ubushakashatsi bw'ibisobanuro benshi, ari abakristo ari abapagani, bakunze kwibaza. Ku byerekeranye n'imyifatire n'ibibazo bizahaje idini ryiyise Itorero, ndakumenyesha ko nakurikiranye 99% ikibazo cy'amoko kuko ni cyo nzi cyane nawe uzi ibindi. Nsanze ari ngombwa kandi ari igihe cyo gushyira ahagaragara bimwe mu bikorwa bigusha benshi bikabuza n'abandi gukizwa.

Imana yagiye ikora kuburyo mbigwa mo kugira ngo mbimenye, menye umuzi n'umuhamuro, menye uburemere bw'amoko mu idini ryiyita Itorero mu Rwanda, n'uwiyita Umunyarwanda muri rusange, mbona ibirenze ubwenge. Ibyo wavuga bagasubiza ya mvugo bihaye ngo ni ibya wa wundi. Kuko na bo bibaza uko bizwi kandi badashaka kwihana no kubabarira. Ndibanda cyane ku kibazo cy'amoko bitavuze ko nta bindi bihari ariko ni byo nemerewe kuvuga. Mfasha, dufatanye niba wumva ushaka ko u Rwanda ruba uko Imana ishaka.

«Nitwumvira tuzarya ibyiza byo mu gihugu, ariko nitwanga kumvira inkota izaturya». (Yesaya 1: 19, 20).

Hari ibibazo byagaragaye, aho Pasitori yanga gusezeranya abadahuje ubwoko! Ni ishyano! Akarenga agasezeranya abarwaye Sida bahuje ubwoko, cyangwa agasezeranya umugabo wataye umugore, n'umugore wataye umugabo. Amadini ntabwo bimeze neza. Hamwe hari mo abatutsi gusa umuhutu uri mo yariyoberanije ngo nawe agire ijambo. Kuko biruhije ngo yizerwe ari uw'ubwo bwoko bw'abahutu. Aho bavanze nko muri ADEPER ni induru gusa, intambara ni ibibazo by'insobe. Buri gihe bikemurwa na Leta yiyita iy'ubumwe, ikabaha n'amabwiriza bagenderaho bajya mu myanya. Kuko Umuhutu agomba buri gihe kuba Représentant byanze bikunze kuko ari bo benshi mu matora. «AMATORA»! Subiramo ngo «Amatora»! Ubu nandika hariho Samuel w'umututsi washyizweho n'abahutu mu matora (baracyari ba «nyamwinshi»). Agomba gukora ibyo bashatse. Ni bo yumvira kuko ni bo bamushyizeho «mu matora». Hakaza udukombe, n'igikombe, byose byuzuye ibyuririzi gusa gusa. Niba Abanyamulenge basengera hamwe, aho baba bari kumwe n'abandi bagashwana, «aba bo nti banemera abandi batutsi». Niba abatutsi basengera hamwe, niba abahutu basengera hamwe, ubwo se wambwira ngo bafite ubwiyunge?

None, umuhutu, umututsi, umunyamulenge, umutwa, biyita Abanyarwanda bagomba guterana, bagasengana, bagasangira bagashyingirana byose bigakorwa nta buryarya ubwo ni bwo nakwemera ko hari mo ubwiyunge, n'aho ibitazamera gutyo, Imana izabyivangira ku ngufu nyuma yikorere ubwiyunge budafite za Komisiyo. Icyo gihe ngo ntawe uzongera kureba amazuru cyangwa kubaza aho waturutse cyangwa ko wari mu Rwanda, cyangwa Icyongereza n'Igifaransa, icyo gihe nta Basajya, aba-GP, aba-Dubayi n'aba-SOPECYA bizongera kuvugwa. Buri wese azumva akunze undi amwifurize amahoro gusa. Kandi uburyarya buzarangira. Ariko bizaterwa n'amahano y'ibyorezo by'ibizaba bimaze kuba.

Ariko «babura icyo banegura inka ngo dore igicebe cyayo». Aho nagiye mvuga ubutumwa muri za gereza, mu mpunzi, mu ngando ku birebana n'ubwiyunge, aho hose Imana yagiye ikora imirimo ikomeye hakavugwa ubutumwa bwihariye bujyanye n'ibyaha byo kwica cyane cyane «kumena amaraso y'inzirakarengane», jenoside, no kwihorera.

Nasobanuye ko «Réconciliation», ubwiyunge butari mo kwihana buba bupfuye! Kandi ko kwihana ari «ukwiha igihano nyine», ni ukwibabaza, ni ukwimwaza, ni ukwatura ibyaha, kandi ibyaha biba byarakozwe mbere, ndetse ukaniyemeza kutazabisubiramo. Aho rero ni ho naje kugonganira n'abatabizi ngo nti bashaka ko ducukumbura ibyaha ngo twe kugarura ibyahise, ngo twe kuvuga ko abahutu bishe abatutsi kandi barabishe koko. Ndetse n'abatutsi bishe abahutu. Kandi ngo tubyitondemo, ngo abahutu bose nti bishe. Yee! Nanjye nkemera ko bose batishe, ariko nkabasaba lisiti y'abishe kugira ngo abatarishe bo kubigenderamo, maze bakayibura. Abandi nti bashaka kumva ko abatutsi bishe abahutu. Ubwo rero ngo ni we munyepolitiki wo mu rwego rwo hejuru. Ngo ni ugukomeretsa abantu kandi basanzwe bararembye. Kandi ntawapfa gukira gusa atavuwe neza.

Umvaneho rero ubutamenya bwawe, iyo utazi urabaza ariko ntuvuga ibyo utazi cyangwa ushaka ngo ubihindure ihame. Muzabanze mwigishwe neza Ubwiyunge icyo ari cyo, sintinda ku magambo yanyu mabi, kuko niba abantu bitwa abacengezi, abandi bakiyita Interahamwe, abandi bakiyita abahuzamugambi, abandi impirimbanyi, abandi Inkotanyi; sinzi ukundi bakwitwa kuko biba byarabayeho igihe cyabyo. Niba muri iki gihe ayo mazina batayashaka, babanze bibaze impamvu ubu batayashaka kandi kiriya gihe barayakundaga ndetse bakayitwa bakayambara, akababamo na bo bakayabamo bakayakoresha ibyo bashaka, birimo amahano y'ibyorezo.

Bagomba kwihana ibyo bakoze cya gihe bayitwaga. Ntihagire ushaka kunyobya, cyangwa ngo yiyobye, cyangwa ngo ayobye abandi. Kandi buri wese ukeneye guca bugufi ni we mvugana nawe aka kanya. Intagondwa nagombye kuziheza, ariko ntawamenya. Ahari aho «Ntawe ubizi ahari aho…. Ntawamenya, wa mugani wa wa mwami w'i Nenewe» (Yona 3: 9). Ibi birasobanutse? Ibyo muri 1959 twabyita iki? Bitari byacukumburwa ngo byihanwe. Muri 1963 byakwitwa gute? Bitari byihanwa. Muri 1973 se bwo twabyita iki? Niba bivugwa hakabaho abakomereka n'uko nyine hari ikibazo, barabyihanganira batonekare ariko bazavurwa bakire, naho kubyorosa ni ubugome bubyara ubundi. Kandi urwo ruhererekane Imana irashaka kurushyiraho iherezo vuba. Hari imvugo ikoreshwa n'abanyepolitiki n'abanyamadini, ariko si iya Bibiliya, ndayanga cyane kuko ivanaho ukuri ngo

>«Abanyarwanda baraje basanga abandi banyarwanda barimo kwica abandi banyarwanda, maze Abanyarwanda bahagarika ubwicanyi abandi banyarwanda barimo gukorera abandi banyarwanda, barangije kubuhagarika abandi banyarwanda barahunga, maze abandi banyarwanda na none bakora uko bashoboye ngo bagarure ba banyarwanda mu gihugu cyabo».

Ibi ni ibiki koko? N'uko ngo abo banyarwanda bagaruka mu Rwanda, bahasanga abandi banyarwanda, none Abanyarwanda babanye mu mahoro? Kuki mutavugwa ngo abami b'abatutsi bategetse nabi, maze Imana ibahanisha abahutu? Maze abahutu birukana abatutsi muri 1959, maze abana b'abo batutsi barisuganya barataha, kandi bataha barwana. Kandi ko batashye, abahutu batsemba bene wabo b'abatutsi bari mu gihugu, maze abahutu barangije barahunga, maze abatutsi barabakurikirana muri Kongo-Zayire iyo bahungiye ngo kubakura yo maze na bo barabyitwaza babicira yo urubozo, na bo babarunda ibirundo mu mashyamba ya Kongo. Aho ko ari na ho hari Inzigo y'Inzika yari ishyize cyera.

Aho mwanga gukoza ho, aho ni ho ikibyimba cyahishirije, aho ni ho benshi badashaka gukanda, abandi na bo benshi badashaka gukandwa, hakabaho n'abiyemeje kubabarana n'abanyabibyimba, ngo babafitiye «impuhwe za bihehe», kubera ko bifitiye inyungu zizababyarira ibihombo nyuma. Niba badashaka ko ngarura ibyahise, ko mbona barimo kwirwanya? Ko birwanije se bakaba bitsinze. Kuki badashaka ko ngarura ibyahise? Kuki bashyizeho za «IBUKA» na Gacaca, niba badashaka kugarura ibyahise? TIG yo ni iyo gukora iki? Ingando ziba zivuga iki?

Ko njya numva Imana na yo ibicukumbura ahubwo kundusha kuko yo ishaka n'inkuru zirambuye zitoneka cyane ari abiciwe ari abishe. Kuki muzanye Intore mbona zijya gusa n'Interahamwe? Erega byose mbere y'uko bigaragara biba byarabanje kubaho mu isi y'umwuka. Kuki muzanye Intore mwebwe? Ni iz'iki? Intore.. Zije mu mwuka w'Interahamwe. Ubu se murashaka iki? Nkibaza impamvu Ibuka muyemera. Kandi ishinzwe kwibutsa nyine ibyahise. Kandi hagize uyirwanya yafatwa ako kanya nk'upfobeje jenoside. Kandi umenya yakatirwa «burundu y'akato». Maze navuga ngo abahutu bihane, kandi barandure imizi ku mugaragaro umuvumo utuveho, noneho hakabaho ngo abadukunda cyane badupfiriye, badufitiye impuhwe za wa wundi ngo «URUSHA NYINA W'UMWANA IMBABAZI ABA ASHAKA KUMURYA». Kuko iyo icyaha kitatuwe ntikivaho nkanswe cyane icy'itsembabwoko.

Kandi itsembabwoko riri ku bahutu bose, ndavugana nawe wa muhutu we w'intagondwa udashaka gukira, ufite umuvumo wo mu miryango y'ubukenya, bwo kwiyahura, uri umwana wo kurimbuka? Ndacyaha uyu mwuka ukuri mo w'izima ry'ubwoko ukumvisha ko ugomba guhangana uvuga ko n'abatutsi bakwiciye. Kandi icyo usabwa ari ukwihana ngo ubeho. Ni wanga uzongera upfe uri mwinshi nka cya gihe cyose kuko wanga no gukuraho iri janisha wihimbiye ufashijwe n'umuzungu rivuga ngo abahutu muri 85%. Wabikira ute utihannye? Utabikuyeho urumva uzabigenza ute? Uzatangiza irindi shyaka rya politiki ryo guhangana? Ufite umwuka wa Kayini na Yuda Iskariyoti se? Ndakubwira nka mwene wanyu wagiriwe ubuntu ngasobanurirwa ukuri guturuka ku Mana ishobora byose, ariko ntiwumva. Kuki utumva ariko? Uri umwana cyangwa umwuzukuru wa bariya bahamwe n'icyaha cya jenoside? Babeshyeye so na nyoko kandi ari abere? Uri mwene wabo wa bugufi? Abawe bapfiriye mu gihugu ureba, muri Kongo mu mashyamba na Tingitingi? Nanjye n'uko kandi nahamagariwe kukuburira, none: akira Yesu mu bugingo bwawe, maze wihane icyaha cya jenoside abahutu bakoreye abatutsi. Kuko ni «rusange» ku bwoko bw'abahutu. Aha rero nkaba nikuyeho urubanza rw'amaraso yawe kuko umaze kubisoma kandi urambyumvise, ndangije akazi. Waburiwe byarangiye, none reka nkubwire kuri iri jambo ry'Imana nti «[17]*Mwana w'umuntu, nakugize umurinzi w'inzu ya Isirayeli, nuko wumve ijambo ryo mu kanwa kanjye, ubumvishe ibyo mbaburira. [18]Nimbwira umunyabyaha nti 'Gupfa ko uzapfa' nawe ntumuburire, cyangwa ngo uvugane n'umunyabyaha umwihanangiriza kuva mu nzira ye mbi ngo ukize ubugingo bwe, uwo munyabyaha azapfira mu byaha bye, ariko ni wowe nzabaza amaraso ye. [19]Ariko nuburira umunyabyaha ntave mu byaha bye cyangwa mu nzira ye mbi, azapfira mu byaha bye, ariko weho uzaba ukijije ubugingo bwawe.»* (Ezekiyeli 3: 17-19).

Nuko rero ndakuburiye nkijije ubugingo bwanjye, ahasigaye ni ahawe ho guhangana n'Iyakuremye yo Mucamanza utabera, muzahura kuri urya munsi w'urubanza, kandi ntaho uzamukwepera, nta n'ubwo uzabona uko usibanganya ibimenyetso. Cyangwa ngo umuratire amashyaka ya politiki, kuko n'ayabayeho yose, yose, yose, yose, yose, yose, yose, ntacyo yamaze, ahubwo ni yo yishe abantu n'ibintu. Wariciwe? Nanjye ni uko, ariko emera unywe umuti. Kuko nanjye narawunyoye, kandi sinaguhisha urasharira birenze urugero. Nywa umuti kugira ngo hazagire icyo urokora utazashira wese.

Urumva cyangwa ufite ibikomere byinshi? Ndakwanga cyane? Ni Inyenzi zampaye amafaranga ngo ngushinyagurire? Njye ntabwo ingabo z'abatutsi zanyiciye? Bampaye amafaranga ngo nshinje bene wacu? Ibyo byose ni ibinyoma umwanzi Satani akongorera, arashaka kukurimbuza no kukubuza kubaho mu mahoro muri ubu buzima bwa hano mu isi. Ndagusabira ngo usobanukirwe. Kandi ndabizi nti byoroshye, ariko oroshya umutima wawe gato gusa, Yesu agusange azabyoroshya. Azakugira nk'uko yangize, nkaba narakubanjirije ngo ubu ube wumva cyangwa usoma ibi nkwandikira. Nanjye nakubereye incungu, kuko urebye nti byari byoroshye gusigara mu Rwanda nyuma ya jenoside. Ariko akamuga karuta agaturo. Imana yashimye ko mpasigara, «kubera impamvu z'akazi». Kandi nanjye ibyo nahaboneye birenze agahomamunwa. Uretse ko niba warahunze ntacyo mfite nkuratira kuko nta mahuriro. Ntabwo ibyanjye binganya uburemere n'iby'abahungiye Kongo-Zayire, nta n'aho bihuriye rwose, ndetse sinshobora no kubigereranya. Ariko rero ribara uwariraye.

ITSEMBABWOKO NIRITATURWA NGO RYIHANWE N'ABAHUTU BOSE NTA KIZASHOBOKA

Niba ushaka kwihamira muri ibyo bya za politiki zo kongera gusubira ku butegetsi, bizajye bikokama wenyine. Udashinga arabyina? Banza wihane itsembabwoko tubone kugendana. Ni byanga bizasakumba n'ibindi. Rero niba hari abo birakaza ari abahutu ari n'abatutsi mwese ndabazi, ntacyo mwankangaho n'iterabwoba ryanyu ryuzuyemo ubugome n'ubusambo gusa, byuzuye mo ubutamenya bwinshi, biterwa n'ibikomere amateka yabasigiye. Ariko rero: «*Aho guhishurirwa kutari, abantu bigira ibyingenge, ariko ukomeza amategeko aba ahirwa*». (Imigani 29: 18). Kandi mbagire inama ndetse iruta izindi, ntabwo u Rwanda rushobora kumererwa neza Yesu atabirimo, ntabwo abategetsi barushobora kuko rurabaremereye cyane ndabarahihe! Bazahahamuka kuko u Rwanda rurihariye. Nazengurutse gereza zose n'ingando zose bamwe barihana bakavuga n'ibyo batemejwe n'inkoni zo kuri Burigade na Porokireri, none ngo ni njyewe wica ubwiyunge mwebwe muri abere! Mukunda kuba abere mutihannye? Mbese ni njye ufite amacakubiri kuko mbwira abahutu kwihana ko bakoze itsembabwoko, kugira ngo babeho? Murashaka ko bashira? Muravuguruza Imana?

Ubu rero byumvikane ko buri wese wanga ko abahutu bihana, ni we ufite amacakubiri mabi akwiye no gukurikiranwa n'ubutabera bw'isi cyangwa ubw'Imana. Ku isi yose bazi ko abahutu bakoreye itsembabwoko abatutsi none ngo ni njye ubyadukanye? Ndabikabya mo? Hari aho ngo baherutse guhishurirwa ibindi ngo basanze mfite gahunda yo kugarura abahutu ku butegetsi, ngo kuko mbabwira kwihana ngo ni bamara kwihana Imana izabareba neza ibagarure ku ngoma. Wabumvise ariko? Abo ngo ni bo baba bari mu Mwuka? Barampamagaye ngo njye kubisobanura. None tworoherane, turubane mo, dusabanye, ntawe uvugisha undi ariko twese turi Abanyarwanda.

Murashaka ko umuhutu akomeza kuba igicamuke n'inzererezi mu isi? Ubu se iyo ntasakuza ngo mbaburire, n'ubwo atari njye jyenyine ariko nanjye mbifite mo bowe n'Umwuka Wera ngo nkangurire abahutu ngo bihane n'ubwo ari bakeya bamaze kubikora, bari hasi y'igipimo Imana ishaka. Byonyine amarira naririye mu gihugu hose, muri za Perefegitura zose, muri za Komini zose, mu mirenge n'ahandi ntabara. Ayo marira yari yuzuyemo agahinda gaturuka ku mutima w'Imana, kandi hari icyo yakoze kigaragara. Wabyanga wabyemera uko ni ko kuri. Sinagiye kumva nkumva itangazo riturutse muri Perezidansi ya Repubulika rivuga ko abazihana bakemera ibyaha bya jenoside bazababarirwa ngo bakagabanirizwa n'ibihano? N'ubwo hari mo inyungu nyinshi z'abafashe ibyo byemezo ariko ndahamya neza ko hari abo byagiriye umumaro kandi bakaba batashiraho rwose. Iyo tutatura itsembabwoko twakoze cyane cyane abari bafungiye muri za gereza, aho nti biba byarabaye na bibi no kurushaho, iyo tudahinduka iciro ry'imigani mbere y'igihe? Ibyo murya muba mubikura hehe?

Ndabaza abategetsi b' igihugu, muransubiza? Ko FDLR–FOCA-ABACUNGUZI bari guhora batera za Ruhengeri na Gisenyi n'ubwo batari gutsinda kubera umuvumo w'ibyaha bikabije bakoze «bo na ba se» na bene wabo, ariko bari gukomeza kubabuza amahoro, mugahora mu masengesho abogamye. Rwarakabije se yari gutaha aho ntiyatahishijwe n'amasengesho? N'ubwo yari abogamye ariko urebe Amosi 7: incuro ya mbere n'iya kabiri, Uwiteka yarabyirengagije. Ahubwo ku ya gatatu azana TIMASI. Kandi ntabwo mubyemera ngo ahubwo muzi siyasa? Ni ukubera siyasa? Muzi siyasa? N'igipindi? Aka gahenge Imana yabahaye ni ukubera ko muzi siyasa? Mwari gukomeza guhangayikishwa na FOKA-ABACUNGUZI n'ubwo nta mbaraga babarushaga, ariko N'ubwo waba ufite ingufu zingana zite, ntiwakwirengagiza umwanzi wawe uba hanze, waba utazi kubara, ngo wirare uvuga ko nta mbaraga afite.

None ngo barakomereka? Ibyo n'ibiki? Icyampa ngo batonekare cyane maze bavurwe bakire. Ahubwo noneho birakabije, abahutu bose nibihane ku mugaragaro, bihane itsembabwoko kuko sinzaceceka, sinashoboraga no gutekereza ko hari abatutsi baturengera ngo tudatonekara maye! Ariko izo mpuhwe nzi ibyazo, nyamara ugenzuye wasanga ari Imana nanjye n'abandi bake cyane babakunda, hari n'abibeshya bazi ngo ko byarangiye ngo mu Rwanda hari ubumwe n'ubwiyunge, amahoro n'amajyambere.

Ni nde ufite HUTU-METRE na TUTSI-METRE? Ni Imana yonyine. Kandi irimo gupima tukabona ibice bike cyane, nka bya 0, 2 gutyo gutyo. Nanze kuvuga zero kandi murimo abashakashatsi. Ese ubundi itsembabwoko n'iki? Ndagira ngo mbwire cyane cyane abanyepolitiki n'abanyamadini badasobanukiwe, cyangwa se bafite umutwaro wo kunga abiyita Abanyarwanda, maze bagakoresha imvugo itari yo ngo muri ibi by'itsembabwoko ntabwo abahutu bose bishe. Ndabyemeye 100%, maze nanjye nkabaza nti bari bari hehe se? Mbwira, nsubiza aho. Ndetse bagatanga n'ingero nyinshi z'intwari, ngo z'abahishe abandi, abapfanye na bo n'abandi bahutu berekanye umutima wa kimuntu bakarengera abatutsi muri jenoside bakabahisha.

Reka ngusobanurire ukuntu itsembabwoko ari rusange no kuri abo ngabo bakoze iby'ubutwari: ni «rusange» ku bahutu bose. Impamvu: banza umenye ngo itsembabwoko n'iki? Gutsemba ubwoko muu ijuru babifata bate? Kuko dutegekwa no mu ijuru ni ho hataba amanyanga no kurwanira intebe n'amasahane n'ibibanza, n'amazu n'amamodoka, n'ibidomoro n'uducupa twa plasitiki twashizemo amazi, n'indobo zashizemo amarangi, no kwanga agasuzuguro. Mu ijuru banditse itsembabwoko igihe agatsiko k'abahutu kajyaga hamwe, gahuje ubwoko n'ubutegetsi, n'ubwinshi kakagambirira kandi kakemeza kumaraho abatutsi. Tayari! Itsembabwoko ryari ryarangije kuba.

Kandi wowe utemera ko ryateguwe ushaka koroshya icyaha, kugira ngo ugire ibyo uringaniza ni wowe mbwira. Uzashaka ubwenge unsobanurire ukuntu indege ya Habyarimana imaze guhanuka mu gihugu cyose ngo Abahutu bararakaye bahita bafata intwaro nto n'inini... imihoro n'izindi ntwaro muri iryo joro bagatangira kwica abatutsi. Babikuye hehe? Amanama bahise bakora byagenze bite? Bahuriye hehe ngo bajye inama? Ndabaza impamvu Leta ya kiriya gihe itahagaritse jenoside cyangwa ngo ibe yarayibujije kuba? Kubera ko FPR yashakaga ubutegetsi? Yeee! Na byo ndabyemera 100%, ariko ntabwo urwo rubanza rufite ibimenyetso bifatika imbere y'Imana Data. Wowe urumva nta kindi kintu cyari gihari? Ko byari biteguye neza da! Kuko n'abayihanuye bari bazi ko ari ugukozaho gusa kuko bari bazi gahunda yose. Bari bazi icyo bakoze. Nyine bari bazi ko abahutu ngo bari burakare. Bari barateguye ubwonko bwabo neza. Imitwe yabo yari yarashyushye batinya ko abatutsi bazabiganzura ngo bakongera kubahaka. Binjiwe mo n'umwuka wo kubatsemba kuva bene wabo batera i Kagitumba, umwuka wo kumaraho inyoko-tutsi wahise winjira mu bahutu ako kanya, hanyuma 1994 byuzura imitima yabo birasendera, birasesekara, biranasaguka, kuko byari bimaze iminsi bihemberwa.

Kuva FPR yatera ubwoko bwatangiye gufata intera mu mitima y'abahutu n'abatutsi. Bihita bivanguka ako kanya bihana intera. Abahutu bajya ku ruhande rwa bene wabo bari ku butegetsi, abatutsi bajya ku ruhande rwa bene wabo bari bateye igihugu. Ndibuka igihe abasirikare ba FPR baje muri CND ukuntu abatutsi bari babishimiye, byari ubukunguzi koko. Bamwe bahise bavuga ngo nibashaka bapfe ubwo Inkotanyi zigeze i Kigali. Koko rero baranapfuye. Nkanibuka ukuntu n'abahutu byabarakaje umujinya urenze umuranduranzuzi. Bumvise basumbirijwe akabo kashobotse. Kandi hari harinjiye n'umwuka wo kurambirwa ibyo kwa Habyarimana, kuko nta gishya byari bikizana. Umwuka wo kurambirwa, guhararukwa, gushaka ibishya, ibigezweho, ariko rero muri ibyo byose hari icyari kibihatse: Byose ni UBWOKO.

Hari icyo nagira ngo mvuge cyambabaje: kubona hari abavuga ko umugore wa Habyarimana Agatha Kanziga ngo ko ari we wamuhanuye. Ibi ni nko gushinyagurira umurambo bya bindi byo mu mategeko ya Gacaca. Niba yarahisemo ko ayihanura hari mo umugabo we na musaza we Sagatwa Eliyasi, ngo ababurire icyarimwe, uwabivuze wese nawe namubwira ngo nawe azabigenze gutyo ashaka ubutegetsi maze yumve uko azamera. Birenze gushinyagura, simfite uko mbyita. Kandi mu gihe gito nanjye nzongera menye uwahanuye indege ye. Kandi nzamumenya. Kuko n'ubundi muzi. Ndabazi. Erega ndabazi n'uko ntacyo nabakoraho!

Nzongera mbamenye ababahishiriye babishyize hanze. Ubu barimo kubabwira ngo «Ngwino.. ja,...ja,...ja,...». Mu minsi mikeya umwana w'umuzungu azababwira ngo...«MWAGONJEEEEE»! Noneho atari ihishurirwa ahubwo ndimo kubisoma no kubyumva ku mugaragaro, mbikurikirana ku maradiyo naza televiziyo. Iyo itsembabwoko ritaza gutegurwa ntabwo mu mezi atatu gusa hari gupfa miliyoni irenga. Ntabwo byari kugenda uko byagenze. Ikindi ugomba kumenya; ryategurwa, ritategurwa njye ndabona byose bijya gusa, none se ntiryabaye? Kuki banga kuvuga ko ryateguwe? Ariko bagira umujinya abahutu bagira umujinya.., nta n'ubwo ari «umuranduranzuzi». Biroshye mu bintu bitateguwe? Wabisobanuza iki se? Urumva ubihamisha umutima n'ubumenyi byawe? Ikintu gituma uryemera ariko ukanga kwemera ko ryateguwe n'igiki? Ibaze! Ryabituye hejuru gusa? Urumva ufite ubwenge koko? Nta soni wanabisobanura? Wabisobanuza iki? Ibikomere gusa. Ngo bagize umujinya? Umujinya? Umujinya? Uriya mujinya wabaye uwa mbere mu isi.. Abahutu banga kuvuga ko ryateguwe, bifuza ko bavuga ngo indege yarashwe na FPR, yarahiye, maze abahutu bose bararakara ako kanya kubera umubyeyi wabo abatutsi b'Inyenzi bishe. Ariko urumva waba uri muzima, uramutse utekereza utyo?

Binyibutsa indirimbo y'aba PARMEHUTU twajyaga turirimba tukiri abana yavugaga ngo «Arapfa Secyugu biratubabaza, maze abahutu twese dufata imiheto» Igihe ngo bakubita Mbonyumutwa urushyi, na bwo ngo abahutu bararakaye. Ariko ibi byo kurakara mugahita mwirara mu bo mutaziranye, mukica utwana n'abagore, byo n'ibiki? Murabona atari nka wa mwuka wa Isilamu? Bica abanyamerika n'inshuti zabo.. Iyo «rusange» na yo izasobanurwa. Ariko bo bahora barakara gusa? Abatutsi nabo, nti bashaka uko kurakara barashimangira ko byateguwe n'abahutu kuva cyera ko n'iyo Habyarimana adapfa bari kubatsemba. Kuko ni byo byemeza kandi bigaha ingufu nyinshi itsembabwoko. Ariko njye n'Imana yanjye byombi turabyemera.

Abatutsi banga ko abahutu bavuga ko itsembabwoko ritateguwe. Buri wese afite impamvu ituma atava ku izima. Buri ruhande rufite impamvu. Kandi kugira ngo ibe jenoside nti bigombera umubare mwinshi w'abapfuye. Numvise umwe mu bahutu avugana umujinya ngo «bazabare abahutu bapfuye». Umva di, ngo bazabare? Hanyuma se nibabara? Bazasanga abahutu bapfuye ari bo benshi kuko azi ko ari bo benshi nyine, noneho bitume abadahishurirwa bahita bagira impuhwe kubera ko abapfuye ari benshi, ariko ntabwo bivuga ko ari jenoside. Nanjye n'Imana yanjye turabizi ko kugeza ubu abahutu ari bo bapfuye ari benshi. Kandi mutabeshye ngo munibeshyere mwa bahutu mwe, mu mitima yanyu gutsemba abatutsi, kwifuza ko batabaho, byari biri muri mwe byaratetswe birashya, birategurwa, byari bimeze nk'ibihiye. Mwahise mujya ku meza murarya kuko byari byateguwe. Ngombwa n'uko byagambiriwe, bigategurwa, maze bigashyirwa mu bikorwa. Mbitsimbarayeho kandi ni ko kuri. Uwo nguwo yanambwira icyo Interahamwe zashyiriweho. Zaherewe iki imyitozo ya gisirikare? Byari ibiki? Buriya se wowe ntiwibuka amagambo ya za disikuru zavugwaga icyo gihe?

Ntuzi uko nawe kiriya gihe wari umeze? Cyangwa abo muhuje uko bari bameze? Nsubizanya igikomere numve. Munibuke kandi mubyemere kigabo, ko igihe cyose hapfaga umuhutu hari abatutsi bahitaga bapfa. Interahamwe zatojwe igisirikare ngo zizajye kubungabunga amahoro hehe? Abazimu bazinjiye mo ryari? Kwari ukugira ngo bazajye kubungabunga amahoro hehe? Ni nde wagize iriya «vision» yo gushyiraho Interahamwe? Ndashaka kumenya uwabitangiye icyo yari agamije mu by'ukuri. Kwari ukugira ngo zizabungabunge amahoro muri Somaliya? Sudani? Hehe? Muri Hayiti? Intore zo ni iz'iki ubu ngubu? Zashyiriweho iki? Zirashaka kubungabunga amahoro hehe? Mu burasirazuba bwa Kongo? Ufite icyo usubiza? Cyangwa urarakaye gusa? Intore za FPR zuzuye iyihe mizimu? Iyo mizimu yazinjiriyemo hehe? Zigamije iki? Nsobanurira. Ni nde watangiye iriya «vision» yazo? Icyo mpakana n'uko zitashyiriweho kubungabunga amahoro y'abiyita Abanyarwanda, nk'uko n'Interahamwe zitashyiriweho kuyabungabunga, kandi imyuka ibiyoboye byombi n'imwe, intego zabyo byombi ni zimwe. Nanga ko byose bitangirwa na (I). Maze bikagira n'amazina meza yo muri Bibiliya. Zikambara uruhu rw'intama inyuma ariko imbere ari amasega.

Intore zirashaka iki buriya mbese? Biriya bazikoresha n'ibiki? Barazipangira iki? Uburere mboneragihugu? Ni nde wakubeshye? Ziriya «Ntore» zirashaka iki ariko? Zirahiga iki koko? Ikindi nanga n'uko byose bikoresha amazina mezaaa! «Interahamwe», «Abahuzamugambi», «Intore», «Inkotanyi». Ndabaza nti «Intore ni izo kugira zite»? Bakanakoresha aya Bibiliya di! Ngo «Itorero ry'igihugu». Kandi hari Itorero rimwe (1) nemera ryonyine, ni Irya Yesu Umwami wanjye. «Intore» boshye iz'Imana ari zo: «Abavutse ubwa kabiri». Kuko abera bo mu isi ari zo mpfura Uwiteka yishimira. Ngo Imana izabura ite kurengera «intore» zayo ziyitakira amanywa nijoro. Kandi nanga n'abavuga ko guhanuka kw'indege yari itwaye Habyarimana ari yo mpamvu nyamukuru itsembabwoko ryabaye, bintera kuba navuga nabi. Kuko numva nkeneye nko kujya kubisobanurira isi yose muri Loni. Ariko na bwo nti babyumva, keretse hari mo peteroli, cyangwa se kujya gucukura muri Kongo-Zayire. Kuko nawe kubinsobanurira byakugora, bikakugora kurushaho kubisobanurira abacitse kw'icumu. Kuko kuri bo nta mpamvu n'imwe wabaratisha yaba yaratumye batsemba bene wabo, imiryango yabo, hari mo abana n'impinja no gusatura abagore batwite, bakabica impfu zirenze iz'agashinyaguro. Zikaba zaranditswe mu mateka y'isi n'ijuru nk'amahano y'ibyorezo.

Uwacitse ku icumu umwe yaragize ati indege yabaye imwe mu «MBARUTSO», ntabwo ari yo yabiteye. Yabaye imwe mu mbarutso nyinshi cyane. Habyarimana niba ahanuwe n'ingabo za RPA iyobowe na Kagame Paulo, iyo mba bo (abahutu), nkaba n'umugabo ufite icyerekezo n'intego, nari kubanza guhiga Kagame na buri musirikare wese w'Inkotanyi sinsige n'uwakirazira, ngahera kuri Kagame ubwe n'izindi Nyenzi zigenzi ze. Ngahiga ibyitso nyabyo kuko byari bihari, nkamenya n'ubwenge bwo gutandukanya icyitso n'ikitari cyo, maze ibyitso by'ibinyepolitiki nkabirimbagura. Nkaba umugabo cyane nkarwana n'abagabo, sindwane n'impinja n'abagore batwite, n'abasaza n'abakecuru n'abasaza, n'abarwayi barimo serum.

Umva neza: nkarwana n'abagabo, na bo kandi bafite intwaro, iyo ni yo yari kuba ari intambara, nanjye nari kuyemera, n'isi yose yari kuyemera. Yewe na Loni yananiranye yari kuyemera. Maze ngasiga inzira-karengane zose hataburaho n'imwe, zitari zizi iyo biva n'iyo bijya. Ngaho sobanuza igikomere numve. Buriya kwari ukurwana koko? Mbega intambara! Iriya yari intambara ikomeye? Abahutu barwanaga? Bari batewe n'utwana tw'uduhinja n'abagore batwite, n'abasaza n'abakecuru, n'abarwayi? Jenoside yari intambara, koko wabinyumvisha neza? Yari intambara? Nsubiza numve? Ariko gushinga abagore ibisongo mu bitsina ngo Habyarimana yapfuye buriya byari intambara. Ubwo se uri igiki? Warimo kurwana? Wowe utekereje wumva uri iki? Uri ikintu cyangwa uri icyo ntazi? Uri ikigoryi se cyangwa igicucu? Cyangwa uri «baburabaje». Uri umwana wo kurimbuka? Cyangwa se uzihana? Uri ishyano ry'ibyorezo? Sinzi uko umeze. Kumva wasekura umwana w'uruhinja rw'umututsi mu isekuru ngo Habyarimana yapfuye. Ntabwo uri imbwa kuko ubwo bugome imbwa ntiyabumenya, nta bwo ubwonko bwayo bwamenya gupanga ubugome bumeze butyo. Mbwira uri iki mu bantu? Ugatemegura utwana tw'utunyeshuri n'incuke ngo Habyarimana yapfuye. Ubwo ntubona ko biteye iseseme ndeba isoni zo zoroheje, umujinya wo sinavuga.

Kandi niba ari na bo bayihanuye, «RPF»: Reka nkwerurire mvuga ko bakinanye amayeri menshi mu kibuga, bakoranye ubugome busobetse amayeri, bapanze nk'Inyenzi n'amayeri yazo koko. Kuko bakoresheje abahutu amakosa ateye ubwoba imbere y'izamu adashobora kwihanganirwa, bose barabirebaga, maze umusifuzi ategeka ko bahaterera. Kandi ni hahandi hafi y'izamu. Ubwo rero yavuze ko batera "pénalité" kandi yagiye mo. Igitego kijya mo kirabarwa kubera gukinirwa nabi n'indi kipe…ndetse sinatinya kuvuga ko ari bene cya gitego umukinnyi yitsinda. Hariya abahutu baritsinze rwose. Kuko ako kanya abahutu bahugiye mu gutsemba ibyitso by'Inyenzi ari bo batutsi bari mu gihugu imbere, ari na bo bene wabo w'abari bateye «abafatanyacyaha» ari bo batutsi b'imbere mu gihugu, igihe abahutu barimo kunywa amaraso y'abatutsi no gusahura ibyo batazarya, ni bwo ba banyamayeri, RPF bakoze ikintu kitwa «gusonga mbere» barasonga… barasonga… basonga mbere… mpaka Nyamijosi wa mugani wabo.

Kandi rero hari ngo ba RPF bivangavanze n'Interahamwe bakajyana no kuri za bariyeli. Ababaga bafite amazuru manini, na bo bafatanije n'abandi kwica umututsi muri rusange. Batiza umurindi Interahamwe nyazo. Bari barakwiriye muri gahunda zose z'igihugu. Bakinanye amayeri ahanitse, barwananye imipango igomba kwigwa mu mashuri y'intambara y'inyeshyamba. Iri si ishyano ni icyorezo cyari gifite ingufu. RPF yakoresheje abahutu amahano y'ibyorezo ahanitse. Ni nka cya gihe mu mupira w'igikombe cy'isi, ubutaliyani bukina n'ubufaransa. Umukinnyi w'umutaliyani Materazzi yatutse ibitutsi Zidane w'umufransa ku buryo kugeza ubu batari bamenya ibyo yamututse, byatumye Zidane amusekura umutwe ku mugaragaro isi yose ireba, mu mukino hagati. Maze ahabwa ikarita itukura ku mugaragaro. Ariko Materazzi asigara mu kibuga akina, afitiwe impuhwe, isi yose ivuga ngo yoooo. Maze Zidane arangiza gukina umupira nabi. Kuko yarwanye bose babireba, bose babireba, bose babirebaaaaa! Kubirebaaaaa…

Ariko uwamututse nta gihamya gihari, kuko yanabihakana yivuye inyuma, ndetse yanarira yiriza akanaboroga, isi yose ikamugirira impuhwe kubera ako karengane yagiriwe mu mukino kugira ngo FIFA itamufatira ibihano. Byaba na ngombwa akaniriza cyane, akazanakomeza akarira cyane, aramutse ari umukinnyi kabuhariwe wasagutswe n'amayeri, maze buri uko bazaba babahamagaye mu rukiko akaza arira aboroga, avuga ko yibutse ibyo Zidane yamukoreye. Ni urubanza rukomeye cyane, hari mo dosiye nyinshi zahurirana. Mu Rwanda barubyaza mo inyungu nyinshi cyane. FPR ruriya rubanza yari gushobora kurubyazamo inyungu kugeza ubu. Ndetse yabatsinda akabahemura baramutse baburanye kuko nta bimenyetso Zidane na Avocat we bari kuba bafite. Ntabyo! Na nyuma yari kuzavuga ko babogamye. Ko abazungu babogamye kuko ari umwarabu. Kuko iyo Ubutaliyani buza gutsindwa, aba yaravuze ko byatewe na Zidane. Ariko umva neza ko aho bari gushyira hose, Abataliyani bari bafite urubanza rufatika. Ariko bwaratsinze imanza zirarangira. Bikunze gukorwa n'abakinnyi b'abahanga. Ba bandi batsindisha ibitego intoki kandi bikemerwa. Ayo ni amayeri ahanitse yo gukoresha undi ikosa warabanje kumuneka ukamenya intege nke ze, ukamenya ibimurakaza n'ibimusetsa n'ibyatuma akora amahano.

Maze ugakoma IMBARUTSO, akaba ari we ugaragara wenyine, maze agahanwa, wowe ukagera ku ntego, ukanarengerwa. Uwo wakoresheje amakosa agahinduka AKABARORE mu isi. Ariko byanze bikunze bikazamenyekana, nyamara bikazaba byarahitanye byinshi.

Mana yanjye birakomeye. Uku kwihinduranya, kwigira «nyoni nyinshi». Abo wakoresheje ibyorezo, ukabiburana ukabirukana ugatsinda, ab'isi bose bakakwemera ngo uri igihangange, ariko hari Imana ireba ibyihishe, izi n'ibitutsi uriya mutaliyani Materazzi yatutse Zidane. Buriya Materazzi ni nka FPR INKOTANYI, naho Zidane ni MRND-INTERAHAMWE. RPF yakoresheje abahutu ikosa yateguye neza, ibizi neza kandi ibishaka rwose. Ni ubwenge bw'ubugome bw'ubucakura, buvanze n'uburushyi. Bishoborwa na bacye muri iyi isi, gutega imitego ugamije gukora ibintu bibi bikitirirwa undi wowe ugasigara uri umwere wiriza. Yatumye abahutu bakora jenoside, batsemba abatutsi ku manywa y'ihangu bose babareba. Kuko FPR yari izi intege nke z'abahutu aho ziba, n'icyari kubarakaza umujinya urenze umuranduranzuzi. Nyuma abahutu na bo baje gukoresha RPF ikosa rikomeye imbere y'izamu batabishakaga, batanabyiteguye, byabaguyeho gusa, barasumbirizwa, baratsindwa nabi, maze hafi ya bose barahunga. Na none umusifuzi ategeka ko bahaterera kandi igitego cyagiye mo: Igihe abahutu Kabiligi abakoresha icyo bise Repli-général ari yo Repli-tactique, maze bagahungana n'abahutu batagira ingano, igihugu gisigaramo hafi ubusa. Nari mpari ndi mu basigaye mu Rwanda nyuma yo gufata igihugu kwa RPF.

Mu by'ukuri nta baturage bari bahagije bahasigaye, bari bacye bikabije, hari icyuho cyagaragaraga. Nashoboraga kuzenguruka Kacyiru, Kiyovu, Nyabugogo, ntarabona umuntu wari mu Rwanda, nahuraga n'abo ntazi, nyine barutashye bavuga igiswayire icyongereza n'ikigande, kuko nyamwinshi yari yahunze. Amahanga atangira kuvuga ngo «ni ubwa mbere mu mateka y'isi igihugu gifatwa n'inyeshyamba maze abaturage bagahunga abagifashe».

Ibyakurikiyeho ari na yo nzira y'abahutu y'umusaraba nise iya kabiri, byahesheje ingabo za FPR kwihorera bisanzuye mu buryo bukomeye, kuko impunzi z'abahutu ntizifuzaga gusubira mu Rwanda rwari rwabaye urw'abatutsi. Maze bagenda babica amashyamba yose. Bagira abo bagarura bakareba mo abize bari bazwi bakabarunda ibirundo. Nahaburiye abavandimwe n'inshuti benshi cyane. Ariko ibyo byose byari ingaruka z'ibyari bimaze kuba, bya bindi byapanzwe neza. Ibyabibanjirije na byo byagombaga kwitabwaho. Kubyemera habaye ah'Imana gusa naho ubundi numvaga nanjye najya mu ishyamba.

Uku guhora kwa RPF n'«abakada», na bamwe mu bacitse ku icumu batungaga agatoki, byatumye abahutu basubirana akajambo ho gato, kuko iyo RPF itaza guhora (nti byari no gushoboka), iyo idahora, sinzi aho abahutu baba bari ubu ngubu. Sinzi ko haba hari abari gusigara, kuko nta ruvugiro na mba bari kuba bafite... «Natwe twarapfuye» yari kuva hehe? Iyo FPR idahora ku buryo bugaragara, abahutu bari bagatoye. Bari kuzapfa n'ubundi, ariko bagapfa nta n'ubitayeho. Ndavuga nta n'ubwo bari kuzabona abakora ziriya raporo. Isoni n'ikimwaro byari kuzababumba ntihagire ijambo risohoka mu kanwa kabo. N'ubwo bamwaye ariko, batangiye kuvuga bagenda biyuburura ari uko FPR igiye ibarimbagura imihanda yose ititaye kubayibona cyangwa abazabara inkuru.

Abahutu bakoze amarorerwa agaragara. Abaganga kwicira abarwayi mu bitaro ngo Habyarimana yapfuye. Abarimu bakica abanyeshuri? Koko! Ubwo ntubona ko uba ufite impamyabumenyi y'ikuzimu koko? Ariko kubaga abana mu nda za ba nyina ngo ni abatutsi ukabarya brochette, ngo Habyarimana yapfuye. Nta buryo mfite mbisobanuramo! Abantu ntabwo muzi no kumwara koko, mwagombaga guhita mwiyahura. (Ibyo mbivuze nk'umuntu). Njye biramwaza n'iyo mbyibutse ngira isoni. «Kuba ndi umwe wo muri bo» (Obadiya 1: 10-16). Nanjye nababajwe n'uko bariya bagabo bapfuye n'uko ntari mfite uwo ntura ako kababaro, kuko Habyarimana na muzehe Renzaho na ba Docteur Akingeneye, Sagatwa, Bagaragaza, na Nsabimana, kumva ko bapfuye kandi ngo bapfiriye icyarimwe wowe, ubwo wowe urumva ari ibintu bivugitse neza se? N'inkuru wabarira abahisi n'abagenzi? Wabishyira mu makuru no mu matangazo? Wagenda ubisubiramo mu makuru? Nanjye nabuze aho nkwirwa kubera agahinda, nibajije na byinshi bizakurikiraho, n'ibyabibanjirije, n'ibindi bizakurikiraho, n'ibikomeje gukurikiraho. Ariko ntabwo bisobanura na gato, na gato, na gato, ko ari cyo cyateye kwica inzirakarengane z'abatutsi uruzozo, kuko nta n'ubwo zari zibazi. Na bo nti bari bazizi. Ntabwo zari zibazi. Nti bari baziranye.

Ariko kurikira filimi usome neza: Igihe Kagame avuga ngo: «Ariko.... ibyo by'iyo ndege birimo kuvugwa... numva ......bisakuza...bavuga.... Iyo ndege yari iri mo iki?» Ntabwo nababaye nararakaye. Reka turekere aho, ariko ngo yari iri mo iki? Koko? Indege yari iri mo iki? Yari iri mo iki? Koko se ngo yari iri mo iki? Kweli? Ntacyari mo? Indege yari itwaye Perezida Habyarimana n'uw'i Burundi na bagenzi babo yari iri mo iki? Ndumva icyuririzi cyari kije kandi gifite ishingiro n'imbaraga. Mu by'ukuri ngo yari iri mo iki? Iyo ndege yari mo Habyarimana na bagenzi be yari iri mo iki? Koko? Nanjye ndumva nshaka kurega nkaburana uru rubanza.

Mbega imvugo irenze agashinyaguro n'ubugome bw'ubwiyemezi bukabije! Niba ntacyari mo tuzareba, cyangwa ubu turareba. Subiramo ngo yari iri mo iki? Ko twe dushaka kumenya icyari mo? Kuko twe turashaka kumenya icyari mo, kuko hariho icyari kiri mo kandi cy'ingirakamaro. Turabizi ko cyari mo. Cyari moooo!. Njye ndabizi ko cyari mo. Nawe Perezida Kagame we... Umunsi amateka yagusumiye akakwisubirana, uzatekereza neza maze usubize ubwenge ku gihe, wibuke ko hari icyari muri iriya ndege. CYARI MO. Umunsi ibihe byagushyizeho iherezo, n'Imana yagusezereye ushobora kuzamenya ko iriya ndege hari icyari mo. Muri iriya ndege yitwaga Mystere *Falcon* 50 y'Abafaransa, hari ikintu cyari mo. Nkibaza n'impamvu abazungu batahise bakora iperereza mbere hose. Aha na ho hapfunditse ibindi. Kuki batahise bakora anketi ako kanya? Kuki? Nsubiza n'aha se? Aho nti bari babiri inyuma? Aho nti bari bamuharararutswe hari ikindi gikoresho baharaye cyagombaga gusohoza ibyo bifuza icyo gihe. Ko ngo nta n'icyongereza yavugaga.

Inyungu z'abazungu we! Ngizo, ngizo. Zituma abantu bashira ariko bakabona ibyo bashaka. Maze bagahindura ibikoresho abo bashatse. Imana izabaciraho iteka ku munsi w'urubanza ni batihana. Ubundi hari icyaha cy'umuntu ku giti cye, ku muryango cyangwa ku gihugu cyangwa ku bwoko, n'ibindi waba wibaza. Buri gihe iyo ibyaha bikozwe n'abami n'abatware n'abategetsi, baba babikoze «mu izina ry'umwanya bahagazemo». Icyo gihe bisandara ku gihugu cyose, ku muryango wose, ku baturage ari bo bene-gihugu, ku bwoko bwose, biterwa n'izina byakozwe mo, wabyumvise neza? Urugero: ibyaha by'abami bakoze ni zo ngaruka, ni zo nkurikizi zabaye ku mpunzi z'abatutsi za 1959, hanyuma bigenda bihamagarana, na n'ubu. Ibigirwamana ni «rusange», ku gihugu cyose. Itsembabwoko ni «rusange» ku bahutu bose. Gucika ku icumu ni «rusange» ku batutsi bose bari mu Rwanda. Ubucikacumu bwa jenoside ni «rusange» ku batutsi bose bari mu gihugu cy'u Rwanda muri 1994, n'abandi bari mu ngendo cyangwa mu mashuri ariko batari barahunze muri 1959, na 1973, ndavuga ba bandi babanaga n'abahutu umunsi ku wundi, ba bandi basangiraga bagasabana amazi, bakabyarana abana mu batisimu, bagahana inka, bagashakana. Guhora ni «rusange» ku ngabo zose za RPF, ni yo mpamvu umugaba mukuru wazo yakwihana «rusange» na bamwe mu bacitse ku icumu, hakabaho n'abazihanira abakada, kuko na bo baragakoze bivayo. Kuko n'ubwo bose batihoreye ariko byari mu mitima yabo.

Aho ikibazo gikomerera ntabwo «guhora» ari rusange ku batutsi bose. Kuko biragukomereye kubwira abacitse ku icumu ko bihoreye. Ahubwo ababatanze barahoye, ariko mu by'ukuri abacitse ku icumu ni yo TURUFU yafatikaga, n'ikimenyimenyi na n'ubu iracyakora, kandi yungukira abayikoresha cyane. Igomba kuba ari nka «*Bwana y'igisuka, gasaraba, umutima, cyangwa karo*». Ntabwo nakwemeza ko bose bapanze kwihorera. Oya! Ariko na bo umwuka mubi wo guhorwa ubagendaho bose, kuko batari bihana.

Ingabo z'abatutsi za RPF ni zo zishe abahutu muri rusange, ariko na bo nta tegeko ryavuye hejuru naba nzi ryabemereraga gukora jenoside y'abahutu. Kandi ndabizi neza ntabwo bari bafite itegeko rivuye hejuru muri Leta icyo gihe Perezida yari Bizimungu, simpamya ko yabakoresheje inama, yewe n'icyo gihe Kagame yari atararakara ngo avuge ko yicujije impamvu atabamazeho. Yari agihuzagurika arwana no kugaragara neza. Yashakaga kugaragara neza imbere y'amahanga. Ndahamya neza ko imbere mu mutima we, ashobora kuba yarifuzaga wenda ko abahutu bashiraho ariko ntabishyikire, kandi se iyo bashira yari kuzatorwa na nde? Ko abandi yasanze batari buzuye Minibus. Ntabwo rero habaye gushyira hamwe ngo bahurize ku mugambi uvuga ngo ubu dufite umwanzi umwe, ni «umuhutu». None basirikare bacu muragiye ariko muzagaruke nta muhutu mwene wacu usigaye, muzatsembe. Ibyo ntabyo Bizimungu yakoze. Ikindi kandi Kagame ntabyo yabatumye, simbizi neza, ariko ndumva ataratumye kumaraho buri muhutu wese. Ikindi kandi mumenye ko no mu ba Ex-FAR na bo hari mo abari abarwanyi. Kumenya iby'izo ntambara biraruhije. None se bari kubajogora bate? Iyo abasirikare basumbirijwe, akenshi aho kuba abagabo ngo barwane bonyine, bashyira abasivili b'abaturage imbere, bibwira ko ahari abo barwana babagirira impuhwe nti babarase. No kubica nta kundi byari kugenda. Njye ndabyumva ariko nabyumvishijwe n'Imana bingoye cyane. Ba Kayumba n'abandi bari bayoboye intambara, abo na bo ntabwo bari bakunze umuhutu na gato, ariko kandi gahunda yo kumutsemba sinayihamya. Umunsi bazihana batura ibyaha byabo bibuka bazabitubwira neza.

Ariko abahutu b'ingeri zose bishe abatutsi, abakuru abatoya, abagore, abakobwa, abana kuva ku myaka 10, nkurikije ubushakashatsi nakoze. Bahuje umugambi wo kumaraho inyoko-tutsi. Narabiboneye ndabiyumvira mu ngando zabo, mvugana nabo, bambwira uko babigenje. Bambwira n'akari imurori, hari muri 2005, bari batangiye kuba abasore (abishe icyo gihe ari abana). Ariko bavugaga ko abakuru ari bo babibaroshye mo, kandi ubutegetsi nti bwababuza ahubwo bubakangurira kumaraho. Ibyo turabizi neza rwose. Ndetse na za Kiliziya zirabishyigikira, n'ikimenyimenyi babatsembera no mu nsengero zabo bita iz'Imana. Leta iyo ishaka guhagarika jenoside cyangwa kuyitambamira mbere hose byari gushoboka ariko na none bakemera gutsindwa mu bundi buryo, kuko igihe Imana yabandikiye cyo kuvaho cyari cyarangiye. Kuko Kagame n'abo bari bari kumwe bashakaga kwiganzura umuhutu gusa. Abahutu bari bamaze igihe banaririmba ko umwanzi wabo yari umwe gusa, gusa, gusa: «Umututsi». Radiyo, ibinyamakuru, amanama, n'ibindi. Kumena amaraso byo ni «rusange» kuri buri bwoko, ariko banza utandukanye itsembabwoko no kumena amaraso bisanzwe byo kwica ari byo bihwanye n'Itsembatsemba, uretse ko bitabuza amaraso amenetse yose gutaka agatabaza. Amaraso ya Yesu yonyine ni yo yamenetse agatanga imbabazi, ariko ikigendererwa ni itsembabwoko ryakozwe n'abahutu. Imana yita cyane ku «KUGAMBIRIRA» no kwemeranwa, bibyara «GUHUZA».

Ba ucecetse wowe ukunda abahutu cyane ukaba uzi no kubarengera, ubanze wumve: Abatutsi barishe ndetse cyane, ariko ntabwo bigeze bakora itsembabwoko kuva babera, bishe abahutu benshi cyane, bakanyuzamo bakabica no mu mayeri menshi bagasibanganya n'ibimenyetso vuba vuba, ndabizi Imana yarabimbwiye, nyuma nza no kubibwirwa n'ababigize mo uruhare bagiye bakizwa bakanyaturira, kandi muri abo hari mo n'abahutu. Mu kwihana kwabo bakatura ibyo bintu. Imana na yo, icyo gihe narasengaga, maze imenera amabanga amwe namwe, kubera impamvu z'akazi, n'umuhamagaro. Hari n'abakoranye na Leta muri ibyo bihe babimbwiye imvaho n'uko babigenzaga. N'ukuntu bagenzaga imirambo yari myinshi cyane y'abahutu kugira ngo basibanganye ibimenyetso umuzungu atari yabimenya. Ariko byaranze biramenyekana, kuko bikorwa n'abantu buntu. Ariko ntabwo byitwa itsembabwoko, n'ubwo na bo guhora kwabo bizabakoraho nibatihana, cyangwa byatangiye kubakoraho ndetse byabasatiriye. Kandi bari buhanwe by'intangarugero. Imana ibasohorejeho gahunda y'ibihe; ibafungiyeho feri, kandi irafashe cyane.

Aha ni ho iyobera rimeze nka rya rindi rikomeye ry'ukwemera rya Kiliziya Gatulika y'i Roma ritumvikana kuri benshi, ariko ahanini biterwa n'ibikomere, kuko buri ruhande rwariciwe. Buri wese wabuze abe, ntiwamurataho ibi bisobanuro, kandi aba asaba kurenganurwa. Kandi kurenganurwa asaba n'uguhana ba bandi bamwiciye bose muri rusange, kuko ntabwo azi abamwiciye mu mazina. Abahutu bakubwira ko ari ingabo za RPF, bakaba banavuga abasirikare icyo gihe babaga bayoboye imirwano, ariko abenshi nti babazi amazina. Abatutsi bo rwose muri rusange bavuga ko batsembwe n'abahutu boseeeee! Bisaba kubyitondera abantu bakabanza bakamenya icyo Imana ibivugaho. Aha ni ho bene wacu batumva na gahoro, kubera kurengera ubwoko bwabo mu mafuti batazi ko ari bwo bihemukira. Kandi ni ho hari ikibazo. Kugira ngo na none wumve neza: Hazabanza kwihana abahutu bihane itsembabwoko nirimara kuvaho, navuga ko noneho ibyaha bizaba bisa n'ibijya kungana. Ni bwo bombi bazasigara ari abicanyi ba ruharwa, na none muri rusange. Abatutsi n'abahutu n'abatwa, tuzihane ibyaha duhuriye ho nk'abiyita Abanyarwanda.

Kuko hari icyo udashaka kumva, nuko ureshyeshya itsembabwoko n'ibindi byaha kubera ibikomere, aho ni ho ugwa kandi itsembabwoko ari icyaha kimira ibindi. Wibaze impamvu ushaka kubiringaniza nk'aho byakorerwe icyarimwe, urahita ubona igisubizo cy'igikomere cyawe. Igikomere cyawe kiraguha igisubizo. Tekereza neza wibaze uti ntabwo itsembabwoko abahutu bakoze barikoreye icyarimwe no guhora kw'abatutsi n'ingabo zabo za RPF. Ntabwo itsembabwoko ryabereye rimwe n'iyicwa ry'impunzi z'abahutu ku Gikongoro cyangwa muri Kongo-Zayire. Ni ubinyumvisha ndava ku izima. Ndashaka ko wumva neza ko itsembabwoko ritabereye rimwe no guhora. Ibyo urabyemera? Ugiye kumbwira ko bahereye i Byumba bica abahutu? None se bari abamalayika batacumuye? Nti bateye se bafite umujinya n'inzika y'inzigo bari baratewe n'abahutu igihe babicaga maze abandi bakabirukana mu gihugu cyabo kuva za 1959, gukomeza? Bari kurwana nta baturage bapfuye cyangwa bahohotewe?

Ibyo na byo byari ibitambo.. None se iyo yari kuba ari intambara cyangwa imikino n'imyidagaduro. Hari n'abantu banjye baguye i Byumba barimo inshuti zanjye. Banza uzampangire uko urwo rugamba rwari kugenda iyo muba ari mwebwe bahutu mwari muteye mumaze imyaka 35 mu mahanga, mwarirukanwe n'abatutsi; mwari gusigaza abatutsi bangahe i Byumba? Mwari gusigaza abatutsi bagahe mu gihugu mumaze gufata ubutegetsi?

Mwari gusigaza bangahe muri Zayire? Mwari gusigaza bangahe muri za gereza? Ubu haba hasigaye abatutsi bangahe mu gihugu? Nsubizanya umujinya numve. Mwabatsembye ntacyo babatwaye, ngo barabasuzuguraga gusa, batarabirukanye nkanswe! Ibi byose bifite ibisobanuro, ariko kugira ngo byumvikane keretse kamere y'ubwoko ivuyemo, naho ubundi.... None rero mbitsimbarayeho kandi ni njye ufite ukuri. Ahubwo kuringaniza ibyaha by'itsembabwoko no guhora, biraguhuhira ku gisebe gusa. Ariko kuki batabanje gucira abahutu imanza ngo bazirangize maze babone guca iz'abatutsi? Kuko kubiringaniza nti byashoboka. Byari koroha cyane iyo babanza abakoze jenoside, bagakurikizaho ingabo za FPR, n'abakada kandi na bo si bose. Kubera iki isi iba ivuza induru igashora imari mu bindi byose biyizanira inyungu, ariko iby'u Rwanda bakanga gushora mo amafaranga ngo babisobanure. Bashoboraga no gushyiraho urundi Rukiko Mpanabyaha rwashyiriyeho ingabo za RPF. Ubu ikibazo kiba cyararangiye cyera. None ngo habaye «jenoside ebyiri» ?

Garura ubwenge neza ntabwo byari gushoboka ko imanza zibera icyarimwe kandi ibyaha bitarakorewe igihe kimwe. Keretse ukize igikomere cy'ubwoko bwawe bwishwe naho ubundi ntiwabyumva. Ni yo mpamvu ku Mana ibyabaye nyuma ya jenoside: 1. byose, 2. byose, 3. byose, 4. byose, 5. byose, 6. byose, 7. Byose ari ingaruka zayo. Ubyumve cyangwa ubireke ndanarushye. RPF abo yishe igitera ni ko byari kugenda, ubwo hari ibyatewe n'itangiriro ry'intambara, «mbere yayo», n'ubwicanyi bwabaye nyuma ya jenoside bwitwa ingaruka za jenoside. Umwe kandi ukomeye nubaha, yanyunguye inama ati reka duhere mbere ya 1959, igihe cy'abami maze bihane. Nti se abami bari hehe? Arandeba nanjye ndamureba, turarebana, maze mukura mu isoni nti; nimureke Ndahindurwa J. B. Ari we umwami Kigeli V, atahe maze yihane rusange y'uruhererekane rw'iby'ubwami n'ingoma zabo, ari byo byaha bya ba sekuruza. Mbona arasuherewe, arasubiwe cyane, kuko mvuze ko umwami agomba gutaha, kandi badashaka ko ataha ari umwami.

Ubwo aba kabiri mu kwihana na none baba abo ku ngoma ya Kayibanda. Nti ese ari hehe? Arandeba nanjye ndamureba, turarebana maze mukura mw'isoni nti n'ukubwira bariya banyenduga bari ku isonga ubu bakihana ibyaha bya Republika ya mbere y'abahutu. Nti ariko se bari hehe?

Aba gatatu na none mu kwihana baba abo ku ngoma ya Habyarimana: nti se ari hehe? Arandeba nanjye ndamureba, turarebana, maze mukura mw'ísoni nti n'ukubwira abashiru bari kw'isonga ubu bakihana ibyaha byakozwe na Republika ya kabiri. Irimo ikibazo gikomeye, kuko ni yo yakoze jenoside, ni na yo yishe abanyagitarama kiriya gihe. Nti se bari hehe? Ariko aba bo baboneka babishatse bakabwirizwa bakumva. Kuko kwizera kuzanwa no kumva.

- Hari abasigaye b'igihe cy'abami. «Imiryango cyangwa abo mu butegetsi»
- Hari abasigaye b'igihe cya Kayibanda, «Imiryango cyangwa abo mu butegetsi».
- Hari abasigaye b'igihe cya Habyarimana, «imiryango cyangwa abo mu butegetsi».

Iyi Republika ya gatatu yo rero irimo n'insobe nyinshi, kuko ni yo yanakozwemo guhora. Uwo twavuganaga mbona aracanganyikiwe kandi ari umunyacyubahiro, atangiye kumwara kuko namurushaga kubisobanura neza, maze turekera aho. Arambwira ngo «madame, uzi ubwenge bwinshi», ngo ariko iby'u Rwanda ntawabishobora keretse Imana yonyine. Yanga ko dukomeza. Nti sawa ubwo ubonye igisubizo kandi ni cyo cy'ukuri. Mu by'ukuri ntacyo twari tugezeho. Ariko yagiye yibaza byinshi. Arambabaza kuko hari amabanga menshi yameneye, ndamutse nyavuze bansaba ibimenyetso. Nayobewe icyatumye anyizera bigeze hariya, yarambwiye nanirwa kubyakira musaba kurekera aho. Ndasaba Imana ngo izamurinde ibihe bibi bibugarije, kuko yatuye ibyaha bye abikuye ku mutima. Kuko ndamukunda, ndamusengera, nk'uko hari n'abandi benshi nashyize ku rutonde, nsaba Imana ngo ibahishe mw'íhema ryayo. Nshobora kuba mbogamye ahari, ariko ni ko kuri. Hari abagiye bangirira neza mu buryo bwinshi, ndabazi, ndabizi, ndabibuka. Ntabwo Inyenzi zose zangiriye nabi, oya. Hari abo dufitanye igihango cy'ubucuti. Mana ndakwinginze uzabahishe kuko bangiriye neza gusa, ntuzite ku byaha byabo, ndatekereza ineza ikabije bangiriye, uzayibiture kubarokora, ubahe ubugingo buhoraho, ubahe no kuramira mu Rwanda rushya.

Reba muri Edeni aho Imana itangirira kubaza, irabanziriza kuri Adamu (hutu), ikurikizeho Eva (tutsi), irangirize ku nzoka, ari yo Satani. Iyo Adamu (hutu) yemera icyaha akagisabira imbabazi, Eva (tutsi) akacyemera akagisabira imbabazi, hari gusigara Satani kuko yo ntishobora kwihana n'iyo wagira ute.

Ni na wo mwuka wayo ishyira mu bantu. Imana yari kubabarira abantu bayo maze igahangana na Sekibi ikayikanira uruyikwiye nk'uko yabigenje. Ariko reba neza: Adamu Imana yaramubajije avuga ko ari umwere; umugore imubajije avuga ko ari umwere, Imana igeze ku nzoka ntacyo yavuze, «ntiyayibajije», yahise Iyibwira iti «*14Kuko ukoze ibyo, uri ikivume kirengeje amatungo yose n'inyamaswa zo mu ishyamba zose, uzajya ugenda ukurura inda, uzajya urya umukungugu iminsi yose y'ubugingo bwawe.*» (Itangiriro 3: 14).

ITSEMBABWOKO: ICYAHA KIMIRA IBINDI

Iyo bavuze itsembabwoko ibindi byaha aho biri hose bitera «isaluti», biribwiriza bigaceceka bikabanza kumvira itsembabwoko, kuko ni cyo Afandi mukuru utegeka ibindi byaha byose. Birarizi ko ari ryo ribirusha ingufu. Ntabwo Imana ishobora kurenga ku itsembabwoko ngo irengere, ahubwo irategereza maze itsembabwoko iyo ritihanwe, rigatera abandi bose umwaku, n'abacitse ku icumu rigatuma bakora ibyaha byinshi by'amarorerwa nk'uko biriho ubu kuri iyi ngoma y'abatutsi.

itsembabwoko ryatumye bakora amakosa y'indengakamere. Byonyine umuntu abajije Leta yiyita iy'ubumwe ati «*Leta yiyita iy'ubumwe mwahishuriwe iki kintu cyo kwanika amagufa y'abazize jenoside, ko mucuruza umuvumo w'umuriro, aho ntabwo uwo muriro uzabotsa? Ko mukomeza kumira umuriro? Ariko ko mwanitse amagufa y'ababyeyi n'abavandimwe banyu, n'abacu, hari mo n'ay'abahutu, mwayanuye mukayashyingura mu cyubahiro nk'uko Ijambo ry'Imana n'umuco-nyarwanda bivuga*». *Kuki mumeze nk'aho muyacuruza? Nako kuki muyacuruza? Mwayaranguriye hehe? Mwashoye angahe? Mumaze kunguka angahe? Rahira ko atazabasama vuba cyane. Icyo nzi n'uko azabahombera birenze ibyo mutekereza. Agiye kubahombera*».

Icyo gihe wahita ukatirwa burundu y'akato, bagafatira n'imitungo yawe. Waba ukabije gupfobya jenoside, waba uteje amahano y'ibyorezo. Washyirwa mu binyamakuru byose byo mu isi mu ndimi zose, ndetse abashinjabyaha baterana ngo babyigeho neza. Maze abandi bagahita bakangurira ba «magorwa bacitse ku icumu» ngo nibajye mu mihanda bamagane abavuga ibyo bintu byo kwanura amagufa ya bene wabo, bandike ku byapa ngo «abo ngabo barapfobya jenoside». Maze Ibuka ikabona akazi ko kwamagana abapfobya jenoside, igahita isohora itangazo ry'uko FPR ari yo yahagaritse jenoside, ariko cyane cyane Perezida Kagame. Kandi ko bihaniza FDLR ko ari abajenosideri.

Dore na none mbonye abahutu banze kwihana maze bakoresha abatutsi irindi kosa rikomeye cyane ryo «kwanga kwihana», na none kandi barikoreye imbere y'izamu igihe abatutsi bashakaga gutsindisha ibitego intoki. Abatutsi bo mu Kazu byabayobeye kuko abahutu bahagaze mu nzira yabo, bababambiye, baragerageza uko

210

batsindisha intoki kandi n'icyaha kibi mu mupira w'amaguru. Mbonye na none abahutu bakoresheje abatutsi ikosa rikomeye imbere y'izamu. None umusifuzi ategetse ko bahaterera kandi kirajyamo: Maze aya magambo y'ubuhanuzi abasohoreho bombi «Hutu-Tutsi» ngo «*Kuko Imana yabumbiye hamwe abantu bose mu bugome kugira ngo ibone uko ibababarira bose*» (Abaroma 11: 32).

Abatutsi na bo ingaruka za jenoside zabateye gukora bibi no kurushaho kuko kubitunganya nti bishoboka birabarenze, keretse rivuyeho cyangwa bakajya kuba ahandi hatari mu Rwanda. Na bwo kandi byabakurikirana, maze byose bikarindira umujinya w'Imana ko wuzura maze ikazababumbira hamwe bose mu bugome (Abaroma 11: 32). Ibi ni byo 100%. Ariko haba hari ba nyirabayazana. Urumva cyangwa wapfuye amatwi? Urabona cyangwa wapfuye amaso? Urabisobanukiwe cyangwa umutima wawe wavuyemo? Ufite ibyo ubogamiyeho? Ntunoga keretse unogotse? Ufite ubwoba bwinshi cyane kubera ko bavuze ku moko? Wambwira impamvu hatahanwe Interahamwe n'abanyepolitiki na Ex-FAR, maze n'impinja, n'abasaza n'abakecuru bakicirwa na macinya muri Zayire n'ahandi hose bahungiye? Buri mpfu zose zikabageraho? Wari uzi ko muri za gereza hari mo abatarishe abatutsi? Basohoka bitwa abere nyuma y'imyaka 17.

Ni kuki inkota, n'udufuni, n'imbunda bya FPR byakurikiranye n'impinja, n'abasaza n'abakecuru aho bahungiye? Nsobanurira abatarishe icyo bazize. Si ingaruka z'umuvumo wa rusange. Niba icyaha cyarakozwe na bariya bitwa «agatsiko» nsubiza impamvu buri muhutu wese n'iyo yaba ari Maréchal de brigade, akongera ho kuba Cardinal international, agakubitiraho n'irya Afande, Empereur cyangwa Réverand, ni kuki afite urwikekwe n'isoni n'ikimwaro (complexe na remords). Ndavuga abari mu Rwanda. Naho abari hanze kubera ko bafite uburenganzira bwo kuvuga ibyo bishakiye bashatse banatukana, bakanigaragambya, bagashinga n'amashyaka ya politiki yo gusubira ngo gutegeka mu Rwanda. Ndetse bamwe banahakana ko itsembabwoko ritabayeho, ngo yari intambara...barwanaga n'abagore batwite n'abonsa, n'abana bo muri primaire na secondaire. Iyo ngo ni yo ntambara yabaye. Ni ukubera iki kandi ko ashobora kuba ari nta mututsi yishe? Ufite amategeko wantsindisha turamutse tuburanye? Itsembabwoko ni «rusange» kuri hutu yose. Yavumwe umuvumo uri mu Abalewi 14: 26-45 no mu Gutegeka kwa Kabiri 28: 15-68. Agomba kwirwanaho awikuraho uko byamera kose.

Kandi ikizabikubwira n'uko nibitihanwa, ejo bundi umusibo ejo Imana izahana abiyita Abanyarwanda bose noneho, niba wowe uzagirirwa ubuntu bwo kuzasigara uzasobanukirwa ko n'ubwo hari abahutu bahishe abatutsi bakabona n'amashimwe arimo n'ibikombe, n'u Rwanda rukabashimira kuri Sitade no kuri Radiyo na Televiziyo, ariko umusibo ejo bizaba byapfuye ubusa. Kandi ari ejo cyangwa ejo bundi abahutu baratera abatutsi umwaku mubi, kuko batangiye no kubaburabuza. Abahutu bariho ikintu kigiye gutuma abatutsi basubiranamo (cyangwa batangiye no gusubiranamo). Buretse urebe ko ari ejo cyangwa ejo bundi batazifanya n'abatutsi mu kurwanya Leta yiyita iy'ubumwe, nk'uko na FPR na yo yafatanije n'abahutu mu gukuraho Habyarimana. Nk'uko na Leta ya Kagame ifatanya n'abahutu mu mirimo yayo ya buri munsi mu kugerageza korosa, ariko barorosa ibikanuye n'ubwo bibabeshya ko bisinziriye. Kandi nta bintu byashoboka aya moko yombi atari hamwe. Nti bishoboka! Hagiye kuza umwaku wa rusange, Rukukumba, Kirimbuzi, uzakirwa na mbarwa, ni ba bandi bariho ikimenyetso cyo muri Ezekiyeli Ibice 9 bazasigara gusa. Ba bandi Imana ivuga ko izarindira mu busa, kandi ni bakeya cyane.

Hagiye kuza ibirenze Tsunami bisenye birimbure, maze ibyo mwiyubakiye mugire uruhare rwo kubyisenyera. Kuko intwaro mwirundiye nta kindi zizakora uretse kwisenyera ibyo mwagokeye, mwirase kandi mwiyemereyeho. Ibyo mwita amajyambere, ejo ejobundi murabisiribangana umujinya mwinshi nta kizasigara, kuko ntabwo mwabyihanganira. Kandi n'Imana ntishaka ko bisigara koko, kuko biriho amaraso n'amarira. Ndekeye aho maze «*akebo kabirebe neza gahite gasubira iwa mugarura vuba*».

Ko niba hari abavuga ko bahagaritse jenoside ko na byo umusibo ari ejo bikaba bipfuye ubusa. Bakaba batazatinda kubona ko bibeshye bakanibeshyera, bakabeshya n'abandi. Ko niba hari ababeshya ngo si bo bahanuye indege ya Habyarimana ko na byo umusibo ari ejo maze ejo bundi bikaba bipfuye ubusa. Ko niba hari abahakana ko jenoside atari «icyaha rusange» ku bahutu, ko ari ejo cyangwa ejobundi bizaba byabaye ubusa: «*Uwo uzaheka kirazira kumwisha urume*». Wabikuraho kuko wowe urishakira amahoro utayaharaniye? Mbwira impamvu no mu batutsi hatatsembwe abanyepolitiki, n'abasirikare maze n'inzirakarengane zikahashirira? Ni na cyo gisubizo cy'ibyo wibaza. Nzakomeza kugenda mbisobanura kuko ni ho ipfundo riri. Abahutu batsembye abatutsi barahanwa na n'ubu kandi rukigeretse. Itsembabwoko ni «rusange» n'iyo wabyoroshya ute kubera ko wishakira ubwiyunge bugabanya ubukana, bwo kutarakaza abazungu n'abahutu ngo badahagarika imfashanyo n'amajwi akabura kandi muri muri demokarasi. Waba urimo kumarisha abahutu mu cyayenge, kandi na n'ubu mu gitabo cyo mu ijuru no mu isi bakibarwaho itsembabwoko. Haranditse ngo «Kuva taliki ya 6 Mata 1994, abahutu batangiye gukorera itsembabwoko abatutsi, kugeza taliki ya kane (4) Nyakanga. Keretse unshubije ko abahunze bose bishe abatutsi, abafunze bose bishe abatutsi, abapfuye bose bishe abatutsi, natwe twasigaye mu Rwanda twishe abatutsi. Ariko niba atari byo barazira iki? Turazira iki? Kuki tutabohotse? Kuki natwe batwita Interahamwe? Kuki nawe urimo gusoma ibi wumva ikintu? Hari uko ushobora gukora cyangwa kuvuga nzi neza. Icya mbere: urantuka ibitutsi bitagira umubare mu ndimi zose. Icya kabiri: urashakisha ibisobanuro birengera ubuhutu, ariko kimwe kidashobora kubura mo n'uko namwe abatutsi babishe cyane cyane muri Zayire/Tingitingi kandi ni byo, n'ibindi byo kudasobanukirwa kuko nta hishurirwa wifitiye, kandi n'iyo waba urifite biragusaba gukira kuko uracyafite igisebe. Urababaye, kandi ufite n'umujinya gusa.

Hamwe navuze ubutumwa bwo kwihana, igihe nihanaga nagiye kubona mbona umugore w'umututsikazi ampagaze imbere andebana agasuzuguro karemereye, arikokomora ancira mu maso, arambwira antuka ngo «ubwo mwatangiye kuvuga na none mugiye kudutema». Ngo niba ndi umugabo ninzane Bagosora bavugane. Ntabeshye icyo gihe nari ngiye kumukubita umugeri mu gatuza habura gato; ni na bwo nasabye Yesu kumpindurira akazi, nawe aranga. Nyuma uwo mudamu yaje kwikubita hasi araboroga araruka abira ibyuya, Imana iramubohora. Yabaye inshuti yanjye nyuma. Umuhutu uri busome ibi, arantuka avuge ko Inyenzi zampaye amafaranga ngo nsebye abahutu ko bakoze jenoside. Umututsi uri busome ko ingabo za FPR zihoreye mu buryo bwo mu rwego rwo hejuru, ari buvuge ko ndi Interahamwe y'umuhezanguni. Bose amagambo yabo ndayazi. Imana ibababarire kuko batazi ibyo bavuga n'ibyo bakora. Kandi bazagenda basobanukirwa.

Kugira ngo umuvumo utuveho ni ukwambara ubuterahamwe, n'ubusederi, n'ubupawa, biriya byose byakoreshejwe mu itsembabwoko, tukaririra Imana twatura ibyo byaha byibasiye inyoko-tutsi. Njye ni ko kazi nahamagariwe, kandi nabonye bikora. Ni yo mpamvu Imana ivuga iti «Mwihane nk'abahutu mwihane nk' igihugu (Yona 3') mubanze mwozwe mu maraso ya Yesu kwanza, ni murangiza mwezwe, mwoze u Rwanda amaraso yaruviriye mo mwogeshe aya Yesu, hanyuma murweze mubone gukira. Namwe muti oya uriya ni umusazi afite n'ingengabitekerezo ya jenoside. Mukiyibagiza nkana ko ibyaha byakorewe mu Rwanda ari rusange. N'igihugu cyose kigomba kugira ibibazo bidashira. Nta kundi, muzabishyira mu ikoranabuhanga, nti bizakwirwa mo. Muzasukura umujyi ube uwa mbere mu isi, ariko ugiye kwandura kubera ko mwanze kwihana.

Kigali nziza igiye kwandura nyabusa, yongere yanduzwe n'amaraso menshi aruta aya mbere kandi. Iranduye kuko ubu ngubu irafatwa nka Babiloni y'igihe cya Nebukadineza, igombe irimbuke rero. Dore na Chef wayo muri iki gihe aherutse kuvuga ati «u Rwanda narusanzemo umwanda, nzarusigamo uwundi mwanda»... Umva «Umuyobozi».. Kuko yishyize hejuru ngo ni nziza. Maze isuzugura Uwiteka Imana n'Umwana wayo. Ayi weee! Rwanda weee! Ibyawe byose bije imbere yanjye, noneho ndagusengera mpereye hehe? Ndashaka kwiyambura umutwaro wawe, maze na wo ugakomeza kunyizingiraho undemerera cyane. Ko mbonye na none intumbi nyinshi zitabarika zuzuye aho witaga heza hafite isuku? Ko mbona na

213

none se abasore bawe bakereye urugamba wabaroshye mo? Ko mbona na none hadutse ubunyamaswa burenze urugero? Urabigenza ute? Urihana biveho se? Urakomeza ubisuzugure? Abanyamadini barakomeza bakubeshye ngo ni amahoro kandi ntayo? Urica nde ureke nde? Urabica bose se? Uzabamara? Izo miliyoni wirirwa ubara ziyongera buri saha, uzazica zose? N'abari hanze baguhunze bose urabamaraho? Wumva wabishobora? Urumva wabishobora kweri? Uri akamasa kazaca inka? Ishobora byose se yagukundira ko umara abo yaremye? Ko Izakubambira ukabura aho ukwirwa. Ese waretse ugahangana n'abafite imbaraga ukareka kwica abo wita umubu n'isazi? Kuki wisuzuguza wica abo wita isazi n'umubu? Washotoye Amerika n'Ubwongereza n'ibihugu by'i Burayi mukarwana, ko ingufu zihora zikurya. Mwese mukazana ibitwaro bya kirimbuzi. Maze izo mbaraga zawe zikabona aho zikorera. Ugiye kwirangiza.

Icyaha cy'umuntu ku giti cye ni cyo yihana wenyine, naho se itsembabwoko waryihana uvuga ko ari «gatozi» gute? Ko aho umuhutu ari hose, uko yaba ameze kose, umwanya arimo wose yakoze itsembabwoko. Rimugenda mo, rikamukoresha icyo rishaka.. Ubisoma abyitondere kuko biri mu Mwuka, birasaba ko utekereza neza, ukabaza neza udahise urakara, kuko ndabizi nawe abatutsi bakwiciye abantu ndabizi nanjye n'uko baranyiciye. Ariko banza utuze neza. Kuko «ni Hutu yatsembye Tutsi», kandi Hutu yatsembye Tutsi itari yahungira muri Zayire. Si byo se? Ibi kandi na byo wabona mubihakanye? Ni wanga kujya mu Mwuka, ukanga no kwemera ibigaragara, nakugira nte se? Ndakubwira ko: «Abatabizi bazicwa no kutabimenya». Cyangwa ababyirengagiza nkana ari bo birushya. None se kuki umututsi wacitse ku icumu yumva yarahemukiwe, na n'ubu akaba ari we nyiribibazo? Hari ikosa abatutsi bavuye hanze bakoresheje abahutu imbere y'izamu ku manywa bose babireba. Maze ibyo bikabahesha itike yo «kwisanzura», no kugaragaza umujinya.

Abacitse ku icumu bo ni ukugirirwa impuhwe, n'ubwo ntawuhari wo kuzibagirira, kuko babaye ibicuruzwa byunguka, guhahamuka ni byo bafitiye uburenganzira, abavuye hanze barabashinyagurira, ibyabo ntabyo babaha, mu buryo bwo mu Mwuka baracyabafitiye inzika kubera ko batashizeho. No mu bigaragara banyuzamo bakabacyurira, iyo bagerageje kwinyagambura bavuga ko barimo kurya no kunywa amaraso ya bene wabo. Ni nk'aho abarutashye bababajije bati *«muracyavuga na none? Ariko na n'ubu muracyariho koko kandi twarashakaga ko mumarwaho. Mukomeza umutsi rwose. Cyo nimuceceke ntabwo mwakuzura na TATA, cyangwa COSITERI, cyangwa se MINIBUS».* Kuko na FPR yatsinze igategeka igihugu, kandi ni yo bazize, yaje kugenda ibahemukira gahoro gahoro, ibarira ibyari kubafasha, n'ibindi byari kubunganira. Kandi bacuruza amagufa ya bene wabo. Uko bagerageje gutera hejuru birengera, basubizwaga ko batakuzura Minibus ngo nti bakajye babatesha igihe

214

kandi «umenya ubu batakuzura na Taxi Voiture». Bazagera aho nti bazuzure na moto cyangwa igare.

Niba batuzuye na minibus se kuki bose badafite aho baba n'ibibatunga bihagije? Mwananiwe gutunga abantu batuzuye na minibus? Ntimureba ko mubahima, mushaka kubica urubozo mubashinyagurira? Ntimureba ko hari igituma mubanga? Mwarabatanze nti bashira, none mwabarwaye inzika...Ngo n'iyo babura mu matora ntacyo byahindura? Nako ni ukubasonga, kuko kuri mwe barapfuye, mutangazwa no kuba mukibabona bagenda, ariko mwabishe bahagaze, abo batakuzura minibus na taxi voiture. Ndetse nongeyeho ngo «N'iyo mirambo mwasigaranye mushinyagurira». N'ubwo biba bitagaragarira benshi cyangwa bose, ariko ni ko bimeze. Mwabaziritse ahantu mukabatega mu kwezi kwa kane ngo mwongere mubasonge. Njye nzi impamvu: Mwarabatanze! Mubaha abahutu nti babamaraho. Nti bamazweho. Mubafitiye inzika rero.. Ariko hari abazacika kw'icumu rya kabiri kandi Imana izabibuka ndetse cyane.

Ugiye kwitakuma wirize uhogore ngo mpfobeje jenoside? Mugiye kurema umutwe wo kwamagana uvuze ayo magambo yo gupfobya? Maze ngo abacitse kw'icumu bigaragambye binyuze muri IBUKA? Kandi bihagararirwe na bamwe mu bacitse ku icumu bibeshya ko bari ku ibere, kandi benshi nta biba biri mu mitima yabo. Cyangwa bari k'ubwoba. Ushobora no kundega ngo mfite ingengabitekerezo ya jenoside? Ufite ibimenyetso? Ugiye kuzana amategeko n'amateka? Uzane Mbonezamubano na Mpanabyaha? Ntugira isoni wabona uzanye n'amategeko agenga Gacaca. Ugiye gushaka abagabo b'ibigoryi bo kunshinja ibinyoma? Ko kuva cyera mbana n'ingengabitekerezo ya jenoside kandi yari itaraba ku mugaragaro? Mugiye kunshakira abanshinja? Mushyire mo abacitse ku icumu n'abahutu bazagomba kuvuga ko banzi neza kuva cyera? Nuko umushinjacyaha akore atyo dosiye. Ko hari n'abambonye kuri bariyeri i Kibungo? Ko niba hari abo nahishe ariko hari n'abo nishe muri bo? Murahimba amategeko yihariye? N'ayandi avuguruye? Munambwire ko mwahagaritse jenoside? Ko iyo mutahagoboka abatutsi bari imbere mu gihugu baba barashize? Murabwira ibihugu ngenda mo byose ngo binyime Visa?

Ntimukabeshye se nyine ngo munabikabyemo cyane, kuko Imana yashoboraga no gukoresha «AMABUYE», cyangwa ibyatsi bikabahisha kandi n'ubundi hari aho byabaye. Musigeho kwirata ibiteye isoni. Ibiti bigahisha abatutsi muri jenoside, n'ibisimba byashoboraga kubahisha nti bibarye kandi bishonje. Ngo mwahagaritse iki? Ngo mwabigenje mute? Mwahagaritse jenoside? Ku wa kangahe? Saa ngapi? Gute? Nyibutsa nyakugirimana we! Nyibutsa.... Ntabwo bari gushira nti byari gushoboka. Kandi ni wiha kuzana imanza, uzaba umbabaje kuko uzaba uzishoje nawe ubwawe uzi ko uzatsindwa. Mu mutima wawe urumva ari ukuri kuko nawe uzi ko ari byo. Nagutsinda

215

ntavuze, ntuzifuze kuburana nanjye. Niba undusha kumenya jenoside no kuyimenyekanisha no kuyemeza abayihakana, no kwihanira nciye bugufi imbere y'Imana n'abacitse ku icumu rya jenoside mbikuye ku mutima, niba ubindusha ndakwemereye uzajye kundega, hafi ni kwa Ocampo i La Haye, kandi imiryango irafunguye. Ariko ntimugahindure abantu bose ba Bazanga.

Mugiye gukora dosiye muhimbiremo n'ibindi byinshi? Murumva mudafite isoni? Byakumerera nk'umututsi umwe wacitse ku icumu w'umusenateri, twahuriye mu biganiro dusoza icyunamo cya 2009 ahantu hitwa i Kinyinya. Maze iyo ntumwa ya politiki y'ishyaka rya FPR ivuga amateka iyabwira abaraho. Igeze aho iti «abahutu bazica abacitse ku icumu, nibarangiza bazica abatutsi».. Ababwira amateka y'igihe ngo abazungu bazaniye imigozi y'ibijumba n'imyumbati n'urutoki. Abari aho barumirwa. Mpagurutse mpagurukana imvugo inyuranye n'iy'iyo ntumwa ya FPR, mvuga ibinyuranye cyane n'ibyo yaramaze kuvuga, kuko natangiye kwihana nk'uko Umwuka w'Imana yashakaga, ndetse abacitse kw'icumu babohoka imitima kuko ni byo Imana yashakaga. Maze bimwanga mu nda kubera ikimwaro aho kwihana ko yatumwe na FPR, arongera afata mikoro kugira ngo amware cyane ati MWIRINDE AMADINI. MWIRINDE BA MARIYA ABA NGABA. Yanyamaganye mu magambo akarishye avanzemo n'ibitutsi, maze abacitse ku icumu bose bamuvugiriza induru. Baramwamagana, ahita agenda bamuha induruuuu.

Abacitse ku icumu basigaranye uburenganzira bumwe babemerera gusa ni ubwo: «guhahamuka», no gukora ibyo bishakiye mu Cyunamo gusa, kuko ibi byo bituma abiriza biriza, abigirisha impuhwe na bo kaba ari akanya kabo, maze za «camera» zigafotora ibiri inyuma gusa, bikamera nko: GUTANGAZA, KUMENYESHA, KWAMAMAZA NO KUBIKA. Imana izabarengera vuba, abo batakuzura Minibus igiye kubibuka kandi izasigaza abo kuyikorera. NDABIZI KO HAZABAHO ABAZITWA ABACITSE KU ICUMU KABIRI. Ariko kubera ko bemererwa guhahamuka, no kuvuga ibigambo by'imiruho n'imibabaro n'agahinda, bituma bahora mu mibabaro idashira. Nko kuba yaracitse ku icumu, kuki n'iyo yaba yambaye ipatalo icitse arimo kunywa urwagwa ku muhanda ku kabari, iyo ari umututsi yivugisha icyongereza gipfuye yisanzura avuga icyo ashaka? Akaba yanagutuka nyuma akaba afite n'ibimurengera. Ibyo barabyemererwa rwose.

Nigeze kunyura ahantu bamvugiriza induru ngo Ehee! Dore ya Nterahamwe nkuru! Ashobora kuvuga ko impamvu yabimuteye yibutse jenoside akabona umuhutu azi agahita ahahamuka, ko yikanze umuhoro. Ni rusange: bakorewe itsembabwoko bari imbere mu gihugu. Mbwira impamvu abatutsi bose bari mu Rwanda bitwa «abacitse ku icumu»? Impamvu n'uko gahunda yari iyo kubamaraho, baricitseho nyine. Ngaho se vuga ko n'abahutu basigaye bacitse ku icumu rya jenoside twumve. Ubivugire aho ushaka twumve. Abahutu bacitse ku icumu rya RPF, nta burenganzira bari bahabwa ngo barenganurwe kuko n'abacitse ku icumu b'abatutsi ibyabo bitarasobanuka. Kandi abahutu ni bo bakoreye jenoside abatutsi. Kuki? Ahubwo kugira ngo bitungane neza abahutu na bo bagombye kwitwa Interahamwe bose. Kandi hari icyo nshaka ko umenya: ntabwo ibyaha byakorewe igihe kimwe, ngo bitume byihanirwa igihe kimwe. Ntabwo byavutse ari impanga zisa. No muri Edeni habanje Adamu. Kutwita Interahamwe njye mbona byakemura iki kibazo vuba, ariko barabitwita tukarakara ariko ni byo. Kugeza igihe tuzabyamburira. Utarabyambaye mu bitenge, yabyambaye mu ntwaro, mu mipanga, za «Ntampongano» n'ibindi bakoresheje, «mu ngiro», cyangwa «mu bitekerezo». Kugeza igihe umuvumo uzatuviraho ni twihana, habaye kwihana by'intangarugero, ni byo byonyine byatugarurira ubumuntu bw'ubunyarwanda. Kugeza igihe Obadiya 1: 10-16 izabumbira izo ntagondwa.

N'iyo umuhutu yaba ari nde, yarize, yambaye neza, afite umwanya ukomeye mu butegetsi, muri we haba hari ikindi kitagaragara kizwi nawe gusa, kimuzereramo cyo kubebera, kutisanzura, kuko ibyabo byavuyeho. Iby'abahutu byavuyeho kandi sinzi ko bizanagaruka vuba. Kandi aho kwihana baba bashaka ngo na none ubutegetsi. Kuko banga kwihana.

Umuhutu umwe yaranyihereranye twakuye batiri muri mobile ngo batatwumviriza da! Urumva nawe da? Gukura batiri muri mobile.. Yari aamaze kumbwira ngo telephone ye barayumviriza, ngo n'iyo ifunze irimo batiri. «Umva nawe». Maze arambaza ati ese abahutu bihannye basubira ku butegetsi? Nti nimubigerageze murebe. Kwihana ngo usubire ku butegetsi. Kugira ngo basubire ku butegetsi keretse abatutsi bongeye kubakoresha amakosa na none (pénalité) akavuga ko bahaterera. Ariko nti bigishobotse igihe gikurikiraho ni Yesu uri buyobore u Rwanda, nta bya Hutu-Tutsi bizongera. Kuki hari mo ubwoba? Ni yo mpamvu tugomba kwihana kuko ni «rusange», tukababarirwa rusange, ibindi ni ugushakisha imibereho gusa kandi itazarama. Itsembabwoko ryo rinateye n'ubwoba cyane, cyane iryo mu Rwanda. Kugeza ubu nandika amaraso aracyatabaza asaba guhorerwa. Mu Rwanda ho rero ni imvange. Buri raso ryose ryamenetse riritabariza, kandi dore ni mu Rwanda hose. Ari ibizwi ari ibitazwi, ibyahishwe n'ibyabaye ku mugaragaro, ari ay'abahutu, ay'abatutsi, n'abatwa, n'abazungu, abazayiruwa, abaganda, u Rwanda rwacu rwuzuyemo amaraso asakuza asaba guhorerwa. Rero ni uguhamagara aya Yesu muri rusange, akayamaraho cyangwa se mukanga agahamagara ayandi (Kubara 35: 33).

Kandi kubera kudakurwaho kw'ayo maraso yamenetse, ni yo mpamvu abategetsi bakomeza na none kumena ayandi ya buri wese bikanze ko ababangamiye. Kandi babigize nk'umukino mwiza bahisemo. Uyu murongo ubisobanura neza maze ngo nkaba nkuye abiyita Abanyarwanda umutima. Izo nyange zera de nkaba nzikuye umutima zari zibereye mu mutekano n'amajyambere, zifitiye na za gahunda. Kugira ngo twiyunge tugomba kumenya itsembabwoko icyo ari cyo.

Hari abavuga ngo abahutu bose ni Interahamwe kubera uburakari, ariko ni byo. We aba azi ko aguhamije akwise ikintu kibi cyane nawe ukawunywa. Akongera ho ati abatutsi bari mu Rwanda bose ni abacikacumu na byo ni byo, hariho n'abavuga ko n'abacikacumu na bo zari Interahamwe mbese ko biyishe. Ako nako ni agashinyaguro karenze. Ni ubugome ntari nabonera izina. Hari n'abavuye hanze babazaga abacitse ku icumu ngo kuki bo batapfuye? Kuko ngo abavuye hanze bamwe baje bazi ko mu Rwanda umuntu usigaye mo wese ari Interahamwe, bamwe bagiye bazira ko batapfuye. Iyi ni iyindi dosiye. Abandi bari bashonje cyane baje bazi ko mu Rwanda nta muntu uhasigaye ko: abatutsi bose bashize, ko abahutu bose bahunze. Abahutu basanze mu gihugu baricwa. Ni yo mpamvu bamwe bagiye bica abahutu ba nyiri bintu basanze bahari. Hari benshi nzi bazize ibyabo: «amazu, amasambu, amashyamba n'ibindi». Niba ushaka kumva wumve, bitabujije ko hari imiryango yavuyeho umuvumo wa jenoside ku giti cyayo, ariko simpamya ko nta byururizi yasigaranye. Kandi hamwe no kwitanga n'ubwo atari njye jyenyine «ariko mbifitemo uruhare» na bariya bavuye mu magereza, ariko itsembabwoko ni «rusange» kuri buri muhutu wese. Ni rusange, unankanguye saa munani z'ijoro ngifite iroro nakubwira ko ari rusange ku bahutu, kandi impamvu byatewe mu mutima wanjye ni uko ari Imana yabivuze.

Ni yo mpamvu n'iyo wantsimbura ute ntashobora gutsimbuka. Naho ubundi se naba ndwana n'iki? Ko atari yo business iruta izindi yunguka kurusha izindi yaba iri ku isi nahisemo. Ko ahubwo nahawe misiyo y'ishyano, y'umuruho. Abiyita Abanyarwanda baramaranye (abahutu n'abatutsi) na n'ubu banze kumva Ivuga iri mu ijuru, na n'ubu ngo ni abere. Tubabarire Mana, tubabarire ubutagondwa. Nongere mbaze kuri jenoside. Kuki Interahamwe na ex far bahunga batagiye bonyine? Bariya bahutu bajyaga hehe? Wansobanurira impamvu n'iyonka y'umuhutu yahunze? Kuki benshi cyane batishe na bo bahunze? Kuki na n'ubu bakiruka isi yose kandi batarishe, baranahishe abatutsi. Nsobanurira se niba warize cyane. Mwabishyize no mu mategeko tukareba? Kuki mwanga kubivugaho? Itsembabwoko ni «rusange» ku bahutu bose, urahita urakara utongane untuke ibitutsi byinshi, ariko uzageraho ubyumve kuko ni ko kuri, kandi ukuri kurakiza. Nakubwira abahutu bize n'abatarize benshi nagiye mvana muri Kongo-Zayire, nta mututsi bishe, ariko bafite ubwoba bwinshi ndetse bamwe bakanga gutaha bakagwa ku gasi (barimo musaza wanjye na babyara banjye), abemeraga na bo nkagomba gusobanura, kandi bigatwara igihe kugira ngo ubumvishe ko batazapfa, kuko bagendanaga n'urupfu muri bo, ngo ni na rwo babaga bahunga, wareba ugasanga barangije gupfa cyera, ariko ngo baba bahunga urupfu. Kandi ngo bahungaga umututsi. Nti byabujije n'abatarikekaga na busa, bagarutse batahutse abatutsi babishe, ibyo nti byari kubura, kubera ingaruka zo guhora, benshi barambabaje.

Ubwo bwoba buba ari ubw'iki ko nta mututsi bishe? Ko bafite ubwoba bwa «rusange» bwitwa hutu. Kuko iyo bavuze «hutu» uhita wumva Jenocide, n'iyo bavuze «jenoside» uhita wumva «Umuhutu». Ubu se ko musaza wanjye yagiriye neza abatutsi kandi nkaba nzi neza ko ntawe yigeze yica, wambwira impamvu yirutse kugera Zimbabwe ndetse akanagwayo akanahambwa yo.

Hari ibindi byorohereza abahutu cyane ngo ni «Génocide Rwandais», «Itsembabwoko ry'Abanyarwanda». Ndakubwiza ukuri ko badashobora kubisobanura keretse bongeyeho wa mugani wabo ko jenoside zabaye ebyiri. Zaba zarabaye ebyiri rero hari iyabanje n'iyakurikiyeho? None se iya mbere ibyayo byararangiye basingira iby'iya kabiri? Nsobanurira neza, ahari waba ubizi kundusha, kandi wabona n'ibi na byo ubizi. Mbwira rwose icyo impinja zose zaziraga, abo bafomoje bose umbwire niba izo mpinja na zo zari zakagaragarwaho n'ubututsi cyangwa kuba ibyitso. Ni rusange rero. Navuga byinshi ku itsembabwoko, kuko ndiziho byinshi. Mbwira icyo Inkotanyi zazizaga abana n'abagore n'abasaza n'abandi batishe. Ingaruka za jenoside zaragakoze. Wansobanurira ute ngo Habyarimana arapfuye ngo none buri mututsi wese agomba gupfa. Wenda ababipanze bari bazi icyo bakoze, ariko ku Mana nta mpamvu wazana yo gukora itsembabwoko, kabone n'iyo Kagame yaba ari we wahanuye indege, bari kurwana n'abayihanuye ariko bakareka inzirakarengane. Ufite ibindi bisobanuro wampa se? Sobanura ukuntu abahutu barakariye icyarimwe? Bagahuriza gutsemba umututsi. Niba bitarapanzwe, «nk'uko ushaka ko mvuga», bakaba barabyiyemeje saa mbiri na 30 z'ijoro z'umunsi wa gatatu w'ukwezi kwa kane muri 1994, na bwo baba babaye aba mbere ku isi mu kurakara no kwica. Batangira kubikorera ubushakashatsi, baba na none babaye aba «stars» mu kwica.

Hari impamvu abahutu bashaka guhunga jenoside, ariko kubera ko ibagongera ku mugaragaro isi yose ireba, bati turabyemeye ariko basi habaye ebyiri. Kuvuga ko habaye jenoside ebyiri bihita bigabanya ubukana bwa jenoside bakoreye abatutsi noneho hakaboneka ABAJENOSIDERI babiri. Hari ibibazo nababaza turamutse tuburanye ku birebana na jenoside yakorewe abatutsi, ariko nta bisubizo babona uretse kimwe gusa kandi nemera kuvuga ko natwe abatutsi batwishe. Ibyo gusa. Ehh, no kuvuga ko bapfuye ari bo benshi... Nta kindi bafite. Kuki? Kuki batakurikiranye abishe Habyarimana, ngo banakore iperereza vuba vuba, bakore anketi neza, bahe ba magigiri-maneko benshi babizobereyemo, baneke cyane, isi yose ibishoremo amafaranga. Maze ngo FBI, CIA, KGB na MOSSAD, DMI na CID na NSS, n' Akanama ka Loni gashinzwe Umutekano (Ubwo natangiraga kwandika iki gitabo nari ndakariye Loni cyaaaaaane! Ku buryo mumvaga nabyita Akanama gashinzwe *guhungabanya* umutekano), bose bite kugukurikirana abishe Habyarimana. Ubu se Imana nti bazi? Maze nanjye ndabazi nkanswe....

Nkunda ikintu kitwa «igihe» cyane kuko wanze ukunze kizakugonga, kikwibutse ibya cya gihe. Kuki batabishakiye ingengo y'imari? Kandi iteka haba hari mo umwana w'umuzungu ubifitemo uruhare. Buriya abazungu bazi uwishe Habyarimana ariko nti barabivuga neza, babaye bahishe ibimenyetso akanya gato, bategereje kubihaga maze icyo babikoreshaka nikirangira, bazahita babishyira ahagaragara, bagerekeho n'utundi tunyoma twabateye gutindana ayo makuru, maze birize ngo na bo byarababaje, bavuge amagambo menshi batange n'imfashanyo zo kubaka ibitaro n'amashuri. Menya neza ko na bo baba babifitemo uruhare, ndetse ni bo babitera. Kandi ari ejo ari ejo bundi tuzabimenya. Bazatange n'imfashanyo itica ntinakize umuturage, maze abategetsi bakomeze birire uwo muriro.

None se bihuriye hehe imbere y'Imana? Ngaho se sobanura duhugurane: kuki umuzungu yaruciye akarumira? Ntiyarebereye itsembabwoko? Ntiyari ahari afotora? Uwahanuye indege se uragira ngo ntiyari afatanije n'uwo muzungu? Cyangwa wenda ni n'uwo muzungu wayihanuye. Ka gasanduku rahira ko katatwawe n'umuzungu. Birimo umuzungu 100%. Birimo anketi ndende y'umuzungu. Satelites ntizari zuzuye mu kirere? Abagome gusa. Ntawe uyoberwa umwibye ahubwo ayoberwa aho ibyo yamwibye yabihishe. FPR imaze gufata Kigali abahutu benshi barahunze, abandi barafungwa, abandi barapfa ndeba, ndabizi singomba kubisengera ngo mpishurirwe. Ndabazi benshi bazize ko ari abahutu gusa gusa, «ingaruka za jenoside», nanjye nahoraga njya kwisobanura bambeshyeye ibintu biteye ubwoba, nitabaga abasirikare barimo kundengerwaho bandebana iseseme, bamwe bakambaza impamvu ngo ntajyanye na Leta yacu y'abatabazi. Maze nkawunywa nyine. Bakambaza ubusa. Kuko hari n'abo twari kumwe mu nzu kuva byatangira, ariko bazize ko ari abahutu gusa. Iyo si «rusange y'ingaruka za jenoside koko»? Kuki hatakurikiranwe Interahamwe n'abanyepolitiki, wenda n'abasirikare? Komeza uhishurirwe itsembabwoko icyo ari cyo, ndumva utangiye kumva. Kuki abahutu benshi batari bafite n'aho bahuriye na politiki bapfuye, abandi bakaba bafunzwe abandi bakaba ari impunzi? Numva nakomeza kubisubiramo ahari ngo ubyumve neza. Nsobanurira impamvu abahunganye n'abatutsi babajogoraga mu nzira bakabica kugeza mu makambi. Nk'uko abahutu bahunganye n'abatutsi iyo za Mulindi Byumba, na bo bagiye babajogoramo bakicwa nta dosiye nta no kubanza kubaza niba hari icyaha yakoze, na bo bakabicana n'abana. Ehee! Urashaka ko ntomboka? Kubera ko ari abahutu gusa. Mu gihugu hose ni ko byagiye bigenda, nanjye hari ibyo nzi neza, aho abahutu bagiye bazira ko ari abahutu gusa gusa. Nsobanurira wenda wowe waba uzi impamvu. Nti byitwa itsembabwoko ry'abahutu, apana, byitwa guhora. Ni ingaruka za jenoside kuko nta kuntu wansobanurira uko bari kubigira iyo za Byumba n'ahandi. Maze n'abatutsi bahunganye n'abahutu muri Zayire bakaba barabajonjoraga bakabica? Erega nkeneye ko unsubiza kuko undusha! Nanjye nkeneye kumenya. Kubera ko Abayahudi Imana yari yarababwiye ko izabatataniriza mu mahanga nibakurikira izindi mana. Ndetse ko ngo izanabakurikira yo ikuye inkota, none wowe urakina n'Imana?

Kandi rero menya iki: FPR yateye igihugu ifitiye inzika ya kirimbuzi abantu babiri (2). Mu buryo bufatika no mu budafatika. Aba mbere ni abahutu kubera ko ari bo babirukanye muri 1959. Ubwo buryo burafatika. Aba kabiri ni abatutsi basigaye mu Rwanda kubera ko basigaranye n'abahutu. Ubwo buryo burahishe, bukeneye guhishurwa. Aba bombi kuri yo ntacyo bari bayibwiye. Ivugishije ukuri koko yavuga ko yari ifitiye nde umutwaro muri aba bombi? Kandi ndatangariza abuvuga ngo Imana yari hehe kiriya gihe? Nkabasubiza nti yari ihari hose, kuko ibera hose icyarimwe. None se mu bwoko bwayo yironkeye yita umwana wayo w'impfura ntihapfuyemo miliyoni esheshatu (6) zirenga? Adolphe Hitler n'abambari be barabakaranze, babotsa «brochette» barabateka, babashyira mu mafuru (fours). Mvuge ndangurure ngo amanywa nijoro bameze nk'abakinira igikombe. Imana irora! Imana irora! Imana irora! Imana Irora! Ihari! Ndongeye ngo Imana irora!

Nkeneye amakuru yavugwaga na Radio ya Leta y'Ubudage icyo gihe. Uzayabona azayangezeho. N'iyo yaba aya Radiyo gusa cyangwa mu binyamakuru. Rahira ko Abadage jenoside y'Abayahudi itabafata bose. Rusange, rusange, rusange. Muri abo Bayahudi b'Abaheburayo nkunda cyane; nkunda Abayisirayeli cyane ntitubipfe, kandi ni uburenganzira bwanjye: «Aha ho ndi gatozi». Ndabakunda kuva no mu bwana bwanjye ntari nasobanukirwa neza ibyanditse kuri bo. Hari mo abasenze ibigirwamana, n'utwana n'utwuzukuru tw'abasenze ibigirwamana, ndetse n'ubuvivi bw'ababikoze, kugeza na n'ubu. Mbese Imana uyifata ute? Mwariganye? Cyangwa mwarafunganywe? Ushobora kuba mwararagiranye? Mwigeze guhana inka? Ni mwene wanyu wa bugufi? Mwabanye mu nkambi z'impunzi? Kuki hatapfuye ababikoze gusa? Subiza? Si ibyaha bya ba sekuruza babo? Abo bana bazize iki? Bishyire muri «Droit civil», cyangwa «Pénal», cyangwa «Militaire», cyangwa «Universel» twumve. Maze wigire hino usome Amaganya ya Yeremiya 5: 7 uhite uceceka, uciye bugufi. Kuko miliyoni 6 z'abo yita umwana wayo w'impfura zapfuye rubi rw'agashinyaguro, ireba! Benshi mu batutsi ibyaha byakozwe na ba sekuruza babo nti bari bakabaho, bari batari bavuka, na bo babyumva mu mateka bamwe nta na yo bazi, bazi kimwe gusa «ko barutashye, kandi birukanwe n'abahutu muri 1959, none bakaba barabigaranzuye». Ariko barihimbire kuko na bo mbona barabyishe kurusha abababanjirije bishobora no guteza iyindi miruho n'imihati vuba. Ariko hari kimwe bose bahuriraho: bazi ko umuhutu yabishe kuva kera ko ari we watumye bahunga, ko abanga urunuka. Maze

221

umuruho basaruye wo guhunga no gupfa no kumera nabi, no gusuzugurwa, batazi ibyo bazira, naho byari ibyaha bya basekuruza (Amaganya ya Yeremiya 5: 7). Kandi menya neza ko icyo gihe cy'imiruho yabo nta «tsembabwoko» abatutsi bigeze banarota gukorera abahutu, n'ubwo babahakaga cyera, bakabasuzugura, babakoreshaga agahato, n'uburetwa na za shiku, ndetse bakanabica, ariko ntabwo byari jenoside. Wenda barabaze basanga batabamara kuko batari kubona abo batuma, abo bahaka. Simbizi, ariko nti bigeze bapanga kubamara.

Kuva igihe cy'abami bo mu Rwanda kugeza ubu nandika, nta kwihana kwari kwaba ari mu bahutu ari mu batutsi. None se bite? Isaha nigera kuko twasuzuguye umuti ari wo Yesu, noneho tuzanywa uwo Yesu azaduha nyine! Azaduha umuti kandi urasharira cyane. Hazasigara abacitse ku icumu noneho b'impande zombi kuko humura ntabwo hajya habura abacitse ku icumu. Sinzi niba icyo gihe ibyaha bizaba bingana, ariko noneho nta bya HUTU-TUTSI, bizaba byose ari rusange. (Abaroma 11: 32). Ubwo ari wowe kandi uhise ukuka umutima, ngaho tangira wihane ibyawe ugize vuba, ni bya ba sogokuruza na nyogokuruza na ba nyogosenge na nyoko wanyu, ahari aho hazagira ikirokoka iwanyu, ukazibonera n'ubugingo buhoraho. Ntuzi se ko hari imiryango yazimye?

Ari iy'abahutu cyangwa iy'abatutsi? Kandi sinemeza ko yabonye ubugingo buhoraho kuko si njye utanga ijuru. Kuki? Nsubiza nawe biratuma utekereza neza, uhishurirwe icyo wakora. Ndakubuza kurakara gusa kuko waba ubyishe byose, waba utsinzwe burundu, waba urushijwe imbaraga n'igikomere ariko humura nta waguseka. Abiyita Abanyarwanda n'Abaheburayo ni kimwe nti bagonda amajosi kandi bombi bariho imihamagaro. Kuki mwanga ko bababwiza ukuri? Kuki mwanga kubaho?

Umunyarwanda yarasizwe, iyo adakoresheje neza amavuta Imana yamusutseho, aramwotsa. Wambwira impamvu nyuma ya jenoside abatutsi bamwe batongeye kunsuhuza? Barimo n'abo nahishe? Kandi bazi neza ko ntawe nishe, icyuririzi cyahise kibabwira ko ndi umuhutu, batangira kundeba nabi, kandi bakananyumvisha ko bene wabo barutashye ko twebwe babitwambuye, bamvugishaga n'agasuzuguro. Nkawunywa nyine kuko nanjye cya gihe nari negamye nemye, na bo babebera. Ku Mana buri gihe «akebo kajya iwa mugarura». Sinzi impamvu mutabyumva byumvikana. Ubwenge bwanyu bumeze gute? Ko bitagombera kwiga no kujya mu Mwuka cyane. Ni yo mpamvu nkubwira ko ari rusange, wabyanga wabyemera, wowe irwaneho, urwane ku muryango wawe no ku gihugu cyawe, kandi wirinde kuzana izima ryawe, kuko mu buryo bw'Umwuka ntirikora. Kandi Yesu ntumurateho demokarasi, we ntabwo akora kubera ko abantu ari benshi, ngo akoreshe amatora. Hajyeho icyiciro cya kabiri n'icya gatatu ngo banavuge ko amajwi bayibye, n'abaturage bahagwe, abandi barwanirire umukandida wabo, habeho n'imyivumbagatanyo n'abapfa n'abakomereka. Ni ko ateye akunda koroshya ibintu cyane, kugira ngo batagira ngo nuko ari benshi, kandi mu bike n'ibinyantege nke ni ho imbaraga ze zigaragarira. Akunze gukoresha bake cyane ndetse akunze gutangirira ku muntu umwe. Kugira ngo imbaraga ze zigaragare, yigeze no kuvuga ko abantu banze kumuhimbaza yabwira amabuye akabikora yishimye.

Ikibazo cy'amoko cyashenye igihugu, ni kimwe n'icya cumi aho kigejeje abakristo bo mu idini ryiyita Itorero. Imana yatangiriye kuri Adamu, arayinanira ifata Nowa, arayinanira; yafashe ku gatama yambara ubusa, bimuviramo kuvuma umwana we witwa Hamu kuko yari yamubonye ubwambure. Ifata Abrahamu, uwo ni we yakuyemo Abaheburayo. Kuko nta handi umutima w'abafite amoko uba. Umunyamoko ibye ni ugusenya kuko ntashaka ko hari ubundi bwoko bwabaho uretse ubwe. Abasaba ibya cumi na bo nta handi imitima yabo iba, keretse ku mafaranga. Byabyaye inkomere nyinshi, kwinuba kwa buri gihe, ndetse iyo bamwe bacuze abandi, ba bandi bahita bajya kwitangirira izabo butiki, ugasanga batonze umurongo mu nkiko baje kuburana buri wese ashaka kubiyobora. Buri wese ashaka kurengera idini ye nise «ibiro by'imisoro n'amahoro», ari byo ibya cumi n'amaturo. Niba ari njye wari umuyobozi wabyo najya mfunga buri wese wiyita umu Pasitori wese uje kuregera amafaranga, cyangwa imyanya y'ubutegetsi.

Aho bucyera nziha ako kazi. Imana ni dukuriraho ibisebe by'amoko, ikadukuriraho akavuyo k'ubusambo n'umururumba wo gusarura aho batabibye, ibisambo byabiyita abashumba, barwanira kubaka amazina gusa, dore ko abenshi nta n'icyo baba bafite bagaburira intama. Ni ukwitwaza bagoreka muri Malaki ibice 3 guhera ku murongo wa 7 kugeza ku wa 12, ariko cyane cyane 8, 9, ngo babone uko bakomeza iterabwoba ryabo, bakomeze gukama izo badaha ubwatsi bwiza. Nti banabasobanurira uko bimeze kuko na bo ntabyo bazi. Wakama itariye? Wakama ifite ubwoba? Wankangisha ngo ningerageze Imana se kubera iki? Ndinda nyigerageza se narananiranye? Ndi ikigande? Yo se yarananiranye? Kuki ushaka gushyira ibibazo hagati yanjye nayo?

Nkubwiye ko uwo mukino ushaje. Bariya ko bari barataye imirimo, hari uwakubwiye ko nnjyewe natorotse akazi? Ndi déserteur. Akaduruvayo gaterwa n'ibya cumi n'amaturo Imana iramutse ibidukuriyeho hagasigara ririya jambo ryo gutanga bihesha umugisha kuruta guhabwa. «Ituro ry'urukundo», na bwo kandi nti bibe itegeko, yazaba ituruhuye imitwaro ihora iremereye benshi. Ndizera ko izabikora, izaduha uburyo bwo kubikura ho, tugaruke ku «Rufatiro rw'Intumwa n'Abahanuzi» (Abefeso 2: 20).

Ikindi navuga ku moko yo mu Rwanda Hutu-Tutsi n'uko buri bwoko, buri ruhande, buri nkomoko, buri karere, byose byarapimwe. Bibona zero (0). Uti bite?

- Abatutsi bapimiwe ku Rucunshu kuri Final, maze Abanyiginya babona zero hagati yabo bitwikira, cyangwa Abega babatwikira mu nzu. Ngo amabanga yamenetse ngo sinzi n'ibindi bitashoboraga gutuma babaho, bariyahura, cyangwa barabiyahuza. Ibya mbere simbizi mpereye aho nshoboye. Kuko ubupfura bwari bwatakaye. Hari umwuka wo kwiyahura ugenda ku batutsi b'icyo gisekuru, no ku batutsi muri rusange, nkurikije ubushakashakatsi nakoze. Umwuka wo kwanga guseba, ugahitamo kwiyambura ubuzima; «aho kugira ngo aho wambariye inkindi uhambarire ibicocero». Mwitonde, ribara uwariraye.

- Abahutu b'abanyenduga barapimwa babona zero (0). Kayibanda n'abambari be basubiranyemo bidateye kabiri havamo abitwaga ko bataye umurongo. Hari n'indirimbo abanyuramatwi baririmbaga ngo barahari barahari batataye umurongo b'abaparmehutu koko.... Ngo nibakomeze ishyaka rya pariti PARMEHUTU n'ibindi....... Abanyenduga hari mo abari barataye umurongo. Ariko bo nti bicanye ngo bamarane. Bafite ibanga ntari buvugeho none aha.

- Abahutu b'abakiga barapimwe babona zero (0). Igihe Ubushiru n'Ubugoyi rwambikana hakavuka dosiye yitwa iya Lizinde na bagenzi be. Ibi bikunze kuba bikansetsa. Iteka haba hari uri ku isonga ari kumwe na bagenzi be bafatanije ibi n'ibi. Ni imyuka ihamagarana. Buri gihe haba hari ababa babiri inyuma. Kuki nta baba babiri imbere? Ubu nkosora bwa nyuma hari: Kayumba na bagenzi be.. Na Karegeya na Gahima na Rudasingwa...na Rusesabagina w'umuhutu? Na General BMS Habyarimana, Ahaa...na FDU Inkingi ya Victoire Umuhoza Ingabire w'umwiyahuzi. Na Ntaganda w'icyihebe. Aba banyepolitiki uwabagira abavugabutumwa babwiriza isi yose, hagakizwa benshi, kuko nta bwoba bagira, bahaze amagara. None nyuma y'itsembabwoko ubu umukiga cyane cyane w'umushiru ni we urimo kubebera cyane kurusha abandi kuko ari we wari wemye cyane cya gihe.

Iteka haba hari ababebera n'abemye, kandi ababebera n'ababaga bahagaze bemye, maze abemye bakaba ababaga babebera, maze rya jambo rikabasohoraho ngo «aba mbere bazaba abanyuma, maze n'abanyuma babe aba mbere». Imana izi gucisha bugufi koko. Ni yo ya mbere mu kuringaniza ibyishyira hejuru, n'ibyari hasi. Mu mpunzi nagize uruhare mu gucyura muri 2002 hari mo umukiga w'umushiru, nziranye n'umuryango wabo, maze aransaba ati niba bishoboka wo kabyara we, wo gaheka we, ni wowe n'ubundi watuzanye, ati ariko mfite ikibazo cy'ibyangombwa! Nti nta kibazo uzasobanura. Ati ntabwo ari cyo kibazo mfite, ati ahubwo kora uko ushoboye ushakishe icyangombwa kitariho «KOMINE KARAGO», urebe uko wambonera ikitagaragaza Gisenyi mu byangombwa, Imana izaguhemba. Ubwo urumva? Kandi cyera bararwaniraga za plaques zo ku Gisenyi. Za GB.

Uranyumvira ariko? GB byasobanuraga ngo «GANZA BUSHIRU», ari byo nise «umurengwe w'ubukunguzi». Hari n'abasindaga maze bagateta ngo Ubushiru? Ngo ni *Ubushiru Buharanira Rubanda*. Ni nka wa wundi waririmbye ngo *«isi n'ibiri mo byose ni iby'abahutu»*. Bivuye mu ndirimbo y'Imana ivuga ngo Isi n'ibiri mo byose n'iby'Uwiteka. Nyumvira umurengwe ariko. N'ubu hari ibyo mbona bijya gusa, byo kwivugisha icyongereza buri gihe ukagira ngo twese turakizi. «ICYURIRIZI CYAJE»?

Hataho abatutsi b'abega, ubu sinzi ibilo bafite, kandi ni ho ikibazo kiri mu buryo bwo mu Mwuka, ni na ho kizarangirira, ni ho Imana izakirangiriza. Kandi tujye tumenya n'amateka tunahishuriwe, tujye tunasaba Imana impano yo kumenya no kutagira ubwoba, no kuburira abantu bagenzi bacu, no kwibaza ku bintu, no kubitekerezaho, no kubishakira umuti. Imana irihuta cyane kuko iki gihe ni icyo gukorera Imana, ndetse hasigaye rimwe (1) gusa. Niba ntacyo bikubwiye, yo birakiyibwiye, kandi uretse kunanirana, koko jenoside ntiyatwigisha? Ibyabaye nyuma yayo nti byatwigisha? Kandi rero koko hasigaye rimwe (1) gusa. Imana ikiruhutsa agasuzuguro k'abiyita Abanyarwanda.

«Hutumètre» mwayikuyehe!? Wowe se «Tutsimètre» wayize murihe shuri? Ngaho niba muzi ubwenge, uretse gupima amazuru «Mazurumètre» mwayikuye hehe? Mukibeshya nk'uko mwanyibeshyeho, mukibeshya no kumiterere, ngaho pima turebe. Umwe ati Ishyaka rya papa na mama, kandi uwo akaba akubwije ukuri dore ko mukunda abababeshya.

Ndababwira mbwirijwe n'Umwuka w'Imana ngo UBWOKO BUBA MU MUTIMA, ISHYAKA NI MU MUTIMA. Nta kindi kirandura imizi y'ubwoko keretse Yesu wenyine, none numva mumupinga, sinzi uko muzamera. Ni yo mpamvu abatari bakizwa n'ababeshya ko bakijijwe ku munwa gusa, abo bombi bafite amoko mu mitima yabo n'ubwo Leta yiyita iy'Ubumwe ibabuza kuyavuga, ubwabo biziritse ibisasu, bizageraho bibaturikane. Nakoze ubushakashatsi nanjye nk'uko namwe mubukora mu bindi nanjye nabukoze ku birebana n'amoko yo mu Rwanda cyane Hutu-Tutsi. Nahishuriwe n'Imana iby'aya moko uko ari abiri noneho ndabiteranya nsanga ari cyo kibazo-muzi gitera ibyago byose twagize, ibyo dufite ubu n'ibizaza.

Ntabwo politiki isanzwe yagira icyo imara kuri icyo kibazo, keretse Itorero ryonyine rishyize hamwe rikarebera hamwe, rigafata ingamba

225

byabanje gusengerwa, kandi bakirinda kubivanga n'ibikorwa by'amajyambere no kubishaka mo inyungu, kuko birasaba igiciro cy'ubutwari bizahemberwa n'Imana. Kandi niba iyo mvuze ngo abahutu twihane, ukatugirira imbabazi ko dushobora gukomereka cyangwa gutonekara, nawe nyirimbabazi, niba hari icyo wikeka irwaneho nawe wihane, wenda wahugira muri ibyo ukaba uretse gutekereza ku butungane bw'abahutu, n'ukuntu twese tutishe. Ubu narumiwe, muzi ko kubera vision 20/20 ubwiyunge buri sawa? Hanyuma se Imana ikaba irakajwe n'iki? Ikaba igiye guhanira iki abiyita Abanyarwanda bose, na none nta gice kitazagerwaho. Irabahanira ubwoko bwa papa na mama, kandi ishaka kubakoresha nta burozi bw'amoko bukibarangwa mo. Ibi ni ukuri kuzuye 100%.

Imana yankundishije aya moko yose, ariko kugira ngo mpabwe guhagarara hagati nabanje kubagwa. Imana yarambaze kandi nabazwe numva. Kubagwa birababaza cyane, iyo nta kinya baguteye. Imana ikunze kubaga abantu nta kinya kuko iba ishaka kubakamuramo «ubumuntu-kamere, bw'umuteto». Mugomba kubagwa rero, kuko ni mukomeza gufata utunini ntimuzakira amoko. Dayimoni y'ubwoko yamenyereye utwo tunini n'utwo dushinge, kugeza iyi saha nta kirahinduka mu banyarwanda, bararebana ku jisho, baracungana ku ijambo rishobora kuba ryacika uwundi, kuko bameze nk'abicariye «mine». Ajya kumva akumva yavuze iby'ingengabitekerezo atabishaka kuko ni byo bimwuzuye. Uko yaba ameze kose, umwanya yaba afite wose biramucika kuko hari icyabifunze, kivuga ko tugomba guceceka amoko kuko no mu ndangamuntu ntayabamo. Kandi ko uyavuze aba afite ingengabitekerezo ya jenoside, cyangwa se afite amacakubiri. Sinshaka no kuzongera kumva abavuga ko nkomeretsa cyangwa ntoneka abahutu. Izo mpuhwe sinzemera. Rero ndagusabye winkunda kurusha uko nikunda. Bene wacu na bo badashaka kwatura itsembabwoko barorere, icyo nsaba Imana n'uko ababirwanya byazabahitana bonyine, «icyo gihe bikazaba gatozi aho kuba rusange»: ni ryo sengesho ryanjye, aho kugira ngo benshi na none babigwemo.

Ntabwo narinzi ko hari abandi bantu basaze nkanjye. Ni mu mpera za 1996 Abanyarwanda b'impunzi, abahutu n'abatutsi barahishurirwa. Icyo gihe ntabwo nari nakabwirwa iby'amoko n'ubwiyunge nari ndimo kuzenguruka hose mpamiriza Yesu aho yankuye, kuko iby'amoko nabihawe 22/6/1999. Nta n'ubwo nigeze menya ibyabereye i Detmold mu Budage kuko nabimenye muri 2001. Ndabonamo abagabo, abagore bose biyubashye, ba padiri ba pasitori ba ma soeur. Nabonye mo abagore batatu (3) gusa kuri 24 b'abagabo hari mo na ma soeur umwe ubwo ni bane (4). Ni bake cyane ukurikije gahunda yo guteza umugore imbere mu Rwanda; basi ntacyo bitwaye cyane.

Ubwo twaba tubaye abagore b'abasazi 5 bariya 4+1 ari we njyewe, n'abagabo b'abasazi 24 bemera bakihana itsembabwoko, kwicana n'ibindi byaha byibasiye inyoko-muntu «ntabwo ari bose bihannye itsembabwoko sinzi imibare y'abahutu n'abatutsi nawe uzabishakishe».

Bari kumwe n'abazungu na bo b'abasazi kuko na bo bemeye kwihana, hakaba n'ikindi cyiciro gishinzwe kwiba, kwica no kurimbura, iyo ni irangamuntu ya Satani. Buretse wirebere ba bandi barakaye badashaka ubwiyunge nyakuri, za nyangabirama ba badakizwa, abanzi b'umusaraba n'Uwawubambweho, Imana yabo n'inda n'inzika, nti buzura Umwuka Wera, bene bariya bagiye bangora bishakira intambara, nti bahozwa, buzuye ubugome, nti bihana, nti babarira nawe wirebere ko hagomba kuba ibitambo koko. Hagomba ibitambo, hagomba igiciro kinini cy'ubwiyunge atari amagambo gusa, kuko ari ibyo, buri wese azi kuvuga.

Ndashima Imana ku bwa bene Data bari i Detmold ya «mbere» mu Budage icyo gihe, Imana ibahe umugisha. Hari mu gihe kibi, igihe impunzi zapfaga cyane n'izindi zitahuka ziva Zayire, ni muri ibyo bihe. Imana ibarinde ibyuririzi byahindura ubusa iki gikorwa.

None se tujye tubanza tujye hanze tubone kwihana no kubabarira? Bitonde Satani yazabibutsa ko bibeshye ugasanga buri wese yisubiriye mu moko ye, maze akababwira ko bari barabaye imbwa. Ko...n'ibindi byinshi......Hari inyangabirama zirwanya ubwiyunge bwuzuye, zaba zibizi zaba zitabizi zirangiza cyane, kandi abakoze iriya Déclaration nimwongera guhura muzampamagare, kandi dukomeze dusengere kiriya gikorwa umwanzi atazibutsa buri ruhande ko rutagombaga kubikora kubera ko.... hari ababahuguye. Muzihanganire no gutotezwa.

Nyuma nk'uko nakabivuze naje kumenya ko hajemo ibyuririzi biranambabaza, ariko biracyafite igaruriro, n'ubwo biba byataye ibiro bya mbere.

IMANA IGIYE KUNGA AMOKO MU RWANDA (ABAROMA 11: 32)

Sinzi uko izabigenza ariko icyo nzi kandi mpanya 100% nuko ni tutihana nk'uko Imana ishaka ngo tubabarirane nk'uko ishaka, Uwiteka agiye guhana Abanyarwanda.

Mbivuzeho kenshi ngahindurwa umwanzi kuko mwishakira abababeshya. Nanahakuye abanzi benshi ngo bazi ko barimo kunywa amata bakarenzaho ubuki cyangwa bakabivanga kuko na byo biraryoha cyane. Ibyo simbyanze niba mwabiryaga mwubaha Imana maze mukabiryana umugisha aho kubirira mu midugararo mudasinzira, ntimuzabiheho n'abazabakomokaho, maze mukazanarimbuka.

Ku birebana no guhana: Ngiye kwifashisha urugero Umuyahudi yahaye umunyamakuru amubajije uko bazabigenza ku birebana n'urusengero rwabo Salomo yubatse i Yelusalemu rw'akataraboneka rugasenywa na Nebukadineza, rukongera kubakwa, rugasenyurwa na none na Titus w'umuroma akanarusahura, rukaba rugomba kongera kubakwa. Kandi rukubakwa mu mwanya warwo wa mbere nta kiburaho. Kandi uwo mwanya abarabu bawubatsemo umusigiti wabo. Vuba vuba, igihe Abayisirayeli barimo guhanwa baratataniirijwe hose mu isi, wagira ngo hari icyo bapfana n'aba…. koko. Ahaaa! Yasubije ko nta kibazo biteye kandi ko atazi uko bizagenda ariko ati «wenda ahari hazaba umutingito w'isi, cyangwa se umwuzure, cyangwa se ibindi byorezo. Umuriro ushobora no kumanuka uva mu ijuru».

Maze uwo mwuzukuruza wa Aburahamu amubwiriramo amuhanikiye amumenyesha ko Imana ya ba sekuruza ifite imbaraga n'uburyo ikoramo ibintu, ikaba inafite n'inzira zirenga 1000, ati «*icyo nzi ntashidikanya n'uko ruzavaho vuba tukubakira Imana yacu tukanayitambira ibitambo*». Ashobora kuba yaranamuhayeho ingero z'ukuntu iyo Mana ya sekuruza Aburahamu yagiye ibigenza mu bihe byashize, tuvuge: nk'ibyago 10 bya Misiri, Inyanja Itukura kwigabanyamo kabiri bakambuka maze iza Farawo zikagwa mo nta n'umwe usigaye, amazi aturuka mu rutare, na mbere yaho iby'umwuzure na za Sodoma na za Gomora n'ibindi, na Manu zamanukaga ziva mu ijuru, n'imyenda itarabasaziyeho mu nzira, n'inkweto, n'ibindi. Nanjye ntabwo mbizi ariko icyo nzi nkwijeje neza nuko mu gihe gitoya cyane Imana iri bwiyungire abiyita Abanyarwanda, kuko yaduhaye umurimo wo kubunga none baranze, kandi ntishobora gukomeza kwihanganira ibya za Komisiyo ngo ntacyo birimo gukora ku mitima.

Abitirirwa idini ryiyise Itorero na bo bibereye muri «business», barangije gucurika Bibiliya cyera, barimo kurya umuriro, ari byo gukora iby'Imana ishaka. Yahereye nyuma y'itsembabwoko ivuga iti mwihane mubabarire mbone kubaha ibyiza, bati wivuga tuzabyigezaho. Dufite imbaraga nyinshi. Bagahita bongera «budget» yo kugura intwaro nyinshi za kirimbuzi, aho kongera abihana bicisha bugufi. Irongera iratuma, igeze aho nanjye irantuma, iti rangurura ubabwire n'aho bakumva n'aho batakumva (Ezekiyeli 2). Ariko kandi iti kuko:

1) ABANTU BANJYE
2) BITIRIRWA IZINA RYANJYE
3) NIBICISHA BUGUFI
4) BAGASENGA
5) BAGASHAKA MU MASO HANJYE
6) BAGAHINDUKIRA
7) BAKAREKA INGESO ZABO MBI (2 Ngoma 7: 14)

Ngo ni ho Imana izumva itubabarire kandi ngo idukirize n'igihugu. Nta kirakorwa kuva igihe yabivugiye. Ahubwo twirirwa dukora ibirori. Ubwo kandi ngo tukongera ho no gukora ibice 3 bya Yona, tukabigenza nk'uko i Nineve babigize, tukaba turarangije, tukarya ibyiza byo mu gihugu ntawe uduhagaze hejuru. None kugeza ubu twese twibereye mu bikorwa by'amajyambere. Twarinangiye na yo yarambiwe gutegereza. Kuko ikorera mu bihe byayo yagennye.

Ubwiyunge ni agakingirizo, ubusabane ni agakingirizo. Impamvu nyamukuru n'uko ibivugwa ataribyo biba biri mu mitima y'ababivuga. Kuko biriya byo gusangira ni urupfu mu zindi. Hakora kwihangana gusa, no kwishakira amakuru yo kunyuza kuri radio na television, na raporo zo guha abazungu n'abandi baterankunga. Na ba Pasitori byarabananiye nkanswe. Ko ari ukubarenganya.

Kuko «*niba inyange zirira se ibyiyoni byo birimo gukora iki*»? «Ntabwo ntukanye nciye umugani kandi muzi ko mwese muri inyange.... Ikibazo n'uko mudashaka kumenya uburyo bwakoreshwa kuko ngo muzi ko mubizi, kandi ntihazagire unyitabaza ku munota wa nyuma kuko bizaba byarangiye. Ntihazagire umpamagara ngo ngire icyo nkora. Igihe amasasu azaba avuga maze hagatangira ya masengesho avuga ngo «Mana nundinda nanjye nzakurinda. Kandi nzaguha n'amasezerano». Ibyo byitwa «amatakirangoyi». Dore igihe navugiye nanjye ndarushye; icyo gihe Yesu nanjye tuzabihorera. Koko kuvuga ko tugomba kubana ni byo, none se twaba hehe hatari mu Rwanda rwacu? Ariko se iyo mibanire ko itanezeza Imana, Imana yo ishaka ko tubana bivuye ku mutima, abandi bati ntacyo n'iyo tutasuhuzanya, n'iyo twakorana turebana ay'ingwe ntacyo tugomba kubana. Kandi twitonde kuko n'ingaruka ntizitworoheye: abagabo bararongora utwana twabo, ubwicabyi bwafashe indi ntera, abagore bafite abagabo b'ibisimba: imbwa, ihene; abagabo bafite abagore b'ibisimba; ingurube, intama. Ni tutumvira bizakomeza byiyongere, kuko ni imyuka iterwa n'ingaruka za jenoside, n'ibindi bijyanye no kumena amaraso. Uwiyita «Reverand» umwe «ni ko yiyita» ati kuki utambwiye ko uri Interahamwe? Nti nari nzi ko ubizi. Uyu mugabo aracyarwaye cyane we rwose ntabwo abihisha, kandi aba anarakaye, uwamurega kuri Komisiyo, aracyafite ingengabitekerezo, oya nako afite amacakubiri kuko nta mututsi uregwa ingengabitekerezo kuko ni we wahohotewe, yarakomeretse cyane. Amfitiye urwango rwinshi, ararwaye shenge ariko azakira. Kuko uretse icyo gikomere cyo gatsindwa, ubundi yiyita umukozi w'Imana, iyo nta muhutu abona yuzura imbaraga nyinshi kandi akanabasengera. Nabajije umwe nti wazansuye? Ati ashwi da!.. Ntazasangayo abacengezi. Tuzabanira hanze hagaragara, kubera ko ari politiki y'ubumwe n'ubwiyunge nta kundi byagenda. Aremera agashinyiriza ariko si cyane kuko birababaza ni nko kwicarira imihunda y'icumu.

Uzambarize aho umuhutu n'umututsi bakorana batarebana ay'ingwe badakingiriza, batanekana. Niba bahari bazabapime tubashyire mu «*tuntu n'utundi cyangwa muri wari uzi ko*». Nanjye rero mba meze nk'uhakirizwa, tugasengana tukuzura umwuka, tukajya no muri gereza kubwiriza izo Nterahamwe, tukajya no muri church tugatangana ubuhamya, nkagira ngo ni bazima nanjye ngashyokerwa nti byaratunganye, naho wapi! Imana iti ngiye kubakwereka bose, nkagira ngo izabikora mu buryo bworoshye naho! Icyo gipimo aho kiziye naratangaye bose bamvaho bavugira icyarimwe ko navangiwe; bati twarabivuze ni na maneko w'Interahamwe, na FDLR, afitanye ubucuti n'abanye-Kongo, yaravuze ngo tuzapfa, ngo ni we ukizwa wenyine. Ngo abakozi b'Imana basutsweho amavuta bazapfa. Wagira ngo ni njye wabaremye. Bati yadukanye ubuhanuzi bupfuye buvuga intambara kandi ari amahoro. N'ibindi, maze baranyisubirana bakora utunama, mpinduka intabwa, mpezwa muri byose kuko ubundi barenzagaho. Barambeshyera, bishyira hamwe nsigarana na Yesu gusa. Ati sawa sasa wababonye? Nta rukundo ni amagambo gusa bahuruza abandi bene wabo ngo bancire urwo gupfa, Yesu ati NON! Bati mumufunge basi, Yesu ati NON si igihe. Bati mumuhe akato, Yesu ati ni byo nashakaga, mwari mwaramwishe nabi n'uburyarya bwanyu, mushaka kumucuruza, mumushora mu buyobe bwanyu. Yesu ati «erega bababarire bararwaye n'ubwo biyesura ngo barakijijwe»!

Naje gusanga uwo ntazi se nzi nyina, uwo ntazi nyina nzi muka se (ibi ni njye ubivuze). Yesu yarampojeje ati ushigaje gukora **thèse** ya doctorat ku bwiyunge bw'abiyita Abanyarwanda, kuko maze kukubwira byinshi kuri bwo. Kuko wari umaze iminsi muri za mémoires, ati nyuma, uzakora THESE. None ntegereje thèse. Amoko yose yarambeshyeye, sinababwira byose kubera impamvu zanjye bwite, ariko bafite udukingirizo twinshi. Imana ni inyabwenge bwinshi, yagiye igenda imvunguriraho duke, duke, kuko iyo iza kumbwira iby'u Rwanda byose icyarimwe, mba narahahamutse. Hari n'ibindi biba no mu bakristo bibabaje, hakenewe guhora tubabarira. Abahutu uko bari bameze kera byarahindutse. Cyera iyo byabaga bitagenda yahitaga abikubwira, cyane cyane abakiga, none na bo bize kurenzaho nk'abatutsi. Byaravangavanze bose binjiye muri gahunda y'udukingirizo duterwa inkunga na gahunda ya Antichrist yo kwiyoberanya byuzuyemo uburyarya akenshi butagaragara buba buhishe ubugome bw'indengakamere. Uzarebe film yitwa *MEGIDDO*.

Nyuma yo kwandikira Perezida Kagame taliki ya 9 Gashyantare 2003, umwe muri bo ati «Uriya mugore afite ubwenge bwakuraho Leta, muhagarike kumwita umusazi, ahubwo mwige ibye neza». Narabyumvise ndaseka ndanishima cyane: ubwo abandi bavuga ko bwayaze, navangiwe ndi igicucu, mfite inzara, ariko we yahise ahishurirwa ibanga. Uburyo yaba yarabivuzemo bwose buramaze, koko mfite ubwenge bwakuraho Leta y'u Rwanda, Leta yiyita iy'ubumwe, n'iya Obama n'izindi Leta zo mu isi ziriho zikomeye ubu nandika. Ndemeza ko mfite ubwenge bwazikura ho. Ubu kandi wasanga bampamagaye ngo nsobanure uko ngiye gukora coup

230

d'état. Sinabivuga, sinabivuga... Nnjyewe nyikoze ntishobora kurata. Mwambabariye se mukanshyira kuri Television nkabisobanura, nkanababwira n'ukuntu izo Leta najya nzikuraho nkanazisubizaho, cyangwa nkabahindura. Imana ikomeze inyuzuze urukundo rwayo n'imbabazi zayo byo byonyine byambashisha uyu murimo. Niba ufite virus humura ntawe uzaguseka kuko buri wese wiyita Umunyarwanda ni séropositif, ararwaye kandi niba ugaragaza ibyuririzi ariko wemera ko urwaye biroroshye rwose kubyereka Imana, ugakora ibyo wasomye, uzabohoka vuba.

Abantu turarushya ubusanzwe, ariko cyane cyane abiyita Abanyarwanda. Nakurikiranye iby'ubumwe n'ubwiyunge kuva muri 1995 kugeza ubu. Nasenganye na bene Data twinginga Imana ngo icyure impunzi, idukize n'intambara yabacengezi, ndetse bamwe biyirizaga ubusa, nyuma byaje kunyobera, dore ko nta mujugujugu undenga, kubera umutwe munini. Batangiye kuntuka ngo impunzi zatashye ni nyinshi, ejo bundi Rwarakabije aho aziye, ngo zirakabije zizanye na Rwarakabije ngo bitonde ngo ko batari baratashye mbere.

Kandi ibyo bikavugwa n'abinginzi binginze cya gihe ngo batahe. N'abanyepolitiki bo mu rwego rwo hejuru bazi kureba ibintu cyane, noneho nkibaza nti ibi n'ibiki? Uretse ko njye nzi impamvu y'ukuri kandi nse na Yesu Umwami wanjye; «nayibabwira ntimwayemera»: Impamvu n'uko igihe cy'Imana cyo kwiyungira Abanyarwanda (amoko hutu–tutsi) cyageze. Reka bose batahe biri mu mugambi w'Imana na bo nibaze banywere ku gikombe cy'umujinya...(ntumbaze byinshi). Byatumye havuka intambara nyinshi abakristo-barokore baratotezwa ngo nti bashaka ko basengera mu byumba ngo barabeshya ngo bitwaza Bibiliya bakiyita ingabo za Yesu, n'ibindi, ngo ibyo byose ni agakingirizo. Erega nari mbizize ngo hari icyo mbiziho. Njye simbizi, ariko icyo nzi n'uko nabo: izo mpunzi zitaha na zo zifite amasezerano nk'uko nawe uyafite, kandi Imana ibacyuye si umuswa (icyuririzi cyari kije). Abantu nti bakiteranye n'Imana birirwa babeshyerana, bagenzura insengero, ibyumba, bamwe babigwa mo. Cyane cyane bene wabo ba babandi bahungutse bagahita baba inyanga-Leta kuko nta nyanga-Rwanda y'Umunyarwanda ibaho. Nta wiyanga, nta wanga igihugu cye. Aha na ho nahahuriye n'ibibazo mbwirwa gufungura urusengero rwo kubashyiramo. Ngo ni njye warize cyane ngo batahe none baratashye, abandi barafunguwe, none nimbabere Pasitori. Ngo ni njye ubazanye. Nawe unyumvire.

Rwanda we humura uzakira ariko biruhanije. Umuhutu n'umututsi dosiye zabo ziri imbere y'Imana. Iy'umuhutu n'umututsi n'ibyabo byose, none Imana igiye kubitwikurura ibishyire hanze. Imana iti Satani yarabokoresheje isi yose irabireba, muramenyekana muba ABASITARI (STARS) ndetse na Loni ishyiraho RESOLUTION yanyu mwihariye, none ngo Imana na yo igiye kubakoresha ibiruta ibyo Satani yabakoresheje na yo ishyireho RESOLUTION mwihariye na none ku isi mumenyekane noneho mu byiza cyane bisimbure bya bibi cyane. Iyo ni imikorere y'Imana ubwayo, wagira ngo ikunda ibibi ariko bituma yihesha icyubahiro iyo ibibyaje ibyiza. (Abaroma 8: 28). Abahutu n'abatutsi babaye ba «Vedettes»; ni ba «Top»! Ba uretse gato wirorere. Satani yabagize ba «Top» none Imana na yo irashaka kubagira ba «Top Top».

Reka nongere mbisubiremo niba waranabisomye wongere usubiremo. Ubundi Imana yabonaga byoroshye kubwira abahutu nyuma y'itsembabwoko ngo bihane itsembabwoko, noneho abatutsi na bo bababarire na bo bihane guhora kwabo, nibirangira bamaze gusubirana ubunyarwanda bihanire igihugu ku byaha bahuriye ho bindi, maze nibarangiza izo mbaraga zo guca bugufi Imana izikoreshe ikize igihugu. None baranze nta n'umwe ubyemera, bamwe bagera n'aho bahakana itsembabwoko ko ntaryabayeho. Abo nababuriye izina n'imirimo. Abandi bati nta muhutu n'umwe wapfuye, kandi Imana izi umubare w'abapfuye, kandi Imana izi umubare nyawo w'abatutsi bapfuye byose biri imbere yayo, ifite n'amazina y'ababishe n'icyabicishije kuko hari uwica n'impamvu ituma yica, n'impamvu ituma undi yicwa. Ifite n'amasaha, iminota amasegonda byabereyeho. Kuko Yo ntabwo ijya ikekeranya, cyangwa ngo igereranye.

Ngo boite noire (agasanduku kaba mu ndege) yabuze, irongeye irabonetse, bayihishe muri tiroir n'ibindi. Cyangwa ngo anketi yaburiyemo cyangwa ngo bazize abagizi ba nabi bari bitwikiriye ijoro, n'ibindi bijijisha abantu, yo ihora iri maso, kuko ngo n'imisatsi yo ku mitwe yacu irabaze.

Noneho kubera gukunda gukoresha agakingirizo, aya moko yo arashaka ko bimera nk'aho nta cyabaye, kandi nti bishoboka na rimwe, ahubwo sinzi uko mumeze. Nibitajya hanze ntabwo izabyemera, kandi hari ibyo mutazi, mupfa gusuzugura.

NDASABA INGANDO Y'UMUHUTU, UMUTWA, N'UMUTUTSI

Bava inda imwe mwa se na nyina, nushaka urakare, bava inda imwe. Hashobora kuba harabanje kuvuka umutwa, hagakurikiraho umuhutu, hagaheruka umututsi, cyangwa se bipange uko ushaka ibiguhesha amahoro abe ari ko ubipanga. Ariko bava inda imwe kandi mwa se na nyina, nta mukase wabijemo, ise n'umwe nyina n'umwe. Uretse ko imico y'aba bana itandukanye. Ubu rero bamwe baravuze ngo nti bavukana n'umutwa cyangwa umuhutu cyangwa umututsi. Muravukana niba utari ubizi, imico ni yo itandukanye, n'impano ziranyuranye nk'uko nawe usanzwe uzi ko ibyara mweru na muhima, nk'uko abana bawe bameze ni nako na bo bameze.

Nti bahuje ku byerekeranye n'amasura, uburebure, kubyibuha, kunanuka n'ibindi; bivuga ngo bamwe basa na ba nyina, abandi basa na ba se, abandi basa na ba nyirakuru, na ba nyirasenge, ba se wabo gutyo gutyo!

Reka tuvuge ko abahutu basa na se, abatutsi bagasa na nyina, abatwa bagasa na nyirakuru ubyara se cyangwa nyina. Wabona ibi na byo tubipfuye! Ngaho niba ushaka ihitiremo uwo musa ariko umenye ko tuva inda imwe mwa data na mama. Use na so, na nyoko, na nyogokuru, na nyogosenge na nyokorome, oncle, tante, aunty, tate, mammy, jyajya, uko ushaka kose ariko tuva inda imwe, wanze ukunze ni ko Imana ivuze. Ndagusaba wowe musomyi gutanga umuti ku bwiyunge bw'Abanyarwanda HUTU-TUTSI-TWA, uko wowe ubyumva turebe. Ariko uzirinde gutukana kuko si byiza, uzakoreshe ubundi buryo uretse gutukana gusa kuko tuzaba tuvuga ku bwiyunge.

Uje kunga utukana rero nawe urabyumva, waba urimo kutuvangira, kandi imvange twarazihaze. Ndabaza: Kuki abiyita aba Pasitori, Abavugabutumwa n'abandi bakozi biyita ab'Imana batajya,... tutajya mu Ngando? Ababyiyita ni ab'ukuri twese tukajyayo. Kuki abahagarariye ama «Churches» manini n'amato, n'imiryango y'ivugabutumwa dufite myinshi, kuki tutajya mu Ngando? Kuki abayoboye amachurches matoya batajya mu ngando ngo bahurireyo n'abayoboye amanini noneho bahahurire n'abahanura intambara, n'abahanura amahoro, noneho banabahugure banabigishe n'amateka, n'inyigisho mboneraguhugu? Wari uzi ko benshi batazi amateka, bapfa kuvuga bavunda gusa, baharanira kumvikanira ku ma radiyo, na bo ubwabo batazi icyo bashaka. Leta yiyita iy'ubumwe nitubabarire idupangire ingando ifatanije na komisiyo babibashijwemo n'Ababiligi.

Mutugirire vuba kuko natwe twiyita Abanyarwanda, kandi muzatwihanangirize ntihazagire uzaba ari hanze, twese tugomba kujya mu ngando tukajya kuvuga ngo «KOSI MOYA, TUKAJYA DUSHYIRAHO NA MORALI», tugakora n'imyitozo yose yo mu ngando. Nzabibayoboramo kuko ndabimenyereye kandi «morali» zizaba indirimbo zo mu gitabo: Izo Guhimbaza Imana, n'Iz'agakiza. Ibyo kuba mwaraturutse hanze cyangwa se ko mwari mu Rwanda ntacyo bizaba bivuze. Tuzabanza kwigishwa inyigisho mbonera-gihugu, kwigishwa gukunda igihugu, hazaheruka ibirebana n'Ijambo ry'Imana.

MINALOC ifite inshingano zo gutanga ibyangombwa ni yo ibwirwa, igomba gutegeka hakazaza ba «Senior pastors», ntihazagire ubura cyangwa ngo akererwe, cyangwa ngo atume abamwungirije. Tuzamara ukwezi, ubundi yari atatu ndabigabanije ku bw'impamvu z'umutekano wanjye. Utazaza mu ngando nti bazamuhe ibyangombwa, ubifite bazabimwambure, kuko uwo azaba afite amacakubiri, ateza n'umutekano muke.

Kandi mfite inyigisho ebyiri mu cyumweru, ubwo ni 8 kuko tuzamara yo ibyumweru bine. Tayari mubitekerezeho kuko ryaba ari ivangura abandi bajya mu ngando maze twe ntitujyeyo kandi tujya twumva bifasha abandi.

Tuzazikorera i Gisovu cyangwa Nkumba igihe cy'imbeho, kugira ngo tujye kure y'umujyi wa Kigali, kugira ngo tudatekereza cyane tukazamera nka muka Loti. Ikindi n'uko hari mo ibice bitatu bihuje ngiye kubagezaho mutazava aho mubivanga:

- Mbere na mbere hazabanza abitwa abari muri CPR n'abandi bahuje ukwemera;
- Hakurikireho abari muri ALLIANCE EVANGELIQUE;
- Hakurikireho ABAVUTSE UBWA KABIRI bivuga inzaduka zose n'abatarajyamo turabazi n'iyonka ntawe uzasigara;
- Hate ho ABAGATULIKA B' i ROMA, hateho ABADIVANTISITI B'UMUNSI WA KARINDWI.

Turimo kureba abahuje, kandi ntimugire ngo ndavanguye, ntabwo ari amacakubiri ahubwo n'uko aba bose hari aho duhurira. Bose bemera ko: YESU KRISTO ARI UMWANA W'IMANA, KANDI KO ARI IMANA, KANDI KO ARI WE MUCUNGUZI, KO ARI WE NZIRA N'UKURI N'UBUGINGO, KO MURI WE HARI MO BYOSE, KANDI KO YAPFUYE AKAZUKA, AKABA AGIYE KUGARUKA GUTWARA ITORERO RIDAFITE IKIZINGA CYANGWA UMUNKANYARI. TUKABA TUZABANA NAWE UBUZIRAHEREZO.

Mufuti (Mufti: umukuru w'abayisilamu) yigeze gusobanura neza ukuntu abakristo n'abayisilamu badahuje ukwemera, kandi Pasitori we yari yaraye avuze ko duhuje Imana. Ngo Bibiliya na Korowani byose ni ibitabo bitagatifu. Ni nde wakubeshye? Ingando ni zo zaburaga, kandi mutugirire vuba natwe turashaka kwinegura, ntabwo tuzahora tuva i Kigali tujya za Kongo, Bulayi, Amerika, Uganda, Tanzaniya, Burundi, Kenya, Sudani, Afurika y'epfo maze ngo tunanirwe kumenya amateka na politiki y'igihugu cyacu, ngo tunanirwe no kumenya aho ibihe bigeze. Dukeneye abarimu b'inararibonye, kuko nkanjye nzabaza cyane. Hamwe n'ibyubahiro byanyu twitegure kujya mu ngando vuba kuko nibitinda nzitabaza n'umuvunyi, nibyanga mbarege kuri Perezida Kagame, nibyanga mbarege ku Mana, nzaba ndimo kongera ibirego.

Kandi ni njyewe ushinzwe discipline tugenda, turiyo, tunagaruka. Kandi ni nanjye ushinzwe kumenya abagombaga kuza n'abatazaba bahari (Liste de présences). Ikindi n'uko nzaba cyane cyane ku cyiciro cy'inzaduka kuko nanjye ndi inzaduka, bitabujije n'abandi bankeneye ko bambona ariko nzibanda muri bariya, kandi nzaba mfite n'ibibazo byinshi nzabaza amadini yari mu Rwanda mbere ya jenoside. Buri wese asabwe kuzana ibyangombwa nk'ugiye muri mission hanze kandi akitegura guca bugufi kuko nzakunda kuyobora kenshi no kwigisha. Imana izamuhe impano yo kwihangana. Hariya nta kurwanira agatuti, kuko icya mbere ntabwo Leta yiyita iy'ubumwe yatubonera indyo yuzuye nk'iyo twifuza yadutera umurengwe. Ikindi n'uko nta mafranga bazaduha habe na rimwe. Ni gahunda y'ingando zisanzwe.

Buriya hazaba hari ya mafu y'ibigori na za mukaru hari mo agasukari gakeya, kugira ngo tutazibwira ko turi mu rugo, cyangwa muri mission hanze. Bizaba bitandukanye cyane n'imibereho dusanganwe iyo turi mu butumwa hanze cyangwa iwacu mu mago. Ni umwiherero wo kwinegura utameze nk'uw'abayobozi bakuru b' igihugu.

Tugomba gukora ingando; ni igitekerezo cyiza! Ubundi gahunda tuzakurikiza isanzwe ikoreshwa mu ngando zindi, uretse ko mwazitwaza ibyo kwifubika, nasabaga ko yaba mu kwezi kwa kane cyangwa kwa gatanu. Icyo gihe rero i Gisovu harakonja cyane, ariko iyo mbeho ntabwo iruta iy'ahandi hose tujya. Nta kwakira abashyitsi kuko tuzaba turi abashyitsi twese. Buri wese azajya avuga ibyo ahagarariye gusa, nta kwizimba mu magambo. Nta bya cumi n'amaturo kuko ntituzajyana n'abakristo, tuzaba turi abayobozi gusa kandi ntidukunze kubitanga keretse iyo tubyihaye. Ayo bazatura n'ibya cumi muri icyo gihe cy'ukwezi tutazaba turi kumwe, bazayafashisha abapfakazi n'impfubyi bo mu nsengero zacu, nta wundi uzarebaho. Ni ugusenga kugira ngo imitima ya bamwe itazasigara mu nsengero zabo, kubera amaturo n'ibya cumi y'ibyumweru bine byose. Abakristo bazakoresha izabo ngando nyuma, Haleluya! Nta mushinga uzakorerwa yo kuko tuzishingirwa na Leta yiyita iy'ubumwe, kandi nta muzungu uzaba ahari ntawe uzahakandagira. Ndasaba ko Perezida wa Repubulika yazadusangayo adutunguye akirengangiza itegeko rya protocole, akazana na madamu we, abo bonyine ni bo twemereye kudutungura abandi bazajye babanza babitumenyeshe, kuko hari n'abo tuzangira. Ni nnjyewe ushinzwe gutegura ibibazo tuzamubaza, nta muvundo wo kwibonekeza uhari, bya bindi byo kwitaka wivuga ibigwi. Polisi ibifitemo akazi katoroshye, kuko hari abashobora gutongana hafi kurwana kubera inzika bafitanye, bakaba bahujwe ku ngufu.

Ibindi bisobanuro nzabibazwa n'abashinzwe gutegura ingando. Nta mpamvu n'imwe izatuma Représentant Légal ataboneka keretse urupfu cyangwa se gupfusha. Ndasenga ngo ntihazagire uzaba arwaye cyangwa yarapfuye mu bariho ubu. Imana ibidutabaremo, iturinde.

Icyitonderwa: Turasaba amagambo yubaka mu ngando. Abazaza bakirwaye amacakubiri bazahakirira kuko ni kwa muganga. Kandi twese tuzaba tureshya imbere y'Imana n'imbere y'amategeko. Uzajya ahagera mbere ni we uzajya yicara imbere, nta myanya y'ibyubahiro izaba ihari. Hazaza: abahutu, abatutsi, abatwa, n'abanyamulenge, nta munyamahanga dushaka mo kuko tuzaba tugiye kwinegura n'iyo baba ari ba «bailleurs de fonds» ntabwo tubakeneye. Abagifite imizi y'amoko ntaho bazahungira, kuko umutwa azajya ararana n'umunyamurenge, umuhutu ararana n'umututsi, uwavuye Uganda ararane n'uwavuye i Burundi, uwacitse ku icumu ararane n'Interahamwe (kuko na zo zizaba zihari), maze ndebe. Ni njye uzapanga uko bazajya barya n'uko bazajya baryama. Sinzi ko hari uzahava agifite ingengabitekerezo ya jenoside, cyangwa amacakubiri, uwahahamukaga azaba yakize. Uzaba afite isoni n'ikimwaro azaba yakize, hari n'ibindi byaha bizahasigara kubera imibereho izaba itamenyerewe, no kugira akanya ko gushyira ibitekerezo ku gihe.

Ni byiza ko tujya mu ngando tukanamenya politiki y'igihugu. Ntabwo nasaze nk'uko ubyumva, kandi sindota ndi maso. Ndumva ingando zizatugirira umumaro kuko hari byinshi tutazi dukeneye kumenya, kandi Imana izabana natwe mu ngando kuko ikunda abicisha bugufi. Bizaba bishyushye i GISOVU. Cyangwa ahandi hose mu gihugu hazaba hakonje cyane icyo gihe.

Tumenye agaciro ko kwihana kuko iyo umuntu yihannye aba ataye agaciro, aba amwaje Satani, ako kanya Imana ikaba yashyizwe hejuru, ikaba isubiranye icyubahiro cyayo.

Mujye mumenya ibintu. Kutamenya ni yo mpamvu bikomera kandi wowe wumva byoroshye. Aha rero umwanzi Satani akunze kuhakinira cyane kugira ngo amarishe abantu, kuko we arabisobanukiwe. Azi ko iyo umuntu yanze kwihana aba abonye akazi kandi akazi ke ni kabi. Nti bigombera uwize cyangwa utarize, nti bigombera Tewologiya nyinshi cyangwa andi mahame anyuranye y'amadini, n'ubundi bumenyi. Hihana ufite icyaha, cyaba icye bwite, cyangwa icya bene wabo, uko yaba ari kose, uko yaba asa kose, icyo yaba akora cyose. Imana ni Yo iri hejuru ya byose, ikunda icyubahiro kandi ahanini ikunze kukibonera mu guca bugufi kw'umwana w'umuntu. KWIHANA KW'UMWANA W'UMUNTU. Kuko iyo umuntu atihannye Imana ni Yo yihana. Kurindira ko Imana ica bugufi kugeza aho yiha igihano wagombaga guhabwa rero, biba bibaye nko kongera kugarura Yesu mu isi umukuye mu ijuru, ukongera kumubamba, kandi ibyo Imana yabyihanganiye rimwe (1) gusa ngo bibe bihagije iteka. Ntabwo izongera kumugarura mu isi... Akazi ka Satani ni: KWIBA, KWICA, KURIMBURA, kandi akaba na se w'ibinyoma n'ibindi bibi byose.

Ibyo umaze gusoma byose umbabarire niba warakomeretse cyangwa waratonekaye, wasanga unakiriyeko, kuko hakira uwari urwaye. Ntabwo ikigendererwa ari ukukugirira nabi, nuramuka ukize uzankunda kurusha abandi, ni yo mpamvu ubu nkwihanganira kuko nzi uko umerewe. Mbabarira aho utabyumva ubanze witonde usobanuze, kandi nawe nturi umwana, wibarize Imana. Niba udakijijwe biragusaba kubanza kwakira agakiza kabonerwa muri Kristo Yesu Umwana w'Imana kugira ngo ugire icyo wumvamo.

N'ubwo nakoresheje ingero zifatika ariko biri mu Mwuka. Niba ukijijwe kandi nawe birasaba ko kamere yawe ibanza gushegeshwa, kuko niba ari nzima ntacyo uziyumviramo.

Ngaho subira muri iri sengesho ryo kwakira Yesu nk'Umwami n'Umucunguzi niba utarakizwa, utangire urugendo rujya mu ijuru. Uti «*Mwami Yesu ndakwakiriye mu bugingo bwanjye, ngo umbere Umwami n'umucunguzi, unyogeshe amaraso waviriye ku musaraba i Gologota. Mpanagura mu gitabo cy'urupfu unyandike mu gitabo cy'ubugingo. Nanze ibya Satani byose, ibyo yankoresheje nzi n'ibyo ntazi, mbaye umwana w'Imana kuko nizeye Yesu, kandi Umwuka Wera amfashe kuzarangiza neza uru rugendo rw'agakiza ntangiye. Urakoze Mana Data ko umpaye agakiza kawe k'ubuntu mu izina rya Yesu, Amen!*».

NDUMVA NKUNZE U RWANDA N'ABIYITA ABANYARWANDA, NDUMVA NKUNZE ABAKOZI BIYITA AB'IMANA NA BENE DATA BOSE, NDASABA NGO DUSANGIRE IGIHUGU ARIKO IKIBIRUTA DUSANGIRE N'AGAKIZA KO KONYINE GASHOBORA KUTUGEZA KU BWIYUNGE NYAKURI, MAZE IMANA IKATWISHIMIRA.

Hari bibazo bibiri muri byinshi mfite ngiye kubaza umusomyi w'umukristo, n'undi wese ushatse; Ni igipimo wipimisha ubwawe kugira ngo urebe ko wakize nta moko akikurangwa mo:

1. WARONGORA CYANGWA WARONGORWA N'UWO MUDAHUJE UBWOKO?
2. MBESE WABASHYINGIRA?

- Iki kibazo ntigikeneye ko usubiza ngo «*Nabikora ngo ARIKO...umuryango wanjye ngo ntiwabyemera,...kuko masenge, marume n'abandi babyara banjye...ngo nti babyemera......*»

- Ibyo bikurikira «ariko» byose nta mumaro. Igisubizo gihise kiza mu mutima wawe ako kanya n'icyo cy'ukuri. N'uko umeze.

- Humura niba utabyemera iki kibazo cyatsinze benshi ndetse ni hafi ya bose, bo mu moko yombi, Hutu-Tutsi. Kandi b'abakristo..

- Uvuga ko kuva cyera nta moko yakubaga mo? Ko ntacyo iby'amoko bikubwiye? Ubushakashatsi nakoze ni 99, 99% basubije ko bitashoboka.

- Si wowe wenyine rero ni yo mpamvu ukeneye umuvuzi. Kuko ibihe bije Yesu agiye kuvangavanga amoko ku buryo bitigeze bibaho mu Rwanda.

- Wumva udashaka ko bavuga ku moko kuko wowe atakuba mo? Iyo bavuze ku batutsi uri umuhutu umera ute? Iyo bavuze ku bahutu uri umututsi umera ute?

- Inkuru zabyo uzifata mo ute? Kudashaka ko bavuga ku moko ni igikomere: Reba ibyo ukurikizaho... hariho n'abarakara bagatongana bakitana abapagani ngo amoko ni aya Satani?

- Ukunda gukoresha ngo «*Abari muri Kristo Yesu ni ibyaremwe bishya, ibya cyera biba bishize, dore byose biba bihindutse bishya*»? (2 Abakorinto 5: 17).

Ibi bibazo hamwe n'ibindi benshi barabitsinzwe kubera ibikomere by'ibyabaye ku moko yombi. Ariko Imana irashaka kubakiza kuko ntabwo igikomere cy'ubwoko, kimwe n'ikindi cyaha icyo ari cyo cyose, kizatuma uhabwa Ubugingo buhoraho. Emera kwakira Yesu Umukiza agukize.

«[31]Ntimukemere ikarabo ry'uwishe umuntu akaba akwiye guhōrwa, ahubwo ntakabure guhōrwa. [32]Kandi ntimukemere ikarabo ry'uwahungiye mu mudugudu w'ubuhungiro bwe ngo asubire gutura mu gihugu, umutambyi atarapfa.

[33] Nuko ntimuzanduze igihugu muzabamo, kuko amaraso yanduza igihugu, ntihabe impongano yagihongererwa ku bw'amaraso yakiviriyemo, itari ay'uwayavushije. [34]Ntimuzanduze igihugu muzaturamo nkaba hagati muri cyo, kuko ndi Uwiteka uba hagati mu Bisirayeli.». (Kubara 35: 31-33).

«Amaraso».

«[25]Ni we Imana yashyizeho kuba impongano y'uwizera amaraso ye, kugira ngo yerekane gukiranuka kwayo kwayiteye kwirengagiza ibyaha byakozwe mbere y'icyo gihe, ubwo Imana yabyihanganiraga, [26]kandi yabikoreye kugira ngo no muri iki gihe yerekane gukiranuka kwayo, ngo ibe Ikiranuka kandi Itsindishiriza uwizeye Yesu.» (Abaroma 3: 25-26).

«Igisubizo».

UMWIHARIKO KURI GACACA: IKUSANYAMAKURU: IMANZA NA NYUMA YAZO, N'IBINDI…………..

Nk'uko umuntu agizwe n'ibice bitatu ari byo: UMUBIRI, UBUGINGO, UMWUKA. Imana na yo hari: DATA, UMWANA, n'UMWUKA WERA. Hakabaho no kwa Satani hari ho: SATANI, INYAMASWA, n'UMUHANUZI W'IBINYOMA. Aka gatatu (3) rero gafite icyo kavuga. Ari na yo mpamvu buri gihe hagomba gukoreshwa ibi bitatu mu isi. Mu Rwanda rero ibirebana na GACACA, hagombaga gukoreshwa: UMUBIRI, UBUGINGO, UMWUKA.

Ibisubizo bikurikira nagiye mbihabwa n'abantu bo mu ngeri zinyuranye, abari mu mabohero, abacitse ku icumu rya jenoside, abaje mu Rwanda nyuma ya 1994, n'abandi.

Umwe yagize ati

> *«Basubije ibintu urudubi. Ubu se noneho turasenga tuyaganisha hehe ko twari dutangiye kumenyera kubana n'Interahamwe, barazifunguye, none haje ibindi byo gucukumbura. Jyewe ntabyo nshaka, sinshaka no kubyumva, nibashaka bose babafungure bose bose! Na none se ko twapfuye urubozo. Ngaho wowe uzasenge ariko jye sinzongera*

kubisengera, kuko niba ari n'amafaranga abazungu babaha, bayarye ariko bececeke be kutumena amatwi».

Atangira kurira arihanagura nk'aho nta kibaye ariko akomeza guhahamuka yitonze.

Undi ati:

«Ariko muri mu biki? U Rwanda rwarapfuye neza murimo gukinakina mukinira ku bwonko bw'abantu, murakinira mu kibuga cyuzuye mo amagufa ya ba mama na ba data, n'abana bacu. Kuko umuhutu n'umututsi urubanza bafitanye ruri hagati yabo ruzacirwa n'Imana yaremye ijuru n'isi, niba na yo ibaho, ntabwo uzigera ubona umuhutu yihana, kandi ntuzigera na none ubona umututsi ababarira. Rero iyo Vanjiri yawe ntaho izakugeza, kuko nkanjye iyo nibutse umugore wanjye, numva amaraso amanuka mu mitsi akajya mu mutima biyaruhije, ngira uburakari bwinshi, ahubwo witondere ibyo uvuga wa mugore we, ndabifata nko kunteta ho»

Undi ati:

«Mais non! Ce n'est pas comme ca qu'on devrait faire. Kuko twari dutangiye kumenyera ubwiyunge bw'ingando n'ubusabane, umusururu n'ibigori twinywera, twambara n'udupira byanditse ho. Twari tumaze kubifata mu mutwe. None dore kandi. Umenya barabuze ibyo bakora, ubundi se bayobewe ko abahutu bose ari abicanyi ko bose batwishe. Kandi nawe n'uko mwese muri Interahamwe yewe, turabazi! Kuki bazuye ibyari byatangiye gupfa? Nabo bihangiye imirimo? Mwatwihoreye mukareka kudushinyagurira ko n'ubundi twipfiriye.»

«Kagame mwaramuroze tayari kandi nawe yaraburiye, ariko arambabaza cyane kuko ari mwebwe ntimumwemera, ari twebwe n'uko nawe arakomerewe. Nimushaka mureke tuvuge ko nta jenoside yabaye tuvaneho na ziriya nzibutso».

«Babanze batubwire aho amafaranga abasura inzibutso bahasiga ajya niba ahora acukura izindi mva, natwe bajye baduhaho, kuko abasura ni benshi baza biriza, kuki batigeze barira mbere y'uko dutsembwa?»

«Byihorere mada! Imana irebera imbwa ntijya ihumbya».

«Ariko uzi ko musetsa. Ubwa mbere mwabanje kuvuga ngo turi bacyeya mu gihugu nk'uko imibare yanyu yabyemezaga. Aho badutsembeye dusigara turi bacye noneho babasha kubarika neza. None nsobanurira ko kugeza ubu imyaka cumi n'ingahe

turacyabundabunda kandi buri gihe ngo haba hari za Komisiyo zuturengera. Ibigega byuzuzwa mo amafaranga ngo yo kuduha. Ibyo bigega byikiriza abandi basanzwe banifite. Nguhe ibimenyetso? ...»

«Iyo babuze ibyo bakora amafaranga yacu atugenewe bayahaze, bahita basoma za Disikuru biriza. Wambwira ukuntu abacitse ku icumu na n'ubu ari bo batindi nyakujya? Nsubiza se! Ngo UKURI KU BYABAYE? ...UKURI NTIBAKUZI? .... BARABAZA IKI?»

«Ntako tutagapfuye, kubona ubisikana n'uwakwiciye akagusuzugura ntanagusuhuze». (Ntabwo azi ko ari isoni n'ubwoba bituma atamusuhuza)

«Harya wowe ubwiriza iki? Naba nawe, nako mwese muri kimwe».

«Mbabarira ubwire bene wanyu ko ari abere ko nta mututsi wapfuye ko ari ukubanga bababeshyera. Ubabwire ko abatutsi bapfuye nabo biyishe, urumva cyangwa uracungacunga»?.

«Numvise ko ngo wiyemeje kuzabageza mu ijuru. Yewe, iri juru na ryo ryaragatoye, ibipfuye amaso byose ngo biba bizajya mu ijuru»!.

«Bwira bene wanyu uti: nta tsembabwoko ryabaye. Bariya bahutu bafungiye za Arusha barabahohoteye, ni ukubanga, abafungiye ino nabo barababeshyera ni ibintu abatutsi bavuye hanze n'abazungu bapanze nta byigeze bibaho; ni nka ya ntambara yo mu ijoro ry'uwa 4 rishyira uwa 5 ukwakira igihe habaga ikinamico ngo Inyenzi zageze i Kigali».

«Rwose nimurangurure muvuge ko abatutsi babeshya gusa nta wapfuye ko ari ubugome bwabo bwabishe. Maze urubanza rube rurangiye».

«Ahubwo hahanwe ababahohoteye bigeze hariya, maze abahutu bari hanze batahe basabe n'indishyi zo kubeshyerwa, n'abari muri za gereza na Arusha bose Leta ibahe indishyi z'akababaro».

«Ikindi nsaba ni uko buri mututsi wese uri mu buyobozi yavaho hakajyaho abahutu kuko ari bo bazi gutegeka».

«Kuko n'ubu birirwa bavuga ko ku gihe cyabo byari byiza none ubu Abanyarwanda bakaba bameze nabi, ubwo rero urumva nawe ko bafite gahunda ndende y'amajyambere. Mfite ikibazo

cy'uwaba Perezida cyangwa Premier Minister n'ukuntu bashyiraho inzego za Leta».

«Rahira ko umuhoro utakongera kurisha ariko noneho hagati yabo kuko nta mututsi waba ahari».

«Wowe ubona bizashoboka? Maze byajya gupfa ugasanga birakorwa n'abagore, ukagira ngo abagabo bashizeho, ibi si ubundi bukunguzi? »

«Ubwiyunge bakabuha abagore, Gacaca bakayiha abagore. Ibi n'ibiki? Ubwiyunge bugitangira babuhaye uwitwa Inyumba Aloysia, avuyeho asimburwa na Fatuma Ndangiza ari nawe ugifite urwo rufunguzo rw'ubwiyunge. Aba badamu barabakoze gusa nta kindi!

«Kariya kazi n'abagabo kabazonga, byonyine ibinyoma biri mo ntibyakumaza kabiri. N'amanama menshi atesha umutwe, navuga byinshi. Gacaca itangira yatangiranye na Cyanzayire Aloyiziya asimburwa na Mukantaganzwa Domitilla ari nawe ugifite urufunguzo rwa Gacaca, (uyu mudamu baramuhemukiye gusa nta kindi) Arakora cyaneee! Namwe muranyumvire, kuki batajya babiha abagabo? Ni ikibazo gikomeye, ikindi nakubaza wowe: Sinzi ibyo wigeze kuvuga ngo ntabwo abavuye hanze bagombye kubaha biriya bigo kuko ntibibareba, ikindi ntabwo bagombye kubiha abatutsi ni nko kubahahamura? Si ko wavuze? None se ko babirenze ho».

Aha ndagira ngo mvuge nka Mariya ko ari ko bimeze. Nabivuze ho koko ntabwo iriya mirimo yagombye kuyoborwa n'abacitse ku icumu cyangwa se abatutsi bavuye hanze, bagomba kubiha abahutu akaba ari bo bazana ubwiyunge kuko ni bo bazanye ubutane «nabivuze birambuye mu gice cya 7, aho mvuga ku «UMUHUZA MWUNZI» ndumva bisobanutse. Ariko bagomba gukorana n'abavuye hanze kuko hari aho bahurira mu kugirira nabi abacitse ku icumu.

Undi ati:

«Iyo muvugaguzwa gusa mubona abahutu ari abantu?.....Eh nari nibagiwe ko neguriye abazimu mu ndaro. Ngaho komeza uvuge wenda bazumva ariko se bazumva ryari ko igihe kiducitse».

«Barakaba uko nabaye! Barakiyahura! Bo gapfa batabyaye nk'uko bambuye abandi abana. Guhora batwishima hejuru dutaburura amagufa bo bigaramiye»

«Ariko se ko hari uwambwiye ngo muri ariya magufa ngo hari mo n'ayabo? Kandi yambwiraga nabi cyane».

242

Umwe aherutse kubwira undi, ni abagore babiri umwe umugabo we arafunze undi ni umupfakazi w'itsembabwoko. Maze uwari ugemuye ati:

> «Ko jyewe nshimye ngemuye se wowe uzagemura ryari? Ngaho nsobanurira ubwo busabane bwanyu».

Undi ati:

> «ibi by'ikusanyamakuru ni ukugira ngo haboneke izindi nterahamwe, izikomeye n'izoroheje, kandi koko zirahari».

> «Ko twabirambiwe? Iyi myaka yose! Ubu se maye ko mbona ibyari inama byahindutse isoko, na babandi ba Kagame ko babaye zo, ngo abari hanze bararuta abafunze».

Rwanda warapfuye ntiwabimenya! Ugeze hehe ukusanya se wowe, dore ko iyo byatangiye gucika habamo ba RUKUSANYA. Buriya na Domitilla ni RUKUSANYA. Wibagiwe wa Rukusanya wa MRND? Buriya na Fatuma Ndangiza ni Rukusanya. Iyo iby'u Rwanda byatangiye kuyoberana byitwa amazina mashya, maze bagashyira mo abagore b'intyoza bashobora no gusuzugura abagabo no gushira isoni.

Ariko reka tugaruke ku IKUSANYA-MAKURU

Uyu twavuganaga we arafunze kandi ngo «ararengana», yambwiranye agahinda maze kuvuga ubutumwa ati:

> «Ntureba Pasito (ni ko bari basigaye banyita) «ntureba iki gihugu maze imyaka 12 mfunze nzira ubuhutu gusa byabindi wavugaga, ibi bintu by'itsembabwoko n'ibintu biteye ubwoba, uramutse umenye amakuru yose yo muri gereza wakongera amasengesho. Ni mu kuzimu»

> «Ndi hano narakijijwe, nababariye Inkotanyi zanyiciye abantu nsigaranye akana kamwe...Nari mfite n'ibintu ariko sinkivuga dore ko wanatubujije kubibaza.

> «Nageze hano ndi Licencié, none ubu mfite nka doctorats ebyiri mu birebena n'amatiku n'imanza. Twarize ye! Hano hari abanyabwenge b'ingeri zose ni u Rwanda mu rundi, ariko ikibazo cya gacaca kuko ni cyo turi ho hari ababeshya gusa! Ubushize benshi baribeshyeye ngo basohoke, jye sinshobora kwibeshyera nibashaka bazanyice; bya bindi watubujije kwibeshyera ko na byo ari umuvumo, ubu batangiye kubibona n'ubwo bwose basohotse.

«Dore nawe ubu hari abashinzwe kutwemeza ko twese twatsembye abatutsi bakoresha uburyo...benshi bamaze kwemera.

«Koko hanze hari abaruta abafunze, baruta ubwinshi abari hano. Ni byo wa mugani wawe ibyabaye byose n'ibirimo kuba, ni inkurikizi z'itsembabawoko.

«Ibi ni entre nous: uzi ko ngo hari umubare abazungu basabye ugaragaza koko ko itsembabwoko ryabaye? Kugira ngo ryemerwe. Kuko ni bo babaha amafaranga. Ni yo mpamvu bashaka twese kubitugereka ho.

«Ushatse wanabivuga, ko bitakiri ibanga se kuri bo (abatutsi), *twese turi Interahamwe, nawe kandi urabizi ni ko bakwita. Rero ntacyakorwa keretse Imana yonyine gusa.*

«Iby'ino byose barabicurika, babura kubanza kurekura abarengana dore ko ari na benshi, none byabashobeye gufungura abantu bamazemo imyaka ingana na Leta yabo kandi barengana.

«Ariko nta mutima bagira ubugome bwarabarenze.»

Aha ni ho «icyaha rusange» kigaragarira cyane, kubona umuntu ufunzwe azira jenoside akarekurwa nyuma y'imyaka 15 afite urupapuro rwanditseho ko ari umwere. Biteye ubwoba.

Undi nawe arafunze ati

«Pasito, jyewe narishe, nishe umusore umwe n'umwana umwe, narabyemeye mbisabira imbabazi. Ariko barimo no kungereka ho n'abo babuze ababishe.»

Yahise yakira Yesu ndamusengera mubuza kwemera abo atishe ko Imana izamurengera. Nyuma akomeza ambwira ati niba bariya ba Grands–frères bari Arusha bemeraga byakoroha none ngo bose ni abere. Ils plaident non coupables.

«Pasito, mbe nkubwire, twishe abatutsi twari tumeze nk'abadayimoni wa mugani wawe kandi iyo wamaraga kwica umwe wahitaga wumva bose wabamara. Imana ni Yo yo kutubabarira kuko ntidukwiriye kubaho».

«Ariko baje nabo baragakoze, barabitweretse, yego nk'uko uvuga nta tegeko ry'abayobozi ryatanzwe ngo bihinduke itsembabwoko, ariko ni ya mayeri yabo yo gukora ibintu rwihishwa. Urabayobewe se?»

244

«Ariko hari nka hamwe umuyobozi yagiye abaha uruhusa rwo kumaraho nka Ruhengeri na Gisenyi na Kibeho. Ndabesha? Maze bahera ruhande.»

«Reka nicecekere ubwo uri pasitori nazumva umvuyemo ngo wuzuye Umwuka. Ariko wowe wabaye akahebwe.»

«Ibyo uvuga ni ukuri kwambaye ubusa, abatabyumva bavuga ko Inyenzi zaguhaye ibiceri. Ko zirimo kukonsa. Hanyuma wavuga ibyazo ba bandi bakabura aho bakwirwa. None twayobewe uguha ibere. Ariko mwaretse ubundi bikaba match nul 0/0. Ko twese twakoranyeho. Mbabarira nari nibagiwe ya nyigisho yawe y'uburemere bw'itsembabwoko; sawa ujye udusengera.»

«Uzi ko hano muri gereza barara bavuga bikanga abo bishe?

«Jye nabirose rimwe gusa Imana iramfasha ntibyagaruka.

«Ariko wowe nta cyururizi ugira da? Urakigira kuko nawe baraguhekuye ndetse bikabije, sinzi icyo wahaye Inyenzi, yego ntawe ukundwa na bose ariko kubona zitari zakwereka aho zibera mbi ni amahirwe.

«Nazo zikoresha kwihangana igihe zikigukeneye. Ukomeze uzikorere, kuko uramutse utazikorera kaba karakubayeho. Wowe umeze nk'Umuseso».

Yahise ahamagara undi wireze yibeshyera turaganira. Afite ipfunwe ryinshi kuko ntibyoroshye kwishyiraho itsembabwoko: ni uwundi muvumo w'ubundi bwoko. Ku isi yose nta higeze kuba ibimeze bityo, aho abantu bibeshyera ko bishe abandi ngo bakunde basohoke muri gereza. Byabereye mu Rwanda gusa. Ndabizi singomba kubisengera ngo mbimenye. Ibitera u Rwanda umwaku ni byinshi.

Ati: «Si jye jyenyine. Pasito, turi benshi!».

Ajya guhamagara abandi amasaha aba arageze ariko baratwongeza kubera ko ndi «Aumonier» wabo kizira kumputaza, banyongereyeho iminota nshaka, tuvugana iby'ingenzi, dusezerana kuzahurira mu ngando, noneho bakazambwira n'akari imurori.

Undi ati «Bya bindi by'umuvumo watubwiye, uzi ko ari byo? Uzi ko abatashye batemye abagore babo? Abana cyangwa abaturanyi. Uzi ko hari n'uwo twari dufunganwe hano warongoye akana ke? Yagasize gafite umwaka umwe».

Iyo bavuga Gacaca, Umunyarwanda yumva umugabo watonganye n'umugore we akahukana, uyu nawe akajya gucyura bakamuca inzoga n'ibindi. Bagaca urwo rubanza badasesereza cyane impande zombi, bagahererera amakosa aho atari ngo birangire vuba binywere inzoga.

Gacaca ikaba irarangiye, ndetse kubera agatama kenshi bagera aho bagatongana bakanarwana ariko urwo rubanza rwo ruburiramo kuko baje muri Gacaca. Urundi rugero ni nk'igihe inka yoneye umuturanyi. Na none abunzi baraza bafite icyaka bikagenda kuriya cyangwa se abana barwanye. Gacaca ni ukwunga rwose mu mubiri 100%.

Ririya jambo mu gukoreshwa ubwaryo ryahise rigabanya uburemere bw'itsembabwoko. Basanze bizasakuza babihindura itegeko kugira ngo iminwa yose izibwe. Ryakoreshejwe habuze irindi, noneho Abanyarwanda barageragza (abanyabumenyi) baragenekereza, basanga nta kundi byagenda, cyeretse babyise Gacaca. Byaranabarenze birwanaho ntibahamagara Imana muri kiriya kintu giteye ubwoba, benshi nta n'ubwo bayemera. Ariko babigize itegeko, kugira ngo buri wese ajye munsi yaryo, batangira gukora Gacaca mu bwenge, muri politiki, no mu kinyarwanda, no mu kizungu kuko abazungu barayikunda cyane ariko. Impamvu bayikunda n'uko iteza umuvurungano, itanumvikana neza, bakabona n'amakuru bandika n'aho barira amafaranga, kandi birengagiza ko abiyita Abanyarwanda ari bo bamaranye wa mugani wabo. Noneho ikizakubwira ko ikintu gikomeye nuko bakigira «Itegeko» kugira ngo uzabirengaho wese azabihanirwe, ndetse buri wese yikunde yicecekere, bigahita bitamureba kuko abihunga, ni yo mpamvu bibarenga bakabisuzugura. Bamwe ndetse bakishyiramo ko nta bibaho.

Leta yiyita iy'ubumwe yarahagurutse ivayo n'imizi n'imiganda, ariko idini ryiyita Itorero ryigumira mu bisanzwe, by'ibya cumi n'amaturo n'amatangazo no kwitangisha amafaranga bya buri gihe, kandi iki si igihe cyo kwaka ibya cumi n'amaturo ahubwo ni igihe cyo guhishurirwa icyo gukora ku bw'igihugu cyacu.

GACACA IMANA IYIBONA ITE?

Iby'umubiri ni umubiri, ntibirama ni bombori bombori, habamo ibinyoma byinshi, kwica kwinshi, guhora kwinshi, kwihimura kwinshi. Ibyo bita ubwenge ni ubumenyi bwa muntu nyine, bigendana na Siyanse na Tekinoloji, no gushakashaka, bya bindi twiga mu mashuri. Ni ho hakoreshwa amategeko ashyirwaho n'abana b'abantu, ari na yo ibihugu bigenderaho, buri gihugu kigapanga amategeko yacyo uko gishatse, kandi kikanayakoresha uko kibyumva.

Iby'Umwuka na byo ni Umwuka, kandi bisobanuzwa Umwuka nyine, bihoraho mu mahoro, birarenganura, birakiza. Ni iby'Imana.

Gukorera mu mubiri ni na byo bigaragaza ikintu kitwa «gatozi», kandi «gatozi» igendana n'Umubiri, Corps, Body, ni na yo mpamvu abanyamategeko bakunda gukoresha «gatozi» kuvuga ko icyaha ari gatozi.

Ubundi gatozi iba gusa iyo umuntu akoze icyaha kigirira nabi we wenyine, n'ingaruka zikazaba kuri we wenyine, nta bandi babigendanye mo. Ni na byo bimuhesha uburenganzira bwo kucyihana wenyine, akanababarirwa wenyine. Aho ni ho honyine icyaha kibera gatozi. Kandi «Umubiri n'Ubumenyi, birakorana cyane bigafatanya kwanga iby'Umwuka». Ni na yo mpamvu iyo umuntu yakiriye Yesu mu bugingo bwe, ubumenyi n'umubiri birababara kuko biba bivuye muri kamere yabyo yo guhangana n'Umwuka, noneho bikagomba kumvira Umwuka. Mbere yaho biba byarigometse ku Mwuka.

Iyo habonetse abafatanije icyaha, bakabita abafatanya-cyaha baba bavuye kuri gatozi ako kanya batangiye kwinjira muri «Rusange» y'icyo ngicyo bahuriyeho. Haba hari abandi binjiye mo, haba mu cyaha nyir'izina no mu ngaruka zacyo. Ariko iyo bigeze mu gukora kw'umwana w'umuntu «MBONEZAMUBANO» na «MPANABYAHA» bashingira ngo kuri «gatozi» cyane. Yanga gutoneka abo yita ko irengera, kandi batazi ko ari ukubica kurushaho. Gatozi bivuga icyaha umuntu yakoze ku giti cye.

Iyo habonetse abafatanya-cyaha ntibiba bikiri «gatozi». Biba byabaye «Rusange» kuri icyo cyaha bahuriyeho cyabateye kwitwa «abafatanya–cyaha». Ariko si ko babifata. Bashaka kubishyira mu bumenyi bwa muntu biga mu mashuri (Amategeko). Iyo bibayobeye, bakabura uko babisobanura, babishyira mu «BUMENYI», ari byo nise kubishyira mu «Bwonko», kuko higa mu mutwe ntabwo higa mu mutima. Ntabwo Imana ikorera mu bwonko ikorera mu mutima-nama wawe, mu muntu wawe w'imbere ari wo mwuka wawe, uhamanya n'Uw'Imana ko uri umwana w'Imana. Naho mu bwonko ari na ho higirwa ubumenyi ni cyo kibuga cya Satani akinira mo mu muntu, ni ho akorera «gym tonic» (igorora-ngingo) yisanzuye, yahava akajya mu mubiri, gutyo gutyo!

Ni ko gukora ku isi mu iterambere. Nabyise ko ari igice cyitwa «SOCIAL», «MBONEZAMUBANO». Kuko amategeko akorwa nyine n'abazi ubwo bumenyi. Iyo ibyaha bikozwe baba bazi ko hari ingaruka ariko ntibabashe kubona igisubizo. Bakabihindura «GATOZI». Kugira ngo biyorohereze.

Iby'Umwuka rero ni ho hakunze kuboneka «icyaha rusange». Iby'Imana byo bizi Ubwenge bwose, kuko bizi ibyabanje n'ibizaheruka, ari na yo mpamvu icyaha cya jenoside yakorewe abatutsi, Imana n'Umwuka wayo bemeza ko ari «icyaha rusange» ku bahutu. Kigomba kwihanwa muri Rusange. Noneho kubera ko ubumenyi na gatozi byumvikana, bigashaka kwemeza ko atari Rusange ahubwo ko icyaha cya jenoside ari «gatozi».

Kandi wabaza bakakuburira ibisubizo. Wakomeza impaka bakagushinja ingengabitekerezo ya jenoside cyangwa amacakubiri. Nigeze kumara amasaha nsobanurira abanyamategeko ibi bintu, bampamagaje ngo bambuze kuzongera kuvuga ko jenoside ari «icyaha rusange» ku bahutu, maze nanjye nanga kuva ku izima. Kandi icyo gihe hari ububyutse mu magereza no hanze yayo no mu bacitse ku icumu, kuri abo ngabo bifitiye ubugingo buhoraho. Nasabye abo banyamategeko bari bayobowe n'umunyamategeko mukuru kunyandikira babimbuza baranga, maze nkomeza akazi kugeza igihe Imana yambwiye ngo «REKERA AHO BIRAHAGIJE, UWUMVA YARUMVISE».

Banyuzwe n'ibisobanuro nabahaye kuko nabajyanaga muri Bibiliya nkabagarura mu mategeko yabo, bageze aho barabyemera ariko bavuga ko bidashobora kwemerwa nk'ihame Leta igenderaho. Ko bafite umurongo wa politiki badashobora kuvuguruza. Ko ahubwo icyaha cya jenoside ari «gatozi». Wagira ngo ni récitation bafashe mu mutwe. Kuko Imana iba yarebye ingaruka zizaterwa n'icyo cyaha. Kubera ko iby'Umubiri n'Ubumenyi n'ikoranabuhanga bikora, ntibishobora kumenya uko ingaruka zizamera ngo binazihagarike, kuko ntabwo bizi «UBWENGE».

KUBAHA UWITEKA NI BWO BWENGE, KANDI KUVA MU BYAHA NI KO KUJIJUKA

Ku bw'iyo mpamvu, kubera ko kubaha Uwiteka ari bwo bwenge, abatubaha Uwiteka nta bwenge bagira (Yobu 28: 28). Sinzi udafite ubwenge mu kinyarwanda uko yitwa, ariko bakunze kuvuga ngo ni «IGICUCU», cyangwa IKIGORYI, mu kirundi ho bavuga ko ari «IKIJUJU». Abize iby'isi ntabwo bitwa abanyabwenge, bitwa: «ABANYABUMENYI», kandi iyo uvuye mu byaha ni ho uba ujijutse, bisobanura ngo iyo ukiri mu byaha uba uri: «INJIJI».

Ibi uko ari bitatu: UBUCUCU, UBUJIJI, N'UBUMENYI, ntibishobora kurengera urengana ngo bihane umunyabyaha. Birabarenze cyane cyane nk'icyaha cya jenoside Byakozwe n'abantu benshi bahurije ku kintu «cy'Ubwoko». Ubwenge ari bwo «Sagesse», na «Wisdom», buturuka ku Mana yonyine, Uwiteka wenyine. Ni bwo Salomo mwene Dawidi yasabye arabuhabwa. Hanyuma UBUMENYI bugaturuka ku gace k'ubwenge Imana iba yarahaye umuntu ngo ahari yazayubaha, ako gace ni ko abantu bahindura akabo. Ako gace ni ko Satani ahindura maze akakagira ake. Bakiyibagiza nkana ko ari Imana iba yabavunguriye ho kugira ngo ibarehereze kuyubaha.

Aho ni na ho Satani yinjiriza ibye, ariko IMVO N'IMVANO ni ku Mana yaremye ijuru n'isi n'umuntu. Iyo rero umuntu atishingikirije ku bwenge bw'Imana, biramupfana, ariko ntave ku izima ahubwo agakomeza gushakira na none hahandi ahombera, kuko aba atarahishurirwa «BWENGE» uwo ari we. Kandi «BWENGE» ni Yesu Kristo Umwami n'Umukiza wanjye. Wenda nabaza kuva aho isi yabereye isi icyo Ubumenyi bw'umwana w'umuntu bwatunganije. Duhereye wenda ku bya hafi nka za: LONI, UA na ya miryango myinshi ishyirwaho n'ingingo n'itegeko. Muzacukumbure mwitonze muzasanga nta na kimwe cyigeze gitungana muri iyi si, ahubwo wagira ngo inezezwa n'ibibazo itajya ibonera ibisubizo.

Abategetsi bo mu Rwanda n'ababafasha bandi bo mu isi, byarabananiye kumenya abakoze jenoside bose batibeshya, n'uko barabivangavanga, ari na yo mpamvu hari benshi batishe bafunze, hakaba na none benshi bishe bidegembya. Imana ni Yo ibazi yonyine, ari na yo mpamvu ibasaba kwihana Rusange kuko ntibabiva mo. Ari na cyo cyabateye gukora ibintu biteye ubwoba cyo gufungura abajenosideri ngo babyemeye. Biriya nabuze uko mbyita mbura aho nkwirwa. Bo barabikoze barengera inyungu zabo, ariko Imana yavuga ngo bihane «Rusange» akaba ari yo nyamakosa. Igisubizo cyabyo keretse byihanwe nk' «icyaha rusange» ku bahutu, kuko jenoside yakozwe mu izina ry'ubwoko bw'abahutu.

Ibi ntawabihakana n'iyo yaba ari umuhezanguni ate. Namusaba ikintu kimwe gusa: Gusubiza amaso inyuma akiyibutsa ibyo yakoze, yatekereje kuva FPR iteye igihugu kuva taliki ya mbere ukwakira 1990. Akagerageza no kwibuka ibyo yakoze, yatekereje se indege ya Habyarimana imaze guhanuka. Abari bari bataravuka cyangwa se bari bato bahita basingirwa n'umwera uturutse ibukuru, rusange iba ibashakisha kuko ni abana ba babandi bakoze cyangwa batekereje bya bindi. Ni umugozi uba ubaboshye badashobora kwibohora ho, keretse na none bagiriwe ubuntu butangaje.

Imana yo mu bwenge bwa yo kuko iba ishaka gukiza umuntu, ikabona ko «Rusange» yazabakiza igakiza n'igihugu. Ariko bya bindi bibiri: UMUBIRI, N'UBUMENYI byanga Iby'UMWUKA. Imana yo ntabwo ijya igenekereza cyangwa ngo ibitekereze ho amanywa n'ijoro, ngo irare ibyiga. Imana ntijya ikangwa n'abazavuga, ntigira ubwoba bw'abanyepolitiki n'abazungu ntitinya gereza cyangwa gupfa cyangwa isasu, cyangwa imikorere ya Antikristo, irihagije muri byose ntawe yitabaza ngo itagira icyo iba. Ibyayo byose biratunganye, nta mfashanyo ikeneye cyangwa ngo itegereze ko Banque Mondiale cyangwa FMI bibyemera, ifite ububasha n'ubushobozi, ubwenge, imbaraga, ifite ingabo nya ngabo, iruzuye hose muri byose. Noneho rero ifite na yo igitabo cy'amategeko mbonezamubano n'amategeko ahana, n'itegeko nshinga aho byose bikubiye mu gitabo cyitwa «BIBILIYA». Ijambo ryayo.

Iyo hadakoreshejwe Bibiliya haba hakoreshejwe «kimuntu», kandi na byo Imana irabyubaha igategereza ko ibyo abana b'abantu bishyiriye ho babyubahiriza, kandi iba izi neza ko ntabyo bazubahiriza, maze bakahakubitirwa cyane, maze ibyo bishyiriye ho akaba ari byo bibica, ni nk'uko bikoreye imbunda n'ibisasu bya kirimbuzi, n'ibindi byica, none ubu ni byo byabamaze, birabicira abana mu mashuri n'abuzukuru, bene wabo na bo ubwabo, ni kimwe neza.

Imana ikunda kujya inama cyane no mu Ijambo ryayo hari aho igira iti «Nimuze tujye inama», umuntu nawe ati sinshaka kujya inama nawe nzayigira nzi ubwenge na yo iti «sawa tuzareba». Imana iti «Mu Rwanda hari amaraso ataka», abandi na bo bati ntayo ahubwo ubivuga afite ingengabitekerezo ya jenoside Imana iti «amaraso yakurwaho gusa no kwemera Yesu maze amaraso ye akeza ayo», bati nta bya Yesu iyo bamwakiriye bamena amabanga, bahinduka ibicucu, baba babuze ibyo bakora. Iti itsembabwoko rifite ibiro byinshi amatoni n'amatoni ntabwo mwaribasha rwose murimpereze mwemere ko mwatsembye. Abahutu bati oya rwose ni ukubera ko twagize umujinya umubyeyi amaze kwitaba Imana... Imana iti «Nyamuneka nimutabare igihugu dore amaraso arahamagara ayandi kandi mubanze namwe mwezwe, Satani arimo kubarega ibirego biri byo», abandi bati oya turi muri VISION 20/20. Abandi bati: twasanze ubivuga afite ingengabitekerezo kandi twabisengeye mumwihorere avugaguzwe «ko nta cyiza cyaturuka ku muhutu se bazadutwara iki»? Uko twabatsinze ubushize na n'ubu ni ko bizagenda. Imana iti «Rangurura uvuge n'aho bakumva n'aho batakumva» (Ezekiyeli 3); bati mumufunge umunwa tube turuhutse ho.

IMANA ITI, N'ABANDI BATI. Impamvu nyamukuru Imana itemera Gacaca yo mu mubiri n'uko isiribanga Ijambo rya yo, kuko nitujya mu Isezerano rya Cyera, turasanga uwishe na we agomba kwicwa. Nitujya mu isezerano rishya turasanga «IMBABAZI ZISESUYE» kubera Yesu, noneho dukubitane n'ijambo rivuga ngo zihabwa gusa umwizeye. Wababwira ngo bamwakire tubone guhamagara amaraso ye: bati twese dufite amadini yacu kandi «natwe turasenga», kandi turerekwa. Ese ubundi uwo uvuga ibyo ni nde? Si cya «gipingamizi» ?

BENSHI MU BAFUNGUWE NTIBIHANNYE

Impamvu, barabaze basanga Gacaca ibakuye habi «uretse ko mbere bari bazi ko ari ukubica». Reka mvuge ngo naba n'iyo babica bakavaho kuko urwo bapfuye si ruto: «BAPFUYE BAHAGAZE». Kuko amaraso adakuweho n'aya Yesu akomeza gusakuza, gutabaza, kuboroga asaba guhorerwa. Nawe unyumvire, none ngo bafunguye abishe? Bacye cyane bihannye baririye Imana bakakira Yesu mu bugingo bwabo bakitabaza amaraso ye, abo ni bo bazarokoka kuko n'iyo yava muri uyu mubiri aba afite ubugingo buhoraho. Ahanini aho ni naho Imana yitaho cyane. Abandi ni ibicamuke n'inzererezi, n'ibivume ubutaka bwanga urunuka, kuko bwarasamye bumira amaraso y'abatutsi amaboko yabo yavushije (Itangiriro 4: 9-11). Ntibakabeshye ngo bariho. Nta kwihana kwigeze kuba kuko abenshi bemeye ko bishe ari uko babagabanirije ibihano.

Bya bindi byo guteranya no kugabanya no gukuramo, no gukuba, hagakurikiraho urwego rwa kabiri, ni ukuvuga ngo umaze mo imyaka 7 gukuramo 4 = baramurenganije cyane agahitira mu ngando. Ibyo byose bararaga babyiga bati ni tudapfa tuzunguka, basanga bagomba kwemera ariko benshi bemera ibice ibindi barabihisha maze ibya nyuma birusha ibya mbere kuba bibi, bibyara zero. Imana ikabireba ikabyihorera kuko usenya urwe umutiza umuhoro, kandi urusha nyina w'umwana imbabazi aba ashaka kumurya.

Hireze aba n'aba.... Hafunguwe aba n'aba, Gacaca yo muri gereza aba n'aba, iyo ku murenge aba n'aba, utugari aba n'aba... Ikusanyamakuru riti: abari hanze bararuta abari muri za gereza ubwinshi, kandi mu bayobozi b' igihugu na ho harimo akayabo kabo, kandi ni byo no mu itorero no mu idini barunze mo. Kandi niba inyange zirira se, ibyiyoni byo biba byifashe bite? Ubwo kandi ababeshyera abandi ni ishyano ryose, haba muri gereza, haba hanze, ni uruvange rw'ibibazo byuzuye ibyaha byinshi kugira ngo uzamenye ukuri keretse uhishuriwe n'Imana yonyine. Umuhutu aho ari hose wa muvumo w'itsembabwoko ruba rugeretse, uba umukurikirana; ubuterahamwe aho ari hose, ngo navuge ibyo yabonye, navuge abo yishe, abari kuri bariyeri, n'aho bariyeri zari ziri, kandi kirazira ko waba uri umuhutu ngo uvuge ngo ntabwo ubizi, n'iyo byaba byarabaye uri hanze, mu bitaro se, ugomba gushaka uko umenya ko byagenze. Nababwira ngo ni bihane muri rusange Imana ibikureho bakanyanga.

Ndasaba Imana ngo ihishurire abahutu ko bagomba kwihana itsembabwoko muri rusange, kandi ntabwo byaba rusange twese tutemeye ko turi Interahamwe, twasubira muri 1994 mu kwa 4, ni ho ifirimbi yavugiye. Hari uwo twahuye yakanuye amaso yahahamutse ati icyo gihe nari mu nzu nahavanywe n'Inkotanyi, ariko ngo ni mvuge ibyo nabonye. Ndamubaza nti icyo gihe ryari? Hari habaye iki? Ati: igihe bya bindi byabaga yewe. Ngo ni mbereke aho twahambye abantu babo kandi simpazi ku izina ry'Imana. Pasito nushaka usenge Imana ibikwereke rwose, nta mututsi waguye kuri iyo bariyeri muri raporo ni ko bimeze ahubwo (abimbwira yongorera) ngo abahutu baho ni bo bapfuye jyewe Imana ikinga akaboko. Ubwo ararira.

Umuntu w'umugabo wifashije wize cyane na Leta y'ubumwe yari yarahaye akazi gakomeye ati singisinzira, dore ngira n'izuru hano iyo baribonye baribuka (afite izuru rinini). Mfite n'uko mvuga iyo banyumvise (ni umukiga)….. Ati ubu se ntoroke, koko njye koza imodoka z'abazungu na toilettes za bo? Ntaho nzajya bazakore icyo bashaka, kandi sinzanabeshya maze. Ubu nandika arafunze bamukatiye burundu y'akato. Naramubwiye nti ihane n'ubwo utishe, njya aho ndasobanura, nti kandi na bene wanyu ujye ubabwira bihane bose ni Interahamwe. Ati erega baguhora ubusa ibyo uvuga ni byo! Akomeza kurira, avuga ngo uzi ko nta Gacaca y'abahutu ibaho di! Ahita afatwa n'icyuririzi ndamuhunga.

Kuko ndabazi iyo batangiye kwibuka! Ngenda avuga ngo uzatubarize gacaca y'abahutu, «FARG» y'abahutu, AVEGA y'abahutukazi, abaguye Kongo-Zayire n'abaguye mu Rwanda, n'ababo basigaye. Ndabimenyereye rero iyo bitangiye kuriya ndikura, ngahita nongera kubaza Imana iby'u Rwanda n'ukuntu tuzamera. Wagarura amaso mu idini ugasanga baraceza izasabwe. Hakabaho n'igihe baceza nta ndirimbo iri mo. Kandi amadini yavuye hanze bo ngo ntabwo gacaca ibareba, kandi muri bo harimo inyangamugayo zica imanza zitari zihari. Ngo bireba izo Nterahamwe zari mu Rwanda. None se kuki bacira imanza abahutu kandi batari bari mu Rwanda muri jenoside?

Nyamara twumviye Imana gacaca igakorwa mu Mwuka, igakorwa n'abazi Imana, yarangira neza kandi vuba itangije byinshi, ndetse n'ingaruka ntizikabye. Reba nawe iyi ncuro ni iya 16 irenga abadayimoni bikubye incuro utabara ni nk'aho turi mu kwa 7/94. Uti kuki? Kuko habayeho Gacaca nyine; yafunguye abishe nta kibaye, nta guca bugufi bihereye muri bariya bayiteguye kugeza ubu bose bavuga ko ari abere. Icyo gihe abazimu benshi baba babonye akazi. Ikindi kubera na none ubwiyunge bwo kuremekanya, bwo kwanga gusitaza no gukomeretsa, abadayimoni baba bongeye bariye, cyane cyane iyo dosiye iba iri mo amaraso avanze n'umuhamagaro, ukongeraho itsembabwoko abahutu bakoreye abatutsi, no guhora kwakozwe n'abatutsi b'ingabo za FPR. Bimaze iki guhora abantu, aho gukira barushaho guhahamuka? Mbwira nawe uko ubibona. Ibyunamo byose kuki bigenda birutana ubukana, Kuki? Kubera ko uburemere bwiyongera aho kugabanuka, sinzi niba ababibishinzwe babibona ariko ni ko bimeze.

Umuhutu afite ubwoba bwinshi ndetse bwatuma ahunga cyangwa yiyahura, benshi bamaze guhunga atari ukubera ko bishe. Umututsi afite umujinya mwinshi ndetse watuma yihorera. None se tuzahora muri ibyo? Iyo atari umuhutu warakaye, aba ari umututsi warakaye. Ni ibiki? Maze bamwe bakinjira abandi bagasohoka.

Idini ryiyise Itorero ryanze kubikora ngo ribirangize, none igihe cyageze Imana iraje ibyikorere. Ubu rero buri wese aravuze ngo izabikora ite? Ndagusubiza nka wa Muyahudi umunyamakuru amubajije iby'urusengero rwabo rwa Salomo ruri i Yerusalemu aho Abarabu bubatse umusigiti wabo. Amubajije uko bazarwubaka kandi hari uwo musigiti, maze uwo mwuzukuru wa Aburahamu ati: «*Simbizi, ariko icyo nzi n'uko tuzarwubaka muri uriya mwanya aho umusigiti wa bene Ishimayeri na Muhamadi uri; sinzi mu byukuri uko Imana izabigenza, niba hazaba umutingito, niba hazava umuriro mu ijuru ukarwotsa cyangwa bigaturuka ikuzimu, niba tuzabyuka tugasanga ntaruhari gusa gusa, simbizi! Icyo nzi nuko vuba aha tuzubaka urusengero rw'Imana yacu kuko igihe cyageze, n'ibikoresho byose byarangije kuboneka*».

Mubanze mumbabarire mbere yo kunciraho iteka cyane cyane abo bigaburira cyangwa se byagaburiye, ndumva mutaceceka kuko inda zanyu zigomba kubanziriza ukuri kuri abongabo bikunda ntibanakunde n'ababo, igihugu cyo ntibakabeshye ko bagikunda kuko barabicyeretse na cyo kirabizi, ariko mwaba murya mwaba mutarya, mwaba mwarariye, ibyo ni mwe bireba. Ahubwo mutege amatwi, murebeshe amaso; mwumve ibyo Umwuka abwira ababyishe bose. Nutabyitaho byo bizakwitaho. Nubisuzugura byo bizakubaha kuko bikurusha «vision», bifite na mission n'intego, ndetse bizakora na raporo. Iyo bashyiraho komisiyo ya Gacaca ikozwe n'Itorero, icyo gihe hari kubanza kwihana nyine, kuko nta kintu uzabona ku Mana utabanje kwihana nkanswe ibyo mu Rwanda.

Iyo habanza Gacaca ikozwe n'Itorero, ntihabanze ubumwe n'ubwiyunge bukozwe na komisiyo, ubu Gacaca iba yararangiye. Ubu nandika iki gitabo twari kuba turi mo gusoza none nta n'ubwo twari twatangira. Ubu nandika iki gitabo twari kuba turi mo gusoza Gacaca, tugatangira ubwiyunge bwuzuye budushyikiriza ubumwe, habaye guca bugufi, hatarimo kwitana bamwana by'aya moko. Kuko amasengesho kugeza ubu dusenga ni asoza buri gihe, kuko twanze guhera aho bitangirira, ari ho: Kwihana.

Umwe (ni umurokore w'umututsi) yaherutse kumbwira sinzi niba yaranabivuze ahandi ati dore ibigomba gukorwa kugira ngo u Rwanda rugire amahoro. Yararambiwe nk'umurundi w'umututsi wigeze kumbwira ababaye arira ati «*Imana aho bigeze n'iyo yaduha IBUYE ngo ritubere Perezida twavyemera ariko tukajya turyama tugasinzira*».

Ibi yabivugishijwe no kurambirwa kubabazwa cyane n'intambara zidashira ziterwa n'abanyenda nini, batazabiheza. Uyu nawe ati:
- Icya mbere: gufungura abajenosideri bose.
- Icya kabiri: Impunzi zose zigataha zose cyane cyane iza politiki.
- Icya gatatu: Hakaba indi «nzibacyuho». Nagize ngo yanyoye ibiyayura umutwe (yasaze).
- Icya kane: Tugasabana imbabazi twese, ari abakoze jenoside n'abitwa ko bayihagaritse.
- Icya gatanu: Tukababarirana na none twese.

- Icya gatandatu: Icyunamo kikavaho (yarasaze neza cyangwa yashakaga ikimvamo ariko asanga ndi maso).
- Icya karindwi: Tukongera gutora, ariko harimo abakandida badafite ubwoba bwa Kagame.

Mu mutima nti uyu si muzima rwose! Ngo twakongera gutora kuko ariya matora Abanyarwanda bose batatoye ngo bishobora kuba ari na byo ahanini biteza ibibazo, ngo bamwe bari mu mahanga nko mu mashyamba ya Kongo-Zayire. Mana yanjye! Noneho ndamubaza nti ubwo noneho n'Itegeko Nshinga ryahinduka? Ati ndiyo! Naramurebye ngira ngo bamuntumyeho ngo yumve icyo mbivugaho, ariko narabyirinze kuko bene abo ndabamenyereye, ngo ni uburyo bwo kugira ngo bakumve babijyane. Nti se uri mu mwuka cyangwa ni ko ubibona?

Ati: «Pasito, ibyo mvuga ndabizi; nibitagenda kuriya uzaba urarora akazaba». Na none umwana w'umuhutu azongera akameze n'abazungu be bamuhora inyuma, afatanye n'abatutsi bacitse ingoma ya Kagame, maze urebe. Kandi umenye ko abashaka kurwana bo batakoze jenoside Aho urahazi?» Nshatse kumusobanuza numva anjyanye mu menshi ndikura. Nsigara nibaza byinshi kubera ko ari umwinginzi kabuhariwe, kandi w'umututsi. Kandi yavuye hanze, kandi bafite ngo ibyo Imana yababwiriye mu mahanga; ariko sinkubwira icyerecyezo.

Nongera gukuka umutima k'ubw'igihugu cy'u Rwanda, ndibaza bishyira cyera. Undi nawe ni umuhutu ati «Murokore, uraruhira ubusa, igihe wahereyeee! Ahubwo dore umuti: Icya mbere twese twakoze ibyaha, twebwe twishe abatutsi, na bo baratwica rwose, n'ubwo uvuga ngo ni twe twakoze itsembabwoko, ariko twarabaze dusanga harapfuye abahutu benshi cyane kandi bishwe n'abatutsi. Noneho rero twe kwirirwa tubeshyana ubusa, reka twihanirane tubabarirane birangire». Namubajije ijambo rimwe gusa mporana nti ni nde uzavuza ifirimbi? Ni nde uzabanza kwihana? Nawe biramuyobera, kuko cyeretse bamwe bibwirije bakabanza, naho ubundi nta n'umwe ushaka kubanza.

Ati «ibyo uvuga byumvwa na bake. Kubwira umuhutu ngo abanze yihane kandi nawe asigaye wenyine, ahubwo urakomera wa mugore we!» Mbona atangiye kureba nabi ……no kuvugaguzwa, ambwira ngo imirambo yo muri Kongo-Zayire n'ahandi yasigaye arondora…. Nanjye mpita nikura mu mayeri. Undi w'umuhutu nawe ati «Mbese wakweruye ukavuga ko twese twishe, maze bikagira inzira?» Ubwo nawe ngo aravuze kandi icyambabaje n'uko bene abo baba bari mu buyobozi. Bakorera munsi y'ibikomere na bo ubwabo badashobora gucunga. Imana itubabarire koko ntituba tuzi ibyo dukora.

Kwihana kw'abatutsi kubaye mbere nta muhutu wasigara. Kuko dore uko uwacitse ku icumu yakwihana yagira ati: *«Mana ndasaba*

254

abahutu imbabazi ko nasigaye jyenyine, birambabaje rwose kuba baransize ndi muzima kandi naragombaga gutemwa, none bambabarire ubutaha ntibazansige. Kuko ni abantu beza abahutu, kubona hari abatutsi basigaye birababaje cyane. Mana tubabarire nk'abacitse ku icumu. Kandi n'abahutu batubabarire icyo cyaha cy'indengakamere cyo kuba tutarashizeho». Ni wumva ko hari abacitse ku icumu barisenze ukiri mu gihugu uzahite ukiva mo, kuko byaba byaturangiranye.

Ikibazo: Niba atari izima rya buri bwoko, bitwaye iki kwihana? Niba atari ukwihagararaho byo kurata ubugabo «ari byo Imana yanga», bitwaye iki? Uretse ko nzi kimwe gusa kandi cy'Umwuka; narabivuze nzakomeza no kubisubiramo. Abatutsi babanje kwihanira abahutu Imana yatumerera nabi cyane; umuvumo wakomeza kwiyongera. Aha nahamenyeye byinshi byatumye na none nongera kwibaza. Ko abarokore na bo barimo benshi barwaye, bariya bose ubona bikarakasa, upimye neza wasanga bose bihishe mu bwoko bwabo. Ikibazo cy'amoko ndakizi, n'aho kingeze ndahazi, n'aho kigeze igihugu ndahazi, n'aho kigeze idini ryiyita Itorero ndahazi, n'aho kigeze abategetsi b'u Rwanda ndahazi, nagikoreye ubushakashatsi bwinshi.

Ndabaza: ko abahutu bihagararaho cyane bakaba badashaka kwihana, abatutsi bakaba bihagazeho bakaba badashaka kubabarira, idini ryiyita Itorero rikaba ryihagazeho rikaba ridashaka kwihana, igihugu kikaba cyihagazeho kikaba kidashaka kwihana, abategetsi b' igihugu bakaba bihagazeho bakaba badashaka kwihana; mu by'ukuri hasigaye iki? Ntihasigaye se ko Imana ari yo yihana ikarangiza ikibazo? Kandi koko igiye kutwihanaho rwose mubyitege. Kandi iyo yihannye bimera nk'igihe cy'umwuzure, cyangwa se Sodoma na Gomora n'ibindi nawe waba uzi. Imana igiye kutwihanaho kuko yaducumuyeho; n'ibyaha byayo byabiteye, kandi niyihana nzi neza ntashidikanya ko tuzayiha imbabazi 100%, kuko tuzaba tubaye abagabo yo ibaye imbwa.

Aha rero ni ho nagira ngo mvuge mpinda umushyitsi, nciye na bugufi cyane kuko mpazi byinshi. Mana mbabarira, Mana tubabarire. Iyo habuze uca bugufi, kandi hari icyo Imana iguhakaho igucira bugufi. Icira bugufi abantu nk'igihe cy'Adamu na Eva. Guca bugufi kwayo ni bibi cyane. Yaciye bugufi cyane igihe cya Sodomu na Gomora, yaciye bugufi cyane igihe cy'umwuzure, yaciye bugufi cyane igihe cy'Abameleki, yaciye bugufi cyane igihe cya Hitler Adolphe w'umudage wivugiye ko Imana izategeka ijuru nawe agategeka isi. Nawe unyumvire umwana w'umuntu uko yabaye. Ubu se yategetse isi? Yagerageje kumaraho Abayahudi. Ni cyo yari yaravukiye. Igihe cy'itsembabwoko yemeye ko riba ku bw'impamvu nzasobanura ubundi ariko yari ibizi neza. Kuko ntijya itungurwa. Muri Kongo-Zayire igihe cy'impunzi yari yaciye bugufi kuko aho kwihana biteguraga gutera u Rwanda na none. Ngo kugaruka ku butegetsi. Kandi bari basize bakoze itsembabwoko. Ni ISHYANO!

Iby'abahutu n'abatutsi byose ni insobe. Bose bakunda «UBUTEGETSI», kandi ntibazi gutegeka. Amerika twese twirukira Imana yari yayiciriye bugufi yemera ko World Trade Center ikongoka, n'ibindi byose igenda ica bugufi ariko yabanje guca amarenga. Byumve neza ko iyo abantu banze guca bugufi yo ica bugufi biyiruhije na yo kuko akenshi ntiba ibishaka. Dore nka Goma yayiciriye bugufi maze Nyiragongo yumvira ijuru. Hari hashize igihe abahanuzi barasaraye birirwa babwira abo kuri Goma ngo bihane, abandi barabakuba bikomereza ibyaha byabo. Maze isaha igeze Nyiragongo irabahemuza. Bya bindi byose biratanaga, bikongoka babireba, bihinduka amakoro, n'abantu bahinduka amakoro, amaduka ahinduka amakoro, amazu bacerezaga mo ahinduka amakoro, amazu y'abapfumu ahinduka amakoro, amazu y'amadini ahinduka amakoro. Ejo bundi mbaza umuntu nti mbese Goma ubu nti hari ububyutse da? Kubera Nyiragongo? Ati ariko nawe urasetsa hari n'ukibuka se ko hari icyahabaye? Barongeye barushije mbere gukora bibi no guhakana Imana. Nti ugende ubabwire ko nibatihana bigiye kongera. Mu minsi yashize no mu Rwanda i Cyangugu hanyuze akantu k'akayaga ngo bihera mu nsengero z'amadini, hahandi hagiye hanapfira mo abatutsi. Umutingito ugomba kuba warasanze batamba igitambo cya misa ya mbere. Yari amarenga, kuko urebye uko byagenze byahereye mu nsengero zo ku tununga z'inkuta 4. Imana iravuga wa mugani wa wa muririmbyi.

N'ahandi hose hari utumenyetso tw'ibihe ariko ntitwumva. «MANA TUBABARIRE, NTABWO TWARI TWAKUMENYA, TUGIRIRE IMBABAZI WA MANA WE TUDASHIRIRA KU ICUMU RYO KUDACA BUGUFI». Abumva hari icyo bumva mwaje tukihanira Imana ntidukomeze kurebera. Niba mukomeje gutegereza ko Imana ica bugufi, jyewe ho ndabyanze. Kuko njyewe n'abashaka kubaho tuzacira bugufi Imana, sinzigera ntegereza ko ica bugufi, Ibimfashe mo mu izina rya Yesu. Amen!

KUKI IMANA YAVUZE KURI DAWIDI ITI «MBONYE UMUNTU MU ISI UMEZE NK'UKO UMUTIMA WANJYE USHAKA»? Ibyo Imana ntabwo yigeze ibivuga kuri Aburahamu, Isaka na Yakobo, ntiyigeze ibivuga kuri Mose, Yosuwa na Kalebu, ba Gidewoni, Debora, Baraki, Yefuta, Nehemiya, Ezira, Esiteri, Daniyeri, Yobu, Hoseya, n'abandi. Kubera iki?

Umutima wa Dawidi wari utandukanye n'iyo yindi, kandi Imana yari yarawubonye cyera! Dawidi yimitswe bamukuye mu ntama aragiye, bagomba kuba bararangije kumusuka ho amavuta ntibigire icyo bimukora ho «nta bwibone bwamubaga mo» agomba kuba yarahise asubira no kuragira nta minsi mikuru ibaye. Kuko n'iwabo byari byatangiye gucika, ishyari rya bakuru be na se yacanganyikiwe yibaza impamvu atari Eliyabu imfura ye wimitswe. Dawidi yishe Goliyati asubira kuragira (ateye ubwoba). Iyo aza kuba umuhutu cyangwa umututsi we! Sawuli atangira kubaririza uwo ari we kubera ko bari bamaze kuririmba ko Dawidi yishe inzovu, ariko Sawuli we ngo yari yarishe igihumbi gusa.

Dawidi yaciye bugufi bitera ubwoba Imana kuko ku isi kugeza ubu nanjye sindabona cyangwa ngo numve uca bugufi nka Dawidi. Kuko iyo umuntu akoze akantu gatoya aba ashaka kumenyekana, ni byo bihita bikurikiraho, biba muri kamere muntu. Dawidi yishe Goliyati, ntiyaca ibintu, asubira no kuragira aribyo. Ari uwiyita Umunyarwanda ntiyabyemera. Dawidi yumviye Sawuli aza no kumuririmbira ngo amwirukane mo abadayimoni. Muzi incuro nyuma yamuhize ngo amwice, undi yabonye izindi ncuro nyinshi zo kumuhitana ariko ntiyamuramburiraho amaboko.

Dawidi ateye ubwoba ku isi. Habe kumwanga, buri gihe yamwitaga shebuja. Mukurikire neza uwamubikiye ko Sawuli yapfuye bazi ko bazanye inkuru nziza z'umwanzi we, yari amuhitanye. Dawidi aratangaje mu gucira bugufi Imana n'abantu. Namwe muzi ibyaha bye muzi no kwihana kwe. N'Imana byarayitangaje irirahira. Muzi incuro Sawuli yamuhize undi agakomeza kuvuga ijambo rikomeye ngo ni nde wo kuramburiraho ukuboko k'uwo Uwiteka yimikishije amavuta? Hari icyantangaje: mwene Data umwe ukijijwe, ufite urukundo n'imbabazi ushaka n'uko igihugu gikira yarambwiye vuba aha ati n'ushaka wihorere byose uruhuke kuko bene wacu ntibakizwa. Nti cyo re! Ati twari ahantu tuganira (ibi ndabikubwiye kuko byandenze), ati «noneho hari ba révérends benshi, nta wishishaga undi twese twari abatutsi, maze umwe aravuga ngo nyamara uriya mugore (musazi jyewe) ngo afite umuti w'igihugu kuko ibyo avuga biri mo ukuri, nta n'umwe ndabyumvana, kandi ni ukuri kuzuye ati mbona tutamwemera gusa. Kandi na we ntiyoroshye agira amahane ntazi kutwegera cyane ngo tubigendane mo, tumugire n'inama. Ariko mbona ari we ufite gukiza igihugu na messages ze, kandi ni iz'Imana 100%. Maze ngo undi aramusubiza ngo «Yagira message yagira, nta cyiza cyaturuka ku muhutu ibyo biramureba. Urashaka kuvuga se ko gukira kw'igihugu byaturuka ku muhutu. Nakongera ngahunga.»

Aya magambo yarambabaje, nahise nsubira mu mubiri numva ndashaka kubacyurira, nashatse kubumvisha ko nta byiza bazanye, ariko ndatinya ndigarura. Batangira gutongana ubwo basubira no mu mateka na jenoside, benda kurwana, ngo FPR yahagaritse jenoside ivanaho MRND ngo n'ibindi ni ko bigomba kugenda. Naramuhuguye ngo azajye no gusobanurira bagenzi be nti uzababwire uti ku bantu, umuntu akosora undi, ariko ku Mana uwishe ibintu ni na we ubikiza. Mba ndabahanikiye kubera ko ari ihishurirwa.

Muha n'ingero nyinshi, nk'Adamu ni we wabitangiye ariko ntabwo Imana yohereje Malayika ngo apfire abantu ahubwo Yesu yagombye kubanza guhinduka umuntu. Ufite amatwi niyumve ibyo Umwuka abwira amatorero. Ntabeshye numvise ikintu kinkubise, nsaba Imana kubireka ariko wapi! Yesu ati «Nanjye bavuze ko nta cyiza cyaturuka i Nazareti»; icyo cyuririzi cyamaze mo igihe ntekereza, nibaza icyo ndimo gushya narura, birancanga, nasubiranye ntinze. None se bene Data, niba umuhutu atatumwa n'Imana mu gukiza i gihugu, ngaho noneho umututsi yo kagira Imana nimutume jyewe icyo mpfa n'uko igihugu gikira, kikagira amahoro arambye abonerwa muri Kristo Yesu. Icyo gihe ngo baratonganye bamwe bati naba na bo ibyabo biri ahagaragara naho twe turi abagome bihishahisha; twica twihishe, dufite ubugome buhishe. Nti mbabarira nta gatuza k'imigeri nifitiye. Undi ati «wa mugore we wishyizeho, uzi ko utazi umututsi? Ati: n'iyo wakoreshwa n'Imana ute ntitwabyemera kuko ntidushobora kunezezwa na byo. Uri Interahamwe sana, ni yo shusho ufite. Bimera nka cya gihe cya Yesu abaza ati kuki mushaka kuntera amabuye? N'uko bamukubise urushyi ati «niba mvuze nabi garagaza icyo nkosheje, ariko se niba mvuze neza unkubitiye iki?» Ati «ariko ibi bikorwa byanjye byo ntabyo mubona»? Bati ku birebana n'ibikorwa ntacyo tuguhora, uzira amagambo yawe yo kwigereranya.

Undi arambwira ngo amafaranga bampaye nashira nzaceceka, ati kuko ndabazi na bo baharara kubi bazakujugunya nk'ibize, uraruta nde se? Ko bakoresheje benshi uraruta se abo babanye mu ishyamba na Gahunge na Nshongerezi na Nyakivala? Uraruta se nde. .... Urumva uri iki? Aho ni ho uzamenyera inyiturano y'umututsi kuko dore uko bikurikirana.

Umwe ati «*umuhutu umuvura amaso akayagukanurira*», undi ngo «*umututsi umuvura amaso ayawe akayanogora mo*». Wemeye ibizagukora ho wa mugore we!

Umwe wo mu bategetsi b'igihe cya Habyarimana ngo yigeze kugira mugenzi we inama ababajwe n'uko bari bamugize maze ati «abatutsi bazagukanjakanja nka «chiclettes», nibakumara mo uburyohe bazagucira». Imigani iragwira! Ariko jye ntaho bihuriye kuko nta cyabo ngira, nta mafaranga yabo ngira, niba ahari bazayanyishyuze nzayabishyura. (Icyuririzi). Undi baje kumutera igipindi ngo ajye mu ishyaka ryabo (Umuryango, FPR, Moteri), maze ati «*ntawe ucirira imbwa ikuze, bacirira ikibwana kuko imbwa ikuze yaba ikubeshya kuko ihita igaruka iwabo iba yarahamenyereye, kandi ni indahemuka, izi n'inzira zose*». Uwo ni we wivugaga ko yari imbwa ikuze. Ati ariko kuko jye mfite ikibwana (umwana we) abe ari cyo mutwara ni cyo kitari cyamenya inzira neza mushobora kugitoza imico yanyu kikayifata vuba mukazakimarana n'igihe, mukizunguze cyemere. Naho jye ndi imbwa ikuze, nabarushya. Koko irya mukuru ryaje gusohora, ikibwana barakijyanye none barakijugunye, bari mo kukijujubya.

Undi ati kuki udatekereza neza? Naganiriye n'ababikurikiranira hafi numva bavuga ko ugomba kwitonderwa, na bo ubwabo ntabwo bazi uwo ukorera, kuko bamwe bavuga ko ukorera Inyenzi ariko ejo bundi waradushekeje igihe wagiraga uti: *niba abatutsi ari bo bampa amafaranga ngo mvuge ko abahutu bakoze itsembabwoko, kandi nkababwira kubyihana ngo bakire, noneho rero ababivuga bataye umutwe cyangwa baritsinze, cyangwa se abatutsi baruse abamalayika kuko niba umututsi ampendahenda akagereka ho n'ibiguzi ngo mbwirize umuhutu akizwe, birenze bya bindi by'urusha nyina w'umwana imbabazi uba ushaka kumurya. Sinzi uko byitwa.* Abandi ngo ufite amacakubiri.

Abandi bati yarasaze ntazi ibyo akora, icyo gihe benda kwicana havuka impaka nyinshi kuko hari abemeza ko uzi ubwenge ngo bushobora kuba bwanakuraho na Leta yiyita iy'ubumwe. Ariko abazi ubwenge bavuga ko watumwe na Yesu Kristo. Undi ati murokore, witonde bene wanyu barakaye none ngo barimo gushaka nawe kukugereka ho Gacaca ariko byanze gufata kuko ngo ufite ibimenyetso simusiga by'uko wakoze neza muri jenoside Nawe ngo witangiye abatutsi bari bahishe iwanyu n'ahandi, ujya kubasabira ibiryo kuri Etat Major yanyu icyo gihe. Ngo wahabeshye byinshi ariko uranga urabagoboka, ngo hari n'ibindi byiza wakoze udashaka ko bivugwa, ngo kuko udashaka guhembwa ko waba waragiriye neza umututsi. Sinzi uko wigeze kubisobanura turumirwa. Abo bateguraga ibyo kukugerekaho Gacaca, ngo ubyumvise byaragushimishije? Ngo witeguye no kuburana? Ubwo abandi baterwa ubwoba na Gacaca, wowe barayihwihwisa ukanezererwa? Mbese baba baraguhamagaye? Cyangwa byahwaniye mo?

Harya ngo papa wawe yazize ibitekerezo ariko ntiyazize itsembabwoko? Ngo ni numéro ya 3? «FARGE» se irakureberera? Icyo gihe wabajije niba witwa umucikacumu tubura aho dukwirwa. Ibyawe byarayoberanye ariko jye nari mu ba mbere batakwemeraga none nemeye ko ukoreshwa n'Imana kuko icyabinyemeje ntawe mbajije n'uko kugeza ubu ukiri ho. Ibyo byonyine kuri jye birahagije, kunyemeza ko ari Imana ikurinze. Undi w'umututsi ati murokore, bene wanyu bahize, barakaye bashobora kukugirira nabi bakakugaragariza ubugome bwabo (uyu yabohowe n'Imana yari yararahiye ko adashobora kuzababarira umuhutu yariyemeje no kuzajya mu muriro. Ati igihe wandikira Perezida Kagame nari nzi ko ibyawe byarangiye kuko iriya message ntiyakinaga yarabagonze sana cyane cyane ba Révérends. Twahuye biyasira ngo hari ikigomba gukorwa kugira ngo uceceke quand-même. Uretse ko aho byabayobereye n'uko batazi ibyo wavuganye na Perezida, aha rero hari ikibazo. Kandi bazi ko Kagame abashyigikiye cyane. Abashumba barakwijunditse cyane, nari nzi ko watorotse mbona ndakubonye. Umeze nka ka «kamasa kazaca inka kakazivuka mo». Ni jyewe wagize ubwoba kukurusha ahubwo wowe mbona ntacyo bikubwiye. Ariko se dushyize mu kuri koko bakoze iki? Ku bwiyunge bakoze iki? Gacaca bakoze iki? Si amagambo gusa no kwishakira ubutunzi? Ati «nategereje ko basubiza nkurikije ukuntu biyasiraga ndaheba. Ati «ese niba uri umusazi, kuki bababazwa n'iby'umusazi avuga? Maze bakongera ho ko ukorana n'abo hanze! Nabajije niba ari bo bakubwiye kwandika uriya muti.

Undi yarampamagaye ati wari hehe mu itsembabwoko? Ndamubwira. Ati ese ko numvise bavuga ko wari aha n'aha…ko Gacaca igushakisha? Namusabye ko tubisengera icyo kirego kikaba, kuko jyewe nihannye «Rusange ya jenoside», izajya imfata mu bundi buryo ariko kubazwa abo nishe byo ntabwo nabyihanganira kabisa. Byari bikomeye, ariko nabuze aho bigiye kuko nashakaga urwo rubanza cyane. Ubwo kandi ntabwo ari abacikacumu babaga babiri mo ahubwo n'ingirwabakozi b'Imana b'abahutu ngo babone nabavira aho ariko wapi; ntaho njya njya, turi kumwe. Uwo yarambwiye ati ufite passeport? Nti yego. Ati kora uko ushoboye ujye Kampala ube uri yo uzaba ushaka ibyangombwa witonze, kuko byarangiye baragufunga no kuri gereza barabizi. Niyemeje jye n'undi muntu kugushakira amafaranga ukava ino, urarikoze. Ubu yaranyanze ngo nta bwenge ngira ngo kuko ntahunze. Ariko se nahungaga iki icyo gihe? Abo ngabo abe ari bo bazahunga. Undi ati nsobanurira ukuntu abahutu twese turi abicanyi? Ndatangira ndasobanura bigeze hagati atangira kurira ati ayiweee! Bose niba babyumvaga gutya u Rwanda bwacya rwakize. Undi ati peee! Twese twemere ko twatsembye? Ibi ngibi byemerwa gusa mu gihe cyo kwihana kuko ntushobora kugenda uvuga ko wishe kandi utarishe bigaragara. Kandi bacye bagiye bihana babikuye ku mutima barabohotse.

Kwica kwa rusange ni aho bihurira n'uko mu mitima y'abahutu hari hameze kirya gihe, uko hari hameze, uko twidegembyaga dukoze mu mifuka dufite uburenganzira busesuye bwo kubaho. Uko twumvaga twebwe gupfa bitatureba. Kuba twari bamwe bo muri bo, abo ngabo bicaga, niba twe tutarishe ariko twari tumeze nka bo, n'ibindi nagiye nsobanura kenshi nifashishije Bibiliya, ntabwo ari Igitabo cy'Amategeko Ahana ibyaha cyangwa Cyangwa Igitabo cy'Amategeko Mboneza-mubano. Usome neza Obadiya 10-16.

Ni yo mpamvu hari abarengana benshi n'uko kugeza ubu nta kwihana nyako kwa rusange kwari kwaba. Ndagira ngo mvuge kuri iki kintu cyo kubeshyera abantu ngo barishe. Nubeshyera umuhutu ngo yarishe, ukamugereka ho amaraso atamennye mu buryo bugaragara, we aba ari ho umuvumo nita ko utaziguye (indirect), noneho wowe umubeshyeye bimuva ho bikakujya ho kuko n'iyo yapfa azaba azize rusange iziguye, ariko wowe uzabazwa amaraso ye. Kuko we ntayo yavushije mu buryo butaziguye (directement), ibi bitandukanye cyane n'ubugambanyi, no kuba warahishe abatutsi ugaca inyuma ukabagambanira, uba umeze nk'uwabishe. Ibi mbivugiye ko hari benshi koko barengana batishe abatutsi. Ariko wa muvumo rusange waza ugasakuma bose kubera rya jambo riri muri «Obadiya umurongo wa 10 - 16 «MWESE MWARI ABAHUTU», wowe umubeshyeye uba uzi ko ugikoze, ariko uriyishe ari wowe, ubaye igikoresho cyo gusohoza umuvumo w'amaraso kuri we mu buryo ugize mo uruhare.

MU RWANDA NTA MAHORO AHAMYE AHARI KUBERA UMUHAMAGARO

Kubera uburyarya, ubwibone, n'ubugome uhereye cyera kose, ba sogokuruza bari abanyezima cyane. Ntabwo izima rigira icyo rimara ahubwo rirangiza. Iyo abantu cyangwa igihugu kiriho umuhamagaro w'Imana nkatwe bisaba kubyitondamo. Dutabare dore isaha yatugeranye. Nta mahoro kuko umuhutu aryarya umututsi, uyu nawe akaryarya umuhutu, uhereye cyera kose nta kuri kuturimo turaryaryana, yewe no mu bitwa ko bazi Imana ndetse bayikorera na ho harangiritse.

None nanjye nkurikije ikusanyamakuru nakoze kuva nyuma ya 1994 nasanze nta kuri kwibera mu banyarwanda, kandi na mbere y'aha ni ko byari bimeze uretse ko bitari byagakura neza kuko nta mahano akabije yari yarabaye, ndavuga cyane ku bakozi bitwa ko ari ab'Imana:

- Abapasitori ni abanyabinyoma.
- Abanyepolitiki ni abanyabinyoma.
- Abanyamadidini bo ni ko bamye, ni abanyabinyoma no kurushaho. Biranababera kuko bavangavanga mo n'udukorwa tw'amajyambere.
- Abapasitori benshi basigaye ari bo bahagarariye ibinyoma n'indi mirimo iteye isoni. Abarokore ni abanyabinyoma no kurenzaho.

Nsanga bose batahiriza umugozi umwe wo gutiza umurindi kuzuza inshingano za ANTIKRISTO watangiye gukora mu mayeri menshi akoresheje amajyambere n'ibindi ashamikiye ho. Ariko mu Rwanda ho arakabije, wagira ngo iki gihugu ni cyo kizuzurizwa mo imigambi ye yose, none kikaba kiri mu igeragezwa (pays pilote).

Nasanze Imana ari yo izarangiza ikibazo cy'Abanyarwanda, kandi ndabivuga neruye: Nidukomeza kwinangira tukihindura ba «najyuwa», ndayisabira izandinde kureba umujinya wayo ku Rwanda no ku banyarwanda. Izarebe aho impisha kuko sinshaka kubitaha mo, nkeneye kureba nyuma y'ibi. Kandi Imana igiye guhana abiyita Abanyarwanda mwa bahutu, mwa batutsi, mwa batwa mwe! Sinzi inkuru mperutse kumva ngo hari umuyobozi w'umusirikare wahitishijwemo ati se Imana ibahitishijemo INTAMBARA N'INZARA nk'ibihano mwahitamo iki? Wowe wahitamo iki Afande? Ngo asubiza vuba yiyizeye kuko ngo azi kurwana cyane ngo yabiherewe n'igikombe n'impeta nyinshi, arasubiza ngo «ahisemo intambara». Undi ngo yahise yiyamirira aramusubiza ati: ayiweeee ko uhisemo nabi se nyabusa! Kuko iyo uhitamo inzara, wenda abantu basuhuka abandi bakiyiriza ku ngufu, bakajya guca incuro na za PAM zikabona akazi, ati «ariko intambara ntawe izasiga nyabusa. Uhisemo nabi weee!

Koko amatwi ari mo urupfu ntiyumva ihoni! Ni nka bya bindi byo kurwana kugeza ngo ku wa nyuma byo kwa Habyarimana. Na wo ni umudayimoni w'urupfu wo kumarisha abantu. Kubera iki? Baba barwanira iki? Hari umugani nihimbiye kubera uwiyita Umunyarwanda: HUTU-TUTSI-TWA, uwo mugani uravuga ngo «*uwiyita Umunyarwanda ntanoga cyeretse anogotse*». Reka nsubize abavuga ngo Umuti w'u Rwanda wa jenoside n'ubwiyunge, igisubizo ngo n'uko bafungura abafunze bose, maze abishe bari hanze bagataha bagahabwa n'imirimo mu buyobozi bwite bwa Leta, ndetse ngo n'abari Arusha na bo bagataha bemye bikamera nk'aho nta cyabaye. Sinzi abavuga batyo, uretse no kuba ari abagome mu rwego rwihariye ntazi no gupima ariko ni indengakamere, ni n'ubucucu butabaho (reka tuvuge dutyo). Kandi bikunze kuvugwa n'abahutu baba bahaze, birukankwa mo na rusange y'amaraso na bo ubwabo batazi imbaraga zabibakoresheje aho zavuye. Maze bamara kurengwa n'umuvumo wabarenze ngo aho ni ho habonekera ubwiyunge. Bikunze kuvugwa n'abahutu n'abazungu benshi navuganye na bo. Naganiriye n'umuzungu ngira ngo arakijijwe ndatangara.

Ni muri ba bandi baza mu Rwanda bakiriza bageze ku «Rwibutso rwa jenoside». Twaraganiriye mubwira muri make ibyo nkora, asanga ndamuhanikiye kuko ibyo yashakaga kunkoresha namutsembeye n'amafaranga ye ndayasuzugura aratangara. Atari ukubera ko ntari nyakeneye ahubwo n'ukubera Ijambo rya Yesu rihora rinkomanga ngo «NTUZANGAMBANIRE»! Ahari bwari ubwa mbere mu buzima bwe umwirabura yanga amafaranga. Ati cyeretse abahutu bose bafunze babafunguye n'impunzi zose zigataha kandi nta mananiza babashyize ho. Yavuze n'ibindi byinshi. Naje kurakara kuko yari yambaye uruhu rw'intama kandi imbere ari isega, kandi yirirwaga ari kumwe na ba Reverands benshi bashakaga amafaranga. Murumva se atari agashinyaguro? Ko ntajya numva se hari urengera abatutsi babuze ababo muri buriya buryo bw'indengakamere? Umuzungu ntiyari maso nk'indagara? Abikurikiranira hafi? Yarashyize za satelites mu kirere ngo azajye anezezwa n'iyo cinéma.

Noneho akazagaruka yiriza avugira ijambo ku Gisozi ashyira n'amadolari cyangwa amayero muri ya sanduka yo ku Rwibutso. Ko ntarabona abigaragambya kubera abahutu bashiriye muri Kongo-Zayire? Uwo muzungu ko atari yakameza ngo arengere abahutu babuze ababo? Ndabasaba ngo muzarebe film yitwa «Meggido», maze muzirebere icyo nise «UMWUKA W'UBUHENEBERE BW'UBUGOME BUTEYE UBWOBA BWO MU MINSI Y'IMPERUKA BWO GUKORA KWA ANTIKRISTO», ubugome bwe amayeri ye, n'ibindi bibi byinshi. Arakorera cyane mu ma Leta yose yo mu isi, kuko isi ni iye igihe gito. Arakora yisanzuye mu madini, arakora mu buryo bwo kwiyoberanya mu mirimo yose. «uretse ko byatangiye kujya ku mugaragaro».

Reka nsubize abavuga ngo umuti w'u Rwanda, umuti w'ubwiyunge ngo ni uko bafungura abafungiye itsembabwoko bose, maze abishe bari hanze bagataha mu byubahiro byabo, ndetse ngo n'abari Arusha bakarekurwa, bakanabaha imperekeza nk'abavuye ku rugerero. Maze bikamera nk'aho nta cyabaye. Kubera ko hari intagondwa zavutse zityo zidashaka ukuri nta n'ubwenge bwo gushishoza zigira kuko hari ibintu bitagombera gusengerwa ngo abantu bajye mu Mwuka bahishurirwe babanje no kuvuga indimi. Hari ibifite ibisubizo bifatika bitari ngombwa kubaza Imana ngo tugire dute kuko hari réserve y'ubwenge umuntu yigirira bimutandukanya n'inyamanswa. Abameze kuriya rero, naba n'inyamanswa zo zizi abanzi bazo zikunda no kubaho zikirwanaho zikihisha umwanzi. Impala igahunga intare n'ibindi, zigahaha zikamenya n'imiryango yazo. Abameze kuriya nta mwanya nabona nabashyira mo mumbabarire.

Umwe yigeze kuvuga yishongora ngo erega uzababwire niba bashaka ubwiyunge bazarekure uwitwa umuhutu wese, kandi batureke dusubire ku ngoma, ngo ako kanya tuzahita twiyunga n'abatutsi. Namushubije ko biramutse bigenze nk'uko abishaka yaba ari inzira yo kurimbura noneho bya nyabyo inyoko tutsi, kandi ko Imana itabyemera ahita ambwira ngo barandoze, kandi ntacyo bamariye, yarantutse cyane, kandi ziriya mvugo zikunze gukoreshwa n'abahutu n'abazungu. Birenze gushinyagura, nta zina bigira, sinari numva bapangira abacikacumu, ibihe byabo bizaza. Umuhutu umwe yarambwiye ngo nagira imbabazi se kurusha bene wabo? Si bo bacuruza amagufa ya bene wabo? Rero ngo bafite FARGE na AVEGA sinzi n'ibindi. Ibyo bakabyuririra ho ngo na bo barashaka iby'abahutu. Nta n'icyo bari batunganya. Ese ugira ngo bashyizeho iby'abahutu si ho intambara yatangirira? Kubera amafaranga babagenera.

Wagaruka ku bacitse ku icumu bariye umwanda na bo (jye namenyereye ibitutsi by'impande zombi) kuri bo nta muhutu wakagombye kuba ari mu Rwanda, abavuye hanze bamwe banambwiye ko batashye bazi ko nta muhutu usigaye ko bari baje kwibonera ibintu batashye mu gihugu cy'isezerano Kanani yabo, ngo barye bahage baruhuke n'imiruho yo mu mahanga. Bigaranzure n'umuhutu nabo bumve uko bimera. Ni na yo mpamvu bamwe bananiwe kubyihanganira bagasubira iyo bari bavuye abandi bakajya bavuga ngo abari mu Rwanda bose ni Interahamwe, n'abacikacumu disi! Byarambabaje cyane, ngo hari abo babazaga babaninura ngo ko batapfuye? Iby'u Rwanda iyo bigeze aha birayoberana.

Abacikacumu nibamenye ibi ngo ntawe ubakunda n'umwe uretse Yesu wenyine wabashigaje. Kuko hari intambara y'isibaniro ibari ho, hari imyuka y'urupfu ibagenda ho kuko batashize kandi ari yo yari gahunda. Imyuka yo gukomeza kurwanywa nta n'icyo bakoze kibi buri wese akabikanga mo ibibazo. Kwangwa no kurushaho kuko ni bo kibazo. Ari ku bahutu bafitanye inzigo, ari abatutsi bavuye hanze na bo bafitanye ikibazo cy'inzigo kirahari ndetse gikomeye. Kuko imiryango yabo yabaye ibitambo byabo ngo abandi batahe. Aha ngaha hararuhije kuhumva ariko ni ko bimeze. Buretse nzagerageza kubisobanura, kandi ndahamya ko benshi bazumva ibyo ari byo. None se ibyavuye mu maraso ya bene wabo biri hehe? Ko wumva ari bake se ubu baba bagejeje iki gihe hakiri abatiga? Barahari ababuze aho baba? Barahari, abashomeri? Barahari abatavuzwa? Barahari. Aha hari mo ibanga rya Satani rikomeza, kuko we yari yapanze kubamara. Ntabwo habuze indishyi kuko buri munsi ibigega byabo byinjiza. Niba ari bake se kuki batabona ibibatunga bihagije? Bijya hehe?

Ugasanga kubera ibyaha byakorewe mu gihugu bose nta n'umwe ushaka ko undi abaho. Abahutu kubera itsembabwoko bumva babaho bonyine kubera isoni n'ikimwaro, bakanga no kwihana. Abatutsi kubera kubabara no kwihorera no gushaka ubutegetsi no kwiganzura abahutu bibahesha ishema, na bo bagakomeza ubugome bubyarwa n'inzika zitajya zigabanuka. Ndasubiza mvuga ngo igisubizo ni kimwe: n'uko abahutu bose bihana itsembabwoko ni byo byakuraho iyi mizerero n'imihahamuko, n'imijinya ya buri gihe no kutizerana, byasunikira abatutsi kubabarira, na bo bakihana ubwicanyi bwabo. Kandi kubabarira ni gahunda ndende cyane ku cyaha cy'indengakamere nk'iki. Kuko ashobora kubabarira ako kanya ariko yataha akongera kubitekereza ho bitewe n'amateka bigahora ari umurunga utajya ucika, wenda kuko bafunguye abamwiciye n'abacengezi batahutse n'ibindi kandi birumvikana. Turatinza ibintu kandi «Uwo uzaheka ntumwisha urume» Kuri abo ngabo bafunze babbeshyera itsembabwoko, dore igisubizo cyabo (OBADIYA 10-16), aha rero ni ukwemera kuwunywa kuko usharira cyane, kandi mujye munabaza Imana impamvu mwaje aho kuko hari icyo iba ibashaka ho. Benshi yabarinze impfu zidasobanutse, ariko ntibabizi. Imana igomba kutubumbira hamwe twese mu bugome kugira ngo ibone uko itubabarira twese (Abaroma 11: 32). Kuko byarivanze.

KWIBUMBIRA HAMWE MU BUTERAHAMWE KUGIRA NGO TWIHANE NYUMA TUBABARIRWE

Kutihana bituma uba umugome no kurusha ho. Reba Itangiriro 4: 9 amagambo Kayini yasubije Uwiteka ngo sindi umurinzi wa murumuna wanjye. Icyo gihe Imana yari imubajije aho murumuna we ari, ni yo mpamvu iyo utihannye ugenda uba umugome kurushaho. Hari uwambajije ati ibyo urimo ni ibiki? Ngo ese ko uvuga ngo abahutu bihane, nitubikora twese tukihana mbwira sasa noneho niba hazatangira dosiye y'abatutsi nk'uko wigeze kubikomoza ho, kuko na yo ntiyoroshye bizadufata indi myaka, kuko witonde nabwo kandi birajya gusa. Hazabanza Ibuka y'abahutu; FARGE y'abahutu, AVEGA y'abahutu. Imidugudu y'abahutu, Urukiko Mpuzamahanga rukurikirana abatutsi bakoze itsembabwoko ry'abahutu, gushyingura abahutu mu cyubahiro n'ibindi byinshi. Yaranambwiye ngo ariya magufa yose bahora bahamba basigaye barayahimbye amazina, ngo ni ay'abahutu Inyenzi zishe, ngo kuko igihe bahereye bahamba bibuka abatutsi kandi bavuga ko ari bakeya ababo baba bararangiye. Ngo ariko kubera ko buri gihe bagomba kwibuka ngo babone uko biriza ngo Leta yiyita iy'ubumwe ihabwe amafaranga y'abacikacumu itajya inabaha, ngo bagomba no kuvanga mo amagufa y'abahutu benshi Inyenzi zishe. Yatangiye kurondora ambwira ngo aho babiciye, ampa ubuhamya bwinshi nanjye numva agahinda ntangiye kubogama. Aho yavuze ni za Byumba, Kigali y'umujyi, Kigali–Ngari, Gitarama, Gikongoro Butare, Cyangugu, Kibuye, Kibungo, Ruhengeri, Gisenyi Zayire n'ahandi.... Nti hehe se ko Perefegitura zose zarangiye? Ambwira ngo aho bataburuye imirambo bakajya kuyitwika n'ibindi. Mbona atangiye kumbwira nabi, mpindura ikiganiro, kuko yaratangiye guhahamuka, ngo murumuna we n'umwana we nabo bari muri ayo magufa kandi ntashobora kubaza aho bari, ngo hari n'ibindi azi ngo by'ukuntu basibanganije ibimenyetso kuri buri wese uzashaka kuburana abaza aho abantu be b'abahutu bashyizwe. Iryo joro sinasinziriye.

Ariko ngo ntacyo ngo abazungu barabimenye, n'ababikoze barabivuze. Numvise bimwe ntabyumva mbona anarakaye ndamuhunga. Ati ego Mana Mariya we, genda waragowe koko Imana yakwigirijeho nkana kabisa. Iby'u Rwanda ni insobe isobetse ibibazo ni vuruguvurugu, kuko hazajyaho MINALOC y'abahutu. Rwanda Revenue y'abahutu. MTN y'abahutu.

Ararondora birandambira kuko ni ibyinshi cyane. Byageze n'aho nanjye bindakaza, ariko kuko nashakaga kumenya ibiba mu mitwe y'abahutu nyuma y'imyaka 16 narumiwe. Kandi uwo nguwo afite umwanya atari kugira iyo abo bahutu baba bari ku butegetsi. Ariko aba avuga ngo ndarya, ndanywa, ngendera mu modoka nziza, ariko se bishobora kunyibagiza mukuru wanjye Inyenzi ziciye ubusa zikamukatamo ibipande? Yari yagize ate? Hari mo inzigo. Hakaza wa mugani uvuga ngo «uhongera umwanzi amara inka». Kuko hari mo «Inzika y'Inzigo». UBWOKO NI MU MUTIMA, ISHYAKA NI MU MUTIMA. Ngo hagasubiraho idarapo ry'impirimbanyi za repuburika ari ryo umutuku, umuhondo n'icyatsi kibisi «ndumva na data iyaba yari akiriho ariko yabivuga kuko yarabikundaga cyane, ni byo yakwemeza». Byavuye nawe mu byuya bye, mu mbaraga ze nawe yarahirimbanye maze biranamuhitana.

Mfitanye inzigo na za politiki zo mu Rwanda. Barahari bumva ngo MDR Parmehutu ari yo yategetse neza, ndetse barahari bumva MRND yarabaye iya mbere mu gutegeka, barahari bumva CDR ari yo yari gutunganya ibintu, namwe mwumve. Barahari bumva ko ingoma ya cyami na gikolonize yatunganije ibintu. Abari hanze iyo banegura ibyo Leta yiyita iy'ubumwe iriho ikora mbura aho nkwirwa, uwari kubashyira hariya nyuma y'ariya mahano ngo turebe. Nabo bari guhita basamwa n'ibyasamye ba Kagame. Cyeretse bambwiye ko bari kubanza kweza igihugu cyose bakacyogesha amaraso ya Yesu Umwana w'Imana. Ibyo gusa ni byo nakwemera.

Nta n'ubwo nkibyibazaho, nasanze umuhutu afite ibimwirukamo, kandi adashaka kurekura. Umututsi afite ibimwirukamo nawe adashaka kurekura, aho bizabageza Imana ni Yo ihazi. Bariya batutsi bahunga bene wabo bo ntabwo ibyabo bimeze nk'iby'abahutu, ni kimwe na cya gihe cy'ibyitso, n'abahutu batavugaga rumwe na MRND.

Bya bindi bya ba Lizinde na bagenzi be n'ibindi. Haba hari icyo bapfuye na bene wabo wenda nko mu mitegekere cyangwa amafaranga n'ibindi, ariko n'ubwo haba hari mo inzigo, iyo haje umwanzi wabo bombi bahita bamuteranira ho. Abanyenduga n'abakiga ntibahuje igihe Inyenzi zitera se? Ibyo baramutse babitunganije bakongera bakwiyunga bagafatanya kurwanya umuhutu iyo ari abatutsi, cyangwa kurwanya umututsi iyo ari abahutu. Ariko iyo haje mo agasuzuguro bose baba intagondwa, barangana bakanicana. Ubu ngo byarapfuye abariho nibaveho maze abahutu batunganye ibintu. Uretse ko umwe yigeze kuvuga ngo bo barishaga amakanya hakagira udutakara hasi abenegihugu bagatoragura (abahutu), ati ariko ab'ubu (abatutsi) bo barisha ibiyiko binini cyangwa ibitiyo.

RWANDA WE HUMURA UZAKIRA, N'IYO HASIGARA UMWE IMANA IZAKORESHA UWO NGUWO. ICYO YARAHIYE N'UKUZAKORESHA UMUHUTU WENYINE CYANGWA UMUTUTSI WENYINE CYANGWA UMUTWA WENYINE, IBYO UBYIBAGIRWE, IZABABUMBIRA HAMWE BOSE. IBAZAHAZE, ABASIGAYE BABONE KUJYA KU MURONGO.

IMANA ISHYIRAHO ABATEGETSI GUHANA ABAGOME (Abaroma 13: 1-5). Amategeko y'abantu bishyiriraho Imana irayubahiriza, ahanini iba izi ko batazayakurikiza akaba ari ho ibategera. Kuko iyo ushyizeho itegeko hakurikiraho ngo nutarikora uzahanwa. Ku byerekeye amaraso n'inkota (2 Samuel 11: 25; 2 Samuel 12: 10), no mu isezerano rishya (Matayo 26: 52, Abaroma 13: 1-5, Ibyahishuwe13: 9). Imana iha abantu imbabazi byatewe na Yesu Umwana wayo, kuko umuntu n'Imana bari barana   niwe kumvikana, ni bwo Yesu yaje arapfa apfira abantu bose aranazuka. Imana itanga imbabazi kuri uwo wemeye igitambo cy'amaraso y'Umwana wayo gusa.

Nta yandi macenga y'amadini, aha naho hateza ibibazo kandi nta rubanza rurimo kuko «WIZERA YESU UKABABARIRWA, UTAMWIZERA UGACIRWAHO ITEKA». Kuko amaraso ye ni yo atweza ho ibyaha. Ntabwo rero Imana ishobora na rimwe mu buzima bwayo kubabarira umuntu utayisabye imbabazi, ntibishoboka, nta byabaye nta n'ibizaba. Hari aho Ijambo ryayo rivuga ngo «NUTABABARIRA NANJYE SINZAKUBABARIRA» (Mariko 11: 24, 25). Aha turi mu byo gusaba imbabazi. Kwihana umuntu arabyanga rero ashaka ko asabwa imbabazi ni ko kamere muntu iteye. Aha ni ho agonganira n'Imana ishaka na yo ko bayisaba imbabazi, biba bishaka kuzana umujinya w'Imana, nk'uko byagiye bigenda igihe cyose umuntu yangaga kwihana, maze yo ikamuhana.

Ku byerekeye kumena amaraso rero ibi byo birihariye, ni icyaha cyambura ubugingo, kuko amaraso ni ubugingo, ubugingo buba mu maraso, Imana ibyitaho cyane. (Itangiriro 9: 5-6).

Nabwiwe byinshi mu mpunzi, muri za gereza, nabwiwe byinshi mu ngando, abenshi bavanyeyo imyuka mibi, ni igihugu mu kindi, ni Leta mu yindi, n'ubwo bababariwe by'indengakamere nta shimwe kuri benshi. Kuri bo umututsi aracyari umugome. Uwo mwuka witwa «kugaruzwa umuheto». Ndabakunze ndabagaragariza urukundo, kuko nabatumwe ho nka mwene wabo dusangiye ubwoko (Ezekiyeli 3: 10, 11), ariko bo baranyishisha kuko ngo ntibazi niba atari abatutsi bantumye. Ndirondora, ndivuze mbona batangiye kumwenyura ariko bamwe bati; oya, ntimuzi ko uburyo busigaye bugezwe ho se basigaye bakoresha abahutu n'abagore mu bintu nk'ibi. Ndirondoye, maze ntangira ubutumwa sasa, mbona batangiye gusa n'abahahamutse gato. Bafite amadini ni nko hanze uko muyazi numvisemo n'aya nyuma y'intambara, kandi na mbere yuko batsemba bari bayari mo, bari mo no gutsemba babasomeraga misa. Bari kumwe na padiri na pasitoro.

Padiri yaje gusoma misa turahahurira nanga ko asoma misa kuko mfite icyangombwa kiri ho amasaha ngomba gutangiriraho, ni yo mpamvu ngomba kumubangamira, kuko misa ntacyo imbwiye, ashatse yanayisoma na n'ijoro kuko afite igihe kandi abizi mu mutwe. Anyitondere kuko sinzi n'aho abana banjye nabasize kuko Yesu ambwira ngo «funga mizigo». Ariko jye ndahava njye ahandi kandi biransaba kumvira Umwuka w'Imana. Ntangiye gushwana kuko abayozi ba za gereza n'ab'ingando bose batinya IDINI rirusha ayandi gukomera (Gatulika), ariko nanjye ndanga. Noneho byari binakaze Padiri yaje ari Umuzungu, kuri jye biranezeza cyane kuko ngiye kuvuga ku idini n'Umuzungu. Icyambabaje n'uko atari Umubiligi, yari Umutaliyani ariko ntacyo bose ni abazungu. Yagiye ntararangiza nari nzi ko yihana ahubwo ajya guhuruza Musenyeri ngo natutse Kiliziya ntagatifu n'urusange rw'abatagatifu kandi ambeshyera. Musenyeri ntari buze anyumvise, kuko hari aho twashwaniye ari mo kubuza abajenosideri kwihana no kwatura ibyaha byabo. Kubera ko Imana iba indinze rero humura wowe wikundira ukuri n'amahoro ntacyo nzaba kuko si ubwa mbere bacura imigambi mibi ariko Imana ikabagamburuza. Navugaga ko igihe batsembaga bari kumwe na

Padiri akabatwara no mu modoka akanabafasha no mu bindi uko ashobojwe, yabanje kubaha Isakaramentu ry'Ukarisitiya.

Abandi nabo bari kumwe na Hajyi, na Pasitoro, abandi bari hamwe n'ubugome bwabo ntaho bwagiye. Icyo gihe bari kumwe na Pasitoro wambaye ka kantu ko mu ijosi k'umweru, «gatuma mpahamuka», abandi bari kumwe na Musenyeri na Reverend. Aba bose ntaho bagiye, n'amadini yabo ntaho yagiye, ahubwo byose byariyongereye. Hiyongereye n'ayandi n'ibindi bimeze nk'isakamburira, n'imborera, n'amagadi bakoresha ubugoro, bicanganyikisha abantu.

Maze ubutumwa babuteze amatwi kuko nabwo ntibworoshye n'ubuvuga ntiyoroshye kuko ntakorera ku bwoba. (uwo ari we jyewe). Afite ibanga yavuganye na Nyiri ukumutuma «Yesu», uvuga nawe ntiyoroshye «ari we jyewe» arashaka ko bumva n'aho batakumvira, kugira ngo batazaburana ngo ntawababwiye. Padiri bimwanze mu nda aho kwihana arikura ajya guhuruza, bifata zero.

Polisi nawe ntashobora gufata umuntu gusa bigomba amategeko kandi ni ku mugaragaro, kuko nanjye nzi amategeko andengera, narayize, kandi no mu itegeko nshinga biri mo. Porokireri byamunejeje kuko abari baranananiranye noneho byose babishyize hanze. Ahubwo uyu we yanyihera nk'akazi maze akarere ashinzwe kakaba aka mbere mu mihigo yo kwirega no kwemera ibyaha. Maze bakamuzamura mu ntera ariko abandi si ko babibona. Barambona mo umuntu utumwe ngo na Leta ya Kagame, kandi nabahakaniye ngitangira ko ntayikorera ntazigera nayikorera bibaho, ariko byabacanze. Ndasobanura ko ntari Eda Mukabagwiza (icyo gihe), ko ntari Fatuma Ndangiza, si mbe na Mukantaganzwa Domitilla cyangwa Cyanzayire Aloysia, cyangwa ubu Mukantabana Rose uyoboye Inteko ishinga amategeko muri iki gihe.

Aha naho muhitondere ni abadamu gusa byageze n'aho birenga igipimo (nzabivugaho mu gitabo kindi kivuga ku mugore). Ibyo mu Rwanda byarenze «gender» cyera, turi aba mbere muri byose, ariko bihishe byinshi.

Erega birabatangaje! Maze mpita mvuga uwo ndi we. Mbasobanurira ko atari ngombwa ko mpuza n'ibyo Leta yiyita iy'ubumwe ivuga, kuko Leta ntabwo ari umutima wanjye, ntabwo ari ubwonko bwanjye, kandi na Yesu afite Leta ye akaba ari yo nkora mo, ko ari we wampamagaye, akampa akazi, nkaba nshinzwe kwamamaza Ubwami bwe mu isi. Ndi Intumwa ya Yesu Kristo mu isi. Ndi umuvugizi wa Leta ye.

Mbabwiye ko jye ndi Intumwa ihamiriza Yesu Kristo ntari intumwa ihamiriza Leta y'u Rwanda, kandi ko muri Leta ya Yesu twirinda cyane kuvuga ngo icyo kanaka avuze ntacyo twongera ho. Iby'Imana birasobanutse ntibivuguruzwa. «*Je ne suis pas un imitateur de l'état, je suis un témoin de Jesus Christ».* Ni ko nabwiye umuzungu yihaye kunkangara ngo azandega kuri Leta yiyita iy'ubumwe ngo kuko navuze ko abahutu bagomba kwihana itsembabwoko, ngo azandega ko nyuranya n'amahame ya Leta yiyita iy'ubumwe.

Nari ntangiye kurakara ariko ndigarura kuko batangiye guhwihwisa ko ntunzwe na Leta y'Inyenzi, ngo ni yo yantumye, kandi mbeshwaho no kwizera. Ndababara ndatomboka, kuko icyo gihe umwana wanjye umwe yari yarabuze minerval yicaye aho twari turi tumeze nk'impunzi, kandi turi mu gihugu. Kandi ise yaraguye ku rugamba rwa Ex-FAR. Kandi n'ubwo nari maze kwimuka incuro ntakubwira. Nabaye impunzi mu gihugu cy'u Rwanda, kandi ndi Umunyarwandakazi, mera nka wa muswayire birukanye i Kigali ati «Nta kibazo ndigira i Rwamagana.»

Igihe bavugaga ko Inyenzi zimpemba, ni cyo gihe nari nkennye cyane mu buzima. Yesu nawe yafunze imiryango kugira ngo ntirara akagenda avungura ho gahoro gahoro. Ibyo byose nabyibukiye aho. Mbyibutse mfatwa n'agahinda kavanga n'umujinya, nibuka byinshi. Ukuntu nagombye kuba nibereye i Bulayi mfite ibyangombwa by'impunzi, basi ntacyo nkajya nyuza mo nkaza no mu Rwanda ariko nkaba mbana n'abo twakuranye, tuziranye kuri byinshi. Nkanabonana n'abana banjye bakuru.

Ibyo byose nabyibutse nko mu ma »seconds» make, maze mpita mpamagaza amazi yo gukaraba amaraso y'abahutu bakoze jenoside bari bafungiye aho, nk'uko Pilato yabigenje ku Bayuda na n'ubu bikaba byarabokamye Abaroma bigaramiye, bikorera ibindi byaha. Igihe amazi aje mbasomera uwo murongo nti: ngiye kubwira Imana yantumye ntizambaze amaraso yanyu. Hamanuka imbaraga z'Imana kuko umukozi wayo arakaye, maze baterwa n'ubwoba. Malayika ni ko kubanyura hagati afite inkota, batangira kwerekwa no guhanura, bansaba imbabazi ko batazongera gukinisha Imana no kunkinisha. Abari aho batangazwa n'ibibaye bituma bakira Yesu mu bugingo bwabo, hari mo na «afande» wavuye hanze ni we wari uyoboye ingabo muri ako Karere, yari yaje gucunga umutekano. Maze abajenosideri si ukwatura ibyaha biva yo.

Na none Porokireri (aha ni ahandi ngeze) arankunda cyane kuko ngo byari byarabananiye. Babyita kwinangira, n'andi mazina y'abahezanguni. Na politiki yabyo yitwa *«ceceka»*. Ngo rwose Leta impaye akazi baba basubijwe. Ndamuhakanira ko twazashwana tudateye kabiri, bikarangira nk'uko n'abandi bakorana birangira banganye urunuka. Kandi ko nta nyungu mfite mu kwangana nabo. Ahita aceceka kuko nari ngiye kuvuga ibindi, aratinya kuko ari umunyacyubahiro afite ikinyabupfura, kandi yavuye hanze, «yagize ngo ndi umusazi».

Ndahava njya ahandi hantangaje muri gereza imwe, bambaza ikibazo ngo Nimbabwire niba mu byo mbonekerwa mo naba narabonye igihe iyi Leta y'Inyenzi izavira ho? Barayanga cyane, bategereje FDLR. Ndahava njya ahandi buri hose hafite ikiharanga mpafitiye urwibutso. Buri gereza yose, buri ngando yose ifite ikiyiranga. Ngeze mu ngando imwe bashyiraho «morali» nk'uko bamenyereye mbabwira ko bamvanaho ibya «morali» ko ntari umukozi wa Komisiyo. Ariko mbere yo guceceka bari batangiye kuririmba indirimbo yankoze ho nanjye nari naragiye nyumva henshi nyibaza ho. Ivuga ku bacu bakiri hanze, mpita nibuka abana banjye bari hanze n'abuzukuru na musaza wanjye waguye Zimbabwe ahunga umututsi, na babyara banjye nzi bishwe urubozo, n'abandi bashobora kuba bari muri FDRL. Iyo ndirimbo iteye agahinda, yanteye agahinda, mbasaba kuyisubira mo. Iraterwa na «lokodefensi» w'umwana wari umucengezi. N'umwana muto na se na nyina barafunze. Abandi bene wabo bapfiriye Kongo-Zayire areba, hari n'ibindi yambwiye atari ngombwa ko mvuga, uwo ni we utera iyo ndirimbo, «nawe wumve». Ariko wagira ngo ni we wayihimbye iravuga ngo «Bari hehe? Iyo mbibutse ndabakumbura, bambariye ko bagiye cyangwa se ko bagarutse, niba bakiriho se bagenzi bazaje bakatumara iringu» (umenya ari iya wa muhanzi Byumvuhore). «Mbese aho baracyariho? Iyo mbibutse ndabakumbura, bambariye ko bagiye cyangwa se ko bagarutse, niba bakiriho se bagenzi bazaje bakatumara irungu». Numva amarira araje ntekereje abana banjye baba iyo ngiyo ntarabona kuko Imana yanze ko njya kubareba ntararangiza gereza n'ingando na TIG na Arusha, n'ibindi bimenyetso bigomba kwemeza intagondwa zo hanze. Maze numva umutima urasadutse ndiyumanganya kuko nicaye imbere mu ntebe z'ibyubahiro, kandi hari na protocole indeba cyane, kandi bose ni jye bareba.

Ariko haje igihe cy'ibibazo: abagore babo babyaranye n'Inyenzi, imitungo yabo zarayiriye n'ibindi.... Igisubizo kirabatsinda cyane nti «wowe waratsembye urababariwe none uwabyaye uramuhora iki wamubabariye»? Bibiliya yo inabivuga neza ku bantu babiri bari mo imyenda. Baratsinzwe neza Umwuka arabemeza mbona bamwe batangiye kurira abandi bifashe ukuntu. Basabye gutuma ku bagore babo ngo baze babasabe imbabazi kuko bari baragambiriye kubamara, bari baranabandikiye amagambo y'iterabwoba ngo ntibazabasange aho. Nageze aho mbabaza niba aho bari muri gereza baraje muri «mission»cyangwa muri stage, cyangwa se niba bafite bourse. Mbasobanurira neza ko iyo bataza kuba bafunze abagore babo batajyaga kuba barabyaranye n'abandi bagabo kuko izo ngeso batari bazibazi ho. Bahise bareba ukundi, barawunywa. Tugeze ku kibazo cy'abanzi babiri bafite, twasanze aba mbere ari bene wabo bafatanije kwica bacyibereye hanze bakoze mu mifuka. Aba kabiri ni abacitse ku icumu basanze, ko Yesu wenyine ari we basigaranye ubakunda nta buryarya akabemera uko bari.

Turakomeje dusoma muri Bibiliya Gutegeka kwa Kabiri 28: 15-69 havuga ku mivumo iterwa no kutumvira Uwiteka Imana:

«[15] Ariko nutumvira Uwiteka Imana yawe, ngo witondere amategeko yayo y'uburyo bwose ngutegeka uyu munsi, iyi mivumo yose izakuzaho, ikugeraho. [16]Uzaba ikivume mu mudugudu, uzaba ikivume mu mirima. [17]Hazavumwa igitenga cyawe n'icyibo uvugiramo. [18]Hazavumwa imbuto zo mu nda yawe, n'imyaka yo ku butaka bwawe, no kororoka kw'inka zawe n'ukw'imikumbi yawe. [19]Uzavumwa mu majya no mu maza.

[20]Uwiteka azakohereza umuvumo no guhagarikwa umutima no kubwirwa ibyago bizaza, mu byo ugerageza gukora byose kugeza aho uzarimbukira ukamarwa vuba, aguhōra ibyaha bikomeye uzaba ukoze byo kumwimūra. [21]Uwiteka azaguteza mugiga itakuvaho ageze aho azagutsembera, ugashira mu gihugu ujyanwamo no guhindūra. [22]Uwiteka azaguteza urusogobo n'ubuganga, n'ububyimba bwaka umuriro, n'icyokere cyinshi n'amapfa, no kuma n'uruhumbu, bizakomeka bigeze aho uzarimbukira. [23]Ijuru ryo hejuru y'umutwe wawe rizahinduka umuringa, n'ubutaka uhagazeho buzahinduke icyuma. [24]Mu cyimbo cy'imvura Uwiteka azasuka mu gihugu cyawe umukungugu, n'umusenyi muto nk'ifu y'ingezi, bizava mu ijuru bikugweho bigeze aho uzarimbukira.

[25]Uwiteka azatuma uneshwa n'ababisha bawe bagushyire imbere, uzaca mu nzira imwe ubasanganiye ubahunge uciye mu nzira ndwi, uzateraganwa mu bihugu by'abami bo mu isi bose. [26]Uzaba inyama z'ibisiga byose n'inyamaswa zose, ntihazagira ubyirukana. [27]Uwiteka azaguteza ibishyute nk'iby'Abanyegiputa, no kuzana amagara n'ubuheri n'ibikoko, we kubivurwa. [28]Uwiteka azaguteza ibisazi n'ubuhumyi n'ubuhungete, [29]uzakabakaba ku manywa y'ihangu nk'uko impumyi ikabakabira mu mwijima, ntuzagira ukuboko kwiza mu byo ukora, uzajya ugirirwa inabi nsa kandi unyagwe iteka he kugira ugutabara.

[30]Uzasaba umugeni harongore undi, uzubaka inzu we kuyitahamo, uzatera uruzabibu we kurya imbuto zarwo. [31]Inka yawe izabagirwa mu maso yawe we kuyiryaho, indogobe yawe izanyagirwa mu maso yawe we kuyikomorerwa, intama zawe zizahabwa ababisha bawe he kugira ugutabara. [32]Abahungu bawe n'abakobwa bawe bazahabwa irindi shyanga, amaso yawe azabireba ahereyo ananizwe no kubakumbura umunsi ukira, nta cyo uzashobora gukora. [33]Imyaka yo ku butaka bwawe n'ibyakuvuye mu maboko byose bizaribwa n'ishyanga utazi, uzagirirwa inabi nsa ushenjagurwe iteka, [34]bitume usazwa n'ibyo amaso yawe azibonera. [35]Uwiteka azaguteza imikerēve ikomeye cyane mu mavi, n'ibishyute bikomeye cyane ku maguru we kubivurwa, ndetse azabiguteza bihēre mu bworo bw'ikirenge bigeze mu gitwariro. [36]Wowe n'umwami uziyimikira, Uwiteka azabashyira ishyanga utigeze kumenya wowe na ba sekuruza banyu, kandi uzakorereyo izindi mana z'ibiti n'amabuye. [37]Kandi uzahindukira

amahanga yose Uwiteka azakwimuriramo igitangaza, n'iciro ry'imigani n'agashinyaguro.

[38]Uzasohora imbuto nyinshi usarure bike kuko inzige zizabirya. [39]Uzatera inzabibu uzihingire ariko ntuzanywa vino yazo, ntuzasoroma imbuto zazo kuko inanda zizazirya. [40]Uzagira imyelayo mu gihugu cyawe cyose ariko ntuzisiga amavuta yayo, kuko imyelayo yawe izahungura imiteja. [41]Uzabyara abahungu n'abakobwa be kuba abawe, kuko bazajyanwa ho iminyago. [42]Ibiti byawe byose n'imyaka yo ku butaka bwawe inzige zizabyigabiza. [43]Umunyamahanga uri hagati muri mwe azajya yunguka kugusumba, nawe uzahora usubira hasi. [44]Azakuguriza nawe we kumuguriza, ni we uzaba umutwe nawe ube umurizo.

[45]Kandi iyo mivumo yose izakuzaho, izagukurikira igufatīre igeze aho uzarimbukira, kuko uzaba utumviye Uwiteka Imana yawe ngo witondere amategeko y'uburyo bwose yagutegetse. [46]Iyo mivumo izakuberaho kuba ibimenyetso n'ibitangaza, kandi izaba ku rubyaro rwawe iteka ryose. [47]Ubutunzi bw'ibintu byose bugusagiranye, ntibwaguteye gukorera Uwiteka Imana yawe n'ibyishimo n'umunezero w'umutima, [48]ni cyo kizatuma ukorera ababisha bawe Uwiteka azaguhagurukiriza, ufite inzara n'inyota no kwambara ubusa n'ubukene bwa byose, kandi azashyira ku rutugu rwawe umutwaro w'uburetwa uremereye, udakurwaho. [49]Uwiteka azakuzanira ishyanga rya kure akuye ku mpera y'isi, riza nk'uko ikizu kiguruka, ishyanga uzaba utazi ururimi rwaryo, [50]ishyanga rifite mu maso hagaragaza urugomo, ritazubaha abashaje, ritazababarira abana. [51]Bazarya abana b'amatungo yawe, n'imyaka yo ku butaka bwawe bageze aho uzarimbukira, kandi ntibazagusigira imyaka y'impeke cyangwa vino cyangwa amavuta ya elayo, cyangwa kororoka kw'inka zawe cyangwa ukw'imikumbi yawe, bageze aho bazakurimburira. [52]Bazagota imidugudu yawe yose, kugeza aho inkike z'amabuye zawe ndende zikomeye wiringiraga zo mu gihugu cyawe cyose zizaridukira. Bazasakiza imidugudu yawe yose yo mu gihugu cyawe cyose, Uwiteka Imana yawe izaba yaraguhaye.

[53]Uzarya imbuto zo mu nda yawe, inyama z'abahungu bawe n'abakobwa bawe, Uwiteka Imana yawe izaba yaraguhaye ku bwo kugotwa no gusakizwa, ababisha bawe bazagusakiza. [54]Umugabo wo muri mwe wadamaraye akarushaho kumenyera kugubwa neza gusa, azarebana imbabazi nke mwene se n'umugore aseguye n'abana be asigaranye bakiriho, [55]ye guha n'umwe muri bo ku nyama z'abana be azaba ariye, kuko ari nta cyo asigaranye ku bwo kugotwa no gusakizwa, ababisha bawe bazagusakiza mu midugudu yawe yose. [56]Umugore wo muri mwe wadamaraye akamenyera kugubwa neza gusa, utatinyuka no gukandagiza ikirenge ku bwo kudamarara no kumenyera kugubwa neza gusa, azarebana imbabazi nke umugabo aseguye n'umuhungu we n'umukobwa we, [57] ngo atabagaburira ku ngobyi iturutse hagati y'amaguru ye no ku bana be abyaye, kuko

azabarīra rwihishwa kuko abuze byose ku bwo kugotwa no gusakizwa, ababisha bawe bazagusakiza mu midugudu yawe.

[58]Nutitondera amagambo yose y'aya mategeko yanditswe muri iki gitabo, ngo utinye iri zina ry'icyubahiro riteye ubwoba, ari ryo UWITEKA IMANA YAWE, [59]Uwiteka azaguteza wowe n'urubyaro rwawe, ibyago by'uburyo butangaza bikomeye bizakubaho akōme, n'indwara zikomeye zibabere akarande. [60]Kandi azaguteza nawe za ndwara zose yateje Abanyegiputa zikagutera ubwoba, zigufateho akaramata. [61]Kandi indwara yose n'icyago cyose bitanditswe mu gitabo cy'aya mategeko, na byo Uwiteka azabiguteza ageze aho uzarimbukira. [62]Muzasigara muri bake, nubwo mwari muhwanije ubwinshi n'inyenyeri zo ku ijuru, kuko uzaba utumviye Uwiteka Imana yawe. [63]Kandi nk'uko Uwiteka yishimiraga kubagirira neza no kubagwiza, ni ko Uwiteka azishimira kubarimbura no kubatsemba kandi muzajahurwa mukurwe mu gihugu mujyanwamo no guhindūra.

[64]Kandi Uwiteka azabatataniriza mu mahanga yose, uhereye ku mpera y'isi ukageza ku yindi mpera yayo, kandi uzakorererayo izindi mana utigeze kumenya, na ba sekuruza banyu batigeze kumenya, z'ibiti n'amabuye. [65]Kandi muri ayo mahanga nta mahoro uzabona, ntuzabona aho uruhurira ibirenge byawe. Ariko Uwiteka azaguherayo umutima uhinda umushyitsi, n'amaso aremba n'umutima wonze. [66]Uzashidikanya ubugingo bwawe, uzahora utinya ku manywa na nijoro, ntuzagira ikikwiringiza ubugingo bwawe. [67]Buzacya ugira uti "Iyo bwira", buzagoroba ugira uti "Iyo bucya", ubitewe n'ubwoba bwo mu mutima wawe bugutinyisha, n'ibyo amaso yawe azibonera. [68]Kandi Uwiteka azagusubirisha muri Egiputa inkuge, mu nzira nakubwiye nti "Ntuzongera kuyibona ukundi." Muzigurirayo n'ababisha banyu ngo mube imbāta z'abagabo n'abagore, mwe kubona ubagura.» (Gutegeka kwa Kabiri 28: 15-68).

Kurya inyama z'abana babo.... Bahise babibona kuko hari bamwe bo muri bo barongoye utwana basize ari uduhinja imyaka 10, 12...., kandi n'iyi myuka yo gufata ku ngufu iterwa no kumena amaraso, ni ingaruka za byo. Tugeze ku kibazo cyo kunywa inzoga dusanga uzazinywa wese azipfisha, ko ari kimwe n'uzataha agatangira gushoza imanza z'ayandi matiku. Imiyenzi baranduye y'uruzitiro, ihene ze bagurishishije, n'amategura ye batitaye ho n'ibindi.

Urabona babaye abantu ho gato ariko hari n'abandi babipinze ngo barize cyane, kandi ngo noherejwe na Gouvernement y'Inyenzi. Ariko ntibimara akanya kuko ngiye kubwira abize ko bigiye ubusa ko ba professeurs bishe abo bigishaga, ko ba Dogiteri bishe abarwayi, ko na Padiri na Pasitori bishe abakirisitu, mbivuze mu mwuka w'uburakari cyane, none na bo batangiye kugira isoni no guhonga turi bubonane ndangije bambwire akari imurore.

273

Urabona babaye abantu ho gato, ariko bafite inzara n'ubutindi n'ubukene, ntabwo bafashwe nka bene wabo bafungiye Arusha, bariya bo ni abazungu, ndetse babatunze n'agatoki ko ngo ari bo babibaroshye mo, urebye mbese babafitiye ishyari ryinshi, kuba ari bo babibateye maze bakaba ari bo barya neza, bambara neza, n'ibindi byose byiza birebana n'imibereho n'iterambere, maze umwe akoresha rya jambo ngo ufite azongererwa. Bazi kubicurika cyane.

Urabona babaye abantu ndetse batangiye no kunkunda hari ibyo nabacyuriye duhuriye ho, baranganirije kuko nabahaye umwanya wo kumbaza ibibazo, abadashaka ko Diregiteri abimenya banshyize ku ruhande, hari na ba Porokireri na za maneko nyinshi z'Inyenzi ntibashaka ko babumvira ibintu. Ndumva mbafitiye imbabazi nyinshi, bari abagabo bitunze, benshi ndabazi twariganye, cyangwa twarakoranye, cyangwa twaraturanye, umutima urandya. Ndumva mbakunze cyane mu mutima, «ndi umwe wo muri bo» (Obadiya 1: 11). Satani we! Uri umugome uzashya. Bafite impano nyinshi zitandukanye, cyane iyo kuririmba, ni bo baririmbye indirimbo yubahiriza igihugu, abandi ni abakanishi, abafundi, ubukorikori, ariko abize n ibo bamwaye kurusha abandi, kubera umutimanama ubibutsa ibyo bakoze kandi bari abanyabwenge.

Turasenganye bansabye kujya mbaba hafi cyane no kujya mbabariza ibibazo bimwe. Batangira kurira noneho, ndabihaniza ku birebana n'amadini yabo mbabwira ko na none arekereje ngo yongere abapakire mo za idéologies zayo z'amacakubiri, nsanga na bo barabizi ariko nta kundi bagira kuko hari abo ayo madini atunze.

Uyu yahoze ari Pasitori mu idini rimwe araboroze cyane ndetse yihannye na Gacaca itari yaza ati sinzi uko byagenze nabonye nica abatutsi…. Araboroga ati Imana imbabarire, bo sinzi ko bazambabarira». Haje undi ati wowe uri Pasitori wacu waratwiyemeje, urabona abatutsi batazatumara, ko bakirakaye cyane? Numva nifitiye ubwoba nakwisigarira hano. Ndabahumuriza ko uwihannye neza Imana izamurengera, kandi ko napfa azajya mu ijuru.

Ngeze ahandi, bansaba kuzajya mbana na bo ibihe byose nk'aho nanjye mfunze. Bamaze gusobanukirwa imiruho n'imihati umuhutu afite, turayaze nanjye mbabwiye ibyanjye aho bingeze turangije bashyira ho «moral» ya Yesu itari iya Komisiyo, maze si ukubyina bava yo dore ko na byo babizi, uhamagara «kosi» bati «mojya», wavuga uti «Yesu ashimwe» bati «ahimbazwe». Hari n'aho nagiye uwari ubayoboye yari «sérieux» cyane yabitaga «Bene Adamu», bazi ubwenge, buri wese afite aga «sachet» ke. Ubwo imvura iraguye twari hanze, noneho tujya aho barara ni ku isima hasi mu ishuri. Icyo gihe abanyeshuri bari mu biruhuko ariko kuri bo ni nko kuri matelas kuko bamenyereye ubuzima bubi bwo muri gereza. Tuhageze mbanza kubihaniza ko batazasohokana ama sachets kubera kwangiza ibidukikije, ko bahita babonana na Mme Rose Mukankomeje. Baraseka ngo ariko Inyenzi na zo zarabizanye, zadukanye urwenya, ngo na zo zishyize ho. Babimbwira gahoro kuko hari ba maneko benshi; twinjiranye n'ucunga abavuga nabi Leta kandi baramuzi. Hafi ya bose bateye ibiremo mu myenda, badoze amakabutura muri za shitingi. Maze mbona umuvumo birambuye. Ndashaka ko bose bambara neza, barya neza ariko ntibishoboka, bitwa «abajenosideri».

Ndabasezeye kuko burije bemeye gucira bugufi abacitse ku icumu bashyize ho akaririmbo ngo «iyo mbibutse ndabakumbura» (bene wabo basigaye mu mashyamba cyangwa abapfuye), bambariye ko bagiye cyangwa se ko bagarutse, niba bakiriho se bagenzi bazaje bakatumara irungu, bakurikiza ho «*iyo Mana dusenga irakomeye*», basozesha «*Ni nde wavuma uwo Imana itavumye, ni nde wavuma uwo Imana yahaye umugisha*»?

Tugeze ahandi mu gitondo, hari abagore benshi bishe abatutsi, n'ahandi bari bahari ariko hano birakabije, umwe ati «wa mudamu we: erega twakoze ibirenze amahano! Araturika ararira ati Imana itubabarire. Ngeze mu b'i Kigali y'umujyi ni ho iwacu navukiye, bamwe twarareranwe, twariganye, abandi kera bari ba«fiancé», abandi twarakoranye benshi turaziranye, barampamagara mu izina, numva umutima urandya ndiyumanganya, mbonye uko basa, ariko noneho mpura n'agahomamunwa i Kigali-Ngari.. Ntangiye kubwiriza mbona babyara banjye babiri (2), byose birahagarara, nsaba uwari uyoboye agahusa ko kubaramutsa, binaniye kwihangana turahoberana turarira, bati n'abandi bari hano. Ati kandi na wa……wundi ari mu ngando y'i Bicumbi. Mpindutse igicucu mbaza Imana icyo impora, sinabona igisubizo, ariko nabazaga ibyo nzi nk'umwarimu.

Ngeze ahandi umukozi wa parike ngo afite lisiti y'abagomba gusubira muri gereza ku mpamvu zinyuranye, abasigaye bahahamutse, baribaza ibya za gereza, abandi batunyuzeho bashorewe na polisi ngo batandukane n'abandi. Umwe twari kumwe wacitse ku icumu ati yeeee! yooo! Ati uzi ko ari kuriya badushoreraga batujyanye ku cyobo? Ahita arira ngo naba na bo maye ni ugusubira muri gereza, ejo Kagame akabakura mo. Ahita yihanagura yibutse ko turi kumwe kuko nanjye yabonye amarira anzenga mu maso, hari uwo tuziranye twari twaganiriye twishimye none bamusubije mo, aragenda akebuka andeba ahari agira ngo hari icyo namumarira, ndageragza kutagira uruhande mbogamira mo ariko birakomeye.

Na none hari aho tugeze dusanga umukozi wa parike azanye lisiti y'abagomba gusubira mo, kandi muri bo hari mo abo nzi, numva ikintu na none bampamagaye mu izina, mbona ni abanjye kandi sinemerewe no kuvugana na bo, kandi sinemererwa no kurira kuko naba ngaragaje ubuterahamwe, kandi ndi kumwe n'abakomeretse benshi b'abacikacumu ngomba guhagarara hagati. Kuko na Porokireri ni umucikacumu, n'umukuru w'Ingando, n'uhagarariye Komisiyo y'Ubumwe bubanziriza Ubwiyunge, n'uhagarariye Gacaca bose ni ba «sérieux», nanjye biranshobera nitabaza Iyaremye ijuru n'isi ngo inkure aho, nsaba Imana imbaraga, kuko hari umwe wahoze akora ahantu hakomeye, turaziranye yiganye na musaza wanjye ahita ambaza ngo se Ngabonziza araho? Uwo ni musaza wanjye waguye Zimbabwe ahunga, maze mubwira ko yapfuye mu kwa 5/2001, undi ati «ese Alphonse we bite?» Uwo ni muramu wanjye, nti afungiye muri gereza ya Kimironko, (ubu ari mu ya Mpanga), aho nahavuye nta nkuru, nahindaga umushyitsi.

Ngeze ahandi na ho birankomerana cyane ni iwabo wa papa w'abana banjye bakuru, bambaza ibye mbabwira aho ari ariko numva ikintu na none, ngeze ahandi umwana mukuru wanjye uba hanze arampamagaye kuri téléphone ati «se uri hehe?» Nti mu ngando ati «*ariko maman rwose wabuze ibindi ukora, wibwira ko abahutu uzabashyira ku murongo*». Nti si jyewe ni Imana (ni umunyarwenya cyane). Yambwiye n'ibindi binsetsa kuko nari naribagiwe guseka. Ati «*kugeza ubu nti waruhuka ibyo bintu? Wabaye iciro ry'imigani ibice byombi ntibikwemera ukwiye kwitwa Rwanda "burden" cyangwa se Hutu burden, ntabwo uzi ko ugeze igihe cyo kuruhuka (izabukuru)*». Kwa Yesu nta za bukuru ziba yo. Ati muri miliyoni 9 (icyo gihe) nta bandi Imana yabwira? Ati ubwo abahutu ni nka miliyoni 7 abatutsi ni nka 2, mpita ngira ubwoba bw'iringaniza ndatekereza nti urwishe ya nka ruracyayiri mo, barongeye kandi bazanye ibya NYAMWINSHI. Bo banze kuza ngo batazababaza ibyo babonye kandi ngo bararushye bahisha abatutsi b'abana biganaga, bajyaga kubashakira ibiryo basimburana.

Ngiye ahandi nsanga noneho ntari buhave amahoro, ni iwabo w'abana banjye bato kandi ise yaguye ku rugamba, barambonye basuhuza umutima. Ndi umugore wabo ni ko baba bavuga iyo batarakizwa kuko buri mugore wese ngo aba ari uwabo. «Bazira byinshi», ndetse bambajije uko abana bangana cyane cyane uw'umuhungu kuko asa na se cyane ngo sinzi uwabibabwiye, dore ko bamenya amakuru kurusha abari hanze. Tuganiriye ho ariko inkuru zose ni mbi. Bati kanaka yaratashye baramwica bavuga amazina yabo nari nzi, ko na wa mukecuru yiyahuye amaze gupfusha uwo yarasigaranye kandi bamuhoye ko yari umuhutu gusa ko yari mukuru wa nyakwigendera, ndahamya ko atakoze jenoside! Ngo na kanaka nawe bara…. Birandambira ni bibi gusa, ngo na ya mazu ya nyakwigendera barayashenye bavuga izina ry'umusirikre mukuru wari uhayoboye, numva icyururizi kiraje ndavuga nti; ese uriya we ko yari yaripfiriye, amazu ye bayashakaga ho iki? Amasambu, amashyamba, ubu ntituba tuyakodesha tubona mo make ya minerval? Ariko mbivugana umujinya n'agahinda nari maze kumva inshuti zanjye twakoranye zize zose barazishe. Mpita numva Umwuka ambwira ati ese waje gutara amakuru mabi akuvangira, waje

276

gushinja no gukora iperereza ku bapfuye? Cyangwa waje kubwiriza ibyo nagutumye? Ubwiriza ubutumwa bwiza bwa Yesu Interahamwe. Wavangiwe cyangwa?

Njya muri W. C. nihanira mu mutima ndihanagura amarira yari yanje mu maso maze nsohotse sinagaragaza umubabaro, ndenzaho. Mbese barazimbarira nk'aho baba hanze, nk'aho jye ntabizi, kuko basubiye inyuma mu bitekerezo kubera imibereho y'imiruho n'imihati. Impamvu n'uko ari ho ubutegetsi bwari buri muri Repubulika ya kabiri, none ni bo banyuma. Hari IKIMWARO kiremereye. AHO BAMBARIYE INKINDI BAGOMBA KUHAMBARIRA IBICOCERO BYANZE BIKUNZE, ISI YOSE IKABOTA. N'ubwo bumva utu radiyo kandi bahora banategereje ko bene wabo bo muri FDRL babafunguza. Nyumvira ukuntu bacuramye, aho kwihana ngo babe ho, umva iyo bageze. Bumva kandi bazasubirana ubutegetsi, uko byagenda kose. Kuko ngo na Bikindi yahimbye indirimbo bari mu nkambi yitwa «RWIGERE URUMPE» «u Rwanda». Kubera ko ibyo bakoze bibahahamura, bahora bitera inkunga. Twibukiranije ibyahise, maze bagaseka, wagira ngo MRND yagarutse ya *«ba militantes na ba militants ba Mouvement Révolutionnaire iharanira amajyambere y'u Rwanda. Umugambi n'umwe banyarwanda, amahoro ubumwe n'amajyambere, MRND yacu nziza, sugira maze usagambe mu Rwanda».*

Buri gihe haza mo ubumwe, kuko ni ho hari ikibazo. Natwe duhanye «moral» ariko ntibyatinda ninjira mu nyigisho kuko sinazanywe na «moral». Mbabwira Yesu n'icyo abashakaho, turangije bo bantegetse ngo dusangire, kuko ni inshuro ya kabiri mpakora mu ngando baranyishimiye cyane. Bamfashe nk'aho ndi umuvugizi wabo ngo uzatubarize ibi n'ibi ba kanaka. ...muri Leta n'ahandi, natwe dukeneye imidugudu, n'ibigega, n'inzibutso ngo dushyingure abacu mu byubahiro. Mpita nikura. Nagiye ahandi nsanga bariye umwanda, bambaza niba ndi muzima kubona ngo ntazi ko aho ngaho ngo nta jenoside yahabaye, ngo cyeretse niba ari iya FPR nje kubwira ngo yihane, kuko ngo ni yo yatsembye umuhutu aho ngaho. Barahekenya amenyo bazi ko ntumwe n'Inyenzi. Ni muri gereza ya Nyagatare. Ni ikibazo ariko ku Mana nta gikomeye kiri mo. Ibyo bavugaga byose byashojwe no kumvikana ko itsembabwoko ari rusange ku bahutu bose, ko ari cyo cyanzanye, ko FPR yabaho itabaho ibyayo na byo bizwi ko na bo babanza bagatunganya ibyabo bakabanza bakabona imbabazi, kuko bari mu mubiri cyane, ariko Imana yabakozemo umurimo munini, benshi muri bo baratsindwa.

Nagiye ahandi nsanga data ni we wahakoresheje amatora ya Kamarampaka muri 1961 kuko yari n'umucamanza mukuru aho ngaho. Hari n'indirimbo yitwaga TURATSINZE GA YE! «*Turatsinze, Kamarampaka y'itora Pariti zose zifuje yahariwe Parmehutu». Ko Pariti Parmehutu ari iya mbere kandi izahora iba iya mbere. Iyo ndirimbo ndayizi yose»*; n'abavutse icyo gihe bitwa ba «Pare» hari n'umwana yahabyariye nawe yitwaga «Pare-Turatsinze» yapfuye mu itsembabwoko sinzi uruhande rwamwishe. Byanyibukije ibihe byahise nsanga ntibyoroshye kuba muri iki gihugu gihora kihinduranya; hakaba buri gihe hari abaseka, abandi barira. Umuririmbyi nawe ati «Kwibuka niba bitabagaho ngo nibagirwe nawe nkwibagirwe». Yesu we rero ntacyo abyitayeho yitaye ku bugingo cyane, arashaka ko abantu bakizwa kuko ni byo yapfiriye, ibindi ntumugore. Bo barantangaje ni iburasirazuba, kandi ni ho hari ingando nyinshi mu gihugu hose, bakoze bibi cyane no kurushaho, hari abamenye Imana benshi hari n'imbaraga z'idini nyinshi ngo ntibemeranwa, no muri gereza bararwana bapfa amadini. Ndetse bafite n'abapfumu muri gereza imbere. Erega nta soni bafite! Ubutabo bareberamo ngo ubuhanuzi, ukuntu ngo ubu butegetsi bugiye kuvaho n'ibindi by'amatiku. Kandi birengera barakaye kuko banagutuka; ngo byavuzwe ko «mu munsi y'imperuka ko.... n'abagore bazigishaaaa... noneho musaba kuvuga ibyo mvuga nanjye nkaruhuka, kuko we ari umugabo, maze arya iminwa. Hari abo idini yishe nabi. Yesu ni we wo kubatabara. Tuganiriye n'abazima Imana ishimwe ko babyumva. Ngeze ahandi muri ako gace hari imyuka mibi ni na ho bambwiye ko bariye abatutsi n'imitima yabo ndetse ngo babokeje na boroshete, birenze gutera ubwoba. Aho na ho nasanze umusaza wakoranye na data muri za 1961 mu matora ya za Kamarampaka, maze igihe cy'ibibazo ati mbwira uwo so numve, nsanga aramuzi ati ese aracyariho? Nti wapi umuvumo wamwicishije bene wabo b'abahutu b'abajepe.

Yazize ko yavuze ko ari MDR, kandi ko ashaka Rukokoma n'amatora adafifitse. Ishyaka ry'umucyo rya rubanda nyamwinshi. Yibagiwe ko na nyina w'undi yashoboraga kuba yabyara umuhungu, ndetse akabyara n'impanga z'abahungu. Uwo musaza wambazaga data nawe kandi yishe abatutsi, mbona araturitse ararize mbura uko mbyifatamo n'abandi bararira, havamo n'abahamagaza Porokireri ngo bamubwire ibyo bahishe, icyo gihe ba Porokireri nabo mbaha ubutumwa bwabo buvuye ku Mana, hihana mo babiri bavuye hanze, na bo ngo bari ba afande bakagenda bica buri muhutu wese bahuriye nawe mu nzira. Umva ko atari rusange da! Sobanura aho ngaho. Abo bahutu babiciraga iki ko atari bo bari barabiciye abantu? Ko abari barabishe bari barageze Kongo-Zayire, ngaho sobanura kuko wize amategeko y'isi yose turebe.

Ngeze ahandi mpasanga imyuka ya za nyabingi n'iyindi mibi nsanga hari ikibazo cy'ingutu ngo Musenyeri yarababwiye ngo kirazira mu mahame ya Kiliziya Gatulika ko umugabo ashinja umugore, n'umugore ashinja umugabo, n'abana ngo kirazira ngo bisenya umuryango mutagatifu. Ahubwo ngo bajye bashaka undi muntu ubibavugira, abyishyireho. Nahise ntomboka kuko mfite igikomere cya Gatulika, mbasaba kuzambariza Musenyeri niba iryo hame ryaragiyeho nyuma y'itsembabwoko, ko niba ari mbere se, ni iyihe mpamvu batakoresheje ayo mahame ya Kiliziya ko umuryango uba utarasenyutse. Kubera rero ko Musenyeri abambari be bamufata nk'Imana, ngo ibyo avuze byose ntacyo bajya bongeraho. Byararuhanije kubibarutsa ariko nyuma baje gusobanukirwa uretse ko hatajya haburamo abana bo kurimbuka. Basobanukiwe ko ari abapagani, kandi abapagani bagomba gushinjanya kuko ntabwo bakijijwe ngo buzure Umwuka Wera ubatsinde, ubemeze. Umurokore nyawe ntakeneye ko bamushinja akorwaho n'Umwuka ukamushinja, ni yo mpamvu bakunze kuvuga ko turi abasazi, ngo tumena amabanga kuko icyo Umwuka agushinje akagira icyo akwemeza urakivuga, n'iyo ryaba ari ibanga ryo kugambanira igihugu, Umwuka ashatse ko urimena rirasohoka, uretse ko azi ubwenge kurusha bose. Birumvikana rero ko bahise bumva ko bayobye.

Ni yo mpamvu nyuma Kiliziya Ntagatifu yakamejeje itangira kwiyandikisha ubupapuro buvuga ngo ko bashyigikiye Gacaca n'utundi tugambo two kwikekakeka. Nashimye Imana ko abayobozi babizi ariko ndanababara kuko ntacyo babakoraho kuko barakomeye cyane ku isi yose, ni ba ndahangarwa, ariko umunsi ni umwe. Ibibazo byinshi ni bo babiteza bakigira nyoni-nyinshi, ni nk'uruvu. Bagendana na Leta iriho kandi batayikunze, bafite amayeri menshi mu buryo bwo gukora kwabo barangajwe imbere n'ibikorwa bifatika by'amajyambere bihuma abanyepolitiki, n'ababikorerwa amaso. N'iyo babona ibitagendeka ugasanga bavuga ngo turabizi ariko se! Politiki bari yo, ubwicanyi bari yo, ubugambanyi bari yo, inzangano bar iyo, kurogana bari yo, guhirika ubutegetsi bari yo, ibi byose kandi bigakingirizwa n'Imana cyangwa Yezu, cyangwa Yesu kuri bamwe, babeshya. Ikibazo n'uko bibuza n'uwo Yesu yapfiriye kwikirizwa ngo azibonere ubugingo buhoraho.

Hari umwana w'umunyepolitiki w'igihe cya Kayibanda na Habyarimana, ni abanya Butare. Yari afite n'umwanya mwiza muri Leta yiyita iy'ubumwe. Yanyandikiye kuri internet antuka ibitutsi n'abashumba ba kera batashoboraga gutinyuka. Arangiza ankatira urwo gupfa. Kandi ise nta rwo bamukatiye. Ngo nibanshyire «hors d'état de nuire». Nawe unyumvire iby'aba bahutu koko. Uwo nakoranye na nyina twicarana mu bureau, twirirwa mu mpaka z'amoko yanga abatutsi nk'iki. Ubu muvuze byamuvira mo gutoroka kubera wa muvumo nababwiye uzerera muri buri muhutu iyo hari agakomye ku cyuririzi cye. Na se twari tuziranye yuzuye neza idéologie ya Giparmehutu afite n'ingengabitekerezo yayo, yanga n'agasuzuguro. Rero nta gitangaza ko babyara iyindi idéologie, none se ko nta Gakiza arabona yagira ate? Abapfuye bahagaze bose bankatiye urwo gupfa. None se bagire bate? Barapfuye kandi bazi ko ari bazima none ntibashaka kuzuka.

Ubu rero byaracitse ngo navuze ko itsembabwoko ari rusange kuri buri muhutu wese. Mbisubiyemo incuro ntabara ni «RUSANGE» kuri buri muhutu wese iyo ava akajya. Ni ko Imana yavuze kandi yabivuze ngo ibone uko ibakiza none abadashaka gukira nababwira iki. Buretse turebe ipfundo ry'ikibazo aho riri. Nasobanuye impamvu ya Rusange abumva barumvise intagongwa na zo zigomba kugira icyo zibivuga ho. Birumvikana ko bitakwemerwa na bose ntabwo turi muri Paradiso. Muri izo ntagondwa hari abankatiye urwo gupfa ariko umenya bazapfa mbere yanjye, kandi nibatihana bazanarimbuka.

Aha ngaha ndarakaye «*ariko izuba ntiriri burenge*», ngiye kuvuga nka Yesu nti: Nimugende mubwire izo ngunzu muti: ...(uzi ko ari ingunzu ni we mbwira. Inyange ntibizireba). Ndarakaye cyane ibyo kubabara n'agahinda byarangiye ndarakaye. Uwo ni nde uvuze ibyo atazi? Kubera kutamenya. Ni nde ututse ibyo atazi? Kubera inyungu ze. Ni nde udashaka gusobanuza ngo amenye? Ikibazo kitwa «ICYAHA RUSANGE»

Cyera igihe cya Habyarimana hari itsinda rya animation ryaririmbaga ngo Icyo utazi, jya ukibaza; n'ukibaza, ujye ukimenya; n'ukimenya, ujye ugikora.

GACACA IZASIGA NKURU KI?

Kubera ko ari iyo mu mubiri izasiga ibindi bibazo byiyongera ku byari bisanzwe, bivuga ngo nti byagabanutse ahubwo byariyongereye byabyaye ibindi bibazo. «Mbabarira kuko hari bikeya cyane byabonewe ibisubizo», byiyongera ku byatumye ibaho noneho ibyanyuma birusha ibya mbere kuba bibi. Mvuze ibindi naba nkubeshye kuko nawe urabizi aho kugabanuka byariyongereye, bibyara ibindi bibazo. Kandi ibyinshi muri byo nta muti Leta yiyita iy'ubumwe ibifiye. Ese ko umuyobozi wa Gacaca yigeze guhamagara abanyamadini ku birebana na Gacaca baba hari ibyo bakoze? Nasabaga ko yakongera kubahamara. Ko se ari bo bafite umuti babishatse, babanza kwakira Yesu mu mitima yabo, naho ubundi keretse ahari babashyiriyeho budget (ingengo y'imali), ariko na bwo ntacyakorwa babanza kuyarwaniramo. Na bwo bikava n'aho byari byibereye, polisi ikongererwa akazi.

Inama nagira ubuyobozi bwa Gacaca cyangwa Ubumwe n'Ubwiyunge ni ugusaba abanyamadini nk'uko babita, bakita ku gikorwa cya Gacaca na nyuma yayo. Nzabereka uko bizagenda nibamara kwemera, kandi bazakoreshe amafaranga yabo baka y'amaturo n'ibya cumi n'imfashanyo zo hanze na bo batange umusanzu kugira ngo twereke ababiligi ko natwe quand-même. Dushobora kwirwanaho.

Muri make, Gacaca ikozwe n'Itorero yarangira vuba kandi neza ikazagira na nyuma yaho heza ariko hatajemo kurwanira amafaranga n'imyanya y'icyubahiro. Bigakorwa n'abafite umutwaro, naho ubundi bacyatsa nk'uko basanzwe babigenza. Ariko ibi byo ni ugukiza igihugu ntabyo gusigana bihari.

Kandi n'ubwo bavuga ngo Gacaca irangije imirimo yayo, nti bizakunda kuko imirimo yayo yarangira ari uko buri mujenosideri wese aciriwe urubanza rutari urwa kibera, kandi abarengana na bo bakabagira abere. Ubwo ni bwo Gacaca izarangira. Igihe cyose bitazagenda kuriya, bizajya bihora bibyara ibindiii! Maze aho kubona ibisubizo tujye duhora mu bibazo byatewe n'itsembabwoko ryakorewe abatutsi, n' «icyaha rusange» ku bahutu. RWANDA we! Imana irimo kuvuga iryanyuma.

Hari bene Data b'amoko yombi (turaburamo umutwa ariko nawe azaza) turi kumwe mu ngamba turimo gufata zo kureba mu ntege nke zacu icyo twakora. Ariko umwe yaranshekeje ati ubushize ADEPR yarahanuye ngo Ibikomeye biraje, abageni benshi baratashye, amagare yaje, ati turabyemera maze turiyeza nta kindi cyabaye, twemeye ko ibikomeye bije amaraso agiye kumeneka menshi ko Habyarimana azapfa, n'ibindi. Ati turabyemera byose ntihagira igikorwa none ntabwo tubyemeye, twe ntidushaka gutaha none aha tutaragira icyo dukora ati «non»!

Koko bagomba kugira icyo bakorera Imana n'igihugu ariko se bazabikora gute? Nanjye sinshaka gutaha mu ijuru vuba ntakoze, ngo namamaze imirimo y'Uwiteka itangaje, kandi ndashaka cyane kureba u Rwanda rushya mu Mateka mashya azira uburyarya, nkareba iby'Imana yavuze, ni ryo sengesho ryanjye. Na nyuma yaho nzaba mfite akazi kenshi. Ariko ndanasaba ngo abapinze ubuhanuzi bose bazabeho hatavuyemo n'umwe kugira ngo tuzabiganireho nyuma. Ntimuzagire iyo mujya ngo numve ngo mwapfuye ntacyo byaba bimaze.

UWO UWITEKA AKUNDA ARAMUCYAHA. Urugero rufatika ni Isirayeli. Barakubiswe na n'ubu bagikubitwa na none aha nandika ibi bene Abrahamu barimo kurwana barimo gukubitwa banze kumva. Na bo ni intagondwa na bene se b'Abarabu n'Abayisiraheli bahora bahanganye kubera ko badahuje ba nyina. Bahora bicana gusa. Biriya ni ingaruka zo kutumvira Imana yabahamagaye uhereye isi itararemwa.

Iyo Imana yagutunze agatoki ko igushyize muri gahunda, komera mubonane uzirye rero kugeza igihe uzumvira n'iyo hasigara bangahe irongera ikabororotsa mu kanya nk'ako guhumbya. Ibyasenyutse ikongera ikemera ko byubakwa vuba vuba.

Ndaproposa ko twabyandika gutya: "Ubwo se hari ibyaba biteye imbabazi cyangwa bihenze kurusha «URUSENGERO» Salomo yubatse akaruyiha, nyuma ingabo z'umwami Nebukadeneza w'ibabuloni zikarusenya? Urundi rusengero rwaje kubakwa hanyuma, rwarundi abigishwa ba Yesu batangariraga ubwiza bwarwo, Abaroma se nti baje bakarushwanyaguza bakanarusahura, ntihagire ibuye risigara rigeretse ku rindi nk'uko Yesu yari yaravuze. Ibyo Abaroma basahuye si byo banyweramo batamba ibitambo bya Misa. Ikabihorera ukagira ngo ntiyabibonye, ukagira ngo ntacyo biyibwiye maze abantu bakagira ngo ihwanye nabo, naho n'ukugira ngo idatatira gahunda yayo yagennye. Ibifite icyo bivuze n'umugambi wayo gusohora, n'Icyubahiro cyayo itazaha undi. Ahubwo mwacyicaniraho kandi akaba ari wowe uhomba.

Ndahamagarira Itorero guhaguruka. Bene Data ibihe birakomeye cyane n'ubwo amazu yuzura andi akazamuka, n'ubwo mureba bakubura mu mihanda, n'ubwo turi aba mbere muri management, n'ubwo turi aba mbereee..... Hafi muri byose. Umutima w'Imana wo urarakaye cyane ku buryo nihatagira igikorwa vuba ibiri bubere mu Rwanda bizafatishwa abamoko 4, n'ukuvuga «impande enye». Ntacyashoboka keretse duhuje umutima abakozi b'Imana tugatabara. Nabasobanuriye ko nta muntu umwe wabikora, nta n'Itorero rimwe ryabikora, keretse dushyize hamwe nk'umuntu umwe (Ezekiyeli 22: 30). Kandi ntihazagire uvuga ko atabimenye cyane mu bakozi ba Gatonda.

> ISENGESHO: Mana yacu banza utubabarire uko imbabazi zawe nyinshi zingana, kuko ntacyo utakoze ngo abiyita amunyarwanda umuhutu, umututsi, umutwa bakumenye waradukubise cyane ariko ntitwumva.
>
> Duhe umutima woroshye udukuremo uw'ibuye, tumenye icyo udushakaho. None ugeze igihe wicuza impamvu waturemye, tubabarire ubwa nyuma udushyire mo umutima wo guhuza no kungwa. Mbabarira ntituzongere gushoberwa nk'uko ubushize byagenze. Mbabarira uhishure ikindi cyakorwa ngo iyi ntambara iveho.
>
> Mana yanjye ube uretse kwirahira ndatakambye mbikuye ku mutima. Kuko twakoze amasengesho asoza kandi hari ayagombaga kubanza. Tubabarire twasuzuguye abagaragu bawe b'abahanuzi kandi uhereye kera ni ko twabaye ariko ubu bwo dufite isoni nyinshi. Tubabarire, babarira abakozi bawe bigiriye mu bidafite umumaro. Akaba ari yo ntandaro yo kurakara kwawe. Mana nta n'icyo dufite twakwibutsa uretse ibibi gusa. Turamwaye gusa. Duhishurire icyo gukora k'ubw'imbabazi zawe, urukundo, n'ubuntu. Girira Icyubahiro cyawe n'Izina ryawe utubabarire. Ibi na byo biturenze. Duciye bugufi maze wowe ushyirwe hejuru mu izina rya Yesu Umwana wawe.
>
> Amen!

ISENGESHO RYO KWIHANA

«⁹Niwatuza akanwa kawe yuko Yesu ari Umwami, ukizera mu mutima wawe yuko Imana yamuzuye uzakizwa, ¹⁰kuko umutima ari wo umuntu yizeza akabarwaho gukiranuka, kandi akanwa akaba ari ko yatuza agakizwa.» (Abaroma 10: 9-10).

Subira muri aya magambo wowe ushaka gukizwa uti:

«Mwami Yesu ndatsinzwe ku bw'Ijambo ryawe, none ndakwakiriye mu bugingo bwanjye ngo umbere Umwami, Umukiza n'Umucunguzi. Mbabarira ibyaha byanjye byose nakoze ibyo nzi n'ibyo ntazi, n'iby'ababyeyi banjye bakoze. Nyejesha amaraso yawe waviriye ku Musaraba i Gologota. Unyandukure mu gitabo cy'urupfu unyandike mu gitabo cy'ubugingo. Uhereye ubu ndakijijwe mbaye umwana w'Imana. Mana ndagushimiye ko umpaye agakiza kawe ku Buntu, mu izina rya Yesu Amen!»

Ikitonderwa: IYO MVUGA, NKANDIKA UBUTUMWA NTABWO ABA ARI IBIGANIRO MPAKA. Nta nama nsaba, nabivuze kenshi, sinsaba gukosorwa, kugawa cyangwa gushimwa. Ahubwo icyo nkenera ni kimwe gusa; ni inkunga ya buri wese ushaka kumenya icyo twakora. Ibyo gusa. Ndabizi amatwi arimo urupfu ntiyumva ihoni, kandi njye ndi umwana w'Imana, nabyawe n'Imana, navutse ubwa kabiri, nkaba n'igikoresho cya Yesu n'intumwa ye, nkaba n'umuhanuzikazi uhanurira amahanga, nkaba mfite n'akazi ko kugarura Itorero rya Yesu Kristo ku Rufatiro rw'Intumwa n'Abahanuzi, (Abefeso 2: 20).

Nkaba mparanira n'uko «UBWIZA BW'INZU YA NYUMA (ITORERO) BUGOMBA KURUTA UBW'IYA MBERE», (Hagayi 2: 9) ngakunda no kuyoborwa n'Umwuka Wera, kuko aho nagiye nyoborwa n'abantu byagiye binkoraho.

Wowe ukunda impaka ujye uhora kuri radiyo wumve ibiganiro byitwa: KUBAZA BITERA KUMENYA na «WARUZIKO», cyangwa se «UTUNTU N'UTUNDI».

IGICE CYA 5: UBUTUMWA BW'IMBUZI BWAGENEWE ABAKOZI B'IMANA

«²³Nuko ijambo ry'Uwiteka rinzaho riti ²⁴"Mwana w'umuntu, ukibwire uti 'Uri igihugu kitabonejwe, kitavubiwe imvura ku munsi w'uburakari bukaze.'

²⁵Abahanuzi bacyo bakigiriyemo ubugambanyi, nk'uko intare itontoma igiye mu muhigo bamize ubugingo bw'abantu, ubutunzi n'ibintu by'igiciro cyinshi barabitwaye, bapfakaje benshi muri cyo.

²⁶ Abatambyi bacyo bishe amategeko yanjye ku rugomo, banziruriye ibintu byanjye byera. Ntibashyize itandukaniro hagati y'ibyera n'ibitejejwe, ntibamenyesheje abantu gutandukanya ibyanduye n'ibitanduye, kandi n'amasabato yanjye barayirengagije maze nsuzugurirwa muri bo.

²⁷Ibikomangoma byo muri bo bimeze nk'amasega agiye mu muhigo, bivusha amaraso bikarimbura ubugingo bw'abantu, kugira ngo bibone indamu y'uburiganya.

²⁸N'abahanuzi baho babihomesheje ishwagara idakomeye, bakabona iyerekwa ry'ibinyoma kandi bakabahanurira ibinyoma bavuga bati 'Uku ni ko Umwami Uwiteka yavuze', kandi Uwiteka ari nta cyo yavuze.

²⁹Abantu bo mu gihugu bagize urugomo bakajya bambura, ndetse bakagirira nabi abakene n'indushyi, n'uwigendera bakamuranganya.

³⁰Kandi nashatse umuntu muri bo wasana inkike, ngo ahagarare imbere yanjye mu cyuho ahagarariye igihugu kugira ngo ntakirimbura, ariko ntawe nabonye. ³¹Ni cyo cyatumye mbasukaho uburakari bwanjye bukaze, mbakongeresha umuriro w'umujinya wanjye, maze imigenzereze yabo nyiherereza ku mitwe yabo." Ni ko Umwami Uwiteka avuga. » (Ezekiyeli 22: 23-31).

Kandi iti «Maze 1. Abantu banjye, 2. Bitirirwa izina ryanjye, 3. Nibicisha bugufi, 4. Bagasenga, 5. Bagashaka mu maso hanjye, 6. Bagahindukira, 7. Bakareka ingeso zabo mbi: «Nanjye nzumva ndi mu ijuru mbabarire ibicumuro byabo mbakirize n igihugu».
(2 Ingoma 7: 14).

Kuri Bene Data dusangiye kwizera;

Bene Data dusangiye kwizera Yesu Kristo Umwana w'Imana, twizera umubatizo we n'urupfu rwe, kuzuka kwe no kugaruka kwe, nimwumve iri ni Ijwi ry'ibuzi kuri mwebwe:

Iki gihe turimo ni igihe kibi cyane mu mateka y'u Rwanda mu buryo bwo mu Mwuka, kuri buri wese wiyita Umunyarwanda, umuhutu, umutwa, umututsi. Ntibari bibagirwa ibintu bibi byagiye bibera muri iki gihugu uko ubutegetsi bwagiye busimburana, cyane cyane itsembabwoko ryakorewe abatutsi muri 1994. No guhora ku ruhande rw'abatutsi.

Kubera uburemere bwabyo, aho kugira ngo ibyabyo bisibike mu mitima cyangwa se bigabanuke maze bitange ikizere ko bizanashiraho, ahubwo birushaho kwiyongera bitewe n'ingaruka zabyo birenze urugero.

Buri wese ku giti cye, ubwoko bwe, aba afite ibyo yibaza. N'ubwo bitavugwa ku mugaragaro kubera amahame ya Leta yiyita iy'ubumwe, ariko birahari, ndetse byafashe indi ntera byarangije no kugera no mu bana.

Abatutsi bibuka buri gihe ababo bishwe mu buryo bw'agashinyaguro ari inzirakarengane, bakaba banakomeje kwicwa no gutotezwa. Abahutu bagaterwa ubwoba n'isoni n'ikimwaro cy'ibyo bakoze imbere y'isi n'ijuru kandi bitigeze bihanwa kugeza ubu. Maze na bo bakibuka ababo bishwe, bicirwa mu gihugu imbere, no muri Kongo-Zayire. Aha buri wese akibaza uko abyumva, maze agakurura yishyira.

Abatwa bo kugeza ubu bajya iyo bigiye, ariko na bo Imana ibafitiye umugambi mwiza. Kandi aya moko yombi hari icyo abagomba kuko na n'ubu aracyabasuzugura cyane. Bene Data bakundwa, kuva u Rwanda rwabaho, Imana yari irufitiye umugambi ukomeye, abenshi muri mwe murabizi. Ibyagiye birubamo buriya tuziho bike byagaragariye amaso, ibyo amateka yagiye agaragaza, bimwe nta n'ubwo ari byo.

Ariko hari ibyo Imana yagiye ihishura bigendanye n'ibihe, tugomba kwitaho. Ibi bihe turimo biruhije buri wese wiyita Umunyarwanda, kuko nutabyitaho byo bizakwitaho. Twagombye rero kumenya icyo gukora. Ibi ndabivuga kubera IHISHURIRWA ry' igihugu cyacu nahawe mu buryo burambuye. Nagiye nsobanura uko nshobojwe, mu biterane, mu ngando, mu magereza, mu nzandiko, abakozi b'Imana ku giti cyabo, bamwe mu bayobozi b' igihugu, kuva mu kwezi kwa Kamena 1999 kugeza ubu sinigeze ncececa.

None Imana ishimye kandi ko mbigezaho abatabizi nkanibutsa abo nabibwiye ko noneho byafashe indi ntera ari na yo ya nyuma.

Bene Data, ikibazo kiracyari insobe ndetse cyane ari mu madini yiyita Itorero, ari no mu gihugu.

- Abiyita Abanyarwanda turacyafite ikibazo cy'amoko cyashinze imizi, ni na cyo nyirabayazana w'ibibazo byose tubona n'ubwo mwaba mubona ntaho bihuriye, cyangwa mugatanga ibindi bisobanuro, ariko ni umwuka mubi uteza inzangano z'urudaca no mu bahuje ubwoko cyangwa abavandimwe n'abandi.

- Igihugu cyahawe Satani n'abatubanjirije, benshi murabizi, n'ubwo mwabyirengagiza, kuko igihe cyose twaramyaga ibigirwamana Imana yarandikaga na Satani ikarega. Cyeretse ahari niba mutazi ibigirwamana ibyo ari byo.

- Igihugu gifite ibigirwamana by'ibinyamahanga kuva aho cyabereyeho, kugeza ubu birakicaye ku ntebe, kandi kiriho umuhamagaro.

- Igihugu cyamenekeye mo amaraso atagira ingano cyane cyane ay'itsembabwoko abahutu bakoreye abatutsi n'ay'abatutsi bihoreye bakicana abahutu umujinya mwinshi w'inzika. Byonyine ibi uko ari bine birahagije kugira ngo igihugu kijyeho imivumo.

Ntiriwe mvuga iby'ubugome, ubugambanyi, ubusambanyi, uburyarya, ubujura buhanitse bwo mu rwego rwo hejuru busahura igihugu bita icyabo bagira ngo birengere macuri. Kwiba no kunyaga imfubyi n'abapfakazi, kutagonda amajosi murabizi namwe ubwanyu ko nta kigeze gikorwa ngo biveho. Haba gucira bugufi Imana, haba mu rwego rw'Itorero, haba mu rwego rw'igihugu. Amaraso atabaza ngo ahorerwe ari ku butaka bw'u Rwanda ubwayo arahagije kugira ngo akomeze ateze igihugu n'abagituye ibyago byo kumena ayandi (Kubara 35: 33).

Ibyaha byo kumena amaraso, guhora mu ntambara z'urudaca, kwangwa birenze urugero kandi nta mpamvu, n'ibindi bizanwa no kutubaha Imana kandi idushaka turiho umuhamagaro utangaje, ntibagiwe guhorana buri gihe abenegihugu bari hanze barwanya abari imbere mu gihugu.

Nabivuzeho kenshi ariko ntibyahabwa agaciro kabyo, ndongeye rero kuko ndi «IJWI RY'IMBUZI» riburira abiyita Abanyarwanda n'abandi bose bafite amatwi, nkaba n'INKOTSA muri iki gihe cyabyo, kuko iki ni igihe cyo «GUKOTSORA».

Tubyitondere tubivane mo amarangamutima na politiki n'ubwenge bwa muntu bwinshi, n'amajyambere, na ya mvugo ngo yo gukura abiyita Abanyarwanda umutima, nta gaciro igifite, nta n'ako yigeze igira, kuko buri wese wiyita Umunyarwanda wese HUTU, TWA, TUTSI ni umurwayi mu cyiciro cye, n'inkomere uko ibihe biha ibindi, biterwa n'icyamukomerekeje kuko ntiyigeze avurwa na rimwe. Yarangije gukuka umutima cyera kubera ibyo yakoze, cyangwa ibyamukoreweho: si jye ubiteye.

None rero Imana irasaba buri mukozi w'Imana wese, wahamagawe muri iki gihugu, ngo wite kuri ibi bikurikira. N'abandi bumvire ho kuko nasabwe kutabigira ubwiru «igihe cyagiye, twageze nyuma y'amahirwe yacu ya nyuma. Nabanje no kwanga kubivuga kubera impamvu z'umutekano wanjye, kuko nagiye mpura n'ingorane n'imibabaro iturutse muri mwebwe ubwanyu, abitwa «Bene Data». Gutotezwa, kubeshyerwa, guterwa ubwoba, n'ibindi umwanzi yagiye abakoresha byo kundwanya murwanya Imana mutabizi kuko ari yo yantumye».

Kandi byari bihagije kwitwa uwavangiwe, w'umusazi. Ni ishyano kubona mvuga iby'Imana ivuga ku gihugu bigomba gukorwa ngo gikire maze ngahinduka ufite «ingengabitekerezo ya jenoside». N'ubushize baratubwiye ntitwumva, «muri Repubulika ya kabiri. Ariko ngo «uwanze kumva ntiyanze no kubona». Twanze kumva ariko ntitwanze kubona. Jye narabonye sinshaka kongera kubona ibibi biruta ibyo nabonye.

Ndumva nawe ari uko. Iyo nibutse kwanga Imana n'umurengwe wari mu Rwanda mbere ya 1990, kandi byose nabigizemo uruhare, nako twese twabigizemo uruhare, nawe n'uko kuko ntiwavamo ngo bikunde, ndushaho kugira umutwaro kuko mu by'ukuri ubyumve ubyiteho: «si jye wakagombye kuvuga ibi, mburira abari ku butegetsi ubu, iyi ngoma y'abatutsi ngo bubahe Imana babashe kurama no kuramira mu gihugu n'abazabakomokaho».

Ariko Imana ihamagara igatuma uwo ishaka n'uko ishaka.

Nimwumve rero, Bene Data dusangiye kwizera Yesu Kristo Umwana w'Imana, nimwumve icyo Imana ishaka ko dukora nk'abana bayo, nk'abakozi bayo, nk'intumwa zayo, nk'itorero, nk' igihugu. Ibi kandi bigomba gukorwa vuba:

1. Abakozi b'Imana b'abahutu bihanire Imana n'abatutsi n'igihugu n'isi yose ku byabaye mu Rwanda uhereye muri 1959 kugeza ubu. Abahutu bihane itsembabwoko muri rusange, kuko ari icyaha bihariye. Nta mpaka ziri mo.

2. Abayobozi ba Kiliziya Gatulika b'abahutu, amadini yibumbiye muri CPR (Conseil Protestant au Rwanda», ADEPR, Abadiventiste b'Umunsi wa Karindwi n'abari mu yandi madini nka INSTITUTIONS bari mu Rwanda mbere ya 1994 (ntabwo ari ivangura n'uko bahuje ukwemera ko Yesu Kristo ari Umwana w'Imana ko yapfuye akazuka), bihanire Imana n'abatutsi, kuko ntacyo bakoze ngo baburize mo cyangwa ngo bahagarike ibibi byose byabaye, cyane cyane itsembabwoko, kandi bari babifitiye ubushobozi n'ububasha. Ahubwo bararishyigikiye.

3. Aha ADEPR iratungwa agatoki cyane, kandi na bo narabibamenyesheje. Ariko kugeza ubu ntacyo bakoze. Barabizi ko ingaruka zo kutihana zagiye zibagaragura, kandi si bo bonyine zigaruka, biteza n'igihugu cyose ibibazo by'urudaca.

4. Abakozi b'Imana b'abatutsi bihanire abahutu ku byabaye mbere ya 1959 igihe cy'abami na nyuma ya 1994. Ni ba sekuru na sekuruza babo bakoze ibyangwa n'Uwiteka maze biryozwa ababakomokaho kuko bo «ba sekuruza batari bakiri ho ngo bahanwe» (Amaganya ya Yeremiya 5: 7), bazihane n'ibyabaye nyuma ya 1994 kugeza ubu, iby'Imana itishimiye, harimo guhora n'ibindi. N'ubwo ibyinshi byatewe cyangwa biterwa n'ingaruka z'itsembabwoko, ari na yo mpamvu rigomba kubanza kwihanwa n'abahutu mbere y'ibindi byaha byose byakorewe muri kino gihugu. Iri ni IHAME ndakuka.

5. Abakozi b'Imana b'abahutu n'abatutsi ni bamara kwiyunga bazihane ibyabereye mu gihugu, bihanire

288

n'abatwa kandi biyemeze kubafasha gutera imbere mu Mwuka no mu mubiri. Ibi ni birangira hazakurikiraho kweza u Rwanda kubera ibyarukorewe mo uhereye rwabaho cyane itsembabwoko ryo muri 1994, abahutu bakoreye abatutsi.

6. Abayobozi b' igihugu bazihana ibyaha by'abababanjirije. Birasaba kubyitonda mo cyane no kuyoborwa n'Umwuka w'Imana.

7. Kuko ntushobora kubwira Perezida Kagame ngo yihane ibyaha bya Kayibanda na Habyarimana ari bo bamenesheje se na bene wabo, nawe agahinduka impunzi, ahubwo azihana iby'abami bene wabo, kandi ntibizamworohera kuko bimusaba kubanza kwemerera UMWAMI W'ABAMI Yesu Kristo akaza mu bugingo bwe, kandi akanemerera umwami Kigeli V. Ndahindurwa Jean Baptiste ko ataha mu Rwanda kandi agataha mu cyubahiro gihabwa abami, apana biriya byo kuvuga ngo atahe nk'umuturage. Ntabwo umwami Kigeli V ari umuturage ubonetse wese, ariho IKIMENYETSO. Kandi Imana yubaha abo yashyizeho ibimenyetso. Murumve mwese! Kandi akanihana ubwicanyi n'ibindi byaha byibasiye inyoko-muntu yakoze kuva batera 1990 kugeza ubu nandika no kugeza kuri iyo saha azaba arimo kwihana. Aha rero birasaba umuhutu uzaba amukurikira mu butegetsi kuzaba ari we ujya mu cyuho cya za Repubulika zombi.

Aka kazi karakomeye cyane. Ni ak'INTWARANE kuko INTWARI ntizagashobora. (Matayo 11: 12).

Impamvu u Rwanda rugomba kwezwa muri rusange, abaturage bose bakihana nk'i Nineve ibice 3, nuko ibyaha byarukorewe mo ari rusange, byagiye bikorwa n'abayobozi cyangwa udutsiko twitirirwa amoko. Icyaha cyo kumena amaraso cyane cyane. (Kubara 35: 33).

itsembabwoko ni rusange ku bahutu bose ni ko Imana ivuga. Kuko ryakozwe mu izina ry'ubwoko «HUTU» mu buryo bwo mu Mwuka kandi namwe bamwe ibi mbabwira murabizi. Kutabisobanukirwa cyangwa kubera inyungu runaka abifite mo ntibikuraho ukuri. Iki cyaha ni cyo cyonyine cyiharirwa n'ubwoko bw'abahutu, naho ibindi byaha byose bisigaye waba uzi n'ibyo utazi, amoko yose arabisangiye.

Ni rusange ku moko yose, «ibindi byaha byose bisigaye amoko yose arabisangiye, ni ko Imana ivuga». Ni yo mpamvu ari ukwibeshya rwose kuvuga ngo umuntu yarasenze cyangwa se arasenga cyangwa se ngo Itorero runaka rifite abasenzi, cyangwa se ngo bafite abinginzi bakomeye. Hari icyo nshaka kuzasobanura ku birebana n'abinginzi. Ngo kanaka ni umwinginzi cyane yarasenze bivaho.

Ntabyavuye ho byose biracyahari. Kandi ni mu gihe, ntibyakurwaho no kubikora ibice, cyangwa kubicurika. Ese abo binginga bo bafite uruhe ruhande? Babogamiye hehe? Aho ntibaba bafite umwuka wa Yona? Kuko umwinginzi agomba kuba nta ruhande abogamiye mo. Aha ngaha ikizamini cyabatsinda kuko nikoreye ubushakashatsi mu gihugu hose ndumirwa ndetse ndushaho no kugira ubwoba.

Bitari ibyo baba basenga nk'uko twasengaga Inyenzi zarateye turimo kuzirukana mu izina rya Yesu. Abatutsi na bo bazisengera ngo zitsinde vuba zize na bo bagende bemye; ngo ni bene wabo. Cyangwa igihe cy'abacengezi bamwe barabirukanaga abandi basaba Imana ngo batahe vuba. Yemwe ko u Rwanda rufite ibibazo.

Wasaba umuntu kujya mu mwanya adashoboye? Wasaba umuntu gutanga icyo adafite? Kuko n'abayobozi babo babayobora muri ayo masengesho ndahamya ko baba bafite aho babogamiye. Ndabazi. Ndabizi….

Ayo masengesho murebe muri (Amos 7: 1-9) maze urebe ziriya ncuro, ku ncuro ya gatatu Imana ivuga ko igiye kuzana «TIMASI». Umunzani utameze nk'uw'abacuruzi. Ije gupima neza itibeshya nta n'amarangamutima ari mo kuko yo irarengera inyungu zayo kandi nta mwene wayo uri mo.

Nta kimenyane na busa, nta n'umwe biganye cyangwa bakoranye. Incuro ya mbere Imana yarabyihanganiye: «Soma neza Amos 7: 1-9, incuro ya kabiri na yo biba uko, kubera ibikomere byabo iba izi baba bafite. Ariko incuro ya gatatu irabihaga kuko hari aho umuntu aba agomba kugera. Maze izana igipimo. Kandi komeza urebe neza ntabwo bariya ba kiriya gihe bujuje ibiro. Ndetse yararakaye maze ihagurukira inzu ya Yerobowamu yitwaje inkota. Kuko tugomba guhamagara amaraso ya Yesu muri rusange nk'Itorero, nk' igihugu, akabanza akatweza, tugakora n'ibice 3 bya Yona, tugaca bugufi nk'uko i Nineve byagenze, n'iyonka, tukanageragiza kumera nka Yakobo igihe yagarukaga agatinya Esawu impanga ye (Itangiriro 33).

Ibi nabyandikiye Umukuru w'igihugu mu ibaruwa yo ku wa 09/02/2003. Nta gisubizo yampaye, ibisobanuro birambuye nabisobanuriye muri CID. Nsabwa kwitonda mu byo mvuga no kubaha abakuru, no kwirinda gukura abiyita Abanyarwanda umutima. No kwirinda cyane cyane kuvuga ko amaraso ashobora kongera kumeneka.

Ikibazo ahari kitumvikana cyangwa se abakozi b'Imana cyangwa abayobozi b' igihugu mudashaka kumenya, nuko amaraso ameneka agahamagara andi (Kubara 35: 33). Ateza akaduruvayo kuko ntajya ahwema gushaka icyakoreka na none imbaga. Kuko Satani aba afite icyo twita mu gifaransa «DROIT LEGAL» Ni uburenganzira bwuzuye ifitiye ibimenyetso simusiga biri mu Ijambo ry'Imana kuko ni ryo ituregesha. Ari na byo byagiye biteza intambara z'urudaca mu Rwanda. Kuko yo iturusha kutumenya, izi ko turiho umuhamagaro wo kumurwanya ibi bihe bya nyuma bibanziriza Impanda. Iyo twarezwe nka hariya mu Itangiriro 18: 20, aba Sodomu baratakaga. Reba neza harimo ngo ababaregaga. None se twebwe nta baturega bahari? Abarezi barahari. Niba bitari bimeze bityo tukaba nta muhamagaro wihariye dufite, twabyihorera natwe tukamera nk'ayandi mahanga tukajya duhora mu ntambara, tutazi iyo biva n'iyo bijya. Ntabwo turi Sudani na Somaliya, ntabwo ari *muri Irak na Afuganisitani. Ntabwo tuyobowe ubu nandika na Ahmadinejadi wa Iran... Turi umwihariko w'Imana, Yaratwirase byararangiye..*

Dufite icyo Imana yatuvuze ho tugomba gutunganya byanze bikunze. Ntituzajya duhora mu ntambara, dutabara, dutera ibihugu duhora dupfusha abasore buzuwe ho n'umwuka w'ubukenya. Maze tugakomeza kwirengera amarira y'abapfakazi n'imfubyi n'ababyeyi babo n'abavandimwe babo. Kandi nta kiguzi watanga kuko nta yindi mpongano «kirazira gutanga icyiru ku mwicanyi» (Kubara 35: 31), cyeretse amaraso ya nyiri ukumena yayandi, cyangwa akemera amaraso ya Yesu we wenyine mpongano ihagije itongerwaho ngo igabanyweho (Abaroma 3: 25).

Kandi tukabikora ku mugaragaro uko bigomba gukurikirana, kuko n'ubundi ayo mahano twayakoze ku mugaragaro. Bene Data muri Kristo Yesu. Nababwiye kenshi ko igihugu cyacu cyahawe Satani, ndetse hari n'abandi baryunzemo, yewe n'abanyamahanga baravuze bararuha. Kugeza igihe tuzacyamburira Satani ku mugaragaro, kugeza ubu igifite ijambo kuko ntirava ku ntebe bayicaje ho. Kugeza igihe tuzayiyikurira ho. Bamwe muri mwe murabizi ndetse kundusha. Ariko Imana itegereje icyakorwa. Ikibazo n'uko twarengeje ho tugakomeza aho byari bigeze nk'aho nta cyabaye.

Bitwaye iki abakozi b'Imana mugiye hamwe nk'uko musanzwe muhuza ibindi cyane cyane biriya byo gusengera nk'amatora, bikaba mu Rwanda hose. Nko gushima Imana «Rwanda Celebration Mission», basi se nka Hope Rwanda ko muhuza mwese mukaza. Cyane iyo musengera amatora ya Perezida wa Repubulika. Cyangwa biriya bya P.E.A.C.E PLAN bya Rick Warren aho muhurira mwese. Byabatwara iki kino gikorwa na cyo gikozwe mu guhuza, bigakorwa muhuje umutima, mudasuzugurana, mutararikiye n'amafaranga mukunze gupfa, mutarebana aho mwaturutse cyangwa amoko, muciye bugufi mutarwanira no kubiyobora.

Ko mwakora iki gikorwa gikomeye cy'ubutwari cyo gukiza u Rwanda burundu. Ni mwanga ni mwe bizagaruka, ariko niba byagarukaga ababyanga gusa, ikibi n'uko bihitana n'abandi, kubera ko biba ari Rusange. Kuko ntabwo ari inyungu z'umuntu ku giti cye, ni inyungu z'abiyita Abanyarwanda twese ziteguriza ejo hazaza. Ni yo mpamvu buri bose bagerageje kubikora kugira ngo bagarukane ibyubahiro no kugora amazina, Imana yagiye ibifata nk'ibitariho. None se muri ba BARIYANGA? Kandi ubu nkosora iki gitabo bwanyuma hashize imyaka 10 nandikiye Umukuru w'igihugu, namwe narabibamenyesheje. Ariko aho kugira icyo mubikoraho ahubwo mwampinduye umwanzi ngo narabasuzuguye, ngo navuze ko ntacyo mwakoze uboshye munkorera. Kandi koko ntacyo mwakoze. Reka nongere nsubire muri uyu murongo wa Bibiliya waciye ibintu, buri wese witwa ko ngo asengera igihugu akoresha uko abyumva ku munwa gusa, mu bikorwa bikaba byarananiranye kugeza ubu.

Uwo murongo ni: 2 Ingoma 7: 14
1. Maze abantu banjye
2. Bitirirwa Izina ryanjye
3. Nibicisha bugufi
4. Bagasenga
5. Bagashaka mu maso hanjye
6. Bagahindukira
7. Bakareka ingeso zabo mbi

Aha ngo ni ho Imana izumva iri mu ijuru itubabarire ibyaha byacu inadukirize n'igihugu. Abitwa abakozi b'Imana bo mu Rwanda ndetse no Biyaga Bigari, muri biriya bintu birindwi (7), ni ukuvuga kuba ari: 1. Abantu b'Imana, 2. Bitirirwa Izina ryayo, 3. Bicisha bugufi, 4. Bagasenga, 5. Bagashaka mu maso h'Imana, 6. Bagahindukira, 7. Bakareka ingeso zabo mbi.

Bo rero mu byubahiro byabo aho gukora byose bikorera buri gihe BITATU ari byo: icya mbere (1) ni abantu b'Imana, icya kabiri (2) bitirirwa Izina ryayo, icya gatatu (3) bagasenga.

Biriya bindi bine bikora ku cyubahiro cyabo ntabwo babikozwa. Aya magambo yavuzwe n'Uwiteka, igihe Salomo yatahaga urusengero rw'i Yerusalemu. Njya ntangazwa n'impamvu badatangirira hejuru ngo barebe ibyo Salomo yabanje gukora, ibitambo yabanje gutamba, ngo banasome isengesho yasenze ryatumye Uwiteka Imana isubiza ariya magambo. None se ko namwe ubwanyu mwananiwe kumvikana ku byo mupfa bitanafashije, murwanira ubusa bw'amashyari ngo y'amavuta no kumenyekana no kumenywa no kugira abayoboke benshi, no kugira inyubako zikora amazina no gushaka guhaka n'iterambere n'ibindi.

Maze mukiyibagiza iby'ingenzi munafite mo inyungu z'iteka ryose. Kuko ntacyo byazabamarira, mukomeje kurundanya ubutunzi mutazarya, ntibuzanaribwe n'ababakomokaho, mukazanabura n'ubugingo buhoraho. Ibyo byubahiro na byo muzi neza ko bishirana n'ibihe. Ntimuzibeshye ngo muzamera nk'ayandi mahanga ndabarahiye. Kuko muri ho umuhamagaro wihariye ni yo mpamvu abigisha bamwe baza bakabashyushya kandi nta muhamagaro ibihugu byabo bifite. Byazamera nk'igihe abisirayeli barambirwa Uwiteka bagasaba Samuel ngo abwire Uwiteka ko batakimukeneye bishakira umwami barebesha amaso. Abantu dukunda kureba ibigaragara kandi ibitaboneka ni byo bitegeka ibiboneka. Ibyakurikiyeho namwe murabizi. U Rwanda, «Ibiyaga Bigari», ni rwo gipimo cy'ibihe by'ubutumwa bubanziriza IMPANDA, naho Isirayeli ni yo itangirana n'umuhamagaro kuri Aburahamu ikazarangiriza ku mwuzukuruza we Yesu. Aha ni utahumva nzahagusobanurira twitonze.

Tugeze igihe cyo kurenga amadini yacu, imihango remezo, imihamagaro yacu, ibyubahiro byacu, impano zacu, intera tugeze ho mu buzima no mu mapeti, imibereho n'ibindi, maze tukarebera hamwe icyakiza abiyita Abanyarwanda. Kuko aha ho turahahurira twanze dukunze. Imana ni twe, njye nawe, izabaza kandi ni tutabikora tuzahomba duhombeshe n'abandi, Imana yo ntijya ihomba, ikomeza gahunda, ariko birayibabaza bikaba byanayirakaza.

itsembabwoko ryabaye kubera uburangare buvanze n'ubugome no kudahishurirwa no kubogamira ku bwoko by'abari bazi Imana icyo gihe. Satani yarabihereranye, abagombaga guhagarara mu cyuho, iyo bivuzwe biterera hejuru bagahita bavuga ko basenze. Yee! Nanjye ndemeranya na bo ko basenze, ko twasenze ndetse cyane. Ndetse nanjye narasenze. Ubwo twasenze rero twaranashubijwe. Rwose nta rubanza ruhari, iyo usabye urahabwa, iyo usenze urasubizwa.

Aha rero n'ubwo hari abacitse ku icumu ry'itsembabwoko, ni réserve Imana yisigariza buri gihe kuko ntabwo yakwemera ko ubwoko bushira kandi ibufiteho umugambi. Yashoboraga no gusigaza 8 nk'igihe cya Nowa, cyangwa 3 nk'igihe cya Sodomu na Gomora. Kuko ntabwo abatutsi bari gushira kandi Imana ishaka kubakoresha bari kumwe n'abahutu.

Uzi ukuntu bizaba bifite imbaraga. Ntukomereke! Ntibyabuza abo basenze kwemerera imbere y'Imana ko batabitunganije, kuko biteye isoni kuvuga ko mbere ya 1994 hari abinginzi mu gihugu bingingira igihugu, ni ugutera agahinda kuko wabazwa niba waringinze ngo itsembabwoko ribe. Wafatwa nk'uwarigize mo uruhare. Ndagusaba gucecekera imbere y'Imana kugira ngo ubanze utekereze neza.

Aha rero ADEPR n'abandi bake bari bahari icyo gihe bakabazwa. Abagize CPR. Numvise bavuga ngo Imana yarababwiye ngo «IBIKOMEYE BIRAJE, AMARASO AGIYE KUMENEKA, AMAGARE YAJE, NGO BABONA ABAGENI BENSHI. Ngo na HABYARIMANA ARAPFUYE.....Kandi arakurikirwa n'amaraso menshi». Maze barabyakira, bamwe ndetse bariyeza ngo amagare yabo yaje batahe. Abandi kubera amoko barabyifuza, abandi bigira mu mashyaka ndetse baranayashinga. Maze biracika. Igihe kigeze ba bandi basenganaga (abahutu) ni bo bishe bagenzi babo (b'abatutsi).

Ndetse bamwe banabiciye muri za Kiliziya no mu byo bita ngo ni «Insengero». Na n'ubu ngo baracyazisengera mo, bakanasomera mo na misa nyinshi maze. Singaye n'uwavuze ko izo nsengero zagombye kuba amarimbi, bakahubaka n'inzibutso za jenoside Ariko mbona nabwo ntacyo byabwira ba nyirazo kuko nta soni bagira, kuko iyo baza kuba ari bazima baba baragize icyo bakora. Ahubwo numvise ko abubahiriza icyumweru baruhukaga kwica bakabanza kujya mu misa mu gitondo cya kare ngo babanze bahazwe bataza kugira umwaku, bafate n'imbaraga zo gukora neza. Maze abubahiriza Isabato bakaruhuka kwica ku isabato bakazongera irangiye. Ubwo abubahiriza umunsi wa gatanu na bo bararuhukaga. N'ibindi. Kandi na n'ubu ntibaremera ko babyishe. Ndetse abahutu bamwe bo muri ADEPR barahanuye ngo ni bumve uko Uwiteka avuze ngo *Nta kundi bagira Imana yatanze bene se b'abatutsi basenganaga ngo bicwe*». Umva ubugome n'ubugoryi se. Uriya uwiteka bavuze n'uwo biremeye si uwaremye ijuru n'isi, ntabwo ari se wa Yesu Kristo.

Ikindi kibazo n'uko iyo umuntu atumwe kuburira abantu ahinduka umwanzi. Kuko Imana iba itegereje ko hagira uvuga ati «Twarabyishe Mana». Iyo abuze Imana ni Yo iba ifite ikibazo. Ariko usanga bose bigira ba KAGARARA, ngo barabitunganije. Bakanga kuva ku izima. Icyo gihe benshi barabizize, barafungwa abandi baricwa ngo bararwanya ubutegetsi bwa Habyarimana ngo baravuze ngo azapfa. Icyo gihe nanjye nangaga abarokore cyane nari mu bogezaga ko Habyarimana yagombaga guhamaho ubuziraherezo. Koko amatwi ari mo ubufana ntiyumva amakosa. Kandi amaso «afana» ntajya abona amakosa. Namwe munyumvire ukuntu abantu bazira ubusa. Uvuze ko nyir'urugo yapfuye ni we uba wamwishe ko n'ubundi aba azapfa? Ubu se baramurwanyaga cyangwa baramuburiraga? Benshi barahaguye, abandi barafunzwe bazira ubuhanuzi. Kuko biragufata ukenda guturika ugahita uvuga utitaye ku bikangisho. Kuko muri wowe haba harimo imbaraga ziruta ibikangisho. Ibyo ndabizi neza, ni byo nzira.

Nyuma y'itsembabwoko idini ryiyise Itorero ryakomereje aho byari bigeze. Ni mvuga idini ryiyita Itorero mujye mwumva babandi baterana biyitirira Izina rya Kristo nyamara batarigeze baca bugufi ngo bamwemerere abejeshe amaraso ye bakizwe. Kugira ngo umuntu yinjire mu Itorero rya Yesu Kristo agomba kubanza kwezwa na Mwuka wera, agahinduka rimwe mu mabuye yejejwe agize inyubako imwe, ariryo Torero Kristo abereye umutwe. Umuntu ku giti cye ni «temple» y'Imana (Data, Mwana, na Mwuka Wera). Abakristo bose, batari ab'icyitiriro, ni bo bagize Itorero, ariryo umugeni wa Kristo.

Abavuye hanze baraje bakomereza aho byari bigeze (aho bari babisanze). Barihutaga cyane bashaka kuba mu gihugu cyabo, bari bahaze ubuhunzi. Igihugu gikomereza aho byari bigeze. Abari mu Rwanda, ba twebwe, dukomereza aho byari bigeze. Kandi byari bibi bikabije. Dukomeza gushinyiriza (résister). Maze bivanga n'ibyo abavuye hanze bazanye, aba nabo basamwa n'ibyo basanze, maze buri rwego rukomereza aho byari bigeze. Nk'uko n'izindi Repubilika zose zagiye zikomereza aho byabaga bigeze. Nk'uko n'abami basimburanaga bagakomereza aho byabaga bigeze. Iby'inzangano no gutungana agatoki, no kugambana, ubusambo, umururumba, kubeshyerana binyuze ku bagore kubera abapfumu. N'ibindi bibi bikurikira amahano.

Ibyo Leta yiyita iy'ubumwe yikoreye ni byo buri gihe n'idini ryiyita Itorero rijya mo. Kuki badakora ibyabo? Nk'uko mbere ibyo za Leta zikoreraga idini na ryo ryavugaga «ndiyo bwana», bakabafasha muri byose, bagafatanya gukurikiza umurongo wa politiki.

None se kuki buri gihe mujya mu byo Leta yikoreye? Mwebwe ibyanyu ni ibihe? Imana irabaza Komisiyo y'Ubwiyunge nyakuri y'abarokore, irabaza Gacaca nyakuri y'abarokore, Komisiyo ishinzwe kurwanya Sida nyakuri y'abarokore, ishinzwe kuboneza imbyaro nyakuri y'abarokore «kuko bafite itegeko nshinga bihariye ari ryo Bibiliya», n'ibindi bitagombye guteza ibibazo igihugu kuko Itorero riba ribifitiye umuti. None se bene Data, ni tuteza iki gihugu, ngo tweze intebe z'ubuyobozi nazo na n'ubu zikimeze uko zari zimeze, «aha ni mu Mwuka mvuga si amajyambere» tuzaba tumaze iki? Tuzaba dukoze iki? Mu gihe cyacu ari cyo: «GIHE GISA N'IKI».

Murashaka se ko tumera nka Bigirankana bya ntuza……. ngo wabonye inzu ihiye ati «Jyewe ni musase ni ryamire». Nta n'icyo bitwaye rwose kuba ari jye biturutse ho kubivuga kuko umusazi arasara akagera aho akagwa ku ijambo. Niba rero mwararindiriye ko ndigwa ho, jye akazi kanjye ni ugusara nkagwa ku ijambo. Ariko kandi koko ni no kwigereza ho, Imana na yo sinzi icyo iba inshakaho. Ariko nkwibutse ko nigerezaho nka Mikaya (2 Ingoma 18), cyangwa se nka Eliya (1 Abami 18: 17-38), cyangwa se (Yeremiya 14: 14-18; 15: 1-9; 16: 10-13). Ni ko nanjye nabaye, ni ko Uwiteka angenza (Yeremiya 2: 7-13), ni ko abahanuzi twabaye, gupingwa, kurwanywa ariko bigatinda ntibihere kuko biba byaravuzwe n'Idashobora kubeshya. Maze Uwiteka agasohoza Ijambo yavugiye mu kanwa ka Ezekiyeli umuhanuzi ati « [33]Ariko igihe ibyo bizaboneka (ndetse biraje), ni bwo bazamenya ko bahozwemo n'umuhanuzi» (Ezekiyeli

33: 33). Uko ni ko abisirayeli bagiye bagenza abahanuzi, maze Imana na yo ikabagenza uko yagiye ibagenza, na n'ubu.

Abakozi b'Imana b'Abanyarwanda, u Rwanda ruri ku mitwe yacu twabyanga twabyemera, kuko n'iyo tuzasenga iminsi magana angahe, n'iyo tuzashyiraho ibyumba tukanahemba abitwa abinginzi, NTA KIZAHINDUKA KUKO DUKORA AMASENGESHO ASOZA KANDI HARI AGOMBA KUBANZA.

Byatumarira iki bene Data dukomeje kwinangira, byatumarira iki gusuzugurana, tukanasuzugura Imana, bikagaragara nk'aho duhanganye, kandi Yo ishaka kutugirira neza, ariko twabanje kwiyunga tukabona kuba mu bumwe. Bene Data bakundwa, ari abavuye hanze nyuma ya 1994, ari abari mu Rwanda, ari abahutu ari abatutsi ari abatwa, ko Imana ishaka ko tuba umwe, cyane cyane mu idini ryiyita Itorero, ubu twabaye umwe koko? Subiza utitera inkunga. Mubona byaragezwe ho? Ko umuhutu n'umututsi Imana ishaka kudukoresha kurusha uko Satani yadukoresheje, tudafite uburyarya ubu mubona yadukoresha koko? Cyangwa namwe murashaka kuvuga ko twiyunze byarangiye. Bakozi b'Imana ubwanyu muzi ibyo mupfa, abenshi ni ibisambo bafite ubuhamya bubi. Ibi na byo bigomba kwihanwa niba dukunda igihugu. Erega Imana yo ireba mu mitima, yabanza ikabakura mo uburyarya. Kandi amoko ni mwe abarizwa mo. Reka nkubwire ikindi utari uzi: ntabwo abacitse ku icumu ry'itsembabwoko ari bo bagomba gufata iya mbere mu gukiza igihugu, bagasaba n'imbabazi z'uko batsembwe.

Nta n'ubwo ari abavuye hanze b'abatutsi, byaba bicuritse kuko ni abana ba bandi bo muri 1959 bahunze. N'ubwo babifite mo uruhare ariko kubisobanura byagorana ari bo bihannye itsembabwoko kandi abahutu barikoze bahari bakoze mu mifuka ngo ntawe ubakoraho ngo ni abere n'uvuze ko kanaka ari umuhutu ngo aba afite amacakubiri ya jenoside Bakaba bitwaza na ya mibare ya 85% ibagira ba nyamwinshi. Ikibi cyabyo n'uko hari abahutu bakoze jenoside bashyigikirwa na Leta bagahabwa n'imirimo. Ariko kugeza ubu abahutu batakoze jenoside ni bo batotezwa. Kubera iki? Aha hari ibanga ryo mu Mwuka riri hagati y'abahutu n'abatutsi bavuye hanze, nk'uko nabisobanuye. Bafite icyo bahuriye ho ku birebana na jenoside yakorewe abatutsi bari mu Rwanda mbere ya 1994. Ariko n'uvuze ku mututsi, we aba afite ingengabitekero yo gufobya «jenoside». Bibaye kuriya byaba biturangiriyeho; nabisobanuye mu buryo burambuye. Byaba bisa n'uko muri Edeni Imana yari kuza ibaza Eva bwa mbere kandi Adamu ari we bari barafatanye gahunda. N'ubwo Eva ari we waciye urubuto akaruha n'umugabo we wari kumwe nawe.

Aha ngaha uhitondere cyane wumve icyo Umwuka abwira Amatorero. Abakoze itsembabwoko ari bo abahutu ni bo na none bagomba gufata iya mbere mu bwiyunge nyakuri kuko n'ubundi ni bo babushwanyuje, aha ni ukuhitondera cyane. Narabisobanuye birambuye. Ko hari ab'Imana yahishuriye nka njye mukanga kubivuga ngo namwe muburire Abanyarwanda batazatungurwa nk'uko ubushize byatugenje, ahubwo mukikorera amasengesho ajya gusa n'ibirori ubwo murabona hari icyo bizamara? Murahima nde? Ko uwo uzaheka utamwisha urume. Abasoma Bibiliya muzi ko Imana yaje ihamagara Adamu kandi urubuto rwaraciwe, rukabanza kuribwa na Eva. Impamvu n'ukubera ko Adamu ari we wari responsable. Yashoboraga kwanga urubuto Eva yamugaburiye. Bivuga ko byari byoroheye abahutu guhagarika intambara iyo ari yo yose yatewe n'abatutsi. Bari bafite ibisubizo byose. Tekera neza.

Ko abo Imana yabwiye gusengera igihugu kuva cyera banze bakigira mu bihita bizana inyungu vuba vuba, kandi iyo bumvira Imana byari gutuma habaho kwihana rusange, ntibabyanze se ku mugaragaro bakikorera amadini n'izindi business? Imana igire ite? U Rwanda koko ni igipimo, kandi rufite amasezerano menshi meza, buri wese uyavuze ho atangazwa n'iby'Imana igiye gukora mu Rwanda, kandi buri wese ngo ni we wabihanuye. Hari n'ababitonganira, uhanuye wese ati «u Rwanda rugiye kuba Paradizo». Mbere y'uko ruhinduka Paradizo se harabanza iki? Harabanza ibi ngibi dusabwa gukora kugira ngo dusohorezwe amasezerano ku neza, turasabwa gukora «IMBANZIRIZAMASEZERANO», IMBANZIRIZABUBYUTSE. Ariko kubera ko itivuguruza kandi na yo ikaba yanga agasuzuguro cyane, kandi ikaba yarirahiye ko Icyubahiro cyayo itazagiha undi. Aha rero ni ho ikibazo gikomeye kiri, buri wese ashaka ko imwubaha ikamukorera ibyo ashaka, ndetse ikajya na «chini ya burinzi», ariko we ntayubahe ntanakore iby'ishaka. NTITWIBESHYE HARI IBINTU BIBIRI, KIMWE MURI BYO NI CYO KIZABAHO: Turihana nk'Itorero, nk'Amadini, nk'Amoko, nk' igihugu, Imana itubabarire, nyuma buri wese ajye azira ibyaha bye. Cyangwa se twange iduhane kuko ifite n'ibihano byinshi. Aha rero ni ho hakunze gutera itiku, kubera gutinya guhanwa, kandi twanga kumvira, ngo hari abazi gusenga babikuyeho, ngo byavuyeho. Abavuga ibyo ni abanzi b'umusaraba, ni zo nakwita inyangarwanda zidashaka ko iki gihugu gikira, bashaka kuduhoza mu ntambara za buri gihe, ikibabaje nuko bene abo bumvirwa.

Ariko uretse Satani koko, wakwanga ukubwira icyo wakora ngo ubeho? None se turapfa iki? Turihora iki? Ko Imana ishaka ko tugira ubumwe ariko twabanje kwiyunga, none twe tukaba tubicurika tukabanza ubumwe bubanziriza ubwiyunge, kandi bitabaho. Maze ntihagire ubicurukura. Kuki *idini ryiyita Itorero ridacurukura iriya mvugo ngo KOMISIYO Y'UBUMWE N'UBWIYUNGE*?

Muyobewe se ko ubwiyunge ari bwo bubanziriza ubumwe? Imana ishimwe ko ari bwo bwa nyuma mbabwira kuko birangora guhora nyuranya n'abandi bavuga ko ari amahoro, n'ibihe byagiye. Ikindi n'uko wabyanga wabyemera Imana ikunda kandi ishyigikira abakozi ba yo, Intumwa za yo, abagaragu n'abaja ba yo b'abahanuzi. Kuko iramutse itanze amahoro n'umugisha na zahabu, na diyama, na colta, na peteroli, na gaz, n'inyubako za kijyambere, ikabizana nta gikozwe, tutihannye, tudaciye bugufi, ngo twature ibyaha byacu n'ibya ba sogokuruza bacu, maze umwanzi amware, Imana ishyirwe hejuru, twahinduka (twebwe na yo) abanyabinyoma n'insuzugurwa. Rero umva neza ko ibyo tubaburira bigomba gukorwa nibidakorwa, Imana izarengera Ijambo ryayo yavugiye mu kanwa kacu, ibyo bibi mwanga bibagereho. Maze ibyanyuma birushe ibya mbere kuba bibi, noneho mukukire imitima rimwe, kubera ko mwanze kuyumvira. (Abaroma 11: 32).

Umwe yigeze kumbwira anyishongora ho ngo bitabaye najya he? We arashaka ko biba akabibona, wenda bikanamuhitana ariko bikaba. Nawe unyumvire Umunyarwanda. Ariko nyamwanga kumva ntiyanze no kubona. Ntako ntagize ngo dukore iby'Imana ishaka ariko mwarananiranye. Imana yacu mu mbabazi za yo no kwihangana kwinshi iduhaye «NYUMA Y'AMAHIRWE YA NYUMA», na none ayandi mahirwe ya nyuma y'ayo. Ariko si byo izahora mo kandi nanjye ndananiwe hari n'ibindi byinshi byo gukora. Nanjye ndananiwe, kandi naniwe n'igihe cyageze, reka nduhuke uyu murimo utoroshye wo kubwira abatumva b'imbere mu gihugu, njye no hanze yacyo na bo mbabwire, nibwirire abapagani b'indushyi, n'abarokore b'indushyi barushywa n'abakagombye kubarengera, birirwa babazunguza. Na ryo ni ishyano!

Nimundeke mbwirize indaya, abajura, abicanyi, impunzi zashushunzwe, n'abagisenga ibigirwamana n'abandi banyabyaha babihaze barembejwe n'abarangi n'abacwezi, mureke mbwirize abishakira agakiza ka Yesu. Aba na bo mfite ibyo nababwira byazabafasha kurwana intambara nziza muri iyi si, no kuzagera mu ijuru amahoro. Iyo biza kuba bisaba igiciro cyanjye jyenyine nari kuba nararangije kwishyura. Ariko igiciro nasabwe naragitanze, n'uruhare nabigize mo nshobojwe n'imbaraga nahawe n'uwantumye ari we Yesu Kristo. Ntihazagire uwihandagaza ngo akoreshe uriya murongo wo muri Ezekiyeli 22: 30 uvuga ngo «*[30]Kandi nashatse umuntu muri bo wasana inkike, ngo ahagarare imbere yanjye mu cyuho ahagarariye igihugu kugira ngo ntakirimbura, ariko ntawe nabonye*». Kuko kiriya gihe Imana yaramushatse iramubura. Mutangirire muri Ezekiyeli 22. Iki gice mu by'ukuri kiravuga u Rwanda uretse ko hari ibyaha icyo gihe bitari bihari nko: gufata utwana ku ngufu no gusambanya amatungo ku ngufu, no gusambanya utwana umuntu yibyariye, n'itsembabwoko: kumena amaraso, ubwicanyi bukabije. Icyo gihe ariko nta tsembabwoko ryari ryarabaye. Maze umuntu akihandagaza akizamura, akitera inkunga ati «rwose uwo muntu umwe wo guhagarara mu cyuho ni jye, uwo Imana yashakashatse ni jye kandi yarambonye. None muhumure narasenze byavuyeho».

Yewe mwene Data, gerageza guhishurirwa kuko kiriya gihe no muri Isirayeri hari abantu, ndetse baturushaga gukiranuka bari bazi no kwitondera amategeko ya Mose. Byonyine Ezekiyeli yari ahagije kuko hari n'imibabaro myinshi yahuye na yo k'ubw'umuhamagaro n'umutwaro Imana yari yaramwikoreje. Namwe muzasome, nta n'uwo bari bayihuza mu banyarwanda. Nta nkuru z'abantu baba bameze nka ba Ezekiyeli nari numva, sinzi umenya n'Umunyarwanda nyir'izina akaba na nyir'izima atanabyemera; nko gutekesha amabyi, kuryamira urubavu iminsi 369 irenze umwaka, gupfusha umugore ntutake, nturire, kuvanga ibintu bigahinduka inombe ukabirya, n'ibindi muzasome igitabo cya (Ezekiyeli 24: 15-27). Umunyarwanda ntiyabyemera kuko kugeza ubu aracyanga agasuzuguro, ni inyangamugayo n'ubwo yagiye ahura n'ibibazo biteye ubwoba, ntiyumva, ntarumva, ariko azashyira yumve maze abone kumvira. Ijambo ry'Imana riravuga ngo *30Kandi nashatse umuntu muri bo wasana inkike, ngo ahagarare imbere yanjye mu cyuho ahagarariye igihugu kugira ngo ntakirimbura, ariko ntawe nabonye* (Ezekiyeli: 22: 30). Yashatse umuntu wo muri bo wo guhagarara mu cyuho ngo itarimbura igihugu, ngo ariko ntawe yabonye «muri bo». Yarashakashatse iraheba, iheba ubumwe bw'Itorero apana impuzamamadini, iheba ubumwe bw'abashumba apana kwibumbira mu mashyirahamwe «forums», aho babarizwa muri «systemes». Imikorere y'ibihe bya ANTIKRISTO, byo kwibumbira hamwe ngo mugire icyo mubona, kugira ngo Ibyahishuwe ibice 13 bisore k'ub'iki gihe, maze azabone uko ababarura bitamuruhije, anabacungire hafi mutazamucika. Imana idutabare. Kwa Yesu si ko bimera, iyi mikorere ifite insanganyamatsiko yitwa: Ubuhenebere buteye ubwoba bwo mu minsi y'imperuka (2 Timoteyo 3: 1-5).

Imana yabuze ukuri mu biyita abashumba muri rusange (ni bamwe, kwanga kuvuga bose byaba ari ugukabya); iraheba mu bakirisito-barokore. Yarashakashatse iraheba, ibura abantu bameze nk'umuntu umwe, bafite umutima umwe bahuje, maze ngo rya Jambo Yesu yavuze ko: «*babiri cyangwa batatu iyo bateranye aba ari hagati yabo*», ngo iryo jambo risohore. Isanga buri wese arishakira inyungu ze mu byo bamwe bise ama boutiques na visions nyinshi, no kubeshyera Imana, no kurushanwa, no kujya kuri internet kuvanaho inyigisho zo kubeshyeshya abo bahagarara imbere, abandi bo banazifite mu mago. No kubaka inyubako z'amazina yabo, no kujya hanze muri Amerika na Canada, n'Ubulayi. Kandi ntacyo Imana ibatumye yo. Kuko igihe cy'Abanyarwanda cyo kubwiriza amahanga kitari cyagera, kuko nta buhamya twari twabona tubashyira. Ubuvugwa ubu bwuzuye amacakubiri n'inzangano n'ibindi bibi byinshi. Sinanze ariko uwo nguwo waba afite icyo Uwiteka yamutuma ariko ibyinshi bya benshi bihishe byinshi bidafite aho bihuriye na Yesu n'ibyo ashaka ku Rwanda. Ikibi n'uko bavangavanga, bagatuma n'abandi bavangirwa.

KUGEZA UBU IMANA NTA BAHUJE YABONYE. Ahubwo ibona aho abavuye hamwe bapinga abandi bavuye ahandi, maze na bo barangiza bagashwana bapfa ubusa bw'amafaranga y'amatiku n'ibyubahiro n'ubusambo bw'indengakamere. Hakaba na ba Nyakubahwa ngo bageze kuri TOP, bangana urunuka, iyo myuka y'inzangano ikinjira no mu bo bayoboye, maze aho umwe ari undi ntahaze. Bagapingana bukira. Aho ni ho hazira mo igifaransa n'icyongereza. Ibi byo bifite imizimu yihariye. Umuntu umwe yaramushatse iramubura. Si wowe, ahubwo ni wowe nanjye.

Si jyewe ahubwo ni jye nawe na bariya duhuje, ni wowe na mwene so muhuje umutima n'inama kuko muhuje n'igihugu n'agakiza n'ibindi. Naho ibyo kuvuga umuntu umwe bisanzwe byo, abakiranutsi barahari, nawe urahari, n'undi araharahi. N'igihe cya Sodoma Loti yari ahari. N'igihe cy'umwuzure Nowa yari ahari. Kuko kwizera ni ko kuduhwaniriza no gukiranuka. «[3]Mbese ibyanditswe bimuvuga iki? Ntibivuga ngo "Aburahamu yizeye Imana, bikamuhwanirizwa no gukiranuka"?». Kuko iyo wizeye biguhwaniriza no gukiranuka. Yewe n'abejejwe barahari kuko twezwa n'amaraso ya Yesu n'Ijambo rye. Impanda ivuze none aha ntihabura abagenda. Ariko isuzume nawe urasanga hari agatsiko uri mo. Hanyuma aba Yesu ukabababwirwa n'imbuto zabo bera, n'ukuntu bakurikiza Itegeko Yesu yadusigiye ubwe ryo Gukundana, ko ari cyo kimenyetso kizagaragaza abe. Iri tegeko ni ryo nise irya cumi na rimwe (11).

Ibi byombi byahemuje benshi. Imana itubabarire, kuko abantu bigishijwe nabi babona ibitangaza bikoreka ngo ubwo ni bwo haba hari Imana no gukiranuka no kwera, ariko si ko Ijambo rivuga, kuko na Satani yakajije umurego mu kwiyoberanya. Hanyuma se ba bandi azabwira ko atigeze kubamenya ni abapagani? Si abazura abapfuye ubu? Si abasengera abantu bagakira indwara? Ntimwishuke ntabwo ahakorerwa ibitangaza hagaragaza kumvira Imana. Ntimukabivange. Ahubwo nanakongeraho ko na Satani akora ibitangaza byinshi. Ahubwo icyo mushigaje ni ukumenya iby'Imana n'ibya Satani.

Bene Data bakundwa, turi mo kureba amajyambere yikorerwa na Leta y'Ubumwe tukagira ngo hari uruhare tubifite mo, tukagira ngo n'Itorero na ryo rirajya mbere, nyamara namwe murabizi ko abitirirwa izina rya Yesu dusubira inyuma cyane mu byo kwizera no mu mikorere twaratandukiriye cyane. Abigisha babwiriza baravuga ibicuramye, barahanura amajyambere gusa, amamodoka, amazu, visa, Amerika, no guturisha amafaranga mu buryo busigaye buteye isoni n'iseseme. N'ibya cumi byahahamuye abishakira Imana, impanda ikaba izasanga bicira imanza z'uko bibagiwe gutanga icya cumi, ko haburagaho make kuko yajyanye umwana kwa muganga ubwo ngo akaba agiye mo umwenda Imana, ayandi yayishyuye minerval y'umwana cyangwa se yishyuye inzu, kandi iyo ayatanze mu rusengero bihwanira mo ntibamwibukira abana. Ni ubusambo n'ubugome bigomba kwangwa urunuka. Kuko ngo hari abagomba kubeshwaho no kwizera hakaba n'abandi bategereza ko babaha kandi bakabahera igihe, bitaba ibyo bakabatuka, cyangwa bakabatoteza, ndetse bakanabasengera imivumo ngo ibaze ho, bakabirukana no mu byo bita ibyabo. Kandi ntaho bene uwo ajya kuko aba ari munsi y'itegeko atubahiriza.

Rero kubera ko batigishwa kuyoborwa n'Umwuka ngo babone kuba abana b'Imana nyakuri. N'ayo mategeko ntibazayashobora, azababohana n'ababigisha bafite ibindi bicungira maze bibarimbuze. Impanda izabata, na ba bandi babigisha ibijya mu nda zabo na bo ibate. Iki si cyo kigendererwa mumbabarire, ndabavangiye nari ntombotse uretse ko na byo biba bindya. Nzashyira mbivuge na byo. Ubutumwa bwarapfuye, turi muri «prospérité» no mu bigezwe ho, ariko ikigendererwa ni igihugu cyacu dusangiye, jye mvuga nk'IMBUZI gusa wakumva utakumva, ariko ndagusaba kumva.

Indwara yashegeshe idini ryiyita Itorero (abakirisito) bene Data, yitwa GUSUZUGURANA no GUPINGANA, kandi biganisha ku gihombo kitazishyurwa. Ngaho rero mbibabwiye mfite umubabaro n'agahinda binshengura umutima, imyaka yose ishize, ibyo nagombaga gukora Imana yanshoboje narabikoze k'ubw'u Rwanda, none Imana irashaka RUSANGE kandi Satani nawe arubikiye ategereje ko isaha Y'Imana igera kuko nawe agasuzuguro k'Umunyarwanda «hutu-tutsi» arakazi. Ubwo Satani na yo itegereje yihanganye ko dukomeza kutagonda amajosi maze igahabwa akazi, yikundira, yahamagariwe, ifitiye n'umutwaro, udatuma igoheka, n'abadayimoni bayo; ako kazi ni: KWIBA, KWICA, NO KURIMBURA, no kuba SE W'IBINYOMA N'UBUGOME BWOSE.

Gahunda yo gukiza igihugu irahari, uko byagenda bikurikirana, ndabizi, ariko sinayikora jyenyine. Birasaba abamfasha kuyisohoza, birasaba ko byemerwa na ba nyakubahwa. Abo ni abahagarariye amatorero cyangwa se amadini yemera ko Yesu ari Umwana w'Imana kandi ko yapfuye akazuka, kandi ko azagaruka gutwara Itorero, kuko bitabaye ibyo ni hahandi babirwanya, ntibyarenga umutaru bahita bavuga ko ari iby'umusazi washonje, uhora ashakisha imibereho. Ko nshaka kugarura MRND na CDR, bagahita bahimba ibintu bitabaho nk'uko byagiye bigenda igihe cyose nagerageje kubabwira iby'u Rwanda n'icyakorwa. Kandi bahita banabuza abakirisito bita ababo kubiza mo. Abandi na bo, babizi kandi babishaka, ubwoba buba ari bwose, ngo batinya gufungwa no gupfa baramutse banyuranije n'ibyo Leta ivuga cyangwa abayobozi b'amadini. Bahitamo kubyihorera bikajya iyo bigiye. Ndetse abenshi baba banashaka ko bihirima.

Ariko abo nta kibazo bajya bagira. Abanyabinyoma, abanyamanyanga, abajura biba iby'abapfakazi n'imfubyi n'abandi nk'abo ntawe ujya ubamagana barasugira bagasagamba, kandi Imana irabihorera, kuko usenya urwe umutiza umuhoro. Imana yaceceka rwose yo ikorera kuri gahunda y'ibihe. Si ubwa mbere ngerageza ariko ubu ni bwo bwa nyuma mpanyanyaza, kuko ndabizi, nzi ko ari ukwigerezaho kuko n'Imana intuma yarambwiye iti «*3*"Mwana w'umuntu (Mariya), ngutumye ku Bisirayeli (ku banyarwanda, abahutu n'abatutsi) ...., bo na ba sekuruza bancumuyeho kugeza n'uyu munsi. *4*Abana babo ni abashizi b'isoni b'imitima inangiwe, ni bo ngutumyeho maze uzababwire uti 'Uku ni ko Umwami Uwiteka avuga.' *5*Na bo nubwo bazumva n'aho batakumva (kuko ari inzu y'abagome), ariko rero bazamenya ko umuhanuzi yari abarimo.» (Ezekiyeli ibice 2.) Ndagusaba kuhasoma witonze. Ndanayibaza nti se na none bimaze iki nibatumva, naba nduhira iki ko batazumva? Iransubiza ngo «nzaba nyifashije kwikuraho urubanza rwabo bose bazaburana igihe runaka». Iti kuko muzi no kuburana cyane cyane abiyita Abanyarwanda. Natangiye kugira ubwoba; irongera iti «*17*Nuko weho kenyera uhaguruke ubabwire ibyo ngutegeka byose, ntibagukure umutima ntazagutera gukukira umutima imbere yabo, *18*kuko uyu munsi nakugize umudugudu w'igihome, n'inkingi y'icyuma n'inkike z'imiringa. Igihugu cyose n'abami b'u Buyuda n'ibikomangoma byaho, n'abatambyi baho n'abaturage baho *19*bazakurwanya, ariko ntibazakubasha kuko ndi kumwe nawe kugira ngo nkurokore." Ni ko Uwiteka avuga.». (Yeremiya 1: 17, 19).

Bene Data, buri wese agira umuhamagaro we bwite adahuje n'abandi. Ntibitangaje kuba abandi babona ukundi. Kuva cyera ni ko byagiye bigenda muri Bibiliya. Eliya yanyuranije n'abahanuzi ba Bayali na Ashera bose bari 850; Mikaya yanyuranije n'abahanuzi 400, aho ni ho ikibazo kiri. Muzi ibyagiye biba kuri ba Yeremiya, ariko icyo tutakwirengagiza n'uko iki gihe ari icya nyuma. Imana irihuta cyane natwe tugomba kugira vuba tukirinda n'impaka.

Ndangiza, ndagira ngo mumenye ko ingaruka nyinshi mbi z'ibiri ho muri iki gihugu zose zatewe ahanini n'itsembabwoko. Igihe rero dosiye y'itsembabwoko itarava ho, igihe tukitana bamwana nyuma y'imyaka 18 irenga iryo shyano ribaye bitarava ho, hakaba kugeza ubu nta bari bemera ko babikoze, iteka babashyira ho agahato, cyangwa bakababwira babinginga, babahendahenda ngo ni bemera barabahemba bazabagororera, barabagabaniriza ibihano. Ababiteguye bo rwose ngo bararengana cyane, ibi byose ni ibihembera umujinya w'Imana ku banyarwanda bose, maze bikazabyara irindi shyano riruta irya mbere. Kandi nongere nibutse n'ubwo nabivuze kenshi ibigomba gukorwa:

- Abahutu b'ingeri zose bagomba kwihana icyaha cy'indengakamere cy'itsembabwoko bakoreye abatutsi; bakihana muri «Rusange», nta mpaka, nta nzitwazo, nta miryango-mpuzamahanga ibyivanze mo kuko n'ubundi byabaye barora, ntibagira icyo babikoraho. Nta n'amafaranga yabo akenewe muri kino gikorwa kuko bayashyize mo badutegeka kuvuga ibyo bashaka.

Na none turabasaba kuba indorerezi kandi zirebera kure, bashatse banahama n'iwabo. Ntabyo kwitereka amacupa y'amazi ngo bari mu ma nama yo kubyiga ho, bashakashaka icyabiteye, banasuzuma neza niba byaranabaye, bari muri za hotels. Ibyo ni bikorwa neza bizahesha abatutsi na bo kwihana ibyaha byabo na byo bitoroshye. Bakihana amaraso y'abahutu bamennye kubera umujinya wo guhora.

Byumvikane neza, abahutu baramutse batabanje n'abatutsi ntabyo bakora, maze bikabyara kwicecekera, hagategerezwa umujinya w'Imana gusa.

- Gukora iminsi ITATU (3) nta kazi mu gihugu hose yo kuririra Imana nk'uko Nineve byagenze. Ikazabanzirirwa n'iminsi 40 izakorwa n'amatorero ya gikirisito yose yo mu Rwanda, ashyize hamwe dusengera igihugu nta bindi tuvanze mo, twarenze ibyo dupfa byose.

Kubanza kwihana kw'abahutu ni ryo pfundo, ni ho ikibazo giteza ibindi kiri, nta kindi cyakorwa mbere yabyo, byaba bicuritse nk'uko byagiye bigenda. Itsembabwoko ni icyaha gihanikira ibindi, nta kikibanziriza.

Abatutsi kubanza kwihana Imana yabareba neza, ariko bakiza ubwabo bugingo ntibakiza igihugu, kandi baba basutse ku bahutu amakara yaka ku mutwe.

Iminsi irahita vuba, abahutu ni batihana bazateza izindi ntambara mu mwuka no mu biri, noneho itari iy'itsembabwoko kuko nta rindi tsembabwoko rizongera kuba ho. Ahubwo izaza mu bundi buryo udatekereza. Guteza iyo ntambara ntibivuga ko ari bo bayirwana bonyine, cyangwa ko ari bo yahitana bonyine, ahubwo ni bo baba babiteye. Kuko nta tsembabwoko rizongera kuba mu Rwanda, Imana izabumbira aya moko yose y'Abanyarwanda mu bugome kuko yose atagonda, maze iyakubite cyane, iyababaze, maze abazacika ku icumu, abe ari bo izakoresha ibyo yagambiriye (Abaroma 11: 32). Uyu murongo uwitondere cyane.

Menya kandi ko abazacika ku icumu noneho si abatutsi gusa ahubwo ni aya moko yose y'Abanyarwanda. Hazasigara mbarwa bo kubara inkuru bazumvira Imana, n'abandi bagiriwe ubuntu bazatinya Imana nyuma. Kandi menya ko kuva isi yaremwa Imana ihanisha abantu abandi, nabisobanuye birambuye, uko izaba yabigennye, abazasigara bazaba bahinda umushyitsi noneho, kandi bazaba bashize mo agasuzuguro; Imana izajya ivuga bumve vuba kuko n'amoko azaba yabashize mo. Nta n'umururumba w'ibintu bazaba bafite bazabizinukwa kubera ibizaba byabaye.

Umurengwe uzaba nawo warangiye, nta no gupfa aho baturutse cyangwa indimi. Amaturo n'ibya cumi bizava muri ayo materaniro ya buri munsi kugeza ku munsi wa 40, yose nta rivuyeho azahabwa abapfakazi n'imfubyi batishoboye bari mu madini yabo, bahora babavuma kubera imibereho mibi bafite kandi bene se bandi n'abayobozi babo bamena ibiryo. Icyo gikorwa ni ikigeragezo abayobozi b'amadini bagomba gutsinda nta kundi byagenda. Ibi kandi bizakorwa abahagarariye ayo madini bose bari mu Rwanda kuko bakunze kugendagenda. Benshi baba bashakisha imibereho. Iyi gahunda noneho ni simusuga. Buri wese ufite umurimo w'Imana ahagarariye, agomba kuzaboneka muri iyi gahunda. Muri icyo gihe abafite ibyo bapfa baziyunga by'ukuri babone kujya mu bumwe.

N.B (Icyitonderwa): Buri wese ufite ibitekerezo byubaka, ntanze adresse yanjye muzanshakiraho, kuko hari byinshi ngomba kubasobanurira, icyo mpakanye n'uguhangana kuko ntabwo ari ibiganiro mpaka, cyangwa mbwirwa-ruhame, nta n'uwo nsaba ko ampugura, ngo ngabanye, cyangwa nongereho cyangwa ko hari aho nakabije, uko ubyumva n'uko ubishaka. Nk'uko bamwe babigerageje bansaba kugira ubwenge, kandi BWENGE uba muri jye ari we untegeka kubivuga, noneho ngo mbahe n'umurongo wa telefone maze mubaze ibibazo. Nta n'abanyamakuru mpamagaje, nta magambo nshaka muri iki gikorwa, narayahaze hakenewe ibikorwa. Muri make «ngayo nguko»! Buri wese asabwe gutanga umusanzu wubaka. Mbisubiremo ntabwo mpangana, nta n'ubwo nkeneye gushimwa cyangwa kugawa, kuko ntacyo byanyongeraho cyangwa ngo bingabanyeho.

Umwe w'umunyamahanga yigeze kunsubiza mo imbaraga amaze kumenya ibyo nkora ampa urugero nakunze ati «Komera kandi shikama, kuko bagushima, bakugaya byose ni kimwe, ni nk'uko igiceri cy'icumi gishaje cyangwa gishya byombi agaciro kabyo kangana, igishya si 11 n'igishaje si 9, byombi bibara 10».

Ahasigaye ndumva dukunda u Rwanda n'Abanyarwanda, mbese muri make turikunze, none nk'Itorero, nk'abakozi b'Imana, duhaguruke dutabare, dutabaze Ihoraho yaremye ijuru n'isi, Se wa Yesu Kristo Umwami wacu, tumucire bugufi adutabare, ni cyo ategereje. «*Ntawe ubizi aharaho Imana yahindukira ikigarura ikareka uburakari bw'inkazi yari ifite ntiturimbure*» (Yona 3: 9). Kandi nababariye buri wese warwanije iki gikorwa, nkomeje no kubabarira abazakirwanya bose, kuko mu by'ukuri batazi icyo bakora, umunsi babisobanukiwe ni ho bazumva, ariko se bazumva ryari? Igihe Imana igitegereje ko mushyira mu bikorwa ibyo Imana idusaba, ngaho nimuze dusabe Imana kwiyunga kuko ubumwe bwo buhita buza iyo abantu biyunze neza, maze dukorere hamwe duhuje umutima: Kuko:

1. Abantu banjye
2. Bitiriwe izina ryanjye,
3. Nibicisha bugufi,
4. Bagasenga,
5. Bagashaka mu maso hanjye,
6. Bagahindukira,
7. Bakareka ingeso zabo mbi
Nanjye nzumva ndi mu ijuru, mbababarire ibicumuro byabo mbakirize n'igihugu (2 Ngoma 7: 14).

Aya magambo y'Uwiteka arasobanutse ntabwo bisaba kujya mu Mwuka cyane. Ni dukora biriya avuze nawe azatunganya ibisigaye. Reka twibwire ukuri, ko ntacyo twakoze rwose (uretse ahari gusenga no kwitirirwa izina rye, no kuba turi abantu be), naho ubundi, ibindi bine (4) biracyari kure. Byumvikane neza ntabwo ari jye uvuga ko ntacyo mwakoze kuko ntimunkorera. Ngaho nimuze twikunde dukunde n'igihugu cyacu kuko u Rwanda ni Abanyarwanda. Imana se w'Umwami wacu Yesu Kristo iduhe urukundo rwa kivandimwe rushorewe n'Umwuka Wera.

IBINTU NI BIBIRI, HITAMO KIMWE

1. KWIHANA KWAVUZWE HARUGURU, IMANA IKATUGIRIRA NEZA, IGASOHOZA AMASEZERANO NTA MARASO AMENETSE, NTA N'IZINDI MVURURU, IBIREGO BYA SATANI BIREBANA NO KUMENA AMARASO BIGAHAGARARA.

2. KWANGA KWIHANA IMANA IKADUHANA, BITONGERWAHO BITAGABANYWAHO, KANDI IBYA NYUMA BIKAZARUSHA IBYA MBERE KUBA BIBI.

Dukunde ukuri twange abatubwira ngo u Rwanda ni amahoro kandi ntayo. Bene abo ni abishakira indamu, kurebwa neza, ni abashaka ko tuzagubwa gitumo, bashaka ko twibera mu mudendezo ngo nta kibazo nk'igihe cya Nowa. Ngo bararyaga, baranywa bakanarongora, banashyingira, maze batungurwa n'umwuzure. Sodomu na Gomora nabo bari bafite amajyambere menshi, n'ibyaha byinshi, nabwo ngo bararyaga baranywaga, baranarongoraga cyane, banafite n'akarusho bari barateye imbere abagabo barongorana, bakanashyingira, baranubakaga, banakoraga n'ibindi bikorwa by'amajyambere byinshi.

Umenya na bo baranabonezaga n'imbyaro, banafite n'abaterankunga benshi, maze umuriro uva mu ijuru ubahindura ivu. Ubwo se byabamariye iki? *Satani* we ntaruhuka kurega u Rwanda kuko ararurwaye kuva igihe yamenyeye ko ruriho umuhamagaro utoroshye wo kuzamurwanya ibihe bya nyuma, ko Imana irushyizeho umutima wayo, ubushize yari azi ko yarurangije. Ikibazo dufite n'uko ibyo aturega byose biba ari byo ataduhimbira bya bindi bye. Ni umushinjacyaha w'ibyaha aba yaduteje. Aradushuka yarangiza akihutira kuturega.

1. itsembabwoko: Abahutu ntibari bihana kugeza ubu.
2. Guhora: Abatutsi ntibari bihana kugeza ubu.
3. Amarira y'abapfakazi n'imfubyi. Nta muntu n'umwe wariye iby'abapfakazi n'imfubyi z'itsembabwoko n'iz'itsembatsemba, cyangwa mayibobo, cyangwa abandi bakene, uzabiheza, cyeretse yihannye akanabisubiza, kuko bene abo bajura barangije gukatirwa n'ijuru, na bo ntibazabirya cyangwa se ababakomokaho. Bamenye ko baruhira «Nyanti», ubusa.
4. Ibigirwamana: Na n'ubu abapfumu mu gihugu, kuraguza byo mu rwego rwo hejuru, uhereye kwa Perezida ukageza ku mwene-gihugu wo hasi bibera mu bapfumu. Aha ndavuga umubare munini, kuko n'abitwa ko basenga muri ya madini banyuzamo bakajya no kubaza Satani icyo abitekereza ho. Ahubwo umenya iby'ubu biruta ibyacu muri Repubulika ya kabiri, kandi ntitwarushwaga, ariko ntibyabuze kudupfana kuko twari ku gipimo ntitwabimenya, ubu nabwo ngo bararushanwa mu gukora ibyangwa n'Imana gusa.
5. Kwihorera
6. Kugambana
7. Gusambana
8. Uburyarya
9. Ibinyoma
10. Ubwibone
11. Ubwicanyi muri rusange.

N'ibindi ntarondoye, Satani yajyanye dosiye yuzuye kandi imaze igihe itegereje kuburanwa. Uretse ko «avocat» akomeje kuyitambamira, ariko se kugeza ryari? (Itangiriro 18: 20).

ICYITONDERWA: Buri wese ukeneye ibisobanuro, cyangwa se ushaka kwifatanya nanjye muri iki gikorwa, gushyigikira mu buryo ashobojwe, azanyandikire, umusanzu mwiza wa buri wese urakenewe. Icyangombwa si uguhangana, ahubwo ni icyatuma abiyita Abanyarwanda bagizwe n'amoko atatu babaho mu mahoro Imana itadufitiye inzika.

Ikibazo n'uko twakomeza kwiyobagiza isaha ikatugereraho, maze tugatangira gusenga amasengesho acuramye nk'uko bamwe mu ntambara basengaga amasasu arimo kuvuga babwira Imana ngo «Mana ni undinda nanjye nzakurinda». Murumva neza aho ibintu biba bigeze. Aya masengesho yitwa «amatakirangoyi»; ntacyo aba akimaze. Twirinde kuzayasenga, twange icyatuma tuyasenga. Ayo Imana yitagaho icyo gihe n'ubwo yabaga avugiwe mu bwoba ni ayavugaga gutya ngo «MANA NI UNDINDA NZAGUKORERA».

Ayo rwose Imana yarayumvise. Nyamara se abayasenze hafi ya bose bararokotse bahita bigira muri gahunda. Nkubwize ukuri ko Imana byayibabaje cyane. Ndasaba Imana ngo duhuze tubone gukora ibyo ishaka kuko nta n'umwe uzitirirwa iki gikorwa, nta chef wacyo uhari uretse umwe ukomeye gusa ari we Mwuka Wera w'Imana.

Na ba bandi na bo ngo baba bategereje ko ibyahanuwe bisohora, kugira ngo babone kubyemera, byaba byiza, byaba bibi, abo na bo Imana ibababarire, ntabwo baba bazi ibyo bavuga. Ubushize twabonye ubuhanuzi bwinshi, ntitwumva, sinzi mu by'ukuri uko twari tumeze. Koko ngo amatwi arimo urupfu ntiyumva ihoni. N'amaso «afana» ntabona amakosa. Ariko agahinda mfite: iyo kiriya gihe mba mfite uyu mutwaro, nkaba narahishuriwe ibyo nzi, wenda nta wamenya nari gusakuza hakagira ikivaho. Hakarokoka bake wenda bagatoroka iteka rya Gehinomu. Ariko nanjye nari mfite uruhande mbogamiye mo, ntacyo byari kumara. Ubu bwo rero, n'iyo mutakumva, ariko nibura mw'ijuru baca imanza zitabera, batagira amatiku n'inzangano n'amashyari adafite ishingiro, bazabishyira mu gitabo cy'urwibutso bizandikwa ngo «MU GIHE GISA N'IKI» M. E. Murebwayire yabwiye abiyita Abanyarwanda mu gihe gikwiriye icyabahesha amahoro baranga. Ndetse n'Imana izampemba kubera kuyumvira no kwitangira umurimo wayo.

Tanga abandi kubyumva no kubishyira mu bikorwa, umusanzu wawe ni ingirakamaro, kandi uzaba wigiriye neza, ugiriye n'igihugu cyawe umumaro. Mu mateka Imana izabiguhembera n'abazagukomokaho bazitwa abahire, kuko uzaba warabateganirije muri iki gikorwa cy'ubutwari, uzaba ubasigiye umurage mushya, kandi ni no kwiteganyiriza ubugingo buhoraho.

Ngaho Torero ry'Imana mu Rwanda, mbagejejeho uko nshobojwe muze dufatanyirize hamwe kumvira Imana, tuyicire bugufi maze tubone kuragwa ibyiza. Imana ibahe umugisha muyumvira.

«[12]Kuko tudakīrana n'abafite amaraso n'umubiri, ahubwo dukīrana n'abatware n'abafite ubushobozi n'abategeka iyi si y'umwijima, n'imyuka mibi y'ahantu ho mu ijuru» (Abefeso 6: 12).

Buri kintu cyose kigira umwuka ugikoresha; buri muntu wese agira umwuka umugenga; buri muryango wose ugira imyuka iwugenga; buri gihugu cyose, ishyanga, ubwoko, bigira imyuka ibigenga. Iyo myuka ni myinshi cyane ntawamenya umubare wayo, ariko nzi neza ko hari imyuka mikuru ibiri, ari na yo itegeka isi kugeza ubu:

- Hari Umwuka Wera w'Imana ukora ibyiza,
- Hakaba umwuka mubi wa Satani ukora ibibi.

Hakabaho ibice bibiri na none:

- Igice gikorera Uwiteka Imana,
- N'igikorera Satani kuko ni we uba muri opposition y'Imana kuva igihe yigomekaga ku butegetsi bw'Uwiteka (Yesaya 14: 12-20, Ezekiyeli 28: 1-19).

Satani, arangije kwigomeka yararwanye aratsindwa, Imana imujugunya mu isi. Atangira ubwo arwana no kubuza ubugingo buhoraho abantu Imana yaremye mu ishusho yayo, no kubabuza amahoro mu mibereho isanzwe ya buri munsi. Ni nawe watumye abantu bapfa, kuko ubundi Imana yabaremeye kubaho iteka ryose bayiramya. Yitwa umushukanyi, umurezi, umwicanyi, umujura, umugenza, umurimbuzi, se w'ibinyoma ...n'ayandi mazina mabi yose.

Satani ni we soko y'ibibi kuko ni we wabitangiye. Imana ni Yo itegeka abamalayika batacumuye, ari zo ngabo za yo. Bari mo ibice byinshi kuko hari mo abo ituma (ba «Messagers») bayobowe na General Gabriel, hakabaho Abaserafi, abakerubi bayobowe na General Mikayire, n'abandi.

Kwa Satani na ho hari ibyiciro, hari mo ba Bezebuli n'abandi, ariko si cyo kigendererwa. Ndashaka gusa kukumenyesha ko nawe afite ubutegetsi ndetse bumwumvira cyane. Akaba atwaza igitugu abo bambari be bose. Ni bo bitwa: *«1. Abatware, 2. Abafite ubushobozi, 3. Abategeka iyi si y'umwijima, 4. N'imyuka mibi y'ahantu ho mu ijuru»*

Muri iyi myuka mibi yose rero ni ho hava imyuka ibata abantu. Ibi ngibi bifite ibisobanuro birebire, ariko ikigamijwe n'ukumenya ngo nta kintu kibaho kidafite ikikiyobora kitagaragara cyaba cyiza cyangwa kibi. Ni yo mpamvu umuntu cyangwa imikorere iyo ari yo yose ititegeka, n'ubwo ibitegeka biba bitagaragara.

Ndagira ngo turebere hamwe uko biteye: Ntibitangaje kuba ukora ibintu bisa n'ibyo so, nyoko cyangwa undi wo mu muryango yakoraga. Ikindi n'uko ibyitwa «karande», bikurikirana uwo nguwo kugeza abyikuyeho. Gukomereza aho uwo uwo ukumokaho yaragejeje. Akabyanga ku mugaragaro, akitandukanya na byo, byose bigakorwa n'abo gusa bemeye Yesu Kristo nk'Umwami n'Umukiza wabo. Kuko ubundi numéro bahamagara yose ntibaho. Nta yindi nzira bicamo. Nta nzira z'ubusamo n'ubwo bamwe bageragje kuzishaka. Abenshi kandi ni abo bihitana kubera kutamenya. Bitabaye ibyo byokama igisekuru bikaba uruhererekane rwa za karande.

Muri Bibiliya hari mo ingero nyinshi za karande. Ni ibyaha bikurikirana abantu ukibaza aho bibafatira ugaheba. Ariko biba bifite imvano. Reka turebe ingero nkeya muri Bibiliya. Mu Itangiriro 20: 1-3, Aburahamu yarabeshye bituma umwami w'i Gerari acyura Sara, maze iyo karande yo kubeshya yoma no ku rubyaro rwe:

« ¹Aburahamu avayo agenda yerekeje i Negebu, atura hagati y'i Kadeshi n'i Shuri, asuhukira i Gerari. ² Aburahamu avuga Sara umugore we ati "Ni mushiki wanjye", Abimeleki umwami w'i Gerari atumira Sara aramujyana. ³Maze Imana ibonekerera Abimeleki mu nzozi nijoro, iramubwira iti "Umeze nk'intumbi ku bwa wa mugore wenze, kuko afite umugabo."» (Itangiriro 20: 1-3).

Aburahamu ibi binyoma agomba kuba yari yarabikuye mu gisekuru cye. Byatumye n'umuhungu we Isaka aza kubeshya ikinyoma gihuje neza nk'icyo se yabeshye.

« ⁶Isaka atura i Gerari. ⁷ Abantu b'aho bamubaza iby'umugore we, arabasubiza ati "Ni mushiki wanjye", kuko yatinye kuvuga ati "Ni umugore wanjye." Ati "Abantu b'aha be kunyica bampora Rebeka", kuko yari umunyagikundiro.» (Itangiriro 26: 6-7).

Hari byinshi Bibiliya ivuga kuri ibi byaha bya karande. Urebye inkuru z'umwami Dawidi n'abandi. Ushatse nawe wakwiheraho mu muryango wawe.

Hari rero nk'uko nabyanditse haruguru, imyuka ikurikirana umuntu, umuryango, amoko, amashyaka ya politiki, ishyanga, igihugu, umugabane (continent), n'ibindi.

No mu Rwanda imyuka irahari ariko iy'ingenzi ni iyi itandatu ikurikira:

1. Umwuka wa Cyami ari wo wa Gitutsi cy'umwimerere
2. Umwuka wa MDR Parmehutu Gitarama (Nduga)

3. Umwuka wa MRND (Rukiga) Amajaruguru
4. Umwuka wa Gihutu cy'igihezanguni ari wo CDR
5. Umwuka wa FPR ugira icyo upfana n'uwa Cyami na Gihake
6. Umwuka wa PL ari wo w'abatutsi bacitse ku icumu rya jenoside

UMWUKA WA MBERE: UMWUKA WA CYAMI ARI WO WA GITUTSI CY'UMWIMERERE

Umwuka wa Cyami ari na wo wa Gitutsi cy'umwimerere, ndetse Abanyiginya bakajya ku isonga, nk'uko byari bimeze mbere y'uko haza za Repubulika. Uyu mwuka ni wo waje kwigabanya uhinduka igipande cya FPR.

Iyi FPR rero yararebye isanga ibigezwe ho ari Repubulika, kandi nta bwami yashakaga. N'ubwo bari abatutsi, bashakaga ubutegetsi bwa gisirikare bwo kwiganzura abahutu gusa, ni yo mpamvu batimitse umwami kandi yari ahari ari we Jean Baptiste Ndahindurwa, Kigeli V. Mbwira impamvu batamwimitse? Iyo mpamvu iri mu byabateye umwaku. Uretse ko n'igihe cye cyari kitaragera. Aba na bo kandi bakaba barangajwe imbere n'umwega Kagame Paul, kandi abega baratangaga abageni gusa. Ibintu byaracuritswe cyane. Bari abasirikare bashakaga kumva na bo uko bimera, ariko mu by'ukuri umwuka wari ubayoboye n'uwa Cyami-gitutsi-gihake.... Kwiganzura no guhaka abahutu.

Byahinduye n'imikorere kuko ubundi abami baturukaga mu Banyiginya, abagabekazi akaba ari bo bava mu Bega. Aha ndagira ngo umenye ngo byose Imana iba yabyemeye kandi ibifite ho umugambi. Kuba rero Kagame w'umwega, umwuzukuru wo mu bagabekazi ba Kanjogera, ari we ubu nandika utegeka u Rwanda, ni igipimo cy'Imana ngo bose bajye ku mu nzani, maze Imana irebe, natwe turebe, kandi bazatsindwa nta kabuza, bose ariko. Kuko imbere y'urubanza nta ngingo n'imwe izabarengera.

UMWUKA WA KABIRI NI UWA MDR PARMEHUTU GITARAMA (NDUGA).

Impirimbanyi, bavuga buri gihe ko baharanira rubanda nyamwinshi, ariko mu by'ukuri abo ba nyamwinshi ni abahutu, na bo ubwabo ni abahutu, ngo baba barakandamijwe n'uriya mwuka wa mbere wa cyami na gihake. Maze iyi myuka igahangana.

Uyu mwuka warangije gufata benshi mu bawusigiwe n'abababanjirije, ku buryo iyo bavuze ugira ngo n'Impirimbanyi za Parmehutu za mbere zazutse. Kuko bumva batategekwa n'abatutsi n'abakiga. Babirazwe na ba se bo muri Repubulika ya mbere. Uyu murage ufite imizi myinshi.

Umwuka wa gatatu ni uwa MRND (Rukiga) Amajaruguru.

Uyu mwuka wakoze cyane mu kwiganzura abanyenduga muri za 1973 na n'ubu uracyazerera ushaka uwo wafata, ndetse ufite ipfunwe ryinshi kuko watumye hicwa abanyenduga bari barize bari n'abategetsi icyo gihe. Ndetse benshi bamaze gufatwa n'uyu mwuka, kuko bumva batategekwa n'abatutsi n'abo bita abanyenduga. Bisobanurwa ngo uyu mwuka urwanya cyane abatutsi n'abahutu bita abanyenduga.

Umwuka wa kane: Umwuka wa Gihutu cy'igihezanguni ari wo CDR.

Aba ni abahutu badashaka ibintu bivanze na gato, n'ubwo babitangaza ko bashaka gufatanya n'abandi, ariko umwuka ubiyoboye n'umuhezanguni. Uyu mwuka urishakira abahutu b'umwimerere gusa n'ubwo kubabona bitoroshye. N'iyo haza mo n'abandi ariko akaba ari wo uba ku isonga, kandi bakawumvira. Ni nka bya bindi bya FNL Parpehutu by'Abarundi. Aba ni abahutu b'abahezanguni. Bashaka ko havugwa abahutu gusa.

Hari umwuka wa gatanu ari wo wa FPR ugira icyo upfana n'uwa Cyami na Gihake

Kubera ko aba ari abuzukuruza ba bandi ba cyami na gihake, bakabikora mu mayeri ku buryo bagaragara nk'aho bahagarariye bose, kubera ibihe n'impinduka. Kandi ntibashaka n'ubwami na gato, kuko bwababuza kwisanzura no gusohoza umuhamagaro wabo w'ubugome no guhora.

Ni agatsiko kagomba kugenzura kakamenya ngo nta muhutu nyir'izina ubiyoboye, nk'uko na CDR igomba kureba neza niba nta mututsi ubiyoboye, n'iriya y'abahutu na yo igomba kureba ngo nta mututsi ubiyoboye.

Umwuka wa gatandatu ari wo wa PL ari wo w'abatutsi bacitse ku icumu rya jenoside

Uyu mwuka nta mbaraga ufite ariko urahari kandi na wo ufite umugabane, n'ubwo «utakuzura minibus bwose». Bawumaze mo imbaraga aba bose kuko barawushegeshe, ndetse kuri bo warapfuye, ntibawushaka kuko ubibutsa ibyaha bawukoreye. Kuko aba bose bahemukiye abacitse ku icumu.

Ariko bafite amasezerano akomeye y'Imana. Nawo urimo uduce tw'uturere, n'ibindi... duhora duhanganye, n'ubwo bitagaragara ngo bijye hanze.

Uyu mwuka uramutse uhawe imbaraga ntawe wacira akari urutega muri aba bose. Ariko ushobora kumvikana bitawugoye n'uwa Cyami na gihake kuko yombi ifitiye inzigo uriya wa FPR.

Uyu mwuka, abayobowe nawo, bagiriwe Ubuntu bagakizwa bazagirira umumaro abenegihugu. Hari icyo nzi ku bacitse ku icumu: ni uko Imana igiye kubibuka vuba bakazajya mu myanya ikomeye y'igihugu nta muntu ubigize mo uruhare, ari Imana yonyine ibibutse, kuko igiye kubibuka vuba.

Iyi myuka yose uko ari itandatu (6), ifite n'iyindi nakwita utwana twayo cyangwa utwuzukuru. Iyi yose nta butegetsi na bukeya iteze mu Rwanda. Impamvu n'uko yose nta na kimwe ishobora gutunganya rwose, kuko byarayinaniye, ibyajyaho byose ntibyamara kabiri.

N'ihari itarapimwa ntacyo yatunganya rwose, kuko abambari bayo bose ni inkomere gusa, baboshywe n'imigozi y'imirunga ikomeye. Ni na yo mpamvu byose Uwiteka agiye kubyubika akishyiriraho ibyo ashaka bikwiriye igihugu cyacu.

Ntabwo abayobowe n'iyi myuka bashobora na rimwe kugaruka kuyobora u Rwanda. Iyi yose uko ari 6 nta ruhare bene yo bazabona mu Rwanda. Imana yarangije gutegura abazayobora u Rwanda rushya, yatangiye kubategura, kubacura, kubaha agakiza, kubahishurira uko bagomba kwifata. Imana yararangije. Yarabirangije, ariko imikorere y'iriya myuka nta mwanya igifite mu Rwanda. Byumvikane rwose: Uwiteka yateguye abazamwubaha, bazamuhesha Icyubahiro atigeze ahabwa n'abayobowe n'iriya myuka bose uko bagiye bakurikirana. Ikindi kirimo na cyo gifite ingufu ni amoko. Ibya mbere byari iby'abatutsi. Ibya kabiri byari iby'abahutu. Ibya gatatu byari iby'abahutu na none. Ibya kane ni ibi by'abatutsi biriho.

Bibiri bisigaye, igice kimwe ni icya CDR: Abahutu b'intagondwa, ikindi ni icya PL, ari bo batutsi bacitse ku icumu. Iyi myuka yose rero nta n'umwe uzayobora u Rwanda, n'uyu wa PL ugiyeho nta cyo watunganya rwose, kuko wahugira mu guhora, kandi igihe cya byo cyarangiye. Imana ni Yo igiye guhoresha uburakari bwa yo kuko byose byaragerageje bibona ZERO, ari yo mpamvu Imana igiye kwifatira ubuyobozi bw'u Rwanda.

Uwundi mwuka mubi uhora ukorana n'iriya 6, n'umwuka w'idini. Iri na ryo rero rigomba kujyana n'iriya yindi kuko buri gihe bifatanya. Nta dini Yesu ashaka mu Rwanda by'umwihariko, n'ahandi hose ku isi, ariko arahera mu Biyaga Bigari.

Mvumye idini mu izina rya Yesu. Idini ryishe abantu Imana yaremye, ibikorwa bya ryo bibi kurusha ibindi n'uko ryishushanya rikihisha inyuma y'ibikorwa byiza, rikihindura nka Malayika w'umucyo, maze rikoreka imbaga. Rikiba, rikica, rikarimbura, rikabeshya, rigahuguza, rikagambana, rikiyemera, n'ibindi bya Sekibi byose.

Ni irigome bikabije ku buryo abayoboke baryo biruhije ngo bazamenye ko bayobye. Ribinjiza mo imyuka myinshi y'ubufana ku buryo bitegura no kuba baripfira bibaye ngombwa. Abo hejuru baba bazi ukuri, bazi ko bayobye kandi bazanarimbuka, ariko abagererwa bakurikira buhumyi. Abategetsi baryo bakora ibishoboka byose ngo bongere umubare w'abayoboke kuko ari ho bumva imbaraga no kwiyizera, kandi ni byo koko ni ho bazikura: muri ba «Nyamwinshi». Nyamwinshi ni ikibazo cyugarije isi.

«[5]Kuko hariho Imana imwe, kandi hariho Umuhuza umwe w'Imana n'abantu, na we ni umuntu, ari we Yesu Kristo [6]witangiye kuba incungu ya bose. Ibyo byahamijwe mu gihe cyabyo» (1 Timoteyo 2: 5-6)

«[17]Umuntu wese iyo ari muri Kristo aba ari icyaremwe gishya, ibya kera biba bishize. Dore byose biba bihindutse bishya. [18]Ariko ibyo byose bituruka ku Mana yiyunze natwe ku bwa Kristo, ikaduha umurimo wo kuyunga n'abandi, [19]kuko muri Kristo ari mo Imana yiyungiye n'abari mu isi ntiyaba ikibabaraho ibicumuro byabo, kandi noneho yatubikije ijambo ry'umwuzuro». (2 Abakorinto 5: 17-19).

Ibyo ugiye gusoma cyangwa se kumva ntabwo ari byo nize mu ishuri rindi ahubwo ni «IHISHURIRWA» riva ku Mana n'Umwuka wayo Wera. Nkaba nsabwa kubibagezaho kuko ndi «IJWI RY'IMBUZI», mburira abantu ngo bumve babeho cyangwa bange bapfe, kandi iyo mvuga gupfa hano bahita bumva gupfa by'umubiri kuko ni byo benshi bitinyira. Bakunda kubaho ntacyo bamaze, ndetse abenshi bakica byinshi. Ariko hari urupfu rwo mu Mwuka rwo kurimbuka iteka ryose, izi mpfu zombi zirahari.

Nasobanuriwe n'Umwuka w'Imana icyo «Umuhuza» ari cyo n'icyo «Umwunzi» ari cyo. Ku birebana n'ibyabereye mu Rwanda kuko ni igice cy'umuhamagaro wanjye, ni igipande kinini ku byo nahamagariwe byose, ubwo nawe wahamagariwe ibindi none ndaje ngo twuzuzanye. Humura nta bwenge nkurusha kuko buva ku Mana (Yobu 28: 28). Ntunabyibazeho cyane kuko ntacyo byakumarira, gusa ndagira ngo dufatanye gusobanukirwa icyo Imana ishaka ku Rwanda tugikore maze iduhe amahoro arambye. Muri byinshi yambwiye kuvuga noneho ngeze no kuri iki gikorwa kitoroshye, nakunze cyane nkagitekerezaho, nsanga Imana ari yo Nyabwenge yonyine gusa.

Noneho nta n'ubwo bitureba twenyine nk'Abanyarwanda, birareba na buri wese ukeneye gusobanukira no gukorera Imana mu murimo utoroshye Yesu yasize aturaze ari wo kwiyunga na yo twarangiza tukayunga n'abandi (2 Abakorinto 5: 18, 19). YESU USHIMWE!

Kuba UMUHUZA-MWUNZI mbituye abiyita Abanyarwanda bose iyo bava bakajya; mbituye cyane cyane ariko abo nkomokaho bakiriho, n'abankomokaho nshima Imana Data wa twese ukitubeshejeho; mbituye abatari bazi ibyo barimo bakoraga uko bashoboye ngo bagerageze gukora Ubumwe bubanziriza Ubwiyunge bw'abiyita Abanyarwanda cyane cyane abahutu n'abatutsi. Imana Data ihabwe icyubahiro, Umwami wanjye Yesu anezezwe n'imirimo yampaye itoroshye nkaba nyisohoza ntitaye no ku buzima bwanjye, kubera imbaraga ze zinkoreramo cyane. Ndamushimira ko yasanze ndi uwo kwizerwa akangabira umurimo we (1 Timoteyo 1: 12). Umwuka wera ashimwe cyane ni we ukora aka kazi, ni we nahawe ngo amfashe anyobore muri byose. Ntajya antererana.

Ndasenga ngo buri muntu wiyita Umunyarwanda wese abe UMUHUZA-MWUNZI.

UMUHUZA ahuza abatandukanye, batandukanijwe n'ibintu runaka. Umuhuza agomba kuba uwo mu ruhande rwakosheje, kuko ni we uzi aho amakosa yose ari, ni we uzi ibyo bakosheje n'abo bakoshereje. Umuhuza ahuza impande zombi zigahura kugira ngo zirebere hamwe aho ibibazo biri. Nta ruhande agomba kubogamiramo.

Urugero: Imana n'umuntu batandukanijwe n'umuntu (Adamu) wahemukiye Imana. Mbere bari bamwe, bari bahuje mu Mwuka ni ho bahuriraga kuko Imana yari yaramuremye mu ishusho yayo, barasaga mu Mwuka rero. Umuntu ahemutse batana mu Mwuka. Imana yo iguma kuba Umwuka no kuba mu Mwuka, umuntu atakaza ubusabane bwe n'Imana mu Mwuka, ahinduka umubiri gusa gusa, umubiri ukora ibyaha, umubiri upfa, nk'uko bari barabyumvikanyeho.

KU BIREBANA N'IBYABEREYE MU RWANDA: Umuhutu n'umututsi bari bahuriye ku bunyarwanda, umuhutu ahemukiye umututsi bigera ku itsembabwoko (ni cyo cyaha gihanikira ibindi), amuhemukiye ubunyarwanda burapfa, hasigara ubuhutu n'ubututsi (bigereranywa no mu mubiri). Ni yo mpamvu hashakishwa icyadusubiza kuba Abanyarwanda; ni yo mpamvu iyo ukoze ku bwoko kubera ko ari ho ibibazo biri, ni ho ipfundo ripfundikiriye, uhita uhura n'ibibazo ngo wakosheje; ahubwo ngo twese turi Abanyarwanda, nta moko abaho n'ibindi. Kuvuga ko twese turi Abanyarwanda nta cyari cyabugarura ni nko guhuha ku gisebe nta kindi ugikoreye, ugera aho ukarekera aho guhuha kikongera kikakurya kurusha mbere. Iyo uvuze Umunyarwanda nta kibazo.

Iyo uvuze hutu-tutsi ni ikibazo, impamvu kuba Umunyarwanda nta kibazo bitera, nta cyaha gitanya ubunyarwanda bwakoze. Ubunyarwanda, nuko ari ko twagombye kumera, ni ko twagombye kuba, ni yo mpamvu n'abategetsi ari byo bashaka kutwemeza ku ngufu, ariko batabisobanukiwe. Nta n'ibyo bashoboye kuko nabo si Abanyarwanda.

Urugero: Iyo uvuze Imana muri rusange, kuko buri wese afite Imana ye asenga, nta muntu ubaho utagira icyo asenga, ngo hariho n'abasenga «igitunguru» ngo ni yo mana yabo. Aha rero iyo havuzwe Imana buri wese yiyumvamo ko afite Imana ntacyo abantu bapfa, aba azi ko bavuze iye, nawe aba afite iye asenga yizera asaba buri kintu. Amadini yose arahahurira uko angana ntacyo bapfa iyo havuzwe «Imana». Bivuga ko hari icyobo mu muntu wese gihora gishaka kugira uwo gisenga kiramya wagifasha mu mibereho kugira

315

ngo kimusobanurire imibereho y'ibiri imbere, kuko umuntu buri gihe aba akeneye kumenya ibizamubaho biri imbere. Iyo uvuze Imana buri wese akumva iye, nta kibazo bitera, ibiganiro birakomeza kuko buri wese aba azi ko Imana ye ari yo imushoborera byose, iyo bari mu kabari banywa nta kibazo kuvuga Imana n'ibyo yabakoreye banayishimira ko yabahaye ayo kunywa inzoga no kwiba neza, kwica neza, no gukora amanyanga yose. Buri wese aba arwana ishyaka ry'Imana ye.

Ubwo umujura nawe aba afite ibimufasha kwiba, umwicanyi nawe aba afite ibimurengera ntafatwe, umusambanyi nawe aba afite iyo bakorana, umunyabinyoma nawe n'uko, ewe n'umurozi nawe aba afite iye ituma uburozi bwe butaraza, n'izindi mana buri wese uko yayemeye.

Maze wavuga uti: «Yesu» ibyari inama bigahinduka impaka, intonganya zigatangira buri wese akarengera Imana ye. Impamvu nuko Yesu Umwana w'Imana ari we shusho y'Imana itaboneka, ni we wigize umuntu kugira ngo abone uko adupfira, kuko iyo Imana iza kuza nta cyari gusigara, mujye mumenya. Yesu yabaye umuntu kugira ngo aducungure aduhuze na se atwunge nawe mu rupfu rwe kugira ngo umwizera wese atarimbuka ahubwo ahabwe ubugingo buhoraho.

Kuki mutumva? Ni We Imana yashyizeho kuba Umuhuza wayo natwe, ni We wenyine wakiranukiye muri iyi si, ahita atsindira no kudupfira, bimuhesha no kuzukana icyubahiro. Ubu yicaye iburyo bwa Se adusabira.

Kuki mutamwizera? Uyu rero ni ikimenyetso kigirwa impaka nk'uko byanditswe kuri We (Luka 2: 33-34). Aha kuri Yesu ni ho hari ikibazo muri dosiye y'Imana n'umuntu. Yesu ni we kimenyetso kigirwa impaka. Nk'uko ku uwiyita Umunyarwanda aho ikibazo kiri ari «ku buhutu» no «ku bututsi». Umuhuza ntibimworohera guhuza, kuko impande zombi ziba zirebana ay'ingwe, cyane cyane uruhande rugira amahane ni urwakosheje, kubera kwanga kwemera amakosa, kwemera ibyaha. «Umwuka wa Adamu».

Abakosherejwe baba bababaye, bafite n'umujinya, biragoye kubasanga, hagomba igitambo, icyo gitambo gituruka mu ruhande rwakosheje, biraruhije kwisobanura, kenshi ufatwa nk'icyitso umugambanyi, intasi n'ibindi, kuko buri ruhande rugufaka uko rushatse. Birasaba umuhuza kwihangana gukomeye kugira ngo azarangize inshingano kugeza igihe azabahuriza byuzuye. Iyo ubahuje, ntiwibeshye ngo byatunganye, ntiwemere ko bahita basabana kuko impande zombi zirarwaye «wihita ushyiraho morali», wa muhuza we, wirinde ko begerana bahita bafatana bakarwana kuko bafite amagambo menshi, buri wese arashaka kwisobanura ngo abe umwere.

Ni yo mpamvu wowe muhuza ugomba guhama hagati. Urugero: Yesu hagati y'Imana n'abantu, yiyemeje kuriha igiciro cyo guhuza, yihanganira gutukwa, gusuzugurwa kubeshyerwa, agasuzuguro, aca bugufi bikabije yari Imana ahinduka umuntu, yabaga mu ijuru aza mu isi, kandi yari afite ubundi buryo bwinshi yari gukoresha.

Uramutse uhuje abangana ukabasiga aho utabunze, ugarutse wasanga bicanye, kuko batangira guterana utugambo two gutyotyorana, buri wese avuga ko ari we ufite ukuri, icyo gihe urusha undi imbaraga akaba ari we ufite ijambo yahita amusumira aho agahwanya. Ni ngombwa ko umuhuza aguma hagati yabo, bamwe bakubita imbere abandi inyuma, kugira ngo abe ari we uhababarira bo batamarana, kuko ni «umuhuza». Agomba guhuza rero.

Mbere yo kubahuza, habanza amanama ku mpande zombi «IMISHYIKIRANO». Mu ijuru na ho habaye inama, kandi Umuhuza yagombaga kuba uwo mu bakosheje, ariko kuko mu bakosheje nta n'umwe wari wujuje ibyangombwa by'umuhuza ari byo:

- Kuba ari umuntu (kuko umuntu ni we wakosheje).
- Kuba akiranuka (mu isi ntawabonetse).

Mu babyawe n'abagore nta n'umwe, Imana yarashakashatse iraheba. Ni yo mpamvu yahise ifata umugambi wo kwibyara, yitereye Mariya inda y'Umwuka Wera, uyu nawe abyara Yesu. Nta mugabo wabigize mo uruhare kuko byari guhinduka ibindi, byari kubyara impaka, kuko n'uwo mugabo ntitwari kuzamukira. Yari kuzajya yaka ibya cumi n'amaturo cyane mu idini ye.

- Kuba yareraga (kwera, mu isi nta wari uhari).
- Kugira umutwaro uturutse ku rukundo «Agape»., Mu isi nta wari uhari.
- Guca bugufi, kureka ibyubahiro (mu isi ntawari kubyemera bose banga agasuzuguro). N'ibindi bisaba gucishwa bugufi cyane.

Mu isi habuze n'umwe wuzuza ibyangombwa byasabwaga, maze mu ijuru hava mo uwemera kuba biriya byose ahinduka uwakosheje, yemera kwishyiraho ibyaha abakosheje bose bakoze, kandi we nta cyaha yigeze akora, bimusaba guhinduka umuntu yari Imana. Kuba wari Imana ukishyira ho ibyaha by'abantu n'ingaruka zabyo wowe nta cyaha wakoze, biteye ubwoba nta n'ubwo byumvikana kuri uwo nguwo w'intagondwa. Biragusaba kwiyambura kamere y'izima, kugira ngo Umwuka Wera agusobanurire. Ibi bya Yesu birajya gusa. Ndabigereranya nciye bugufi cyane, kuko nta n'amahuriro, ndagira ngo ngenekereze wumve gusa. Birasa no muri iki gihe kuba uri umuhutu n'ishyano bakoze noneho ukemera ukishyira ho iryo shyano ry'itsembabwoko ngo wihanire ab'ubwo bwoko kandi wowe nta tsembabwoko wakoze. (Daniyeli 5: 9.... Nehemiya 9). Ndagereranije gusa kugira ngo ugire icyo wumvamo, si ndi Yesu nawe ni uko. Tugerageza gusa nawe kuko dufite umurimo yaduhaye kandi akaba yaratumye twitwa abana b'Imana. (Yohana 1: 12).

Urugero ni nka (Daniyeli 9; kandi ibyo byaha by'igihe cya Daniyeli byari rusange ku bwoko bwa Isirayeli, kandi Yesu yikoreye ibyaha rusange kuri buri muntu wese, ibyariho icyo gihe n'ibizaza.

KUNGA N'IKI?

Yesu amaze guhuza Imana n'abantu yakurikijeho kubunga na yo.

Ubwiyunge bukorwa n'umwunzi. Nyuma yo guhuza abatandukanye haba hasigaye kubunga kugira ngo bongere babe umwe, basubirane babe Abanyarwanda. Umuhuza arakomeza akaba n'Umwunzi. **Guhuza** birarushya ariko **Kunga** bikarusha.

Biramutse bihamye ku guhuza byazakomeza mu mpaka z'urudaca, ni yo mpamvu hagomba kubaho KUNGA. Impaka zatangiye kuva Yesu avutse, igihe cyose yamaze ku isi byari intambara gusa. Icyo gihe cyo guhuza, asobanura iby'impande zombi kugeza igihe cyo kunga byuzuye ku musaraba, bisobanura «URUPFU».

Yishyizeho ibyaha by'abantu, arabihanirwa abisabira imbabazi, ni na bo banamwishe abo yasabiye imbabazi, ni na yo mpamvu utamwizera ngo asabe imbabazi nawe ntazo azabona azarimbuka. Hari abajya bibeshya ngo barababariye gusa, kandi nta muntu n'umwe ushobora kubabarira atabambwe. Yesu ku musaraba ni ho yavugiye aya magambo ngo «*Data ubababarire kuko batazi ibyo bakora*».

Sitefano bamaze kumunoza bamutera amabuye, ngo ijuru ryarakingutse maze nawe avuga amagambo nk'aya shebuja ngo «*Data bababarire kuko batazi ibyo bakora*». Aya ni amagambo avugwa gusa n'umuntu wanoze utagitera imigeri, utagifite ibisobanuro n'impaka nyinshi, utacyanga agasuzuguro, utakirata ubwenge n'imbaraga na ICT. Ku byerekeye amoko buri muhutu utazasaba imbabazi ku byabereye mu Rwanda, azakurikiranwa yanga yemera, umuvumo w'itsembabwoko uzamugendaho umugereho n'abazamukomokaho bose, ni nka cya cyaha cy'inkomoko umuntu wese avukana kandi byarakozwe n'Adamu na Eva, umva ko uzi kuburana. Ntabwo warata ko ubayeho nta cyaha wakoze kandi ukivukana, hano nta ICT ikoramo. Hanyuma Imana na yo iti «*Mwese mwakoze ibyaha ntimwashyikira ubwiza bwanjye*» (Abaroma 3: 23). Ibi birakomeye cyane. Ngaho niba uri umugabo va muri iriya «MWESE» turebe! Witondere iyi «TWESE» kuko ikunze guteza ibibazo, twese ni Rusange. Twakoze ibyaha ntitwashyikira ubwiza bwayo. «TWESE» ikubiyemo byinshi cyane, kuko nawe utazi ibyo ari byo urimo, nutabyitaho byo bizakwitaho, irwaneho rero, gira ubwenge bwo kubibuza kukwitaho.

Reka turebe: GUHUZA bihwanye no KUBABAZWA, bigakorwa n'UMUHUZA. KUNGA bihwanye no GUPFA, bigakorwa n'UMWUNZI. KUZUKA bihwanye n'UBUMWE BWUZUYE.

Urugero: Umwunzi ni umwe wo mubakosheje wemera urupfu rubi rw'agashinyaguro (kwishyiraho iyo miruho n'imihati). N'ubundi aba yarazonzwe n'impaka n'ibitutsi no kubeshyerwa, gusuzugurwa, gutukwa, kwangwa urunuka, igihe cyo guhuza. Ibyo bikazamushyitsa ku gucirwa urubanza kuko haba hari ibirego byinshi by'ibihimbano, bikamugeza ku gukatirwa urwo gupfa kuko nta kindi gihano kiba munsi yacyo.

Buri wese agomba kuvuga ngo ni abambwe. Uretse ahari abagore b'i Yerusalemu, bamwe baba barahishuriwe, n'abagabo bake cyane nka ba Simoni bamutwaza umusaraba, naho ubundi kaba kabaye, buri wese aba amuzunguriza umutwe, aba yabaye igicucu, igicibwa, n'inshuti ze zimuva ho, zimwe kubera ubwoba cyane cyane, izindi kuba zari zitegereje inyungu muri we zigaheba.

Icyitegererezo cya mbere cyo KUNGA, Urugero rw'umwenda: Umwenda iyo watabutse hagomba urudodo n'urushinge kugira ngo usubirane. Urudodo ni ubwoko bumwe n'umwenda, «matiere» bivuga ko bikozwe mu bintu bimwe ari byo hutu-tutsi; na byo bibyara Umunyarwanda». Urushinge ni igikoresho cyo gukoresha bababaza umwunzi ari we rudodo bunga umwenda watabutse. Urudodo ruhama hagati y'umwenda kugira ngo bibe byunzwe neza, kuko biba birusaba gupfira mo. Urudodo n'umwenda bikozwe muri bimwe, bihita bifatana kuko birasa, biraziranye, hagomba gukoreshewa urushinge, ariko urushinge iyo rurangije akazi, ruvaho rukabikirwa ikindi gihe cyangwa rugatabwa simbizi. Kuko ni igikoresho gusa.

Umusaraba wabaye igikoresho cyo kwicira ho Yesu ngo yunge Imana n'abantu mu rupfu rwe. Mu by'ukuri, umusaraba ntacyo biwubwiye n'ubwo wahongoka n'ubwo wasaduka, n'ubwo bawucana, icyangombwa n'uko urangiza akazi ko kuwicira ho ko kuwubamba ho, «Mwami wanjye mbabarira nciye bugufi cyane kuko ndawubaha cyane».

Ubundi sinzi n'aho bawushyize urangije akazi, ubu sinzi aho uri, ariko icyo nzi n'uko wabambwe ho Yesu Umwami wanjye, maze ngacungurwa.

Icyitegererezo cya kabiri cyo KUNGA, Urugero rw'ibyuma bibiri: Ibyuma bibiri byatanye, ku byunga hakoreshwa étain, twa baguettes bacomeka kuri cya cyuma kitwa «poste à souder». Étain ishirira hagati y'icyuma n'ikindi, nk'uko urudodo byangenze haruguru, rwashiriye hagati y'umwenda. Poste à souder ntacyo biyibwiye nk'uko urushinge ntacyo byarubwiye, nk'uko umusaraba ntacyo byawubwiye, kuko biriya ni ibikoresho byo kunga, byo kubabaza gusa. Umusaraba ntabwo ubabara ahubwo ukoreshwa mu kuwubabariza ho. Urushinge ntabwo rubabara ahubwo rurababaza.

Poste à souder na yo n'uko ikoreshwa mu kubabaza étain kugeza aho ishiriye mu byuma byombi, yo iranasakuza cyane nk'itabaza ivuza induru kugeza aho ishiriye. Nta muntu n'umwe wari wayigirira imbabazi uretse kuvuga ko isakuza cyane gusa.

ABAHUZWA BOMBI BARABABARA

Abahuzwa bombi bafite amahane no kwisobanura buri wese yishyira aheza, bafite n'ikibazo cy'uwo nguwo wihaye kubaganiriza ibyo badashaka, kwiterera mu byabo kandi batabimutoreye, kuko bose ni inkomere, bazi kuregana gusa.

Urugero: Imana yareze umuntu ibirego biteye ubwoba, kuva yamurema, umuntu nawe yanga kwemera ibyo birego, intambara ivuka ubwo. Ku birebana n'Imana n'abantu, muri Edeni Imana yemeje umuntu icyaha, umuntu yanga kwemera, baratandukana. Umuntu yagombaga guca bugufi kiriya gihe aranangira, maze Imana igenda ibabaye kuko yamukundaga cyane, ihakura igikomere gikomeye. Maze icyo gihe umuntu asigara mu bibazo by'urudaca, byanamuviriye mo no gupfa. Kugira ngo bazongere guhura hari ibyo babanje kugerageza bitatanze umuti ahubwo byarorosaga gusa, byarenzagaho, ari cyo gihe cy'ibitambo, amategeko, Abalewi, (soma igihe cy'amategeko n'ibitambo). Wagira ngo Imana yari mu bushakashatsi bwo kuzagera ku muti nyamuti ari wo Yesu Kristo. Cyari igihe cy'inzibacyuho cyategurizaga Yesu. Kuko igihe cy'ibitambo cyari igihe cy'imiti igabanya ubukana. Bigereranywa n'iki gihe, ni byo Komisiyo y'Ubumwe n'Ubwiyunge igerageza gukora: Ingando, ubusabane, kutavuga ku moko, kuyakura mu ndangamuntu, na twese turi Abanyarwanda, n'ibindi.... Ibi byose ni ukorosa, kurenza ho, ni ibigabanya ubukana.

Biriya by'Imana n'abantu by'ibitambo by'inyamaswa n'amategeko ntibyabuzaga Imana guhora icunga, ihanganye n'umuntu mu ntambara, guhana birenze urugero, guhorana umujinya, incyuro za buri gihe, inzika zitashiraga. Bahuzwaga n'ibitambo bitari bifite imbaraga zo guhosha burundu uburakari bwaterwaga n'ibyaha byakorwaga icyo gihe, n'ibyari byarakozwe mbere, kuko byose byoroswaga. Aho Imana yibukiraga yakuragaho icyorosheho, maze ibyaha byabo bigahita bigaragara, igatangira kubacyurira n'ibihano rugeretse.

Reba mbere y'amategeko, igihe cy'umwuzure, Sodomu na Gomora n'ibindi. Ni kimwe n'ibikomere by'abacitse ku icumu rya jenoside.

320

Ubusabane no kutavuga ku moko ntacyo bibabwiye, kuko kubera guhora babivuga kandi ari itegeko birorosa gusa, ariko iyo hagize igikoma, agahinda kose n'umubabaro n'umujinya byose bivayo, bikabarenga bagahahamuka. Kandi n'iyo babakorera iki, ntibyabahumuriza cyeretse babasabye imbabazi zivuye ku mutima.

Imana yarababaye cyane, yatewe igikomere n'icyizere yari yarashyize mu muntu n'amasezerano bagiranye muri Edeni, maze byose umuntu (Adamu), abirengaho, arabisiribanga akora «abus de confiance». Umuntu nawe yahereye ubwo abebera, yangara, aruha, atangira no gupfa kuko byari mu masezerano bagiranye: «Kuruha», «Guhunga», «Kuzerera» n'ibindi bibi byinshi, maze imivumo itangira ubwo. Mbibutse ko impunzi ya mbere yabaye ku isi ari Kayini mwene Adamu na Eva, ari nawe muntu wa mbere wabyawe n'umugabo n'umugore.

Kugira ngo Imana n'umuntu bazongere bazahure hari ibyo bigomwe. Biriya byose byabatanyaga babishyize ku «Muhuza–Mwunzi», ni yo mpamvu iyo aje ajya hagati yabo ngo batamarana. Baramutse begeranye urusha undi amaboko yamusekura, maze bikongera ibikomere na none ku mpande zombi n'intambara nyinshi zihoraho. Akenshi umunyamakosa ni we utera hejuru cyane, ahora ateza n'ibindi bibazo, kuko iyo atihannye nyuma akora ibyaha byinshi biruta ibya mbere, kuko aba ari mu ntambara arwana no gushaka icyamurengera, ahimbira n'amakosa uwo bafitanye ikibazo, anisobanura cyane, ahora ashakisha ibyamuhindura umwere, kuko ntabwo ibyaha bye aba ashaka ko bigaragara, ahubwo ashinja abo babifitanye.

ABUNGWA BOMBI BAKOMEZA KUBABARA

Uwakosheje agomba kwihana no kwiha ibihano, kandi ntiyibere; birababaza cyane kuko ni kamere-muntu iba itonekara, baba bayambuye umwirato wayo ihorana. Uwakosherejwe agomba kubabarira. Gusaba kubabarira ni nko gushinyagurirwa kuko bituma wibuka byose ni na yo mpamvu bikunze gukurikirwa n'amarira menshi, hari n'abasabwa imbabazi bakarwana bagasara mbere yo kubabarira kuko biba bikoze mu gisebe, bigitonetse.

Urugero: Umugabo twatandukanye ari we se w'abana banjye bakuru, muri 2004 Umwuka w'Imana yanyemeje kumusaba imbabazi, kandi nkamwandikira kuko ntiyari mu Rwanda. Byaranyuzuye sinigeze ndwana na byo cyane.

Mu bisanzwe aho muherukira yari umuntu w'umutima mwiza cyane, kumubonaho ikosa byari bigoye. Ariko ubwo namwandikiraga amagambo akomeye yo kwemera ibyaha namukoreye, ibyo namuhemukiye byose, bikambabaza nkanabimusabira imbabazi, nkanagerekaho ko abatuzi bose dore ko ari benshi ku isi, ko ashobora kubereka ibyo namwandikiye.

N'ubwo abo yihutiye kubyereka mbere na mbere ari abana yihimura kugira ngo na none bamenye neza ko akomeje kuba umwere, ko ari jye munyamakosa kandi ni byo; ibyo byose ariko ntibyamubujije kubabara no kurakara. Icyo gihe amagambo yanshubije mbere y'uko ambwira ko ambabariye wagira ngo si aye.

Yanshubije afite uburakari bwinshi, yaje kwigarura nyuma, ariko yisamye yasandaye. Kandi naramwumvise cyane. Kuko nari nabyukije igikomere cyari kikiri muri we cyari gishyize cyera. Naramwumvise kuko nanyuze mu ishuri ryo «KWIHANA NO KUBABARIRA».

Ariko umwe mu babonye ibyo namwandikiye musaba imbabazi kandi utuzi neza, yarambwiye ngo «ntibishoboka». Ngo «ese ko mvuga ko we nta kosa yagize mu gutandukana kwacu kandi yaransize n'abana batatu b'indahekana akadusiga imyaka ine? Ngo ubwo se we ntabifite mo uruhare? Gusiga umugore mutoya n'abana b'indahekana ngo agiye kwiga. Ko atabihaye agaciro? Kuki atabajyanye? Kuki we atihana? Avugishije ukuri yumva nta ruhare abifite mo»?

Ibisobanuro namuhaye, yanshubije ko ntagitekereza neza. Ngo ubwenge bwanjye bwaracuramye kubera uburokore.

Umuhuza-mwunzi ubundi akwiye kubahwa n'impande zombi, ariko ugenzuye yubahwa n'uruhande rwahemukiwe, aho aturuka ho bamucira ho iteka, bitwaje impamvu tugiye kureba. Azongwa cyane n'uruhande rufite amakosa ari na rwo akomokamo. Yesu aje yatotejwe n'abacumuye ari bo «bantu», kandi nawe yagombye kuza ari umuntu kugira ngo babashe kuringanira, abo bantu ni bo bamuzonze, kandi ari bo yaje gucungura. Nyumvira nawe! Imana yahemukiwe yo iramuhamiriza ko ari we yemeye. Kuko amaze kugera ku musaraba kubambwa akihererezaho amahanga yose, nta macakubiri yari amuri mo.

Turebe gato mbere yuko Yesu abambwa: Yari Umuyuda kuko yari mu murimo w'Umuhuza. Icyo gihe yashoboraga kunyuza mo akarengera ubwoko bwe. Igihe yasubizaga nabi wa munyamahangakazi waje kumusaba kumukiriza umwana.

« [24]Arahaguruka arahava ajya mu gihugu cy'i Tiro n'i Sidoni. Yinjira mu nzu adashaka ko hagira ubimenya, ariko ntiyabasha kwihisha. [25]Uwo mwanya umugore ufite umukobwa muto utewe na dayimoni amwumvise araza, yikubita imbere y'ibirenge bye. [26]Uwo mugore yari Umugirikikazi, ubwoko bwe ni Umusirofoyinike, aramwinginga ngo yirukane dayimoni mu mukobwa we. [27]Aramubwira ati "Reka abana

babanze bahage, kuko atari byiza kwenda ibyokurya by'abana ngo ubijugunyire imbwa."

²⁸Na we aramusubiza ati "Ni koko Mwami, ariko imbwa zo ziri munsi y'ameza zirya ubuvungukira bw'abana."

²⁹Aramubwira ati "Ubwo uvuze utyo igendere, dayimoni avuye mu mukobwa wawe."

³⁰Asubira mu nzu ye, asanga wa mwana aryamye ku buriri dayimoni amuvuyemo». (Mariko 7: 24-30).

Ngo: «ibiryo ni iby'abana ntiyabiha imbwa». Undi nawe ati «imbwa zirya ubuvungukira, ba ari bwo umpa». Yesu arumirwa. Arongera abishongoraho ngo yatumwe ku ntama zazimiye zo mu muryango wa Isirayeli (Matayo 15: 24), n'ahandi yagiye yishongora (nciye bugufi cyane kuko ndamukunda kandi ndamwubaha arabizi, ni Umwami wanjye). Icyo gihe, yafashe ishusho ya bene wabo b'Abayuda. Umuhuza ashobora gufatwa n'icyuririzi aho ari ho hose, rwose bibaho kuko na Yesu byaramufataga, atarabambwa.

Ariko amaze kugera ku musaraba kubambwa yireherezaho amahanga yose, ntiyongeye kuvuga ko yatumwe ku bazimiye bo mu muryango wa Israyeli. Ni ho twese twinjiriye. Ni yo mpamvu utari wabambwa utanyiyemera ho ngo warababariye ngo warakize, ngo ushobora kwihana. Iyo adapfa twari kujya twirwanaho nk'uriya mugore maze intagondwa z'izima zikahagwa. Ndahamya y'uko iyo aza kuba umwe mu biyita Abanyarwanda, aba yaramukubise urushyi yarangiza akagenda maze umwana akicwa na dayimoni ariko yanze agasuzuguro. Hari ababa bazi icyo bashaka. Benshi bari kumera nko mu butayu igihe bakoraga ibyaha Imana ikabohereza mo inzoka zikabarya. Mose atakambye Imana iti ibyo na byo! Yaramubwiye ngo nacure inzoka y'umuringa ayimanike ku giti, maze uyireba wese arakira (Kubara 21:4-9). Maze intagondwa z'abahezanguni mu gupinga zanga kuyireba kuko ntaho byari bihuriye na ICT, maze barapfa karahava. Ariko abaciye bugufi bacyeya barakira. Ntibahishurirwa ko iyo nzoka imanitswe yashushanyaga Yesu ku musaraba!

«Ahatari ihishurirwa abantu bahinduka ibyigenge, bakanapfa, bakanarimbuka». (Imigani 29: 18).

Imana rero yahamirije Yesu cyane, yagiye inamukoresha ibitangaza ahari aho ngo umuntu yazava ku izima, umuntu aranga akomeza ubugome bwe, kugeza aho abo yaje gucungura ari bo bamwiyiciye ku manywa y'ihangu; ni nk'amoko hutu-tutsi biyita Abanyarwanda. Ni ba «Bangamwabo», «Bangabyiza». Ni ba «Bakundagupingana». Ni abicanyi gusa!

Urugero: Abahutu bemera itsembabwoko bakarisabira imbabazi batotezwa na bene wabo. N'uko mbese ni kimwe n'Abayuda! Abacitse ku icumu bo bemera uko kwihana kuko gutuma bashobora gutanga imbabazi no kumva bagaruye ubumuntu kuko ubundi bumva nta wumva uburemere bw'ibyo bakorewe (n'ubwo atari bose) bitewe n'ibitekerezo n'inyungu za buri umwe, cyangwa se ibikomere muri rusange.

Yesu yaje guhuza no kunga, ariko igihe yahuzaga bati arigereranije ngo ni Umwana w'Imana ngo ni yo yamutumye. Akiza ku isabato bati ni sakirirego; ngo ibitangaza akora ahabwa ububasha na Satani n'ibindi... Iyo hari umuhutu uhishuriwe agatangira kuvuga ati nyamuneka twihane itsembabwoko rituriho, bene wabo bahita bavuga ko abatutsi bamuhaye amafaranga. Nyumvira ukuntu bacuramye. Wagurira abantu ukabinginga ngo babwire abanzi bawe icyabahesha amahoro n'umugisha, n'ubugingo buhoraho? Koko wagurira umuntu ngo abwire umwanzi wawe ngo yihane abeho n'abe bose. Ari uko bimeze, abahutu bavuga gutyo ubwenge bwabo bwaba bucuramye. Kandi biramutse bibaye koko abatutsi akaba ari ko babigenza, abacitse ku icumu bakatugurira ngo tubwire bene wacu bihane bazajye no mu ijuru, itsembabwoko rituveho, n'imivumo n'ingaruka zayo, nta kindi abatutsi baba bageze mu rwego rurenze urw'abamalayika. Kuko sindumva ku isi umuntu wari waguririra undi cyangwa abandi ngo babwire abanzi babo bihane, kugira ngo babeho neza bo n'abazabakomokaho.

Ariko bisaba ihishurirwa. Cyaba ari igitego kitaratsindwa kuva isi yaremwa. Ibi bitere buri wese gutekerereza mu bu Mana kugira ngo abyumve neza. Ngo umuntu aba yariye amafaranga ngo ashinje abahutu itsembabwoko. Ntabwo ibyo avuga ari iby'Imana, n'ibindi. Ngo Imana ntizi amoko disi! Ngo ni byo nihimbiye. Ngo nabikuye mu bwenge bwanjye. Ndamutse narabikuye mu bwenge bwanjye, na none baba baguwe gitumo, nabwo naba nteye ubwoba, bagomba kubyubaha kuko byaba biri mo ubushakashatsi wowe utakoze.

Ngo kandi nkunda kwishyiraho n'ibindi. Ngo nihane abo nishe, maze umuhutu usigaye we mureke kuko yera de, kuko nawe baramutsembye. Cyangwa ngo habaye jenoside ebyiri, ubwo bakaba bahushye kuri cya gisebe maze barorera guhuha ho kikabarya cyane. Ngo nta jenoside yabaye ngo habaye intambara, n'ibindi bitera Imana umujinya. Umututsi we wavuye hanze yumva muri iki gihe nandika ari we uriho, ibindi ntumugore kuko yavuye hanze. Arashima Imana ko yamuhaye igihugu cy'amata n'ubuki ba se na sekuru bajyaga bamubwira ko ari abahutu babirukanye muri 1959, none bararutashye ntugire ayandi matiku uzana yo kubasubiza inyuma mu majyambere. We rero (uwavuye hanze), icya mbere ngo nta jenoside yakoze, icya kabiri ngo n'iyabaye ni we wayihagaritse. Maze ngo akaba abaye umwere impande zombi.

Ariko uwo batazi se bashobora kuba bazi nibura nyina. Abazi Imana bo birirwa bashima ko yabahaye igihugu, abatayizi bazi ko ari imbaraga zabo. Bigeze kujya bambwira ngo ko ntajya nshima? Nsubiza ko ntashobora gushima Imana ko yampaye iguhugu kuko ntabwo nigeze nkivamo, ko ahubwo nayishima ko ikindindiyemo. Na byo babyaye indi dosiye bajya kubinsobanuza neza.

Yesu, nk'Umuhuza-Mwunzi, yabanje gusobanura icyamuzanye ntibasobanukirwa. Ati ndi Umwana w'Imana, ndaje ngo mubone ubugingo ndetse mubone bwinshi (Yohana 10: 10). Ati ubwo mundeba aha undya ntazasonza, ati ndi umuzabibu namwe muri amashami, ati Aburahamu atarabaho «NDIHO». Na bo bati nturagira n'imyaka 50 none ngw'iki? Kandi bahitaga bafata amabuye; abahutu bo bafata imihoro, n'abandi na bo baba bafite ibyo bafata bifite andi mazina nk'akandoyi n'ibindi. Yesu ati nzasenya uru rusengero mundatishije ndwubake mu minsi itatu. Abanyamubiri ntibasobanukirwa batangira inkuru za Salomo, ngo uko yarwubatse imyaka 40.

Ahatari ihishurirwa abantu bahinduka ibyigenge gusa. Ko yavugaga umubiri we se ntibyabayobeye. Bikunze kubayobera. Yesu yabasubiriye mu mateka n'amategeko ya Mose, abemeza ko ari we ibyahanuwe byavugaga, kuva mu Itangiriro kugeza mu Byahishuwe, ariko abanyamubiri baranangira. Ati ndi muri Data nawe aba muri jye. Akaba arabahanikiye. Ati nzapfa nzuke ku munsi wa gatatu nk'uko Yona yamaze iminsi itatu mu nda y'urufi, ni na ko Umwana w'umuntu azamara iminsi itatu mu nda y'isi. Baranabimucyuriye ku musaraba ngo ni yikize. N'ibindi byinshi. Hari ibintu byinshi Abayuda bahuza n'abiyita Abanyarwanda, umenya koko hari icyo baba bapfana. Ibyo nagenzuye ni ubugome no gushinyagura, no kwibagirwa vuba, no kutumva inkoni. Hari n'ibindi ariko banza utekereze kuri ibyo nawe uhite wisuzuma.

Birandyohera ibya Yesu! Maze yunga mo ati ni jye «Nzira n'Ukuri n'Ubugingo», ati naje gutanga ubuzima bwanjye kubera mwebwe; maze bamusubirisha kumubamba, n'uko ibyahanuwe birasohora, basohoza ibyahanuwe bibi kuri bo.

Umuhuza asobanura ibyabaye, agasubira mu mateka agacukumbura, ariko kugira ngo azumvirwe birakomeye. Kuko muri bene wacu hari mo intagondwa nyinshi, ari zo nita «inkomere». Zifite amateka acuramye, zarize kandi zigendana ikinyabupfura, zizi ubwenge bw'isi, kandi inyinshi ziba zifite inararibonye.

Umuhuza ni we ufata «rendez-vous», gahunda y'imishyikirano runaka. Umuhuza ni we utanga ijambo, kandi abaza ibyo ashaka kuko ni we uzi ibibazo, abandi bagomba kwirinda kumuca mu ijambo. Umuhuza ni umwe, umwunzi ni umwe, nyuma ni ho haboneka abahuza benshi bemeye kugera ikirenge mu cya wa wundi wa mbere.

Icyo gihe biroroha, kuko haba habonetse «abunzi» benshi bemeye iby'Umwunzi wa mbere. Hagomba umuhuza utangira ari nawe mwunzi, hakazaboneka abandi nyuma.

Umuhuza arangiza akazi akagejeje ku kunga, agahita ahinduka umwunzi. Dore uko bikora.

KUBA UMUHUZA NI CYO CYICIRO CYA MBERE: Twacyita «igihe cy'imishyikirano».
KUBA UMWUNZI NI ICYICIRO CYA KABIRI: ni igihe cy'ubwiyunge, ni igihe cyo kwihana no gucishwa bugufi, ni igihe cyo kujya ku musaraba, ni igihe cyo gupfa   UBUMWE NI ICYICIRO CYA GATATU: Twacyita «igihe cyo kuzuka».

Aya ni amahame atatu agendana n'ubwiyunge. Yesu yagiye hagati y'Imana n'abantu kugeza abungishije urupfu rwe rwo ku musaraba. Yesu ni we wishyizeho ibyaha by'abari mu isi ku musaraba Imana imutera umugongo, baramushinyagurira n'ibindi bibi byinshi, aranapfa.

Yesu amaze kuzuka ni ho habonetse «UBUMWE BWUZUYE» bw'Imana n'abantu, havuka Itorero ari ryo wowe nanjye, na n'ubu rirahari n'amarembo y'ikuzimu ntazarishobora. Nyumva neza «simvuze amadini n'inyubako z'impande enye, n'abiyita ko ari Itorero». Mvuze Itorero ryavukiye i Gologota, mu bise by'Umwami wanjye. Amaze kuzuka ni ho habonetse abo byagiriye umumaro kubera imbaraga zavuye mu rupfu rwo kunga (kubabazwa no gupfa). Ni ho habonetse imbuto z'abizeye gucungurwa kwabo, Amen!

Nyuma y'abahutu kwihana no kubabarira, na nyuma y'abatutsi kubabarira no kwihana ni bwo hazaboneka imbuto z'ubumwe. Hazaba harangiye Guhuzwa no Kungwa.

GUHURA = GUHUZWA kugira ngo bavuge ibyabaye n'intandaro yabyo, hakaba gucukumbura byose, buri wese aba afite ijambo, yaba abeshya yaba avuga ukuri, kuko ni igihe cy'impaka. Amateka agomba gushyirwa ahagaragara, ibyaha byose bikajya hanze, kandi no gutongana biremewe, no gucyurirana na byo ni ngombwa no kurakara cyane, kuko «mu guhuzwa» ni ho byose bigomba gusohokera.

KUNGA = KUNGWA ni ho habonekera imbabazi zivuye ku mutima zirehejwe n'Umwuka Wera. Imbabazi zisabwa na ba bandi bakosheje, bagera aho bakemera ko ari bo banyamakosa; zigatangwa n'abakosherejwe. Mu kunga nta mpaka zibaho kuko uruhande rwakosheje ruba rwanoze rwemeye kujya kubambwa ku musaraba, no gukorwa n'isoni z'ibyo rwakoze, impaka ziba mu guhuza gusa, kuko ni ho baba bakiri bataraga.

UBUMWE = KUZUKA, ni cyo gisubizo kivuye mo. Amen! N'ubwo hatanzwe igiciro gihanitse cy'uko yahemukiwe, Imana ntabwo ishobora gutanga imbabazi uwayihemukiye atazisabye ni yo wagira ute!

Iryo ni ihame ryayo. Reka nsubire mo nti Imana n'ubwo hatanzwe impongano ihagije yayinyuze, ntabwo ishobora gupfa gutanga imbabazi gusa. Kuko yuzuye imbabazi, ziba zihari nyinshi kubera Yesu umwana wayo, ariko bisaba ko nyir'amakosa azisaba. Hanyuma ikabona kuvuga ko utazababarira nawe itazamubabarira. Ni irindi somo rirerire (Mariko 11: 26).

Igikoresho cyakoreshejwe kunga Imana n'abantu ni: umusaraba.
Igikoresho ku mwenda ni urushinge.
Igikoresho ku cyuma ni «poste à souder».
Igikoresho ku bahutu ni abatutsi.
Igikoresho ku batutsi ni abahutu.

Bisobanura ngo
- Yesu ku Musaraba.
- Urudodo mu rushinge.
- Baguette muri poste à souder.
- Colle mu rubaho.

Ngaho nawe reba wowe muhuza-mwunzi igikoresho bagukoresha ho ngo wunge. UMUHUZA-MWUNZI agomba kuba muri matière imwe n'abo ahuza, abo yunga: Abanyarwanda ni yo matière y'umuhutu n'umututsi. Yesu akaba yarahindutse umuntu. Urudodo ni matière y'umwenda, Baguette ni matière y'icyuma. Umenya na colle iva mu biti kuko ni yo ibifatanya. Ibindi waba uzi nawe usabwe kubishyira ahagaragara. Ibikoreshwa ngo bifatane iyo ibyungwa bidahuje matière ntibifata, ni na yo mpamvu utari uwo mu bafitanye ikibazo adashora guhuza cyangwa kunga abafitanye ikibazo. Gukura umuntu hanze ngo aze abe umuhuza, cyangwa umwunzi ni ukwibeshya cyane, ntibyafata kuko bidahuje. Ahubwo nta n'ubwo abantu bazi akamaro k'umuhuza.

Mu idini ryiyita Itorero ntibakunze kubivuga ho, umenya batabizi ntawabarenganya. Urugero: Abanyarwanda (abahutu n'abatutsi) ni bo bafitanye ikibazo, maze wajya kubona ugasanga haje mo abazungu, hakaza mo ayandi mahanga kwivanga mu bibazo by'Ubwiyunge bw'abahutu n'abatutsi. Ntabwo ari byo kuko ntibibareba, nta byo bazi, ahubwo iyo babije mo barabivangavanga, bikarusha ho kuba bibi, buri wese avuga uko abyumva. «URUSHA NYINA W'UMWANA IMABABAZI ABA ASHAKA KUMURYA». N'uko bakaturya, babeshyabeshya, biriza, bahindura n'amajwi muri buri gahunda bakurikiye inyungu zabo gusa.

Nari ntangiye gutomboka, kuko Yesu nanjye ntidushaka abanyamahanga mu bwiyunge bwacu keretse baje kwihana ibyaha byabo baduhemukiye, dore ko na byo ari byinshi kubi. Hakabanza Ababiligi. Ahandi bashobora kuba indorerezi ariko na bwo bakigira yo cyane. Akenshi baba bafite iterabwoba kuko ngo ni bo baba bafasha ibyo bikorwa. Baba ari ba «Bailleurs de Fonds». Uwo nawo ni umugozi ukomeye bakomeje kuboheshwa aya moko (Amafaranga, Bailleurs de fonds, mfite igikomere cyabo). Imana ijye imfasha mbyihanganire. Nabyise kogeza ubugome bwabo, n'ubwirasi, n'agasuzuguro gakabije. Kuko ngo ntawe ubavuga iyo bakora ibyo, kuko ni «ba bailleurs». Kuko bo baba buri gihe bategereje guteranya abantu maze barangiza bakogeza bashinyagura, bagatangira guhimba ama projects azana amafaranga, maze abungwa bagakanura amaso, ibyo ba bailleurs babasabye byose bakabikora batumva ntibanabone. Ba bailleurs bakishakira ko intwaro zabo zigurwa, kugira ngo ba bandi bamarane, tumarane, n'ibindi bibi byinshi umuzungu akoresha. Bakabazunguza, babona bikabije bagatangira kwiriza ubwo ngo birababababaje. Na none bakazana andi mafaranga baza bakurikiye ngo baje gusana ibyangiritse, byangijwe n'intambara. Ibi byose ni ugukora kwa Satani. UMUHUZA –MWUNZI utari uwo muri bo ni uwo kwica ibintu gusa. Ibyo ni uburyo bwo gukora kwa Antikristo, gukora kwa Satani. Aha akunze kuhakoresha abazungu cyane.

Igiciro cyo guhuza ni ugutukwa, kwangwa, gusuzugurwa, kuvugwa nabi kubeshyerwa n'ibindi bibi byose. Igiciro cy'Umwunzi: ubwiyunge buturuka ku kwihana, kwatura, ukihangana ukababarira, ugakunda, ugakomeza umutwaro ntubive mo bitararangira, kugeza igihe impande zombi zizabyumvira, maze rumwe rukihana urundi rukababarira bikabyara ubwiyunge bwuzuye, na bwo bukabyara UBUMWE. Amen!

Uruhande rwahemutse ni rwo ruva mo UMUHUZA –MWUNZI. Urugero: Yesu yagombye guta ubumana ahinduka umuntu kugira ngo ahuze abantu n'Imana. Yemeye ko twakosheje ajya hagati yishyiraho ibyaha byacu abibambanwa ku musaraba maze Imana ibona kubyemera. Ntabwo yishyizeho ibyaha byo muri Edeni gusa, yishyizeho n'ibyakurikiye byose kuko ibyaha bya Adamu na Eva ni byo byabiteye. Byose yabijyanye ku musaraba. Yiyambuye ubumana. Aha ni ho ikibazo kiri: kwiyambura ibyaguheshaga icyubahiro. Ntiyashoboraga kuducungura ari Imana kuko umuntu ni we wakosheje. Yagombaga kuba umuntu rero.

Abahutu biyambuye ubumara bw'ubuhutu kuko ni bwo buremereye kandi buruhije kwiyambura. Satani ni we ufite uwo mugozi. Iyo wihannye uba upfuye. Iyo ubabariye uba upfuye. Ntibibuza abatutsi kwiyambura ibyaha byabo. Kwihanira abandi, kujya mu cyuho. Kwikorera, kwishyiraho ibyaha by'abandi bizana gupfa, bizana urupfu. Urugero ni Nehemiya, Daniyeli, ba Ezira.

Intambwe ya mbere ni uguhuza. Kubabarira, kwemera kwikura imbabazi ukazitanga bihwanye no gupfa: uba upfuye.

Kwihana no kubabarira ni intambwe ya kabiri, bizana kunga. Ni bwo «bwiyunge bwuzuye».

Kuzuka ni imbuto zikurikira urupfu, ari rwo kwihana no kubabarira, kuko nyuma yo kwihana no kubabarira habaho kuzuka ari byo bizana ubumwe bwuzuye.

BA UMUHUZA MWUNZI. Wowe wo mu bwoko bw'abahutu uzasoma cyangwa ukumva ibi, urasabwa kwitonda ugasobanukirwa neza. Menya ko itsembabwoko ari RUSANGE ku bahutu bose, n'iyo waba uri nde, uri hehe, n'ubwo waba warahishe abatutsi benshi bakaguha umudari ugakora mo na cinéma n'ikinamico. Menya ko ni utihana itsembabwoko rizagukurikirana kuko ni karande kuri buri muhutu wese, kandi inkurikizi zaryo ziteye ubwoba. N'ubwo wowe waba utakiri ho, abawe bazabiryora. Ntuzabe igisambo bigeze aho, ntuzikunde ngo usigire abazagukomoka ho umurage mubi, maze ngo ugende uri ruvumwa, nka bene wanyu uko bagiye basize inkuru mbi imusozi.

Inama nakugira rero, nyuma yo kwinginga Imana nyibaza amaherezo y'aya makimbirane y'amoko, amaherezo y'ibyo mu Rwanda cyane cyane IKIBAZO MUZI ari cyo HUTU – TUTSI, ITSEMBABWOKO NO GUHORA, mbaza uko bizamera, uko tuzamera nyuma y'imyaka irenga 18 bibaye. Kandi uko umwaka ushira aho kugabanuka bikarushaho kwiyongera, uko ibihe bishira nta gikozwe ni ko umwanzi nawe akomeza kurundanya ingabo ze, kandi ntacyo Imana yabikoraho kuko ibyo yatubwiye gukora twarabyanze. Urugero rw'ibyunamo bigenda bisumbana uburemere n'ubukana bukarushaho kwiyongera abahahamuka kumpande zombi.

Ihane kugira ngo abana n'abuzukuru bawe mu ishuri batazajya bajomba inshiinge mu bitanda by'abana b'abatutsi. Ukumva umwana w'umuhutu aravuze kuri radiyo ati: tuzongera tubamare yewe. Ubwo ni ko mu mashuri n'ahandi kwibuka bibahahamura.

Abandi bahutu aho guhishurirwa ko ikibazo ari twe twagiteje tukagiteza n'abandi, ko ari twe kiri ho, na bo bakigaragambya mu mutima bavuga ko nabo bishwe. Bikamera nk'ibya Adamu na Eva muri Edeni. Irinde guhangana mu butagondwa bwawe ubanze uce bugufi Imana ikubabarire igukize.

Hari ubutagondwa nita bwa «kibwa», bivuga kudahirimbanira kumenya ukuri guturuka kuri Yesu Kristo, kuko ni ko Kuri kuzuye konyine, ibindi ni ukuremekanya, bigahita bishwanyuka. Wishe abatutsi urabizi neza wa muhutu we, uri umwana w'uwishe, uri umuvandimwe we, uri mwene wabo wa kure cyangwa wa bugufi, uri umwana cyangwa mwene wabo wa za Repubulika zombi iya mbere n'iya kabiri? Uri umuhutu gusa gusa? Niba ushaka kubeshaho abawe, ca bugufi kuko icyaha cy'itsembabwoko si gatozi. Bitabaye, hazajya haboneka buri gihe icyabagabanya. Niba ari na ko Leta yiyita iy'ubumwe yakubeshye irakubeshya na yo itiretse, ibyo ivuga si byo, kuko Leta si Yesu kandi Yesu si Leta.

Wanze ukunze birakugonga. Reka duce bugufi maze ingaruka mbi zabyo zigabanuke, ndetse zishobora no kuzashira ho. Ca bugufi ubanze uhuzwe kuko uracyari kure, uragomba guhura n'uwo mufitanye ikibazo, maze ni urangiza wungwe kuko nawe warashwanyaguritse, ni urangiza wunge abandi. Uribeshya, urumva ugifite akanyabugabo? Satani arakongorera ko mugihari, mukiri ba nyamwinshi, ko n'abazungu babashyigikiye? Ko mukiri 85%, cyangwa mwariyongereye mugeze kuri 95%. Urumva muzatsinda amatora kuko mukiri benshi?

Ibyo byose biteye agahinda; ni ibikurimbuza gusa! Niba ugitekereza utyo nakumenyeshaga ko aho Satani ashaka kukugeza ari mu irimbukiro, ukeneye kwakira Yesu nk'Umwami n'Umucunguzi wawe. Kuba ba nyamwinshi aho kubikoresha mu kugira neza, mu gukiza, byakoreshejwe mu gutsemba abatutsi. Ubwo se havuye mo iki? Si ubugome gusa?

Noneho numvise ngo ko hari gahunda ya Leta n'amadini bafatanije yo kuboneza imbyaro. Ntimuzi ibyo muba mukora koko. Gukundwa no gushyigikirwa n'abazungu byatumye hakorwa itsembabwoko hapfa abantu batagira ingano ku mpande zombi. Miliyoni irenga y'abatutsi na miliyoni eshatu zirenga za ba Nyamwinshi. Kuko ari ba Nyamwinshi nyine nabo bapfa ari benshi. Ubwo ngo umuzungu arabashyigikiye? Ubwo se icyivugo kiri hehe?

Nta shema biteye, nta cyo kurata kiri mo, ahubwo biteye isoni n'ikimwaro, ndetse bikojeje isoni zitapimwa n'ubwonko bwa muntu. Ni tutumvira Imana rero ngo twemere tubabazwe n'ibyo twakoze dusabe imbabazi zivuye ku mutima, tuzazanira igihugu n'abagituye umuvumo urenze uw'itsembabwoko ubwo hapfaga n'uruhinja, n'ababyeyi bakababaga, n'ibindi bitigeze bikorwa kuva aho isi ibereye isi.

Iki ni igihe cya buri muhutu wese guhinduka UMUHUZA MWUNZI, kuko ni we wishe igihugu ni nawe uzagikiza. Mwibuke urugero twabonye rwa Adamu.

Mwibuke ibyo twavuze mu gice cya kabiri ngo «UMUHUTU NI WE UFITE URUFUNGUZO». Umuhutu ni we ugomba gushyira urufunguzo mu rugi, umututsi nawe agakurura urugi agafungura. Ariko ntiyemererwa gufata iserire ngo afungure. Kuko iyo amaze gufungura, ari byo bigereranywa no kwihana, umututsi yigira hafi agahita afungura, bigereranywa no gutanga imbabazi, nawe akihana ibyaha bye. Bikaba biratunganye.

Kugeza ubu urugi ruracyafunze. Kandi rugomba gufungurwa n'abantu babiri. Kandi bikagenda ku murongo, ntihagire ubicurika. Umututsi ntiyabanza kwihana kuko urugi rurafunze. Agomba gutegereza igihe umuhutu azafungurira ngo nawe abone uko abigenza. Ikibazo nuko bidakozwe neza, aba bombi bahama inyuma y'inzu, inyuma y'igipangu, maze igisimba kikaba cyabarya bose. Nsubire mo: Ubwiyunge buri ho, ni nko kuba ufite igisebe cy'umufunzo maze ugahora ushyiraho twa dutambaro bapfukisha tw'umweru nta kucyoza nta n'umuti, ugakomeza ugerekeranya twa dutambaro maze bikongera umunuko n'uburibwe kubera ubwinshi bwa twa dutambaro uhora wongera ho.

Bizagera aho binuke cyane byice nyirabyo udashaka ko bagisyonyora bakacyoza bagashyiraho umuti, byangize n'ibidukikije. Ni ko Ubwiyunge bwa Komosiyo bumeze. Kuko kwirinda gutoneka umunyagisebe uba umuhemukiye cyane ni nko kurwara ikibyimba maze ba Sempuhwe na ba Nyirampuhwe na ba Mukampuhwe, bakanga ko bakimena kandi cyahishije ngo kugira ngo batakubabaza. Mama shenge! Kizakwica.

Kandi baziriza ngo bababajwe n'urwo rupfu. Ubwo ni ubugome mu bundi kuko ugira agahenge k'akanya gato iyo uhuha ho gusa, ari byo ngereranya no kutavuga ku moko, gukora ingando, gushyiraho morali, n'ubusabane n'ibindi. Izo mpuhwe zitwa iza bihehe, cyangwa amarira y'ingona. Kwirinda gutoneka umuhutu ni ukumwica. None se gushyiraho ibintu ngo bidatoneka si ukwica abahutu kabiri, bakabaho nk'ibihungetwe? Kuko ubwabo bazi aho ikibazo kiri, maze abandi bakabereka ko ari inyange zera de. Ubwo se hari uguhahamuka kurenze uko? Kubaho utari ho. Hari urupfu rurenze urwo?

Uko byamera kose hamwe n'ibyo nagiye mbabwira bindi, iki ni igihe cya buri muhutu wese cyo kubaza Imana nawe akibaza, akababazwa n'itsembabwoko agasaba imbabazi batarinze guhamagaza abamushinja ngo n'abamushinjura. Mureke twikize dukize n'abazadukomoka ho. Naho ubundi byaba ari ugutera imigeri ku mihunda aka Yesu abwira Pawulo. Nababajwe n'umwe mu badufitiye za mpuhwe nababwiye za bihehe, yarambwiye ngo birakomeye ngo kandi abazungu barakajwe n'ibyo mvuga, ngo none ni mbireke ngo bizavugwe n'abana bacu? Urumva di? Urumva ubusambo no kwikanyiza n'ubugome?

Mbese ni nceceke igihe akiri mu buyozi abe yirira, ibibazo by'abahutu n'abatutsi ntacyo bimubwiye, we arashaka kwirira gusa, ntihagire ukanga rutendeli, maze bizarushye abana we yarariye yarahaze. Mbega ubugwari! Ngo ne gukanga rutenderi ari we muhutu,

331

n'umuzungu ngo ni bo barakara da! Ngo kandi icyo gihe biteguraga n'amatora. Ubwo ngo kubera imfashanyo zo gatsindwa zo kavaho, zo gashira, zo kwiyica ntizice abiyita Abanyarwanda, urumva ubugome? Abana babiroshywe mo barabisanze, twe byabaye turora tubyihorere maze abana abe ari bo bazabiryozwa Barabivukiye mo? Uranyumvira abo banyarwanda ngo bakunda u Rwanda? Uranyumvira abo bayobozi? Mbese abana bazakize ibyo batazi, maze twe byabaye turora twabigizemo n'uruhare twicecekere, twirire, dukurikize politiki yo kudatonekana, yo kudakabya.

Hari aberuye beruye byabarenze bambwira ko nkabya. Abo ni abahutu kubera igikomere. Undi nawe w'umutegetsi w'umututsi, umunyamakuru amubajije ibyanjye ukuntu nyuranya na Komisiyo yiyita iy'ubumwe n'ubwiyunge, aransetsa ati uriya ni extremiste (intagondwa, umuhezanguni). Uwamubazaga w'umunyamakuru w'umuganda ati ese ni intagondwa yo mu ruhe ruhande? Abahutu cyangwa abatutsi? Atangira kurya iminwa, bimera nka cya gihe Yesu abayuda bamutegaga umutego, maze nawe ahita ababaza ati ese Yohana Umubatiza yaturutse ku Mana? Barajujura baravuga bati nituvuga ko atavuye ku Mana, hari abari mo kubatizwa baradutera amabuye, kandi ni tuvuga ko yavuye ku Mana turaba twisuzuguje. Maze ngo baramusubiza ngo ntabwo babizi. Nawe arabasubiza ati: N'uko rero nanjye simbizi. Byazamera nka ya Mpyisi itamiye inyama ishyushye maze irayotsa iti «mire mire mire umuriro? Hanyuma se bwo, ncire ncire akaryoshye?» Inyama igomba kuba yarayokeje ikanayica. Ibyo sinkabirye nawe ntukabirye.

Kandi ibi bintu byo kwihana nk'abahutu icyaha cya jenoside nk' «icyaha rusange», mumenye ko bikiza abarengana bigahana abakoze ibyaha. Cyeretse niba mudashaka ko Imana idukiza. Rusange iyo yihanwe ikiza abarengana, igahana abagomba guhanwa.

NDAMAGANA IMIKORERE Y'ABANTU Y'UBURYO BUNE

Aba mbere ni bene wacu b'abahutu badashaka kwihana, izo ntagondwa, abo bahezanguni umwanzi Satani arabashuka bakongera ibyaha ku bindi, barihima bagahima n'abazabakomokaho, ariko niba bihimaga bonyine ntibatere abandi umwaku, kubera «icyaha rusange».

Aba kabiri ni abatutsi b'ibisambo ngo badashaka kudutoneka ngo bakomeze birire, kandi ntabwo bemera ko bishe abahutu; none ngo ninceceke bibereho mu mahoro biyumvikanire n'umuzungu na banki y'isi yose, na FMI (Fond Monaitaire International), na Banque Africaine de Developpement (BAD), na Union Européenne, maze uyu nawe akomeze abarohe mu kanwa, nibarangiza bisubirire muri Kongo-Zayire bivanireyo utwangushye.

Ariko nta mahoro bazagira habe na rimwe, kuko ngo uhongera umwanzi amara inka, n'iyo mwarenzaho mute, ntabwo inzigo y'itsembabwoko yamarwaho n'ubusambo, n'umururumba kuko byose byaba biri mo gukorerwa hejuru y'amaraso y'inzirakarengane. Ntabwo guhora ingabo za RPF z'abatutsi bakoreye abahutu byamarwaho n'ibyo nise amashyengo yo kurenza ho.

Umututsi umwe wo mu «CYAMA» yarambwiye ati yego uri umwiyahuzi kubona utinyuka kuvugira ibi bintu mu Rwanda ku mugaragaro; yongeraho ati kandi ni byo rwose mugomba kwihana (abahutu), ati ariko niba wabivugaga ntibakeke ko ari twe twabigutumye, kuko biri mo ukuri kwinshi. Uzadufasha iki ngo ujye ubibwiriza ariko bene wanyu ntibakeke ko twabigutumye. Urumva uko batekereza? Urumva uko imitima yabo imeze? Umva ikimubabaje suko bitamuryoheye, ahubwo niba batakekaga ko ari bo bantumye. Mu mitima biraborohereza kubera ubwibone bwabo bumva ngo kwihana kw'abahutu baba babaye imbwa ariko ntibabigaragaze. Amagambo namushubije Imana ni Yo iyazi. Yabuze uko angenza kuko twari ahantu hari abantu benshi maze ntangira gusakuza, nshaka no guhamagara abanyamakuru b'Umuvugizi n'Umuseso, kandi barabatinyaga cyane. Uwo mu «fandi» yanteye umujinya.

Kuva ubwo yatangiye kunyanga urunuka ndetse hari aho yampamagaje nanga kujya yo musaba ko bampa convocation nkabona kwitaba cyangwa se niba ari ugufatwa bakazana mandat d'arrêt. Mbega urwango anyanga! Ndetse yari mu gatsiko kagerageje kunyambura ubuzima. Ni nde ku isi wihannye akaba imbwa? Mumbwire: ni Dawidi se? Ni Mariya Madalena? Ni Daniyeli ibice 9? Ni Nehemiya ibice 9? Ni Pawulo mu nzira ajya i Damasiko? Ni igisambo cyo ku musaraba? Ko ahubwo aba abaye umugabo yiyunze n'Iyamuremye, kandi nyuma akagira amahoro n'abazamukomoka ho, akareka kubebera no gushushungwa no kugirira umujinya icyo ari cyo cyose kinyuranyije n'ibyo atekereza. Ahubwo jye mbona kutihana ari bwo «bubwa». Ni mvuga ububwa, burya imbwa igira ibyiza byinshi. Impamvu nuko ibigayitse byose babigereranya n'ububwa... Nanjye nafashe urwo rugero ariko jye mba numva biri hasi y'ububwa.

Byumvikane ko bigayitse ndetse biri hasi y'ubugoryi n'ubucucu ndetse biyobowe n'ubugome ntangarugero. Kutihana ni bwo bubwa, kutemera amakosa ari yo byaha ni bwo bubwa. Ntegereje abazandega ko navuze ko abatihana bose nabise imbwa. Icyo gihe bazahita bagaragaza ko bakoze ibyaha mu rwihisho bakaba batarafatwa ngo baburane. Ni barakazwa na byo bazahita bihamya ibyaha maze byorohereze ubutabera. Bazahita bashyikirizwa ubutabera. Ikigeretseho kandi kibihatse n'uko uwihannye wese aba azabona ubugingo buhoraho.

Ubwo abiyemezi bazaba bahekenya amenyo barimo kuburana iz'amahugu imbere y'Imana, Satani abatsindiye, undi akazaba yibereye mu gituza cya Yesu, maze nawe uti iki!

Undi nawe twasenganaga wahishuriwe, ati «abahutu muradusize mudutanze kwihana, mugiye kubohoka mwenyine? Ubu se bene wacu bakunda ra? Ko bakiri mu Ntsinzi se bazi ko nabo bariho amaraso, kandi ko banakomeje kumena andi. Kandi umututsi uzi ko umuhutu ari we munyabyaha gusa yirinde, arihemukira cyane kuko n'ubwo yarunda ibya Mirenge ku Ntenyo, ntacyo byazamumarira. Abahutu bazamubere urugero, bamubere rétroviseur, ajye ahora asubiza amaso ye inyuma, igihe azaba atwaye iyo MODOKA ye ari yo Rwanda, kandi ajye yibuka no kongera amavuta muri Moteri (FPR), kuko ibyo baruhiye ntacyo bibamariye, nk'ababababanjirije», kubera ibyaha byinshi, ntabwo mwabarusha kurundanya no kwigwizaho bijyanye n'ibihe buri wese yabaye mo cyangwa ari mo. Nyamwanga kumva ntiyanze no kubona, aba mbere barabonye na n'ubu bakibona.

Aba gatatu nihaniza, namagana, ni abazungu cyane cyane Ababiligi kuko ni bo bica ibintu kuva cyera, noneho ngo nakoze ku bahutu mvuga ko itsembabwoko ari Rusange, ngo kandi bera deeee! Umenya ahubwo barimo gukora dosiye yo kundega no gukoresha mandat d'arrêt international, noneho bakandega i La Haye, kuko sinabakundira kujya Arusha cyangwa i Mpanga. Aba bazungu b'Ababiligi mbega ngo "Rusange" y'abahutu irabashyira hanze!

Ubonye ngo bahaguruke bahagarare batarigeze bahagarara igihe abo bahutu barengera bamaraga abatutsi. Maze ubu akaba ari ho babafitiye impuhwe zo kubarengera. Bitera kwibaza byinshi. N'ubundi si ndareka iyi dossier. Mpita nibuka igihe abakiga barimbaguraga abanyenduga uko bishakiye, abo Babiligi bari hehe? Bari hehe? Ndabaza. Ko batigeze bakopfora muri jenoside abasirikare ba Habyarimana bamaze kubicira abasirikare? Nyuma yo gupfusha abasirikare babo b'abasore 10? Mbega inyungu-nkunguzi! Mbega politiki yaboze! Ubu tuburanye bantsinda koko? Bansubiza iki? Ko ari ukubera «diplomatie»? Cyangwa izindi nyungu? Umubiligi? Uyu mubiligi yibuke ko ari we Satani yakoresheje mu gutangiza umuzi w'amoko mu bahutu n'abatutsi, yarawufumbiye arawuvomerera, urakura uranabyibuha, uzana amashami menshi, akomeza gushyira mo n'ifumbire mu moko hutu-tutsi, agomba kuba yaranashyize mo ifumbire nvaruganda. Yarejeje aranasarura. Ntabwo abariho bazi aho biva, ariko ni kuri bene wabo b'Abakoloni, ni amashereka bonse, barashaka gusohoza umugambi wo kumarisha aya moko, bakomeza kubyinisha hutu-tutsi nk'utumarimari. Baraducurika bakaducurura, tugakomeza kuvuga ngo «ndiyo bwana». Ni ko Satani abakoresha. Ndabivuga mbizi kuko nabibajije Imana, mbifitiye ibisobanuro birambuye kandi bifatika na simusiga.

334

Naratangaye kubona Umubiligi mu bazungu bose bari mu Rwanda icyo gihe ari we wakanuye amaso ngo natutse abahutu, ngo nibanyamagane, ne kuvuga ngo umuhutu yihane, ngo nta cyaha yakoze arera. Naje no kumenya irindi banga rikomeye ku birebana n'aya moko na none, aho umubiligi yayafatiye, nza gusanga buri bikorwa hafi ya byose byerekeranye n'ibyo bise Ubumwe n'Ubwiyunge bw'aya moko «hutu-tutsi» biterwa inkunga n'Ababiligi: Minijust, Komisiyo y'ubumwe n'ubwiyunge, Gacaca. Naratangaye umenya na Komisiyo yo kurwanya jenoside na yo iterwa inkunga nabo, na TIG, n'ibindi. Birya byo gukora za "morali na byo bagomba kuba ari bo babitera inkunga. Byose barabikurikirana, bagatera inkunka Ubumwe n'Ubwiyunge bw'ingando, bavuga amateka no gukunda igihugu, ibyo ntacyo bibatwaye; bagasabana basoma ku musururu barya n'ibigori.

Icyo gihe abazungu na bo basabana bakabafotora, ibyo ntacyo bibatwaye, bagasangira ikigage n'ibigori, ibyo ntacyo bibatwaye, bagatera inkunga abavuga ibya za «morali», ibyo babitera inkunga vuba, banatera n'inkunga abashaka gushakashaka niba jenoside yaba yarabaye ngo bagashakashaka n'icyayiteye n'umubare nyawo w'abapfuye. Guhora babarura abacitse ku icumu, bitajya birangira wagira ngo ni bo benshi mu Rwanda, kandi wumva batuzuye na minibus. Ngabo Ababiligi! Ababiligi batera inkunga. Ariko navuga nti: ibyo ntacyo bimaze byose ni iby'inyuma na dipolomasi na politiki, reka twihane itsembabwoko ni Rusange, bati: «Vuga uvuye aho, ni wongera turahagarika imfashanyo». Bagasaba ngo Leta impagarike kuvuga kandi nta butumwa bwayo ngira. Ariko bariya bazungu baba bazima? Bababara hehe se iyo mvuze umuhutu n'umututsi ko bo atari bo? Kuki batonekara? Barangije ibyabo na byo bitoroshye ko na bo mperutse kubona bibagora kubona Minisitiri w'Intebe hagati y'Abafurama n'Abawalo. Iyi ni isoko yujuje ibyangombwa.

Navuga byinshi ariko abazi ubwenge barabyumva bazabisobanurire n'abandi. Ni byo koko Umubiligi yagombaga kubabazwa n'uko habonetse umuti w'aya moko. None se dukize, yazongera gukinira kuki, kandi akunda gukinira ku bahutu n'abatutsi. Ko ari business imuryohera kuko biramworohera kandi abimaze mo igihe, abifite mo uburambe. Kandi aya moko arayazi. Umututsi wiyita Umunyarwanda ukorera muri Loni kuva cyera (yarakijijwe shenge uretse igikomere cy'amoko) yarambwiye ati: «turi muri Togo hari umuzungu watubwiye ibyo tutari tuzi ku birebana na hutu-tutsi». Yavuze ko abazungu baje mu Rwanda bafata imigambi yo gupima aya moko, ngo basanga abahutu ari ba «exécutants» bivuga ngo ni abahita bemera ibyo bababwiye byose ni: «ba yego mwidishyi». Bemera badatekereje. Ariko ngo bakandiye ku mututsi basanga bimwe arabyanga. Kubera rero ko batashakaga abatekereza, bishakiraga abemera batabajije, bivuga abo bakorana ariko bakabasumbya ubwenge, basanga umututsi arakurikirana ngo cyane ndetse

335

akanivumbura yabanje gucukumbura agakoresha n'amayeri menshi ntiyemere ibyo bavuze byose.

Ngayo nguko! Bahise bikundira umu «exécutant» kuko ari we wari igikoresho cyiza cyujuje ibyangombwa, bashwana n'abatutsi urunuka batyo, atari ukubera ko bakunze umuhutu, ahubwo ari inyugu zabo.

Ese ubundi kuvuga ko abahutu tugomba kwambara ubuterahamwe tukihanira abatutsi «bacitse ku icumu», na bo bakambara ubucikacumu bakatubabarira. Byarangiza, bene wabo bavuye hanze bakihana ubwicanyi ingabo zabo zakoreye abahutu bwo guhora, ko ntigeze nshyira mo umubiligi, niba nta ruhare abifite mo yasajijwe n'iki? Arampora iki? Nasubize iki ngiki.

Namuha urugero rumwe muri nyinshi mfite, nifashishije ibyo Rukara rwa Bishingwe w'umupagani yasubije Padiri yihaye ibyo kwivanga muri dosiye ye igihe yicaga umuzungu. Ati Padiri ko waje kwigisha Ivanjiri, iby'ubucamanza ubije mo ute? Ko ndeba wabishyushye mo cyane. Nanjye navuga nti: Ese ko Ababiligi bari Rwanda mu rwego rw'ububanyi n'amahanga n'ubutwererane, iby'abahutu n'abatutsi babije mo bate? Ni ikibazo. Aho ntibagenzwa na twinshi koko. Niba ari abagabo nibansubize iki kibazo kandi ndasaba abazabishobora kuzahindura aya magambo mu gifaransa n'igifurama bakayumva neza maze nkareba icyo bansubiza. Erega ni abana n'abuzukuru ba ba bandi b'abakoloni maye!

Aba kane nihaniza ni amadini ya «ntakoreka» yitwa Kiliziya Gatulika Ntagatifu n'Urusange rw'abatagatifu n'Abaporoso, mbese abari mu Rwanda batagize icyo bamara ngo itsembabwoko ritaba cyangwa ngo rihagarare. Bitwa«abavuga rikijyana»…nuko. Aba na bo, Mana yanjye, ibyabo byaranyobeye. Kugeza ubu ntibarasobanukirwa ko ibihe byahindutse, ko ntawe bagikanga. Ndihaniza abayobozi ba Kiliziya Gatulika n'abanyamadini muri rusange n'abayoboke bayo b'intagondwa. Impamvu mbihaniza n'uko nagiye mpura n'ubugome bwabo ariko Imana igakinga ukuboko kwayo. Nagiye nkubitana nabo bica ibintu tugashwana, aho babuzaga abajenosideri kwihana, ngo amahame remezo ya Kiliziya ntiyemera ko umugabo ashinja umugore cyangwa ngo umwana ashinje ababyeyi. Ibyo bikavugwa na Musenyeri na Padiri n'abandi batorewe imirimo ya za Alitari zabo zo ku tununga.

Byarambabaje cyane kubona amahame ya Kiliziya Gatulika atemera biriya ngo kuko byasenya umuryango, maze ayo mahame akaba yaremeye ko itsembabwoko rikorwa kandi twese twari abagatulika icyo gihe. None se itsembabwoko ryo ryubatse umuryango? Cyeretse niba ari ko Kiliziya yubaka. Abakoze jenoside ujanishije wasanga bari 99% b'abagatulika, nawe unyumvire. Mbese ni hafi y'igihugu cyose. Kuki batabujije itsembabwoko kandi bari babifitiye ububasha bahabwa n'ubukire n'imbaraga no kumvirwa bibari ho igihe gito. Na

Papa wabo wafashe umwanya w'Imana n'Umwana wayo mu isi? Kuki? Kuki baretse hakaba amahano ameze kuriya barebera bakabigira mo n'uruhare rugaragara? None ngo abajenosideri be kwihana barasenya umuryango? Abantu ntibabura ibyo bavuga koko. Erega nta soni ngo itsembabwoko ni gatozi! «Umuntu ku giti cye». Mbese bahinduye abantu bose ibicucu, n'Imana bayihindura igicucu. None se iyo bavuze ngo Padiri yishe abantu, uwari uyoboye Paruwasi cyangwa Diyoseze yari yambaye gisirikare afite na pistolet ku itako, yishe abantu, yagendanaga imbunda, yategetse ibi n'ibi, yicishije abantu mu Kiliziya dore ko abenshi ari ho baguye.

Ese ibi byonyine ntibyabatera, nka Kiliziya, isoni n'ikimwaro? Kwica no kwicisha abakirisitu babo, none ubu bamwe bari mu maboko y'ubucamanza ni yo mpamvu batanguranwa muri byose ngo itsembabwoko ni gatozi bagahera aho banyamagana. Ibyo byo barabizi. Ngo iyo babafunze Vatikani irasakuza kandi ngo na Musenyeri kanaka nawe ibimenyetso biramuhama, ariko ngo babanza kubyitondera kuko byarakaza Papa, icyo gihe biba bivugwa, Kiliziya Gatulika imera ite? Papa we se amera ate? Kiliziya ubwayo ko yivugira ko ari umuryango ndetse ngo ni UMURYANGO MUTAGATIFU. Yari hehe cya gihe? Ntibakomeje gusoma misa se ibikurikiranira hafi? Ndabaza aho Papa Yohani Pawulo wa kabiri yari ari itsembabwoko riba mu Rwanda. Abakaridinali na ba Musenyeri n'abapadiri bari hehe? Ikoresha igitugu isanganywe? Ikicecekera? Ntabwo biba biyireba? Rahira ko iyo babibona mo inyungu baba batarabiburije mo. Ngaho nawe nsubiza kandi wibwire ukuri. Ntibakomeje gutamba ibitambo bya misa birengagije IGITAMBO cya Yesu cyatambwe rimwe (1) gusa ngo bibe bihagije iteka. Rahira ko mudaterwa n'isoni n'ikimwaro cyo kumva umwe cyangwa benshi bo mu banyu muhuje ukwemera barakoze ishyano? Maze mugahita mukora inama zo kubihindura gatozi kugira ngo igihugu kidakira. Izo nama kuki mutazikoze mbere amahano ataraba, ngo muyatambamire? Kuki mutahishuriwe mbere ngo mutambamire amahano? Mufite ibyo munsubiza? Inama zabaga zose s'izashyigikiraga ubutegetsi bwari ho? Kuki mwirirwa mushakisha ibyabahindura abere? Ng'ibyo ibigomba kubatera kwihana. Kuki mbere hose mutashakishije uko ariya mahano atabaho? Ibyo byose ni byo bituma mudashobora kwihana nk'idini. Kugeza ubu Kiliziya ikaba yaracecetse igenda ibikwepa kuko yibwira ko yihagije, igakomeza gusomera misa hejuru y'amaraso y'inzirakarengane, igakomeza gukora imihango yayo nk'aho nta cyabaye.

Nta soni kuba mutari mweza izo Kiliziya zanyu n'amaraso yazimenekeye mo. Mwarongeye musomera mo za Misa aho mwiciye inzirakarengane? Mwigeze se muzeza ra? Mwabanje kwezwa ubwanyu cyangwa mukemera zikaba amarimbi «umugani wa Sankara». Kuko n'ubundi ni yo. Simpangana namwe, ndavuga kuko ni byo nshoboye, kuko Imana ni Yo muzibonanira umunsi Yesu yaciye amateka. Kuko muri indakoreka ni ko byanditse kuri mwe.

Naho ubundi kubera ubukire n'imbaraga muhabwa n'ibyabanditswe ho, murasohoza ubuhanuzi bubi, ariko icyo ntemera ni uko mwayobya n'umwana umwe w'ubugingo ukeneye kwikirira. Naho ubundi gahunda ya Kiliziya Ntagatifu iri ho, yahozeho ariko ntizahoraho. Icyo nsaba ni ukutivanga mu bo Yesu yapfiriye mubabuza kwihana no kwatura ibyaha byabo ngo bibonere imbabazi z'Imana, cyangwa wenda wasanga mwarababwiye ko bazajya bicuza icyaha cy'itsembabwoko mu ntebe ya Penetensiya, cyangwa mwarababwiye ko nibapfa bazahitira muri Purugatori. Hagakurikiraho kubasomera misa nyinshi zizabakura mo.

None se ko ntarumva hari Padiri cyangwa Musenyeri watanze ubuhamya avuga ko hari umukirisitu wamwicujije ho abo yishe? Ugiye kumbwira ko ari ibanga? Kubera iki? Ufite ibisobanuro? Urashaka kumera nka wa wundi ngo wahoraga yicuza icyaha cy'ubusambanyi mu ntebe ya Penetensiya, maze ngo Padiri aramubaza ati «Ariko se mwebwe mubakura hehe»? Niba babeshya simbizi. Ni urugero rusa nko kubuza abakoze jenoside kwihana. Kandi barahari benshi, babanje gutanga icyiru, maze bigahwaniramo. Mana yanjye! Ngaho nimukomeze gahunda zanyu zo kujijisha z'ibikorwa by'amajyambere, mwikorere na politiki nk'abababanjirije mukomeze n'agasuzuguro gakabije, kuko na byo ni rusange kuri mwe.

Biri mu nshingano za Kiliziya kuva yavuka yitwa yo yikundira politiki mbi cyane. Mujye mu byanyu ariko mureke abishakira Imana nta kindi bishingikiirije ho bayibone, mwoye gukomeza gushinyagurira abajenosideri mwaroshye mu itsembabwoko none bakaba bashaka kwikirizwa kugira ngo mudahitana n'ubugingo bwabo, muramenye rwose. Ni Rusange, Musenyeri wumve, Padiri wumve, nawe muyoboke wa Kiliziya udashaka kwihana wuzuye ubufana bw'idini wumve neza ko: itsembabwoko ari rusange kuri buri muhutu wese n'iyo yaba ari Padiri, Musenyeri (mu Rwanda nta Karidinari mugira), nawe ahari ari umuhutu yaba ari umujenosisedi, na Papa niba yari umuhutu yari kuba ari Interahamwe cyangwa CDR, kandi mwibuke ko intambara yabaye na Papa avuye Rwanda. Yari yaje gukora iki?
Nta n'ukwezi kwashize, intambara iba iratangiye. Murashaka se ko mbicukumbura? Ntabwo ari cyo kigenderewe.

N'ubwo waba uri umunyacyubahiro kigera he, uri umuhutu ntaho wahungira itsembabwoko, rirakubumba rikubumbabumbe, cyeretse wihannye. Ni ishyano kubona Gatulika itari yihana uhereye kera amarorerwa yayo cyane za 1959. Na nyuma yaho, yewe na mbere yaho kugeza ubu. Repubulika ya mbere, iya kabiri, iya gatatu mwaciye bugufi mukihana mukareka guhora mucungira ku bivugwa ko ari byo bibibutsa ibyanyu aho bigeze, mugira ngo byarashize naho byahe. Ngaho ni mube ABAHUZA-BUNZI.

338

Ntawe nanga nta n'uwo ndwanya ndanabakunda cyane, ahubwo nanga kandi ndwanya imikorere yanyu. Ariko ngo ukuri kurababaza, kandi ngo guca mu ziko ntigushye. Mwamenyereye ukuri guhora gushya. Mwemere mugonde ni mwanga Imana izabagonda ku ngufu. Dore ndabibandikiye! Mwiyambure ibyubahiro mwambare guca bugufi. Ese mwazabajije Imana mwiherereye ibi mbabwira. Aho yo muyifitiye umwanya? Yo rero izawubabonera. Kuko kutemera icyaha nta bugabo buri mo, kutihana nta bugabo buri mo, ahubwo byongera ubugome no gukomeza gushaka icyakingira ibyaha binyuze mu bundi buryo bubi nabwo bwongera ibyaha. Amafuti gusa gusa, maze ibyaha bigahamagara ibindi. Murasabwa kwihana mwese.

Ngo umunsi umwe abagabo babiri bitwa Kuri na Kinyoma bagiye ku ruzi koga. Bikuramo imyenda baroga, nyuma Kinyoma aza yiruka yambara imyenda ya Kuri ahita yiruka arigendera. Kuri avuye mu mazi abura imyenda ye ahasanga iya Kinyoma, arayitegereza yanga kuyambara rwose, atangira kugenda yambaye ubusa. Abamubonye bose bagasakuza bati: ayiweee Kuri yambaye ubusa! Yahisemo kwambara ubusa, kuko imyenda ye yari yambawe na Kinyoma ngo yiyoberanye, ariko biranga byitwa ko: Kinyoma ari Kinyoma wambaye imyenda ya Kuri yamwibye, kandi ko Kuri we yahisemo kwambara ubusa aho kwambara imyenda ya Kinyoma.

TUREKE GUHORA TWIKORA MU NDA, U RWANDA SI UBUKINIRO

Idini yose n' ubonetse wese afite icyo aruvuga ho. Uru Rwanda umuntu urufite mo Ijambo ni Yesu wenyine mureke atuyobore. Buri wese uhaze yumva yategeka u Rwanda? Njya ntangazwa n'abiyita Abanyarwanda, abahutu, abatutsi usanga bivugira ibyo babonye ibyinshi ntabyo bazi, n'amateka ntayo bazi, bafatira aho biba bigeze n'uko babyumva n'ibyo biba bisize, maze buri wese akagira ijambo kandi akurura yishyira. Kubera umuhamagaro w'Imana no gutoranywa na yo ngo nyikorere ibi bihe by'imperuka, kandi kuba yarashatse ko njya mu birebana n'ibibazo by'aya moko, byatumye, haba mbere ya za 1994 cyangwa nyuma yaho, imenyesha mu buryo bwinshi iby'u Rwanda. Ibya Repubulika ya kabiri byinshi nari nkiri umupagani ntarakizwa ariko byaramfashije cyane kuba naramenye byinshi. Maze guhamagarwa, mpawe umurimo wo guhuza no kunga byagiye binyorohereza gusobanukirwa. Nyuma ya 1994 na bwo namenye byinshi cyane birebana n'igihugu. Nabishaka ntabishaka narabimenyaga gusa nkagira ngo wenda Imana irashaka ko mbisengera gusa. Abatutsi batari bamenya uwo ndi we bambwiye byinshi, na ho byari biri mo byinshi bizamfasha mu murimo nahamagariwe.

Naramenye, ndamenya. Ingero zimwe ntanga nagiye nzihabwa n'Imana ubwayo, izindi nkazihabwa n'abantu bapfaga kumbwira ibintu bifatwa nk'ibikomeye, nk'amabanga amwe yo ku mpande zombi kandi ntabibabajije. Byose hamwe bintera gusenga no kwinginga mbaza Imana cyane.

Byoroheye Imana kuvuga ibyitwa amabanga ya Repubulika ya mbere, iya kabiri, iya gatatu hamwe n'igihe cy'abami. Kuko byose biba irora, kandi yo ntijya ihomba cyangwa ngo igire ubwoba. Impamvu u Rwanda rwabayeho rukaba mo amoko atatu HUTU-TWA-TUTSI, ni iyihe? Ikindi tutagomba gupfa, ni bimwe abahutu babwira abatutsi ngo nibasubire muri Etiyopiya iyo baturutse. Izo ni nka za ncyuro za Mugesera ziri mo ubugome bwinshi maze ngo banyure muri Nyabarongo ubwo ngo n'ukubata mo. Abatutsi bo se babwiye abahutu ngo basubire muri za Cadi na za Kameruni na Centre Afrika noneho bo bakanyura iy'ubutaka. Kandi baranayinyuze koko rero. Uko ni ko abatutsi na bo babwira abahutu bagasubira za Cadi iyo ng'iyo baturutse n'ahandi namwe muzi mukurikije amateka uko yatubwiye. Abatwa bo ngo ni abasangwabutaka ariko na bo ntibabumbiwe mu gitaka cyo mu Rwanda. Hari aho bavuye kuko nyuma yo kubaka umunara w'i Babeli ni ho abantu batangiye gukwira isi. Ibyo ntawabijyaho impaka (Itangiriro 11).

Buri bwoko bufite aho bwaturutse, tugeze ino twitwa Abanyarwanda bagizwe n'amoko atatu Umuhutu, Umututsi, n'Umutwa. Nta n'ubwo buzanwava ho, hazavaho imikorere yabwo. Muribeshya cyane ntitubitindeho. Ndetse n'akazi kari gatandukanye kandi kuzuzanya. Umuhutu agahinga umututsi akorora, maze umutwa agahiga. Ibi na byo mbifitiye ibisobanuro. N'ayandi mahanga afite amoko ndetse menshi kandi barabana bakuzuzanya.N'iyo bagize icyo bapfa ni bya bindi by'abavandimwe gusa, izibana zitabura guterana amahembe ariko ntizimarane, uretse ko hari hamwe na hamwe bahora bashyamiranye karibu kumarana.

Aho tubarushiriza umuhamagaro n'uko ahandi buri bwoko bugira ururimi rwabo ariko mu Rwanda, aya moko twese tuvuga ikinyarwanda kubera umuhamagaro. Aha ni ho umuhamagaro ukomerera, ni ho umutego uri. Natwe tugapfa kubaho gusa, bikamera nka ya ndirimbo ngo ko bucya bukira amaherezo azaba ayahe? Nuko mbese ni nka bene Data b'Abarundi. Na bo bavuga Ikirundi kandi ni Abarundi, bari mo na bo ya moko ac'ibintu ari bo HUTU, TUTSI, TWA. Ibisa birasabirana. Kandi n'ubundi bigiye kujyana. Kurikirana amateka waba uzi urasanga bisa. Imana yerekanye mu Burundi ko kuba nyamwinshi ntacyo bimaze maze nyamuke irabategeka ikoresheje imbunda n'amasasu n'amavuta abari ho (ako ni akandi). Sinzi uko byagendekeye nyamuke y'i Burundi, yabyifashe mo nabi none ubu nyamwinshi ni yo iri mo konka. Ariko bitegure kurekura, Imana igiye kubyivanga mo kuko nyamwinshi yatangiye gusubiranamo. Ni uburyo bwo kugira ngo abatutsi bagaruke ariko bazagarukana irindi hishurirwa, abo Imana yateguye ngo bayiheshe Icyubahiro. Sinzi ubwo nigeze kurota mu Burundi hagarutse Ubwami bwubaha Imana. Narabirose.

Aba nabo ntibazi ko bari ku bipimo ko bizasubiranwa na ba nyamucye bamaze gusobanukirwa n'umuhamagaro n'amavuta abari ho. Ntumbaze byinshi kuko ubu wabona ntombotse nkakubwira bike kuri gahunda y'Imana mu Biyaga bigari. Ba nyamuke bamaze kwisobanukirwa bakumvira Imana yabaha kuyobora na none. «Ndi mu Mwuka». Kuko bafitanye igihango utapfa kwikorereza. Mbikubwiye uri nyamwinshi warakara ukibaza byinshi, wanambaza byinshi ndetse waba n'umugome no kurusha ho, kuko kamere yawe ntiyagukundira guca bugufi ngo wumve neza iby'Imana ishaka. Wahita wumva ushaka n'amatora, maze nawe uti iki? Kugira ngo aba na bo bazabigere ho «ba nyamuke» hazaba hasigaye ingerere kuko ntibumva. Ni bacye kandi bakomeza gushira kandi bariyemera cyane bakiyemera no ku Mana ishaka kubakoresha. Nutabyumva sinsubira mo kuko si byo nagendereye. Uzanirinde kubingarura mo cyeretse mbyishakiye. Nuko mbese ni nka bene wabo biyita Abanyarwanda.

Ariko mu Rwanda ni ba hatari cyane. Nyamuke yarabanje ikoresheje umuhamagaro n'amavuta, maze birayinanira. Hakurikiraho nyamwinshi itegekeshanya ibikomere n'ubwinshi, itegekana amavuta yo guhana, na yo birayinanira. None kandi hataye ho nyamuke itegekeshanya amavuta y'umuhamagaro n'ingufu, n'amavuta y'impindura-matwara... Sinzi uko bizamera. Birakomeye! Ariko aya mavuta arabira azotsa benshi. Kuki aya moko? Kuki abatutsi b'abami bavuyeho muri 1959? Kuki abahutu-Nduga bavuyeho muri 1973? Kuki abahutu–Bakiga bavuyeho muri 1990 (kuko ni ho Imana yahagarikiye Habyarimana). Igihe FPR itera taliki ya 1/10/1990, niba utari ubizi bimenye, mu ijuru ni ho banditse mu gitabo cy'urwibutso ko «hutu» abaye ahagaze, sinzi niba atari burundu, n'ubwo we yakomeje gukina agatsinda ibitego bitemerwa. Kuki? Kuko ifirimbi yari yavuze kandi nta n'umuzamu wari uri mo. Nagiye nshyira ibisobanuro mu bindi nanditse cyangwa navuze ariko ikigendererwa nuko u Rwanda rugomba gukira, ku neza cyangwa ku nabi. Namenye byinshi uko byagiye bisimburana ariko byongera imivumo.

Kandi ikigaragara nuko umwanzi Satani aba abikorana ubugome ndengakamere, kuko no mu bahuje ubwoko atajya abatinya nko ku Rucunshu. Abanya Gitarama bagiranye amakimbirane bava mo abitwaga ko bataye umurongo uretse ko bo batibicanye icyo gihe; ntabwo bigeze bangana urunuka ngo bamarane bicane bafungishanye. Abahutu b'abakiga ni bo barimbaguye abanya Gitarama bari bari ku butegetsi, umenya nta cyasigaye. Abari barize bose barabapangiye, barabarimbagura, babica urubozo. Nyuma abakiga bo baragaca muri 80, abashiru bumvisha abagoyi.

Muri aba bose nta mututsi wari uri mo nk'uko ku Rucunshu nta muhutu wari ubiri mo, nta muhutu wahiriye mu nzu ku Rucunshu. Umwuka w'ubugambanyi n'ubugome burenze igipimo, umwuka wo kwiyahuzwa no kwiyahura uba ku batutsi.

341

Iyo ingoma yose igeze mu marembera ikizabikubwira ni ugusubirana mo kw'abari inshuti z'amagara, bafatanije, baziranye kuri byinshi cyane by'amabanga mabi, n'ibindi biba biri mo amanyanga menshi. Iyo ubutegetsi bugeze mu marembera bwikora mu nda nko ku Rucunshu na Repubulika ya kabiri. Aha ndagira ngo mbaze; ndabaza uwishe abanya Gitarama? Abakomeretswa na politiki mumbabarire, muri mu mwuka cyane, ariko nkomeze mbaze ni nde wishe Colonel Mayuya? Wenda wowe ntiwari mu Rwanda, byihorere, ntusubize kuko ntabyo uzi cyangwa uvuge uko ubyumva. Ba Sindambiwe, ba Nyiramutarambirwa bishwe na nde ? Ndabaza abo nzi? Ntabwo bapfa kurasa Colonel saa sita z'amanywa nta ntambara yabaye, badashobora no kubeshya ko Inyenzi zageze i Kigali. Nta ntambara yabaye. Ubwo na bwo bavuga ya mvugo nanga cyane ngo bazize abagizi ba nabi. Buri gihe haba hari abagizi ba nabi bitwikiriye ijoro. Ni nde wishe Mayuya? Ni Sergent Birori? Ni ba nde bamwicishije? Ni bande bamugambaniye? Urubanza rwe rwahereye hehe? Ubizi ansubize. Kuko nanjye nararutegereje ndarubura. Nibuka n'ukuntu twaganiriye iminsi mike mbere y'uko apfa. Ufite ibyo unsubiza ahari aho. Ntiwabona unshubije? Wari uzi ko abamwicishije na n'ubu nandika hari abakiriho ndetse ko bashobora kuba bamwe bari Arusha cyangwa barahanyuze cyangwa bazahazanwa? Ntihagire umbaza ubusa cyeretse Imana yemeye ko mbivuga. Wari uzi ko Habyarimana atari abiri mo nawe yatunguwe nkatwe twese?

Kuko yari yihaye gufata ibyemezo wenyine. N'ubwo nyuma yarigishije dossier? Enquête yayihejeje kubera igitutu cya Madame, baramu be n'abambari babo na n'ubu bamwe bakiriho. Urashaka ko ndakara mbivuge? Urashaka ko mbishyira hanze ko byinshi mbizi? Kuva cyera nkunda gukora ubushakashatsi bw'ibintu n'iyo bitandeba ariko biba biri mo gahunda y'Imana y'igihe runaka. Hari n'amakuru y'imvaho nagiye menya ntayakeneye kugira ngo bizamfashe muri iki gihe ubu nandika. Urumva?

Ni nde wishe Gapyisi na Gatabazi? Ko nabimenye imvaho. Kandi nta interrogatoire nkeneye, ntihazagire upima kumbaza ubusa, mutazambera ikigusha mukankomeretsa mu nkovu. Bazatubwire basi uwamurashe «Mayuya» witwaga Sgt Birori uko yapfuye, ni byo yavuze mbere y'uko bamwica. Ngaho se nyine! Hari undi nari ngiye kubaza none ndabiretse, mbaye mpagaritse no kwandika akanya gato «igikomere cy'icyururizi kirabyutse», inzangano z'abahutu zitewe n'amashyari zahekuye benshi. Ndibutse... Ndibutse. N'inzagano z'abatutsi zahekuye abatagira ingano. Hari n'abo bavugaga ngo bishwe n'Inyenzi kandi ntaho bihuriye. Na zo zikazabyemeza ngo ni zo. Ndabizi. Hari n'abo Inyenzi zicaga bakabyitirira abahutu. Ntawe uyoberwa umwibye ahubwo ayoberwa aho ibyo yamwibye yabihishe. Ashobora no kubishakashaka ntanabibone kubera gusibanganya ibimenyetso. Ariko wowe washobora gusibanganya ibimenyetso? Ute? Uri muri iyi si? Abo RPF yishe se n'ubwo yasibanganyije ibimenyetso ite, umutima nama wayo wazayiva mo? Ko Abatambyi n'Abafarisayo baguriye abasirikare b'Abaroma ngo bavuge ko Yesu atazutse, ngo ko abigishwa be baje kumwiba bitwikiriye ijoro, ubu se ntitwamenye ko yazutse.

Reka mbaze no mu rundi ruhande mutagira ngo ni amacakubiri nzanye, ahari wenda bansubiza kugira ngo mubyumve neza [ko ndi] kwanga kwikanyiza. Ni nde wishe Rwigema Fred Gisa? Mumbwize ukuri ni jye ubibaza nta wantumye, nta bindi inyuma sinabyemera nanga ibyanjya inyuma kuko sinkunda gupfa kwizera abantu n'ibintu. Dore ko iyo biyoberanye, bamwe bibwira ko ngo hari ubiri inyuma. Ntawe, ubyange cyangwa ubyemere. Ni nde wishe Rwigema Fred Gisa? Rwigema Fred, niboneye umugoroba umwe wo muri 1985 igihe barwanaga i Bugande ko yaje mu Rwanda. Icyo gihe namubonye ahantu hamwe mpavuze mwahamenye ubu hubatswe étage ndende y'umweru. Maze nahise mukunda yari afite n'igikundiro giteye ubwoba cyamugaragazaga ho ubukenya koko. Twari kumwe na nde? Simukubwira.

Bavuganye iki? Na byo simbikubwira. Ariko bijyanye na Essence bashakaga icyo gihe yari ivuye muri Kenya, inyeshyamba za Museveni zasabaga ko baziyiha ho nkeya. Jyana ibyo. Nanjye byaranyizaniye. Ni nde wamwishe? Ugiye kumbwira ngo ni ingabo za Habyarimana kandi icyo gihe narabikurikiraniraga hafi. N'iyo ntari kubaza byaranyizaniraga. Aho abasirikare bari bari ndahazi kandi navuganye na bamwe bari aho, «impande zombi» taliki ya kabiri ukwakira. Ni nde wishe Kayitare «Intare batinya»? Bunyenyezi na Bayingana bo se bishwe na nande? Aba bo rwose ndabaza byo kwibariza gusa kuko simbazi uretse mu mazina. Ngarukiye aho ariko mwibaze muzansubize. Hari n'abandi benshi bagiye bicwa gutyo.

Reka ariko mbaze n'uyu muzungukazi w'umunyamerika witangiye ingagi mu birunga. Nyiramacibiri yishwe na nde? Ngo enquêtes zarakozwe? None se waba ari wowe wabikoze akaba ari nawe ukoresha enquête? Ukikorera dossier? Ukaba umugenza-cyaha, n'umushinja-cyaha, n'umucamanza, n'uburanira uregwa, n'ushinjura, n'umuhesha w'urukiko. Gatabazi na Gapyisi bishwe na nde? Nsubiza? Umunyamerikakazi ko yari yarababereye ibamba, ababuza ubucuruzi bw'ingagi. Ibisambo by'abagome gusa na n'ubu bakaba batari bihana. Mutazatuma ntomboka nanjye ngatangiza iperereza ku bagize uruhare.... mu bintu byinshi.... Kandi iyo Yesu atantangira nanjye nari kuzashyiraho urukiko special kuko mfite ibimenyetso simusiga byafasha abashinjabyaha nyakuri.

Nashaka abakozi benshi bize amategeko Droit International (byatumye niga n'amategeko maze). Reka byibura mbaze umwe waciye ibintu: Perezida Habyarimana Juvénal n'abo bari kumwe mu ndege bishwe na bande? Urashaka kuvuga ko niba ntabo mu muryango wanjye bari mo batari inshuti zanjye? Kuki ntabibaza? Hari icyo ufite unsubiza? Ubu se ko kugeza ubu mwese mwitana ba mwana ku rupfu rwabo, none se bariyahuye? Bakoze accident? Bayikoreshweje na nde? Umuntu ashiritse ubwoba ntabibaze Loni, ntabibaze Union Europeenne, ntabibaze ubumwe bwa Afurika, ntabibaze BAD, imiryango itagengwa na Leta cyangwa Banki y'isi, akabibaza Imana izi byose, iba hose, yari i Masaka n'i Kanombe cyangwa ahandi uriya mugoroba, imenya byose ntiyabimubwira, maze amazimwe akarangira? Murashaka kumbaza uwamwishe? Niba muzi se namubabwira? Naba ndwana n'iki se ko ubwanyu muzamwivugira ku manywa y'ihangu mukanabishyira no mu matangazo yamamaza n'amenyesha, n'abika. Mwarangiza mukabyita ibyavuye muri enquête. Mukanabyita raporo. Ubu kandi wabona banshakishije ngo mbisobanure. Kuki mwe mutabisobanura? Abamwishe se nti bahari?

Urupfu si cyo kibazo kuko n'abamwishe bagiye gupfa cyangwa barapfuye. Ahubwo ikiba gitumye apfa, hamwe n'urwitwazo rwo kumara abantu no kubeshyera abandi nyuma yo gupfa kwe, n'ibyo yahitanye ni cyo kibazo. Naho gupfa byo bose bazapfa, n'abamwishe bazapfa cyangwa barapfuye, nawe yari yarishe abandi. None! Akebo gahita kajya iwa Mugarura... N'uwatanze itegeko ryo kumuhanura nawe azapfa vuba aha. Ubwo akebo kabe gasubiye iwa Mugarura, kazanakomeza kujya iwa Mugarura, gakomeze kajye iwa Mugarura, kongere kajye iwa Mugarura! Kazasazira mu nzira? Kuko kagomba gusubira iwa Mugarura bwa nyuma kagahama yo.

Sinshaka ko kazagaruka gushakisha kandi. Kandi ndemeranya n'abavuga ko uwahanuye indege yarazi 100% igikurikira ho. Yari abizi ko abatutsi b'imbere mu gihugu bari bushire. Yari ticket yishakiye izamugeza ku byo ashaka. Yari abizi, yarapanze neza n'ibinyoma n'amayeri asobetse ubugome bw'umwimerere azakurikizaho. Yari abizi kuko yabikurikiraniraga hafi, yari yarabibaze, ntabwo yahutiyeho. Yari afite abakozi bamunekera hose kandi buri seconde aho ibintu byabaga bigeze. Yirirwaga ateranya agakura mo yarangiza agakuba, maze ageze ku kugabanya asanga afite inyungu ndetse nyinshi. Maze ku wa gatatu saa mbiri n'igice z'ijoro taliki ya 06-04-1994 ndi iwacu ku Kacyiru ahita arasa Habyarimana na bagenzi be barashya.

Bivuga ngo ni bimufata ntazahakane azahite yemera asabe n'imbabazi ko yatinze kubivuga agatuma dukeka abandi, kugeza aho bashinyagurira umupfakazi we ngo ni we wamwishe. Mutazatuma ntomboka. Oya ntabwo yari yakageza aho. Mureke gushinyagura namwe mutazashinyagurirwa, umunsi iyi «Modoka yanyu» (Rwanda) n'Icyama cyanyu FPR (Moteri) igihe bizaba byakozeaccident. Ariko hakaza n'igisubizo cya ba bandi bahakana ngo jenoside ntiyateguwe. Hanyuma indege ihanutse igihugu cyose gicura imiborogo, batangira kuvuza amafirimbi. Kandi n'uwayihanuye iryo tegurwa yari arizi. Nari ngiye gutandukira ngo ndondogore. Yari azi igikurikiraho.

Kandi ndemeza ko yacunze neza rwose kuko ibyo yashakaga yabigeze ho. Ariko arihimbire ndabona inkundura ivundurura ibintu yateye, bose barashaka kumenya uwahanuye indege. Isi yose irashaka kumenya uwahanuye indege. Nyuma y'imyaka isaga 18? Kubona abantu bazima bavuga ko Habyarimana ari we watumye itsembabwoko riba. Abapfaga mbere hose se yari yarapfuye? Ndemera ngo ko abahutu bahise barakara koko, reka mvuge ko bari banafite n'ishingiro ryo kurakara rwose, kuko umubyeyi wabo yari apfuye, ijana ku ijana bafite ukuri ko kurakara. Ariko se? Niba bari bazi ko Kagame n'abambari be ari bo bamuhanuye kuki batagiye kurwana na bo ngo babicire kubamara? Ufite icyo unsubiza kuko wize amategeko cyane? Komeza unsubizanye ibikomere numve? Unsubize icyo abandi bazize, ni aho nshaka honyine. Abana, impinja n'izari mu nda, abasaza, abarwayi abanyeshuri, abahanzi, mwica Sebanani mwa bagome mwe. Mwica n'abandi... mwiyongeza Kalinda Viateur n'abandi.

Murica, mwica abana, n'abahanzi, mwica abagore n'abasaza n'abakecuru. N'abarwayi mu bitaro murica. Nanjye nari ngiye gukora lisiti mu ndirimbo nko mu cyunamo, none ndabiretse.... mpise mbireka...Muricaaaaa, bose se bari bahanuye indege? Muransubiza cyangwa murandeka nkomeze ntomboke. Abo ni abasirikare mwarwanaga na bo? Ni aba GD? Abo ni abatutsi b'abanyepolitiki se da? Si abo gusa nuko bahise baza mu bwonko ubu nandika. Kuko nagukorera lisiti idashira. Abakomeje gupfa nyuma se na none ni we wabiteye.

Ingabo za FPR na zo zaje zarubiye, zari zabirindutse, zagombaga gukora akantu. Ndibuka abazize ubwoko weee! Bazira amazu yabo, inzuri zabo, bazira bene wabo, bazira abavandimwe. Simvuga amazina kuko ndumva umutima undiye... urungano rwanjye mwarahashiriye. Abenshi nta jenoside bari bakoze ndabizi. Ntunzane ho amagambo menshi. Navuga ngo muvuga ibyo mutazi mukarakara. N'ubwo waba warabaye umutego washibutse koko. Abawushibuye ni abagome no kurushaho. Singaye n'uwavuze ko ari imwe mu «MBARUTSO». None se murashaka guhakana ko mwanze ko impunzi zitaha, zitashye ku ngufu bene wazo bari mu gihugu barashira. Iyi mibare yo mu Rwanda iteye agahinda. Bagombaga gutaha nyine, si Abanyarwanda? Abahutu mwirukanye abatutsi muri 1959, bagombaga kuzagaruka bagataha mu Rwanda, ku neza cyangwa se ku nabi. Ariko mbibutse ko Habyarimana atigeze yanga, ko ahubwo abamugiraga inama, abamufashaga bamurushije imbaraga, yego nawe nti yari shyashya muri icyo kibazo, ariko n'iyo yari kubishaka ate, nti byari gushoboka.

Ntabwo ngusobanurira byinshi kuko ntushaka kubyumva, hari ibindi wishakira. Hari inama yabereye ahantu yerekeranye n'umutekano...

hari muri 1987. Maze umwe avuze ko impunzi zigomba gutaha, ibyo yashubijwe byaje no kumuviramo kumuhitana nyuma.

Natandukiriye, sinzi ibyo nari ngiyemo, ariko se ubundi ubu ndi mu biki koko? Mvuye muri politiki nari maze no gutomboka mbize n'ibyuya, ngaho nimuruhuke dusubire mu Mwuka.

Ngarutse kuri gahunda yo «GUHUZA NO KUNGA». Uretse ko byose tubiziranyeho kandi mugifite ibikomere byinshi. Ariko hari umwe mu bari bafungiye Arusha, umunsi twahuye nzamubaza nti Colonel: Ou es ton frère? Ubundi niba Imana itari ifitiye u Rwanda umugambi byajya bikomeza gutya: Abahutu bakirukana abatutsi, abatutsi bakagaruka barwana bakirukana abahutu, baba bavuye za Kongo, Uganda na Tanzaniya na Burundi, abahutu bahunze n'abasigaye ba twebwe b'aba-résistants, abega n'abanyiginya b'inzobe, n'abirabura cyane, abasindi n'abacyaba b'iburengerazuba, abazigaba begereye kaburimbo. Abagufi b'iburasirazuba, abatsobe bo mu majaruguru batuye mu midugudu, abarebare b'amajyepfo baboneje imbyaro, abaringaniye b'amajyaruguru, n'abungura b'imvange, n'abafite amazuru manini n'ayegeranye, barangiza bagahangana n'umujyi wa Kigali kubera ko ubirukana mu mujyi ukanategeka ko bagomba gusa neza no guhora bambaye inkweto, kandi nabo bashaka iby'amajyambere, byarangira kubera imihigo n'ubudehe hakaba mo abashyamirana. Barangiza bagapfa UDUSOZI-NDATWA n'UTURIMA TW'IBIKONI n'IMIRENGE Y'IBYITEGEREREZO no gutanga amasoko ya Leta. Mbese buri gihe ya miryango ngo iharanira uburenganzira bw'ikiremwa muntu nka za PAM, HCR, HR n'iyindi yose itagengwa na za Leta, n'iharanira inyungu zayo yose, na za Kiliziya zose byose bigahorana akazi k'ubwiyunge bubanzirizwa n'ubumwe bucuritse. Kandi biba bifite n'uruhande bibogamiye mo byose. Ariko ntibizashoboka kuko u Rwanda ruriho umuhamagaro wihariye. Imana ntizarureka ngo rukore ibyo rwishakiye, ngo buri wese arugireho ijambo.

Imana igiye gushyiraho iherezo, abahutu ni batihana ngo abatutsi bababarire abahutu n'abahutu babarire abatutsi, aba na bo bihane ibyabo. Idini ryiyita Itorero ngo ryihane ibyaryo, igihugu cyose ngo kihane ibyacyo, ibyo ni bidakorwa Imana iraje, kandi niba ije mu Rwanda iratwika, sinzi uko tuzabyifata mo. Kandi ubwo mukutse umutima. Mwawukutse se ntimwakumviye mukarya ibyiza byo mu gihugu. None ni mwinangira inkota izabarya kandi mutinya gupfa cyane. Mukunda kubaho ntacyo mumaze. Abo mba mbwira bariyumva cyane. Niba hari icyo umaze ntibikureba ariko niba ntacyo umaze biri bukubabaze cyane uvugaguzwe nk'uwahanzweho, unanshakishe. Wankura hehe? Ko ntarindwa na national police. Ko ndindwa n'abakerubi bahorana inkota zityaye zaka umuriro, bahora bari maso. Kandi nongererewe n'uburinzi, kuko ndi mu kazi k'ijuru, nongerewe uburinzi kubera impamvu z'akazi.

Iyo Imana ije mu byaha iratwika. Ibyo wari ubizi? Kandi imaze igihe ivuga mwitonde! Mwihaye kuririmba ububyutse, yemwe abiyita Abanyarwanda n'Abanyarwandakazi, bahutu, batwa, batutsi: Iyo ndirimbo mube muyiretse, mubanze mwihane mwese. Yemwe mwavuye hanze mwe! Abaturutse i Bugande kuko ubu ni bo bari ku ibere, bari mo konka, ni bwo Bushiru bw'ubu, baba barebana ay'ingwe n'abavuye Burundi, Kongo, Tanzaniya. Nuko mbese, bose baba bariye ibyo bita iby'abacitse ku icumu. Ntuzansobanurira na rimwe ukuntu mwavuze ngo «Abacitse ku icumu ntibakuzura na ninibus, ngo ariko birirwa basakuzaaaa!»

Niba batakuzura minibus, imfashanyo zabo ziri hehe? Ibigega bashyiriweho biribwa na nde? Za «ONE DOLLARD CAMPAIGN» ayo yagiye hehe? Kuki mubarira amafaranga kandi mwaravuze ko batakuzura minibus? Ndabaza gusa byo kwibariza kubera ko ntazi aho yagiye. Mwayashyize hehe? Niba batakuzura minibus, bagombye ubu kuba bafite nibura ibyangombwa by'ibanze kugira ngo babeho neza muri ubu buzima kuko batakuzura minibus. Biroroshye kubafasha bakabona iby'ibanze by'ubuzima. Amafaranga y'ama devise ya buri segonda na buri munota na buri saha ashyirwa muri wa mufuka wo ku Gisozi uhora ufunguye abamariye iki? Mbese abakuzura uru «Bus» runini ni bo mwishakira kubera iki? Mufite impamvu ibibatera, ariko ntimuzongera kubyinisha aba bombi ndabarahiye. Ari abatakuzura minibus, ari abakuzura iki bus kinini, bose Imana irabazi kandi izarengera uwo izarengera.

Iyo bariya barangije gushwana hakurikiraho papa na maman wabyo ari bo bahutu n'abatutsi, maze bigahinduka «agatogo», imvange, mélange ya byose. Imana iti mwihane mwa bahutu mwe, bati ntacyo twihana natwe twarapfuye. Iti mwihane mwa batutsi mwe mwari mu gihugu; bati turera de! De! De! Baradutsembye. Abandi bavuye hanze bati hita uceceka «Twahagaritse jenoside». Ubwo imihango yari iduteranirije aho yaberaga ikaba irarangiye. Iti mwihane mwa biyita Abanyarwanda mwe, bati turi aba mbere mu majyambere, Imana iti ni mutihana nzanye umujinya bati «turi mu gihugu cy'amata n'ubuki, kandi twararutashye, kandi ntabwo wakwemera ko amaraso yongera kumeneka, kuko ugira imbabazi nyinshi, uwo ubivuga ni Interahamwe ni ko babaye ntibatwifuriza ibyiza. Kuko uri umunyembabazi, nti warenga ku itsembabwoko ngo uduhane, waraduhannye byararangiye, tureke tubeho uko twishakiye». Iti igihugu kiranduye cyandujwe n'amaraso y'amoko yose n'ay'abanyamahanga. Nabo bati igihugu kirera de de, ukurikirane Interahamwe, ahubwo uwo ubivuga ni umusazi, kandi afite ingengabitekerezo ya jenoside, ari muri FDRL na CDR, arashaka no kugarura MRND-POWER na MDR-Power ahubwo mumukurikirane kuko arasenya ubumwe n'ubwiyunge, arapfobya jenoside, kandi hari ababiri inyuma. Arasenya umuryango nyarwanda.

347

Ariko se wasenya ibitariho?Izo mbaraga nazikura hehe zo gusenya ibitari ho. Murumva ukuntu mwaba mumbeshyeye mumpa ubwenge n'imbaraga ndafite? GUSENYA IBITARIHO. Nasenya ubwiyunge butubatswe mu mitima? Naba nkabije imbaraga. Nabukura hehe se ngo mbusenye? Nta no gukoraho ngo bihirime kuko ntabihirima bidahari. Ba uretse kurakazwa n'ubusa cyangwa kunzanira amaraporo y'amanama n'ubushakashatsi, n'ibyagezweho byose, n'ibikombe mwahawe ndabizi...ndabizi...ndabizi..... Nzi ko mwakoze cyane, ndabizi...mushimwa n'isi yose, ndabizi...nzi ko abahutu n'abatutsi babanye neza rwose...ndabizi cyane. Nti wirirwe uruha unsobanurira cyangwa undakarira, ndabizi ko muri abakozi rwose... Ndabizi...ko muri aba mbere ku isi yose......muri byose......NDABIZI.... Kandi koko mwakoze ibyo mushoboye, iby'inyuma ni sawa sawa, nta kosa mufite na rimwe mu bigaragara.... Mufite n'isuku y'inyuma. Ahubwo aha ndabaza Itorero aho riri ngo ribafashe maze Imana ikore mu mitima yanyu n'iy'abandi.

Bimeze nko kwambika «KADAHUMEKA». Kadahumeka ni bya bindi bashyira mu mirima ngo birinde inyoni zitona ngo zigire ngo ni abantu. Ubwiyunge bwa Komisiyo bumeze nko kwambika Kadahumeka ikositimu nziza na cravate bigezweho, utarebye neza wagira ngo ni umuntu w'umugabo warimbye uhagaze mu murima, ariko mu byukuri imbere ye nta hahari, nta kiri mo, si umuntu, si muzima ni Kadahumeka nyine. Kuvuga ko abahutu n'abatutsi babanye neza mu Rwanda, ngo baraturanye, barakorana, n'ibindi, barigana, ngo ndetse n'abazungu baratangara. Ako ni agashinyaguro mu birebana n'uburyo bw'Umwuka. Barambaye inyuma ariko imbere ntaho bagira.

Ni ba «KADAHUMEKA». Ibyo urumva wabirata? Wari uzi ko inyoni zikomeza gucunga, zikajya zikomeza kwegera, zagera aho zikamenya ko bazibeshye maze si ukona zikabirira kubimara. Ziba zifite n'umujinya w'igihe cyose zagiye zibeshya zigira ubwoba zigira ngo n'umuntu, maze ntiziyonere. Barabana nyine, kuko Leta y'ubumwe ari ko yategetse, ntishaka amahane. Abanyarwanda bose bagomba kubana, byanze bikunze, tugomba kurubana mo twarahahamutse.... turi inkomere n'imirambo ariko ntacyo buri wese agomba kubyihanganira, agaceceka akanirinda ko muri we haza «Ingengabitekerezo». Washobora kwirinda ingengabitekerezo se? Si yo mpamvu ujya kumva ukumva na Depite cyangwa Minisitiri yamucitse?

Na Senateri byamurenze, na Minisitiri. Ntabwo aba abishaka biraza kuko biba bimwuzuye. Kandi ntibipimishwa ijisho cyangwa amatwi. Iyo umuntu byamurenze akavuga ibyo atekereza ni ho bamenya ko afite Ingengabitekerezo naho ubundi uwiyita Umunyarwanda wamukura he? Ko azi kubeshyabeshya no kubyitwara mo neza, no kuyoboka akaba mu byo atemera, arenzaho, yorosa, ahakirizwa ngo abe yiriraho kabiri. Ukumva ngo umuntu w'umugabo ushyingiye ufite

348

abakwe n'abakazana, ukwiye kubahwa ngo yemeye ko ari imbwa ngo akunde abeho. Ngo akanabyandika di! Agasaba imbabazi z'ibyo atakoze. Ariko icyo mbaziho yaba umuhutu yaba umututsi azi guca incuro mu mayeri, «gucinya inkoro», gukorera mu mikorere atemera, umutwa we azi kuyoboka ubutegetsi no kumvira amategeko, abigendana mo n'abagiyeho bose nta kibazo, bose ahita ababyinira bakamwihera ikigage, urwagwa n'imineke.

Buri wese ugiyeho akazamusiga uko yamusanze abyina ngo bamuhe urwangwa cyangwa umusururu, n'imineke. Leta yiyita iy'ubumwe ndayibabarira cyane, irabeshyeka cyane nk'izindi zose, nk'uko na yo ibeshya abandi; izi ubwenge bwinshi bwo kwirwanaho. Yubatse inkike z'amabuye ziruta iza cyera muri Isirayeli muri Bibiliya, umenya zirusha iz'i Yeriko. Ariko zigiye kuriduka. Ngo hari n'ikindi gikuta cyubakiwe abashaka guhungabanya umutekano w'igihugu. Bagira ngo bayoboye intama kandi ari amasega, ariko no mu bategetsi hari mo amasega menshi. Ubu kandi ngo ndatukanye bararakaye, niba utari isega waba urakajwe n'iki? Reka harakare amasega. Niba mbeshye nta masega ari mo se bitwaye iki? Wenda nazaregwa gusebanya, ubwo ni jye waba nibeshye ngaho muri intama, mwese, ni mutuze, ariko nawe uzi ko uri isega.

Hari amavuta ari kuri Perezida Kagame y'igitinyiro, ayo ni yo agira gusa, ni yo akora gusa, kandi ni mabi cyane kuko ahindura abantu ibishushungwe. Baramutinya cyane ariko ntibamukunda nta n'ubwo bamwumvira , bikaba bisa n'ibya wa mutegetsi wavuze ngo «Qu'on me haïsse pourvu qu'on me craigne». Bivuga ngo kunyanga nta kibazo, icyangombwa nuko bantinya gusa. Umu afandi umwe w'inshuti yanjye, (Imana izamurinde yangiriye neza mu kaga gakomeye), ni nawe wamfashije bimwe na bimwe; yarambwiye ati uzi ko Afandi PC (Kagame) aza aho turi wenda tunywa inzoga muri mess, nta kosa twakoze, ariko kuza kwe kukaduhungabanya. Tugatangira guhisha ibirahure munsi y'ameza nk'aho hari ikosa dufite»? Uranyumvira ibiri kuri Kagame koko?

Mana yanjye naribajije biranyobera. Abantu bose ngo baba babaye «abajinga», kandi akanabakubita n'imigeri. Nta n'umwe wapima kumuheraza ikofe kandi wenda haba hari abamurusha ingufu. Ariko hari aho mukunda: bamubajije icyo kuba Perezida bimumariye ati «Ikinshimisha n'uko mvuga ibyo nshaka». Nsanga turahuza kuko nanjye mvuga ibyo nshaka, ariko ntiduhuje umuhamagaro. Kuko we ariyumvira, akiyizera, ariko njye nizera kandi nkumvira Yesu. We (Kagame) «arifite kandi akigira», njye mfite kandi ngirwa na Yesu. Ati tugomba kubana mu Rwanda, n'ubwo byaba bimeze bite n'ubwo waba uturanye n'uwakwiciye amarembo arebana; wihangane kubera kutababarira witonde ntutake. «Kugeza igihe ntazi». Nuhura n'uwahambye nyoko abona wifate neza udakanga rutenderi, wemere uwunywe, udakanga ubumwe n'ubwiyunge. RWANDA WE!

Ariko se ko dusekana, iyo aba ari wowe Kagame wiroshye muri uriya muriro ngo ni Rwanda wari kubigenza ute? Ntabwo gutegeka u Rwanda ari umunyenga. Imana ntabwo yakwemera biriya bikoreshwa mu busabane. Ihita ibihaga, nk'uko yahaze Ibitambo by'inyamaswa bahoraga bayitambira, igasanga ntacyo bimaze kuko ngo «BYARATWIKIRAGA», kandi n'ababitambaga babaga buzuye ibyaha byabo. Bivuga ngo iyo bongeraga gucumura byari byoroshye kwegura ho igipfundikizo igasanga ibyaha bikiri bibisi. Igihe cyose Abayisirayeli bagiraga icyo bapfa n'Imana yahitaga yibuka ibyahise. Iti murongeye kandi n'ibindi ntari nabyibagirwa, ibyo mwankoreye aha n'aha, n'ukuntu mwandakaje aha n'aha. Imana yahoranaga icyururizi gikomeye cyari cyuzuye inzika, kandi n'imiti igabanya ubukana ari yo bitambo by'amasekurume y'ihene n'intama yariyongeraga cyane. Kugeza igihe haziye igitambo kimwe ari cyo, cya Yesu Kristo yitamba rimwe (1) gusa ngo bibe bihagije iteka. Noneho gutwikira bivaho hajyaho kwibagirwa, kwibuka bivaho hajyaho amateka.

Ntabwo ari ibya jenoside ndi ho, ni ibya Yesu mvuga. Si ndi mu bapfobya itsembabwoko jyewe ntunyobereho, tuburanye nagutsinda ntagombye kubitekereza ho, nta n'ubwo nashaka Avocat kuko ntabwo yashobora urwo rubanza. Ni yo mpamvu ni hatabaho kwihana no kubabarira bitazashoboka. Uko ni ko kuri kuzuye kandi kwambaye ubusa. Ariko kubera ko mwikundira abababeshya ngo ni byiza ni amahoro, maze mukazatungurwa. Ni uko umwana w'umuntu ateye, akunda abamuvuga neza n'ubwo yaba azi ko bamubeshya ameze nabi, kandi aba abizi, buri wese ariyizi.

Ariko aba yibwira ko benshi batamuzi bari bwemere uko kuvugwa neza. Bitera agashema umuntu iyo avuzwe neza. Kamere ye ihita yirata, ubwo ngo arakomeye. Umwe yigeze kunsetsa ngo hari Perefegitura imwe yariye umwanda igihe cy'amatora ya 2003, ikoresha demokarasi cyane ntiyatora Kagame, itora Twagiramungu. Noneho amatora arangiye barabarura, uko byari kumera kose Kagame yaratowe kubera ko Imana yari yabyemeye k'ubw'impamvu yifitiye. Noneho ngo ab'aho ngaho baravuga ngo babeshye Kagame ko bamutoye, nawe abashimira ababeshya ko bamutoye, ko yabyemeye.

Ubwami bwose bwo mu Rwanda iyo buri mu marembera bwikora mu nda. Genzura imitegekere yose waba uzi, uhereye cyera igihe cy'abami, si ndi bubitinde ho. Urebye uko ubutegetsi bwagiye burangira wakwibaza iyo myuka ukuntu iziranye bikakuyobera. Uhereye igihe Gasabo yabereye ho, ahubwo umenya ari ukuva igihe cya Gihanga wa wundi bavuga.

Ubwami bwose bwo mu Rwanda abatutsi bajyaga batanga bene wabo kugira ngo hime ubwami. Kuko «Incungu» igomba kuba iyawe, igitambo kigomba kuba icyawe. Na cyera mu Bisirayeli ntawazanaga igitambo kitari icye, ntacyo cyari kumara. Kuri Kayibanda ibitambo byabaye abatutsi kuko n'ingoma yabo yari ihindutse, kandi we yari inkoni yo guhana. Ariko reba kuri Habyarimana ibitambo biraba abahutu kuko ni bene wabo. Navaho biraba abatutsi kuko na none byari bihindutse, nawe arongera abe inkoni yo guhana. Aho bigeze aha rero bino ni bivaho noneho ntabwo ari abahutu cyangwa abatutsi, cyangwa abatwa, ni abiyita Abanyarwanda bose. Bibiliya ivuga ko «Ubwami iyo bwigabanije ibyabwo biba byarangiye». Ibi bivuga isubirana mo ku bwami bwa Satani n'ingabo ze mu mikorere yabo, kuko Ubwami bw'Imana bwo nta wakora ho, bufite ubumwe nyakuri, n'uwagerageje ari we Satani n'abambari be bahise bacirwaho iteka burundu nta kujurira.

Uzajya kumva ngo bamenye ko mushiki wa muramu we, yasanze mubyara wa nyirarume yari ari kumwe na nyina wabo wo mu batisimu nimugoroba bapanga guhirika ubutegetsi. Ko umwuzukuru we ari we ushaka gukora coup d'état. Iyo biri mu marembera hinjira mo ishyari ryo kurwanira ubutegetsi, ntibigombera abakennye, ndetse nta n'umukene ubamo, mbyita umurengwe, ndetse akenshi bose baba bafite n'imyanya myiza, ariko icyo kintu cyo gukuraho ubutegetsi kiba gitutumba.

Uretse ko nabwo iyo bwatangiye kwikeka bubeshya ngo hari abari bagiye kubuhirika. Mobutu iyo yashakaga kwikiza abo yabonaga bamubangamiye yarabihimbaga. No muri Repubulika ya Kabiri hari ibyo bigeze guhimba bihitana benshi. Na ba Idi Amini Dada. N'abandi benshi ku isi barabihimba.

Iby'ubu simbizi. Ntibitangaje n'iyo yaba umwana wibyariye cyangwa umugore wishakiye mu buryo bwemewe n'amategeko, cyangwa mushiki wawe, simvuze inshuti z'amagara zo mwasangiye akabisi n'agahiye, abo ni bo babanza kubyibaza ho no kureba uko babikuraho. Ntibigombera ko bikora nabi. Kwikora mu nda ni nka wa mwami umenya ari Julius Kayizari yabonye mu baje kumwica hari mo n'umuhungu we (Brutus), maze igihe arimo gusamba mbere yo gupfa aramubwira ngo «*Tu quoque fili mi*» mu gifaransa ngo «*Toi aussi, mon fils*» bisobanura ngo «Nawe mwana wajye koko».

Kumva abategetsi bashwanye ku buryo n'umuturage wo hasi abimenya kandi atabibabajije, bigahinduka indirimbo n'ibiganiro mu tubari, bikagera no mu binyamakuru! Cunga sana mu buryo bw'Umwuka byararangiye, byaracitse, haba hakenewe kwinginga kuko ishyamba aba atari ryeru. Iyo batangiye kuvanana mo bavuga ibibi bakoranye mbere. Ibirebana na politiki mbi byo rwose wagira ngo barayiroze, nta rukundo, nta kivandimwe, nta gihango, kandi nta n'umwe uba ushonje, bikwereka ko ari Satani gusa gusa. Aba areba ku isaha, ategereje akazi, ka kazi ke ko kumena amaraso.

Hari uherutse kumbwira ngo hari umuhutu wahunze ariko uhora ashaka kuza kwiyamamaza ngo azabe Perezida ku ngufu arabikunda cyane, noneho ngo baramubaza bati: urashaka iki koko, watuje ko uhembwa neza ukaba ushobora no kuzarusha Kagame umushahara, n'iki ushaka? Ngo yarabashubije ati erega ariya mashyi yo muri za stades nanjye ndayashaka! Amashyi yo muri stades, za modoka ziba zimeze nk'izasaze zigenda imbere ya Perezida «ndazikunda cyane», amatara aba yaka ku manywa, bareba nabi cyane wagira ngo hari icyo mwapfuye, ya compagnie musique y'abasirikare iririmba Indirimbo yubahiriza igihugu, kugendera kuri tapis rouge, no kuvuga ibyo ashaka wa mugani wa Kagame. No kuba ari we No 1 du régime. Byose bikubiye mu kintu kimwe gusa ari cyo: ICYUBAHIRO.

Ishyari mu bagore ni ryo ribanza kuko ni bo buri gihe babanza amakosa n'ubwo wenda banashobora no kubikiza nyuma babihishuriwe, kuko ari bo babyara abacunguzi. Nta bugome kugeza ubu bwigeze bukorwa n'abagabo gusa nta bagore babigizemo uruhare ntibwasohora. Kuko ni abafasha, bafite amavuta yo gufasha muri byose, baramutse babaye bazima nta kibi cyaba ho.

Mfite ingero nyinshi ariko si ngombwa kuzitanga nzajya nziha abaziyemeza kuba ABAHUZA–BUNZI gusa, abiteguye, kuko ni bo Imana ishaka. Ariko muticwa n'amatsiko reka mvuge bakeya gusa, kuko nawe usoma cyangwa wumva ibi hari ibyo uzi. Niba hari abandi bagore uzi, usabwe kubageza ku mwanditsi. Muri Edeni hakinnye umugore «Eva». Ku Rucunshu hakinnye umugore «Kanjogera-Nyirayuhi». Igihe cya Samsoni hakinnye umugore «Delila». Yakobo na Esawu hakinnye umugore «Rebeka» mu kubatanya yarabibyariye. Abayisirayeli n'Abarabu hakinnye abagore Sara na Hagayi, iyo Sara atinginga Aburahamu ngo aryamane na Hagayi umuja we babyarane Ishimayeli, ziriya ntambara nta ziba zihari hagati ya Isirayeli n'Abarabu, mu burasirazuba bwo hagati. Kuko «Sara» ni nyirakuruza w'Abayisirayeli (Abaheburayo), naho Hagayi ni nyirakuruza w'Abarabu, ba Shehe na ba Mufti na Al-Shabab na Al-Qaeda na Sadam Hussen na Muahamar Kaddafi, na Yaser Arafat.

Mu Rwanda ubu nandika hari mo gukina Nyiramongi Jeannette. Nagiye kumureba taliki ya 27/9/2009, mugezaho gahunda yo gukiza igihugu bwa nyuma, Imana ikoresheje abagore b'Abategetsi. Ni ubwa nyuma kuko nari narandikiye umugabo we, hari hashize imyaka itandatu. Twamaranye amasaha ane yose ndi mo gusobanura icyuya cyandenze. Naravuze mwo kabyara mweee... naravuze hari n'ubwo navuze ikinyarwanda gihanitse ntibumva bansubizamo kabiri kose. Narasobanuye iby'u Rwanda. Mbona arabyumvise ndetse aremera ndanasenga, mbona nawe aciye bugufi. Ati «Genda ukore umushinga uzawumpe». Nari namugejejweho na nyakwigendera Inyumba Aloyiziya, icyo gihe yari akiri Senateri. Ndetse nyuma twagiye kureba Minisitiri wa «gender» icyo gihe yari Mujawamariya Jeanne d'Arc, ngo abe ari we uzatumira abo «Ba nyakubahwakazi». Maze ahita atubwirana ubwoba bwinshi narebaga mu maso ye, ngo we ahagarariye politiki kandi ngo ibyanjye birarebana na société civile «mu cyongereza ni civil society» ngo kuko ari iby'Amadini.

Ngiye gusobanura ko nta dini ngira, ko ndyanga cyane nifuza ko ryarimbuka kuko rivangavanga, Umwuka Wera arambuza. Minisitiri atugira inama ati «cyeretse mushatse Pro-femme Twese Hamwe mugakorana».... Bose baravuga ngo ni igitekerezo cyiza. First Lady yari yarambwire ngo «Ibi bintu byawe ni byiza; ngo c'est très «scientifique». Ngiye kumusobanurira ko ari très «spirituel», Umwuka Wera arambuza.

Nyuma naje kuruha cyane, ndwana no kugira ngo hakorwe igiterane. Nateganyaga ko cyazaba mu mpera za 2009 mbere ya 2010, kubera imyaka 50 y'impinduramatwara n'amateka yayo mabi. Nari mfite byinshi byo kuburira ba Nyakubahwakazi. Nari mfite byinshi Imana yambwiye nari kuyivugaho bikagira icyo bimara, ariko biranga bakomeza kuba ba «very busy». Ariko Imana yatezaga ubwega kugira ngo batazavuga ko batamenye..

Niba baransuzuguye, niba baribagiwe, niba se bari bafite akazi kenshi, si mbizi. Ni bwo bimaze kunanirana, kuko numvaga mpatwa kuvuga cyane, habaye vuba vuba icyo nise: «Deborah Operation» ari yo «firimbi» ya nyuma yavugiye muri Hotel UMUBANO Kacyiru kuri 19/2/2010, maze nyuma y'icyumweru kuri 26/2/2010 Yesu ati hita ugenda kandi ntuburane. Va ino ujye Uganda ku musozi w'Amasengesho i Bugande ibindi nzabikubwirira kuri uwo musozi ibizakurikiraho... byose ni ho uzabimenyera. Nuko ngeze yo ambwira ibigomba gukurikiraho, na n'ubu ndi mu byakurikiyeho, kandi nkomereje mu bizakurikiraho. Nyuma yo kuvuga ubutumwa muri Novotel Umubano kuri 19/2/2010, umwe mu bayobozi bakuru bo mu nzego zishinzwe umutekano yaramburiye ati va muri iki gihugu. Ambwira ko hari imipango mibisha bari mo kumpangira, noneho byari bitandukanye n'ibisanzwe. Igihe nteruye gusenga mbaza Imana , irambwira iti va hano ugende!

Reka tugaruke. Mu kuboneza imbyaro bwa mbere mu Rwanda hakinnye umugore Nyirasafari Gaudence «ONAPO» Sinzi niba akigira abana. Repubulika ya kabiri hakinnye umugore Kanziga Agatha. Ubu hari mo gukina bigendanye n'igihe cya ICT Uwitwa Nyiramongi Jeannette, umufasha wa Perezida uri ho ubu Kagame Paul. Ni umugore w'igishongore w'umunyamujyi, nta complexe na mba, ufite ijwi nkunda ariko ntarasobanukirwa n'intebe yicaye ho, n'ibihe ageze mo. Ntabwo uyu twari twamenya neza amanota azahakura, uretse ko n'ikibuga akinira mo kinyerera cyane kurusha iby'abamubanjirije. Iyi myuka muzayirukana mu gihugu cyangwa? Muzayirukana vuba Cyangwa?

Reka mbasogongeze no ku bagore bakinnye neza. Yakinnye neza Malaya Rahabu (Yosuwa 2), akiza umuryango we, arakina Debora akiza igihugu, arakina Yayeli akubita urubambo Sisera muri nyiramivumbi arangiza urugamba (Abacamanza 4). Arakina Esiteri akiza Abayuda bari bakatiwe urwo gupfa na Hamani (Esiteri 4), arakina Abigayili akiza umuryango we kubera ko umugabo we w'ikigoryi yari amaze kuwutanga ngo ushireho kubera ubugoryi bwe:

« ²³*Nuko Abigayili abonye Dawidi ahuta ava ku ndogobe, yikubita hasi imbere ye yubamye. ²⁴Amugwa ku birenge aravuga ati "Nyagasani, icyo cyaha abe ari jye gihereraho. Ndakwinginze ukundire umuja wawe ngire icyo nkubwira, wumve amagambo y'umuja wawe. ²⁵Ndakwinginze Nyagasani, we kwita kuri icyo kigoryi Nabali. Uko yitwa ni ko ari, izina ni ryo muntu. Nabali ni ryo izina rye kandi ubupfu ni bwo kamere ye. Ariko jyeweho umuja wawe, sindakabona abagaragu bawe watumye Nyagasani. ²⁶Nuko none Nyagasani, nk'uko Uwiteka ahoraho nawe ukabaho, Uwiteka ni we wakubujije kugibwaho n'urubanza rw'amaraso no kwihorera n'ukwawe kuboko. Icyampa abanzi bawe n'abakwifuriza nabi, Nyagasani, bakaba nka Nabali. ²⁷None ngiri ituro ry'umuja wawe ngutuye Nyagasani, rihabwe abagaragu bawe bagukurikira. ²⁸Ndakwinginze, babarira umuja wawe icyo cyaha. Uwiteka ntazabura kukubakira inzu idakuka, kuko Nyagasani urwana intambara z'Uwiteka, kandi nta kibi kizaboneka kuri wowe iminsi yawe yose»* (1 Samweli 25).

Dawidi yari yarahiye ngo burajya gucya nta muhungu n'umwe usigaye kwa Nabali.

Aba ni abagore barokoye ibihugu, amoko, imiryango nta matiku yababaga mo bari bazi icyo bakora mu gihe cyabo, na bo basize inkuru nziza i musosi, baba ibyitegererezo kugeza na n'ubu tubagenderaho. Abandi bagiye ari ba ruvumwa. Abariho na none ni ba ruvumwa. Bafite ibibagaragaza ho ibibi. Ikizabakubwira bakora ibintu bameze nk'abiyahura ku bintu bitigeze bikorwa n'abababanjirije. Bishyiraho, bagatinywa, ariko inkurikizi ziba ari mbi cyane. Haba harimo kwica, kwiyemera, ubwibone bw'ubukirabuheri, kwica ntacyo biba bivuze kuko nta mpuhwe, nta mutima-nama, nta rutangira, nta mpuhwe za kibyeyi, kuko ubutegetsi iyo buva bukagera ni «ibiyobyabwenge», buyayura umutwe. Abantu bakunze kuvuga ko ndi umunyapolitiki, yeee! Bazanabanze basobanukirwe politiki icyo ari cyo, ariko hari politiki nemera gukina kuko iraryoshye: «Ni iya Yesu gusa, kuko iye ni inyakuri». Iyi yo nemera ko nyiri mo 100%.

Politiki y'isi yahamuye abantu. Iyo bumvise umuntu avuze ko Kagame irindi zina yitwa Polo, ubwo ngo uba ari umunyepolitiki. Iyo uvuze uti nuko icyo gihe rero MRND na CDR na FPR... bigenda bitya, bavugira icyarimwe ko uri umunyepolitiki. Poliki ni ubuyobozi, bivuga kuyobora. Aho bipfira ni uko bayobora nabi gusa kuko ni ko byanditswe kuri bo: «Ni abami b'iyi si». Bagomba kubicurika bakabigoreka, bakabyihimbariza mo. Bakica, bakiba, bakanarimbura, nk'uko shebuja ari zo ntego afite. (Yohana 10: 10). Uwo kuyitunganya ntaraza ariko agiye kuza vuba. We yitwa Umwami w'abami Yesu Kristo Umwana w'Imana, Araje bose abashyire munsi y'ibirenge bye. Bagomba gupfukamira Umunya-Nazareti. Bazapfukamira Umunyanazareti kuko ni we uzi kuyobora wenyine. Iya Yesu yo iratunganye kandi nyiri mohagati, itanga n'ingero zifatika na ho biriya bisanzwe by'ibihugu, niba mwari muzi ukuntu mbyanga ntimwavuga mutyo. Ndayanga kuko yarampemukiye cyane, yarampekuye. Politiki yo mu isi yo sinzanayibabarira kandi nzajya mu ijuru ntayibabariye. Kubera ko ubwa byo, ibya Yesu biba bifite ingero zifatika, aba byo, abo bireba barushaho kubisobanukirwa. Duhore dusengera ubutegetsi rero na politiki yabwo, ariko bisaba kugira umutwaro si ugupfa gusenga nka «Ndakuramutsa Mariya», cyangwa «Dawe uri mu ijuru», cyangwa ya masengesho yanditswe n'amadini bahora basubira mo.

Uzumva ngo Compaoré yishe Thomas Sankara. Namubabariye ntinze, sinzi niba ndanamubabarira neza, kuko yigeze kuza mu Rwanda ndasubirwa, menya ko ntaramubabarira neza. Simba nkeneye no kumureba, sinkeneye kumva aho avuga. Inshuti z'amagara kuva mu bwana, biganye basangiye baryamanaga mu buriri bumwe ku ishuri n'iwabo. Kandi na bwo abagore babigize mo uruhare mu kurwanira kuba ba FIRST LADY, Chantal Compaoré cyane cyane.

Uzumva ngo Habyarimana yishe Papa we wo muri batisimu Kayibanda, nk'uko bavugaga. Uzajya kumva ngo haburijwe mo umugambi wo guhirika ubutegetsi; iteka baba barwanira ubutegetsi. Kandi akenshi haba hari mo abo muri famille. Ntabwo bishobora kuba hatari mo abagore ntibyasohora. Sindumva bamaranye barwanirira abapfakazi n'imfubyi n'abatagira shinge na rugero. Ngo twumve habaye intambara yo kurenganura abarengana, abashonje, abarwayi, abakene, za mayibobo, abacitse ku icumu rya jenoside yakorewe abatutsi, abahutu bacitse ku icumu rya RPF, bakatubwira n'abaguye muri iyo mirwano, maze n'Amerika na yo ikabizamo, n'Abongereza n'Ibihugu byunze ubumwe by'i Burayi na OTAN. Sindumva bashoje intambara yo guharanira kurenganura abatishoboye ngo bahurure. Nko muri Soudan (Darefour) hari ka peteroli bakwemera bakahashirira. Amerika ikamarisha abenegihugu muri Iraki na Afuganisitani na Pakisitani hari ka peteroli. Sindumva «NATO» yigaragambya kubera abicwa n'inzara cyangwa abazira ibindi, cyangwa mu Rwanda igihe cya jenoside, cyangwa muri Kongo-Zayire igihe cya Tingitingi. Ko nta myigaragambyo yabaye? Ubu se ko batari bayikora kubera abagore bafatwa ku ngufu muri Kongo? Ntibasahura bagacukura, bagatwara bakigendera bakazagaruka. Buri wese yikoza yo agacukura akagaruka gutyooo!

Aho badafite inyungu ntibanyeganyega, none se mu Rwanda ko batahuruye muri 1994? Ntibabirebaga? Ariko nta ka peteroli. Politiki y'abana b'abantu nyanga urunuka na yo irabizi. Ifite abazimu bihariye. Ni «imikorere ya Antikristo». Yaba umugabo wawe, umugore wawe, se w'umwana wawe, mwene wanyu wa bugufi cyangwa uwa kure se, politiki ntimutinya, yifitiye abazimu bateye ubwoba. Tujye twitonda ndetse twongeze umurego mu gusenga ni tuzajya tubona abakundanaga mu butegetsi bari bashyize hamwe, batangiye gushwana ku mugaragaro ku buryo bimenyekana, biba ari ikibazo cy'ingutu. Ntidukunze kubyitaho, dutangira gusenga no kwinginga amazi yarenze inkombe, kandi bamwe baba babogamye. Iyo amasasu yatangiye kuvuga benshi ni ho batangira kwinginga Imana. Burya kutumvikana n'umuntu utakuzi ntacyo bitwaye, nta n'ubwo twabyita kutumvikana kuko muba mutaziranye neza. Buri wese abitekerezeho kandi abitangeho ibitekerezo. Uwo mutasangiye, mutaganiriye ntacyo bitwaye kuko ntabwo aba akuzi, nta mabanga yawe afite, cyane cyane biriya byo mu butegetsi ariko inshuti, iba ikuzi imbere n'inyuma, ni ikibazo. Ni yo mpamvu bicana.

Baba baziranye ku bibi byinshi kuruta ibyiza noneho uciye undi urwaho ntamurebere izuba. Umufaransa ni we wavuze ngo «Protège-moi de mes amis, mes ennemis je m'en charge». Bivuga ngo «Ndinda inshuti zanjye, naho abanzi bo ndabishoboreye». Ibi ni byo rwose. Icyo narambiwe kumvana abanyepolitiki nuko bavuga ko bakorera abaturage. Bazerure bajye bavuga ko bikorera ni byo bihuye n'ibyo bakora, ni yo mvugo y'ukuri. Ibi ndabibabujije ku mugaragaro, bajye baba abagabo bavuge bati: «Turaje ngo turye duhage, twubahwe, twigwizeho n'imitungo itabarika, bose badutinye, twice abo tutavuga rumwe hanyuma tuzamarishe inzirakarengane, byose tubijyane. Nta kindi». Maze ugasanga abo bene-gihugu baricira isazi mu maso, bakaba bafite n'amazu baba mo ameze nk'imitiba cyangwa ibigega by'amasaka. Maze wajya kumva ngo abaturage bamaranye kuko hatatowe kanaka. Baba barinjiwe mo n'imyuka y'ubufana kandi ntacyo yabamariye. Ni ugufana buhumyi. Buriya bufana ni nka bwa bundi bw'amadini kuko aba bombi baba barafashwe ubwonko. Maze muri disikuru ngo bazateza abaturage imbere. Bose ni ko bavuga... HARI IMYUKA ITATU yariho na n'ubu ikiriho iyo ni: UMUGATI, UBUTUNZI N'ICYUBAHIRO.

Ibi bitatu ni byo Satani yashukishije Yesu maze arabitsinda byose ariko twe dukunze kubitsindwa byose. Uti gute? Reba (ibice 4 bya Luka) nawe bigutere gusoma Bibiliya. Yesu ageragezwa na Satani. (Luka 4: 1-13).

Ubwa mbere Satani ati «Hindura aya mabuye imigati urashonje dore umaze iminsi 40 udakora ku munwa. Kandi biragaragaza ko uri Umwana w'Imana» Yesu ati «HARANDITSWE NGO... Umuntu ntabwo atungwa n'umugati gusa....

Ubwa kabiri iti «Pfukama undamye, ndaguha ubu butunzi n'ikuzo ryabwo, uzi ko ari jye wabugabanye», Yesu ati «Haranditswe ngo...

Ubwa gatatu Satani nawe yagerageje kuvuga icyanditswe na yo iti: Haranditswe ngo Izategeka Abamalayika bakuramire ngo udakubita ikirenge ku ibuye (kandi koko biranditswe nawe hashake ni muri Zaburi ntaho nkubwira)

Na Yesu ati «Kandi haranditswe ngo....

Icya mbere ni: INDA, KURYA, GUFUNGURA, KURINGANIRA N'AMEZA, GUKORA KU MUNWA, UMUGATI, IBIRYO, KUZUZA FRIGO NA CONGERATEUR.

Icya kabiri ni: UBUTUNZI, RICHESSES SANS FRONTIERE, AMASSER LES TRESORS, KWIRUNDANYAHO IBINTU BYINSHI ahari ngo urebe ko wagira amahoro. Maze uko byiyongera ukarushaho kuyabura ukajya urara mu modoka munsi y'igihuru cyangwa ku byatsi n'imisambi n'ibirago.

Ibintu byinshi, amazu menshi, amamodoka menshi utanagenda mo yirirwa ahagaze mu rugo kuko muri garage huzuye, kandi n'ayo mazu ntuyaba mo, ukagira amadege mato n'amanini, amato y'intambara, n'utumoto, twa kiosques, n'utugare n'utuduka, n'uduhene, n'intama, n'ingurube, n'inka z'inzungu n'iza kinyarwanda, na parcelles nyinshi utarubaka zimwe zuzuye mo ibyatsi. Ukanacuruza n'imineke n'avoka ku dutaro. Ndarushye nawe ukomeze iyi lisiti. Ibi byose byitwa: UBUTUNZI. KWIGWIZAHO UBUTUNZI.

Icya gatatu ari na cyo kibi cyane NI ICYUBAHIRO. Ni: «Nanga agasuzuguro». Bose bakubahe nk'Imana yabaremye ndetse barusheho, kugira ngo ugubwe neza. N'iyo waba ukora nka Satani na Sataniya, cyangwa nka Dayimoni na Dayimoniya, bagomba kukubaha. Kandi wowe uba warisuzuguje ibintu cyera kuko uba waremeye ko bigutegeka. Ni wowe uba warabanje kwisuzugura.

Ubanza kurya ugahaga, warangiza muri uko guhaga ni ho utangira gutekereza neza imishinga yo kurundanya ibintu, igihe uba uri mo kwihaganyura inyama mu menyo. Kuko iyo ushonje utekereza kurya gusa. Ntiwajya mu mwaka wa kabiri utabanje mu wa mbere. Maze igihe umaze kurundanya ubutunzi rero wimukira mu mwaka wa gatatu ari na wo mubi cyane witwa «Icyubahiro». Wigira kagarara bose bakagutinya bagategereza igihe uzasebera cyangwa se ukava mo umwuka abantu bakakuruhuka. Bakaririmba bati: *Waba usize nkuru ki imusozi?* Aho ntiwaba ugiye wari ruvumwa.... Byumvuhore we! Uriya mugabo ni umuhanzi w'umuhanuzi.

Ng'iyo imyuka ikorera mu isi ariko hari aho yashinze imizi cyane kurusha ahandi: ni mu Rwanda. Byose bijyana n'umurengwe no guhaga. Iyo byageze aho gusubirana mo ntabwo baba bagipfa ibiryo, akenshi nta n'ubwo baba bagipfa ubutunzi, ahubwo baba bapfa kwanga agasuzuguro ari na cyo cya gatatu: ICYUBAHIRO.

Iyo bakiri ku rwego rwo kurya gusa nta mahane menshi abiza mo. Yego baracuranwa, bashobora no kugambanirana, ariko ntibangana cyane. Batera imbuto y'urwango, byazamuka kugera ku kurundanya ibintu, bagatangira gucungana bareba ibyo undi yagezeho.

Niba ari inzu nawe akayubaka, niba ari imodoka nawe akayigura, niba ari urwuri nawe akarushaka, niba abana biga Green Hills cyangwa Riviera nawe abe akabajyana yo.N'iyo byaba bisaba no kwiba aho akora cyangwa kwica na byo akabikora. Niba umudamu we ajya muri Gym Tonic uwe nawe akajya yo, niba abandi bafite abagore benshi nawe agashakisha, ubwo ni ko abo bagore bagonganira ku mu tailleur ugezweho za Nyamirambo, bagahurira no ku bapfumu. Akenshi abagore ni bo bakunze kubishyuha mo cyane no kubyogeza kuko muri bo ni yo «ndiri» y'ishyari ryinshi. Noneho kubera ko bamwe bateye nabi, barariye cyane barahaga ntibakora na sport, ntibanakijijwe ngo bajye biyiriza, ngo maze bagasanga babaye ba «Qu'est ce que vous prenez».

Noneho bagashaka kwambara nk'abananutse bifitiye ama tailles. Ugasanga birababaje, ubundi birashekeje, barwanira kurimba nka wa wundi kuko bashaka buri gihe iby'abandi. Ibyo twabibaye mo muri Repubulika ya kabiri, none no muri iyi ya gatatu nagiye kubona mbona na bo barabyadukanye biranakabije nari nzi ko ntawaturusha. Nari nzi ko aba bazabyitonda mo ariko wapi; ndi mo ndagenda nbona ibinkura umutima, ibikoba bikankuka. Ubwo ni ko barushanwa kujya i Bulayi nko kubyarira yo, kwivuriza yo, kuhakoreshereza tests za grossesse, no kwipimisha ibindi, no kugira imigabane muri za sosiyete nyinshi, za banques nyinshi na za hotels nyinshi. Iri rushanwa rero ni ryo rigera aho rikabyara kwanga agasuzuguro, ishyari ryinjira gahoro gahoro.

Nari nibagiwe aho bicikira cyane: ni mu kuraguza. Ubwa mbere abagore b'inshuti barajyana, bakababwirira hamwe, ubwa kabiri umwe akisubiza yo kandi akabariza na wa wundi. Icyo umupfumu avuga ni uguhita abeshyera wa wundi kugira ngo ateze urwango maze rukambikana. Kuko we ni ko kazi ke: guteranya. Iteka bihera mu bagore. Ndabizi twabibaye mo biratinda. Republika zose: iya mbere, iya kabiri, n'iya gatatu, kubeshyerana ni aba mbere kandi bigafata, bigahitana n'abantu, bikica n'akazi, kwangana urunuka, gufungishanya, kwicana, kurogana, abapfumu benshi, bava hamwe bakajya ahandi. Ubushize ni bo badukoze ho, namwe mwitonde. Mwirinde abapfumu barabeshya, bakanateranya cyane.

Umwe aherutse kumpa ubuhamya yarakijijwe. Narumiwe kuko nasanze bimeze nk'ibyacu cyera neza nkumva ndababaye, kuko nari nzi ko hari ikizahinduka. Niba warabanye n'umuntu mukundanye ku rwawe ruhande, itware neza kuko arakuzi. Reka nguhe urugero rukomeye kandi rufatika kuri abo ngabo bazi Bibiliya ho gatoya. Iyo Satani aza kuba mu ijuru gusa nk'umumalayika usanzwe, ntabwo intambara yari gufata iriya ntera, ntitwari no kubimenya. Ariko yaracengeye cyane: Bibiliya ivuga ko yazize ahanini «ubugenza bwe» (Ezekiyeli 28: 16). Ngo yari afite ubwiza buhebuje ndetse ngo yarabengeranaga. Ariko turebe buriya bugenza bwe, yagenzaga iki? Ko yari afite akazi ashinzwe ndetse ari imbere y'abandi mu kuzamurwa mu ntera, yashakaga kumenya iki kandi? Kuki yari ingenza? Kuki atatunganije imirimo ye ko ibindi bitamurebaga. Nawe isuzume, kuki utanyurwa? Ni nka za Mpala ngo «Baba bamuhaye Jari bazi ko imuhagije, nawe yiyongereraho Butamwa na Ngenda». Iteka hagomba kongerwaho, ni ko bimeze.

Iyo Satani aba umusirikare usanzwe nta gikuba cyari gucika, yari kuba akora uburinzi kwa Afandi kandi na bwo inyuma y'urupangu gusa. Nta mazimwe yari kujya mo. Yari kujya amenya imodoka zinjira n'izisohoka. Ariko Lusiferi yari afite ipeti rya Général, yari akabije mu bwenge no mu bugenza; kumwirukana, kumunesha nti byari byoroshye. Yarwanye n'abamalayika, maze Imana imucira ho iteka. Yari azi byinshi ariko yakubiswe incuro araneshwa yabanje gukoza ho n'abamalayika batacumuye. Yaraneshejwe we n'ingabo ze yabashije kwinjiza mo ingengabitekerezo y'ubwibone no kwanga agasuzuguro. Abo ni 1/3, ubu ni bo ba dayimoni boreka isi kugeza ubu nandika, bakorera mu bacwezi. Ariko ntibazahora barushya umuntu Yesu yapfiriye, Imana yabihaze igiye gushyiraho iherezo maze ajyane abamwizeye, na Yesu ajyane abe. Wabwirwa n'iki umubare wabo ko ari benshi cyane, iryo ko ari ibanga ry'Imana, ko mu ijuru hasigaye mo 2/3? Wabwirwa n'iki umubare w'abamalayika basigaye yo, iryo ko ari ibanga ry'Imana bose ko ari yo yabaremye. Sinzi niba na nyuma itararemye abandi.

Imana yahishe ibanga rikomeye Satani ryerekeranye no kurema, kuko undi ni byo yashakaga ni na byo byamuviriye mo kwitwa UWIBA, AKICA, AKARIMBURA iby'Imana yiremeye. Ahora anagerageza gukora ibi photocopies bye, ariko kurema ibizima byaramunaniye. Kandi muri Edeni yari yarangije gusubirana ubutware bwo gutwara isi, iyo Yesu atamwambura imfunguzo z'urupfu n'ikizimu. Icyo ngo yashakaga ni ukumera nk'Imana. Namwe munyumvire! Cyane cyane nko kurema umuntu, umenya ari cyo cyari ikigenderwa nyamukuru. No muri iyi minsi y'imperuka aragerageza kurwanya cyane imikorere y'Imana. Agahindura uko abantu bakwiriye kubyara.

Abaganga bakavoma intanga z'umugabo n'umugore bakaba bazitera undi akaba ari we ubatwitira, akababyarira... Agahuriza intanga mu birahure maze hakazava mo abana... Agahima ngo Imana maze ngo agateza umwuka abagabo basambana n'abandi bagabo, n'abagore bagasambana n'abandi bagore. None yahanitse cyane ndetse ngo ni barongorane mu buryo bwemewe n'amategeko, ...banasezerane mu idini ngo ni uburenganzira bwabo. Satani ari mo ararwana no kwigana Imana no kugaragaza ko na we abishoboye. Ariko umva ikibazo mfite nabajije scientifiques. Ko ibyo bakorera ho ubwo bwenge bwabo nta gishya bihimbiye? Byose ko itangiriro ryabyo ari ibyo Imana yaremye? Abakora ubushakashatsi babukorera ku bintu Imana yaremye, nta byabo barema ngo babishakashakire ho. Satani nawe nta bantu yaremye ngo tubabone abe ari bo akoresha ibye ahubwo akoresha abo Imana yiremeye, akabiba, akabica, akazanabarimbura. Yabashije kugumura ateza umwuka mubi w'amacakubiri mu bamalayika bamwe, abandi abateza ingengabitekerezo yo kwivumbura ku Mana yabaremye. Imana ntishobora guhishura byose ndetse na Bibiliya ivuga ko tumenyaho agace, duhanuraho agace, umva ko ari agace nta n'ubwo ari n'igice.

Ibi byose kugira ngo tutazaca Imana inyuma tukayimenya neza maze tukanayimenyera. Kuko Satani yari yatangiye kwibwira ko yayimenye ndetse yatangiye no kuyimenyera. Urebye ibyo yigiraga muri kiriya gihe wagira ngo hari ikindi yari yishinjikirije ho. Na biriya bitekerezo n'ibyifuzo, n'ubwiyemezi wagira ngo bararagiranye cyangwa barakoranye, barahunganye, bariganye, cyangwa barafunganywe, kuko abo ni bo bitana ba «CAMARADES» (Ezekiyeli 28: 1-19; Yesaya 14: 9-21).

Naho twebwe amabanga yose tuba twayavuze, nyuma abantu bakazatwigarika. Nabikubitiwe mo cyane na n'ubu sindabireka neza bijya binshika ariko narahahamutse. Nibwira ko abantu bose ari beza cyane iyo unyeretse ko ari beza. Byageze aho Imana impa impano yo kurondora kuko byari byananiye.

Kamere yanjye ikunda kuganira no gusabana kandi iyo nakunze umuntu biba byarangiye nditanga wese. Nabiguye mo cyane. Imana idufashe kuko nanjye wandika byankoze ho. Kwibeshya ku muntu ukagira ngo aragukunze maze akakwereka aho abera umuntu. Ikibi nuko kubera ko aba hari ibyawe azi by'ukuri, n'iyo yiyongereye ho cyangwa akagabanya, byose bifatwa nk'ukuri. No mu bavandimwe ntibihatinya na ho narahakomerekeye bikabije. Abavandimwe nasigaranye barampemukiye cyane ariko umwe we yabaye intumwa ya Satani kaminuza ku mugaragaro. N'ubwo yagerageje kubihisha yiyoberanya mu mayeri ateye ubwoba kuva cyera, nkagenda mbyihanganira kubera urukundo, byaje gusandara.

Yabanje gukina 1/16, akina 1/8, akina 1/4, akina 1/2, nyuma akina Final. Kuko baba basanzwe bazi ko muri inshuti. Uwo we yari umuvandimwe duhuje data na mama. Ariko nta nshuti y'umwana w'umuntu iba ho, uku ni ukuri kuzuye. Inshuti nyakuri n'imwe kugeza ubu: Ni Yesu w'i Nazareti na ho abandi iyo abaye mwiza aba yuzuye Umwuka wa Yesu uwo nyine. Birababaza cyane kumva ibintu wavuganye n'undi byageze hanze kandi byitwaga ibanga. Bishengura umutima iyo umuntu aguteranije n'inshuti, n'abana se; iyo agusebeje n'ibindi. Yanabihinduye uko ashaka kandi ntabwo abihindura neza ahubwo ashakisha ibya gusebya ndetse bikaba byanagukoraho kandi byose biterwa n'ishyari riba muri kamere muntu. Ni imbuto Satani atera mu muntu.

Uwo muvandimwe we yakoreshaga uburyo buteye ubwoba bwo kunsebya. Nari mufitiye urukundo rwarengeye byose bibi yankoreye kugeza aho akiniye Final. Kandi akaba atarashoboraga kubyemera ngo abyihane. Na n'ubu n'ubwo byagaragaye ndetse n'abo yakoreshaga bakamuva mo, n'abo yansebeje ho bikabije bakamuva mo, nzi neza ko uko muzi, uramutse ubimubajije yaburana. N'iyo yaba ari Ocampo, anamwereka ibimenyetso bifatika na simusiga baranamufashe amajwi, yahakana kuko ni Umunyedini waminuje cyane. Idini ryaramwishe ryo gatsindwa ariko ndasenga ngo azahure n'Umwami Yesu. Cyeretse niba yarahuye na Yesu sinabimenya... Ariko yanshenguye umutima mwene mama weee!. Numvise agahinda.

Byageze aho Yesu antegeka kumubabarira birananira. Ati urigisha kubabarira (Imbabazi), none unaniwe kubabarira mwene nyoko? Uzi ko ari Satani wagupangiye muri we? Ntuzi ko nabyemeye? Yari gukoresha nde wundi wakubabaza atyo? Abandi ko ibyabo ntacyo byabaga bikubwiye. Ko wari waramenyereye koroshya ibibazo byose. Ntuzi ko Satani yapanze kugukoresha scandale? Aka kazi unkorera se karamushimishije? Ntureba ko Satani amukoresha akanamukorera mo? Urashaka kumusonga? Kandi ujye umusengera azabone ubugingo buhoraho. Kandi nzi umutima wawe, ndabizi ntumwanga, kuko ukunda abavandimwe bawe cyane ariko noneho urwango rwinjiye.

Natura bwa mbere nsenga muvuga mu izina ngo «Ndamu. ba. ba. ri. ye.». Nahise nduka amaraso. «Nzabyandika ho birambuye mu gitabo cy'ubuhamya bwanjye».

Reka ngaruke: Ukumva ngo umutegetsi yatorotse yari mu buyobozi bwite bwa Leta, ageze hanze aravuga. Ashatse yanahimba bikemerwa kuko baba bazi ko yari muri Leta azi ukuri. No mu mibanire isanzwe birahari kandi birababaza cyane, ndabyumva. Nzi ibyo ari byo kuko nanjye nahemukiwe n'inshuti n'abavandimwe cyane, kandi byinshi mbeshyerwa, kandi narabitangiye birenze ibyo wakwibaza.. Bagakoresha uburyo bwo kunsebya bikabije ndetse no gushaka kunyicisha. Hangana abuzuye kuko abataruzuye ntacyo baba bapfa, n'iyo gihari, biroroha kubonerwa igisubizo. Kuko umuntu ukuzi si kimwe n'utakuzi. Ugenzuye byinshi abantu bapfa ubabajije bakubwira ko BANGA AGASUZUGURO. Haba harabanje ishyari akenshi ridafite n'ishingiro kuko hari ukwanga akakugirira ishyari kugeza no kuba yakwica kandi akurusha imibereho. Reba aho wowe uri muri biriya byose twavuze niba ufite imwe muri ziriya mbuto za Sekibi ntushobora kuba «Umuhuza–Mwunzi» kuko nta munyenda nini, cyangwa uwigwizaho ubutunzi, cyangwa ushaka icyubahiro kurusha Imana yivugiye ko nta wundi izagiha. Bene uwo ntashobora kuba «Umuhuza–Mwunzi». Wowe bite se? Uri ku yihe ntera?

Uri mo kwirira cyane kuko urisonzeye? «UMUGATI»! Wahaze none urishakira kumera cyangwa kurusha abandi, nawe urishakira imitungo itabarika? «UBUTUNZI». Warabibonye se none urashaka ko isi yose ikubaha? Ko abantu bose baba «cini ya burinzi» bakagupfukamira nk'Imana cyangwa bakarusha ho? «ICYUBAHIRO». Ntabyo uzabona, kuko Icyubahiro cyose n'icy'Imana yaremye ijuru n'isi.

ITORERO NI RYO RIBA MO ABAHUZA-BUNZI

Abahuza-Bunzi bo hanze bakora ibyo kuremekanya nta n'ubwo baba bazi ibyo bakora, ni yo mpamvu nk'uko nabivuze uhereye cyera igisubizo cy'u Rwanda gifitwe n'Itorero mu buryo bwose, cyane cyane ibirebana n'ubwiyunge n'ubumwe, ari na cyo kigendererwa, ni yo «NSANGANYAMATSIKO».

Ntabwo Leta, imiryango iharanira inyungu zayo igengwa na Leta, itagengwa na Leta n'ibindi byishyiraho uko bibonye, ibyo byose ntabwo bishobora gukemura ikibazo nka kiriya. N'amadini ntiyagerageza ahubwo babyica kurushaho nk'uko byagiye bigenda.

Itorero ni ryo rifite igisubizo cy'igihugu cy'u Rwanda, narabivuze nzabisubira mo ko kugeza ubu nta kirakorwa, kuko biradusaba gutangira, gusubira inyuma kuko twakomereje aho twari tugeze. Ni ikibazo rero kuko bamwe bazi ko ari byiza ngo barimo gutera imbere ABAHUZA–BUNZI muri hehe mu Itorero? Ni bande bumva babikora ariko bakaba ngo bagira ubwoba ngo bitinyira ko banyuranya na Leta yiyita iy'ubumwe ishaka ko ntawe uvuga ku moko kandi amoko ari yo afite ikibazo.

Jyewe ndi umuhamya wa Yesu Kristo, ntabwo ndi umuhamya wa Leta kandi nta n'uwundi cyangwa ikindi nabera umuhamya. Si ngombwa gusubira mu byo Leta ivuze, kuko ntidutekereza kimwe, ni abantu bavuguruzwa, na bo ubwabo bakivuguruza, bahora babihindura. Imana yo ntivuguruzwa kuko ibyayo biraboneye, biruzuye ni nta makemwa.

Reka mvuge kuri iki kintu gikomeye: Ku birebana no gutinya Leta cyane, noneho niba ari n'amakosa bakora kuko nta malayika n'umwe uba muri Leta yiyita iy'ubumwe, bose ni abagabo n'abagore b'abana b'abantu-buntu, bakozwe n'inyama n'amaraso gusa, babyawe n'abagore, buri wese ari mo kamere muntu ishobora kwibeshya buri «segonda» no gukora amakosa menshi cyane, ibyo ntawabihakana, umva ko bazi kuburana, cyangwa na byo babirasa.... Ku byerekeranye no gitinya Leta yiyita iy'ubumwe, mu by'ukuri si ugutinya Leta nyir'izina, kuko hari ikintu cyubatswe cy'imikorere ku buryo buri muturarwanda na muvukarwanda bose bagomba gutinya Kagame. Ariko mwenerwanda, nyir'u Rwanda mwenegihugu we ntagomba gutinya Kagame. Kubera iki se?

Umwe mu bategetsi, twaraganiriye nza kumubaza ku bigendanye n'ibyo gutinya Kagame, ambwira ibintu byankuye umutima. Ati: ubwo umureba hariya rero, nti mumuzi, jye twarabanye, n'iyo utari wavuga, amenya icyo uri mo gutekereza, cyane cyane iyo umwicaye imbere. Aza kumbwira inama imwe bari mo maze agiye kumva yumva amubajije ibyo yatekerezaga. Namubwiye ko iyo myuka nyizi. Ikorana na ya mavuta y'igitinyiro menshi afite, ariko agera aho agakama.

Natandukiriye reka dukomeze. Nta butegetsi butagirwa inama burama. Ubwa cyera igihe cy'abami ba Isirayeli bagirwaga inama n'abahanuzi. Abanze abahanuzi muzasome uko bagiye barangiza za mandats zabo. Mu bami bose bimye muri Isirayeli, Dawidi wenyine ni we utarigeze asubiza yo umuhanuzi. Ni we wemereye Natani aje kumucira wa mugani utoroshye igihe yasambanaga na Batisheba muka Uriya w'Umuheti, yarangiza akicisha Uriya umugabo we ku rugamba. Umuhanuzi Natani yaraje aca umugani: (2 Samweli ibice 12). Umurongo wa 13 ni ryo jambo Dawidi yashubije Natani amaze kumwemeza ibyaha bye, «[13]Nuko Dawidi abwira Natani ati "Nacumuye ku Uwiteka."».

Uyu mugabo ansubiza mo imbaraga. Abantu nk'aba se bari hehe? Isi yahita ihinduka. Ba Dawidi? Bari hehe? Reka twungurane ibitekerezo byo kwiganirira gusa. Nshatse narahira ko iyo aza kuba ari Perezida Kagame umuhanuzi yabwiye biriya, aba yaramurengeje Urugwiro mu munota umwe. Ba bahungu be baba barabonye akazi ko «kunoza umuginga». Ndamwibuka mu Nteko igihe abaganda barwanaga n'abiyita Abanyarwanda barwanira i Kisangani muri Kongo itari iyabo bombi.

Icyo gihe yasobanuriye abari mu Nteko ibibazo by'iyo ntambara uko yatangiye maze avuga ibingwi ingabo ze, yari afite «morali» nyinshi cyane ati «abahungu barabakubise barabanoza». Kubakubita bakabanoza ni ukubica. Bigomba kuba ari byo byamushimishije kuko ngo abasoda b'u Rwanda bishe ab'abaganda benshi cyane. Icyo gihe mu Nteko ba bandi bize na none barongeye bakoma amashyi menshi cyaneeee!

Jye numva ntakoma amashyi havuzwe ikintu nk'icyo, numva ahubwo byandakaza, namugira inama, yavuga nanjye nkavuga maze nkareba. Numva ntacyo yari kuntwara kuko yari kuba yumvise umuntu wa mbere ahari umutinyutse. Kandi ndanarinzwe cyane rero. Ndinzwe n'Abakerubi bafite inkota zaka imiriro, kandi

363

ntawakwiterereza intambara n'Abamalayika. Mu ngabo ze nta malayika n'umwe uri mo, ahari yaduha CV ye.

Ni yo mpamvu mbivuze ho, ntirengagije guhugura cyane abategetsi b'u Rwanda bize cyane, ariko muri bose nta wiganye n'Imana noneho ngo ibe iya mbere maze we abe nk'uwa 1. 000. 000. 000. 000. Bene uwo ntawe umva ko bagira ngo iki. Na biriya bya ba Papa b'i Vatikani bishyiraho bakigira ba «najyuwa», buriya Papa iyo yiherereye nawe ariseka. Ngo ntajya yibeshya, ntabeshya, ntanabeshywa? Si byo, kuko itabeshya, ntiyibeshye, ntinabeshywe n'imwe yonyine: ni Imana Uwiteka Nyiringabo waremye ijuru n'isi wenyine. Bariya baba barabicuritse babishaka byo kwiyogeza gusa bishuka, bakazarangiriza i Gehinomu, barabonye ibyubahiro byose by'isi, ariko bakaba boretse imbaga itabarika y'abafana b'abayoboke babakurikiye buhumyi.

Gufata iby'Imana ukabyishyiraho, uba wibeshya cyane rwose. Irindi zina ryawe uba witwa Herode, nawe ntibyamuguye neza kuko yahindutse inyo. Ndavuga ibyubaka bishobora no kutugeza ku mahoro arambye, hatari mo guhangana cyangwa se impaka. Kwemera ibyo Leta yiyita iy'ubumwe ivuze byose n'iyo byaba biri mo kuyiroha wowe ukaba uzi ukuri ukabyihorera ugategereza igihe bizahirimira kuko wigirira ubwoba wanga no kwiteranya ngo bitaguturuka ho, wari ufite uburyo byakosorwa, ni wowe waba uri: *inyangarwanda, inyangaleta, umugome kabuhariwe, ruharwa…* Wavuze se akakwica? Ubu se abapfuye bose bari bavuze? Umwe yigeze kumbwira ati erega tuzi ubwenge bw'uko ibintu byagenda, ariko Kagame uri hanze aha ntahugurwa, ntagirwa inama… Benshi bazira ko hari icyo bamukosoye ho. Mumusengere.

Ni kimwe nk'aho nigeze kubwiriza biriya by'ubwiyunge (simpavuga) maze mbabwiye ko abahutu ni turamuka tudasabye imbabazi Imana izatubumbira hamwe n'abatutsi ikadukubitira hamwe. Maze mbona bakeye ku maso aho guhinda umushyitsi baravuga ngo naba na byo, iduhaniye hamwe n'abatutsi ntacyo wenda tugashiraho twese ariko umututsi adasigaye ategeka wenyine muri iki gihugu. Basi iduhanire hamwe n'abatutsi. Ariko na bo bahanwe.

Mbese n'ubwo twashira twese ariko n'abatutsi na bo bakabigendere mo. Naratangaye ! Abatutsi baracyariho umwuka wo gushira! Ubwo abahutu bemera gushira ariko bagashirana n'abatutsi. Mbega urwango rurenze ubwenge! Mbega inzigo!

Iyo na yo ni imyuka izerera mu birebana n'Ubumwe n'Ubwiyunge bwa Komisiyo. Reka nkomeze ku birebana no gutinya Leta ya Kagame cyane bikaba byaranaviriye mo benshi guhahamuka. Iyo nza kuba nari narakijijwe mbere igihe cya Repubulika ya kabiri, ngahabwa mission nk'iyi mba narigize umujyanama wihariye wa Habyarimana. Nari gukoresha uburyo butangaje nkamugira inama

364

y'ukuntu yahama ku butegetsi kandi ntawe ahutaje, akazisazira. Nari gushyiraho inzego z'abingizi kabuhariwe nabanje kubigisha, bakinginga bazi ibyo bingingira. Nari kuyobora amatsinda y'abanyamasengesho ku mipaka yose y'u Rwanda twabanje kwirukana abazimu b'imbere mu gihugu. Tukanihana byose Satani yaturegaga icyo gihe.

Tukanabarura ahantu hose hakorewe amahano yo kumena amaraso mu Rwanda. Aho hose Satani yafatiye igihugu. Nari kumuyobora muri byinshi. Mugize ngo kandi ndarota? Nyamara ndi maso. Nari kubanza gushyiraho urwego rw'abinginzi b'intavogerwa bazi icyo bakora, rugakorera muri Perezidansi ya Repubulika, rugahangana n'ibisambo, badafite imishinga y'amafaranga, bahangana n'imyuka mibi y'ibigirwamana bari barimitse mu gihugu. Narangiza ngashyiraho ingengo y'imari (bugdet) yabo, bakajya banahasengera ku ngufu, nanjye nkahagira office yo kubikurikiranira hafi. Muri uko kwigira umujyanama wihariye w'Umukuru w'igihugu icyo gihe ari we wari kuba ari Habyarimana, nta n'umwe nari kwemerera kunyinjirira mu mirimo. Twari kubanza gusenyagura imbaraga za nyabingi n'ibindi bigirwamana ntarondoye kuko byari byinshi by'iwabo. Ingengo y'imari y'icyo gikorwa (ndumva ari yo yabanza guteza amahane) ni jye na Perezida twari kubimenyana ho, n'abandi nari guhita mo mu buryo bw'Ubumana twabanje kubisengera Imana ikaduhitira mo. Umwuka wera agashyira ku ruhande abuzuye Umwuka wera n'ubwenge, apana gukoresha amatora.   Nta Demokarasi ! Nari kumugira inama yo kureka impunzi za 1959 zigataha ku neza, nari kumugira inama yo gusengera imyuka yo gutinya umudamu we na baramu be, n'abandi babaga buzuye imyuka mibi yamuhahamuraga kubera kumuraguriza cyane bahora bamuhubika ibizaratsi n'ibindi birozi, bamucurika ngo adatekereza neza, ajye yitwa «yego mwidishyi», maze iyo myuka ikamuva mo. Yoooo! Nari kujya musengesha cyane nkanamubuza gukora bimwe bitari ngombwa byamunanirizaga ubusa. Nari kumukorera délivrance. Abanzi be twari kujya tubabwirwa n'Umwuka twabisengeye na bo tukabasengera aho kugira ngo ababwirwe n'abapfumu dore ko ari n'aba mbere mu guteranya abantu.

Biriya bakangishaga byo kwica cyangwa gufunga abanyakuri cyangwa kwanga abatutsi no kwanga ko bataha byari gucika intege kubera amasengesho. Nari gushyiraho Komisiyo ishinzwe gucyura impunzi (Komisiyo ziragarutse) itari kuba imeze nka biriya bya nyirarureshwa by'igihe Obote yazirukanaga tukazisubiza yo. Iyi [yari] imikorere ya Antikristo na yo itoroshye kuko ari igihe cyayo.   Rero ngo buri mutegetsi wese agomba kuyijya mo atayijya mo ntibamuhe amafaranga. Na byo twari kubaza Imana icyo gukora. Iyo biza kugenda kuriya nta maraso aba yaramenetse bigeze hariya.

Ubu rero bwo n'iyo nashaka kugira inama Kagame nte ntibyakunda. Sinabona aho menera kuko no mu madini hari mo abanyakazu bagomba kugaragara imbere ngo ko ibintu byose ari bo babizi, cyane cyane abavuye hanze. Mbibabwiye bavuga ko bazigira yo kubimusobanurira. Hari n'ibyo nagiye mbabwira Imana yashakaga ko dukora, nyuma bakabihindura ngo ni bo byaturutseho, Imana na yo ikambwira iti bareke bacuruze, niba banze ko ubiyobora kandi nta musaruro bizatanga. Ariko igiterane cyo muri 2009 cyabereye i Gitarama mu kwezi kwa 7, ari jye byaturutse ho barampeza, maze bariherera bemeza ko aba Pasitori, ba Reverands, ngo badashobora kwihana ku mugaragaro. Ngo byitwa kumena amabanga. Banyima ijambo. Maze hihana abazungu bitwarira umugisha. Nyuma batangira kubebera....

Baragaragaye ariko ntacyo byatanze kuko ngo nta cyiza cyava ku muhutu. Yee! Ni nka bya bindi ngo ko: «nta cyiza cyaturuka i Nazareti?» Yee! Nyamara cyarahaturutse ntibabimenya. Igihe Joyce Meyer aza mu Rwanda cyari igihe cyo kuvugira Imana kuko hari imyanya myinshi. Ibye byabereye mu gihugu hose ndetse hari na za gereza yagiye mo. Nagiye mu nama ya mbere yo gutegura, sinasubiye yo kuko umwe mu bambarikazi ba FPR usengera mu idini ryashinze imizi ry'inzaduka, yambwiye nabi n'agasuzuguro wapakira ikamyo ntihaguruke kandi twari mu nama nyine. Ngiye kumusubiza ndakaye, nshaka kuvuga wenda sinzagaruke, Umwuka Wera amfata ku munwa. Ariko nari ngiye kumubwira amagambo yari kuzibuka iteka ryose. Nari niteguye no gufungwa rwose kuko we ntiyari kwihanganira guseba kandi ari umunyakazu w'imbere.

UMWUKA UVUGA NGO «NIBASHAKA BANYANGE, ICYA NGOMBWA NI UKO BANTINYA»

N'iyo waba ufite uko wavuga ngo ibintu bikosorwe, ukicecekera ngo batagira ngo..., cyangwa ukarindira kugeza igihe bizahirimira. Ubwo si ubugome mu bundi? Ugasigara uvuga ngo wari ubizi. «Waramaze»! Wakoze iki se uretse kuba ikigoryi cy'ikigwari. Ahandi na ho biba byumvikana kuko iyo hari abavugishije ukuri barapfa abandi bagafungwa. Ubwoba bw'ingeri zose, buri wese afite ubwoba, buri wese aneka buri wese, ntibaryama, barumviriza.

Kuri hotel winywera ikawa baba bumviriza, batabasha kubyumva neza bakabihimba,kuko bagomba gutanga amakuru. Baba bahawe amafaranga y'akazi. Bakubonanye na kanaka kandi barashaka kumenya ibyo mwavuganye. Kubera iki? Ni hose kandi. Iyo [umuntu] asetse ni ho aba adasetse, iyo arakaye ni ho aba atarakaye.

Ni ubwoba gusa kugeza aho buri wese yongorera no kuri telefoni n'iyo yaba ari mo kuganira ibindi. Internet baba bayiri ho bakebaguza. Ubwoba! Nta buzima nta bwisanzure.

Hari uwambwiye ageze hanze ati «Uzi ko na n'ubu mvuga, mvugira kuri telefoni nongorera»? Barababeshye ngo kubera ikoranabuhanga

366

ngo buri muturarwanda wese baramwumviriza. Mbega ubwoba! Ni umwuka utinyisha abaturage ubutegetsi, sinzi aho bazabigarurira. Ni «QU'ON ME HAÏSSE POURVU QU'ON ME CRAIGNE». Nibashaka banyange, icyangombwa ni uko bantinya.

SINAGOMBAGA GUSENGERA UBUTEGETSI BWITWA UBW'ABATUTSI.

Nabivuze kenshi ko ntagombaga gukunda iyi Repubulika ya Gatatu kuko iyanjye yari iya Kabiri. Navutse mu marembera y'ingoma ya cyami na gikolonize, mbyirukira muri Repubulika ya mbere, menyera ubwenge neza no kubaho no gushaka n'ibindi muri Repubulika ya Kabiri. Nabyirukiye muri M.D.R. PARMEHUTU, nkurira neza muri M.R.N.D. Mu Bwato bwa Muvoma. Noneho nabaye nka Pawulo kugira ngo mwumve neza, ni we wavugaga imyirondoro ye y'ibihe by'ubujiji bwe. Rero Repubulika ya kabiri ivuyeho, nanjye ntugire ibindi umbwira, najyanye na yo, numvise namera nk'uko abandi babaye, byaranyuzuye.

Ntibyoroshye gupfa kuyoboka ibintu byadutse hari ibyo wari umenyereye, kandi bikuyeho ibyawe wari umenyereye. Ntibyoroshye guhita uhindura idéologies zose. Ugereranije n'imibereho umuntu yabayeho, ukabona ibintu bikwikubise hejuru ngo Habyarimana avuye ho? Ibyo wenda byari kwihanganirwa. Ariko kuvuga ngo abahutu bavuyeho, bambuwe ubutegetsi n'abatutsi, ibyo byo kubyihanganira birasaba mbaraga ziri hejuru y'izindi mbaraga. Kubona ibyo ababyeyi bawe baharaniye amanywa n'ijoro bikubiswe hasi. Ahubwo warwana inkundura rwose.

Kuko kubyemera no kubimenyera nagombaga gukangarwa n'uwampamagaye ati ndaguhamagarira umurimo wo «Guhuza no Kunga», va muri ibyo biganiro. Va mu gutekereza ibyo udafitiye ibisubizo. Kandi hari ibyandyoheraga n'ibyankoragaho koko agahinda kakanyegura, kuko nanjye ndi umuntu. Nakundaga kumva amakuru yo muri Kongo mu mpunzi. Bakuraho ibendera ry'umutuku, umuhondo n'icyatsi na bya bindi byose, nari naratangiye gukira gahoro gahoro ariko numvise ari nk'aho hari icyo mbuze. Numvise hari uburenganzira bwanjye bwibwe, numvise mwaye nk'aho hari ibyo banyambuye. Nakiriye abari bavuye kuri stade b'abahutu bahahamutse, bari mo kuvuga iby'abahutu cyane, ukuntu dupfuye nabi byose babitwambuye, ko twajya twaba ingaruzwamuheto koko, cyane kuvaho kw'indirimbo yacu yubahirizaga igihugu n'ibendera. Uko bavugaga nanjye nkumva natwawe, ninjiye mu kimwaro. Byarangonze mu by'ukuri, Yesu ni we wanyibohoreye, kuko yanyujije mu ishuri ry'inkomere, kugira ngo nzafashe inkomere.

Hari ingero nyinshi ariko si byo nsanganyamatsiko. Nawe wisuzume urebe uko umeze. Ubwo nari ngize Imana simfungirwe muri 1930, si napfe, numvaga nanjye nahunga kuko sinabifataga neza ukuntu nzaba Rwanda abanjye bose bahunze, abandi bapfuye abandi bari mo kubafunga umusubizo mbona. Umututsi yanyirase ho andatira ngo uko bari mu munsi mukuru w'igihe bakuraho ibendera n'ibiranga ntego bya Repulika zombi, bagahindura n'indirimbo. Yarambwiye ngo kuva babaho babonye aho Kagame yishima araseka amenyo yose aragaragara, ngo araganira, ngo aranabyina maze.

Nabuze uko mbyifata mo, mbura aho nkwiza ikimwaro, numva ndababaye cyane agahinda karanyegura, ndanarakara, mpita nongera gushaka guhunga. Ariko Imana yaje kubyivanga mo kuko nari ngifite akazi, maze inkundisha abiyita Abanyarwanda noneho, inkundisha igihugu cyane, isa n'aho inyibagije hanze y'u Rwanda n'abari yo akanya gato. Nari naragerageje nk'abandi bose guhunga, ndetse hariho igihe byendaga gucamo. Ndetse hariho igihe byari bigiye gukunda, ndabanza nikoza i Nayirobi mpasanga abandi turaganira turapanga. Iyo bakubonaga baranezererwaga cyane bakibwira ko nawe uhunze. Nyuma najyaga mbona visa nkaburaticket, nabona ticket nkabura Visa. Kandi byabaga byagiwe mo n'abantu bitwa ko babikomeye mo. Ariko nabateye umwaku hafi ya bose, kuko buri wese washakaga kumfasha ku birebana no guhunga byamuviraga mo ibibazo. Abazungu bamwe barabirukanaga babahoye ibyo ntazi. Abakozi ba Loni barabahinduraga mu buryo budafututse.

Abantu ku giti cyabo bacuruzaga barahombaga, abandi bakabirukana ku kazi. Ndetse hari n'abagize za accidents kubera kugambirira kungirira neza ngo «mve mu Rwanda», kandi Imana yo yarashakaga ko mpahama icyo gihe. Babaga bari mo kurwanya umugambi w'Imana kuri jye. Imana inkundisha abiyita Abanyarwanda, imbwira birambuye umuzi n'umuhamuro iby'aya moko noneho. Nuko inkorera umutwaro uremereye wa bene wacu w'abahutu n'uw'abatutsi. Maze inshinga gusengera Perezida Kagame. Kumusengera byaramvunaga cyane, byamaze igihe ntarabyemera neza. Byageze aho biranakomera ku buryo abahunze bajyaga bantumaho bambaza icyo nshaka mu Rwanda mu by'ukuri, nanjye nagishaka nkakibura.

Kuko mu byagaragaraga nta cyagendaga. Nta faranga nagiraga, nta mibereho, abana barabirukanaga mu mashuri, ndetse hari ubwo inzara na yo yabizaga mo kandi Yesu akanyihorera. Yari yaramfungiye imiryango kuko yagomba kuncura nkaba igikoresho kidafite umuteto. Ni yo mpamvu najyaga mvuga ubutumwa nk'uwiyahura kugira ngo ndebe ko bamfunga nk'uko bafunga abandi ariko biranga. Bakamvugiraho neza ngo ndi secrétaire wa Kagame. Nyamara wasanga barahanuraga ariko reka mbakosore: Ntabwo nakwemera kuba secrétaire we na gahoro. Ahubwo naba umujyanama we wihariye. Kuko sinshaka abatwinjirana bazanye ingengabitekerezo zabo. Gutinya Leta yiyita iy'ubumwe kugeza n'aho ubona ibintu bipfa ukicecekera, jye ndabona ari ubucucu bugeretseho n'ubugome, byagombye guhanwa n'amategeko.

Jye rero sinzaceceka sinabishobora, ibyo ntakoze mbere kuko nari ntaramenya UKURI nyakuri (Yesu) ndashaka kubikora ubu kuko maze gusobanukirwa byinshi. Ntabwo nzasaba inama ya Leta guterana kuko ntibanabyemera babifata nk'iby'abasazi. Bafite n'imyizerere itandukanye, ngo bahurira ku gihugu gusa, ibindi ntawe bireba, bagomba koroherana, no kumvikana, no gusabana no kurenzaho, no kugira ubwenge. Kuko ntibabyumva biba birenze ubwenge bwabo kandi ari ho hari mo ibisubizo.

Rwose inama ya Leta ntizigere iterana ngo hajyeho n'iteka rya Perezida cyangwa irya Minisitiri w'intebe, ahubwo tuzabikora mu buryo nta n'umwe uzashukurira amafaranga (ingengo y'imari y'icyo gikorwa). Kuko iyo hagiyeho Komisiyo hajyaho n'igengo y'imari, n'abaterankunga benshi, na projets nyinshi. Ibyo mumenyereye si byo muzabona, ahubwo hazafatwa ingamba nshya mutari mwumva. Kandi kubera ko mbizi neza ko umwanzi azaturwanya akoresheje abambari be b'ibisambo, natwe tuzajya dusaba inkunga ivuye mw'ijuru maze bahangane, uturwanije bamukubite incuro. (Ndumva bibaye). Ni jyewe uzishyiriraho abakozi mu mirimo izaba ihari yose, nta piganwa kuko ni iby'Umwuka, nta kimenyane cyo mu miryango cyangwa ubushuti cyangwa kwigana cyangwa abahoze mu Rwanda ngo twarabanye, cyangwa abo muri Gasabo hose mbese Bwanacyambwe, cyane abo mu mujyi wa Kigali, ariko cyane cyane abo ku Kacyiru kuko ari ho mvuka. Abo barabe maso si nshaka abatera iperu ngo mwene wabo yakomeye.

Nzabafasha mu bundi buryo muri gahunda yabyo y'ibikorwa by'amajyambere byo kubabumbira mu mashyirahamwe na za Coopératives bibateza imbere, hari mo na science na technologie n'imibereho myiza y'abaturage, na mutuel de santé, n'imirenge SACCO, ariko nta kuboneza imbyaro kuko Imana irabyanga cyane.

Hari aho yigeze kubaza ngo n'umwanya murongeye mubaye benshi n'ukuntu mwapfuye nabi. Mutangiye kuboneza imbyaro mwa bigize Abanyarwanda mwe? Mwabaye mute koko? Imana iti ba uretse ndaje nongere mbagabanye biborohereze mu kuboneza imbyaro, bye kwirirwa bibarushya mupanga za projets zibaruhiriza ubusa, mukora n'amadosiye n'amanama byinshi, ndaje mbagabanye. Ntibizamera nk'itsembabwoko, ntibizamera nko mu mashyamba ya Zayire, nzabikora mu bundi buryo buzabanezeza, bubageze ku majyambere vuba. Maze si ukurira ndahogora nsaba imbabazi. Nsabira imbabazi abiyita Abanyarwanda kugeza ubu batari bamenya gutandukanya indyo n'imoso. Akandi kazi nihaye na ko gafite département muri Perezidansi ariko mu birebana n'umutekano. Nzakorana na Polisi cyane. N'ibirebana n'aya Madini. Yaba ayari ahari mbere, yaba ari inzaduka, aya yose ndayashinzwe, nyoboye gahunda yo kurwanya abavangavanga ibikorwa by'idini, n'ibikorwa by'Itorero rya Yesu

Kristo. Aha rero, harakomeye kuruta kugira Perezida inama, kuko ni na ho hagomba abakozi benshi. Na none ntihagire unyaka akazi uko yaba ameze kose. Umwuka Wera ni we uzishyirira ku ruhande abo gukora ako kazi.

Ibi byo, kubera ko bigendana n'umutekano no kuvangura ibishimwa bigakurwa mu bigawa maze tukabona kuvugira Yesu, sinshidikanya ko aha ari ho mfite intambara nyinshi. Kuko ni jye uzajya ntanga ibyangombwa kuri abo ngabo b'amatorero ya gikirisitu buzura Umwuka Wera, bavutse ubwa kabiri. Ni na bo nzibandaho cyane. Naho amadini yari ariho kuva kera yo yanashinze n'imizi afite n'ibikorwa byinshi by'amajyambere. Ntanakoreka kuko afite n'ubutunzi bubahesha gukora ibyo bishakiye, n'ubwibone ntangarugero. Yesu yarayahasanze, aramubamba, arayazukana, ngo ntiyanamenye ko yazutse. Hari ibyo batajya bamenya, abandi baguriye abagomba kwemeza ko atazutse. (Buri gihe haba hari abagurira abandi b'abagambanyi). Yarayasanze, aramwica arayazukana, agiye kugaruka ayasange na none agikora bya bindi yayasize mo ndetse akanarushaho. Aya yo azihanganira na Nyiribihe igihe kigeze.

Impamvu nahise mo kuyobora ariya n'uko hari ibyo twishe byinshi kandi tugomba gukosora baramutse babyemeye. Byanze bikunze tugomba «kugaruka ku Rufatiro rw'Intumwa n'Abahanuzi» (Abefeso2: 20) kuko twararutaye namwe murabizi. Ndabasaba kongera gusoma neza Bibiliya, ariko muzibande cyane mu Byakozwe n'Intumwa. Kandi aba nabo hafi ya bose barangije guhombokera mu nyigisho za PROSPERITE, birirwa bacuza abapfakazi n'imfubyi n'utwo biboneye bakatubacuza. Aba na bo bazamesa kamwe: bazagaruka ku Rufatiro rw'Intumwa n'Abahanuzi, cyangwa bajye mu yandi madini ya Antikristo amaze guhuriza ku mugambi umwe w'imyumvire yo gutegura kurwanya Itorero rya Yesu Kristo.

Aha ho rero birasaba ko Perezida atungurana nk'ubusanzwe, agatanga itangazo nkunda cyane rivuga ngo *ASHINGIYE KU BUBASHA AHABWA N'ITEGEKO NSHINGA RYA REPUBULIKA Y'U RWANDA ASHYIZEHO KOMISIYO YO KUGENZURA IBIKORWA BY'AMADINI MU RWANDA, IYO KOMISIYO IKABA ISHINZWE APOTRE ET PROPHÈTE, M. E. MUREBWAYIRE.*

Reka nsobanure ku mpano ya Apôtre bivuga «Envoyé», uwatumwe. Buri wese watumwe na Yesu Kristo, akaba afite ubutumwa bwe, akaba afite ibimugaragazaho ibigendanye n'iyo mpano, uwo wese ni Intumwa, ni Apostle, Apôtre, ni yo bitakorerwa iminsi mikuru. Ntawe ubivukana ngo abe yaravukanye imbuto yo kuba Apôtre, ni impano Yesu aha Intumwa ze kubera impamvu z'akazi, kandi ntabwo ari Titre, ni impano. Byumvikane neza,[iyo mpano] ingana n'iy'ubuhanuzi uretse ko Pawulo yavuze ko abantu twese tugomba cyane kwifuza iy'ubuhanuzi. Ariko kandi iyo mpano ingana n'iy'ivugabutumwa, n'iy'ubushumba n'iy'ubwarimu (abigisha).

Ndashima Yesu ko yangize umuhanuzikazi. Rwose sinzi impamvu hari ababigira mo ubusumbane ndetse bakanabirisha, bikabahesha n'ibyubahiro birenze...Kandi ingana n'iy'Intumwa, Ivugabutumwa, Umwungeri, n'Umwigisha. Perezida amaze kumpa uwo mwanya rero, hakurikiraho ibyo mutigeze mubona muri Rwanda. Kubera ko abenshi mbazi ko ari abanyamanyanga, bahahamuka baramutse bumvise ko ari jye ubiyoboye. Mana ishobora byose, bamwe mu banyamadini bwacya batorotse, abandi biyahura, cyangwa bagatangira kunyikundishaho, ariko narushaho kurya karungu. Kuko nabanza kwaka buri dini ryose raporo y'ibyo ryakoze mbere na nyuma ya jenoside ku birebana n'ubwiyunge n'ubumwe bw'abahutu n'abatutsi, kuko ni ho ipfundo ry'ikibazo riri, nkabaka raporo irebana n'uko amadini yabo yagiye acyura impunzi n'abacengezi kuko bagomba kubigira mo uruhare, n'ikibazo kibareba kuko impunzi zose zigomba gutaha. Amadini agomba gukora cyane ngo igihugu kitagira abanzi b'abene gihugu baba hanze. Ni byinshi naheraho. Nabaka gahunda bagomba guha Leta nk'Itorero yo kugenderaho kugira iguhugu kigire amahoro arambye. Nzabanza nshyire ahagaragara ibyo bagomba gukurikiza byose biri muri Bibiliya, maze ubyujuje abe ari we uhabwa icyangombwa. Utandukiriye, hari service ya polisi ishinzwe kumukurikirana na service y'iperereza, irusha gutata iya ba Yosuwa na Kalebu. Kandi icyo cyangombwa mumenye uko kizaba kimeze mwatangara.

Ntikimeze nka «Buzima-gatozi» musanzwe muzi. Ntabwo bazajya banyura mu igazeti ya Leta. Uzajya atandukira amahame ya Yesu Kristo akiha gukora nk'idini azajya ahita ajya mu cyiciro cya kabiri. Icyo gihe idini rizatandukana n'Itorero vuba cyane kuko ubu bisa n'ibyavanze kandi Yesu agiye kugaruka, bigomba kuvanguka ku ngufu.

Navugaga ko ibi byo inama ya Leta igomba guterana ikemeza iteka rya Perezida rishyiraho Komisiyo, iyindi kandi, yihariye ishinzwe kugenzura ibikorwa by'Itorero rya Yesu mu Rwanda kandi ko uwayishinzwe ari we jyewe Mariya E. Murebwayire atangira imirimo igihe Perezida amariye gishyiraho umukono kuri iryo teka, kugira ngo iminwa yose izibwe. Sinzi uko nzakita, ariko sinshaka ko cyitwa Komisiyo, kuko zamaze kuba nyinshi. Nzakita «Garuka ku Rufatiro». Cyangwa se kubera ko inama ya Leta iteranye hashobora kuvamo ibitekerezo by'inyangabirama zikabyanga, nzasaba Perezida rimwe azabyuke ari très sérieux, maze itangazo rituruke muri Perezidansi ya Repubulika. Iyo riturutseyo ndabikunda haba hari ibigiye gukosoreka, kandi buri wese ahita ajya ku murongo akiyegeranya kubera ubwoba. Nkunda amatangazo ava muri Perezidansi ya Repubulika, kuko aba ari icyemezo cya Perezida «peke yake».

Maze abahinduye ibya Yesu nka «Project», bahinduke abacuruzi. Batangire bajye za Dubayi kuko ni wo muhamagaro wabo be kutuvangira. Ni akazi katoroshye kuko ni ukubambura imigati bamiraguraga batarushye, banyunyuza na duke tw'umukene wa nyuma uba ari mu mangazini yabo, yirirwa abicaye imbere muri za «seminairres» bavuga ubusa. Ariko ni bajye mu mihamagaro yabo. Basigaye bitwa «Abavuga rikijyana» kubera ko iyo bahagaze imbere yabo bafashe ubwonko, icyo bababwiye cyose baremera cyane cyane kuzana amafaranga, (Malaki 3: 7-11). Izo mbaraga barazifite kandi ntabwo ari iz'Imana. Abandi na bo bahamagawe by'ukuri kandi bakaba badashaka kuvanga, na bo bisanzure mu mirimo yabo, batangire kwirinda kubeshya ko ngo Imana irababwiye ngo abakirisito ni babahe amafranga y'ibya 10 n'amaturo bya buri gihe. Yesu bamukorere nta bindi bavanze mo, buri wese ku kazi ke, Amen! Amen! Ikindi nabamenyeshaga n'uko ntarota «NDI MASO». Kandi bizaba n'ubwo Kagame azaba yaravuye ku butegetsi.

ITORERO NI RYO RIFITE IGISUBIZO CY'IBIBAZO BY'U RWANDA N'ISI YOSE

Kuva cyera ni ko byagiye bigenda mu mateka y'isi, igihe cyo muri Bibiliya, Abahanuzi bagiraga inama Abami ba Isirayeli babumvira bikaba amahoro babasuzugura Imana ikabahondagura. Namwe mwirebere mwisomere. Buri gihe habaga umwami n'umuhanuzi n'abatambyi.

Ariko ugiye ukurikirana wasanga abahanuzi nka ba Mikaya, Eliya, ba Yeremiya igihe cyabo hari abami b'ibisambo by'ibigande, b'abibone bangaga kubumvira Imana na yo ikabumvisha, kugeza n'aho bajya kurisha nk'inyamaswa. Cyangwa bagapfa impfu zidasobanutse. *«Uko Yesu yari ari, na n'ubu ni ko ari, ni nako azahoraho iteka ryose». (Abaheburayo 13: 8).* Uwakoraga ibyo ntaho yagiye.

Mu Rwanda Imana yakomeje guca amarenga n'imigani yagera aho ikerura, igakubita bakavuza induru ntibasobanukirwe ibyo bari mo, ndetse bakanayituka, ariko igakomeza kugendana n'ibihe. None igihe cyatugereye ho kuko ni twe isaha ivugiyeho, maze urwishe ya nka rukaba rukiyirimo. Idini ryiyita Itorero rikaba buri gihe mu icuraburindi, rikagubwa gitumo, kandi impamvu batumva n'uko baba bahaze.

Uzarebe iyo abantu bari mu bibazo ni ho bashaka Imana cyane. Umugabo wumviye umuhanuzi na none ni Dawidi, igihe umuhanuzi Natani aza kumubwira ibyo Uwiteka yamutumye. Kubera ibyaha bikomeye byo gutwara umugore w'abandi, akamutera inda yarangiza akicisha umugabo we Uriya yabanje kumuha urwandiko rwo gushyira Yowabu umugaba mukuru w'ingabo rwavugaga ko amushyira aho urugamba rukomeye ngo apfe. Ariko ngo icyo cyarakaje Uwiteka. Maze amutumaho, undi nawe yumvira ubuhanuzi arihana. (2 Samweli Ibice 11 na 12). Umurundi yaravuze ngo *«ntawe uvugana indya mu kanwa.* Ugenzuye abashonje ni bo bakunze gushaka Imana cyangwa abakene. U Rwanda rwari gufatira kuri buriya bubyutse bw'i

Gahini maze bagahera aho ngaho, ariko bararangaye bubaca mu myanya y'intoki bwigira za Uganda na Kenya. Maze nyuma yaho inzara zica ibintu.

Na none bari gufatira muri izo nzara bakinginga, bakazongera gufatira nyuma ya jenoside ariko barabanje gufatira muri 1959. Iyo hari inzara, ibyorezo, imyuzure, intambara, amakimbirane anyuranye, Imana iba iri mo kuvuza amahoni iti «mwihane mbababarire dore bimeze nabi». Iyo badafite umutima nk'uw'ab'i Nineve ngo bahite baca bugufi n'iyonka, uhereye hejuru ukageza hasi, haba hasigaye kubasekura kugira ngo bumve neza. Ntawabyifuriza abantu Imana yaremye. Guhanwa n'Imana yarabanje kukuburira biragatsindwa na yo. Bizana umujinya, ni nk'iyo wakomeje kwiyama umwana akanga, iyo umuhannye uramubabaza cyane, uramutimbura kuko aba yakuruhije, yagusuzuguye yakwambuye icyubahiro.

Nk'umukristo wejejwe ku bw'amaraso ya Yesu Kristo, urasabwa kuba «UMUHUZA-MWUNZI». Saba Imana amavuta yari kuri Yesu igihe yagiraga umutwaro wo gucungura isi, akemera kuba Umuhuza-Mwunzi. Ntacyo wakora udafite umutwaro; banza umenye icyo ushaka, wowe ntusabwa gucungura isi uzacungura ibihwanye nawe. Mwebwe mwiyita Abanyarwanda, muhutu, mututsi, mutwa, aho uri hose usabwa kugira icyo umara; «GIRA ICYO UMARA MU GIHE GISA N'IKI».

« [15]Ijambo ry'Uwiteka ryongeye kunzaho riti [16]"Nuko mwana w'umuntu, wishakire inkoni maze uyandikeho uti 'Ni iya Yuda, n'iy'Abisirayeli bagenzi be.' Maze ushake indi nkoni uyandikeho uti 'Ni iya Yosefu, inkoni ya Efurayimu n'iy'inzu y'Abisirayeli bose bagenzi be.' [17]Maze uzihambiranyemo inkoni imwe, kugira ngo zihinduke imwe mu kuboko kwawe. [18]Maze igihe abantu b'ubwoko bwawe bazagusobanuza bati 'Mbese ntiwadusobanurira impamvu z'ibyo?' [19]Uzababwire uti 'Uku ni ko Umwami Uwiteka avuga ngo Dore ngiye kwenda inkoni ya Yosefu iri mu kuboko kwa Efurayimu, n'imiryango y'Abisirayeli bagenzi be, maze mbashyire hamwe n'inkoni ya Yuda mbagire inkoni imwe, babe umwe mu kuboko kwanjye.'

[20]"Kandi inkoni wanditseho zizaba ziri mu kuboko kwawe, uri imbere yabo. [21]Maze ubabwire uti 'Uku ni ko Umwami Uwiteka avuga ngo

- Dore ngiye kuvana Abisirayeli mu mahanga bagiyemo, mbateranirize hamwe baturutse impande zose, maze mbazane mu gihugu cyabo bwite.

- [22]Nzabagira ubwoko bumwe mu gihugu ku misozi ya Isirayeli, kandi umwami umwe ni we uzaba umwami ubategeka bose.

- Ntabwo bazongera kuba amoko abiri ukundi, kandi ntabwo bazongera gutandukanywa ngo babe ibihugu bibiri ukundi,

373

- [23]ntabwo bazongera kwiyandurisha ibigirwamana byabo, cyangwa ibizira byabo cyangwa ibicumuro byabo byose,

- ahubwo nzabarokorera mu buturo bwabo bwose, ubwo bakoreyemo ibyaha, maze mbeze na bo bazabe ubwoko bwanjye nanjye mbe Imana yabo.

- [24] " 'Kandi umugaragu wanjye Dawidi azaba umwami wabo, bose bazaba bafite umwungeri umwe. Bazagendera no mu mategeko yanjye, bakomeze amateka yanjye kandi bayakurikize.

- [25]Bazaba mu gihugu nahaye umugaragu wanjye Yakobo, icyo ba sogokuruza bahozemo.

- Ni cyo bazabamo bo n'abana babo n'abuzukuru babo iteka ryose, kandi Dawidi umugaragu wanjye azaba umwami wabo iteka ryose.

- [26]Maze kandi nzasezerana na bo isezerano ry'amahoro ribabere isezerano ry'iteka ryose, kandi nzabatuza mbagwize, ubuturo bwanjye bwera nzabushyira hagati yabo buhabe iteka ryose.

- [27] Ihema ryanjye ni ryo rizaba hamwe na bo, kandi nzaba Imana yabo na bo babe ubwoko bwanjye.

- [28]Amahanga yose azamenya yuko ari jye Uwiteka weza Isirayeli, igihe ubuturo bwanjye bwera buzaba muri bo hagati iteka ryose.'» (Ezekiyeli 37: 15-28).

«Abahutu n'abatutsi bazungwa banze bakunze: ni ko Uwiteka avuga».

[1]*Maze ijambo ry'Uwiteka rigera kuri Yona* (Mariya) *ubwa kabiri riramubwira riti* [2]*"Haguruka ujye i Nineve* (Mu Rwanda) *wa murwa munini, uwuburire imiburo nzakubwira."* [3]*Nuko Yona* (Mariya) *arahaguruka ajya i Nineve* (Mu Rwanda) *nk'uko Uwiteka yamutegetse. Kandi Nineve wari umurwa munini cyane, kuwuzenguka rwari urugendo rw'iminsi itatu.* [4] *Yona* (Mariya) *atangira kujya mu mudugudu, agenda urugendo rw'umunsi umwe ararangurura ati "Hasigaye iminsi mirongo ine Nineve* (Mu Rwanda) *hakarimbuka."*

[5]*Maze ab'i Nineve bemera Imana, bamamaza itegeko ryo kwiyiriza ubusa, bose bakambara ibigunira uhereye ku mukuru ukageza ku uworoheje hanyuma y'abandi.*

[6]*Ijambo rigera ku mwami w'i Nineve ahaguruka ku ntebe ye y'ubwami, yiyambura umwambaro we yambara ibigunira, yicara mu ivu.* [7]*Ategekana itegeko n'abatware be b'intebe baryamamaza i Nineve bati "Umuntu wese ye kugira icyo asogongeraho, kandi amatungo y'amashyo n'imikumbi bye kurisha kandi bye kunywa amazi,* [8]*ahubwo abantu n'amatungo byose byambare ibigunira, abantu batakambire Imana bakomeje, kandi bahindukire umuntu wese areke inzira ye mbi, bareke n'urugomo bagira.* [9]*Nta wubizi ahari aho Imana yahindukira ikigarura, ikareka uburakari bw'inkazi yari ifite ntiturimbuke!"*

[10]*Imana ibonye imirimo yabo, uko bahindukiye bakareka inzira yabo mbi irigarura, ireka ibyago yari yabageneye ntiyabibateza.* (Yona 3: 1-10)

ICYITONDERWA: Ibyo i Nineve bakoze mu Rwanda banze kubikora. Abemera Imana ntabyo bakoze, abategetsi na bo ntabyo bakoze. None hasigaye iminsi 40.

Wowe uzasoma cyangwa uzumva ubu butumwa urabwirwa ko ari bwo bwa nyuma. Birashoboka ko ari bwo bwa mbere ubwumva cyangwa ubwumvise kenshi ndetse bwaranakurambiye, ndetse uri no muri ba bandi bavuga ko ari ibya wawundi w'umusazi, ariko ni wowe ubwirwa, muhutu, mututsi, mutwa mwiyita Abanyarwanda.

Bijya gutangira hari muri 1999 mu kwezi kwa 6 kuri 22 hari kuwa kabiri mu gitondo saa mbiri, nari ndangije amasengesho nari narakoreye kwa mwene Data umwe, Imana imuhe umugisha mwinshi, yaramfashije cyane mu ntangiriro z'akazi Imana yampaye. Nitegura gutaha ni bwo ijwi ryambajije ngo uri bwoko ki? Natangiye kwirukana dayimoni w'amoko mbigenza nk'uko abarokore dukunze kubikora cyane cyane iyo tuzi ko ari dayimoni. Nirukanye dayimoni ariko biza kumviramo ibibazo kuko atari yo ntiyagenda kuko ryari ijwi ry'Imana ubwayo. Iti uri bwoko ki? Incuro eshatu zose.

Maze kumenya ko ari Imana, naratuje mbazanya ubwoba icyo ishaka ku moko kandi amoko ari aya Satani. Ntangira no kwisobanura ko jye nta n'amoko andangwa mo, ndakomeza nditaka nsenga ndira nirengera, nihana aho naba naragize amoko hose, ntanga n'ingero zifatika hari mo ko nahishe abatutsi mu itsembabwoko, ariko biba iby'ubusa kuko si byo yari yambajije. Naje kwemera ntabishaka kwatura ubwoko bwanjye imbere y'Imana. Nta wundi wari uhari. Naje kwemera rero biruhanije ko ndi «Umuhutukazi», ngira ngo ni Yo yabyishakiraga ku mpamvu zayo bwite, biri bugirwe ibanga, ariko si ko byagenze. Nyuma yo kuvuga ubwoko bwanjye Imana yarambwiye iti urareba ukuntu wabaye nkubajije ubwoko bwawe ku neza, urabona intambara urwanye, usobanura? Kuki wabihinduye birebire kandi ikibazo cyumvikanaga? Iti bene wanyu bo bari hanyuma yawe kure nta n'ubwo bashaka kuba abahutu, n'abadafite aho babuhisha barahahamutse kubera ko ari abahutu. Batangiye no kwihindura abatutsi. Kubera icyaha cy'itsembabwoko kibariho.

Buri mwene wanyu wese ashaka icyabumukuraho kuko bwakoze amahano, none kugira ngo mbakize genda wature ubwoko bwawe. Banza wihane ubwawe ku giti cyawe, kandi unihanire bene wanyu, ubwire na bene wanyu muri rusange mwihane itsembabwoko MWAKOREYE abatutsi, kuko ni MWE mwarikoze. Nibajije impamvu ivuze ngo «twakoze» kandi nzi neza ko ntaryo nakoze, ntangira kugira ubwoba no kwihana aho ari ho hose naba naratekereje nabi umututsi. Umwuka arakomeza ampata kwatura ubwoko bwanjye no kwihana itsembabwoko. Nagize ikibazo cyo gusohoka mvuga ngo ndi umuhutukazi. Impamvu nyamukuru yankuraga umutima cyane n'uko kuva jenoside yarangira kugeza igihe Imana yabimbazaga abantu benshi bari bazi ko nacitse ku icumu rya jenoside. Imana ngo yabikoze ibishaka. Kugira ngo bimere nk'igihe cya Esiteri. Ari abavuye hanze, ari abari mu gihugu bose yabahumye amaso abandi irabibagiza, bumva ndi umututsikazi wujuje ibyangombwa wacitse ku icumu, nanjye ndyumaho.

Imana yarabyihoreye nanjye inangira umutima ngo ntabivuga nk'igihe cya Esiteri na Moridekayi. Mwibuke ko yari yarabujije Esiteri kuvuga ubwoko bwe kuko hari igikorwa cyari kimushyizwe imbere. (Esiteri 2: 10). Byambereye ikibazo gikomeye bitewe n'uko aba bose twasenganaga, twabanaga umunsi ku wundi, abapasitori, abavugabutumwa, abinginzi, abakirisito bose bari bazi ko nacitse ku icumu, Imana na bo yabanangiye umutima. Ikibazo nuko nari narumvise byinshi cyane bigendanye n'urwango bangaga abahutu kandi nabyumva nkaruca nkarumira. Kandi byanze bikunze nagombaga kubana na bo. Kandi ahanini nabyumviraga mu masengesho yo gusengera ngo igihugu. Naba ndi jyenyine ngasenga Imana nyibaza uko tuzamera.

Imana ni Yo yonyine yanyishyiriyeho, yanyikoreje umutwaro w'igihugu cy'u Rwanda n'aya moko yombi, nta muntu n'umwe wabigize mo uruhare. Kuko nanjye nari mfite impamvu nyinshi ndetse zinakomeye zari kuntera kwanga abatutsi urunuka, kuko baranyiciye, bankoreye n'ibindi bibi byinshi, baranansuzuguye baranancyuriye cyane, kandi ubushize nari nubashywe. Maze baramwaza nanjye ndamwara, maze ikimwaro kiranzunguza, maze «aho nambariye inkindi mpambarira ibicocero». Ribara uwariraye rero. Imana na yo ifunga imiyoboro yose yashobora gutuma abatutsi bo ku ngoma ya Kagame bagira icyo bamarira, maze irangije iramfungirana, ndirimba urwo mbonye. Ariko imbaraga nari mfite zarutaga izindi, n'urukundo nakundaga Yesu, icyo yari kumbwira cyose nagombaga kugikora, nari narageze mu rwego rwo guhara amagara.

Ntabwo nabakundaga cyane kubera ibikomere byinshi, nta n'ubwo nabangaga cyane kubera Yesu ushaka ko nkunda bose, kandi icyo gihe nashakaga ikintu cyose cyatuma nkundana na Yesu kuruta byose. Imana yonyine ni yo yankundishije umututsi, kuko nanjye nari mfite impamvu nyinshi zandengeraga ngo mwange urunuka. Ariko natewe mo kubakunda, abacitse ku icumu cyane cyane, maze ntangira kugira imitwaro ibiri mu ibanga, si ugusenga mva yo mbaza uko tuzamera. Nsengera bene wacu b'abahutu, n'abacitse ku icumu, kuko aba bo mfite byinshi mbagomba, kuko twabanaga mu gihugu, bukeye bene wacu babahuka mo barabarimbura, ngo sinzi ibyari bibaye.

N'ubu mba mbyandika mbabara kuko numva buri gihe nabasaba imbabazi. Abahutu twabanaga ubuzima bwa minsi yose. Numvise byinshi by'impande zombi cyane mu binginzi, abasenzi ngo basengeraga igihugu, aho ubwoko bumwe busengera abo bahuje, n'abandi bagasengera abo bahuje kandi ubwo ngo bose barasengera igihugu cy'u Rwanda, ngo kubera ko abacengezi bateye n'ibindi. Numvise ibikomere n'inzika abatutsi badufitiye, namenye isoni n'ikimwaro n'urwikekwe bene wacu bagendana. Icyo gihe Perezida yari Bizimungu, Vice Perezida ari Kagame, Premier ministre ari Rwigema, Perezida w'inteko ishinga amategeko ari Sebarenzi. Maze umututsi agasenga ati Mana ndakwereka vice Perezida wacu Kagame Paul na Perezida w'Inteko ishinga amategeko Sebarenzi Yozefu, abacitse ku icumu bose, impfubyi n'abapfakazi bacu basizwe iheruheru n'abicanyi, n'ibindi byinshi bibasabira umugisha noneho abandi (abahutu) akabasiga ntabasengere.

Namubaza twiherereye nti: ese ko wasengeye bamwe, utasengeye Perezida na…. Agahita asakuza ngo kugeza igihe azavira muri iyi si, ntazigera asengera Interahamwe, ngo ntazabeshya Imana ubwo kandi uwo akaba azi ko ndi umucikacumu, ko tugiye gufatanya

377

umubabaro, ko ngomba no kubyumva kuko kutabyumva ari byo bituma uba Interahamwe yo mu rwego rwa mbere.

Hakazakurikiraho ikindi cyiciro cyo gusengera igihugu na none bikaba uko; Nagira uwo mbwira nti zamura ijwi usengere abayobozi twemeranwe mu izina rya Yesu, agasengera Perezida na Minisitiri w'intebe n'abandi b'abahutu bari mu butegetsi icyo gihe, ba bandi b'abatutsi akabata, agasengera abo yasize mu mashyamba ya Zayire n'abandi biruka isi yose. Ariko nanjye nkumva umutima urandiye kuko habaga hari mo abanjye maze tugafatanya, uwo we tukaba tubiziranye ho kuko ari mu bacitse ku icumu Tingitingi kandi yanambwiye amakuru y'abanjye bakiriho, n'abapfuye imfu mbi, akanambwira imfu z'abanyepolitiki twari tuziranye, umutima ukandya, karibu kuva mo. Namubaza nti: ese ubaye ute ko hari abayobozi wasize, kandi dusengera igihugu? Ati narahiye kubeshya Imana kuva nkiri mu ishyamba aho Inyenzi zatumariye, sinzigera nsengera umututsi; wowe ndabona ubyitwara mo neza barakurangije, bagutwaye ibitekerezo, bakogeje ubwonko, cyangwa n'ubwoba bubigutera, ndabona ushaka guhakwa cyane no kurusha Imana gukiranuka ariko birakurora. Agatangira kunyibutsa abanjye bapfiriye yo byarangira, akaboroga agahita ahahamuka, nanjye nkumva ikintu nkiyumanganya ngasaba Yesu imbaraga kuko ni jye wabaga nyoboye gahunda. Ariko nakwiherera nkabaza Imana uko tuzamera, ari abahutu ari abatutsi.

Hari ikindi gikomere abahutu bafite, cyo kumva ko buri gihe umututsi yabahaka (ubuhake), n'abatutsi bakaba bahorana ubwoba bw'uko abahutu babica (kubica). Ni imyuka mibi cyane y'urwikekwe, ni na yo yagize uruhare mu itsembabwoko kuko ngo bangaga kuzahakwa, gukoreshwa uburetwa, kubaheka mu ngobyi. Wabaheka hehe se ko imodoka zaje na za moto n'uduhene n'utugare, nta «Maceli» ingobyi n'imijishi wabona.

Ese ubundi ni nde wagukundira ko umuheka muri iki gihe cy'ikoranabuhanga u Rwanda ruri mo kuba urwa mbere. Ubwo ngo nanjye narahakwaga, cyangwa ndimo guhakwa n'ibindi bisa bityo. Kuko ngo uwumva bimwe mu bya Leta yiyita iy'ubumwe iri ho aba ahakwa, naho utabyumva aba ari «Igipinga». Nyamara ni ububwa incuro ebyiri kutemera ko watsinzwe, bigaragaza ubugoryi, ubuswa, kutava ku izima ugakomeza kurwana nta kuri urwanira, uhagaze ku ntego imwe gusa yitwa IZIMA, bikagutesha n'agaciro gake wari usigaranye.

Gutsinda ni ubutwari, kwemera ko watsinzwe ni ubutwari no kurushaho. Umwe wo mu butegetsi bwa Habyarimana ubu uri ku ibere ku ngoma ya Kagame ngo yabwiye abo yayoboraga bo mu Majaruguru ati MRND yaratsinzwe? Bati yego. Ati ubu hariho RPF? Bati yego. Ati rero muyoboke vuba kuko ni mutayoboka ni ibibazo, baratumara. Yabemeje ko twatsinzwe kandi ni byo. Bihesha umuntu gutekereza neza kwemera no kwirengera ingaruka zose, kandi ukabiba mo udahubuka ngo wangize byinshi. Kuko ntibyoroshye kuyoboka ibije hari ibindi wari umenyereye.

Ngicyo ikigamburuza benshi. Imana igeze aho iti mwese muri abapagani, mvugije Impanda ntawe natwara, muri inkomere nsa impande zombi murarwaye, maze buri gihe umutwaro ukiyongera w'impande zombi. Nk'ubwo nari naraniwe kuvuga Province, mvuga Perefegitura, District irambangamira mvuga Komini, na n'ubu ndacyavuga kuri Segiteri. Birirwaga bankosora bararushye, ariko hari abanzi bakabiseka ngahita nitwa intagondwa n'ibindi. Ntibyoroshye gupfa kwibagirwa ibyo wabaye mo. Ibyo nahuye na byo, ibyo nabwiwe n'abiyita abashumba, n'abakirisito muri rusange, cyeretse byihariye umwanya wabyo, ariko ikigendererwa ni: UMUTI NYA MUTI. Reka noye gucukumbura cyane hatagira n'ibigondamye bibyumva bikigondora bikarakara kuko ntibirakira ibikomere by'ibyuririzi. Aho mariye kumenya ibibazo, ni ho nasobanuriwe n'Imana itsembabwoko icyo ari cyo, no kwihorera icyo ari cyo, imivumo igendana n'abakoze itsembabwoko ari bo bahutu, n'imivumo igendana n'abihoreye ari bo batutsi. Ibi ni ukuri guturuka ku Uwiteka Imana.

ITSEMBABWOKO IMANA IRIBONA ITE?

Imana yemera itsembabwoko iyo hari ubwoko, igihugu, agatsiko gahuje ubwoko cyangwa ibindi bahuriyeho bakajya hamwe bakiyemeza kumaraho abandi, ubundi bwoko. Ndaguha urugero rumwe gusa usanzwe uzi. Itsembabwoko ry'abayahudi ryakozwe n'abadage bayobowe na Adolphe Hitler w'umudage, mu buryo bw'Umwuka ryitirirwa abadage bose. Ntuzane mo gatozi. Kuko biriya wabyanga wabyemera abadage ni abajenosideri imbere y'Imana, cyeretse niba barihannye ku buryo Imana yababababariye jenoside bakoreye abayahudi. Sindabimenya neza. Ibi na byo nabivuga ho byinshi ariko si igihe. N'ubwo wowe wavuga ko ngo ari ugukabya, ngo ni ukubera kutabyumva. Icyo utazi jya ukibaza, nukibaza uzajya ukimenya, n'ukimenya uzajye aba ari bwo ugikora. Kuko aho ubwenge bwawe bwinshi bugarukira, ni ho ubw'Imana bucyeya cyane butangirira, maze bukaguhanikira. Watangira gucanganyikirwa ukabyita iby'abasazi, ariko ndakumva.

Abadage bakoreye itsemabwoko abayahudi mu ntambara ya kabiri y'isi yose, kandi biracyari imbere y'Imana na n'ubu. Impamvu nuko nk' igihugu batigeze bihanira Imana n'abayahudi n'isi yose; kuko kugeza ubu ni umudage umwe ku giti cye cyangwa se agatsiko k'abakirisito kihana kakihanira n'igihugu, cyangwa muri za disikuru abategetsi biyerurutsa. Ndabazi! Ariko nta kwihana rusange kwabaye kw'igihugu cy'Ubudage ku mugaragaro; niba byarabaye wamfasha ukanyereka igihe byabereye, ariko kubera ko itsembabwoko ari inzigo, ntiripfa kuvaho gusa. Ku Mana, Abadage ni nk' Interahamwe,

Abayahudi ni Abacikacumu kugira ngo ubyumve neza. Urwo rwari urugero.

Hari uwambwiye ngo ko baziraga ko bishe mwene wabo Yesu. Ariko ibyo baziraga birahari ntibibuza Imana kubita «umwana wayo w'imfura», kandi icyo umuntu yazira cyose ntaho biri ko ufite uburenganzira bwo kumutsembaho. Bakaba babaye nk'abahutu n'abandi ntazi bavuga ko icyatumye batsemba abatutsi ari ukubera ko Habyarimana yapfuye. Ngo bari barakaye.

Ukaba ubaye igikoresho cyo guhana ubwoko bw'Imana. Aha rero komera muzabonane umunsi izibuka agahinda n'imibabaro y'ubwoko bwayo, n'iminiho bayinihiye, kandi ishaka kubuhorera. Ibyo baziraga byose biramaze. Mu Rwanda ho rero ni agahomamunwa, kuko bariya ni amahanga abiri, abadage n'abayahudi. Naho twebwe rero biteye ubwoba kurushaho kubona abantu bahuje byose baba hamwe, bavuga rumwe, n'ibindi byinshi nawe uzi cyane nko gushakana, kubyarana guturana, gusangira, kwigana gukorana n'ibindi byinshi duhuriyeho byatije umurindi ubukana itsembabwoko ryo mu Rwanda abahutu bakoreye abatutsi kuruta iry'abayahudi bakorewe n'abadage. Aha rero ndagira ngo nsobanurire ba bandi bakunda ngo abahutu kurusha uko bikunda, bashaka koroshya cyane icyo cyaha ngo hari abahishe abatutsi n'ibindi, ngo itsembabwoko rirareba gusa abariteguye n'abarishyize mu bikorwa kandi nta n'umubare wabo bazi. Tega amatwi wumve cyangwa ufungure amaso usome usobanukirwe kandi ujye wirinda guhindura ihame ibyo utazi. Banza usome igitabo cy'umuhanuzi Obadiya umurongo wa 11-16 Imana yagiye imbwira iti: ihanire ubwoko bwawe.

Ni ibintu ntagira uwo mbyifuriza ku ruhande rumwe kuko biraruhije cyane; ku rundi ni umurimo w'ubutwari buhanitse kandi bigaragazwa n'imbuto ziva mo. Natangiraga kwihana nkabona amaraso ku biganza cyangwa nkayakandagira mo, cyangwa nkayabona ku mpande aho nabaga mpagaze. Imana iti ng'uko uko amaraso ameze mu gihugu hose kandi yamenwe na bene wanyu. Ihane ubwire na bene wanyu mwihane itsembabwoko mwakoreye abatutsi. Ati bikore nk'uko Daniyeli yabigenje mu bice 9, aho yagiye akoresha «Twaracumuye».

Naratangaye ngeze muri Kongo-Zayire mu mpunzi. Icya mbere Imana yakoze yateguye igiterane kirimo n'abanyekongo. Igihe nari ntangiye kuvuga mbwira impuzi; Imana iti ba uretse, hindura wihane, kuko bene wanyu b'Interahamwe binjiye muri iki gihugu (Kongo-Zayire) maze bagitera umwaku binjiza mo amaraso, maze abatutsi na bo babakurikiye (RPF) bamena amaraso ya bene wanyu, n'ayabanye-Kongo, bigisha Abazayiruwa kwica ubundi bariyibiraga na ka ruswa no kwikundira kubaho neza, guceza, kwikundira abagore, no kuririmba cyane. Nta bwicanyi nyir'izina bwabaga muri kamere y'umuzayiruwa. Ni mwebwe abahutu b'Interahamwe n'abatutsi b'Inkotanyi mwabizanye ino.

Nabaye nk'aho mpahamutse ngiye kubona mbona amaraso ku birenge, mu ntoki, ntangira kuboroga, aho ni ho habonekeye impunzi zari zifite ibyangombwa by'abanyekongo maze zirabisubiza kuko cyari igihe cyabo cyo gutaha, ziranihana zitegura gutaha. Harimo Interahamwe, n'abandi b'ingeri zose.

Jya usigaho guhakana ibyo utazi, ribara uwariraye iyo utariraye uraribarirwa. Reka nkomeze nkubwira ibi byo kwihanira abandi aho bituruka, ariko kuri wowe utsimbaraye kuri «gatozi» niba utarava ku izima nta kundi nakugenza, uretse kukohereza mu gitabo cya Daniyeri ibice 9: 5. Turavugana kuri iriya «TWA» aho Daniyeri asenga avuga ati «Twaracumuye...», n'ibindi namwe musome ririya sengesho. Buriya ntihabuze Abayuda bavuze batera hejuru ngo ese arinze adushyira mo hari ibyo twamusabye? Aratuvugira se yakwihannye ibyo yakoze. Yasengeye ibyaha bye gusa? Ko twebwe twera de, aradushakaho iki? Ni nde wamugize umuvugizi wacu? Mumukurikirane. Ba Daniyeli, Nehemiya, na Ezira bagiye bashyira mo za «TWA». Ni nka bene wacu b'abahutu iyo bambwira ngo njye nihana abo nishe, kuko bo ngo ni abere, ngo singakoreshe «hutu-rusange» kuko yera de. Kandi mu itsembabwoko ntibigeze bayigira «gatozi», bahagurikiye rimwe nk'abitsamuye, abatarafashe imihoro uwari kubapima kiriya gihe bumvaga agashema, ko bo bakomeye n'ibindi... Ni yo mpamvu Obadiya umurongo wa 11 kugeza ku wa15. Irabisonura neza.

Mbese ni jye wakoze itsembabwoko jyenyine? Cyangwa ni jye wariteguye jyenyine? Umenya ari nanjye wahanuye indege. Byose biterwa n'ibikomere byiyongera ku kutamenya, bikabyara ubujiji. Iyo Imana igushyizeho umutwaro w'ikintu runaka, uracyikorera nyine. Kandi wikorera ibiro bihwanye n'ibyo ishaka ko wikorera. Ni yo igukorera kuko ari wowe wikoreye washyiraho bikeya bihuje n'irari ryawe. Biterwa n'uburemere bw'icyo kintu. Kandi n'iyo bakwica ntubireka kuko ni byo Imana iba yaguteye mo. Ni yo mpamvu usanga Yeremiya avuga bagakubita, bagafunga, bamusohora ngo navuge ahanure noneho neza adakura abantu umutima. Ngo navuge neza ko hari amahoro n'umutekano na ICT mu gihugu, akongera agasubira muri bya bindi bya mbere cyangwa akongera ho ibindi bibi no kurushaho. Bakazirika bagakubita, bagashyira mu mbago yamara kunoga byagera aho ati:

«[7]Ayii Uwiteka, waranshutse nemera gushukwa! Undusha amaboko ni cyo gituma untsinda, mpindutse urw'amenyo umunsi wose, umuntu wese aranseka.

[8]Kuko iyo mvuze hose mba ntaka gusa, nkarangurura mvuga iby'urugomo n'ibyo kurimbuka, kuko ijambo ry'Uwiteka rimbayeho igitutsi no gushinyagurirwa bukarinda bwira. [9]Kandi iyo mvuze nti "Sinzamuvuga, haba no guterurira mu izina rye", mu mutima wanjye

hamera nk'aho harimo umuriro ugurumana, ukingirani we mu magufwa yanjye simbashe kwiyumanganya ngo nyabike. [10]*Kuko numvise benshi bansebya, n'ibiteye ubwoba bikaba mu mpande zose. Incuti zanjye zose ziranyubikiye zireba icyo nsitaraho ngo zindege ziti "Nimumurege natwe tuzamurega." Baravuga bati "Ahari azemera gushukwa tubone uburyo bwo kumutsinda, maze tubimuhore.»* (Yeremiya 20; 7-10).

Kuko nanjye nta kuntu ntagize ngo mbireke nikorere irindi «Vugabutumwa» ritantera ibibazo byo guhora bampamagaye kuri za DMI na CID. Ariko byarananiye ahubwo ibisazi bikarushaho kwiyongera. Napfaga kuva yo gusa nkumva na none umuriro uratse ndashaka kuvuga ndetse ikongeraho ibindi. Kuko iyo ibimpera rimwe nari kuba narasaze bya nyabyo.

Ubundi mu biterane kuri za sitade nabazaga niba abahutu bahari tukihana, ababihishaga bagasigara bicaye biyegeranya bashakisha aho baba baraturutse hanze cyangwa mu bisekuru niba nta mututsi wabaga mo, kandi nabaga narangije no kubamenya kuko Imana yarabanyerekaga. Ni yo mpamvu banyangaga cyane na n'ubu abatarabohoka baranzira cyane. Baranyanga na n'ubu byabyaye inzangano. Iyo byarangiraga n'iyo habonekaga babiri byabaga bihagije nkaba ndakarangije. Ndetse ahandi ntihagire n'uboneka; ubwo ngo bose babaga ari abatutsi kandi bacitse ku icumu ndetse ngo banavuye no hanze. Narumiwe!

Maze ejo bundi iti igihe cyagiye babwire mwihane rusange mwese muri Interahamwe nsa nsa. Inyuma n'imbere muri zo. Niba mushaka kubaho mwihane nk'ubwoko bw'abahutu mbone kubababarira muri rusange. Nanjye mbibakojeje induru ziravuga, hacura umwijima. Erega na Leta yiyita iy'ubumwe na yo irahaguruka bamwe ngo ndatoneka abahutu. Ariko bakabimbuza ku munwa mu mitima batekereza ibinyuranye. Abandi bakishimira ko ngo nshinja abahutu ariko ntibabigaragaze, bagashaka kunyihererana ngo bangire n'inama y'ukuntu nabikomeza ariko narabananiye bigeze aho bihagurutsa n'abazungu b'Abababiligi. Nabo ngo barakomeretse, ngo narabakomerekeje, nishe ubwiyunge kabisa kuko mvuze ngo abahutu bose ni Interahamwe. Kandi niba barababaye ubwo na bo ni zo «Interahamwe z'Ababiligi», bajye baza twihanane.

Kwihana «icyaha rusange» biterwa n'uburyo cyakozwe mo, cyane iyo gikozwe n'abategetsi bakabishora mo ba rubanda. Cyono ndebera nawe: Itsembabwoko ryateguwe n'abayobozi b'abahutu, rikorwa mu izina ry'ubwoko hutu. Ibyo na byo kandi wabona mubihakanye mukanaburana ndetse mukandega ko mbabeshyera. Murahakana muhereye hehe ko bibagonga imbona nkubone. Kandi gupinga no kwipfusha ubusa ntacyo bivuze kuko Imana ni yo ifite ukuri, ni yo ifite ijambo rya nyuma, kandi ni yo numvira. Irashaka kubakiza.

Ibindi ni ukorosa kandi irashaka gutwikurura ngo itugirire neza ariko hari abagihumye batanashaka no kureba, cyangwa bareba ariko bakirengagiza ibyo bareba, kubera impamvu z'ibikomere n'inyungu zabo. Bene abo bahozeho bariho ariko ntibazahoraho.

Ndatangara iyo hari bimwe bagira rusange ntihagire uvuga ariko navuga ko itsembabwoko ari rusange ku bahutu bose bakavugira icyarimwe, bakanyamagana bigaragara mu by'ukuri ko ari ho igisebe kiri. Birasaba kubyumvira mu Mwuka uretse ko no mu mubiri ubishatse ukabicukumbura wabyumva, uretse ko warakomeretse cyane. Birakomeye kuko n'abitirirwa Izina rya Yesu birabahemuza nkanswe. Ndetse byaranabahemuje kubera uburemere bw'itsembabwoko. Uwo ntazi se nzi nyina. Ariko no mu mubiri birumvikana kuko ni bo babikora, kandi hari n'ingero zifatika. Benshi twaganiriye rwihishwa b'abatutsi b'abategetsi, barampuguraga ngo nkuremo «Rusange» gusa kubera inyungu zabo cyangwa ngo iza Leta, ngo kugira ngo abahutu n'abazungu batarakara ngo bagahagarika imfashanyo.

Ariko bazi ukuri n'icyakiza aya moko n'igihugu. Bagera aho bati: Ariko..., Erega..., Urakabya..., Uracukumbura..., basi..., gerageza..., gukuramo..., hanyuma uteranye..., ukube..., nurangiza witonde ugabanye kuko ushobora guhungabanya politiki ya Leta yiyita iy'ubumwe..., Idashaka ko..., erega abahutu ni benshi..., kandi amatora aregereje..., kandi..., dukeneye amajwi yabo..., turayakeneye..., ni tukwihorera ntituguhane bazagira ngo ni twe tugutuma....Kuki wirengagiza ko bene wanyu bafite ingufu? Ntuzi ko muri benshi? ..., Kandi ugire ubwenge..., ba bailleurs de fonds barakaye..., nawe urabyumva..., Ahubwo uramutse uhinduye aha n'aha twagufasha..., natwe twagufasha..., twagufasha cyane..., tukaguha aho ukorera na transport..., nk'akamodoka..., ka Rava 4. Rimwe nari ngiye kubyemera ariko iryo joro Imana yari inyishe..., Urareba ..., ongera ugire ubwenge..., ni byo hari mo ukuri, ariko..., n'ibindi. Hari n'uwavuze ngo abacitse ku icumu ntibakuzura na minibus ngo ariko bazi gusakuza gusa!

Iyo mbyibutse ndababara. Iyo batahaba se aba yarabigize ate? N'ubugome bukabije kuvuga ngo umuhutu ajye yihana ku giti cye, maze se ziriya nzirakarengane zo zikurikiranwa n'ibyo zitazi zo zikazapfa nabi kugeza ryari? Kubera iki? Aha wahasobanura ko wize cyane? Uzi ko kwihana rusange hari abo birengera wowe utsimbabarara ku byo utazi.

Bariya bagore bagemura mu dufuka bakazagwa ku gasi bagemuye mu bikapu byitwa «NZAMUGWA INYUMA», n'abana babo bagemura muri «PAPA ARAFUNZE», mbese bigakomeza ari urujya n'uruza wowe uri mo kwirira urengera ubuhutu bwawe ngo budakorwa ho kandi bwaranduye cyane. Abandi na bo b'abatutsi barengera abahutu ngo batikururira ibibazo, bakomeze birire ho kabiri umuzungu atabafungira amazi n'umuriro na gaz. Ngo kubera ko abahutu ari benshi. Bintera umujinya biriya. Biragaragara ko abanga ko twihana Rusange ari abafite inyungu mbi, bashaka ko imbaga yose Imana itayibabarira.

Hari umutegetsi umwe yihaye ibyo kuntera ubwoba ngo sinzongere kuvuga ibya «Rusange y'abahutu», ndamusaba ngo anyandikire ibaruwa nyereke Yesu mbe nduhutse ho guhora nsakuza nta na za jus nyinshi mfite zo guhora nywa. Aranga ngo nzagwa ku bandi. Kandi nari mfite ikindi cyaha gikomeye cy'uko nanze kujya muri FPR bari banzaniye n'uwagombaga ngo kumbyara muri batisimu y'Icyama. Maze ndwana inkundura y'amagambo birabayobera.

Reka tugaruke kuri «Rusange». None se niba bariya bari Arusha banga kwemera nuko batabizi? Si bo babipanze? Ntabwo bazi uko byagenze koko? Nuko se batabikoze? Si ukuruhanya gusa kandi bo banirushya no kurushaho, kuko ni bo bafunze s ijye, nanjye mfite ibyo mfungiye mo kubera ubwoko ariko bidahuje imibabaro nk'iyo bafite, kuko jye sindajya mu buroko ngo mpame yo. Ubu se ko hagiye habaho kwihana ka «rusange» gato cyane wenda nka rimwe nko kuri stade cyangwa mu nsengero hamwe na hamwe cyangwa se muri za gereza. Ko byabaga ari akanzu Imana inciriye mu ntambara nyinshi, aho si ko gahenge twagize? Ibyo se murabizi ko muzi guhinyura ibyo mutazi.

Ndumva wenda waba wumvise. Urugero rwa Daniyeri na Nehemiya rwose byabasubiza cyeretse niba hari ibindi mukurikiranye. Bariya bana bitwa ab'Interahamwe bikazakomeza gutyo? Impunzi zose ziri hanze zikazahama yo? Zigahora zitukana zigaragambya? FDRL igahama Kongo mu mashyamba? Ntangira gukosora kino gitabo ingabo z'u Rwanda zari zongeye kuva muri Kongo zivuye kwirukana bamwe no gucyura abandi bari muri FDRL. None zongeye kandi gutungwa agatoki n'amahanga ko ari zo zishyigikiye umutwe w'inyeshyamba z'abasirikare b'abanyekongo bavuga ikinyarwanda ziyise M23, urwanya Leta ya Kongo. Bashigaje gusubira yo.

Ibuka na yo igakomeza guhahamura abantu? Kuko iyo icyunamo kigeze, bamwe murabizi byose biragaruka uko byakabaye. Ntimubizi se? Gacaca igakomeza ntizarangire igize icyo igera ho? Ubu ndimo nsoza kwandika iki gitabo Gacaca na yo iri mo gusoza, ariko ni ho bikomeye kuko byabaye akavuyo. Satani ararwana inkundura hari mo kubeshyerana kwinshi. Abahutu bari mo kubeshyera bene wabo cyane kubera rusange ibazunguza. Abacitse ku icumu na bo hari byinshi batandukiriye kubera kwihorera kuri buri muhutu wese babonye, batunga intoki. Bafungishije benshi, bicishije benshi. Namenye ko hari n'abavuye hanze nyuma ya jenoside na bo bashinja muri Gacaca nk'abari bahari. Ni akavuyo!

Izo ni ingaruka za jenoside. Komisiyo yiyita iy'Ubumwe n'Ubwiyunge ikazakomeza gukoresha ingando, n'ubusabane, igashyiraho na za morali nyinshi. Maze Ababiligi bagakomeza kuzuza ibigega bategereje ko isaha yabo igera kugira ngo babarutse ibyabo mwariye. Bariya bazi kubara cyane nta cyabo cy'ubusa, barababeshya, barashaka kubagira imbata kuko bakunda guhaka cyane Ntibari bihana ibyaha bya ba sekuruza badukoreye, ni abapagani gusa gusa, n'ubwo atari bose.

Ibyerekeranye n'amaraso tubyitondere kuko jye byarampahamuye kandi n'abandi nuko uretse ko batabivuga. Bafite ishyirahamwe ryitwa «Ceceka». Inumire! Byabanje kunyobera ariko kubera ko nari mfite abanjye bafunze n'abandi bahunze, n'abandi bapfuye, nkagira ngo ahari ni yo mpamvu. Iyo nabwirizaga ku itsembabwoko nabonaga amaraso kugeza igihe nsengeye mbaza ibisobanuro. Ntangira gusengera umuryango wanjye, abo nkomoka ho n'abankomoka ho, umuvumo ugenda ugabanuka. Iti komeza imbere wikorere, uheke abahutu kubera itsembabwoko.

Imana irambwira iti dore uko bimeze: impunzi zose zishe abatutsi? Nti oya! Iti abafunze bose bishe abatutsi? Nti oya! Iti abahutu se bose badafunze, batanahunze bo bishe abatutsi? Nti ashwi. Iti ese nta bahutu bari hanze badafunze bishe abatutsi? Nti barahari benshi. Iti ese bose bariho ingaruka z'itsembabwoko? Nti cyane! Iti kuki inzirakarengane se noneho na zo zabiguye mo? Ziriya ndwara z'ibyorezo impunzi zahuye na zo se nawe urashaka kuvuga ko atari umuvumo ko ahubwo ari ukubera ko bari benshi barundanije? Ko ngo ari ukubera umwanda? Kubera iki bari barundanije? Kubera intambara. Itewe na nde? N'Inyenzi-Inkotanyi. N'Inyangarwanda. Zashakaga iki? Ubutegetsi. Kubera iki? Kugira ngo biganzure abahutu. Uwabaza ati kuki abatarishe na bo bahunze wansubiza iki ko uzi ubwenge? Kuki bahunganye n'abicanyi? Dukomeje tukavuga impamvu twasanga ari imivumo gusa! No kuvuga ibyo batazi kuko nta rupfu batapfuye na bo.

Imana iti abari mu magereza bariho ubuzima bubi bushoboka, abari hanze ba mwebwe mwapfuye muhagaze mugendana ubwoba, mukorera k'ubwoba, mubaho mu bwoba. Iti ibyo byose ni umuvumo uri ku bwoko bw'abahutu bisa n'imivumo iri mu Balewi 26: 14-45 no mu Gutegeka kwa Kabiri 28: 15-68. Uzabisome neza uzasanga hafi ya byose byaratugeze ho kandi ntibirashira yo ni na byo bihano bihanitse biba muri Bibiliya. Buri muhutu wese yabonye nibura nk'imivumo 5 ukurikije ibyagiye bitubaho cyane igihe bahungira Kongo-Zayire n'abasigaye mu Rwanda, n'abafunze, n'abandi nita ko bapfuye bahagaze bahora bakutse umutima biteguye ko Gacaca ibatumaho ngo baze bavuge ibyo babonye n'ubwo yaba atarabibonye, atarahari. Kubera ko ari umuhutu ngo agomba gutanga amakuru. Kubera iki? Kuko yari umuhutu? Kubera iki? Kuko atahigwaga. Kubera iki atahigwaga? Kubera ko yari umuhutu gusa.

Nta yindi mpamvu, niba hari iyindi uzi uyivuge. Ibi byose birakwereka ko umuhutu n'itsembabwoko ni amazi n'ifu, ntawabitandukanya n'iyo wakora ubushakatsi bungana iki, ugashinga n'ibigo bingana iki, igihugu cyose kikuzuramo ibigo bishakashaka ibirebana n'itsembabwoko. Ni ifu n'amazi byatandukanwa gusa no kwihana rusange kw'abahutu no kubabarira rusange kw'abatutsi, nta yandi magambo akenewe. ABAHUTU NI INTERAHAMWE BAGOMBA KWIHANA. ABATUTSI BARI MU GIHUGU NI ABACITSE KU ICUMU BAGOMBA KUBABARIRA. Hakabona gukurikiraho icyiciro cya kabiri kirebana n'ibyaha by'abatutsi, na bo ni abicanyi-ruharwa. Hari ibyo nzi ariko sinemerewe kubivuga ho birambuye kuko biza ku ncuro ya 2. Ni nko muri Edeni igihe Imana ibaza Adamu ati si jye ni umugore wampaye ngo tubane. Ibajije umugore ati si jye n'inzoka. Basi tayari habura uwakoze icyaha biharirwa Imana. Icyakurikiyeho n'ibihano bikomeye biri mo n'urupfu.

Kandi n'ubundi umuhutu nabigarama, umututsi akabigarama, uragira ngo se bizagenda gute? Hazakurikiraho ibihano. Buri muhutu wese yabyanga yabyemera ari ho umuvumo w'itsembabwoko, hari aho ahurira nawo yanze akunze. Kandi iby'Imana n'ubwo bikunze guteza impaka, ibyayo ni ntakuka kuko iratunganye muri byose. Iti none aho uzajya ugera hose ugomba kwihana, haba hari abahutu mukihana, mwihanira Imana n'abatutsi, ndetse n'isi yose kuko byayikwiriye, ntawe utabizi. Iti itsembabwoko ni «RUSANGE». Iti none niba atari rusange kuki inzirakarengane zakurikiye abicanyi muri Kongo-Zayire? Ko zitari zicanye zajyaga hehe? Wagira ngo ni ugushinyagura ariko ni ko kuri.

Erega wagira ngo ni ugushinyagura! Imbwira kuririra umuryango wanjye namaze iminsi ntakubwira ndira ibihene birenga ku maso kuko nagira ngo agahinda k'isi yose kanjeho. Ubwo naje kubona n'ijoro urushinge ruri mo umuti maze uwari urufite arekura agatonyanga kikubita mu nyanja nsobanurirwa ko amarira yanjye ari make cyane ugereranije n'uburemere bw'icyaha, ko mbese yakiza uwanjye muryango gusa, n'abandi bake, kandi nari nzi ko abahutu bose Imana yabababariye naho byahe.

Imana iti abahutu b'abayobozi bagiye hamwe barahishurirwa baratekereza, barapanga, baraganira barabwirana, bungurana ibitekerezo bahuriza ku mwanzuro ufite intego imwe: bahurira ku «bwoko bw'ubuhutu». Aha ngaha uhitondere niba ushaka kumenya, ukuri: bariyemera, birata amaboko n'ubwinshi, n'ububasha, n'ubushobozi, n'ibikoresho by'intambara, n'abasirikare, n'abazungu, birata ikintu kibi cyane Imana yanga nanjye nsigaye nanga urunuka ubu, ariko cyera naragikundaga cyane, cyanteraga ishema. Kuba turi benshi ba nyamwinshi, ni na cyo ahanini cyatumye abahutu benshi bapfa, n'uko nyine bari ba nyamwinshi. Icyo kintu kitwa ngo turi ba RUBANDA NYAMWINSHI 85%.

Maze barangije basanga umwanzi wabo ari umwe, ari umututsi amajya n'amaza, basanga kumumaraho byoroshye cyane kandi ari wo muti, uhereye kuri nyumbakumi yiyemeza kumurandura mu isi, kumutsembaho ari byo byaduhesha amahoro, cyane ko we ari na NYAMUKE 14% nk'uko imibare yabyerekana, bahoraga bakora ibarura. Nzagusobanurira impamvu y'iriya mibare nyuma.

Bati twiyemeje kumaraho inyoko tutsi! Ibyo rero ku Mana byari bihagije kugira ngo mu ijuru bandike mu gitabo cya raporo y'ibirego ko mu Rwanda abahutu bamazeho abatutsi, n'iyo hari gupfa umututsi umwe kubera kiriya kigendererwa hari handitswe itsembabwoko ry'abatutsi mu Rwanda batsembwe n'abahutu kuva taliki ya 7/4/1994. Uhe agaciro cyane ikintu cyitwa «IKIGENDERERWA».

Nutabyumva ntiwirenganye cyangwa ngo ugire undi wikoma, uzibarize Ishobora byose. Urugero rufatika wenda kuri abo ngabo bakeneye gusobanukirwa ni uko umuyobozi ahagarara mu izina ry'abo ayoboye, ibi ubyumve neza. Iyo Perezida Kagame yohereje telegaramu y'ishimwe, y'akababaro se, ayoherereza undi mu Perezida, cyangwa mu bundi buryo, biriya avuga ngo «mu izina ryanjye bwite (nka Kagame Paul) no mu izina ry'Abanyarwanda bose» ba twebwe, ba mwebwe, biba bishaka kuvuga iki? Twese aturunda mo, n'abatabishaka, n'abatamukunda, n'abataramutoye n'impunzi ziri hanze n'abari muri Kongo birirwa bamutuka ko yabiciye abantu, ubwo ngo tuba tubyemeye. Igitangaje nuko kuva aho nabereye n'igihe cya ba Kayibanda na ba Habyarimana kugeza ubu sindumva uwamwihanije ko adashaka ko we amushyira mo. Cyeretse bitangiye ubu kandi agiye agaragaza impamvu we avuye mo, ntabwo byaba bimureba iby'abiyita Abanyarwanda.

Yaba abaye «gatozi» w'ukuri kuko yaba abyiyambuye, naho ubundi aba abyambaye, abyambariye mu itangazo ry'uhagarariye igihugu muri icyo gihe. Twitonde cyane, ntabwo tuba twemeranije nawe ariko aturunda mo twese ntihagire ukopfora. Si aba Perezida bonyine n'abandi mu nzego bakunze gukoresha iriya mvugo iremereye cyane ngo «mu izina ryange bwite, no mu izina ry'umuryango....... mu izina rya......». Birakoreshwa mu isi yose sindumva uwatonganye. Ariko byageze ku itsembabwoko mvuze ko ari rusange kuri buri muhutu kuko byakozwe «mu izina ry'ubwoko bw'abahutu», maze biracika. Kuki batababajije impamvu Minisitiri w'intebe w'Ababiligi aje mu Rwanda ibyo yavuze asaba imbabazi ngo «AU NOM DE MON PAYS». Mu izina ry'igihugu cye, n'aba Wallons n'Abafurama, n'abana n'abakuru bose b'ababiligi. Ko yabivugiye ku Gisozi ku rwibutso, ko hari abayobozi b' igihugu hafi ya bose, n'abahutu bari mo, ko yabonanye n'abanyamakuru nyuma, ko nta wamubajije impamvu ashyize mo igihugu cyose? Ababiligi bose. Ko nta n'umwe nigeze numva yiriza ngo amukosore vuba amusobanurira ko yabyishe? Ko

Ababiligi ari ba «GATOZI». Ntimwaruciye mukarimura? Kubera iki? Mwari muzi ko biriya biba bivuga ko n'umwami w'Ababiligi nawe ari mo, n'abanyeshuri, n'abarwayi bo mu mutwe b'ababiligi, kuki ntacyo mwabivuze ho? None se Ababiligi bo muri Ambassade bafite kibazo ki? Babanje bakiga iriya dosiye mwene wabo yatangije yaje gusaba imbabazi? Ahubwo na bo nibatihana kuntoteza kwabo, nzageza ikirego mu nama ya Loni «ishinzwe itiku» ku isi kandi nabatsinda nkabahemura.

Ibitego batsindwa ni bo bakwitsinda, kwa kundi abakinnyi bitsinda igitego. Kandi bene ibyo bitego birabarwa ndetse bikababaza kurusha ibyo batsindwa n'abo bakina. Batsindwa n'ingero n'incyuro n'amateka gusa, niceceke maze Imana ikamfasha bikayoborwa na ba Kofi Anan na Ban Kimoon. Hakaza na ba Mandela, nanjye bakareka nkahamagaza Romeo Dalaire wahuye n'uruva gusenya ngo nawe yahawe misiyo na Loni. Maze akabogama izuba riva, yaguye mu ruzi arwita ibiziba. Dalaire wee! Warambabaje cyane. Kubona udashobora nibura kuvuga n'ukuri kungana urwara rwo ku rundi ruhande.. Ariko Dalaire we! Ntabwo wari uzi ko bizafata iriya ntera koko? Mu mibereho ye yose yabaye mu Rwanda na nyuma yaho, yibereye ku ruhande rwa FPR shenge! Sinjya nshyigikira abantu babogama na gato...Kuko ntibashobora kuba «Abahuza-Bunzi». Dalaire we! Imana izaguhe agakiza ka yo gusa. Uriya muzungu w'umu-Canada ndamusabira ngo azikirizwe maze azigire mu ijuru, kuko yaruhijwe n'umuhamagaro w'abiyita Abanyarwanda. Ndumva mutangiye kumvaho gake icyo twita «icyaha rusange».

Abayobozi bahagarara mu izina ryabo bayoboye kubera ko ari Perezida wacu ni ko bimeze twese adushyira mo kandi tukemera sindumva n'abanyamategeko hari icyo babivuga ho, hari n'ibindi byabatsinda biri mu itegeko-Nshinga, no mategeko Shingiro, no mu mategeko-teka. None rero umva neza ukuntu abahutu bose bakoze itsembabwoko ku mugaragaro, kuko n'ibyo bivugisha ngo indege yaraguye Habyarimana yarapfuye, kuvuga ko ari yo mpamvu yateye itsembabwoko, n'uguhuha ku gisebe. Nanga kumva iryo jambo.

Biriya ni nko kuvuga ngo kanaka yitabye Imana kandi yishwe n'ibi n'ibi, yazize ibi n'ibi, byongera ubukana bw'icyaha. Biteye isoni n'ikimwaro, kuvuga ngo abahutu bararakaye. Maze ngo bica n'uduhinja ngo ni udututsi. Ndetse ni ubugome bw'indengakamere, buraruta ubw'itsembabwoko kuko iriya mpamvu ni agashinyaguro, ni nko kwica uruvozo, gushinyagurira imirambo cyangwa gufata ku ngufu. Iyo barakara bakica abanyepolitiki b'abatutsi n'abagabo n'abasirikare b'abatutsi...wenda byari kugira igaruriro.

Ariko gusobanurira imfubyi ko yiciwe ababyeyi kubera ko Perezida wariho icyo gihe atanazi adakeneye no kumenya (cyeretse nabyiga mu mateka), ngo bishe iwanyu rero. Ngo abahutu barakaye disi kuko Habyarimana uwo mu Perezida ngo yari yapfuye, ahiriye mu ndege,

388

ngo noneho amaze gupfa bahamba nyoko ari muzima na so baramutemagura amara gatatu atarapfa, na mukuru wawe bariye umutima we, na nyoko wanyu bamusatuye inda bakura mo umwana baramusekura kandi icyo gihe wowe wari ufite imyaka ibiri. Ibi si agashinyaguro karenze ubwenge koko. Aba bana bazahozwa n'iki koko? Murumva mufite ubwenge abavuga gutyo? Iyo abahutu babuze uko babigenza byabagonze bahita bavuga ko habaye jenoside ebyiri. Ngo bikaba bisobanuye impamvu. Tudasenze bazava mo abazasubira mu rugano rwa kiriya gihe.

Iyo mvugo ndasaba ko yavanwa aho yashyizwe hose kuko nta shingiro ifite, ahubwo na yo umuntu yayiregera, kandi nanjye nababajwe n'uko Habyarimana yapfuye (bisome ubyumve neza kuko namukundaga). Ibyo ntitubipfe ni uburenganzira bwanjye gukunda umuntu n'amategeko arabinyemerera ibi byo ndi «gatozi», ariko ntabwo iby'Imana bigira «sentiments na fanatisme». Namukunda nagira si jye umubabarira ibyaha bye. Nta n'ijuru ngira namujyana mo. Mwe mukunda abababeshya. Ubwo rero mvuge nanjye ko namwangaga ngo sinari muzi. Ngo batagira ngo ndi igipinga? Bande se? Leta y'abatutsi se? Banyambuye ubwonko se singitekereza? Bantwaye ibitekerezo n'ubumuntu? Abari mu gihugu, cyangwa abavuye hanze? Ntabwo nshyigikiye ibyo yakoze cyangwa yakoreshejwe, cyangwa byinshi bibi byakozwe mu gihe cye, ariko ntabwo namwanganga kuko twari tunaziranye. Yavugaga n'igifaransa neza, afite n'ijwi ryiza, igihe yategekaga nari mu mikorere ye kandi nyemera kuko sinigeze nyihakana na rimwe. Niba ari byo bingira igipinga ubwo nabaye cyo kuva cyera. Ndumva n'icyuririzi cyari kije, nari ntangiye gutongana no gucyurirana mumbabarire! Ahubwo dore aho isoni n'izima bijyana bene wacu, ni umwuka wa Adamu wirirwa ubazerera mo igihe Imana imubaza ibyo yakoze kuko ni we bari barasezeranye, ati «si jye ahubwo ni umugore wampaye ngo tubane.

Aha mboneyeho gusubiza benshi muri bene wacu b'abanyezima bavuga ngo habaye jenoside ebyiri, ngo n'abatutsi batsembye abahutu, ndagira ngo mbwire uwumva cyangwa uzasoma ubu butumwa ko itsembabwoko ari cyo cyaha gihanikira ibindi mu buremere no mu ngaruka, ku buryo nta n'ibihano byaryo biba muri Bibiliya. Hari mo ibihano byo kumena amaraso, (ntuzice) n'ibindi. Ntabwo Imana yigeze iteganya itsembabwoko kuko iyo biba ibyo iba yaranashyizeho ibihano byaryo. N'icyaha kirenga ibindi, kuko iyo bavuze itsembabwoko ibindi byaha biba bicecetse ni na yo mpamvu Satani bimworohera, bikanamuryohera cyane kurega abahutu, izi ko baminuje mu isi, ibyo biranditse mu ijuru, mu isi, no mu nsi y'isi.

Reka turebere hamwe amatsembabwoko Imana ubwayo yakoze mu kwera no gukiranuka kwayo. Yabikoze umuntu yayinaniye ariko kubera ko ari Imana yabaga ibyikoreye ku giti cyayo ntacyo twongera ho. (Itangiriro 6: 13), Umuntu yashobereje Imana bituma yicuza impamvu yamuremye. Kiriya gihe cy'umwuzure yasize abantu

8 gusa bacitse ku icumu ry'amazi. Ba bandi bavuga ngo Imana ntiyica rero, ntibamenye ko agahenge tugira ari ukubera Yesu, abo na bo bumvire ho. Ni yo mpamvu mbasaba ngo mumwakire ajye abarengera. Uzi kubaho uri umunyabyaha, uhora uhamagazwa mu nkiko, nta avocat ugira.

Ubwa kabiri na none ni umuntu wabitangiye. Ibyaha bya Sodomu na Gomora byayiteye umujinya abagabo batangiye kurongorana bashaka no gufata abamalayika ku ngufu. Loti agomba kubahongera abakobwa be b'amasugi, ibyo bigabo biranga, Imana yanjye yaremye ijuru n'isi ivuga irya nyuma, noneho ntiyazana amazi izana umuriro. (soma Itangiriro igice cya 19) Hariya hasigaye Loti n'abakobwa be babiri kuko n'umudamu we yahindutse inkingi y'umunyu, akebutse kureba inzu ye i Nyarutarama kandi Imana yari yavuze ngo barebe imbere ntibakebuke. Abakwe ba Loti bo ngo kuva yababwira ibigiye kuba baramusetse bikomereza kwinywera inzoga; umuriro wabasanze mu kabari. Nta mikino yari ihari kuko Imana ntijya ikina. Aha na none za nkundarubyino ziba zidasobanukiwe, zitazi ko Imana ihana, ishobora no kwica, abo bajye bumvira ho.

Abemeye ko abagabo batingana n'abagore bagatingana na bo bararye bari menge, kuko na none isi izashya nta kabuza. Kandi ibizayotsa, umwana w'umuntu uzashya ni we wabyishakashakiye arabirunda byitwa «siyanse na tekinoloji». Byonyine intwaro za kirimbuzi ziri mu bubiko bw'ibihugu byateye imbere mu majyambere, ubwazo izo ntwaro zakotsa abatuye isi mu minota mikeya. Imana irabareka, ibabwira iti muje... ja.... ja... ja..., yarangiza iti «basi mwagonje...».

Ahandi ni igihe cyose Abayisirayeli bagiye bikundira ibigirwamana n'ibindi bizira yari yarababujije iti ni mutanyumvira nzabatataniriza mu mahanga. None dore bavuye yo ejo bundi muri 1948, kandi n'ubu intambara ni zose hagati ya bene Aburahamu (Abarabu n'Abayisirayeli). Nta mahoro bigirira kuko byose biri mu ngaruka zo kunyuranya n'Imana yabo. Reba imivumo iri mu Balewi 26: 14-45 no Gutegeka kwa Kabiri 28: 15-68. Iyi mivumo yose ni byo bihano bihanitse biba muri Bibiliya kandi nta jenoside iri mo.

Ahandi tubona itsembabwoko ryari rigiye kuba ni igihe Hamani ategura kumaraho Abayuda bikaburira mo kubera guhara amagara kwa Esiteri. Icyo gihe nta Muyuda wapfuye ariko Hamani n'inzu ye barashize. Ndabaza ba bandi bakunda za «gatozi» icyo uriya muryango wa Hamani wose wazize, n'iki?

Turacyari ku matsembabwoko. Indi ni igihe Uwiteka ategeka Sawuli kumaraho Abameleki bari abanzi b'Imana maze arokora Agagi n'izibyibushye, nawe yakoze itsembabwoko ry'Abameleki.

Ahandi ni igihe Abisilayeli bagwira cyane muri Egiputa maze Farawo ati: buri muhungu wese uvutse mujye mumuniga, babaye benshi batazatwiganzura. Byaje no kumuvira mo gupfusha imfura ye, icyo gihe bicaga impinja. Mose ni we wacitse ku icumu.

Ahandi ni igihe Yesu avuka umwami Herode yagukoreye itsembabwoko ry'abana b'abahungu kuva kuri 0-2 bari batuye i Betelehemu. Bibiliya ntivuga umubare w'abacitse ku icumu ariko umwe ndamuzi ni Yesu kandi ni we yahigaga. Uriya Herodi, Imana yamurwaye inzika ikomeye kugeza igihe umwuzukuru we aguye inyo yihaye kuvuga ubusa ngo abantu bavuze ngo ko avuze nk'Imana nawe ngo yumva muri we yavuze nka yo. (Ibyakozwe n'Intumwa 12: 20-23). Maze Malayika w'Uwiteka Imana aramukumbanya agw'inyo.

Imana iti abahutu mwihane mwese muri abicanyi mbone kubababarira mube ho. Byonyine kuba twari dufite uburenganzira bwo kubaho icyo kirahagije ngo tugibwe ho n'amaraso y'abatutsi. Kuko umuntu akubajije ati kuki utapfuye mu itsembabwoko? Ubaye umunyakuri wamusubiza ko utahigwaga kubera impamvu imwe gusa kuko wari «umuhutu». Niba kandi uvuze ko hari abahutu bishwe na bene wabo kubera kudahuza ibitekerezo ntibibahindura abatutsi kuko turi ku itsembabwoko ryakorewe abatutsi. Urugero rwa hafi: Data nawe yazize ibitekerezo, abajepe bamukubitiye mu Kabagari ka Kacyiru mu kabari, ari mo gusobanura ibya MDR ishyaka ry'umucyo ngo n'uko yashakaga Rukokoma. Yari azi gusobanura n'ukuntu nawe ari mu Mpirimbanyi za mbere n'ukuntu ngo batoresheje amatora ya KAMARAMPAKA muri 1961. Bamumennye impyiko turahamba. Ariko ntiyazize itsembabwoko kuko ku idosiye ye handitse ko yazize «ibitekerezo», n'ikimenyimenyi nanjye si ndi umucikacumu. Mvuze ko ndi we basekera ku mutsi w'iryinyo, sinanabikira kuko bandega gufobya jenoside kuko uburenganzira bw'abahutu bwataye agaciro. Kandi nta n'icyo byamarira ndetse bananyamagana, bashobora no kunshyira mu bapfobya itsembabwoko bo mu rwego rwa mbere. Aha rero nahanishwa «burundu y'akato». Kuko mu bifatika bigaragaza ko nta bahutu b'abacikacumu baba ho, banza wibaze kuri iyi ngingo. Namwe mutirengagije murabizi.

Ni yo mpamvu nta kigega cy'abahutu kiba ho. Aha na ho uhansobanurire nkeneye kuhumva. Kuki? Muri make ntabwo ibyatubayeho bigaragara kuko bitsikamirwa cyane n'icyaha nyamukuru ari cyo itsembabwoko. Biriya Inkotanyi zicaga abahutu za Byumba ntibibarwa ngo byari mu ntambara. Iyo abatutsi ari bo babanza gutsemba abahutu ni bo bari kuba bakoze itsembabwoko. Nyuma abo abahutu bari kwica byari kuba ingaruka za jenoside yakorewe abahutu. Itsembabwoko rivuyeho ni bwo n'ibindi byagaragara, ni yo mpamvu hahora impaka.

Impamvu n'uko abahutu ari bo bakoreye itsembabwoko abatutsi. Kuvuga rero ngo umuhutu wasigaye ni umucikacumu wasetsa abantu kuko muri jenoside twitwaga aba Résistants. Bivuga ngo abanze kuva ku izima, ari bo ba twebwe, twari duhanganye n'umwanzi ari we Inyenzi-Inkotanyi-Umututsi. Twarangizanyije na Kantano abeshya ngo Radio RTLM iravugira i Kigali kandi bageze kuri Goma bahunga. Batanatubwiye ngo natwe tugende. Nta n'ubwo twabimenye. Nagiye kubona aho nari ndi mbona Toyota iri mo Inyenzi zidusanze aho twari turi, ku irembo bari kumwe n'afandi wari muri Suzuki, banshyira muri Suzuki ngo ndi Interahamwe, ngo sinzi ubabwiye ko nari umugore wa Rwendeye, kandi yapfuye kuri 18/11/1990, n'amashyaka ya politiki yari atarajyaho... Ngenda nsakuza cyane nisobanura uwo ndi we. Mana yanjye naravuze nkibagirwa ngashyira mo igifaransa bikarushaho kubatera iseseme. Ndi mu ba mbere bagiye kubazwa... Imana ihita ikinga ukuboko kwa yo kwera kubera umuhamagaro wari undi ho, ibyo gusa. Aho nagarukiye nsanga musaza wanjye baramutwaye. Ibindi simbikubwira. Mana yanjye mbega politiki y'abana b'abantu ukuntu ari mbi cyane! Nayise ikiyobyabwenge.

Gucika ku icumu rya jenoside bivuga ko nawe wari kuri gahunda yo gutsembwa, noneho Imana igakinga ukuboko ugacika iryo cumu, ugacika iyo mihoro. Ahubwo bazabite abacikamihoro, kuko ni yo abenshi babicishije. Ntabwo abahutu bacika ku icumu rya jenoside kandi ubwo bwoko ari bwo bwatsembye. Ahubwo bacitse ku icumu ry'ingabo za FPR. Ntacyo wabeshya Imana ariko wowe wakwibeshya ukabeshya n'abandi; na bo bakakubeshya ko bemeye. Ukumva urababeshye na bo bakakwemerera, kandi mwese muzi ko atari byo. Iyo ngo ni yo politiki nziza y'uwiyita UMUNYARWANDA.

Hari ngo n'abahutu bumva ngo kubera ko bafatanije na FPR, cyangwa se ubu bari mu muryango wa FPR, mu CYAMA, ubwo ngo bibahindura abere ku cyaha cy'itsembabwoko. Wapi! Kuko gukorana na FPR icyo gihe, cyangwa n'ubu ntabwo bibahindura abatutsi. Ahubwo bari bahuje ibitekerezo muri icyo gihe gusa nabwo atari 100%, na byo byo kubura uko bagira, kuko bari bananiranywe na Habyarimana. Ntabwo bari bishimiye gukorana n'abatutsi, impamvu n'uko bene wabo b'abahutu bari barabashobereje bari mu minyururu, bapfaga ibindi ariko bitari ubwoko. Subira mo ngo «ubwoko». Umva neza: ntibari bahuje ubwoko na ziriya mpunzi, na nyuma bageze mu Rwanda barabiberetse, barabisubiranye bikomereza kuba abahutu no kurusha ho, cyane ndetse. Ingengabitekerezo ziriyongera aha ni ho ngira ngo wumve neza cyane wowe ukunda kujya impaka cyane. Ubwoko ni umuzi udapfa kuranduka, kuko buba bukoze imibereho yawe, buba buvanze nawe, kubuvangura nawe hagomba gukoreshwa kubagwa nta kinya. Kandi ukabagwa n'umu spécialiste witwa Yesu, apana kuzana ba baganga ba magendu. Reka ngukurire inzira ku murima, ntabwo ubwoko bugaragarira ku mazuru, kuko banyibeshye ho biratinda, n'abandi benshi bibeshye ho, nk'uko n'Interahamwe zagiye zica abahutu basaga neza ngo ni abatutsi. Bivuga ko nta muhutu ugomba gusa neza? Ibi birambabaza cyane bigatuma ntomboka. Iki na cyo ni ikibazo kumva ko nta muhutu wasa neza.

Kuki? Ubwoko buba mu mutima ntabwo buba inyuma. Ni imibereho yawe ya buri munsi, buvanze na we w'umwimerere. Buba bwuzuye wowe no muri wowe. Bijya gusa no kuba mu ishyaka iryo ari ryo ryose, ryaba irya politiki cyangwa iry'idini, namwe muzi ibikurikira ho, kugeza aho abantu bazima bizirika ibisasu ngo bararwanira ibintu runaka, ndetse bakica n'abo batavuga rumwe n'iyo baba ari abavandimwe babo. Nasanze amahame y'ubwoko n'idini n'Amashyaka ya politiki bijya kunganya imbaraga, kuko byose bifite izi mpano zikurikira: Nk'uko Yesu yashyize mu Itorero agaha bamwe kuba:
1. Intumwa, abandi akabaha kuba
2. Abahanuzi, abandi akabaha kuba
3. Ababwirizabutumwa bwiza, abandi akabaha kuba
4. Abungeri, abandi akabaha kuba
5. Abigisha,

«kugira ngo abera batunganirizwe rwose gukora umurimo wo kugabura iby'Imana, no gukomeza umubiri wa Kristo» (Abefeso 4: 11-12).

Ni na ko Satani yashyize nawe mu idini no mu isi izi mpano eshanu (5) mu mikorere ye. Yashyize muri bamwe impano ya:
1. INFLUENCE, bivuga kureshya; abandi akabaha impano ya
2. MANIPULATION, kukuzunguza bakakwambura ibitekerezo, bakakwoza ubwonko; abandi akabaha impano ya
3. TERRORISME, bivuga kugukura umutima bagutoteza; abandi akabaha impano ya
4. DOMINATION, bivuga kukwigarurira muri byose ukaba imbata; abandi akabaha impano ya
5. EXPLOITATION, bivuga kugukoresha icyo bashatse cyose kuko baba barakurangije.

Nanjye idini ryari rigiye kungenza kuriya maze Yesu arantabara. Umuntu umaze kugira izi mpano za Satani ni we upfira ubwoko bwe, ishyaka rya politiki, idini n'ibindi bisa na byo. Itsembabwoko ni rimwe (1) gusa ryabaye mu Rwanda, ikirihindura ishyano rigatandukana n'ubundi bwicanyi ni ukugambirira kumaraho gusa, mugahuza nk'ubwoko, mugashyira mu bikorwa, mugatsemba ubwoko.

Nanjye mbere nashakaga ko bavuga ko habayeho jenoide ebyiri : iy'abahutu n'iy'abatutsi byaranyoroherezaga cyane. Ariko kubera umurimo nahawe narasobanukiwe. Imana yaranyamaganye. Byari ukubera ibikomere. Sinaguseka niba ariko umeze nanjye narakurushaga. Ariko haranira kumenya, ni bwo uzasobanukirwa. Kandi ndasenga ngo Imana izakwikirize. Kandi tuzi neza ko iyo abasirikare bari ku rugamba baba boherejwe n'abanyepolitiki baba bafite inzitwazo z'ibyo bapfa n'abo barwana.

Hari ibyo baba bararikiye, ntabwo ari ugukunda igihugu n'abenegihugu ntibakatubeshye. Bibaye ibyo ntibajya birundanya ho ubutunzi burenze urugero kandi abaturage babo bicwa n'inzara. Ariko inzirakarengane amaraso yazo ateye ubwoba; abana, abagore abasaza abakecuru, abagabo badafite icyo bahuriyeho na byo, abarwayi bari kwa muganga bakicwa na ba muganga. Abaforomokazi bakica ababyeyi, abanyeshuri bakicwa na ba mwalimu, na poroferesi, abakirisitu bakicwa na Padiri na Pasiteri, ababyeyi bakica abana basa na ba nyina, cyangwa basa na ba se, n'abandi badafite aho bahuriye na za politiki, n'ibindi by'amahano. Icyo ni ikibazo cy'itsembabwoko ripfa guhitana no kwica urubozo bakabaga abana mu nda, bagasekura impinja mu masekuru. Ntugire ngo ndakabya barabinyibwiriye, bakarya imitima y'abatutsi ngo itazabatera. Umva mbese ubundi bupagani bwuzuye ubugoryi bucuramye. Ubuhamya bumwe nahawe bwananiye kubushyira mu bwonko kugeza ubu, ni ubw'uwishe nyina wari umututsikazi maze ngo atangira kumurya gahoro gahoro, ngo yamurangije amaze icyumweru. Umwe mu bayozi ba gereza amubajije aho yahereye amurya, undi asubiza ko yahereye ku mabere. Amabere yamwonkeje. Murumva cyangwa mwapfuye amatwi? Muratekereza neza cyangwa mwibereye mu majyambere?

Hari urundi rugero rubi rwabaye hafi y'aho nari ndi. Bambwiye akana kamwe kari gafite imyaka ine, bica iwabo bavuga ko ari abatutsi-inyenzi karabyumva, kumva ibyo bari mo kuzira, bakageze ho ngo karababwira kati ni mumbabarire irya none gusa sinzongera kuba umututsi. Ese wari uzi ko iryo jwi ry'uwo mwana na n'ubu riba rikiri imbere y'Imana risubira mo ayo magambo rikongeraho gusaba guhorerwa. None se ubu si Rusange koko? Iriya sinzongera kuba umututsi ivuze iki? Nsobanurira kuko wize cyane.

Reka turebe Itangiriro 4: 9-12

«[8] *Kayini abibwira Abeli murumuna we. Kandi bari mu gasozi, Kayini ahagurukira Abeli murumuna we, aramwica.*

[9]*Uwiteka abaza Kayini ati "Abeli murumuna wawe ari he?" Aramusubiza ati "Ndabizi se? Ndi umurinzi wa murumuna wanjye?"*

[10] *Aramubaza ati "Icyo wakoze icyo ni iki? Ijwi ry'amaraso ya murumuna wawe rirantakirira ku butaka.* [11]*Noneho uri ikivume ubutaka bwanga, bwasamuye akanwa kabwo kwakira amaraso ya murumuna wawe, ukuboko kwawe kwavushije.* [12]*Nuhinga ubutaka, uhereye none ntibuzakwerera umwero wabwo, uzaba igicamuke n'inzererezi mu isi.».*

Amaraso ya mbere y'umuntu yamenetse k'ubutaka ku isi, kuko aya mbere ni ay'inyamaswa Uwiteka yishe ngo abone impu zo kwambika ba Adamu na Eva anabahongerere, bamaze kwiyambika ubusa. Nyamara ariya ntacyo ayitayeho kuko inyamaswa nta bugingo buhoraho zigirira, ariko aya Abeli umukiranutsi, ongera usome wumve uko Imana ibaza Kayini n'uko ayisubiza, n'ibihano ahabwa. Muri byo ndavuga bitatu by'ingenzi ari byo:

1. Kuba ikivume
2. Igicamuke
3. Inzererezi ku isi. (Itangiriro 4: 9-12).

Aha ndakwibutsa kuri uyu munota usoma cyangwa wumva ibi, ku isi yose hari umuhutu uzerera, hari umuhutu ari mo kuzerera, uvumye, w'igicamuke ushaka ngo gukosora ibiriho ndetse ngo arashaka no kurwana ngo aze akosore ibyo Leta yiyise iy'ubumwe ngo yishe ibintu, kandi na yo iri mu marembera. Nimuyireke na yo yigeragereze ihanyanyaze kuko gutegeka u Rwanda ntibyoroshye. Nimureke Kagame na bagenzi barebe nabo uko basiga amateka mabi, kuko ntabwo umuhutu yagaruka gukosora umututsi. Yakosora ate kandi atari yarangiza kwitunganya n'Imana. Ururimi ntaho ruhurira n'umuntu koko. Yakosora yagira, koko yibwiye ukuri arabona yamurusha?

Hari n'uwigeze kuvuga ngo Umwami ni ajyaho ngo azaba ari umututsi. Ngo none se na Premier Ministre nawe azaba ari umututsi? Ngo ce n'est pas possible. Bene aba ntabwo Imana izatuma baba mu Rwanda rushya ndabarahiye. Kandi na none umuhutu yibuke ko ari we watumye abatutsi bahunga muri 1959; wabona na byo babibakanye. Kandi bo bahunze nta tsembabwoko bakoze ahubwo baziraga ibyaha bya ba sekuruza. Aba nabo baranyobeye! Aha tuhitondere cyane mwa bahutu mwe, ntabwo muba muzi ibyo muvuga koko, n'ubwo Imana ihanisha abantu abandi. Ndaza kubigaruka ho.

Reka tuvuge ku maraso. Iyo umennye amaraso Imana ivuga ko ayawe na yo agomba kumeneka (Kubara 35: 31). Bahita bavuga ngo Urukiko rwo mu Ijuru, rumaze gusuzuma ibirego Satani yazanye muri iki gitondo byo mu Rwanda birebana n'itsembabwoko, twasanze byaraziye igihe kandi bikurikije amategeko agenga imanza zo mu ijuru, n'ibindi... None rusanze, icyaha cy'itsembabwoko gihama abahutu bose, rwemeje, ko buri wese agibwaho n'umuvumo waryo, rutegetse ko na bo bapfa urupfu rubi, abandi bagafungwa, abandi bagahunga, abandi bagapfa bahagaze. Ibyo kandi bikazaba no ku bazabokomoka ho kuko amaraso arataka, aritabariza, afite ijwi risakuza cyane, riboroga risaba guhorerwa, ari mo kutumena amatwi. Ayo majwi ahora atumena amatwi kubera iyo mpamvu rero ntidushobora kubirebera gusa ahubwo Itangiriro 4: 10 na Itangiriro 9: 5, 6 bigomba kubahirizwa. Mu maraso ni ho haba ubugingo.

Imana iyitaho cyane kuko ayisakuriza asaba guhorerwa. Cyeretse umunsi abahutu bihannye itsembabwoko muri rusange, cyangwa se hagakorwa Abaroma 11: 32 ngo: «*32kuko Imana yabumbiye hamwe abantu bose mu bugome, kugira ngo ibone uko ibabarira bose*».

Kandi umenya koko ari cyo kizakorwa kuko abahutu baracyaburana. Ariko turebe igihe Kayini abwiye Uwiteka ati «*Igihano umpannye kiruta icyo nakwihanganira. 14Dore unyirukanye uyu munsi ku butaka, no mu maso hawe nzahahishwa, nzaba igicamuke n'inzererezi mu isi kandi uzambona wese azanyica*». (Itangiriro 4: 13, 14). Maze Imana ikora ku mbabazi zayo nyinshi ku bw'ayo magambo ntiyamukuraho ibyo yamuvuze ho, ariko imukiza kwicwa. Reba neza Kayini yahinduye imvugo si nka mbere yavuganaga agasuzuguro (Itangiriro 4: 9) asubiza Uwiteka nk'aho baragiranye cyangwa biganye ngo ntabwo ari umurinzi wa murumuna we.

Ahubwo amaze gukatirwa urwo gupfa abona guca bugufi. Uwiteka yamurengeye kubera ko nta bundi buhungiro afite nta kirengera afite, ndetse sinzi uko byagenze anavuga ko uzamwica azamuhorera 7 maze amushyiraho n'ikimenyetso. Ibi na byo bifite ibisobanuro byihariye ariko simbivuga none aha.

Imana ikurengera iyo utakiyumva mo imbaraga. Ni ukuvuga ko iyo ugifite akanyabugabo murahangana kandi ngo BIRAKOMEYE GUSUMIRWA N'AMABOKO YAYO. Murabona rero ko ibintu byo kumena amaraso bifite ibihano. Ni byinshi muri Bibiliya ariko ikigendererwa ni iwacu mu Rwanda, n'itsembabwoko abahutu bakoreye abatutsi n'ingabo z'abatutsi zishe abahutu bihorera cyangwa mbere yaho igihe bateraga za Byumba n'ahandi. Mboneye ho kukubwira ko u Rwanda n'Ubudage atari bimwe. Kuko wambaza uti: ese ko abadage ari abanyamugisha bakaba banafite ikoranabuhanga rihanitse. Kuki Imana yabihoreye ntibahane?

Hari akazika ibafitiye na n'ubu aha nasobanura byinshi bigendanye n'amateka, na Bibiliya, n'ubuhanuzi. Ariko kimwe cyo n'uko u Rwanda rufite umuhamagaro wihariye, ni na yo mpamvu rubera mo amahano yose Satani azana. Imana na yo ikaba irushaka. Iyo dossier bayiziranye ho.

Uti kuki Imana ibireka? Umuntu yihitira mo gukora byiza cyangwa ibibi. Mu guhita mo umwana w'umuntu ni «gatozi» kuko ni byo yahise mo muri Edeni. Kumenya icyiza n'ikibi ngo ni byo yashakaga, maze aramenya, ahora ashaka kumenya nyuma akanamenyera. Wanambaza uti se Sudani na Somaliya, na Irak, na Irani, Afganistani n'ahandi kuki hahora intambara. Hariya haba hafite ibyaho by'ímivumo kuva isi yaremwa, ni birebire kandi si cyo kigendererwa. Ubu turi ku Rwanda no ku muhamagaro warwo uteye ubwoba. Ariko mu Burasirazuba bwo hagati (Moyen Orient), hari umuhamagaro. Ntabwo bikuraho uko Inyenzi zishe abahutu impfu z'agashinyaguro za Byumba, Ruhengeri, Gisenyi, Gikongoro n'ahandi hose mu Rwanda, ariko ntibibarwa nk'itsembabwoko na rimwe. Kandi nzi n'imiryango iyo za Gikoro na Bicumbi Inkotanyi zazimije. Ariko nta kugambirira kumaraho bigeze.

Akenshi bagiye babiterwa n'ubwoba, n'umujinya wa bene wabo basanze batsembwe, no gutinya abahutu cyane cyane. Kandi ntabwo abo zicaga babaga barwana ibyo birazwi, abenshi bari abasivili b'abaturage, n'ahandi hose zagiye zica abahutu impfu zikabije, ariko ntabwo byakwitwa itsembamboko. Leta y'abatutsi yo iranabyoroshya cyane bakavuga ko abahutu bapfuye bose baguye mu ntambara... Ngo n'ibyaha byo mu ntambara... n'ibindi bisobanuro utasobanurira uwo wiciye umuntu. Bitera ubyumva kuba yahita arwana.

KU BUTAKA BW'U RWANDA AMARASO ARATAKA ATABAZA.

Nk'uko twabonye ko amaraso agira ijwi (Itangiriro 4: 10), nawe umbarire amajwi y'amaraso ari mo gutabariza ku butaka bw'u Rwanda kugeza ubu. Amaraso y'abatutsi, ay'abahutu, ay'abatwa, ay'abazayiruwa muri 1990 baje gutabara Habyarimana, ay'abaganda, ababiligi, abafaransa n'ay'abandi tutazi ariko aya nandiste yo arazwi neza ko yamenetse ku butaka bw'u Rwanda. Muri aya yose hari mo ayitwa ay'inzirakarengane. Ni ukuvuga ba bandi badafite aho bahuriye na politiki, n'impamvu zabiteye. Abanyepolitiki n'abasirikare babo baba babizi neza, cyane abanyepolitiki kuko ni na bo baba babipanze, baba biyemeje kuroha abasirikare ku rugamba bakabemeza gupfa kugeza ku wa nyuma, nabo bakemera nta gutekereza. Baba buzuye za mpano za Satani navuze haruguru, bakaba barwanira kandi ngo bagapfira igihugu cyangwa inyungu z'abanyepolitiki bwite; abandi biba ari imyuka y'ubukenya ibakurikirana ikabatera izima rya kirimbuzi.

Reba neza cyangwa wumve neza: izi nzirakarengane ntabwo zibizi, ntizizi iyo biva n'iyo bijya, ziri mu kigare zitazi. Ariko byo birazizi, ibiteye ibyo ngibyo bigomba kuzikoraho. Twabonye ko hari mo ibice bitatu:

1. Hari abazi ibyo barimo ari na bo babitera bakanabiteza: urwo ni urwego rwa mbere.
2. Hari ababirohwa mo b'abafana baba bategereje inyungu zizava mo babasezeranije; aba ni na bo benshi, bakurikira buhumyi, ni na byo bikoresho bya bariya ba mbere
3. Hari n'abandi bihitana ari na bo benshi cyane, ari bo «nzirakarengane». Izi nzirakarengane Imana izihorera kabiri.

Ndebera nawe ubu amajwi y'amaraso aborogera ku butaka bw'u Rwanda hose. Ubu rero abazi Bibiliya kundusha b'abanyamwuka cyane bahise bavuga ko amaraso ya Yesu yamenetse ngo byararangiye, ngo mu Izina rya Yesu, Katika Jina la Yesu, In the Name of Jesus. Barakubeshye! Ndakumenyesha ko amaraso ya Yesu yeza gusa uyemeye, uyahamagaye, usobanukiwe agaciro kayo. Ntabwo apfa kweza gusa ngo kubera ko yamenetse. Noneho rero ibi byacu ni rusange, ntabwo jye jyenyine cyangwa wowe wenyine cyangwa undi wundi, ngo kubera ko afite umuhamagaro, n'uburambe mu kazi, n'amagarade ngo ni ba Dogiteri, PHD, Réverend.... Nta wabishobora abayamennye bigaramiye. Bose bavuga ko bababeshyera. Imana ihora ibiteze amaso n'amatwi cyane, kuko u Rwanda twese tugomba kurugira mu cyuho kugira ngo amaraso yarumenekeye mo aceceke, akurwe ho, tumaze guhamagara aya Yesu kuko ni we mpongano wenyine (Abaroma 3: 25).

Rero nawe wibwiraga ko wahamagaye aya Yesu, wibwiraga ko wasenze cyane, ntabwo amaraso aborogera ku butaka bw'u Rwanda yavuye ho. Uwo uri we wese nguciye intege kandi biramaze, wenda wagira icyo wibwira. Kwihana muri Rusange ni byo byonyine byagira icyo bikiza. Nabibwiye abatorewe imirimo ya Alitari maze baraninira.

Ngarutse ku bahutu no kwihana kwabo, kwihana itsembabwoko ntibikorwa n'umuntu umwe. Iyo biba ibyo Imana iba yaratubabariye cyera igihe natangiraga kwitanga no kwikorera ayo mahano, no kubabazwa na yo. Ariko icyaha ni Rusange ku bahutu bose. Ibi rero bitoneka igisebe cyane abahutu bafite kubera ko nabo babuze ababo, ntibashaka no kumva ho n'agace ko kwihana.

Kuko hari n'abo mu batutsi numvise bavuga ko nta moko aba ho. Umva di! Niba atabaho baba babaye iki? Kuyavuga bitwaye iki? Ahubwo ni inkomere nsa, na Leta yiyita iy'ubumwe ni inkomere kuko ntibashaka gukoza ho, igahita ibyihutisha cyane ngo twese turi Abanyarwanda da! Kuko dore ukuntu abantu bitsinda kandi umukino utaratangira. Niba nta moko aba ho, noneho ukayavuga ho, bitwaye iki ko ntayaba ho? Wakomeza ukabara izo nkuru z'ibintu bitaba ho, ntawe byagira icyo bitwara. Kuvuga ikintu kitariho se bitwaye iki? Kuki byakubabaza nk'aho biri ho? Aho ntibiri ho? Erega abantu barabyihaye! Kuki udashaka ko havugwa amoko kandi ntayaba ho? Waracanganyikiwe rero.

Hari umututsi wihaye ibyo gusobanura ko nta moko abaho, sinzi uko yari yabaye mu by'ukuri. Kubera ko byari mu ruhame nanjye namusubirije mu ruhame, kandi ni we wamwaye, kandi yamwaye kabiri. Ubwa mbere ni ukuvuga ko nta moko abaho, kandi yari amaze kuvuga ko jenoside yakorewe abatutsi. Ubwa kabiri n'ibisobanuro namuhereye mu ruhame, arongera aramwara. Rusange ni ho hari mo umuti, kandi ntibashake kuwunywa kuko birabatoneka cyane bahora bigiza yo kiriya gisebe.

Kubona umuntu uhakana itsembabwoko, cyangwa se uwarikoze urihakana, cyangwa se abavuga ko nta bahutu bapfuye, mu Rwanda na Kongo-Zayire n'ahandi ku isi, ibyo ni nko guhakana igitsina cyawe. Kuba uri umuhungu ukemeza abandi ko uri umukobwa, cyangwa umukobwa ukemeza abandi ko ari umuhungu. Sinzi urundi rugero natanga. Mbona ari bwo bugoryi bubaho birenze gutera isoni, nta n'izina nabibonera, kuko ni ukwirengera wiyica, bigasa nka ya ndirimbo ivuga ngo uribeshya ugira ngo urambeshya. Kuruhanya, kumva ko uhima «Ingoma Ntutsi». Ayi weee!

Abatutsi bibereye ku munzani utoroshye na n'ubu nta biro bari babona, kandi bazi ko babifite maze nawe uti iki? Ibyo ukora ugira ngo urabahima si byo bazabazwa nta n'ubwo bizaba biri ku murongo w'ibyigwa. Bazabazwa ibyabo bakoze, nawe uzabazwa ibyo wakoze. Wikunze warangiza dossier yawe wa muhutu we, ukareka kwishuka ubizi neza kandi ubishaka rwose.

Ni na byo koko intagondwa imwe y'umuhutu yigeze kumbwira ngo ni nde wangize umuvugizi w'abahutu? Namushubije nabi nibutse amajoro naraye njya muri bene wabo ngo bihane babeho, kandi bikaba byarabagiriye umumaro, nibutse imiruho yose, nararakaye nsa nk'aho muvumye. Kuko nari namusobanuriye aranangira. Byaje kumukurikirana koko, kuko ni cyo kintu Imana yanyihanangirije kubwira umuntu amagambo mabi ko azajya amubaho. Umwuka wa Rusange waramushakashatse, ikusanyamakuru riramuranga, Gacaca iramuzana arafungwa, kugira ngo amenye neza uwanginze «umuvugizi» w'abahutu. Ageze yo ni ho yibutse ubutagondwa bwe, arihana, kandi yagombye kunyihana ho. Yakatiwe imyaka itatu no kuriha ibyo yibye, ayimara mo. Imyaka y'ubutamenya no kwanga kumenya; umwuka w'ubutagondwa.

Ku byerekeranye no kwemera ibyaha by'itsembabwoko, njye ubu narumiwe! Kuko niba twese turi abere se.....Dore uko bigenda:

Birashoboka ko umushinjacyaha aguhimbira ibyaha byose byibasiye inyoko-muntu n'ibyo utakoze, noneho agahindura umwere uwabikoze kubera ko nta bimenyetso, cyangwa se yamuhaye ruswa, nk'uko byagiye bigaragara muri za Gacaca n'ahandi henshi. Urukiko rukagarama rukaguhindura inyange yera de kandi uri ho amaraso. Cyangwa rukagukatira imyaka 30 cyangwa burundu y'akato, kandi urengana. Ibyo ndabizi. Icyo gihe rero mw'ijuru ho batangira gucungana n'igihe ariko babara indishyi bakurikije Ijambo ry'Imana ntabwo bakurikiza igitabo cy'amategeko ahana (Code Pénal) cyangwa Mbonezamubano (Code Civil), cyangwa Itegeko Nshinga (Constitution), cyangwa irigenga inkiko Gacaca. Ukazumva ngo kanaka bamusanze yapfuye aha n'aha, undi ngo yiyahuye. Abandi bakazira abagizi ba nabi ntihabe na gikurikirana. Uzi gupfa bure? Ariko si bose, uretse ko nta kiba kidafite impamvu, n'ibindi byinshi navuga. Ntabwo bazi mu by'ukuri ukuntu baba bihemukira iyo bahakana icyaha kingana kuriya, bituma ntomboka ngashaka kubibemeza ku ngufu ndwana no kugira ngo babeho n'abazabakomoka ho kuko ndabakunda.N'ubwo batabyumva, abazasigara bazabyumva, byanze bikunze Imana izabibumvisha.

399

Ariko icyaha ni rusange ku bahutu bose mu buryo bw'Ubu-Mana, ni ukuvuga ko bose bagomba kwihana, hari amahame agomba gukurikizwa. Imana na yo hari ibyo Itsimbararaho n'iyo wagira ute ntijya iva ku izima, ni wowe ugomba kuriva ho, wanze ukunze, ni amahame yayo.

Reka turebe Urugero: Itsembabwoko ryateguwe n'abahutu bafite ubumenyi cyane, rishyirwa mu bikorwa n'abandi bafite ubumenyi n'abandi babiroshywe mo, nta musazi wari mo. Bari buzuye umwuka w'imizimu n'imandwa n'ibigirwamana by'abanyamahanga, wo gufana ubutegetsi hutu bwariho icyo gihe, buzuye umwuka w'imikorere na za idewoloji «hutu», «imikorere y'ubwoko hutu», bafite na za mpano 5 za Satani navuze haruguru. None rero kwihana na byo biragomba na none kunyura iyo nzira. Na none abahutu bafite ubumenyi cyane bakihanana n'abandi bahutu b'ingeri zose, n'ababiroshywe mo bose kugira ngo Imana ibyemere ntabwo twayibeshya. Dukomeza gutsinda ibitego, kandi Arbitre yarasifuye: Ni ukuhaterera rero.

Reka ngufashe ubyumve neza: abahutu b'abasenyeri, b'abapadiri, b'abapasitori, abahutu b'abayobozi mu nzego bwite za Leta, n'abandi bazi ubwenge, byaba byiza kurushaho buri muhutu wese akihana. Twese tukihana nk'umuntu umwe kuko duhuje icyaha. Kugira ngo muri uko kwihana kwa Rusange Imana ibone uko irenganura abarengana, ihane abagomba guhanwa. Ikindi kidafite aho gihuriye no kwihana, kuko ni kibazo, ni abitwa ko bazi Imana bakorera Imana bakunze guhura nacyo kikabahemuza cyane. N'iyo mvuze ko Imana ibwira abahutu kwihana mbere na mbere, bitabujije ko abatutsi na bo bafite ibyaha na byo bitoroshye. Ariko iyo ubwirwa kwihana uba ugira Imana, ntuburana ntiwirengera, iyo uzi ubwenge uhita ugira vuba. Iyo bivuzwe rero birakaza abahutu ngo n'abatutsi barishe, bakaba bihamije umwuka w'Adamu wahise yegeka icyaha cye ku mugore boshye Imana yari iyobewe ko umugore ari we wari waciye rwa rubuto akanarumuha. Ibyo bitera Imana umujinya. Eva se si we waciye urubuto? None se kuki Imana yaje ihamagara Adamu?

Nabivuze kenshi reka nongere mbisubire mo: nta na rimwe abantu babiri bafite icyo bapfa bihanira icyarimwe, «HAGOMBA KUGIRA UBANZA». Ikindi n'uko mu by'ukuri ibyaha bitangana. Itsembabwoko no kwihorera n'ubwo byose bijyana i Gihenomu, ariko ntabwo binganya uburemere hano ku isi mu ngaruka no mu bihano. Aha na ho bene wacu bajya mu mibare y'abacu bapfuye noneho bakagerekaho abatutsi itsembabwoko rya kabiri.

Hari ikindi wenda wakwibaza mu manza zawe za buri munsi. Ngo muri gereza hari mo abahutu barengana benshi batatemye abatutsi. Ni byo ndabyemeye 100%, nanjye mbafite mo. Ariko ndakubaza: mbese abahutu bari hanze badafunze batigeze banakurikiranwa bose ni abere? Nsubiza utitera inkunga, wibwire ukuri uti: koko mu bahutu bari hanze badashinjwa, bapfuye bahagaze hari mo abishe abatutsi?

Yego cyangwa Oya? Bikaba bibaye mahwi rero, birangana. Ni ukuvuga ngo mu bafunze hari mo abarengana? Igisubizo ni Yeee! Ikindi: mu bari hanze hari mo abishe badafunze? Batanazwi, nabwo igisubizo ni Yeee! Bigahita rero bibyara amanota angana.

Ndabageza ho imfashanyigisho mu mpera y'icyi gice. Nutabyumva ntiwirenganye, nanjye ni ko nari meze, cyangwa se uraba udashaka kubyumva, cyangwa ufite umutwe ukomeye, cyangwa za mpano za Satani 5 zigukorera mo cyane. Reka nemeranywe n'abavuga ko abahutu bapfuye ari bo benshi kurusha abatutsi bapfuye, ni byo rwose 100%. Hanyuma unkundire na none ngusobanurire n'impamvu. Aha rero ndavugana n'abashaka ukuri gusa, simvugana n'abafana b'ubwoko bahahamutse, cyangwa bafite ibikomere kubera ababo bishwe, bikabatera akababaro gashobora kubyara umujinya ndetse mwinshi. Aba bo ndanabubaha, nkanabubahiriza. Ndavugana n'abashyira mo logique nziza kandi batarakaye, n'abuzuye Umwuka Wera bari bubyumve vuba. Kuko ntaho Yesu ahurira na politiki y'isi, Kayizari ahabwa ibye na Yesu bakamuha ibye. Yesu akoresha Tewokarasi, politiki yo mu isi igakoresha Demokarasi, bivuga ngo Yesu ashobora gukoresha umuntu umwe nk'uko Imana yagiye ibigenza yatangiriye kuri umwe. Umwana w'umuntu we akunda ibyinshi, amatora, akanayiba kugira ngo abe menshi. Akunda ibigaragara byinshi. Akunda kubona no kugira benshi ngo baba bamuri inyuma, kandi ntaho aba abajyana. Ariko bakunze kubivanga, ndetse byaravangitse, uretse ko Yesu agiye kubivangura vuba.

Mbanjirije kuri ririya jambo kuva cyera twihaye, twarase twakoresheje rivuga ngo abahutu turi ba RUBANDA NYAMWINSHI. Abapfuye nyuma cyangwa mbere y'itsembabwoko koko ni benshi baruta abatutsi bapfuye 100%, ariko reba neza icyo bazize. Ntabwo umuvumo iyo uje utoranya ngo aka ni akana, ni agahinja, uyu ni n'umugore, uyu yaramugaye. Bose urakukumba hagasigara abo kubara inkuru bacitse ku icumu. Bigahura na bya bindi ko abahutu bakoze itsembabwoko nabo bagiye bica izo ngeri zose, maze ingaruka zikarekereza kuko zitugeraho twese n'ubwo tutapfa ngo bahambe, dupfa duhagaze kandi ni byo bibi.

Iyo wapfuye uhagaze wica n'abazima; wangiza byinshi biruta igihe wari kuba warapfuye bagahamba, kuko wanduza n'abazima. Hanyuma Imana ikavubira imvura ababi n'abeza. Iyo imvura iguye, no ku bapfumu igwa yo no ku babarozi igwa yo.

SOBANUKIRWA NI HO IMANA IZAGUKORESHA MU RWANDA

Ingero ni nyinshi cyane muri iki gihe. Sinzi uko wansobanurira ko atari byo. Iyo biza kuba ukundi, hari gupfa abateguye itsembabwoko, abarishyize mu bikorwa, wenda n'abariye inka bagasahura, n'abavanyeho inzugi n'amabati. None si ko bimeze. Hararenze hapfa inzirakarengane kandi ku mpande zombi. Kuko Guhora ni iby'Uwiteka, ni yo ihoresha uburakari bwayo.

Nanjye uvuga napfushije abantu benshi mu gihugu, mu makambi, mu mashyamba no mu buhungiro no mu magereza, kandi ndahamya ko benshi batishe abatutsi. Kandi ababiteguye ni bazima «barahumeka» iyo za Arusha barya neza, ariko barafunze. No ku isi yose, n'ubwo bahungetwa ariko barifubitse, bakora n'imikino n'imyidagaduro, bambaye neza ariko barafunze bambuwe n'uburenganzira bumwe na bumwe, n'imitima nama yabo hari ibyo ibabwira. Yesu abatabare ! Nanjye nabanje kwanga kumva kubera ibikomere na rya shyaka ry'ubwoko ryari rinyuzuye, ariko Imana yaranganje, yarabinyemeje iranoza ndanoga, kandi ibyayo ni byo kuri. Imana irakiranuka muri byose. Iyo ivuze iti: ihane, iyo ushaka kubaho uhita wumvira kuko iba izi impamvu, ukihana vuba ndetse itaragusubirira mo icyaha wakoze nk'uko byagenze kuri Adamu (Itangiriro 3: 11). Hariya Adamu yahise abyegeka ku mugore n'Imana, bisa nk'aho we abaye umwere. Yihinduye umwere kandi Imana yari izi dossier ya Eva ko ari we waciye urubuto akarurya yarangiza agaha ho n'umugabo we wari kumwe nawe, akamira atanabajije iyo ruvuye. Uyu nawe upfa kurya ibyo abonye yaranyobeye!. Nyamara umugore we asa n'aho yemeye, kuko naba nawe yaravuze ngo inzoka yannshukashutse ndazirya. We yemeye ko yaziriye quand-même. We yemeye ko yashukashutswe akazirya. We yemeye ko yaziriye. Imana yaje ihamagara Adamu ku mpamvu zayo bwite, hari ibyo bari baziranye ho atari na ngombwa gusobanura hano. Icyo Adamu yasabwaga kwari ukwihana vuba bityo bigahesha Imana uburyo bwo kwita kuri dossier ya Eva, ikayifungura vuba na bwangu. Yasubije ibyo Imana itamubajije, kuko yaramuhamagaye iti «Uri hehe? (Itangiriro 3: 9). Arayisubiza ati «Numvise imirindi yawe muri iyi ngobyi, ntinyishwa n'uko nambaye ubusa, ndihisha» (Itangiriro 3: 10). Imana ibona ko akwepa ikibazo noneho irakimuvugira «[11]Iramubaza iti "Ni nde wakubwiye ko wambaye ubusa? Wariye kuri cya giti nakubujije kuryaho?» (Itangiriro 3: 11). Ni bwo yisobanuraga ko ari ukubera umugore yamuzaniye. Ayishyiraho icyaha cyo kuba yarazanye uwo mugore, ni nk'aho yayibwiye ati «Mbere hose nigeze nzirya? Ni wowe rero ufite amakosa».

Iyo Adamu yihana yari kuba akoreye Eva ishyano kuko Eva ni we wari washutswe n'inzoka. Kuko ni we waciye urubuto, ni we waruriye, arangije aha ho n'umugabo we wari kumwe nawe ararya. Bivuga ngo iyo Adamu yihana ati «urubuto naruriye mbabarira», ntanavuge aho rwaturutse kuko Imana yari ihazi, nta ni byo yari imubajije. Iyo avuga ati «mbabarira gusa, uriya mugore yari agatoye kuko yari afite amahirwe yo kwihana kabiri: ubwa mbere icyaha cye, ubwa kabiri kuba ari we wagikoresheje umugabo. Byose ntabyabaye maze buri wese ahanwa ukwe. Ariko iyo bigenze kuriya nk'uko biriho ubu hakabura uwakoze icyaha, ubwo mbese Imana ni Yo iba ibaye inyabyaha abandi bagahinduka abere. Aha rero byongera umujinya maze ugasanga ushigaje gukatirwa warangije guhamwa n'icyaha kare, kubera ko umuntu iyo ava akagera akunda kuburana, kubera kwikunda mu mafuti, kamere ye ntimwemerera guca bugufi, buri gihe ngo aba ari mu kuri, aba arengana, hari ababa bamurenganije.

Umunyabwenge umwe Zairois-Congolais yigeze kumbwira ati iwacu iyo umuntu yapfuye, uko yaba angana kose, yaba yararwaye akaremba, yarasuzumwe no kwa muganga twese tubizi, agapfa akenyutse cyangwa azize gisida cyangwa se ashaje cyane, twese tugomba kwemeza ko bamuroze byanze bikunze. Kandi hagomba no kuboneka ababigize mo uruhare. Ndamubaza nti ese namwe mwize murabyemera? Ati dore re, twese rwose turabyemeza, hagatangira no gushakishwa uwaba yaramuroze. Ati byatwinjiye mo ko nta muntu upfa gupfa gusa batamuroze kuko iwacu bakoresha uburozi cyane.

Nyumvira nawe, aba bameze nk'abahutu, baribeshya babizi neza. Imana iti ko abahutu bafite umwuka w'Adamu biragenda bite? Iyo usabwe kwihana mu by'ukuri uba ugira Imana kuko uba uhunze guhanwa n'Imana, uba wihannye ubwawe. Uba wihaye ibihano. Birababaza. Kuko kwihana bikurikirwa n'imbabazi, naho biriya byitwa kwitana ba mwana. Gutungana agatoki aho kugira umumaro bizanira guhanwa impande zombi kuko bitabaye ibyo Imana yasigara ari yo nyabyaha. Kuko si wowe uca imanza, ni yo ica imanza zitabera.

Naje kugira ikibazo gikomeye benda kunyica ngo mvuga ko abahutu bakoze itsembabwoko. Ngo simvuge ko n'abatutsi bishe. Abantu bazira ubusa si akanjye! Ubu ni jye ubeshyera abahutu ko bakoze itsembabwoko? Babanje bakemera ko bakoze itsembabwoko, maze bakabona kuburana? Kuki Adamu atemeye icyaha ngo agisabire imbabazi, wenda aze kuburana nyuma? Wowe ndagusaba gushaka impamvu abahutu aho kwita ku byabo bahita bashaka ko n'abatutsi ibyabo bijya ahabona. Kuki?

Byanze bikunze rero Imana ibiziranye ho na Adamu si Eva (Itangiriro 2), ari na yo mpamvu Satani nawe yahitiye kwa Eva. Ntabwo urasobanukirwa? Ubutegetsi bwari mu maboko y'abahutu ni bo Imana yabaraga ko batunganya ibintu, ni bo bari bafite inshingano maze birabananira. Wabyumvise? Ni yo mpamvu ishaka ko bihana kwica inshingano, (responsabilités). Abatutsi, ba Eva, bo bari batashye kandi ba Adamu, abahutu, bari baranze ko bataha. Kandi bari baranabirukanye muri 1959. Kandi ba Adamu ni bo birukanye ba Eva muri 1959.. Urasobanukiwe cyangwa ufite ibyo urarikiye? Ufite ingengabitekerezo y'ubwoko? Ni urugero. Tekereza unsubize. Niba ari byo ndegwa, ndabikomeje sinzareka no kubivuga. Nabaza bagasubiza ngo yego itsembabwoko ryarabaye ngo ariko…. Biriya bikurikira ryarabaye ku Mana ntibibaho byitwa gahunda y'umwuka w'Adamu. Usubiza icyo ikubajije iyo udashaka amahane. Ariko se niba abarokore, abakiristo bibagora kumva, abapagani bo bizagenda gute?

Ni nka ya ndirimbo y'idini rimwe rikomeye mu isi ivuga ngo ab'ineza bashya ubwoba nkanswe abangizi bazamera bate, ngo satani izabihutana bwangu. Ubundi abakiristo, abarokore b'abahutu, ni bo bagombye gufata iya mbere mu kwihana. Reba ibaruwa nandikiye ADEPR, ariko usanga buri wese ahagaze ku bwoko bwe, aburengera abuhindura ubwere, atunga agatoki ubundi. Byitwa guhuha ho ngo yoroherwe akanya gatoya. Idini ryiyita itorero ryarabyishe, rifitanye urubanza na Yesu kristo

Itorero ni ba bandi bavutse ubwa kabiri, bizeye Yesu nk'Umwami n'Umukiza, abo bose bari byo cyangwa se babyiyita ni ryo Torero rigaragara, irihishe ari naryo Mugeni ni ryo rizazamuka gusanganira Yesu mu kirere. Ni umuntu ku giti cye. Ni wowe, nanjye, n'uriya, na bariya. Aba bose nako twese rero twarabyishe n'ubwo mbivuga nkabizira bakarakara, byarapfuye rwose, ni mushaka murakare kuko ngo «*ahatari ihishurirwa abantu bahinduka ibyigenge*» (Imigani 29: 18).

Ntabwo twagombaga gukomereza aho byari bigeze, aho byari bigeze nyuma ya 1994. Ahubwo mbona Leta yiyita iy'ubumwe iturusha; bimwe yarabisenyaguye ibona kubaka ibindi bishya. Naho twebwe twakomereje aho byari bigeze. Intambara irangiye hari gukurikiraho kuri abo bakozi b'Imana kwezwa tukeza n'igihugu ku bw'amahano yagikorewe mo. Ubwo ni ho hari gutangizwa gahunda y'abahutu yo kwihana, abatutsi bakababarira mbere yo kugira ikindi gikorwa. Nyuma abatutsi bari kwihana nabo. Byari no kugabanya ibindi bibi byagiye bikurikiraho na n'ubu bikiri ho. Ibyo byasabwaga nta na kimwe cyakozwe, uretse Leta yiyita iy'ubumwe yo yakomeje kwiremekanyiriza igerageza gukemura ibibazo biyirenze, igenda ishyiraho ama Komisiyo y'ubumwe n'ubwiyunge, n'ibindi kandi ikanabikomeraho cyane, nyuma yiyongeza na za Gacaca. Ariko twe dukomeza gusengera hejuru y'amaraso, guhimbariza hejuru y'amaraso no kuramiriza hejuru y'amaraso, no guhanurira hejuru y'amaraso, no gutangira icya cumi n'amaturo hejuru y'amaraso, no kubaka insengero zo ku tununga twita iz'Imana hejuru y'amaraso. Mbese za gahunda zose z'idini ryiyita Itorero zarakomeje dukomeza no kongeranya amadini afite amazina aryoheye amatwi, turakomeza nk'aho nta cyabaye. Nk'aho nta cyabaye mu gihugu. Niba hari ibyo uzi byaba byarakozwe ku mugaragaro byo kwihana, ibyinshi byari ukwiyerurutsa, na duke cyane twakozwe Satani yagiye abirwanya bikaba nka rimwe gusa ntibyongere. Ngo habaga hari abatonekaye, n'ababatonetse kandi turi muri Leta yiyita iy'ubumwe ngo kirazira kuvuga ku moko.

None mu buryo bw'Umwuka turacyari mu kwezi kwa kalindwi 1994 mu mitima y'abahutu n'abatutsi ni ho bari. Abandi barakibereye muri

1959, igihe abahutu birukanaga abatutsi mu gihugu. Abandi bibereye Tingitingi, n'ahandi, naho mu mubiri muri rusange abiyita Abanyarwanda twese turi muri 2013. Ndetse jye mbona byihuta cyane bikabije, bamwe bageze muri Vision 20/20. Kandi iyo urebye umuhutu wese, uwo ari we wese, aho ari hose, afite ubwoba n'ubwo yaba ari ku rwego ruhanitse.

Mbere nagira ngo n'abahutu bafite ubwoba bonyine kubera ko babibambuye, none n'abari ku ngoma b'abatutsi cyane nabo bafite ubwoba, barahunga buri munsi. Barahunga bene wabo. Byanteye kwibaza byinshi. Umwe aherutse kumbwira ngo Pasite, bene wacu babarushije ubusambo n'ubugome. Ndamwihorera kuko buri wese aba ari maneko. Ati bampombesheje, abana banjye bagiye kwicwa n'inzara. Kandi igihe cya Habyarimana sinigeze nsoza na rimwe. Njye nagize ngo ni gatumwa, ariko yabivugaga akomeje. Ati nta muntu ukivuga cyane, uzi ko no mu buriri tuvuga twongorera? Uwo ni umututsi.

Reka umuhutu we ni mubisi. Impamvu nuko igitera ubwoba kitavuye ho, arajya gushyira ubwenge ku gihe akumva mwene wabo bakoranye, Gacaca iramufunze. Mbese ni irindi hahamuka. Abo hasi nabo babaye ibishushungwe, aha mvuze ibyo nagiye nganira nabo, mwakumirwa mwasanga u Rwanda rwibereye mo «*amashusho agenda: les images qui bougent*» tukagira ngo ni abantu. Umuhutu afite ubwoba yaba yarishe yaba atarishe, afite isoni n'ikimwaro, kandi iyo biteranye bibyara ubugome bwo kwirengera. Abana bari bato igihe cya jenoside, n'abavutse nyuma bararakaye wagira ngo nabo barashaka kujya mu rugano kuko bazi ko ari Interahamwe. Ni nka bya bindi Yesu yacyuriye bene wabo bihaye kuvuga ngo ni abana ba Aburahamu, ngo ni abana b'abatambyi. Nawe ati yee! Ni byo rwose muri ababo, uko ni ko mwihamije amaraso yose ba so na ba sogokuru bamennye y'abahanuzi. Abwirwa benshi akumvwa na bene yo! «[7]*Ba data bakoze ibyaha kandi ntibakiriho, Natwe twikoreye ibicumuro byabo*» (Amaganya ya Yeremiya 5: 7). Impamvu nuko ba se bapfuye, abandi barafunze, abandi barahunze, abandi birirwa imitima idiha bavuga ko ni bwira budacya.

Aha ndavuga ibyo nzi ntunzane ho impaka, kandi niba uzifite ushake igipimo wipime urasanga uri ishusho igenda. «Image qui bouge». Wagira ngo koko itsembabwoko ni ho rikirangira. Nyuma y'imyaka 18 irenga…. Icyo gihe twebwe tutafunzwe, ntiduhunge ntitunapfe, turi ibishushungwe. Ndabyibuka. Twarabwiwe twanga kumva, naravuze ndasarara, mbabwira kuva muri 99 ko twihana, mbwira abo twari kumwe ino, yemwe abandi mbasanga Kongo-Zayire aho bahungiye, maze hakihana abakiza ubwabo bugingo gusa. Rusange igasigara ikanuye amaso. Sinzi niba bariya bategetsi b'abahutu baranyumvise, aba bose bari mu buyobozi n'abagiye, abahunze n'abariho ubu n'abafunze ni bo bafite igisubizo. Icyo gihe navugaga ko itsembabwoko ritugonga, riduhama, ko rifite ibimenyetso bifatika biduhama, kuri buri muhutu wese, ari na yo mpamvu nasabaga ko twihana bitaraba nabi. Nabwiraga abayobozi b'amadini b'abahutu, abayobozi bo mu buyobozi bwite bwa Leta b'abahutu, abayobozi b'abasirikare, n'abandi bari bari bafite imbaraga zo kugira icyo bakora ngo bibere n'abasigaye urugero. Baranze ndetse byananteye kwivumbura ku Mana maze kubona abenshi bansuzuguye, ariko sinkamenye ko ari bo bizagaruka. Nahakuye abanzi benshi, kandi bakomeje kwiyongera n'ubu, bavuga ko nariye amafaranga y'abatutsi ngo kugira ngo mvuge ko abahutu bakoze itsembabwoko. Kandi ko Imana isaba ko bihana. Aha narashobewe nsanga imitima y'abantu yarapfuye nabi, kubona ngo abatutsi bampa amafaranga yo kubwira abahutu ngo bihane babeho neza muri ubu buzima maze bazahabwe n'ubuhoraho.

Ubwenge bwa benshi buracuramye, ahanini bwagiye bucuramishwa n'ibyabereye mu Rwanda bitagira icyo byagereranywa nacyo. Noneho kubera guhahamurwa na byo bikaba byararenze inkombe abantu bagapfa kuvuga ibyo babonye, babona byabarengera. Ukumva umuhutu aratinyutse aravuze ngo nta tsembabwoko ryabaye ngo bararwanaga. Mbese barwanaga n'utwana two mu mashuri n'uduhinja n'abagore batwite n'abarwayi bo mu bitaro? Barwanaga n'abasaza n'abakecuru n'abasazi? Yaba atsinzwe yemejwe ko ryabaye ati ubwo rero habaye amatsembabwoko abiri. Ndabona iyi ntambara itari yoroshye: koko muri jenoside igihe abahutu bicaga abatutsi b'ingeri zose bose bari babarwanije? Ni ukubura ubwenge. Uvuga ibyo, abavuga ibyo, nta kindi umuntu yababwira uretse ijambo rimwe rirenze ayandi rituma umuntu amera nk'uri ku musaraba kuko n'ubundi ni ho ryavugiwe iryo jambo ngo «MANA UBABABARIRE KUKO BATAZI IBYO BAVUGA N'IBYO BAKORA». Kuko mu by'ukuri ubwenge ntibubishyikira. Wagira ngo baba banyoye ibiyayura umutwe wa mugani w'abarundi. Icyo gihe abatutsi baba ari abana beza birenze urugero, ari bo bangurira ngo mvuge ko abahutu bakoze itsembabwoko. Baba barimo gukora Ijambo ry'Imana rikomeye rivuga ngo Umwanzi wawe nasonza umuhe ibyo kurya, nagira inyota umuhe ibyo kunywa, nugenza utyo uzaba umusutse amakara yaka ku mutwe. Kandi baba bubahirije ijambo rikomeye rivuga ngo «Ukunde mugenzi wawe nk'uko wikunda». Ariko bo baba bakoze ibirenze ibiryo n'ibyo kunywa, kuko baba babashakira n'ubugingo buhoraho. Icyo kirarenze! Ni nacyo cya mbere ku isi cyaba kibaye bashatse banabishyira muri: «WARI UZI KO» bakabitangira n'ibihembo.

Iterabwoba rya bene wacu ntiryambujije kubahanurira nti dore mwanze kwihana inzira zikigendwa none zigiye gusiba zisibangane. Ibimenyetso birafatika, ariko igihe kiraje ubwo bizaba ari SIMUSIGA. Ubwo kandi abatutsi bamwe nabo kubera inyungu zabo bwite no gutinya abazungu na za Kiliziya, banga abahutu nk'iki, ngo ntibashaka ubakomeretsa barera de. Ba batutsi nabo baranzonga ngo muri messages zanjye nkwiriye kujya nkura mo ibitoneka abahutu, mbese ntibavurwe ngo bakire bahorane ibisebe by'imifunzo kubera abazungu, n'imfashanyo zabo, maze bakomeze barye umuriro. Abandi batutsi b'intagondwa bakagaragara ko bankunze banshyigikiye kubera ko mvuga ngo abahutu bihane, ukabona barishimye bakibwira bibeshya ko ari abere, bakavuga ko mfite raison. Ubwa mbere narababaraga cyane, ntabwo nanjye nahise mbyemera. No kubivuga byabaye intambara hagati yanjye n'Uwampamagaye. Kandi nawe azi ko bitoroshye. Nakomeje inzira yanjye y'umusaraba nta n'umwe uncira akari urutega, ariko Yesu we ati komeza hari abo nshaka. Ati uko wampamirije mu mpunzi muri Kongo abe ari na ko uzampamiriza mu ma magereza yose yo mu Rwanda. Kandi n'abandi ntibazabona icyo bireguza. Ngashaka kubiva mo ariko byo ntibimve mo.

Ubuhanuzi rero bwasohoye vuba cyane, simusiga ari yo Gacaca iraza. Nararize naratabaje naraboroze nti biturangiriyeho ariko mfatwa buri gihe nk'umusazi. Igihe nabonye abo twabanye, twiganye, twakoranye, abagabo biyubashye, abagore nyuma y'imyaka 12, 13, 14, 15, 16, 18, babahamagaza ngo nibaze bavuge ibyo babonye n'ibyo bakoze, bata agaciro imbere y'isi nk'uko n'ubundi bakitesh
eje imbere yayo, buri wese arabatinyuka. Bagomba guhagarara neza, bakifata neza kuko hari amategeko ntakuka ya Gacaca agomba kubahirizwa. Nta byubahiro, nta peti, maze bagasubiza ko nabo bahigwaga ko babababeshyera n'ibindi jye mbona byongera umujinya w'Imana, kuko iriya ni inzira yari iciye yo kubakiza.

Kubona na n'ubu nta n'umwe w'umutegetsi wari wemera uruhare rwe mu byabaye byose. Hagomba buri gihe abatangabuhamya; undi nawe akavuga ko ari ukumuhimbira ngo bamutwarire umwanya kuko ari umuhutu. Ntabwo bazi ko bajwe mo n'ikintu kizabamara nibatihana, kandi iyo bihana mbere igihe nabibabwiriraga, ntabwo bari guseba bigeze hariya kubera guca bugufi. Imana yari kubarengera. Na none no muri ibi bihe habuze abihana, ubu ngo abatutsi ni abagome kuko babafunga. Ahari ubanza bari kubihorera bagahama aho, kandi icyo gihe nta mututsi wari kuba akiri ho.

Ese muri izo manza zawe wari uzi ko nko muri Kongo-Zayire abahutu bishwe n'abasirikare b'Inkotanyi gusa? Ibyo urabizi? Cyangwa upfa kuvuga. Kuko ni bo babakurikiye mu mashyamba. Icyo gihe nta musiviri uwo twakwita Interahamwe y'umututsi wari mo. Nta bakada ba FPR bagiye kurwana muri Kongo-Zayire; uramutse ubazi wambwira. Aha humve rero. Na za Kibeho ni abasirikare ba RPA, nta baturage b'abatutsi bari mo. Umva neza za Byumba iyo, ni abasirikare n'abakada bagendaga bica. Kuko n'abacitse ku icumu batungiraga agatoki abasirikare ba RPA akaba ari bo bica, bafunga. Mu gihugu hose hishe abasirikare ba RPA, mbizi neza. Uranashyira mo ba bandi bavuye mu Rwanda muri za 1990 basanze FPR ku rugamba, abo ni bo bagarutse basanze bene wabo bashize, bagenda bica buri muhutu bahuye nawe, byaje no guhoshwa na Kagame mu nama y'abasirikare yabereye mu Ruhengeri.

Aho abongeye nyuma kwihorera, hari bamwe bahanwe, hari n'abagifungiye ku Mulindi na n'ubu. Ngaho mbwira aho bihuriye se n'Interahamwe, n'abasirikare b'aba G.P, n'aba G.D, n'aba Power bose. Aho n'utari uzi imbunda yari afite umuhoro, cyangwa ya mpiri bita «Ntampongano». Ushatse gutekereza neza wakwibwira ukuri.

Rwanda we, wabaye ute? Mfite agahinda kenshi k'aho tugeze, imivumo iri ku bahutu, n'amarira y'abapfakazi n'imfubyi b'itsembabwoko impamvu itagabanuka nuko ntacyakozwe, twabaye nk'aho nta cyabaye turahangana aho guca bugufi, dukomereza aho byari bigeze. Intagondwa ziriyongera mu mpande zose z'isi no mu Rwanda. Mana tubabarire. Abahutu tugomba kwihana ku mugaragaro kandi bivuye ku mutima. «Ntimureba ko tumeze nabi?» Ni ko Nehemiya yabwiye bene wabo ngo basane Yerusalemu yari yarasenyutse (Nehemiya 2: 17). Nabwiye Imana nti ariko ubundi ndashya narura iki? Wankuyeho uyu mutwaro nanjye nkaba umukozi wawe nk'abandi kandi ukankura ino ko nanjye ntangiye kugira ibikomere byinshi. Ndarushyeee! Nabaye nka Yesu i Getsemani, cyangwa Yona akwepera i Tarushishi, nti sinkomeze kureba urwo dupfuye. Nti ese wigeze ubona umuntu witangira abandi ngo babeho maze bakamwanga agahinduka umwanzi wabo. Mana ntabara ubinkize birahagije. Imana yanshubije ko uwo muntu imuzi tumeze kimwe ko ari Umwana wayo Yesu Kristo waje mu isi kuducungura tukamubamba. Imana iti ni kimwe: abazasigara bazabyumva nyuma kuko benshi bazabizira. Bazazira izima, kuko kamere-muntu yanga kwihana mu bibereho yayo, ahubwo yahita mo gupfa aho guca bugufi. Aho kunoga banogoka.

Nagiye mpura n'ibibazo binyuranye bene wacu bakantuka karibu kunyica. Icyakora bazi gutukana no kwica, no gukora buri kimwe kibagaragaza ho umuvumo. Mu bikangisho byabo Imana igakinga ukuboko. Abatutsi nabo bakambwira icyo bantekereza ho n'icyo batekereza ku muhutu muri rusange. Ibyo bamutekereza ho biragatsindwa n'Imana, bamukuye mu bantu no mu nyamaswa, bamunaga ahandi hantu, maze bo bihindura inyange. Aba nabo iyo wanze kujya mu murongo wabo bahora baguhiga, uba witwa «Umuginga n'Igipingamizi». Abatutsi na bo kubera ko mbabwira ko bagomba kurebera muri rétroviseur kandi ko bagiye kugonga, bakaba barampamagaye ngo mbisobanure. Kandi ngo mba ndi na maneko, naranasaze, naranacanganyikiwe, byababayobera bose bakavuga ko batazi abo nkorera ku mpamde zombi, baba abahutu cyangwa abatutsi.

Ndashima Imana ko umunsi nayibajije icyo kibazo numva ngiye kubiva mo, yarancubije iti «Ni byiza ko upingwa n'impande zombi kuko biguhesha gukora neza». Iyo bamwe barimo kwibaza abandi nabo baba barimo kukwibaza ho, hagati aho ni ho imbaraga z'akazi ziva ukarindwa neza. Ikindi n'uko kwitwa umusazi mu kazi k'Imana ari byo byiza, kuko n'abambanjirije hafi ya bose babise abasazi, ndetse n'Umwami wanjye barabimwise. Imana iti «Ntuzigere unsaba ibintu by'imitungo ubu ngubu mu Rwanda, ahubwo nyurwa n'ibyo ufite kuko ni byo ngupangira. Ufite uburenganzira ku byo kurya n'imyambaro no kurindwa gusa». Ahasigaye komeza ushakashake Ubwami bwanjye no gukiranuka kwanjye, maze urebe ko mu gihe cyabyo ibindi bitazagukurikira (Matayo 6: 33).

Nyuma yo kuvuga ko igihugu cyose cyanduye, kubera amaraso yamenekeye mu Rwanda hose na n'ubu akimeneka, reka na none mvuge nk'uko nigeze kubivuga ho ko intebe z'ubuyobozi zanduye. Ubu butumwa buturuka ku Uwiteka Imana ishaka ko abiyita Abanyarwanda bezwa n'u Rwanda rukezwa n'ibyarwo byose kugira ngo Imana ibone kuza neza, kuko iramutse ije bimeze gutya noneho nta cyasigara. Byamera nka cya gihe mu Bisirayeli yababwiraga ko «YABAGWIRA». Kuko Imana yakunze abiyita Abanyarwanda cyane byatumye idutoranya mu yandi mahanga ngo tuyikorere ibihe bya nyuma, duheshe isi umugisha, tuyisakaze mo ububyutse butigeze bubaho butazongera no kubaho kuko ari bwo bwa nyuma, burabanziriza Impanda. Ibi byose uwiyita Umunyarwanda ntabyo azi, n'ababizi bake babirenza ho kuko bisaba igiciro gihanitse, kandi abenshi baba bishakira kurengera inyungu zabo. Ubu barimo kurwanira kubaka Insengero zabo. Kandi Impanda nivuga, bizasigaranwa n'Abayehova, maze Antikirisito bimworohereze akazi, kuko azabona aho ahunika ibiryo byo gushukisha abashonji, ndetse n'ama salles amwe azahunikwa mo ibiryo n'ibindi bikoresho bye. Ntunyumve nabi simvuze ko abantu batagomba kubaka, ariko ku bakozi b'Imana nyabo bari bakwiye kuyoboza Imana neza kugira ngo bakore ibintu nka biriya by'igihe gishyize cyera. Bagabanye kubaka AMAZINA yabo no kugira amafaranga menshi muri Banki, kandi bafite mu madini yabo abicwa n'inzara n'abana batiga. Ntihagire unyumva nabi ko naba ndwanya amajyambere na za visions. Ntaho bihuriye. Ahubwo igikenewe kandi kinihutirwa, ni ukubwiriza Ubutumwa Bwiza bw'Ubwami bw'Imana, bukabwirwa buri wese ku isi.

Iyo ni yo vision ya buri wese, ni ko kazi twasigiwe n'Umwami wacu Yesu Kristo. Ibindi ni «umwanda». Nari mvuze gato ku bihe, reka tugaruke ku Rwanda. Kugira ngo igihugu gikire bikorwe neza, tugomba gutangirira mbere ya 1959 bidufashe kugera muri 1994, na nyuma yaho! Nawe unyumvire.

Mwese Padiri, Musenyeri, Pasitori, Bishop, Arkipisikopi, Intumwa, Abahanuzi, Abavugabutumwa, Abakiristo, Abanyarwanda twese aboroheje n'abakomeye, abaswa n'abanyabumenyi, twese biradusaba gusubira inyuma tugahera mbere ya 1959 maze tugatinda cyane mu kwezi kwa 4, 5, 6, 7, 1994. Abatutsi bo bazahera mbere ya 1959, bongere bagaruke na nyuma ya jenoside, bakomezeee...... Iyo mvuga ibi ni Itorero riba ribwirwa cyane cyane, ubwo rero abavugwa aho kugira icyo bakora bahita barakara bakongeraho ko ari ibya wa musazi, uhora asara, ariko akazagwa ku ijambo kuko byatangiye kugaragara. Nzakomeza nsare nzarigwa ho, mwanze mukunze nzarigwa ho. Bo bazi ko kubera ibyo Leta yiyita iy'ubumwe yikorera, yifitiye 10/10 mu majyambere, na Vvision yayo 20/20 n'ikorana-buhanga n'igishushanyo-mbonera cy'umujyi cyavuye Singapur, n'ibindi byinshi. Inyuma ha Kigali harera de. N'amajyambere, n'ubuyobozi bwiza bushimwa, n'ibindi byiza bigaragara inyuma nko gusukura umujyi, kuwukubura,...... ni byinshi. Ariko imitima ari na yo abakozi b'Imana bashinzwe yo yarangiritse hafi kubora, ndetse imyinshi yaraboze. Reka mbivuge ibyo ntawabihakana. Uhereye ku mutima wawe kandi ntiwibere, uko ugaragara inyuma ni nako imbere hameze? Kuko ngo turi n'abambere mu buryarya ni na cyo ahanini bamwe bazira, kuvuga ko bigenda kandi nta kigenda, no mu nzu bita iy'Imana ni yo ntero ni yo nyikirizo. Ntacyo twakoze ibyo tugomba kubyemera.

Byambyariye abanzi benshi ari abahutu ari abatutsi b'abanyamadini n'abandi. Aha ho bose bavuye yo babihuriza ho ko bagomba gushyira hamwe bakandwanya, birabananira kuko Yesu yari kumwe nanjye, bamwe akanabumvisha mu buryo bwose. Bamwe baba bashaka ko mvuga ko mbere ya 1994 bakoze cyane bari inyangamugayo, nkareba uko nabigoreka kuko ibibi byakozwe icyo gihe ari byinshi cyane nta gorekero nabona. Noneho nababwiza ukuri ko babyishe, ko tugomba kwihana ko ntacyo twakoze cyahesheje Imana yacu Icyubahiro uretse itsembabwoko ryavuyemo, bati yarasaze twe twarakoze cyane. Hari n'abavuga ko basenze cyane. Urundi ruhande rwa nyuma ya 1994 rwo rwishyiraho cyane kuko nta tsembabwoko rwakoze, ariko nta n'icyo rwakosoye kigaragara. Aha ndavuga mu buryo bwo mu Mwuka ukurikije ibyabereye mu Rwanda. Navuga nti duce bugufi Imana iratugaya, bati yanga Leta ntakunda abavuye hanze arashaka MRND. Impamvu n'uko bose ari intagondwa z'inkomere.

Tugomba kwemera ko ntacyo twakoze kubera ko ni ukuri kwambaye ubusa kandi twari tumenyereye ukuri kwambaye. Icyatumye menya ko byakomeye, n'uko bananiwe kurenza ho, bananiwe kuryarya, byose bijya ku mugaragaro, hari n'abansabiye gufungwa basanga Yesu ahari mpita nkundana n'abo bari babisabye hava mo n'abakizwa. Uzi ko bampangiye no kwicwa kenshi. Najyaga ndara mu mabohero yabo anyuranye nkirirwa mo, ariko sinigeze manuka 1930. Iminsi myinshi nafunzwe ni irindwi. Imigambi y'Imana iratangaje. Erega uwo ntazi se nzi nyina cyangwa se basi nyina wabo! Ariko nanjye hari Umwuka umba mo uhora unsunikira kuvuga, ni wo uba umereye nabi kuko si jye wabyihaye rwose mujye munyumva neza, aka kazi ntako nasabye ni nka bya bindi by'umuhanuzi Yeremiya ati *«Uwiteka we, waranshutse kubera ko undusha amaboko»*.

Iyo usimbuye umuntu ku kazi, ubundi wagombye kwitonda, cyane ibi byo mu butegetsi, kuko uwo usimbuye aba yarahakoreye imihango ya Satani yo kugira ngo asugire asagambe, ahameho ubuziraherezo, yumvirwe, atinywe, asengwe asingizwe, akanavuma buri wese uzapima kumusimbura.

Kandi buri wese aba yumva n'avaho azasimburwa n'umwana we. Niba utarigeze ujya mu bapfumu ntubyumva, uracyari umutagatifu, ariko abajya yo ubu ari nabo benshi kurusha ubushize, bo barumva ibyo mvuga. Mboneyeho kandi no kubabwira ko mu byo twazize, ndavuga Repubulika zombi, simvuze igihe cy'abami kuko n'ibyinshi ni ho byavuye, mu byo twazize hari mo no kuraguza, guha agaciro ibigirwamana no kubisenga. Aha rero abwirwa benshi akunvwa na bene yo.

Abavuye hanze na bo numvise ko bameze nk'aho bari mu marushanwa, kandi ni ho hava kubeshyerana n'inzangano abapfumu bababeshye, nk'uko batugize ubushize batubwira ngo tuzatsinda Inyenzi naho byahe byo kajya, natwe tukabyemera. Ubu se twarazitsinze? Ibi bintu bisimburana mu Rwanda birakomeye cyane, abakozi b'Imana nabibwiye barabinjugunyiye, barabinsuzugurana, ngo ni ibyanjye bo baratera imbere, ntibagira icyo babikora ho, ariko ikigaragara n'uko iyo usimbuye umuntu uhindura wenda intebe, amarido ugasiga irindi rangi. N'utundi tuntu tw'uwo nguwo udakunze ukadukuraho ufite n'umujinya mwinshi umwita umujyinga, ukihorera, kuko uba ufite n'imbaraga. Ukanasenya ukongera ukubaka muri cya kibanza nk'aho amasambu yabuze, ntusobanukirwe ko ari imyuka ihamagarana iba yakurondoye kare. Mu mwuka ni ho haba hari ipfundo, ntacyo uba ukoze, kuko niba baraterekereye ni mu mwuka, barabanzwe ni mu mwuka, barubakiye Nyabingi ni mu mwuka. Niba baranyuze mu muriro wa Moleki mukanyuza mo n'abana nk'uko nabyumvise, ni mu mwuka, biba biri mu mwuka, amagambo bahavugiye arahasigara, kandi aba atari meza ayo baba baravuze ko uzapima kubasimbura kuri iyo ntebe azamera, bakanavuga n'ibyago bizamubaho (Imigani 18: 21).

HARI IMYUKA IBIRI MU ISI: umwuka w'Imana n'uwa Satani, ntimukabivange. Umwe ukora byiza undi ugakora bibi byumve neza, uretse ko hariho igihe Satani yihindura malayika w'umucyo, nyuma akaguhindukirana.

UBUTEGETSI BW'U RWANDA UKO BWAGIYE BUSIMBURANA.

Ubutegetsi uko bwagiye bukurikirana, busimburana, buvanana ho; ndavuga k'u Rwanda ni yo: NSANGANYAMATSIKO. Abami uko bagiye bajyaho basimburana hagombaga kumeneka amaraso ari byo ibitambo. Ako kari akazi k'abiru n'abapfumu, ibyo benshi murabizi, ndetse murabindusha. Ku buryo hari n'uwigeze guhamba inka nzima, arongera ahamba umugabo n'umugore bazima hariya hitwa u Rwanda rwa Gasabo, ni byo namenye hari n'ibindi. Hari na hariya i Mpanga ngo abami bahashahuriraga abagabo. None abahakorera ubu barara biseguye za Bibiliya, imiriro irara yaka, ibintu bikabaniga. Kubera ko imizimu ihari na none iba ishaka ko bakomeza gushahura abandi bagabo benshi. Kandi ikibi giteye n'impungenge n'uko hakorera abagabo n'abasore benshi, hafungiye ba ruharwa, n'abo muri Siyera Lewone. Kubasengera biraruhije cyeretse ubuyobozi n'Itorero bibyemeye, bukabyemeza igihugu, bagashyira hamwe bakanemera ko tuvuga n'amateka yaho, byose bigashyirwa hanze. Naho kwisegura Bibiliya byo ni nko kubura icyo ukora. Ariko bashobora no kuvuga ko byakura abantu umutima cyangwa se ko byateza umutekano mucye, bigahungabanya amajyambere. Hari n'ibigomba guhindura amazina. Narabivuze umwe mu bayobozi ba Gasabo ati ariko uba muzima? Ntuzi ko abanyamahanga baza kuhasura bakaduha amadevise? Ati nakwemeraga ariko noneho uri mo kwiyenza vraiment. Uzi ko ukabije! Bagakomeza kumira umuriro. Nawe unyumvire. Ni bya bindi byo kumira bakamira umuriro aka ya mpyisi, cyangwa se bakanga gucira kuko biryoshye. None bemeye kumira umuriro.

Ariko kubera ko nabwiwe guhera muri 1959 aho ni ho tugiye kwibanda. Ibya mbere bizavugwa n'abandi cyangwa Imana nishima ko na byo mbivuga izampa agahusa, kuko na byo ndabizi. Mu bigomba guhindura amazina hari mo za Gasabo, Nyamirambo, Kicukiro, Gakinjiro, Gahanga, Gikongoro. Biriya bya Gasabo bigomba gusobanuka neza niba mubishaka ariko kuko si agahato, kuko usenya urwe umutiza umuhoro, ntitubipfe. Ariko ni mwanga, abazabakurikira bagomba kubihindura banabibohoze (délivrance). Ndetse si Gasabo yonyine n'iriya misozi ahubwo na «Rwanda» na yo igomba guhindura izina. Kuko ryavuye mu kumena amaraso. Mu gice cya kabiri cy'iki gitabo twabonye ko Izina "Rwanda" rituruka ku nshinga "Kwanda" bivuga "Gukwira" hirya no hino. KWANDA bivuga kwaguka.

Duhereye muri 1959, Kayibanda ajyaho hamenetse amaraso y'abatutsi menshi ndetse impunzi za mbere zitangira inzira y'umusaraba, baricwa barahunga baratotezwa, abasigaye bagashyirwa mu mikwege kuri za Misiyoni bategereje ko bajyanwa i Nyamata mu Bugesera ngo inyamaswa n'isazi yitwa Tsetse bibamarire yo. Hari ikibazo cya Bugesera kubera amaraso yahamenekeye n'ibyahakorewe, ari yo ntandaro ya ziriya nzara n'ibindi namwe muzi. Haba umwuka mubi wo kwica no kwicwa, hamwe no mu Mutara, tuzabireba. Icyo gihe ingoma ya Cyami Gihake na Gikolonize Imana yari iyishyizeho iherezo.

Impamvu n'uko igihe cyose imyaka 400 bategetse, abami b'abatutsi uretse Rudahigwa weruye ati u Rwanda nduhaye «KRISTO UMWAMI» ndarumutuye Umwami w'Abami ku mugaragaro, i Nyanza amanywa ava. Kandi kuva aho abisengeye kugeza igihe abazungu b'ababiligi bamwiciye i Burundi, nta maraso yongeye kumeneka mu Rwanda, ndetse yari yatangiye kubitunganya, n'abakene ashaka ko baba ho, atangiye gukuraho ubwibone n'agasuzuguro. Maze Nkubito y'Imanzi, umubiligi aramurebera, aramutambikana. Ariko misiyo y'abazungu b'ababiligi, yari itaruzura maze baramwirenza kuko yatekerezaga neza, kandi bazirana n'abatekereza neza buri gihe. Uretse uwo wenyine, kuko na murumuna we Ndahindurwa Jean Baptiste Kigeli V yimye mu kaduruvayo gatejwe n'abahutu b'impirimbanyi bari bakamejeje ngo na bo barashaka kumva uko gutegeka u Rwanda bimera n'ubwo na bo baje kumira umuriro. Icyo gihe rero ingoma-ntutsi yari yasezerewe. Uriya mugabo mu by'ukuri yimye nka Sindikubwabo, kuko bombi bategekeye mu kirere.

Mu ijuru Malayika yari yabitse dosiye y'umututsi igihe gishyize cyera. Bagombaga kubanza kubabazwa bategurizwa kugaruka ku ntebe y'ubwami ya ba sekuruza, ari na cyo gipimo cyabo kitoroshye ku bariho ubu. Ariko uriya muryango wo kwa Musinga ufitanye igihango n'Imana kubera ko ririya sengesho rya Rudahigwa ryakoze ku mutima w'Imana. Ubisoma abyitondere kuko ni ho ubwenge burebana n'iki Gihugu buri. Hari mo ipfundo rigomba gupfundurwa n'Imana yonyine. Kandi n'igihe cyagiye, ndetse cyanageze. Kigeri V. bamunyujije mo umurongo. Numvise avuga ngo yagiye i Kinshasa agiye kugaruka yumva Radiyo iravuze ngo Kigeli ntakiri umwami w'U Rwanda. Maze kubera kwanga Imana kandi bariho umuhamagaro abatutsi bo miryango y'abami cyane cyane, ibahanisha abahutu bari insuzugurwa icyo gihe, na bo bajyaho batazi ko bicaye ku munzani ukomeye, batazi ko u Rwanda ari igipimo, maze bategekera ku maraso y'abatutsi, bategekera mu mitungo yabo, babateza ikimwaro no kwangara no gupfa impfu mbi kandi bari imfura, bariho amavuta y'ubutware. Kumwara kwabo ntiyari kubyihanganira. Imana iti buretse ndebe ko wenda abahutu banyubaha, ko bagira icyo bankorera. Mu by'abatutsi baziraga cyane ni buriya bubyutse bwo muri za 1930, mirongo itatu na kangahe, bwabanyuze mu myanya y'intoki bukajya kubyutsa ayandi mahanga. Muzambarire inzara zakurikiyeho kiriya gihe, kandi ni na ko barushaga ho kuraguza cyane bashaka intsinzi. Bakunda intsinzi cyane, kandi hari n'undi uyikunda kuko we anayifite. Ni Yesu Kristo.

Bagiye batubwira za RUMANURA, RUJUKUNDI za Gakwege n'izindi nawe ubaze abakuru bakiri ho, cyangwa usome amateka. Kiriya gihe Imana yatezaga ubwega ngo ahari abatutsi bakumva ariko wapi! Ariya yari amahoni yavuzaga, baranga barinangira. Kandi n'ubwo waburana ngo ntibari babizi, igisubizo ni Hoseya 4: 6. Haravuga ngo: «Ubwoko bwanjye burimbuwe buzize kutagira ubwenge. Ubwo uretse ubwenge, nanjye nzakureka we kumbera umutambyi. Ubwo

413

wibagiwe amategeko y'Imana yawe, nanjye nzibagirwa abana bawe». Maze uwiyita Umunyarwanda akisigarira mu bigirwamana bye abanyamahanga bamuzaniye. Bikamuzunguza bikamumara ho abana, bikamupfakaza. Buri gihe agahorana intimba yo gupfusha abasore. Nawe agakomeza kubyambaza. Hariya Imana yaraharakariye, ndetse iharwarira inzika abari bariho icyo gihe, n'abana n'abuzukuru n'abuzukuruza babo. Satani yaje kwiba, kwica no kurimbura ubwo aba aratwibye kandi atwiba ikintu gikomeye mu mateka y'isi n'ijuru. Na byo bijya muri dossier.

Nyuma y'imyaka 11 Kayibanda ahanyanyaza atazi iyo biva n'iyo bijya, karamuhagararana. Icyo gihe abatutsi bari mo guhanirwa ibyaha bya ba sekuruza bohejwe ngo bacumure. Iyo bari mu mahanga, Kayibanda avaho bari batararangiza ibyo bihano byazanywe no gukiranirwa kwa ba sekuruza, kuko byafashe imyaka 35 yose ngo byemerwe, nabwo kandi Imana ibaha conditions, ibyo bagombaga gukurikiza ngo babone gutaha. Ntabwo rero Imana yari kongera kwimika umututsi kandi yari akiri mu bihano byazanwe no gukiranirwa kwa ba sekuruza kwanabateye gucumura nabo. (Amaganya ya Yeremiya 5: 7). Ahubwo Imana mu bwenge bwayo no mu kwera kwayo no mu bushishozi bwayo, ihagurutsa umuhutu w'umukiga ngo akureho umuhutu w'umunyenduga kuko bari banafitanye utuntu two gusuzugurana. Bamwe ngo bari abasirimu kubera ko bari begereye za Asitirida, ngo baranize, za Nduga, na za Kigali hafi aho Bwanacyambwe iwacu, Gikongoro kwa Makuza wabaye na Minisitiri w'amashuri, abandi ari abaturage cyane bo mu rukiga mu misozi miremire. Icyo gihe Imana yari mo no gukurikiranira hafi iby'umututsi ku bw'impamvu zayo bwite ntari burondore.

Erega Imana igira ibyo yitwaza maye! Kandi ikunze guhanisha abantu abandi. Sinzi aho nabivuze umututsi yari anyishe ngo nta byaha ba sekuru bakoze, ngo nabo ntabyo bakoze, ngo ahubwo abahutu ni bo banyabyaha. Nti sawa rero. Bene abo nshinzwe guhita mbababarira kuko ntibaba bazi Ijambo ry'Imana (Amaganya ya Yeremiya 5: 7), uretse ko n'abarizi bisaba kubasobanurira. Abanyenduga bari barize, abakiga bati dufite imbaraga za gisirikare, kandi byari byo. Bimera nk'uko byagenze ku Rucunshu igihe cya Rutarindwa n'ubugome bwa Kanjogera na basaza be ba Kabare na ba Ruhinankiko. Imyuka ye na n'ubu iracyakora, n'amayeri yuzuye ubugome n'amanyanga yakoreshejwe, n'izima ry'umututsi ryo kwanga guseba, no kwanga agasuzuguro byabyaye kwitwikira mu nzu. Uwo niumwuka wo kwiyahura no kwiyahuzwa. Imana irabireka, kuko nta kiba itacyemeye. Abatutsi basengere umwuka wo kwiyahura no kwiyahuzwa ubabaho kubera ko banga agasuzuguro cyane.

Abahutu bo bakunda kubaho ariko na bo bakica abandi ngo birengera. Maze taliki ya 5/7/1973, Habyarimana arabyubika ashyiraho Komite y'Ubumwe n'Amahoro yari igizwe n'aba Major benshi, hariho bake muri iki gihe. Hari uwambwiye ko Habyarimana mu marembera ye yaba yarakiriye Yesu nk'Umwami n'Umucunguzi we, akanasengerwa n'umuyobozi wa ADEPR icyo gihe ngo kuko yari inshuti ye magara; ni ko numvise. Jye icyo gihe nari umupagani wo mu rwego rwo hejuru, nari nyoboye agatsiko kagombaga kuraguriza igihugu ngo tumenye niba tuzahama ku butegetsi. Ariko ngo ako Gakiza ke ntikamaze kabiri kuko madame we na baramu be n'aba nyakazu bavugije induru z'ibyo yagiye mo byashoboraga kubicira gahunda z'ibyabo bya za Nyabingi, n'Amajyini n'Abacwezi n'ibindi bigirwamana by'abanyamahanga birirwaga mo bakarara mo bihambaye byo kwa Mobutu na Moubarak bakoreshaga. Na Kiliziya Ntagatifu itari kubyihanganira, yahoraga isomera misa muri Chapelle iwe. Yahise ahirima rero kuko ntiyaguye yari atarahagarara neza[mu gakiza]. Sinzi niba yaranicaye.

Uzi ko abategetsi b'u Rwanda banze Yesu? Ugiye ureba muri izi mvugo, abategetsi bagiye bakoresha, hari mo: AMAHORO N'UBUMWE N'AMAJYAMBERE. Kabengera aririmba ngo: TWANZE KUBA INKANGARA Y'UBUGOME, NGO ICYO TWASHAKAGA ICYO GIHE YARI AMAHORO N'UBUMWE; aririmba ingabo z'igihugu biratinda. Igihe bamwe bari bakirangariye impinduka, hakurikiraho ibintu biteye ubwoba mu mateka y'u Rwanda. Ba banyenduga hafi ya bose bize n'abacuruzi bapfuye urupfu rubi rw'agashinyaguro.Uzarebe igitabo cyanditswe na nyakwigendera Francois Nsengiyumva cyashyizwe ahagaragara n'umugore we Nyiransabimana Agathe, kuko we abahutu baramuriye mu itsembababwoko. Nyuma y'itsembabwoko, umugore we yaragisohoye. Uzarebe ku rupapuro rwacyo rwa 3, maze urebe uko ba Sembagare na Lizinde na ba Butsitsi na Cyarahane na Sukiranya bishe abo bitaga abanyenduga bakaba barapfuye urupfu rubi ntibahambwe n'ababo.

Rwanda we! Rwanda udashyingura neza abakuyoboye uzamera ute? Rwanda utubahiriza abakuyoboye wabaye ute? Rwanda udashobora kwerekana imva ya Kayibanda n'abo bategekanye kuva muri Repubulika ya mbere, wabaye ute? Benshi niganye n'abana babo, abandi nakoranye n'abana babo. Urashaka kubindusha? Byanteye agahinda kuva cyera, nari ntaramenya gusenga, ariko nkibaza impamvu abantu bica abandi gutyo. Kuko muri kamere yanjye ngira impuhwe ngakunda n'ukuri, kandi ntibimbuze kugira amahane. Sinigeze mpa umutima urwaho rwo kwishimira ibibi by'abandi? None murabipfundikiye mwataburuye n'imva ya Mbonyumutwa. Kandi Rwanda uranshisha.

Ndabaza kiriya gihe aho Ababiligi bari bari, nta Ambassade yabo yari mu Rwanda? Ko ari yo yahageze bwa mbere ikaba na n'ubu igifite (plaque) icyapa cyanditse ho no 1? Muzansubize igihe abahutu bo mu majaruguru igihe bicaga abo mu majyepfo, niba Umubiligi atari afite ambasade mu Rwanda? Muzamumbarize niba atarabikurikiraniraga hafi. Ko yabeshye ngo ni inshuti ya Kayibanda, ntamurengere? Mwamwumvise Umubiligi? Ndamusaba ibisobanuro birambuye bizanatuma mbishyira no mu gifaransa kugira ngo abyumve neza. Ndabaza Ababiligi bazabansobanurire, uretse ko benshi bazi Ikinyarwanda kubarusha cyane cyane abapadiri muri ya mvugo yabo igoreka amagambo, bakavuga urukonjo ruvanze n'uburyarya n'ubugome. Nuko Habyarimana atangirira akazi hejuru y'amaraso nk'uko uwo yasimbuye yagatangiriye hejuru yayo.

IHEREREKANYA-BUBASHA RY'AMARASO. «REMISE ET REPRISE DE SANG»

Ariko byahise byibagirana kuri bamwe ubuzima bwarakomeje. Iteka ubuzima burakomeza, no hejuru y'amahano burakomeza, no hejuru yo gusahura, kwiba, kugambana, kubeshya. Burakomeza, ni ikibazo. Imana yo ntijya yibagirwa keretse ibyaha byihanwe bikavanwaho n'amaraso ya Yesu gusa. Yo ntikomeza ihama aho ibyaha byabereye, ni umusifuzi utabera. Icyo gihe yategereje ko Habyarimana akosora iraheba, akomereza aho byari bigeze, ajegeza abanyenduga, barabebera arabumvisha bikabije, abasigaye baraharirwa baranyukirwa bayoboka ingoma bameze nk'abacitse ku icumu. Babaho bigura, barwanira gufatanya ibyo baruhiye n'abari ku ngoma kandi nta migabane bashyiraga mo.

Ibyo mvuga ndabizi wowe ceceka. Abatutsi basigaye na bo barayoboka, barigura, barigurisha, barabebera ndetse bigitangira wagira ngo ni byiza. Uzi ukuntu abatutsi bakundaga Habyarimana. Uzi ko yagiye i Burundi abagore b'impunzi bagasasa ibikwembe mu nzira bumva ko abakijije Kayibanda. Naho byahe ko ahubwo ibya nyuma byari bigiye kurusha ibya mbere kuba bibi, kuko yaraje gusohoza umugambi mubisha wo kuzamaraho icyitwa inyoko-tutsi amaze gupfa. Ariko byari bihishe byinshi biri mo abana ba ba bandi b'abatutsi bo muri 1959 babaye nabi, bariye umwanda bamwe bake barize, abandi bashoka igisirikare cyo muri Uganda bakajya banarwanira no muri za Angola na Mozambike bitoza gutaha iwabo mu Rwanda. Bakunda kurwana cyane, kandi na byo bifite imvano, biri mu bisekuru byabo, ari na ho havuye «INKOTANYI». Abandi baracuruza ubusabusa, barashonje, bafite umujinya n'ishyaka byinshi, bamwe ababo bishwe n'inzara, barashaka gutaha iwabo mu Rwanda, ngo barye bahage, bahindure ibintu, banagire n'igihugu, ariko cyane cyane barashaka kwiganzura umuhutu wabirukanye muri 1959. Barashaka kwiganzura abahutu, ndetse bakazanihorera bikabije gahoro gahoro, bafite inzika y'inzigo. Abandi bacye cyane barashaka guca akarengane k'amoko nk'uko intego n'ingingo zabo FPR bibigaragaza. Abandi bari ku karago bari mo kwinginga Imana n'ubwo babogamye ariko Imana irabyihanganira kubera imiruho n'imihati bari mo, kuko bimwe mu byo basabwaga n'Imana n'ukwizera Yesu nk'Umwami wabo maze barabwiriza, barakizwa ugenzuye neza wasanga muri bose benshi bari barakijijwe bagushijwe n'intsinzi.

Ngo Imana yari yarabasabye 1/4 cyabo gukizwa bakabona gutaha. Maze kumvikana na Habyarimana byananiranye turi mo no kubabwira ko ngo u Rwanda rwari ruto cyane icyo gihe, ko ahandi hari ah'inyamaswa z'ibyiza bitatse u Rwanda. Iyo mvugo yarandyoheraga cyera, ariko ubu intera isoni n'ikimwaro. Kubuza umwene gihugu gutaha iwabo ni ukubura ubwenge. Imana itubababarire cyane. Aho bari mu mahanga babamereye nabi, barapfa nabi, bazi ubwenge bwo kurwana na siyasa no gutera igipindi kubera kuruha cyane. Barashakisha ubwenge n'imbaraga n'inshuti, n'igihe cyabo cyageze.

Maze Habyarimana aganje ku ntebe ikomeye cyane y'amaraso yasimbuye ho Kayibanda, ntiyarabutswe ko yagombaga gukizwa no guhindukirira Yesu, byo byonyine byari kumurengera n'iyo yari kuzava kuri ubwo butegetsi byari kuzatuma yirerera abana, akabona abuzukuru abuzukuruza n'ubuvivi kandi ntasige umugani n'umurage mubi imusozi. Ibyo yarabihishwe mu by'ukuri, maze akugirira abajyanama aho bari bifitiye imitima y'ubugome, itagondwa, bumva barafashe ubutegetsi bazabuhamaho ubuziraherezo. Abantu bazi kwibeshya ariko cyane cyane abategetsi b'iyi si! Hari abaperezida bajyagaho cyera, umenya ubu ntawabitinyuka, maze agatinyuka akavuga ngo ni président à vie. Bivuga ngo azavaho ari uko apfuye; ahubwo umenya aba yumva atazanapfa. Ariko biriya si ubugoryi koko!

Ba Idi Amini Dada, ba Mobutu, ba Bokasa, we yaniyise umwami w'abami maze Yesu aba yamwumvise, kuko ntawe iryo peti bazarisangira. Ingaruka zamugeze ho namwe murazizi.

Maze Habyarimana akora ibindi byangwa urunuka n'Uwiteka, arusha abamubanjirije bose, bose, bose, kuba mubi mu maso y'Imana. Ashyiraho «ANIMATION» ngo tumuhimbaze, tunamuramye, ntiyasobanukirwa ko byahariwe Uwiteka Imana yonyine, kandi ko yari ku munzani uteye ubwoba. N'uvuze agapfa cyangwa agafungwa. Yesu arakomeza aba insuzugurwa mu Rwanda rwe, kandi nawe ahashaka intebe y'icyubahiro; ngo ntawe bazagisangira. Hari icyo navuga kuri Habyarimana: n'uko hari byinshi mu gihugu byakorwaga atanabizi bikamuharirwa kuko yari Perezida. Byageze aho abura umurongo kubera kuganzwa. Rusange yari imuri mo iramurundarunda iramubumba ariko nawe hari ibyamutunguraga byinshi. Ndabizi, kandi rwose kubimenya nta peti riri mo ahubwo ni umuruho.

Mwihangane kubera kumwanga cyane yaranapfuye, ariko mumenye ngo abari bamuri hafi icyo gihe ni bo bishe ibintu cyane. Bamurushaga imbaraga, bari baramuhinduye igishushungwe kubera ko bahoraga bamuraguriza, nta n'umuryango nyir'izina yagiraga. Kandi muzi ko umuryango mu butegetsi ari wo ubanza kwica no guca ibintu. Ibyo mvuga byinshi ndabizi. Singusobanurira impamvu n'aho byaturutse ariko harizewe.

Mu by'ukuri byageze aho ajya abona amakuru atari yo kubera ko ubutegetsi bwose bwari mu biganza by'abamurushaga ingufu. Baramubeshyaga n'iyo yari kumenya ko bamubeshya ntacyo yari afite gukora cyane mu marembera y'ingoma ye.

Inzego z'iperereza zari mu maboko y'abamurushaga imbaraga, ibyo ni ukuri. Ntumbaze byinshi. Bivuga ngo bari bamuzi wese, ariko we ntiyari abazi.

MUJYE MUSOBANUKIRWA KO IMANA IHANISHA ABANTU ABANDI

Mu marembera ye yari igikoresho gusa. N'aho amenyeye bimwe, aho kumugirira umumaro ahubwo byaramuhuhuye, kuko byari byararenze igaruriro, bigeze kure. Bari baramugose ndetse byinshi byabaga atanabizi akazabimenya nyuma, bigakomeza kumugabanya imbaraga no kumuhindura igishushungwe. Hari agatendo kigeze kuba, abasirikare bamwe kubera ishyari babeshyeye mugenzi wabo ngo yashatse gukora Coup d'Etat, dore ko badatana na za coups d'état, banavuga aho yayiteguriye, ibyo babikoze incuro eshatu zose. Habyarimana we yari azi ko bamubeshyeraga ko bari bamufitiye ishyari ryinshi kuko atigeze yijandika mu bikorwa bibi nkabo, ariko yabuze uko abigenza kuko yakundaga uwo musirikare cyane. Byageze aho ba bandi banamupangira bamuhitana mu bundi buryo bw'ubugome, bitwaje ko Inyenzi zateye, maze bahita babeshyera Inyenzi ko ari zo zamwivuganye, na zo zibeshyera ko zamwishe. Agambanirwa atyo na bene wabo, yicwa na bene wabo. Ibyo mbizi neza kandi ntiwemererwa kugira icyo ubimbaza ho, ntunakeke cyangwa ngo ukekeranye utaza kwibeshya. Ntuzapime no kunyikundishaho ngo ugire ibyo umenya. Ni ibyanjye bwite.

Hari ubwo ibintu bikuyobera cyane, ibyitwa politiki y'abantu bishyiriraho uko bashatse. Iyo haje mo agashyari kandi ntikajya kabura, tayari iyo wihaye gukora neza hari abakora nabi, ukiha gufasha abandi ukaba uwo nakwita umuntu mwiza, uba ugatoye muri iyi mikorere ya Antikristo ikora mu isi hose. Baragupangira kuko ba Compaore na ba... ntuza...., ba bandi baba bari hafi. Uba aka Sankara n'abandi.... Ukaba igikenya nyine bikarangira. Nyuma ba bandi na bo bakaza biriza ko babuze umuntu w'ingirakamaro.

Nanga politiki y'isi mubimenye. Umunsi Imana yabishyize ku mugaragaro sinzi aho bazakwirwa. Maze bakishimira ko imfubyi zizasabiriza, ariko Yesu aba afite indi migambi myiza. Politiki mbi ni nk'urushako rubi. Ni nko kugira umugore mubi cyangwa umugabo mubi. Ubura epfo na ruguru, kandi kubiva mo ntibyororoshye. Nabonye byinshi muri politiki mbi, byanatumye nyanga cyane, ngo ihora irengera inyungu z'abaturage ariko mu by'ukuri irengera iza yo.

Navugaga rero ko mu marembera ye, Habyarimana yari igikoresho gusa cyane cyane umuryango w'umugore we na bamwe mu bawumviraga, abawukezaga, batigeze bifuza ko hari uwundi wagira uruhare mu gihugu, keretse ubaye umuboyi wabo, ugahora uhakirizwa kandi nawe witunze. Uvuze ukuri wese kandi ku nyungu z'igihugu akabizira. Aha navuga byinshi nzi kandi mfitiye n'ibimenyetso kuko naracengeye cyane kandi sinabishakaga. Ndetse bimwe nabifataga nk'amakuru atamfitiye umumaro. Byari ukugira ngo nzavuge ibyo nzi byose se? Cyeretse mwemeye gushyiraho urukiko rwanjye nanjye rwihariye ntihagire uruntegeka ho, akaba ari nanjye wishyiriraho inzego zarwo: Abagenzacyaha, Abashinjacyaha, Perezida w'urukiko n'abamwunganira, abanditsi, n'abahesha b'urukiko.

Ariko mujyane ibyo, kandi ntihazagire umbaza ubusa anyibarisha, yisekesha ngo ashaka ikimva mo. Njye sinseka naratsiratsije, ndanamaramaza. Maze icyo gihe Satani aricara, aregama arinanura, araryama aricura, araruhuka afata imbaraga, ararya, arusa, amadini amuha intebe, abategetsi bamuha aho aryama aruhukira, maze inkundarubyino ziramusasira ziramukeza amanywa n'ijoro, arizihirwa. Imana itegereza ko igihe cyayo kigera, ko bariya bashakaga gutaha amarira yabo azuzura, inategereza na none igihe ibyaha byo kwa Kayibanda na Habyarimana bizuzurira.

Kuko Imana ihanisha abantu abandi rero ibyo mubimenye; icyo twagiye tubura ni ihishurirwa mu bintu byose cyane ibirebana n'u Rwanda. Maze abana ba za Nyenzi zo muri 1959 bariye karungu, Imana ibikurikiranira hafi 100%, batera u Rwanda bataha, kuko ineza no kumvikana byari byananiranye, kandi n'ibyaha by'abahutu byari byuzuye 100%.

Wambaza uti: Ese kuki habayeho itsembabwoko? Dore ko bamwe babyuririra ho bikanabatera kuvuga ngo nta Mana yari mu Rwanda. Kandi ngo niba yari inahari ni ingome, n'ibindi. Ngo n'imputu, bivuga ngo ni Imana y'abahutu.

Umwe ngo yigeze gupfusha umwana ari we yagiraga kandi ngo yakoreraga Imana cyane mu Kuri no mu Mwuka, noneho ngo abajije Imana mu mubabaro mwinshi aho yari iri umwana we apfa, ngo imusubiza bwangu iti nari aho nari ndi umwana wanjye w'ikinege apfa. Niba yarihanganiye urupfu rubi rw'Umwana wayo, ikihanganira igihe abantu bamarwaga n'umwuzure, uretse ko byo byayiteye akantu ikicuza, ikaba yarihanganiye abari batuye Sodomu na Gomora bahindutse ivu, ikihanganira Abayahudi miliyoni 6 zirenga zayipfiriye mu maso, Adolphe Hitler yazipangiye, bagapfa urupfu rw'agashinyaguro, kandi bitwa «umwana wayo w'imfura», yabura ite kwihanganira ibindi byose, biri mo n'ITSEMBABWOKO ryakorewe abatutsi n'impfu zose z'abahutu? Kuko Imana si umuntu, kandi nta

419

n'umwe wayigisha impaka. Itsembabwoko ryabaye kugira ngo ibyaha by'abahutu byuzure hatabura ho, ndetse birenge n'urugero kugira ngo nibitihanwa na none birenze urugero, bizahanirwe na none birenze urugero. Ba uretse kurakara, shaka kumenya. Nutabyumva ntiwirenganye ni imibare y'Imana.

Byari no kugira ngo ibihano by'abatutsi byuzure by'intangarugero, kuko kuva bahunga bari mu bihano. Mwihangane abazi ko abatutsi ari abamalayika; ntabwo imbere y'Imana muri abamalayika kubera ko mwari impunzi, cyangwa ko bene wanyu b'imbere mu gihugu batsembwe, ariko menya ko bene wanyu b'abatutsi bari imbere mu gihugu babaye ibitambo byo kugira ngo bene wabo bo hanze mutahe. N'ushaka urakare ariko ni ko kuri. Mwebwe muri ku ngoma ubu, bene wanyu bo mu Gihugu babaye ibitambo byanyu. None se mwari gutaha gute? Muri make ni mwe mwabicishije. Mwafatanije icyaha n'abahutu.

Mwarapanze bashyira mu bikorwa. Ko amaraso ahamagara ayandi, akaneza ayandi wa mugani wa Thomas Sankara w'Umunyarwanda. Ibi birahanitse mu buryo bwo mu Mwuka, biratoneka mu buryo mbonezamubano na mbonezamuryango. Bitoneka cyane «gatozi» ariko birakwiye kandi biratunganye mu buryo bw'Umwuka. Nta n'ubwo ari ugufobya itsembabwoko kuko ndi muri bacye cyane b'abahutu baryemera bivuye ku mutima, ndetse natanze benshi kuritangaza no kurisabira imbabazi ku mugaragaro kandi mbikuye ku mutima. Kandi ibyo byo mbifitiye ibimenyetso bifatika na simusiga. Naranabizize, mbitangira ibitambo, sigaho ntundushe rero. Ntabwo abatutsi bari mu gihugu bari kubangikana n'abari bavuye hanze kandi bose bariho amavuta y'ubutware. Ni intagondwa zombi zinganya umuhamagaro, ariko zitanganya amateka, ntabwo byari gukunda rero. Bamwe basigaye mu gihugu abandi barahunga, hagati aho hari mo «tena» ibatandukanya, yategurizaga abahunze kuzataha, n'abasigaye mu gihugu kuzatsembwa, kuko mu basigaye mu gihugu n'ubwo bamwe bafashwe nabi bakigura bakigurisha, bagahakirizwa kandi ubundi ari bo bahakaga. Ariko basangiye n'ingoma y'abahutu. Yeee! Ntuhakane, baranashakanye ntuhakane, umva neza. Ntaho bahuriye n'abicirwaga n'inzara ishyanga. Ntaho bahuriye na bene wabo basuzuguwe n'abanyamahanga.

Aba rero bafitanye igihango n'abahutu cyo kubana no gusangira no kurongorana no kwigana, no kwidagadurana, n'ubuzima bwa minsi yose wa mugani w'abarundi. Naho bene wabo bahunze bahuje «inkomoko y'ubwoko» ari na yo mpamvu babatanze nta mpuhwe, kandi koko barabatanze, maze bagera ku cyo bashakaga ari cyo «UBUTEGETSI». Byari ngombwa, nta kundi abavuye hanze bari kugera ku butegetsi, ab'imbere mu gihugu bagombaga kuba ibitambo byabo, kandi byapanzwe cyera, Satani yabiregeye cyera. Kugira ngo abatutsi bari mu gihugu bazabere ibitambo abazaba baturutse hanze. Baba bari babizi cyangwa batari babizi, ni uko

420

byagenze. Ni na yo mpamvu uwacitse ku icumu ushonje wese akubwira ati erega n'ubundi ntacyo twapfaga namwe abahutu! Iyo bariya bagome b'ibisambo badatera igihugu cyacu twari tubanye neza.

ABACITSE KU ICUMU BAFITANYE INZIGO N'ABANTU BABIRI. Ndabakunda, ndabasengera, kandi Imana igiye kubibuka, kandi izabakoresha ibikomeye. «Abacitse ku icumu rya jenoside bazumvira Imana gusa ni bo mvuze, kuko si bose». Ni abazumvira Imana gusa. Bafitanye inzigo rero n'abantu babiri.

Inzigo ya mbere bayifitanye n'abahutu, inzigo ya kabiri bayifitanye na bene wabo bavuye hanze. Cyangwa se aba mbere ni abatutsi bavuye i Bugande n'abandi, aba kabiri n'abahutu. Ni ko bimeze ariko ntibazi kubisobanura.

Mu gice cya kabiri cy'iki gitabo nasobanuye ibyerekeranye no «Gutanga no Gutamba». Abavuye hanze batanze abari mu gihugu, maze abahutu babishyira mu bikorwa. Mu yandi magambo abavuye hanze ni abafatanya-cyaha n'abahutu. Abavuye hanze bagambaniye bene wabo bari imbere mu gihugu, maze abahutu bari ku butegetsi bashyira ubugambanyi bwabo mu bikorwa. Ni abafatanya-cyaha. Ni ba «complices». Mu buryo buziguye cyangwa butaziguye simbizi. Hari ababizi bo mu nzego zo hejuru.

Ndifuza ko umunsi umwe bazabisobanura, bakabisabira n'imbabazi, niba ari abana b'ubugingo ariko. Satani we azi Ijambo ry'Imana kuturusha kandi ararisobanukiwe cyane, azi ko nta marangamutima Uwiteka agira. Nta sentiments yigirira. Kuko Satani yareze umututsi ibintu biteye ubwoba, kandi n'igihe cye cyo kongera kugaruka ku ntebe y'ubwami cyari kigeze, ni yo mpamvu habaye isibaniro.

Hari n'ikindi nakongera ho utanazi rwose. Hari Amavuta ari ku mututsi ; yayapfushije ubusa Imana birayibababaza kuko atayakoresheje neza. Ayo mavuta ni yo yamwiyokereje. «Amavuta y'ubutware», «GUTWARA», yabahaye gutwara birabananira, kubananira si ikindi, ntabwo bubashye Imana bariyubashye. Ni yo mpamvu nsaba ngo muri iki gihe bumve ibyo Umwuka ababwira. Ariko Imana igira abo irengera ngo bazayihamirize batange ubuhamya, kuko ubundi bagombaga gupfa bose bagashira, ndavuga abari mu Rwanda. Ni ko byari byanditswe na Satani. Kuko ugomba kubanza kumenya uko ikirego cya Satani cyari kimeze kugira ngo ubone kujya impaka. Yajyanye dossier ivuga ngo Mana wemeye ko abatutsi bataha kandi ni byo; igihe cyabo kirageze ibyo ndabyemera. Ariko ndakwibutsa ibyaha bya ba sekuruza bagucumuye ho cya gihe, n'ibyabo bakoreye mu Rwanda no mu mahanga.

Ku bw'iyo mpamvu ikomeye kuko Wera ugakiranuka ntushobora gupfa gucyura aba ngaba maze ngo basange bene wabo bahuje

421

ubwoko n'ibyaha bya ba sekuruza, ariko badahuje amateka ya nyuma ya 1959. Bamwe barahunze abandi basigara mu gihugu ariko bose bagucumuye ho. Mpereza rero kandi icyo nshaka ni amaraso, rero kugira ngo binjire nabo ndamena ayandi kuko impande zombi nta wigeze yihana. Kandi Mana wibuke n'ingoma zose uko zagiye zisimburana mu Rwanda, hagombaga kubanza kuba ibitambo by'amaraso, kuko n'ubundi n'aba baje barwana si ku neza batashye. Baraje ngo amaraso ameneke. Nanjye sinshobora kuvira mo aho kandi mfite «Droit légal», uburenganzira mpabwa n'amahame yawe kuko Ijambo ryawe rivuga ko: Nta maraso amenetse, nta gucungurwa kwabaho.

«*Kuko ukurikije amategeko ibintu hafi ya byose byezwa n'amaraso, kandi amaraso atavuye ntihabaho kubabarirwa ibyaha*» (Abaheburayo 9: 22). Ngaho nyumva unyumvire kuko ikirego cyange gifite ishingiro. Habyarimana arapfa maze undeke ntsembe ho abatutsi bene wabo b'aba batashye bababise. Imana yemera ikirego ariko isigarana ibanga, yisigariza abacitse ku icumu mu ibanga. Biri mu Mwuka nutabyumva ntiwirenganye cyangwa ngo wihe kurakarira ibyo utazi (Hoseya 4: 6). Ariko hari Itangazo ku bacitse ku icumu rya jenoside yakorewe abatutsi: Abazumvira Imana izabaha ku Buyobozi bwo hejuru irimo gutegura. Ni birebire! Hanyuma rero aya moko ahora arebana ay'ingwe ahora ahanganye Imana iti hagiye gukorwa (Abaroma 11: 32) hasigaye rimwe ku muhutu no ku mututsi nkarangiza agasuzuguro bagirana, ngakura amoko mu mitima y'abiyita Abanyarwanda, ureke ibyo kuyakura mu ndangamuntu no kutayavuga, no kuvuga ko mwese muri Abanyarwanda.

Ndagusaba kumva aha neza: FPR itera hari handitswe ko abatutsi batashye, kandi bagarutse ku ntebe y'ubwami. Ku Mana nta Repubulika zibaho ntundenganye, ndakoresha imvugo ya Bibiliya. Ntaho bihuriye rero no kuvuga ko hari mo n'abahutu; ibyo ni nka bya bindi by'ubwiyunge ngo bashyira mo abahutu bagasabana nta kindi kibaye, kandi ubu abatutsi ari bo bari ku gipimo. Abahutu bagomba kwirwanaho bihana ibyabaye mu gihe cyabo cyane cyane ikiri ku isonga ni itsembabwoko kuko ni icyaha kirya ibindi, ariko kugeza ubu ntibumva, bazumva ryari ko bagomba kumva. Hanyuma abakiga bazihanire abanyenduga ko babiciye. Bafite izima Satani abatera riteye ubwoba ryo kwihagarara ho, abumvisha ko bagikomeye. Bashakisha ibyaha ku batutsi ngo barebe ko byapfa kungana ariko wapi, ngo barebe ko bakoroherwa n'igitutu botswa n'itsembabwoko, ariko nta wundi muti uretse kubyemera, tukabyatura, tukabyihana ku mugaragaro twese tugaca bugufi n'iyonka. Naho ureke guhora twipfusha ubusa ngo «*Nous plaidons non coupable*».

Bivuga ngo mu by'ukuri turarengana, noneho ngo abatutsi bakaba bariyishe cyangwa se barakoze gisida, cyangwa se bariyahuye, cyangwa bazize abagizi ba nabi bitwikiriye ijoro. Ibi byonyine ni ubugoryi, ni ukwihindura ibicucu imbere y'Imana n'imbere y'abazima, kuko ubigenzuye neza wasanga bitumvikana kubihakana. Kandi bariya bahutu ngo baba bazi ko bahima umututsi cyane cyane Leta ya Kagame, Leta y'abatutsi, naho byahe birakajya. Buri wese afite ibyo azabazwa kandi azasubiza. Satani arabashuka kugira ngo akomeze abice cyane kuko bariho dossier y'indengakamere Imana irakariye, maze abandi na bo bagakomeza kwigira abere, kandi uko bikomeza bitinda ni na ko ibihano byiyongera kuko byitwa kuruhanya.

Kubera ko abahutu bashyize itsembabwoko mu bikorwa bagomba kuryihana nyine, nk'uko Adamu agomba kwihana ntagomba gutegereza Eva, n'ubwo bose bariye urubuto rw'abandi kandi Eva akaba ari we waruciye akaruha adamu nawe akarurya.

-   Abatutsi batashye ku ngufu: ba sekuruza bari barirukanywe na Kayibanda n'abazungu b'Ababiligi, na Kiliziya Gatulika n'Abaparmehutu b'Impirimbanyi.
-   Kayibanda yavuyeho ku ngufu za Habyarimana na bene wabo b'abakiga.
-   Habyarimana yavuyeho ku ngufu ziteye ubwoba ku isi yose.

Ntaho byabaye ko ingabo n'abaturage n'ibintu bahunga bakinjira mu kindi gihugu bahunganye intwaro nyinshi n'ingabo nyinshi n'ibintu byinshi. Imana yari ibiri inyuma, yari yarangije guca akarongo k'umutuku ku ngoma ya Habyarimana kuva taliki ya 1/10/1990. Ibyakurikiyeho byari nko gusamba, nko kugaragurika.

Ni igihe Imana yari imuhaye cyo kwihana na bene wabo, kuko iteka Imana ntipfa guhana gusa, irabanza ikavuza amahoni. Kandi kuva taliki ya mbere ukwakira muri 1990 ni ho amahoni menshi yavuze, maze aho guhindukira barakomeza maze baragongana.

Murabizi namwe ko byabagejeje ku gukora itsembabwoko, icyaha kaminuza kitaba no muri Bibiliya, ari na yo mpamvu nta n'ibihano byaryo biba mo kuko ari kaminuza. Ni na yo mpamvu hashyirwaho na za Komisiyo nyinshi, n'Amagereza menshi, Inkiko nyinshi abagenza cyaha benshi, na ba Porokireri benshi n'Abacamanza benshi, Gacaca nyinshi, TIG nyinshi. Mbese byose ni byinshi n'ubushakashatsi bwinshi, noneho byananirana bibarenze bakinjira cyane muri ICT, n'ibindi buri wese uko abyumva. Buri wese agakora umushinga wo kubishakashaka. Ngo hariho n'ikigo gishakashaka ngo kireba neza niba itsembabwoko ryarabaye n'icyariteye, n'ibindi bireba ibirifobya, n'ibindi bireba uko bimeze.

Ni yo mpamvu Imana ivuga iti «Nimumere nk'i Nineve, mwese mwaraboze, mbababarire mukore (Yona ibice 3); iti ngaho nimuce bugufi nka Yakobo acira Esawu mwene se bugufi (Itangiriro 33)». Na byo bati wapi! Kuko itsembabwoko ritaba muri Bibiliya, iti noneho hazaza (Kubara 35: 31, 33), ni byo biri bubakore ho, aho uwishe nawe agomba kwicwa. Kuko igihugu cyose cyandujwe n'amaraso kandi na ya mivumo rugeretse, maze igihugu cyandujwe n'amaraso kibamire bunguri. Igihugu kibamire! Kuko nacyo kizi ubwenge kuko cyakorewe mo ubugome bw'indengakamere nacyo rero gishobora kwigaragambya. Kandi kizamira benshi umenya ari nka 2/3. Imana ikarindira abari Arusha mu rukiko sipesiyari rwashyiriweho u Rwanda gusa, igategereza abari mu mashyamba. Aho kwihana baba bashaka kurwana ngo bafate ubutegetsi, abafungiye mu magereza, abemeye ko bishe kugira ngo babagabanirize ibihano. Ikarindira abidegembya iyo mu misozi no mu mahanga ngo ntabwo bazabamenya kuko ngo ntawe ubashinja. Ikarindira abahutu bize ko bashyira mu gaciro bagasaba imbabazi, ikarindira abahutu b'aba pasitori, ba reverandi na ba musenyeri ariko aha ho harakomeye. Ikarindira ikusanyamakuru ngo irebe basi ko hari uwo byakora ku mutima bikabura, bose bagakomeza kuba abere.

Twitonde kuko iyo habuze umunyacyaha Imana ihita ihinduka inyabyaha akaba ari yo yihana, kandi izi kwihana cyane bikamera nk'igihe cy'umwuzure cyangwa igihe cya Sodomu na Gomora. Ni yo mpamvu ikirindiriye. Ariko muri uko kurindira irampagurutsa nka mwene wabo w'umuhutu, wavutse ntwarwa na byo, wabivukiye mo, mbikurira mo. Irantuma iti rangurura, ubaburire. Uri ijwi ry'imbuzi, none nahindutse n'inkotsa (Ezekiyeli 3: 4-9). Ubisoma abyitondere. Arongera ampa indi misiyo na yo itoroshye. «¹⁰Maze arongera arambwira ati "Mwana w'umuntu, amagambo yanjye yose ngiye kukubwira uyakire mu mutima wawe, kandi uyumvishe amatwi yawe, ¹¹maze ugende usange abo mu bwoko bwawe bajyanywe ari imbohe, uvugane na bo ubabwire uti 'Uku ni ko Umwami Uwiteka avuze', nubwo babyumva n'aho batabyumva.» (Ezekiyeli 3: 10-11).

Mba nshotse amagereza yose yo mu Rwanda ubwo. Niba hari igihe narushye mu buzima bw'uyu muhamagaro, n'icyo gihe cyo kuzenguruka gereza zose kandi ntanguranwa n'igihe, n'ibindi bibazo by'umutekano mucye byari bindi ho. Nti nyamuneka birakomeye igihe cy'Imana cyageze tugire vuba twihane, bati vuga uvuye aho, Inyenzi zaguhaye amafaranga. Ariko ibyo ntibibuza ko haboneka abihana bacye bibavuye ku mutima, nta gihombo Imana ifite humura. Gacaca itagira uw'itinya ibahamagaza umwe umwe ngo bavuge ibyo bakoze n'ibyo babonye, mbega isoni! Mbega ikimwaro! Mbega kubonabona! Kumaramarani umugani w'abarundi.

Impamvu ibi biri mo kuvugwa no kwandika n'uko igihe cyarangiye. Erega Imana iri mo kweza Itorero n'igihugu maye. Kandi yaratangiye ntizasubira inyuma. Kandi u Rwanda rugomba gukoreshwa rudafite inenge wanze ukunze n'iyo hasigara umwe izamwororotsa vuba, kuko igihe cy'umwuzure hasigaye abantu 8 gusa, igihe cya Sodomu na Gomora hasigaye 3. Kandi ntabwo iri bukomeze kwihanganira aya moko yaciye ibintu, yananiranye kwihana no kubabarirana. Imana yo rero isaha yayo nigera izakora ibyayo. Uribajije ngo none se abahutu nibanga kwihana neza bizagenda bite? Igisubizo ni bizagenda uko bizagenda. Uti ese batihannye noneho abatutsi bakababarira byagenda bite? Bikozwe biturutse ku mitima yabo atari ukwiyerururtsa, bakabikora tutabasabye imbabazi, baba badusutse ho amakara yaka ku mutwe nk'uko Ijambo ry'Imana rivuga, ubwo twahanwa kabiri: Igihano cya mbere n'itsembabwoko, icya kabiri ni ukutihana.

Abatutsi baramutse bababariye abahutu barangiza bakihana ibyaha byabo na byo bitoroshye, icyo gihe baba batumye dukatirwa urwo gupfa kabiri. Byaba nka wa wundi wavuze ngo «c'est me tuer deux fois»; byaba ari ukutwica kabiri kandi nta kujurira. Ubu rero kubera kutwanga cyane hari abavuze bati tubigire vuba bapfe wenda twaruhuka ibyo bisimba. Nk'uko hari abahutu twaganiriye mbabwira ko twihannye neza Imana yahana abatutsi vuba. Bahise bihana ariko kugira ngo Imana ihane umututsi. Icyo cyifuzo nacyo nticyemerwa n'amategeko yo mu ijuru, kiri mo ubugome kuko ubabarira aba afite urukundo kandi nta rukundo rwica. N'uwihana nuko.

Abandi bati ese abahutu bihannye, abatutsi bakabima imbabazi? Byamera gute? Ibyo biremewe rwose abahutu baba birwanye ho, abatutsi na bo bakagongwa na ya ngingo ivuga ko n'utababarira nawe utazababarirwa. Wabaza uti ese bitabaye byose tukikomereza amatiku hutu-tutsi byadutwara iki? Igisubizo n'uko isaha y'Imana ni igera kandi iri hafi cyane, nibibura byose, izatubumbira hamwe twese mu bugome, idukubite, ibone uko itubabarira twese. (Abaroma 11: 32). Birayoroheye. Maze ibya nyuma birushe ibya mbere kuba bibi, hasigare 1/3. Ni byo mushaka?

Wabaza uti ese kuki twebwe, tugomba kwihana nk'ubwoko ndetse nk' igihugu? Nti none se hari ahandi habereye itsembabwoko mu bavandimwe ku isi? Nawe reba ibindi byabaye mu Rwanda bitigeze bibera ahandi ku isi; impamvu ni UMUHAMAGARO. Imana idufite ho umugambi ukomeye yaduhise mo nta kundi twabigenza keretse gukora ibyo ishaka.

Aha ndagira ngo nsobanure amahame ya Bibiliya ku byerekeye ibyaha. Ndakoresha uburyo bubiri. Icya mbere ni icyaha kitamenyekanye. Ni mvuga kitamenyekanye ukaba warishe umuntu amaraso ye arakurega asaba guhorerwa kuko agira ijwi; rero icyo ntikiri mo. Icyaha kitamenyekana ukihanira na none mu rwiherero icyo wakoreye ku mugaragaro kihanirwa ku mugaragaro. Ni na yo mpamvu kubera ibyaha nagiye nkora bizwi, aho Imana impereye umuhamagaro yambwiraga ngo nihanire ku mugaragaro, kuko na none byakozwe ku mugaragaro. Byumvikane neza nta kundi wabihindura, sinzi aho itsembabwoko warishyira, ewe no mu bitabo by'amategeko bisanzwe ngo ntaryabaga mo umenya ahari

425

bararishyize mo kubera U Rwanda. Mbese iby'u Rwanda bihora ari sipesiyari, bashyirirwa ho n'Urukiko Sipesiyari rwashyiriwe ho U Rwanda Arusha, amakomisiyo na za Gacaca, n'ibindi birebana n'ubushakashatsi kubera ko biba byabarenze. Nkunze kubivuga ho. Ni ubwenge bw'uburushyi. Ni na cyo cyamenyesheje abazungu ubwenge. Bararushye ntibiyicarira barashakashaka babigera ho. Ubwenge Imana iha umuntu barabukoresheje, umenya ari na yo mpamvu benshi batanayemera. Naho twebwe ho twanga gutekereza tukihamira aho. Iyo urushye ugatekereza bituma ushakashaka, kandi iyo ushatse urabona. Ariko hari icyananiye abazungu kugeza ubu: ibihe byabo biba bikonje cyane babiburiye umuti; maze nawe uti iki? Ntabwo Imana yigeze ibaha ubwo bwenge, ni ubwayo yonyine. Iyo iza kubaha climat nziza, noneho bari gusarira mu byaha neza. N'ubu byarabasajije hari imbeho ikabije nkanswe.

Ngarutse ku ntebe z'ubuyobozi nari nazivuze ho haruguru, reka turebe uko bimeze. Kayibanda yasimbuye ibintu bibi by'abami b'abatutsi ntiyagira icyo akosora, biramusama, ntiyahesha Imana icyubahiro, apfa urupfu rubi rw'agashinyaguro ngo yaryaga ibinyamakuru, ngo hari n'abagombaga kumukubita, no kumushinyagurira. Ntiyahambwa mu cyubahiro, kandi yari umukuru w'igihugu. Nta n'umwe wakopfoye icyo gihe habe n'umuzungu w'umubiligi kandi ngo bamukundaga kubi, kuko ni nabo bari baramushyize ho bamubeshya nk'uko babaye, bahora bakurikiye inyungu zabo, bo gakizwa gusa. Sinumvise na Perraudin uriya musenyeri w'umuswisi wari inshuti ye y'amagara, habe kuvuga yararuciye ararumira.

Kayibanda apfa urupfu ruri hanyuma y'urw'imbwa, kuko imbwa yo bayihamba vuba ngo itazabanukira. Byarambabaje n'ubwo ntawe nari kubibwira, na n'ubu mba numva narwana ariko nta mbaraga mfite. Uwo ni numéro ya mbere upfuye rubi muri Repuburika ya mbere apfana n'abo bayoboranaga hafi ya bose. Ari abagore babo, abana babo, abavandimwe, inshuti, ntibabashyingura mu cyubahiro, bajugunywa nk'imbwa barayoboye u Rwanda muri Repubulika ya mbere.

Itonde nawe se nyine.... Habyarimana aba atangiriye kuri zero izingiye mo amaraso gusa ntiyabimenya, ayikimbagira hejuru atazi ko izamusama ikamusamana na bene wabo. Biba bibaye ibitambo nyabyo, aba yisasiye, anisegura amaraso y'abanyenduga, kugira ngo ibyo bitambo bimukomereze ubwami bwe bwari ku gipimo. Habyarimana yasimbuye ibintu bibi cyane no kurusha ho, bituma nawe akora anakoreshwa bibi no kurusha ho, bimukururira nawe gupfa nabi no kurushaho, yarahiya. Ntarahambwa na n'ubu cyangwa yarahambwe sinabimenya! Rwanda weee! Ibi ni ibiki koko? Mwagiye mubitekereza ho? Ubwo tugize abaperezida b'abagwagasi babiri, bapfanye agahiri n'agahinda. Ariko n'abami ba hafi na bo nuko: Musinga yaguye ku gasi. Na se Rwabugili agwa ku gasi. Rudahigwa agwa ku gasi. Ndahindurwa ubu nandika aracyari ku gasi ko mu ruzerero. Uretse ko igihe cye cyo gutaha cyanageze, nawe agire atahe ye gukomeza kuzerera, ibihagije birahagije. Iri naryo ni ishyano, kuba dufite umwami hanze witwa impunzi, kandi nta bwoba bibatera aba bategeka u Rwanda ubu? Nawe akizwe amaramaze ni`bitaba ibyo azamara agahe gato cyane.

Maze Habyarimana akurikirwa n'amaraso ateye ubwoba kandi yazize kudahesha Imana icyubahiro; cyose yaragitwaye yongeraho n'ibindi tutazi. Ashobora kuba yaranarushije Herodi wa wundi waguye inyo, kuko ntibigeze bamukorera Animation. N'inama imwe y'umutekano yakoresheje gusa, imukora ho, yihaye kumera nk'Imana Rurema. (Ibyakozwe n'Intumwa 12: 20-23). Nabwo habura abahishurirwa, mu bambari be, na ba Musenyeri ntibarabukwa, hari mo n'abari muri «COMITE CENTRAL YA MRND». Buri gihe haba hariho za Komite, Komisiyo, sinzi iyo babikura, bijya gusa, biritiranwa, nta n'umwe ukora ibye, cyeretse guhindura ururimi gusa: Igifaransa n'Icyongereza, n'amazina y'imisozi.

Ndashaka kugusobanurira ibyo utazi: Sindikubwabo ntabarwa nka Perezida kuko Imana yari yarangije gusezerera uwitwa umuhutu ku ngoma nk'uko yari yarabigenje igihe cya Ndahindurwa Jean Baptiste, Kigeri V, isezerera umututsi. Ni na yo mpamvu Sindikubwabo yakoreraga mu kirere, ntibyamubujije ariko kugwa ku gasi ka Kongo-Zayire icyo gihe.

Ariko ntabwo kwitwa Perezida w'u Rwanda ari umukino n'ubwo wabyiyita, wishyize ho, cyangwa bagushyize ho, upfa kwitwa utyo kakaba kakubaye ho. Ukaba wicaye ku munzani utera umwaku kubera ibiba biwuriho byagiye bisimburana. Bikindi Simoni ndamukunda nkamukumbura. Nawe aho yari ari mu nkambi ahita ahimba indirimbo yahise itugeraho vuba, yari ikwiranye n'igihe bari bageze mo ati: «RWIGERE URUMPE». Nyumva bwa mbere yarandyoheye ngira ngo baragarutse koko, ariko ntawe nabibwiye. Yabwiraga abatutsi ko barwigeze ariko ko barubakura mo vuba (u Rwanda) kuko atari urwabo. Sindikubwabo yagombaga nawe kwigera u Rwanda, agahita arutanga. Mama we! Yarutanze nabi arusiga habi. Umenya ataranarwigeze. RWANDA WE!

Bizimungu ntabarwa nka Perezida w'u Rwanda wemewe. Ari mu mateka gusa kuko uriya mwanya n'ubundi wari uwa Kagame, n'uko yajijishije ngo «batagira ngo». Akarongo kari karaciwe ku muhutu kandi ntacyo yari yagakora ngo yiyunge n'Imana yongere kwicara yegamye ku ntebe y'ubutegetsi bw'u Rwanda. Yashyizweho n'abatutsi bashakaga kwerekana ko batarwaniriye ubututsi ahubwo ko bari mu bwiyunge ko twese twari Abanyarwanda. Ahubwo we byari n'ikizira gikabije kubera ko yari n'umushiru. Benshi ntibari bubyumve, cyangwa barabyumva babyirengagize, banakomereke ariko ntibandenganye, kandi nanjye sinabarenganya. Tworoherane

427

rero. Nanjye ntabwo nashakaga kubyandika. Nanjye nabyumvise ntinze kuko nabanzaga kuburana mfite za «KUKI» nyinshi. Dore ko iyo umuntu atumva ibintu aho kugira ngo yitonde abanze abaze anatekereze neza ahita akoresha we ibyo yumva, bityo agatandukana no kumenya.

Umva neza: imyaka 5 Bizimungu yamaze ku butegetsi yaje kuyishyurira na none muri gereza nkuru ya Kigali 1930. Aha ngaha birasaba kumenya uko bigenda iyo umuntu asimbuye undi mu buryo nka buriya, hamaze kuba ibimeze nka biriya, kenshi bikunze gukoreshwa mu izima rya kamere yo kwiyemera, umuntu ngo akumva ibye ari byo kuri. Kudashaka kumenya, kumva ko ibyawe ari byo bizima n'aho Imana yavuga ite, na yo ugashaka kuyirusha.

Mwitonde, jye ibyo mvuga nabyize mu ishuri ry'Imana, ibyo nize bisanzwe si byo nkora, kuko Imana ikunda gucurika ibintu, yo ikurikirana impano yagushyize mo, ni yo ibipanga ntimukajye murenganya abantu. Nta n'ubundi bushakashatsi bumeze nk'ubwanyu nakoze, ni Yesu wantumye, maze Umwuka Wera agasobanura. Ni hatari! Maze nkakubwira ukabyumva, ukabyemera, ukabikora, cyangwa se ukabireka kuko ni uburenganzira bwawe. Natumwe kuvuga no kuburira abantu, sinigeze ntumwa kubemeza kuko si ndi Umwuka Wera. (Yohana 16: 8). Kuri Yesu mfite PHD mu byo nahamagariwe gukora, n'ipeti rikuru, kuko hari intambara nyinshi narwanye nkomerekera no ku rugamba, maze mfite n'inkovu maze nawe uti iki. Wowe ntugire icyo ubivuga ho kuko ntubizi. Ndi officier mukuru mu ngabo z'Uwiteka zirwanira mu isi, kandi Uwiteka mu Mazina ye hariho aho yitwa JEHOVAH SABAOTH bivuga ngo ni UWITEKA NYIRINGABO. Ni we Mugaba mukuru w'ingabo ze. Kandi mfite n'intwaro z'intambara nkura mu Abefeso 6: 12-18. Ngaho re, wabona n'ibi na byo tubipfuye.

Kuko mfite ipeti rye rikuru mugatangira no kumbaza promotion ari iya kangahe? Mukanavuga ko hari ababiri inyuma ari na bo bampa ibikoresho. Rero ntiwiteranye utazabigwa mo. Uko Bizimungu yavuyeho bigaragaza ko yashyizweho n'ubumwe bubanziriza ubwiyunge koko. Kuvuga ko yahunze, agasanga FPR bagakorana: barakoranye nyine baranakundanye babeshyana akanya gato kubera impamvu z'imibabaro n'inyungu za bamwe, bahuza n'ibitekerezo ndetse baranatahana, n'ibindi uzi jye ntazi byababuzaga bikabakundanisha ubishyire ho, ntugire icyo usiga. Ndibuka ukuntu namwishyize mo avugira kuri RFI ku wa 2/10/90. Avuga ngo ntibashobora kwlhanganira «un régime pourri, un regime familial». Radiyo nari ngiye kuyimena. Ariko nyuma aho abereye Perezida numva basi ubwo ari umuhutu ntacyo.

Ariko nari ntaramenya ibyo ari byo, ntazi uruzaba. Ndabyemeye byose kuko ni byo, ndetse hari n'abandi bahutu bafatanije na bo ariko Imana yari yarangije guca akarongo ku ngoma mputu. Biriya byo kuba Perezida ni byo nita kuremekanya, bifite indi dossier mu ijuru bidafite aho bihuriye. Byitwa ubwiyunge bucuritse, gusaranganya, iringaniza, byitwa «batagira ngo» (abazungu). Nawe imyaka 5 yamaze ku ngoma yayishyuriye muri gereza, hagombaga kugira ikimugaragaza ho gutandukira. Ibyo bapfuye nta gaciro bihabwa, buriya ni agasuzuguro. Kuko si ukuba umuhutu gusa byongeye ho kuba umukiga w'umushiru byamwamburaga ubutegetsi ako kanya. Ubwoko bwawe bwakora itsembabwoko, kandi mwibuke ni bo bari ku butegetsi igihe cy'ingoma ya Habyarimana, warangiza ngo ubaye Perezida nta kindi kibaye? Nta n'uwihannye n'umwe? Nawe ntiyigeze akoresha umwanya yari ari mo ngo yihane, kandi byari kugabanya imbaraga z'ibirego bya Satani. Ubwo si ugushinyagura koko? Kandi ku mpande zombi. Ariko ntabwo Imana yari ibyitaye ho, yo yireberaga umututsi utashye, warushye w'umugome kubera imiruho, urakaye cyane wigarukiye ku gipimo cye cya 2, umwuzukuruza, umwuzukuru cyangwa umwana wa ba bandi bo muri 1959. Rero wabyanga wabyemera, Kagame ni we Imana yari ihanze amaso na n'ubu ni we iyahanze. Umwana wa ba bandi abahutu (ba data) birukanye muri 1959 ni we Imana yashakaga ngo apimwe nawe. Wenda bari bashyizeho umuhutu ngo bigaragare neza ariko wapi!

Abantu bati ni agakingirizo harategeka Kagame yewe. Ahubwo na Minisitiri w'intebe nawe ni umuhutu na n'ubu ni ko bikimeze, hari mo n'abandi bahutu benshi mu butegetsi ariko abatutsi ni bo bari ku gipimo. Nkunda imiterere «caractère» ya Bizimungu, ni umwihanduzacumu. Iyo aza kuba umuvugabutumwa yari guhangana n'Abafarisayo, n'Abasadukayo. Ni icyihebe kabisa. Igihe ashinga ishyaka nabuze aho nkwirwa. «PDR UBUYANJA» ni nka «RWIGERE URUMPE» ya BIKINDI. Umva neza ko ari umututsi wari ugeze igihe cyo gupimwa ari na cyo gipimo cya nyuma cy'Imana ku Rwanda ku birebana n'ubutegetsi, n'amoko. Ube uretse kwibaza byinshi udacanganyikirwa utarumva ibindi. Kandi umvaneho amenshi. N'iyo Kagame yashyira abahutu bose mu buyobozi bwite bwa Leta yiyita iy'Ubumwe, ntacyo byahindura ku gipimo cya bene wabo, no ku gipimo cye bwite.

Yesu arashaka Intebe y'icyubahiro mu Rwanda ku neza, arashaka ubuyobozi ni byanga azabufata ku ngufu. We ntawe ujya yiyumva ngo arwane nawe n'uwagerageje cyera mu ijuru witwaga Lucifeli, Malayika ni we wamukubise incuro. Arashaka u Rwanda aruhawe n'abatutsi. Jye nzi impamvu ariko wowe ntuyizi. Aba batutsi bagomba guha Yesu u Rwanda cyangwa bakibonanira. Ariko baranyura hehe ko inzira abahutu bayifunze? None na bene wabo bashwanye batangiye kubabambira. Ko mbona hari ikibambiye ubu butegetsi bwa FPR. Arakina yerekeza mu rihe zamu Paulo Kagame, ko ndeba n'abakinnyi b'ikipe ye batuzuye. Benshi bahawe amakarita y'umutuku. Kandi umutoza ari we Paulo ndabona asa n'unaniwe cyane. Yatangiye gupanga abakinnyi mu myanya itari iyabo.

Ararushye, yatsinze ibitego byinshi biri mo amakosa, none FIFA yasubije DVD inyuma muri «ralentie» ihita ibona ibitego byose yatsinze hari mo amanyanga menshi, none ngo ntabwo ishobora kubyihanganira.

Hari mo ama «hors jeux» menshi, aho batsindishije ibitego intoki, aho arbitre atigeze asifura amakosa kubera ubwoba na ka ruswa gatubutse, n'ibindi... Umva neza: Kagame yasimbuye Habyarimana ni we wakuyeho ibye. Bizimungu ntiyemerwa kuko abahutu bari basezerewe. Wambaza uti: ese nta muhutu uzongera kuba umutegetsi mukuru w'u Rwanda? Nkagusubiza ko Imana ari yo ibizi ko ariko kiriya gihe yari yasezerewe. Ni na yo mpamvu biriya byo kuremekanya nta kunyurwa kuri mo. Iteka bavugaga ko ari agakingirizo nawe akumva ari ko, kuko mu by'ukuri imbaraga zari kuri Kagame kuko ni we Imana yabonaga na n'ubu ikibona nk'umwami (ubu nandika). Arasabwa guca bugufi agashyira Yesu hejuru ariko biramukomereye. Kandi nkubwire ko mu mvugo y'Imana nta Repubulika ibaho, nta Perezida ubaho, nta matora nta demokarasi, nta nyamwinshi. Ibyo byazanywe n'abazanye demokarasi, iyi na yo ku Mana ntikoreshwa hakoreshwa Tewokarasi. Imana ntigendana n'amatora.

Ntugire ibindi umpimbira, ni utabyumva ntundenganye nawe ntiwirenganye, icyo utazi urakibaza, wakibaza ukakimenya, wakimenya ukabona kugikora. Kandi ntugapfe guhubuka ni utonekara, ujye uhuha ho wihangane, ntukishyire mo abantu bose wibwira ko bagutoneka, bizagera aho icyo gisebe gisyonyoke hajyeho umuti ntuzongera kuvuza induru. Ubwami bwose bwo mu Rwanda buba ku gipimo. Ndetse uhereye igihe Ijambo ry'Imana ryatangiye kugera mu Rwanda, umva neza, ni na cyo gihe Imana yatangiye kubyitaho cyane kuko ubundi twiberaga aho nta tandukaniro, twese twari mu bigirwamana gusa. Ariko wibuke buriya bubyutse bwa mbere muri za 1930 na kangahe, bwari umusogongero. Ntitwamenye ko Imana yatangiye kutubarira nk'abayizi, no kuducira amarenga y'ibiri imbere, ahubwo twakomeje kunyuranya na yo. Kuva Ivanjiri ije mu Rwanda, kuva mu baporoso b'i Gahini havuye ububyutse maze Satani akabutwiba, kuva aho aya madini yandi asesekariye, za Baptiste, Méthodiste, EAR, Ab'Umunsi wa 7, ADEPR, ntabwo nibagiwe papa wayo yose ari we Gatulika, umenya ari nawe wabanje kugera mu Rwanda mbere. N'aho ADEPR iziye yuzuye umwuka ikanahanura, ikanerekwa, ikanarota, na yo yasamwe n'ibyasamye abandi, kuko ntawe uharenga. Kugeza aho inzaduka ziziye, abana n'abuzukuru ba bandi bo muri 1959 na bo baje bazi Imana banayikorera iyo babaga mu mahanga barayishatse kubera imiruho n'imihati irabumva baraza, kandi bari barabisengeye cyane. Baraza ngo bapimwe. Buri gahunda yose yari ku gipimo kandi byose bigenda bibona amanota makeya ndeke kuvuga zéro mudatangara mukavuga ko nkabya. Na n'ubu Imana ntiranyurwa ahubwo irushaho kurakara. Buri bwami bwose bwo mu Rwanda buba buri ku gipimo ariko ntibabizi. Ni yo mpamvu kuri Kagame nagerageje kubwira abakozi biyita ab'Imana batorewe imirimo ya za Alitari zabo, nti ni muze twezwe, dutabare tweze igihugu cyacu, tweze intebe z'ubuyobozi cyane. Barabisuzugura ngo biba bivuzwe n'igipinga cyahahamutse gishaka kugarura MRND na CDR, none imyaka 18 irenga nta kirakorwa. Byaranakabije Imana iteza ubwega, nandikira Perezida Kagame uwemerewe muri iki gihe ko yicara ku ntebe y'ubwami y'u Rwanda.

Kagame Paul naramwandikiye ariko mu by'ukuri bisa nk'aho ntacyo byatanze. Bashobora kuba baramubwiye ko nacanganyikiwe, nshonje, ntabyiteho, cyangwa se yagize akazi kenshi, yabaye very busy. Ariko ntazakomeza kuba very busy, azashyira ansubize. Bene Data baranyijunditse maze nkura mo abanzi benshi ngo navuze ko ntacyo bakoze, kandi ntacyo koko, maze bata igihe muri ibyo, birengagiza iby'ingenzi baterera agati mu ryinyo, bakomeza gahunda zabo. Ngo ni iby'umusazi, ngo u Rwanda ni amahoro n'amajyambere, n'ubumwe bubanziriza ubwiyunge, n'amata n'ubuki bivanze n'amaraso, ngo bageze i Kanani. Byose barabigotomera na n'ubu baracyabinywa n'ubwo biri mo impagarara bwose ariko bazabiruka.

Leta yiyita iy'ubumwe na yo biyishobeye yikorera ibyayo iharanira no gukora byinshi kandi byiza, kugeza aho isi yose itangara. Ikoranabuhanga rihanitse, isuku, uturima tw'igikoni, udusozi ndatwa, imirenge y'ibyitegererezo, ubudehe, gira inka, mutuel de santé, intore za Rucagu Boniface w'inshuti yanjye ariko jye sinshobora kuba intore n'iyo yacengeza amatwara gute. Ndi intore y'Umwami wanjye Yesu Kristo wankunze ntamuzi, kandi arampagije. Maze bakomeza no kubona ibikombe mu nzego hafi zose, ku buryo tumenyereye ko buri gihe uko Perezida Kagame agize aho atarabukira atahana igikombe. Ariko ubu ntabwo agikunze kugenda sinzi uko abaye. N'umudamu we bikaba uko.

Ariko ibi byose ni amashyengo imbere y'Imana ndetse bishobora kuba bitera Yesu agahinda bigatera Imana Se umujinya, Umwuka Wera we ahora aniha iminiho. U Rwanda rwuzuye mo amaraso atabaza cyeretse Itorero rigiye hamwe nk'umuntu umwe (Ezekiyeli 22: 30). Ngukuriye inzira ku murima wowe wirirwa uvuga ko uhagaze mu cyuho uri umwe ngo nk'uko Bibiliya ivuga umuntu umwe. Mujye mubanza muhishurirwe mbere yo kuvuga ibyo mutazi, mujye mwirinda guhengamira ku byo mwifuza. Mwitondere iby'Umwuka. Bishaka kuvuga abahuje mu Mwuka bari hamwe mu bumwe bameze nk'umuntu umwe. Kuko na kiriya gihe yavuze ko yamubuze, Ezekiyeli yari ahari. Itonde rero ba uretse kuzura Umwuka cyane kandi ntabwo urusha Ezekiyeli gukiranuka.

UKO BASIMBURANA:

- Kayibanda yasimbuye ingoma ya Cyami, Gihake na Gikolonize.

- Habyarimana yasimbuye ingoma ya Kayibanda.
- Kagame yasimbuye ingoma ya Habyarimana, nawe ugende upanga abo uzi bagiye basimbura abandi ku ntebe. Reka nze ntangire ngufashe ubyumve neza, nawe ba ureba intebe wicaye ho, kandi ntuhahamuke, ba uretse.
- Mme Kagame Nyiramongi Jeannette yasimbuye Mme Agatha Kanziga Habyarimana.

Iri simburana rirakomeye ni iryo kwitondera. Ni ikoni ribi mu mateka. Nawe komeza upange, kandi utuje, ntawe uguhagaze hejuru, banza utekereze neza, ntuhubuke utabivanga, humura nta maneko uhari. Buriya Makuza Premier Minister yari yarasimbuye Mouvement,MRND, Habimana Bonaventure.

Hari umudamu umwe mu bayoboye iriya Minisiteri y'abagore twaganiriye ndamubwira nti: Erega irwaneho na ho ubundi wicaye ku ntebe ya Nyirasafari na Nyiramasuhuko, n'uri ho nawe yumvire aha, yisengere cyangwa yake inkunga y'amasengesho.

Ubu nkosora iki gitabo uwari ari kuri iriya ntebe ni Inyumba Aloyisia witabye Imana taliki 6/12/2012 . Yari yagiye kuri uriya mwanya asimbuye umuhutukazi Mujawamariya Jeanne d'Arc, wasimbuye Nyirahabineza Valeriya, niba uyu nawe yarasimbuye Angelina Muganza, hanyuma uyu nawe akaba yarasimbuye Inyumba na none? Inyumba yasubiye kuri iriya ntebe kabiri ate? Hari ibyo mwibukira ho. Akiriho nari narasabye Imana ngo izamwihishurire, kandi imubabarire nk'uko imbabazi zayo nyinshi ziri kuko nari mufitiye umutwaro.

Ikintu cyitonderwa cyane ni iriya MVK yari ifitwe na Kirabo Kakira. Ubu nkosora yahawe Fidele Ndayisaba w'umusirimu. Buri wese wagiye ayobora uyu Mujyi aravumwa, asiga ibisebe mu bantu (urwibutso, inkuru mbi). Roza Kabuye bamwitiriye imidugudu babanje kuyanga baravugaaa!Baravumaaa! Yaje kugerwa ho n'imanza ajya kuburana mu Bufaransa. None ubu sinzi ibye. Aheruka guteza akaduruvayo mu mujyi wa Kigali bavuga ngo turashaka Roza wacu.

Mutsindashyaka ahinduka Mutsinda-mazu. Ubu ndi mo gukosora yarafunguwe, yari afungiye muri gereza nkuru ya Kigali, afunganwe kandi na Bwana Kabandana Mariko nawe wigeze kuyobora Umujyi wa Kigali. Nawe urebe abandi. Kirabo yatangiye bimeze nabi, habanje affaire ya za moto maze abapfakazi baramuhenera bavuga ngo nawe azumve azabone. None haje gusenya amazu kandi noneho bitari ukujenjeka. Twigeze kujya kumureba n'undi mudamu bari baziranye ngo yakoranye n'umugabo we, maze atubonye ati «ubu mvuye mu nama kandi kuva ejo sindasinzira», ati mugende nzabahamagara. Yakomeje kuba very busy na n'ubu ntaraduhamagara, kandi nari mfite message yari kumurwana ho. Kandi nari kumusengera maze

432

ntasohoke mu binyamakuru iminsi mike yakurikiyeho igihe bajyaga bamusohora mo buri gihe ngo asambana na ba Musoni bombi. Ibya Ndayisaba ntiturabimenya neza. Na byo biraje ntibizatinda.

Nari nanibagiwe Musoni Protazi umenya nawe yarayoboye ho MVK. Impamvu si uko ari bo bonyine bakora nabi kuko rwose hagomba amajyambere kandi koko abaturage hari igihe bakabya nabo baba bashonje Ariko ntibikuraho ko imivumo y'abasenyewe ifata n'ubwo baba barabyubatse mu mafuti nyuma y'igishushanyo mbonera cy'umujyi cyakozwe na Singapour.

Ikibitera ni akavuyo k'imyuka ya hariya ibasama. Ni imyuka ihari y'imizimu yahasigaye, n'imandwa zahashinze imizi, ni uruhererekane rwa za Nyabingi bahubakiye bahatongera ko uzahagera wese uretse bo azahita amererwa nabi, kuko cyera yari Perezidansi ya Repuburika. Hatangiwe ibitambo byinshi, hari mo n'iby'abantu. Wowe ukomeje kuvuga ko wasenze bikava ho? Ndayizi. Iriya MVK, rimwe nigeze kwirirwa yo, ndara yo kandi sinkubwira impamvu.

None rero ngo wajyaho ugapfa kwicara gusa ngo urayoboye, ngo «Njyanama yabyemeje»? Maze ukanicara aho Habyarimana yicaraga, undi aho Sagatwa yicaraga n'abandi. Rahira ko bamwe bahakora batajya barwara imitwe idakira kandi n'abana babo bagahora kwa muganga.

Rahira ko abagabo badashwana n'abagore babo n'abagore bagashwana n'abagabo babo. Wambwira ngo biri hose, ariko ba uretse gusubiza ubanze utekereze neza, kuko ibyo nkubwira n'ukuri. Hari n'indi myuka... Reka yo nyihorere kuko utangiye impaka. Ahubwo kuba badasara barakomera. Buri gihe hagomba kuvuga induru. Igihe cya Kabandana navuze yo ubutumwa mbabwira ko bagomba kuheza. Ubu nkosora iki gitabo bwa nyuma arafunze. Kandi mwitondere n'imirimo y'ibibanza na yo iri mo abazimu benshi ni yo mpamvu biteza akaduruvayo. N'ahandi witonze wahasanga imiziro yaho. Ibibanza bitera inzangano na ruswa nyinshi ntubizi se? Wagira ngo haba mo ibisazi, hari n'ibigo benda kwicanira bakarogana, bakabirwanira, abantu bakahatesekera bagafungishanya.

Igihe bagurisha (privatiser) Electrogaz naratakambye nti ntawe ugurisha amazi n'umuriro ariho umuhamagaro ngo abyihere amahanga (Abadage), ni nko gutanga umwuka n'umutima n'amaraso. Bati ariko kuki wanga amajyambere na Vision 20/20 ? Uri inyanga Leta, uri MRND na CDR na FDLR na FOCA. Nti wapi muragurisha amazi n'umuriro birapfa. Bati: tais-toi. Igipinga gusa!.

Mbere yaho nari narababwiye nti mwitondere amazi n'umuriro, hari ibyo babikoreye ho. Bati uri IGIPINGAMIZI. Nti sawa muzaba murarora. Hatangiye ikibazo cy'umuriro abo twabivuganye baribuka, ariko ntacyo babikora ho kuko iki ni igihe cya PRIVATISATION, kwegurira ibigo bya Leta abikorera ku giti cyabo. Ubu numvise ko noneho bagurishije Electrogaz, ndetse ngo bayihinduye ,ngo isigaye yitwa EWSA (Energy, Water and Sanitation Authority). Birabe ibyuya rero. Hari n'abampunga kugira ngo ntasubira mu byo nababwiye byamaze kuba. Niba nta gikozwe mutegereze n'ibindi na byo biraje.

Erega ndi umuhanuzi! Reka mvuge nka wa muhanuzi Amosi wahanuye benda kumwica bavuga amagambo, ageze aho arababwira ati ariko murampora iki? Nari umushumba ndagira inka, maze Uwiteka aransanga arambwira ngo ni mpanurire Isirayeli, arambwira ngo tangira guhanurira ubwoko bwanjye Isirayeli, murampora iki koko ko atari jye wabiteye. Jye se hari ibyo nasabye? Ntiyambwiye ngo anshyiriye ho kuba umuhanuzikazi uhanurira amahanga? Nakwanga nte? Mwamubajije impamvu nanjye nkamenyera ho icyatumye angenza atya?

Reba uwo wasimbuye ku ntebe ibyo yakoraga ni uteza (kweza) iyo ntebe nawe uzakora nk'ibye, cyangwa umurushe. Nkubwire ngeze hehe? Byakunda ko izi ntebe z'abategetsi b'u Rwanda zezwa, ba nyirazo bakabanza kwera. Ariko ntabwo nabikora jyenyine kandi uruhare rwanjye ahanini ni ukuvuga. Kandi baranavuze ngo nta cyiza cyava ku muhutu.

Byarambabaje mpita mbwira Imana ngo ikore ibyo ishaka. Kuko nta yandi mikoro Imana yampaye wenda na byo bizagerwa ho. Inshyire ku rwego rwo kumvirwa, impe n'amavuta agendana na rwo. Ba Nyakubahwa ku mpande zombi abo mu Mwuka n'abo mu mubiri ni baramuka babyemeye bazambwira mbibayobore mo. Nta muntu n'umwe wanyobora muri iki gikorwa, kirazira. Ariko ngo umenya bakwemera bagapfa aho kugira ngo mbibayobore mo. Noneho jye nemere ko babikora bakabinyobora mo? Kuko ngo nta bantu benshi bandi inyuma.

Ubu nkosora bwa nyuma ndi mu kababaro gakomeye gatewe n'abantu bishyizeho ngo biyemeje gukiza igihugu, mbabwira ibyo gukorwa, barabanza bankura muri gahunda, ngo abe ari bo babikora neza. Babizana mo n'abanyamadini benshi ngo babone uko beza FPR igipinga kidahari. Byarabanje birambabaza, ndetse mbyibaza ho cyane ngahora mpangayitse numva bazabyica.

Koko rero ubu nkosora barabikoze barabyica cyane. Bakoze ibirori, baranagaragara ariko ntacyo byabwiye Imana, ahubwo bishobora kuba byararushije ho kuyirakaza. Mu by'ukuri nashimye Imana ukuntu babinyirukanye mo. Kuko iyo mbiba mo Imana iba yarangayanye na bo. Kugira ngo bigende neza ahari, cyeretse rero hari itegeko rituyutse kwa afandi mukuru nyir'izina akabibategeka kuko baramutinya cyane, bapfa kubikora ariko ntacyo byamara bitabaturutse ku mutima. Cyangwa se bagatinya MINALOC kuko banze yabima ibyangombwa; cyangwa se chef wa polisi bahita bemera kuko batinya gufungwa, wenda hakajyaho nk'itegeko rivuga ko utazitabira iyo mihango bazamwambura icyangombwa cy'idini ye cyitwa «ubuzima gatozi», ngo ni amashyirahamwe adaharanira inyungu? Narabihinduye ni: amashyirahamwe aharanira inyungu zabo bwite, ubutaha nibatisubiraho nzavuga ibindi. Nzi aho icyo gikorwa cyatangirira n'aho cyaherukira, byahera hahandi banga cyane:

- Abahutu kwihana itsembabwoko no kubabarira abatutsi.
- Abatutsi kubabarira no kwihanira abahutu ibyabo.
- Idini ryiyita Itorero kwihana ko ntacyo ryakoze (birakomeye kuko ngo barakoze cyane), kuva mbere ya 1994 na nyuma yaho.

Aha hari umuzi washoye cyane, Satani ni we ufite umutwe wawo ikuzimu. Haragomba izindi mbaraga zo kuwurandura udacitse mo kabiri, kuko ushobora no kuguduka maze ibya nyuma bikarusha ibya mbere kuba bibi. Kweza intebe z'ubuyobozi, twese nk' igihugu kwihanira Imana, Kagame akambura u Rwanda Satani kuko rwatanzwe n'abamubanjirije nawe aje yongeraho ibye bifatanya n'ibyo yari asanze kumusama.

Twibuke ibyo nababwiye na wa munyekongo akaryunga mo muri Full Gospel, maze mukabyirengagiza. Ariko muzi kwirengagiza ye! Muzageza hehe? Buri gihe ngo biba ari ibya wa musazi. Nyamara dukoze ibi bintu nta kibura mo twasugira tugasagamba, ububyutse bwaza, Umwana w'Imana agahabwa icyubahiro tumwumviye atacyihaye ku ngufu. Naho ubundi se twajya duhora tumubeshyabeshya, mu buryarya, turenza ho, buri wese afite uko abyumva, twazahereza hehe? Kandi cyaba ari igikorwa cy'ubutwari cyo guca bugufi tukemera ubuyobozi bw'Imana gusa, maze Kagame agaha u Rwanda Yesu Kristo Umwami. Ni nde wazongera kutuvuga se ko Imana ari yo yajya iturengera ikarwana n'abaturwanya. Ariko ubu turakirwanirira gusa na yo ikatwihorera kubera ibihe. Kandi tugomba no kwihitira mo. Hari ikindi: Imana izi cyane ukuntu Kagame yaruhijwe no gutaha (ni we ubizi). Imana na yo izi cyane ukuntu abatutsi batashye bayobowe na Kagame bagataha barwana. Benshi barapfuye, ndetse na Mose wabo «Rwigema» ntiyahageze ahubwo bahinjijwe na Yosuwa Kagame, umurwanyi kabuhariwe wabisigiwe, n'ubwo bavuga ngo ntiyarwanye, ngo azi kuneka gusa, ariko ni we wabacyuye, ntiwamukura mo.

Imana ibana nawe kuko ari we wari warateguriwe icyo gikorwa (ntumbaze byinshi). Mbega umuruho! Ntaho byahuriye n'iby'abamubanjirije bose; yararushye aruhana n'izindi Nkotanyi zabyiyemeje. Ariko zimwe zaruhiye ubusa ni ko bigenda. Mu Rwanda, bararusiribanga bagasiribanga n'abatuye igihugu (Yesaya 18).

Igihe cy'abami na bwo hari gahunda yari yarashyizwe ho. Abiru ni bo batoranyaga umwami. Igihe cyabo, habaga mo amanyanga ateye ubwoba, abantu bakahagwa. Ngo habagaho n'abavukanye imbuto. Ibinyoma gusa! Birirwaga bakararana n'imandwa bazibaza ubusa, bakarogana mu bwenge bwa gipfura, bakangana bagahishanya kubera ikinyabupfura, bagakora ubugome mu kinyabupfura, maze bigeze kuri Kigeri wa 5 Imana irabihaga, irabyubika.

Kayibanda yafashijwe na Perraudin, na Kiliziya Gatulika kugeza n'ubu yitwa igihangange, kugeza igihe Yesu azagarukira bakabonana. Kubera ubutunzi n'imbaraga byayo, yashyiriye Kayibanda ubutegetsi ku isahane ahita arya atarushye ibyo yari kuzaryora.

Habyarimana yari Minisitiri w'ingabo igihe cye, ari hamwe na bene wabo b'abakiga na bo bashakaga kumva uko ubutegetsi bw'u Rwanda bumera. Maze bikoza kwa Kayibanda ngo mu nama y'umutekano, dore ko iteka hagomba kuba inama z'imitekano, hariya hitwa Jari Club, ubu ni ko hitwa sinzi uko hazitwa ubutaha kuko hahora hahindura izina buri uko Perezida ahindutse. Icyo gihe hitwaga HOTEL DU 5 JUILLET, hari kwa Kayibanda mu rugo, na ho hari abazimu baho bihariye. Ni ho twajyaga tunywera inzoga twidagadura ntawe uduhagaze hejuru, dufite umurengwe wapakira isi ntihaguruke, tutazi uruzaba.

Ku wa 5 Nyakanga, icyo gihe mu gicuku ni ho biyamiriye ngo U Rwanda rwari ruguye mu rwobo rurerure noneho ngo Habyarimana na Komite y'ubumwe n'amahoro «Comite pour la Paix et l'Unité Nationale» barukura mo. Baba biganzuye Abanyenduga batyo ariko ingaruka ziba mbi cyane.

Nta cyagoye Habyarimana uretse ahari gutera intambwe akagera kuri Etat Major harya imbere. Maze undi ntavuze akajya kuri Radio gutanga itangazo mu ndimi ebyiri yavugaga neza. Maze Habyarimana nawe ati «Twanze amatiku n'inzangano n'ubwikanyize bw'akarere kamwe, kihaye gukandamiza ab'ahandi nk'aho nta gaciro bagira, n'ibindi...... ngaho reba disikuru yo ku wa 5/7/1973. Niba ntabyo ufite ntuyinsabe dore ko mutagira isoni.

N'uko hatangira igikorwa cy'ubugome ndengakamere cyo kwica abanyenduga urubozo, abanyenduga bize, abanyagitarama cyane cyane. Ibi byo Habyarimana yari abizi rwose bari batari bamurusha imbaraga. Niba hari abakomoka kuri Lizinde na Biseruka, ba Cyarahane na ba Butsitsi, Sembagare, ba Sukiranya, n'abandi bagiye bayobora amagereza cyane cyane iya Gisenyi na Gehinomu yo mu Ruhengeri, bagire vuba bigirire neza kuko ntibazabiva mo. Bihane ibyaha ba se bakoreye abanyenduga. Abo ni bo mvuze ariko hari n'abana b'abandi cyangwa abagore babo, cyangwa abuzukuru, cyeretse nkoze urutonde kandi si cyo kigenderewa. Impamvu ya ba Lizinde na Biseruka n'uko batakoze itsembabwoko kuko bari

436

barasanze FPR, kandi ntabwo bibahindura abere. Abandi bari barapfuye. Aha ngaha ndavuga Rizinde na Biseruka, ibyo ntabwo bikuraho dossier y'abanya Gitarama imbere yabo ntabwo bibahindura abere.

Bivuga ko inzigo hagati y'abakiga n'abanyenduga, na yo ifite ibiro kandi igomba kwihanwa na yo ikava mu nzira. Bongeye guhuzwa n'ibyiswe bya hutu power (ubwoko). Bahujwe n'imizimu ya hutu, n'imyuka ya politiki-hutu, ariko inzigo iracyahari, ntaho yagiye.. Rizinde we yarapfuye agwa ku gasi ka Kenya. Ubu nandika harabwirwa abo mu muryango we basigaye ni batihana bazaba bararora. Erega ni ko abantu baburirwa bakabihindura amatiku na politiki, kandi ari byo byabarengera, kugira ngo umuryango utazazima burundu kubera amaraso y'abanyagitarama n'abandi banyenduga. Biseruka we aracyariho ubu nandika ibi. Ashatse yatangira, cyangwa yarihannye asaba imbabazi imiryango y'abanyagitarama sinabimenya. Ariko bigomba kumenywa n'abari babizi bose kuko ibyaha byakozwe ku mugaragaro, cyeretse nawe avuze ko ntabyo azi ko abanyagitarama bapfuye bose bazize indwara yitwa beriberi. Binyibutsa Compaoré amaze kwica Thomas Sankara maze muganga yandika attestation de décès ngo Sankara yazize urupfu rusanzwe «mort naturelle». Politiki y'isi iragatsindwa n'Imana. Numvise mbabaye na n'ubu umenya ntaramubabarira, ariko ndabishaka.

Iyo mvuze gutya mba numva mbabara kuko na bo mbakunda, n'ubu kandi nkibakunda. Numva babaho neza, ntibazazime burundu. Ariko kubera igikomere abakiga bari bafite cyo gusuzugurwa ngo n'abanyenduga, dore ko ngo iby'i Rwanda byose byanga agasuzuguro, na bo bumvise babiganzura, ndetse nabi. Ntabwo ari kuriya umunyabwenge yiganzura uwo yita umwanzi, kuko kwica uwo wikanga cyangwa wanga, cyangwa utinya, ni wowe uba ugaragaje ubwoba bw'ububwa (lâcheté), ubwoba no kutiyizera, kuko ubundi uramutse uri umugabo nya mugabo wamureka akabaho ukamwereka ubugabo bwawe, bose babireba, nawe akabireba. Na none se ko uba umwishe ntazarebe gukomera kwawe, aho si wowe uba uri mu makosa? Biba bimaze iki? Bwoba we!

Ba bwoba ni benshi. Ariko babiganzura nabi bakibagirwa ko byanze bikunze na bo bazapfa. Maze bagatangira kurara mu mamodoka cyangwa hanze cyangwa mu ndaki. Kuko icyo ubiba wanze ukunze uzagisarura, kandi kugeza ubu, mu bushakashatsi ntawe uratsinda urupfu, uretse umwe gusa ari we Umwami wanjye Yesu Kristo, ni we wapfuye aranazuka. Hari ikintu nita igikorwa «cy'ububwa»: ni iyo hari umuntu uwo ari we wese ukangisha undi gupfa, cyangwa se kumwica akanamwica koko. Nta n'ubwo yakwitwa imbwa kuko imbwa yo iranamoka ikarinda urugo, ikunze no kudahemukira shebuja. Nta n'ubwo yica izindi mbwa zene wazo ngo kuko izikanga. N'iyo hari iyo birakaranije zirarwana bikarangira.

Cyera iwacu twari dufite imbwa ebyiri: imwe yitwaga Barutumwanzi, indi ikitwa Baryanintuntu. Bisa na wa wundi wavuze ngo «ngaye imbwa izansanga yo» (mu kuzimu). Kandi ubundi ngo habaho imbwa eshatu: iya mbere ni: «ISABA UWO YIMYE», iya kabiri ni «IYIMA UWAYIHAYE», iya gatatu ni «ISANZWE IMOKA».

Hashobora kuba hari n'ayandi moko y'imbwa, ariko ayo ni yo nari nzi. Ariko hari n'indi nihimbiye ari yo ya 4: igambana cyangwa igateranya inshuti n'abavandimwe. Bivuga ngo kugira ngo ukomeze ube umugabo wemerwe nanjye nkwemere, ugomba gukora ibishoboka byose, ugakoresha ubwenge bwose ndetse na ICT bibaye ngombwa maze ntuzapfe.

Kugeza ubu nta bushakashatsi bw'umwana w'umuntu bwari bwakuraho urupfu, ikoranabuhanga ntiryari ryahageza nta n'ubwo rizahageza, n'iryo mu Rwanda wapi. Yesu wenyine ni we warutsinze igihe yapfaga, agahambwa, akazuka. Erega iby'u Rwanda ni insobe! Ni ibikomere gusa kuko benshi ndabazi. N'abazungu bananiwe guhagarika ubukonje bukabije bw'iwabo. Abo muri Repubulika ya kabiri benshi muri bo twari tuziranye, ntacyo bambeshya. Nasangiye na bo, twaraganiriye cyangwa imiryango yabo benshi bari inshuti zange, twagiranye ibihe byiza, menya byinshi. Lizinde we hari na dossier, itari mo ubugome cyangwa ubwicanyi, twakoranye ngitangira gukorera amafaranga. Uramenye ma! Na mbere yo gufatwa kwe saa sita y'uwo munsi yari yampaye igitabo cye yise: «LA DECOUVERTE DE KALINGA OU LA FIN D'UN MYTHE». Ariko Satani yarabisiribanze byose. Ngire nte se ko twajwe mo. Iyo mvuga ibi numva agahinda ngatekereza urwo bapfuye, n'ukuntu abagihumeka, abakiriho ubu, badashaka kwihana, n'ukuntu buzuye urwango, nkumva ikintu. Umwe yigeze kumbwira tuvuye Kongo-Zayire atahutse, n'igihe nacyo cyanduhije cyane, maze arambwira ati «ushobora gukunda umuntu ukabura uko umukunda kubera ibyaha bye, kandi ushobora no kwanga umuntu ukabura uko umwanga kubera ineza akugiriye». Ibyo yarabivugiye ko batashye bazi ko Inyenzi zizabica nyuma ntibapfa, kandi hari mo abari barishe abatutsi.

Reka ngaruke kuri Kagame: Mose w'abatutsi b'impunzi, ari we Rwigema, ni urugero kandi nciye bugufi, yapfuye vuba cyane bituma n'Abayisirayeli, Inkotanyi, narwo ni urugero kandi nciye bugufi, basubira inyuma bacika intege, ndetse na ba Aroni na ba Miriyamu na bo baguye mu butayu, maze Abayisirayeli basa n'abatsinzwe. Ariko byari mu mugambi w'Imana.

Rwigema wari wanditswe ho ubukenya ntiyari kubasha guhangana n'imizimu yo mu Rwanda y'intagondwa. Yari afite uko yari ateye bitari kumwemerera kuba ho. Ngo yari umunyamahoro w'umunyampuhwe, yakundaga ibipara no kuganira. Akagira igikundiro byahebuje. Bivuga ngo nti byari gushoboka kwinjira muri uyu muriro wo kuyobora u Rwanda ngo awushobore. Kandi nabwiwe ko ngo yagiraga n'imbabazi nyinshi. Atandukanye cyane n'uwamusimbuye. Kagame ngo ntajya yishima na rimwe. Numvise ko ngo Kagame yari yaragiye kwiga agaruka ikitaraganya ngo azageze ab'ubwoko bwe ahitwa «i Kanani y'amaraso», atangize umuhamagaro we, kandi batahe barwana inkundura. Bahindura za tactiques bakanyuza mo bakaba n'inyeshyamba, kandi badafite shinge na rugero. Ngo bamaraga igihe batarya kandi bagakomeza kurwana bakabyihanganira. Hari uwambwiye ngo indagara zari iz'abarwayi gusa. Abandi bizirikaga imigozi mu nda. Ariko kubera ko isaha yabo yari igeze, byafashe imyaka 4 yose ngo bafate Kigali. Hari impamvu y'iyo myaka 4. Kagame ni umurwanyi kabuhariwe nka Yosuwa, ni urugero kandi nciye bugufi cyane kubagereranya. Nkurikije ibyo bamwe mu basirikare be bambwiye, ameze nkawe, nta kujenjeka, nta gusubira inyuma.

Nta bwoba yari afite, kuko yashakaga ubutegetsi, yarwananaga igikomere cy'ubuhunzi, bamuhunganye afite ngo imyaka 3. Yari afite kwiyemeza kurenze uko atekereza, ko agomba gukuraho ingoma y'abahutu byanze bikunze, kuko Habyarimana na bene wabo bamuryaga mu bwonko. Yakoreshaga ibishoboka byose biba munsi y'ijuru kugira ngo akureho Habyarimana n'abahutu muri rusange kuko ni bo birukanye se mu gihugu. Bamwe banambwiye ko azi kuneka kurusha kurwana intambara. Ni uguhagarika izuba n'ukwezi intambara igakomeza kuko kurwana na Habyarimana icyo gihe nti byari byoroshye. Imana ni Yo yagiye icogoza amaboko ye. Icyaboroheye cyane nuko Imana yari yamukuyeho amaboko mpaka bageze i Kigali. Imana yabikurikiraniraga hafi. Nkunda igisirikare cyo mu mubiri gishushanya icy'Umwuka, cyangwa se icyo mu Mwuka gishushanya icyo mu mubiri. Nabanye na bo nzi ho duke, kandi ntitubipfe, gishushanya icyo mu mubiri neza. Umva neza, hamwe n'ibyago byose baboneye mu butayu bwo mu rugano, barabizi Imana ibaha igihugu baririye, barwaniye, bavunikiye bitangiye bahara amagara yabo, benshi muri bo bahasiga ubuzima. Abasore b'ibikenya batorotse amashuri muri za Universites ngo baje kurwana ngo batahe. Maze ngo abana b'abatutsi b'abatesi hafi ya bose barahasigara. Ndetse ngo no hagati yabo ku rugamba hari abo bikizaga babakubise udufuni, barambwiye ngo babakubitaga udufuni.

Ariko Mana yanjye we! Iyo ngeze aha ndatomboka mujye munyihanganira ndabasabye. Hari uwaturutse Kongo wambwiye ngo abonye uko bagiraga abandi cyane cyane abize, babakubita udufuni, yigaragaje nk'utazi gusoma no kwandika kandi yari yarize. Byageze aho bananirwa gukora ako kazi yari yarigiye, bose byabananiye aritanga ati nyamara nzi kubikora; bati reka reka. Wowe utazi gusoma no kwandika. Maze abikoze baratangara. Impamvu batamwishe ahari n'uko basanze bamukeneye muri icyo gihe kubera igifaransa, kandi bagombaga gukorana n'abumva igifaransa muri ako gahe. Nyuma baje kunaniranwa bamuhinduye «gasiya».

Aho kugera mu Rwanda, i KANANI y'amaraso, ngo bapfukame bashime Imana hatangire na gahunda yo kwiyeza no kweza igihugu maze bazarye banywe nyuma bataririye hejuru y'amaraso, bahitiye mu «Ntsinzi» maze bakora (Gutegeka kwa Kabiri 8: 11-20 na 6: 10-16) bati «Intsinzi bana b'u Rwanda Intsinzi». Babaza n'inzuzi, n'ingimbu, n'abapfumu. Ariko mwabaye mute?...(Gutegeka kwa Kabiri 10:16-22), bahitira mu gusahura n'ibindi namwe muzi, kwihorera, gusambana bikabije abagabo basiga abagore babo Uganda baza bavuga ko bakiri ingaragu, bibagirwa vuba weee! Bagira ngo bameze nk'ayandi mahanga. Barabisiribanga, barabicurika, bakomereza aho ibyo basanze byari bigeze, aho babisanze na n'ubu bakihakomereza.

N'abasengaga icyo gihe ngo batahe na bo baguye mu ntsinzi, n'abavugaga ubutumwa icyo gihe na bo bigira mu ntsinzi, abahanuzi baragwa bagushwa n'intsinzi. Imana birayishobera yenda kwicuza impamvu yemeye ko bataha ariko iba iretse ngo irebe kuko buri gihe ntihutiraho. Iti sinejejwe n'ibyo munyituye, na bo bati vuga uvuye aho natwe turihagije twararurwanye kandi turarutsinze. Bati erega twararutashye! Hari n'abavuze ko Imana bayirasiye mu myumbati iyo za Matimba. Abantu bashirika ubwoba. Kandi ibikenya birengwa vuba. Ngo Yo ntizi kurwana kandi yitwa «Uwiteka Nyiringabo». Ayo yari amagambo y'agasomborotso ariko irabihanganira kuko icyo gihe batari bazi icyo bakora, maze igihe cy'ubwo bujiji irakirengagiza, bitewe ahanini n'ibyaha by'abo bari basimbuye.

Haboneka bamwe bahishuriwe bati nyamuneka dore Interahamwe na Ex-FAR bariteura gutera ubu se Mana twabyihanganira dute? Batangije amasengesho basi n'ubwo bari babogamye. Imana iti sawa ntabwo batera kuko ntibararangiza ibihano byabo, ntibaranaganya kwishyura ibyaha byabo no gukiranirwa kwa ba se na ba sekuruza babo, ahubwo na none ndababagabiza bakubitwe cyane (Amos 7: 1-9).

Maze FPR isenya amakambi y'impunzi, abahutu batangira inzira yabo ya kabiri y'umusaraba. Iya mbere ni ukuva mu Rwanda bajya Kongo-Zayire, iya kabiri ni ukuva mu makambi bashoka amashyamba, bananirwa kugenda kuko benshi ntibabimenyereye bagenda bapfa gusa, cyane cyane abagore n'abana. Abandi RPA irabarimarima maze ibarunda ibirundo. Iyo mbyibutse ngira agahinda kabo, ariko nkarushaho gushima Imana ko ntahunze kuko byonyine kumva inkuru zabyo ugira ngo urarota kandi nabwo inzozi mbi cyane. Ubu nanjye mba nararorongotanye cyangwa ntakiri ho. Iyo nza guhunga ubu mba ndi umuyobozi ushinzwe gushaka abayoboke mu buyobozi bwa «FDRL». Cyangwa mba narashinze ibindi. Ntibarekera aho kugira ngo basohoze byose nta kibura ho, maze barongera barisuganya ngo bitwa ba FDLR NA FOCA sinzi n'ibindi, ngo bageze n'aho bitwa abacunguzi. Abacengezi, Ruhengeri na Gisenyi, abo nzi b'ibihangange b'inshuti zanjye ni ho baguye, baboneraho no kumarisha bene wabo ba Gisenyi na Ruhengeri. Napfushije yo benshi sinshaka unteta ho. Na none amasengesho yasengwaga ukubiri bamwe bashaka ko bene wabo batera bataha (Abacengezi), abari baravuye hanze bashaka ko ababo bagumaho ubuziraherezo.

Binyibutsa uko twasengaga mbere ya 1994. Hariya na ho Imana iti muracyahuzagurika kandi n'ibyaha by'abahutu biracyiyongera byarushijeho kugwira, ingaruka zabyo namwe zabateye gukora ibyaha birenze. None ntabwo mwabyihanganira, mukijijwe nuko abahutu banze kwihana ahubwo bagashaka kugaruka ku ngufu barwana:

« ·········· Uwiteka Imana yahamagaye umuriro ngo awucishe amateka ukongora mu mworera w'ikuzimu, kandi wendaga no gutwika igihugu. 5Maze ndataka nti "Uwiteka Mana, rekera aho ndakwinginze. Yakobo yabyihanganira ate, ko ari muto?"

6Uwiteka arigarura ati "Na byo ntibizabaho." Ni ko Uwiteka Imana yavuze». (Amos 7: 4-6)

Imana iti na byo ntibiri bubeho kubera ko abahutu batihana amarorerwa yabo. Bivuga ngo sinarenga ku marorerwa yabo (abahutu) ngo bitume mbona amarorerwa yanyu (abatutsi); iti: Rero ni Amos 7: 7-9:

«7Ibi ni byo yanyeretse: Umwami yari ahagaze ku nkike yubakishijwe timasi, afite timasi mu ntoke. 8Maze Uwiteka arambaza ati "Amosi we, ubonye iki?" Nti "Mbonye timasi." Umwami ati "Dore nzashyira timasi mu bwoko bwanjye Isirayeli, sinzongera kubanyuraho ukundi 9kandi ingoro za Isaka zizaba imisaka, n'ubuturo bwera bwa Isirayeli buzasenywa, kandi nzahagurukira inzu ya Yerobowamu nitwaje inkota»

Ubwo nihatagira igikorwa ku mpande zombi kazi yenu, mutapigwa nyinyi wote, Imana na yo izi n'igiswayire. Gatatu k' Imana rero kitwa «CUNGA SANA», iteka ni simusiga bitari bya bindi bya Gacaca, cyane iyo igufite ho umugambi. Umufaransa nawe ati «Une fois passe, deux fois lasse, trois fois casse».

Iyi ncuro ya gatatu tuyitondere cyane. N'Imana iyitaho cyane. U Rwanda ni igipimo. U Rwanda ruri ku munzani politiki wakoresha yose; u Rwanda ruri ku gipimo. Ni umunzani udashobora guhinduka.

Hari uwo twabiganiriye ho arambwira ati ntibishoboka. Nanjye nti ikidashobokera abantu ku Mana kirashoboka. Kubera ko Imana ishaka guhindura u Rwanda paradizo, Abanyarwanda bameze nk'abasinziriye. Imana irashaka guca amoko burundu: bambwiye ko bidashoboka. Imana irashaka kweza Itorero ikavanaho akaduruvayo: bambwiye ko bidashoboka. Imana igiye gutandukanya idini n'Itorero: bambwiye ko bidashoboka.

Ipfundo ry'ubu butumwa:

- Imana irashaka kugarurira uwiyita Umunyarwanda icyubahiro. Aha rero bahita baseka bishima bakavuga igifaransa cyangwa icyongereza bitewe n'aho babaye. Wababwira ko izakimuha ari uko yayishubije icyayo, bagasuhererwa kuko bisaba guca bugufi. Kandi uwiyita Umunyarwanda abizira kubi kuko akunda icyubahiro akanga agasuzuguro; ni cyo yagiye azira.

- Imana irashaka ko abahutu bihana. Bati ntibishoboka n'abatutsi baradutsembye. Ubwo ngo baratsinze. Iti abatutsi mubababarire. Bati ntibishoboka twarababajwe cyane, tuzahora twibuka iteka ryose. Iti Itorero mwihane, bati turera de de de, dufite n'ibikorwa by'amajyambere. Iti mwambure Satani igihugu. Bati ibyo ni ibya wa musazi wavangiwe, yarahahamutse akenshi aba abiterwa ahari n'inzara, uwamuha ibyo arya yaceceka. Maze babimpa nkabyanga kuko Yesu aba yambwiye ko azanyihera ibye bidafite inkurikizi mbi bitari mo amanyanga.

Yesu yarambwiye ngo ndamenye sinzamugambanire ngo mere nka ba bandi bamira bakamira umuriro, bakanga no gucira ngo badacira akaryoshye. Kandi ngo «akaryoshye gasenyera imbwa». Ariko nyamwanga kumva ntiyanze no kubona, kandi ngo agatinze katazahera ni amenyo ya ruguru. Nsoza iki gice, ndagira ngo mbwire abasomyi ko kubera ko turi mo kwitegura ububyutse, tugomba kwemerera Imana ko twabyishe ndetse kugira ngo igire icyo idutunganiriza iradusaba guca bugufi cyane.

Imana iravuga iti niba abahutu mukeneye kubabarirwa mwemere ko mwese muri Interahamwe kuko itsembabwoko ni rusange, ryakozwe mu izina ry'abahutu, mu izina ry'Interahamwe, mu izina rya EX–FAR, mu izina ry'amashyaka y'abahutu icyo gihe. Biriya byose byagiye bikoreshwa mu itsembabwoko, na none Imana irashaka ko bikoreshwa mu kwihana, byongere kwambarwa, ni ko ikora ayo ni amahame yayo. Iti ni mwibumbire mu «buterahamwe» bwakoze ishyano mwihane mbababarire. Bati oya ahubwo hari abahishe abatutsi mu itsembabwoko. Nanjye narabahishe ariko nta mudari wabyo nshaka., kuko niba mwari muzi uko kwirata uko kumeze imbere y'Imana ntimwakongeye kwirata ibyo bintu. Abahutu bagatinyuka bakavuga ko ngo bagize umumaro ngo iyo batahaba nta mututsi wari gusigara. None se abasigaye bose bahishwe n'abahutu? Buri muhutu wese acececke kubera iryo jambo kandi yihane kugira ngo Imana isibe ayo magambo muhora murata mumaze guhaga, kandi abacitse ku icumu mwasize iheruheru hari mo abicira isazi mu maso. Nta soni kwirata guhisha abatutsi. Se kuki bo batari bafite uburenganzira bwo kubaho? Kuki se twe twari tubufite? Subiza!

Ese bo bakoze iki cyatuma twakwirata ineza twabagiriye? Ngo yo kubahisha da! Ibyo murumva muzabiva mo? Bifite ubuhe bwenge n'ubuhanga? Mwitonde mwa bahutu mwe ntimugire n'icyo murenza ku itsembabwoko bishaka nko kugabanya imbaraga za ryo no gushakisha icyatwikira ririya shyano. Uri nde wowe wakwirata ngo ugende wemye ngo wahishe umututsi ubwo ngo ubaye umwere? Ngaho seruka bakurebe, wisobanure bagushime, ubeshye baguhembe. Wigire nyoni nyinshi, uhindagure ibikuri mo, uyoberwe icyo ufata n'icyo ureka. Murashaka iki? Muzabanze mubare ibiro by'itsembbwoko ni murangiza mubone kuvuga ibyo muzi. Sinkeneye umuntu mpangana nawe, ahubwo nkeneye ushaka kumenya kuko hari ibyo murusha, narabihamagariwe. Ntabwo mvunda. Sinzi n'abavuze ngo iyo abahutu badahisha abatutsi nta mututsi wari gusigara, ngo nta wari gucika ku icumu. Sinshaka kumva iryo jambo kuko Imana iba yarakoresheje uburyo bwinshi ifite bagacika ku icumu, ifite inzira zirenga igihumbi. Ntabwo abariho ari ukubera ko abahutu babahishe, ukomeze ubisubire mo bikwinjire mu mutwe. Ahubwo Imana itubabarire cyane. Kuko yashoboraga no gukoresha inyamaswa cyangwa amabuye n'ibindi.

Niba abavuga batyo bahishurirwaga uko Imana ibona itsembabwoko, bahonga ntibakongera gukopfora. Isoni zababumba wa mugani wa mwene wabo umwe. Ariko mu izina rya Yesu icyo cyirato nikive ho. Nongeye gusubira muri aya magambo adashimisha benshi ngo buri muhutu wese niba ashaka imbabazi, arabanza yemere ko itsembabwoko ryabaye kandi ko nawe yabigize mo uruhare, ko ari Interahamwe, kuko igitabo cya Obadiya umurongo wa 10-16 ntaho wawuhungira. Rero nk'uko bivuga ko «wari umwe na bo, wo muri bo». Tangira wambare ubuterahamwe ubone gusaba imbabazi kuko itsembabwoko ni RUSANGE kuri buri muhutu wese.

Hari uwambwiye hamwe muri Gacaca ngo bahamagaye umusore umwe utari uhari mu jenoside kuko yigaga mu Budage icyo gihe. Noneho kuko baba barabigishije ko nta muhutu uhakana ko ntabyo yakoze, ko aba apfobeje itsembabwoko, uwo ntiyari mu Rwanda yaje muri 1996 yaragiye muri 1992. Maze yitaba Gacaca. Bati tubwire iby'urupfu rwa kanaka...ati icyo nzi nahagaze ho, uwo mugoroba nareberaga mu kadirishya ko mu rugo, maze mbona abantu bahitaga ntamenye neza bashobora kuba bari Interahamwe. Kandi yahindaga umushyitsi.

Ko atari ahari bigaragara; yabeshyeye iki? Yahindiraga iki umushyitsi? Abazi kubisobanura ni bo nshaka ko bansobanurira iby'iri hurizo. Si ibyo gusa kandi, kuko hari n'aho bagiye bafunga abana kuko ba se batakiri ho, cyangwa se barahunze, cyangwa

443

bakabarihisha kandi icyo gihe bari bafite nk'imyaka 5. Ufitiye impuhwe umuhutu ndagira ngo yumve ibi. Kwanga gutoneka umuhutu cyangwa kumukomeretsa bikunze gukorwa cyane n'abazungu na Leta yiyita iy'ubumwe itinya abazungu, n'abahutu badasobanukiwe bahita batonekara, n'abandi batutsi baharanira inyungu zabo ngo badashaka gutoneka umuhutu, ngo badashaka «Rusange» ngo ni gatozi kandi icyo cyaha kitarabaga mu bitabo by'amategeko ahana na mbonezamubano, n'itegeko nshinga ry'u Rwanda.

Nkayoberwa aho bamenyeye ko ari gatozi kandi kitarabaga ho, abo ngabo bibwira ko ngo kudatoneka umuhutu ngo ni bwo bwiyunge, ngiye kukwereka ukuntu bene abo ari abagome badashaka ko umuhutu aba ho. Ni abagome cyane babikora babizi, kuko bashobora no kubikora batabizi. Urugero rwumvikana: ni nko kuba umuntu arwaye igisebe kandi kimurya cyane noneho yaza kwivuza bakamushyiriraho twa dutambaro bapfukisha tw'umweru, bakamuririmbira akaririmbo.N'iyo kaba ako mu gitabo cyangwa aka morali, ariko nta muti bashyize ho, batacyogeje batagisyonyoye ngo bamare mo umwanda, bagapfa gushyiraho udutambaro tw'umweru gusa. Noneho uko aje kwivuza bakamugenza batyo bongeraho udutambaro tw'umweru, banamushyiriraho morali n'ubusabane. Mu by'ukuri baba bazi ko igisebe ari umufunzo, nawe aba abizi neza kuko ni nawe kirya amanywa n'ijoro, noneho ba bandi bamuvura bakamwereka ko ari muzima bamubeshya, nawe akabemerara ko ari muzima yibeshya. Ubu se ni nde uhomba ni urwaye utavurwa? Cyangwa ni abavuzi b'abagome ?

Bigera aho rero nyir'igisebe kikazamurya cyane agataka bikazageza n'igihe bya bitambaro bahora bagerekeranya bizanuka, bikabora bikanaboza n'ibindi noneho bikanukira bose, n'abo baganga n'abaturanyi. None se ubwo si ubugome koko? Hari icyo wumvise mo? Kwanga ko abahutu bakira si ukutwanga nabi, kandi n'ababyanga na bo bikazabanukira cyangwa byarangije no kubanukira ariko bakwemera bagapfa aho kugira ngo bemere ko abahutu bavurwa. N'aho Imana ibihishuriye bigateza ibibazo ngo birabatoneka. Ngo ndakabya? Ibyo nkabya nibabisobanure. Ko batabisobanura? Umwe ntibyamuyobeye yihaye kuvugira mu kinyamakuru kimwe ngo ndi extremiste, intagondwa, umuhezanguni. Noneho umunyamakuru w'umugande uvuga ururimi rw'ikinyarwanda aramubaza mu cyongereza ati «Ni intagondwa yo mu ruhe ruhande? Urw'abatutsi? Urw'abahutu? Cyangwa urw'abatwa?» Undi arya iminwa asigara avuga za «SO» nyinshi. Umunsi ibisebe byanutse kandi ko byatangiye kunuka, biri mo no kuturya cyane, rahira ko n'abo babarengera babumvisha ko ari inyange zera de, abo na bo batazanukirwa kuko bari kumwe na bo mu buzima bwabo bwa buri munsi.

Ubwiyunge bwa Komisiyo burabinutsa kuko iyo bashyizeho morali mu ngando bakabyina wagira ngo ni bazima, naho birarushaho kunuka. Gacaca irabinutsa, abazungu bakabinutsa cyane dore ko bo baba bakoze no mu mifuka bakanavugiriza kuko ni bo bafite RUKURUZI yitwa amafaranga. N'abandi ngo babirira mo cyane ngo birarika, ni yo mpamvu bidakorwa ho. Maze buri wese akaba agomba guceceka, ariko Yesu ntashobora guceceka.

Hari urugero rugendana na système, imikorere iriho muri ibi bihe bya nyuma. Satani ni we ufite volant, we gahunda ye ni ukubabaza umwana w'umuntu Imana yiremeye mu ishusho yayo ngo ayiheshe icyubahiro akazanamurimbura, no kuburiza mo umugambi w'Imana ku Rwanda. Muri iyo gahunda ye rero agira abakozi b'ingeri zose, cyane akunda gukoresha abize cyane baminuje, abize gahoro, cyangwa abatagira na mba. Noneho muri iki gihe yafashe isi yose ngo ayiyobore, akorera cyane mu bihugu.Ntiwikange no mu madini yiyita Itorero ari mo ndetse cyane.

Ariko ikimbabaza kigendanye n'iyo mikorere ye, hari urugero rumwe natanga ngo mubyumve neza kandi ruterekeranye n'abahutu n'abatutsi. Ni ururebana n'icyorezo cya Sida. Iyo bikanze ko hari umuti waba wabonetse, aho gushima Imana barahahamuka kuko amafaranga ashorwa mo ari menshi cyane akijije benshi. Ubwo se murumva isi itagiye kurangira? Ni kimwe n'ibi by'abahutu n'abatutsi rero cyangwa ibyo kuboneza imbyaro. Na byo biri mo amafaranga bamwe bahita mo ko imbaga yashiraho maze bo bakamira uwo muriro. Bafite izina biharira bitwa ryanteye igikomere, ngo ni ba «BAILLEURS DE FONDS». Ibyo naboneye mu Rwanda ni agahomamunwa, ugasanga baracicikana ngo bailleur yaje, akabambura uburenganzira bwabo maze akanabategeka uko bagomba gukora. Bazarya umuriro kugeza ryari ko ari ukurya ibikomere n'amaraso y'abapfakazi n'imfubyi, kandi aba bombi batera umwaku buri wese ubahemukiye.

Itsembabwoko ryakozwe n'abahutu, Imana iti ni mwihane mbababarire nkize n'igihugu; bati oya ahubwo n'abatutsi bihane, bati kandi abazungu baradushyikiye. Erega umuzungu umwe yigeze kwiriza ngo naratukanye ngo navugiye muri gereza ngo abahutu bose ni Interahamwe. Andwaye inzika ariko ntacyo azantwara kuko ndi mu kazi kanjye kandi si ndya iwe, sinzi n'ibyamubayeho agomba kuba yarasubiye n'iwabo, kuko yarambabaje cyane, maze dossier nyereka Yesu kandi mbabaye twaranatonganye maze nawe uti iki. Natonganye n'umuzungu ntabwo nishe umuzungu, sindi Rukara rwa Bishingwe. Nzakomeza kubivuga ho byinshi. Iyo mbivuze usanga buri wese akutse umutima, bamwe twaba turi twenyine bati ni byo, rwose ariko... wowe ubivuga byambaye ubusa cyane. Uranyumvira? Kubera ko ngo politiki hari ibyo itemera kandi bifite umumaro kubera umuzungu w'umupagani buri gihe Satani akoresha ngo tumere nabi. Leta itinya aba bailleurs n'amadini, ariko Perezida we aragerageza da! Hariho igihe bimurenga akababwira. Ariko ntaho yabona ahungira imikorere iramugonga agakorana na yo, kandi imyinshi nawe ayiri mo. Njya numva akangaraho, ajya yanga n'agasuzuguro n'ibikangisho by'imfashanyo zabo, ariko akabirengaho akazifata. Uzarebe nko mu masengesho, iyo abategetsi bateranye bene bya bindi babanza ngo guhamagara abanyamadini ngo basenge. Kubera ko ngo haba hateraniye amadini menshi kandi atemera bimwe, kandi Leta yiyita iy'ubumwe akaba ari umubyeyi utajogora abana; ngo ntirobanura ku butoni. Muri ayo madini haba hari mo abatemera Yesu Kristo ko ari Umwana w'Imana, kandi ko yapfuye akazuka n'ibindi.

Maze usenga akandakaza (ntavuga ngo akantera umujinya mukavuga ko ntakijijwe) ati «mana» wumve utuyobore, «mana» kandi «mana» waraturinze «mana», na none ukomeze kuturinda «mana» kandi «mana», none mana uturindire n'igihugu mu izina ryawe «mana» Amen! Ndabaza iriya mana iyo ari yo. Kuko igihe cyose udasenze Imana mu izina rya Yesu Kristo w'i Nazareti, haba hari iyindi mana wasengaga. Imana Rurema ni yo yonyine isengwa mu izina ry'Umwana wayo Yesu. Iyo nanjye ni yo nemera ariko kwanga gukomeretsa abari aho bifitiye «utumana» twabo ngo biba ari ukwica protocole.

Imana yanjye ishobora byose, no kubyara biri mo. Ngo hariho n'abasenga igitunguru, n'inyana, n'ibimasa, n'ibiti n'amabuye n'amashusho y'amoko yose n'ukwezi n'inyenyeri, n'izuba. Itandukaniro ry'Imana yanjye n'izabo ni uko iyanjye ari Data wa twese Uhoraho waremye ijuru n'isi, se wa Yesu Kristo, Umwami n'Umucunguzi wanjye. Uyu rero baba bemereye gusenga aramutse asenze mu izina rya Yesu, wareba ukuntu abari aho bazunguza imitwe nk'igihe bamuzamukanaga bajya kumubamba. Ngo hari n'abamuzungurizaga imitwe. Bagatangira kubaza niba n'Inteko yarahindutse iy'abarokore cyangwa niba n'Inama ya Leta ari iy'abarokore. Bakurikirana uwatumiye uwo musazi n'ibindi. Kuko njye ndamutse nsenze nasenga mu Izina rya Yesu, byanze bikunze, byadurumbana kubera kutubahiriza protocole n'ikinyabupfura. Ndabizi! Turabizi kuko byanditswe kuri we ko azaba ikimenyetso kigirwa impaka (Luka 2: 34). Bamwe bazagwa abandi babyuke. Natandukiriye ariko byari ngombwa na byo mubimenye. Njye ni bantumira gusenga bamenye ko n'iyo bambwira ibyo kuvuga gute sinabakundira. Nabyemerera aho maze natangira nkavuga mu izina rya Yesu.

Twari kuri dosiye y'abazungu. Mfite agahinda n'umujinya mwinshi kubera ibikangisho byabo ngo barahagarika imfashanyo zo kavaho, zo gatsindwa n'Imana yaremye uwiyita Umunyarwanda.

Nyakwigendera Thomas Sankara yaziranaga na bo, nuko nawe baramupangira, baramutambika. Uriya mugabo yavugiye muri Loni ijambo rikomeye. Reka mbabwire ibijyanye n'imfashanyo. Amaze kubacyurira iby'ubugome, ubwibone n'ubusambo byabo ati «Yemwe mwa banyampuhwe mwe: «*Nous voulons une aide qui va nous aider à nous passer de l'aide*». Ku batumva igifaransa, yagize ati «*Turashaka imfashanyo izadufasha kutongera gufashwa*». Sinzi uko bene madamu bahise bamera.

Icyo umuzungu ashaka ku biyita Abanyarwanda ni uko amoko ahora ahanganye gusa ngo bibonere akazi. Birumvikana ntabwo bakunda uvuga ibituma akazi karangira ntibakomeze n'ubugome bwabo. Ubu se biriya bya Gacaca, iby'Ikusanyamakuru, inkiko, ko abahutu bose bahahamutse, bose bafite ubwoba, kandi muri ubwo bwoba bakongera bagahitana na none byinshi, bakongera bagatema abasigaye, si Rusange ibazunguza? Buri gihe ntibakomeza kwica abacitse ku icumu?

N'ubu nandika hahise itangazo rya Ibuka ko hari abacikacumu bishwe. Abavugira ku ma radiyo se bose barishe? Ni Rusange ibabyinisha, abana b'abajenosideri ba se bafunze cyangwa bafunguwe n'itangazo, cyangwa ba se bari hanze ko baba benda kunyica ngo mvuge mvuye aho; ko batinya Gacaca barishe? Si «rusange» ibamerera nabi. Ariko iryo zima ni iry'iki? Ku rundi ruhande rw'abahutu umenya batajya bavuga abapfuye. Ko uwo uzaheka utamwisha urume, mwaje tukihana tukaba ho.

Hari ibigaragaza ko u Rwanda rufite ibibazo mbona bititabwaho kuko iyo tuvuga umuvumo bamwe bumva bitabareba, ariko hari n'abandi bumva ibyo ari byo; abo ni na bakeya kandi ni abanyabwoba bwinshi, bakunda guhuza n'ibiri ho.

TWIRINDE UMUVUMO, DUHITEMO UMUGISHA

Aba bose ibyabo, ibyo baruhiye babiriye icyuya bifitwe n'abandi. Byitwa kuruhira «Nyanti», kuruhira ubusa, nta mumaro bigirira ababakomotse ho, byatejwe cyamunara, cyangwa se ni umutungo wa Leta, cyangwa ni indishyi. Kandi ntabwo bireba ababaye abategetsi gusa kuko umuvumo ntutoranya biterwa n'uko mwagiye mukorana amasezerano, iyo ari umuryango, igihugu, ubwoko n'ibindi. Ibyacu biri hehe? Amazu yanjye ari hehe? Amasambu yanjye ari hehe? Inka zanjye zari muri Gishwati ziri hehe? Ab'ubu bumvireho kandi barebereho, kuko ntaho bazabicikira. Birinde kurundanya ibyo batazarya n'abana babo ntibabirye kuko byuzuye mo amarira menshi y'abo bahemukiye, bishe cyangwa bambuye. Twitondere imivumo iri mu Gutegeka kwa Kabiri 28: 15-68.

Nk'uko umuvumo ari karande iyo udakuwe ho, ni na ko umugisha ari karande iyo urinzwe neza. Biriya twabonye ku mivumo nawe ubisimbuze ibyiza ni wo mugisha. Mu Rwanda bifitwe na bake. Reka turebe Abaheburayo, ba Aburahamu na Isaka, na Yakobo. Imana iyo

447

itanze umugisha ikunze kuvuga ngo n'abazagukomokaho bose uko ibihe bisimburana iteka (Gutegeka kwa Kabiri 28: 1-14).

Ngarutse ku mivumo, hari igihe numvaga amatangazo kuri radiyo bavuga abo ibyabo bigomba gutezwa icyamunara, nabyumva nkibuka ukuntu byabaruhije, none akaba nta mwana ubibonye ho, cyangwa umwuzukuru bizagirira umumaro. Ndushaho gushengurwa n'agahinda mu mutima cyane ko byakorwaga ndora ibyinshi nabikoze ho, mba mvuga ibyo nzi. Navuga nti abahutu mwaje tukihana ko imbabazi z'Imana zigihari, bati turera de, tuzemera dukomeze dupfe nabi aho kwihana.

Iyo ntekereje abagore babo, abana babo, numva impuhwe nyinshi, n'urukundo n'imbabazi nyinshi. Ntibaba mu Rwanda kandi ari iwabo. Bifuza kureba ayo majyambere birirwa bariririmba, na byo bifite impamvu. Na bo barishyura uko abatutsi byagenze bihwanye no muri 1959, abandi baguye ku gasi, bata agaciro, ndetse hari n'abishwe n'inzara. Abandi barabebera, abandi bapfuye bahagaze baratinya ko bashyirwa ku rutonde rw'icyiciro cya mbere cy'abateguye itsembabwoko. Baragitinya cyane, bagacunga ikiciro cya kabiri, bagatangira gukura mo no kugabanya no kongeraho ibihano nsimburagifungo. Bagasanga bunguka cyane, bakeya bagatangira kuvugisha ukuri abandi bakabeshya ngo bagabanirizwe ibihano. Kuko nanjye uvuga ibi n'ubwo ntahunze nyuma y'indege, cyangwa ngo mfungwe, ariko aka kazi Yesu yandoshye mo ntikoroshye, nta munyenga uri mo. Bivuga ngo Imana ifite uko ipangira buri wese, kandi ntiyari kundeka, kuko yantoranije ntaraba urusoro mu nda ya mama, kuko mfite na karande zabyo. Yagombaga kunkoresha rero, nanze nkunze.

Abatutsi bahunze 1959, 1961, 1963, 1973, 1990; none impunzi za nyuma ya 1994 zose zigomba gutaha. Nta mpunzi Imana ishaka hanze, cyeretse ititwa impunzi ifite ibindi yibereye mo. Ndabinginga ngo batahe ni byo bikwiriye kugira ngo twese gahutu-gatwa-gatutsi tuzanywere ku gikombe cy'umujinya w'Imana nitwanga kwihana no kubabarirana (Abaroma 11: 32). Ibi ni ukuri kuzuye guturuka k'Uwiteka Imana, ntabwo wabihindura. Cyeretse ab' Imana izemera ko icyo gihe bazaba bari hanze kubera impamvu z'akazi, nka njye n'abandi…. Nkanjye ngomba kuba ndi hanze kuko ngomba kuburira abiyita Abanyarwanda bwa mbere na nyuma. Kuko ababa hanze y'u Rwanda ntabwo bari bumva neza «Ijwi ry'imbuzi». Imana yashimye ko mbanza mu Rwanda, mu Burundi na Kongo. Ariko abari mu Rwanda barumvise cyeretse abadasha kubikurikiza. Hari abagomba gutaha mu ijuru kandi ni benshi. Kuko hari abagomba kubigenda mo. Hari abazasigara babarirwa ku ntoki abo ni bo bitwa abazabara inkuru. Ni byiza ko bataha rero. Niba nta sezerano ryo kurindirwa mu Rwanda ufite, kandi ukaba utabwirwa kujya hanze ya rwo, iyeze rwose. Bidakuyeho impamvu zihariye ari byo nita «Réserve y'Imana».

Hari amarenga, ya yandi avuga ngo ibijya gushya birashyuha ukumva ngo Tanzaniya yirukanye Abanyarwanda; ubwo na Kongo igiye kwirukana abari yo. Abasirikare b'u Rwanda bari baragiye Kongo gufatanya n'abakongomani guhashya FDRL baratashye ariko hari benshi basigara yo n'abandi bahita basubira yo. Ni nko guta Matene.

Itangazo riturutse k'Uwiteka Imana: Umunsi mwumvise mu makuru ko ingabo z'u Rwanda zasubiye muri Kongo ku mugaragaro ku ncuro ya gatatu, buri wese azasubire mu masezerano ye n'Imana kuko bizaba atari byiza mu karere. Bavuye muri Kongo, ariko baba bari yo, ntibajya bava yo bose kuko barahakunda cyane kuko hari igihari. Erega ngo cyera hari u Rwanda maye! Ngo hari n'akaryoshye bahora bakurikiranye yo.

Abari Uganda na Burundi, na Burayi na Amerika, Kanada n'ahandi, abo bagomba gutaha vuba, harakurikiraho gutaha kw'impunzi ziri n'ahandi hose ku isi. Ariko ubwo tuzumva cyangwa tukabona ingabo z' u Rwanda zasubiye muri Kongo ku mugaragaro, abahunga bazahite bareba uko babigenza.

Birabacanganyikisha kuvuga ko bamwe bagomba gutaha abandi bagomba guhunga ariko ni ko bimeze. Nk'uko ubu hari abo Imana ibwira ngo musubire mu Rwanda cyangwa mu Burundi. Birabafata bakumva barashaka kujya iwabo, kandi izi ibigiye kuhabera. Hakaba n'abandi ibwira ngo bahambire baruve mo vuba. Kandi ikarangurura ivuga iti «impunzi zose zigomba gutaha kuko Yesu agiye kugaruka». Ariko nyuma y'ibi, izaba ari incuro ya nyuma nta yindi mpunzi izongera kuboneka ndetse bizaba binateguriza n'isi yose. Ubu nkosora bwa nyuma HCR ku isi yose yagiranye amasezerano na Leta y'u Rwanda ko nta mpunzi y'Umunyarwanda izongera kureberera nyuma ya 31 Ukuboza 2011, ngo bose bagomba kuba batashye. Ngo bongeyeho amezi 6 cyangwa umwaka. Iki ni igisubizo cyanjye kuko ni ko Imana ivuga ko buri wese agomba kuba iwabo kuko impanda izavuga buri wese ari iwabo nta kibazo afite. Ngo azaba adamaraye ari mu iterambere, none rero buri wese acunge kudamarara. Imana ni Yo yonyine izi gukemura ibibazo, kuko ngo iyo ifite ikibazo iteza ikibazo kugira ngo ikemure cya kibazo yari ifite. Reka twe gutegereza ko iteza ikibazo kugira ngo ikemure ikindi kibazo, kuko ikibazo cyo iragifite ndetse gikomeye, igifitanye n'abiyita Abanyarwanda. Koko niba twarananiranye ibyatubayeho byose ntibyatwumvisha? Twaba twibagirwa vuba dutyo?

Ndatangara iyo mbona abanyamahanga bafitiye umutwaro u Rwanda kurusha bene rwo. Birababaje iyo mbona abanyamahanga baje bahahamutse bavuga iby'Imana yaberetse ku Rwanda bitari byiza, bati none muze dusenge twabonye amaraso menshi ameneka, abandi bakarushaho kugura ibibanza byo kubaka mo insengero zo ku tununga no gukoresha ibishushanyo by'izo nsengero. Maze abiyita Abanyarwanda bati: muvuge muvuye aho ntimuturusha gusenga, kandi twebwe Imana iratubwira amahoro kuko idashobora kwemera ko hongera kumeneka amaraso. Twararutashye.

Yeee! Natwe se twari tururi mo twabahaye karibu? Twigeze tubakira? Imana yabahaye karibu? Yigeze ibakira mu Rwanda? Ntimwizanye mukiyakira? Mwandika kuri buri kintu ngo cyarafashwe. Icyo gihe umunyamahanga asenga aye maze agakaraba, akigendera ahubwo Abanyarwanda bakunda abahanura amahoro, bariya baza bareretswe u Rwanda nyuma y'ibihano bakaza bivugira ko babonye u Rwanda ari paradizo ntibavuge mbere ibibanziriza paradizo, ari byo byitwa: IMBANZIRIZA-PARADIZO.

Abanyarwanda bakunda ubabwira ibyo bashaka cyane kuko banga guca bugufi. Dore uko bimeze: Iyo umuhutu yeretswe intambara yumva bimuryoheye kuko abenshi ni abashaka intambara ubwo ngo n'abatutsi bave ho, kandi nawe ntazasigara, ariko kubera za mpano za Satani afite, basi nawe agende bajyane. Iyo umututsi yeretswe intambara ahita ayirukana mw'Izina rya Yesu ubwo ngo iragiye bikomereze, basugire basagambe, umuhutu atazagaruka ku ngoma. Kandi ntiyagenda bya bindi byose bidakozwe kandi urufunguzo rufite umuhutu kuko ni nawe wafunze.

Impamvu umuhutu ari we ufite urufunguzo n'uko kugeza ubu atari yemera ko yatsinzwe. Umututsi nawe ngo yabonye igihugu maye yarubatse, yararongoye, yararongowe, yarabyaye abana beza b'ibisage wa mugani wabo. Ariko biramara kangahe, ba se badasubiye ku rugamba kugwa yo? Biramara iki? Bimaze iki? Ko ba se bafitanye amakimbirane? Ko bamwe bigometse biragenda bite?

Ngarutse ku bahutu kuko aha ndagira ngo uhumve neza. Kugeza ubu nandika umuhutu wese ntaremera gutsindwa, arumva akiri mwinshi? Aho ari hose ahora ategereje ko bihinduka kuko bimuri mo. Abari muri MRND, CDR, MDR, n'abandi b'abahutu batagiraga amashyaka, na ba EX FAR n'imiryango yabo yose, n'abanyepolitiki na n'ubu bari mu nzego z'ubuyobozi, n'abana babo, na buri muhutu wese iyo ava akagera, yaba ari hanze cyangwa mu gihugu imbere, ntaremera ko yatsinzwe, ntarakira neza kuvaho kwe, ntabikozwa, ahora ategereje ko byahinduka akagaruka ku butegetsi kuko ibi na byo ni Rusange. Ntabwo nari numva abahutu bemeye ko batsinzwe, n'ikimenyimenyi n'ubu baracyashaka gutera barwana.

Kandi niba utari ubizi, upimye neza mu mitima ya benshi, wasanga banezezwa n'utuduruvayo bene wabo bateza, cyane iyo bumvise ko abatutsi basubiranye mo n'ibindi. Ibyo mbizi neza kuko bihishe mu Mwuka. Byonyine biradindiza amajyambere y'igihugu, kuko niba hari abibwira ko bakora neza, hari abandi muri bo batabyemera, ahubwo barakazwa n'ibyo byiza kuko uhongera umwanzi amara inka. Igihe cyose abahutu batazemera ko batsinzwe, kuko gutsindwa ko baratsinzwe, ariko bitandukanye no kubyemera. Ni baramuka batabyemeye, bazatera umwaku ibikorwa by'amajyambere, ndetse bishobora no gukurura izindi ntambara ntazi uko bizagenda. Bivuga ngo koko bya bindi bifuje byo guhanirwa hamwe n'abatutsi bizabasohora ho.

Ariko ni ngombwa ko twemera twese tuti «*twarabyishe Imana idukuraho amaboko, FPR iradutsinda, baba n'abana beza baduha akazi, ntibanatwica twese, wenda kubera impamvu za politiki, ariko igikuru n'uko Imana yakinze ukuboko none turabyakiriye, twiyemeje kubana na bo, tugatahiriza umugozi umwe mu gihugu cyacu*». Umunsi babyemeye, ni ho nzemera ko gukira kw'igihugu kuri mu nzira. Abafite umutwaro w'igihugu niba abandi babumviraga ntibabapinge byarangira kandi neza. Ariko hari mo agahimano kanini kubera ikibazo cy'amoko kikiri insobe muri iki gihugu.

Ariko n'abatutsi nabo batwiyemera ho bikabije. Ni yo mpamvu mvuga nti: «Nta bisusa nta mboga, nta Lunari nta Loni». Wenda haramutse haje umunyamahanga afite amafaranga ariko menshi cyane ku buryo yayagabanya abashinzwe kurundanya abantu, abahutu abatutsi ku buryo igihugu cyose agiha amafaranga akabategeka ibyo bakora. Na Leta ikabijya mo kugira ngo ibacungire umutekano. Ahari bakwemera kubera agafaranga. Ariko byava mo zero kubera ko nta mutwaro wabyo baba bafite nk'uko byagiye bikunda kugenda, kuko buri wese afite gahunda ye. Ntabwo tumeze nk'ayandi mahanga.

Ndasoza nsaba inzego z'Amadini yiyita Itorero, n'inzego z'igihugu, kugira icyo zikora cyane cyane, ni ukuvuga abagize Alliance Evangélique, abagize CPR, abagize FOBACOR (Ihuriro ry'Amatorero yavutse ubwa kabiri), n'ibindi byadutse ntazi amazina. Inzaduka zose n'abatariyandikisha mwese murakenewe, na Gatulika simbasiga kuko muri bo hari mo abahishurirwa iby'ibihe buzura n'Umwuka Muziranenge. Ariko ADEPR ni yo itungwa agatoki cyane. Cyo ni muze dutabare iki gihugu cy'u Rwanda mwa bakozi bitwa ab'Imana mwe! Kandi ni mwanga, mu mateka y'isi n'ijuru muzagawa kuba mutaragize icyo mukorera bene wanyu, abenegihugu, mu gihe cyanyu ari cyo gihe gisa n'iki. Njyewe umusanzu wanjye ndawutanze, kandi uko u Rwanda ruzabaho niba Yesu ataragaruka na nyuma yaho abazasigara bagaragurwa na Antikristo, na nyuma yaho igihe Yesu Kristo azacira amateka, bizakomeze kwibukwa kuko no mu ijuru bizaba biri yo muri cya gitabo cy'urwibutso. Ibindi bisobanuro murabisanga inyuma: komeza usome. Imana ihe abahutu umutima wo kwihana no kubabarira. Yongere ihe abatutsi umutima wo kwihana no kubabarira. Imana ihe abatwa umutima wo kuyimenya no kubabarira aya moko yombi, ibahe agaciro bavukijwe n'aya moko yombi kuva babaho.

Nongeye gusaba iminsi itatu ninginga cyane ku bw'igihugu cyose nk'uko Nineve byagenze bakarokoka bose. Kandi iyi minsi nayisabye Perezida wa Repubulika muri ya baruwa yo ku wa 09/02/2003. Kandi mbere yayo ndasaba mu izina rya Yesu, ndahamagarira amadini yiyita Itorero yose ya gikirisito ari mu Rwanda, abayobozi bayo bashyire ho, batangize iminsi 40 yo kuririra iki gihugu babyumvikane ho tuzayitangirire rimwe tuyirangirize rimwe, intego ari zimwe nta cyindi kivanze mo, ari ugusengera igihugu gusa.

Ntihazagire abazazana ibyifuzo bisaba abagabo, n'abagore, n'akazi, n'ubupasitori. Ni igihugu gusa. Nyuma ni bwo tuzinjira muri iriya minsi itatu, igihugu cyose n'abayobozi n'iyonka, nta kandi kazi gakorwa kuko n'ubundi igihugu atari kizima kiri mo imidugararo, ntaho bakorera. Ndahamagarira abakozi b'Imana bataye inshingano zabo bakigira mu bindi bikorwa by'amajyambere kugaruka ku kazi, basubire mu bigo byabo. Ni bagaruke ku rugerero kuko ni ibihe bidasanzwe, bagaruke ku kazi vuba maze bakore neza 2 Ingoma 7: 14, ureke biriya bahora batubeshya by'ibirori. Kuko «byakumarira iki gutunga iby'isi byose ariko ukazabura ubugingo buhora ho»? Cyangwa se ukazitwa ikigwari ukabura mu ntwarane. Kubera ko wabaye nk'abandi. Kubera ko wikunze ukanga abazagukomoka ho, ukanga igihugu na bene wanyu, ukanga gukorera Umwana w'Imana wagupfiriye akaguha agakiza n'ubugingo buhora ho, ukanga ubugingo buhoraho. Wazitwa igisambo kuko mbuze irindi zina.

Muze duhuze nk'umuntu umwe dukize igihugu cyacu nk'umuntu umwe (EZEKIYELI 22: 30), nk'Itorero kuko kugeza ubu habuze guhuza. Duhurize ku byo tuziranye ho bya Yesu n'agakiza ke ni byo adusaba kugira ngo atugirire neza. Urebye uko Intumwa zari zimeze, zashyiraga hamwe ibyo murabizi. Bakoreshejwe ibikomeye kandi icyo gihe nta jenoside yari yarabaye iwabo, nkanswe noneho twebwe ntidukwiriye kugira ubumwe no kurusha ho? Ngaho mureke twubakire ku «Rufatiro rw'Intumwa n'Abahanuzi» (Abefeso 2: 20), kuko ubu ntarwo twari twajya ho. Twaruvuyeho cyera, kuko natwe ubu twinjiriye mu byayobye, abatubanjirije nabo binjiriye mo. Uhereye igihe bavuye ku rufatiro rw'intumwa hagatangira idini.

Mureke dukore nk'izo ntumwa zatubanjirije, Imana idukirize igihugu. Njya nibaza niba Pawulo yari kuba ari Umunyarwanda, akaba yaratuye nka za Kimironko muri iki gihe cya ICT, akaba ari kumwe na ba Petero na ba Yohana, mbese iriya team bakaba ari Abanyarwanda. Nibaza niba bari kuvuga ko hari amahoro bikanyobera, nibaza niba bari kwiyubakira amazina mu bigaragara, nibaza niba bari kujyana n'iterambere bakikingiriza umwami wabo. Bemerera abantu kubacuruza babafata ubwonko, bakabicara imbere bazanye amaturo n'ibya cumi. Sinzi niba bari kubyemera rwose. Nguhaye igitekerezo nawe tekereza ariko. Niba wowe utararuha amacakubiri, inzangano z'amoko, n'intambara byaduteje n'ibibazo byasize bigikomeza kwiyongera: gupfa, gupfusha, guhunga, gufungwa n'ibindi. Niba wowe utarabihaga ushaka izindi nyongezo bizakubeho wenyine ariko jye ndarushye, kandi hari na benshi turuhanye, kandi Imana yaratubonye ko tunaniwe. Abo turuhanye tubibwire abandi barushye ariko batari bamenya ko barushye.

Ngaho nimuze abo dufatanije kubihaga muze duce bugufi. Kugeza igihe Imana izatubwirira ko buri munyarwanda azajya azira ibyaha bye. Idukure ho rusange yo kujya buri gihe hari abafatanya na ba nyamwangakumva. Ntegereje iryo jambo ryayo, kandi sindaryumva kugeza ubu. Ndagira ngo mbwire uwo ari we wese wumva ashaka ubutegetsi ko ntabwo azabona, kuko uzubaha Imana ni we izabuha. Yesu akeneye kuyobora u Rwanda cyane.

Uzamwubaha ni we azubaha. Kuko niba abahutu bashaka gutegeka nka mbere barambabaje cyane kuko ni byo dusabwa twanze kubikora maze ngo Imana itwihere ipeti ry'ubutegetsi? Mbese twongere twikorere irindi tsembabwoko duhore muri urwo kandi Yesu agiye kugaruka. Kandi mbere akaba ari bubanze gusura u Rwanda. Imyuka ya jenoside ntaho yagiye, iracyari maso nk'indagara, kuko ni yo myuka ikizerera, turacyari mu bihano by'indengakamere. Udashinga ntabyina. Ni kimwe na cya gihe abatutsi bari mu mahanga, bari bakiri mu bihano. Igihe cyose bageragoje (Inyenzi za mbere) byaranze kuko isaha y'Imana yari itaragera, bari batararangiza ibihano, kandi n'ibyaha byacu byari bitaruzura neza. Ntabwo u Rwanda ari ubukiniro. Ubutegetsi buriho burasabwa kubaha Imana nyabyo, kandi bigakorwa bivuye ku mutima, bikaba no ku mugaragaro. Twe kwibeshya ko tuzabaho mu Rwanda tutimitse Yesu ngo abe Umwami w'abami mu Rwanda. Ndamenyesha abiyita Abanyarwanda bose ko nta tsembabwoko rizongera kubaho kuko buri bwoko bwumvise uko bubaye. Ahubwo «*Imana izabumbira hamwe aya moko yombi «hutu-tutsi» mu bugome, kugira ngo ibone uko iyababarira yose*» (Abaroma 11: 32). Ahubwo ikizaba ni tutihana ngo tubabarire, izatubumbira hamwe twese mu bugome bwacu (Abaroma 11: 32) iduhane by'intangarugero. Nk'uko isi na none yabirebye ku mugaragaro na none izongera ibibone biyitungure inabirebere ku mugaragaro, nyuma Imana ice amazimwe y'amoko mu mitima kuko twanze kuyakura mo ku neza izayikurira mo ku ngufu.

Kandi irakora vuba, iratanguranwa n'ibihe yagennye, kuko ntijya yivuguruza, kandi Yesu agiye kugaruka. Inama nagira abariho ubu, ni ukumwumvira bakamwimika hakiri kare, maze akaduha amahoro arambye n'umugisha utagabanije. Kubera ko kamere-muntu ikunda ibinyoma rero muramenye mwa bayobozi mwe hatazagira ubabeshya ngo ni amahoro nk'uko ubushize hari abapfumu batubeshye ko tuzatsinda Inyenzi, natwe tukabyemera. Muramenye batabaroha nk'uko baturoshye ubushize tukanga kumvira Imana twirata amaboko yadupfiriye ubusa ku mugaragaro. Muramenye mwa bategetsi mwe ba NYAMWISHAKIRANDAMU, ari bo ni se ba BWOBA,

453

ntibazababeshye ko beretswe amahoro kandi ntayo. Muramenye mwa bategetsi mwe ntimuzizere abapfumu ubushize baratubeshye ngo tuzabakubita incuro. Ngo tuzakubita incuro Inyenzi. Muramenye dore ndababwira icyabahesha amahoro ko ari ukwizera Yesu Umwana w'Imana. Ikibazo nuko iyo umuntu ababwije ukuri ari we mwanga ngo arakura imitima abiyita Abanyarwanda kandi ntayo baba bafite n'ubundi iba yarakutse cyera. Ikibazo nuko mwemera abababeshya ko ntacyo bitwaye akaba ari twe bahindura Inyanga-Leta. Kuko nta nyangarwanda «y'uwiyita Umunyarwanda» ibaho.

Ndasaba Imana ngo abategetsi b' igihugu bakizwe bizere Yesu babashe kuyobora neza. Abategetsi mwirinde abababeshya ngo ni amahoro kandi nta cyari cyayazana, tubeshejweho n'imbabazi n'ubuntu, no guhora Imana yongera agahe ku bw'intore zayo ziyitakira amanywa n'ijoro, ariko bigera igihe bikarangira kuko birabanza bigategereza. Turi mu gihombo cy'imbabazi, kuko turi munsi ya zero. Imana ibidufashe mo. N'amarira yanjye afite uruhare mu gutinza gutikira kw'abiyita Abanyarwanda. None ndabona kurira byahagaze. Ndongeraho ikintu benshi batazi: Iyo umuhanuzi ahanuye atumwe n'Imana ati Imana iravuze ngo mugire mutya na yo izagira gutya, icyo gihe Imana itegereza ko bumvira ibyo umuhanuzi yababwiye, niba ari ibyago yari yavuze ikabireka. Ariko iyo umuhanuzi ahanuye bakamusuzugura nk'uko mu Rwanda bikunze kugenda, n'ahandi ni uko, na cyera ni ko byagendaga, ariko twe by'umwihariko turakabije. Iyo basuzuguye umuhanuzi Imana irareka ibyo yavuze bibi bigasohora, bikabaho kugira ngo abazasigara batazagira ngo ni umunyabinyoma, maze ikamwubahisha. Nyuma hakazakurikiraho bya bindi tumenyereye ngo uzi ko kanaka yari yarabivuze di? Imana yubahiriza abagaragu n'abaja bayo kuko bitabaye ibyo ntacyo byaba bimaze, ari Imana ari n'abahanuzi twese twahinduka abanyabinyoma. Ntishobora gukora ikintu nk'icyo rero, ntimuzibeshye. Iti ni mugire mutya nanjye nzabagenza gutya, tuti oya ahubwo turagira dutya. Icyo gihe icyo yavuze yakora tutabikoze kiraba byanze bikunze. Kandi ari yo, ari abahanuzi, ntabwo tuba twishimiye ibyo bibi. Ahubwo Imana igarukana Icyubahiro cyayo ikubahiriza n'abahanuzi bayo. Ngayo nguko.

Ndasaba abahutu bari mu nzego z'amadini n'abari mu butegetsi bw'igihugu gufata iya mbere bakabanziriza abandi kwihana kuko ni bo bica ibintu. Bagize icyo bakora byatinyura n'abandi. Biteye n'isoni kubona kugeza ubu nta bahutu bari bemera ngo bihane ku mugaragaro, ndavuga abo nyine baba intangarugero, simvuga abikiriza ubwabo bugingo gusa. Birababaje kubona buri wese iyo Gacaca imuhamagaje yisobanura n'imvugo y'uko nawe yahigwaga cyangwa ko yahishe abatutsi, bishaka kuvuga ko ari umwere. Murabona se Imana yabyihanganira?

Ni yo mpamvu nsaba buri muhutu wese iyo ava akajya ushaka imbabazi n'amahoro no kubaho n'abazamukomokaho, uwo nguwo udashaka guhangana ahubwo ushaka ubwiyunge nyakuri bubyarwa no kwihana no kubabarira, n'ibyabaye akabisabira imbabazi, uwo aho ari hose turi kumwe kandi Imana iri kumwe natwe. Ndamusaba gutanga umusanzu wo kumfasha kugira ngo dushyire ibintu mu bikorwa bive mu magambo. Abategetsi cyane cyane mwikiranure n'Imana ikibabara ho itsembabwoko kuko ibigendana n'ubwoba ngo bw'imitekano yabo nta kintu bivuze kuko utanabigiye mo, utanabikoze wazapfa kandi ugapfa na nabi urimbutse. N'aho uri uradagadwa ntacyo bikunguye kuko wapfuye uhagaze. Ntuzi icyo Imana yakurindirije kugeza ubu. Ese ubundi kuki uri ho? Ntuzi impamvu uri muri uwo mwanya kandi hari abatarakoze jenoside b'abashomeri bicira isazi mu jisho. Hari urupfu rwitwa «gupfa uhagaze» ni rwo Imana ishaka kudukiza ariko twaranze. Ukuri kurakiza, «Ukuri nya kuri kwa Yesu», apana biriya bibeshyabeshya, bivuga 2 kandi ari 3 kandi ugashaka kwemeza abandi ko ari 3, ukanabahatira gusubira mo ko ari 3. Dukeneye Imana ikiza ntidukeneye impaka z'izima. Nimuze duhamye ukuri kwa Yesu Kristo, maze tubeho.

IBINDI USHOBORA KUBA UTARI UZI

Abatutsi baramaranye bapfa ubutegetsi ku Rucunshu: reba amateka kandi ni ngombwa ko uyamenya. Icyo gihe byabaye birebire hagati y'abanyiginya n'abega, iyo myuka na n'ubu iracyazerera ishaka uwo yafata, ihora icungana (ni imyuka) iri maso nk'indagara. Hagati y'abo batutsi hari mo inzigo y'amaraso n'ubwiyahuzi bwo kwa Rutarindwa. Icyo gihe menya ko nta muhutu wari uri mo, bari abatutsi gusa hagati yabo bapfa ubwami, intebe, inka, n'imigati, icyo gihe yari imitsima y'amasaka yitwaga «Rukacarara». Bapfaga n'ibyubahiro byo kwanga agasuzuguro ko guta ishema kandi bari imfura.

Byabaye ku mugaragaro ubundi baricanaga ariko mu mayeri ya gipfura, cyane iyo umwami yajyaga kwima, cyangwa iyo yamaraga gutanga. Ariko noneho byabaye ku mugaragaro bose barabimenya. Ubwo biba bibaye incuro ya mbere ku batutsi hagati yabo, Satani ararega Imana irandika yakira n'ikirego ngo abatutsi incuro ya mbere bicanye ku mugaragaro. Mbere ntabwo nacukumbuye niba uzi n'ahandi bicanye uzanyunganire.

Abahutu baramaranye muri za 1973 kugeza 1980 kugeza igihe abakiga bumvishirije abanyenduga maze abize b'abanyenduga barahashirira hagendera mo na Kayibanda wari shefu icyo gihe. Haruguru gato mu idosiye y'abatutsi bo byabaye agahomamunwa. Kwa Rutarindwa bitwikiye mu nzu ariko naba na byo ni ubutwari bwo kwanga agasuzuguro buhanitse bwo kwa Satani. Kwitwikira mu nzu wanga kuzaseba nyuma, ukiyemeza kwiyahura.

Abakiga bo bakunda kubaho ntabwo bakwitwikira mu nzu. Mu kwica abanyenduga bakoresheje ubundi bwenge bw'ubugome burenze uko ushobora kuba watekereza, niba uri muzima. Bishe abanyenduga urusorongo rw'urubozo. Icyo gihe nta mututsi wari mo. Umva neza iby'u Rwanda.

Ubwo n'abahutu baba bagize incuro imwe bicanye. Satani ararega, Imana irandika, kandi yakira ikirego ngo abahutu incuro ya mbere bicanye bapfa ubutegetsi bw'u Rwanda. Abakiga bishe abanyenduga. Abami bategetse imyaka 400 ubwo ni incuro imwe. Abahutu bategeka imyaka 11 (ku gihe cya Kayibanda) iyo ni incuro imwe. Na none abahutu biyongeza imyaka hafi 17, iyo ni incuro ya kabiri. Kuva 1959 kugeza 1990 ni imyaka 31 abatutsi baravuyeho. Imyaka 4 y'intambara ni inzibacyuho yo kwa Habyarimana. Ni «Nyuma y'amahirwe ya nyuma y'ingoma ye». Kuva mu kwezi kwa karindwi 1994 kugeza ubu nandika ni abatutsi bariho bategeka, bahagarariwe n'umwega Kagame Paulo. Ntabwo ari amacakubiri ni ukuri, ahubwo ushobora kuba ufite igikomere. Jya ureka ukuri kuvugwe ni bwo uzakira. Ube uretse kumpugura umbwira ko Leta yiyita iy'ubumwe bw'abiyita Abanyarwanda nta moko aba mo.... Nanjye ndabizi ariko sinyikora mo.

Ni nka cyera twese twari turi Mouvement. Mu bwato bwa MRND. Buri ngoma igira amazina yayo: MRND yari ifite «Ubwato bwa Muvoma», FPR yo ngo ni MOTERI. Ni ukuvuga ko abatutsi iki ari igipimo cyabo cya kabiri, kandi n'abahutu na bo bapimwe kabiri tayari bo bararangije. Bivuga ngo niba iki gipimo abatutsi badatunganiye Imana, ni bagitsindwa bakava ho, nyuma nta kubara iby'amoko bizongera kubaho. Hazabaho «Yesu ku Ngoma, Yesu ku buyobozi». Iby'amoko bizavaho burundu bizaranduka mu mitima y'abiyita Abanyarwanda ari Imana ibyiranduriye ku ngufu, izababaga nta kinya. Bizababaza cyane ni nko kukubaga wumva bataguteye ikinya, cyangwa ku bagore, kugukorera curettage nta kinya. Abatutsi ku gihe cy'abami bategetse imyaka 400, iyo yari incuro ya mbere babona zero. Abahutu na bo ku gihe cya Kayibanda bategetse imyaka 11, iyo na bo ni incuro ya mbere babona zero. Abahutu na none ku gihe cya Habyarimana bategetse imyaka 17, ku ncuro ya kabiri babona zero. Abatutsi na none igihe cya Kagame imyaka kuva 1994 kugeza ubu nandika kugeza igihe ntazi...aya moko yombi apimwe kabiri.

UBISOMA ABYITONDERE, ni ho ibanga rihanitse ry'ubwenge bw'iki gihugu riri, kuko ni ho hari ipfundo ryo guhishurirwa mu buryo butangaje. Saba Imana ubyumve neza ube uretse kubifata uko bitari wayoba kurushaho bikazakuvira mo ingaruka mbi. Hutu-Hutu bicanye kabiri; ubwa mbere ni 1973 - 1980 abakiga bica abanyenduga no muri 1980 ku gihe cya Rizinde na bagenzi be (Abashiru n'Abagoyi). Tutsi-Tutsi hagati yabo bapimwe kabiri na bo uretse ko igipimo cya kabiri kitaruzura neza. Ubwa mbere ni ku Rucunshu, ubwa kabiri ni muri ibi bihe abavuye Uganda n'abavuye ahandi (ujye wirinda kumbaza byinshi kuko ntitwiganye byakumerera nabi).

Aha biragaraza ko Satani ntacyo atinya cyane iyo birebana n'ubutegetsi akunda gukinira muri icyo kibuga kimugwa neza kuko arahatsindira.

MENYA N'IBI:
- Umututsi yarahanwe by'intangarugero nawe arabizi
- Umuhutu ari mo guhanwa by'intangarugero nawe arabizi
- Umunyenduga yarahanwe by'intangarugero nawe arabizi
- Umukiga arahanwa by'intangarugero nawe arabizi (Ruhengeri, Gisenyi, Byumba, amajaruguru).

Iby'abana b'abantu bishyiriye ho Imana irabyubaha, ni byo biducira urubanza, ni yo mpamvu Itubwira iti: Nshyize urupfu n'ubuzima, umugisha n'umuvumo none nawe uhite mo. Maze umuntu agahitamo icyo ashaka. Icyo gihe nta mahane mutera kuko ni uguhitamo. Abatwa bo bazagirirwa ubuntu gusa bakizwe kandi turasabwa kubakunda ariko na bo babanje kwikunda kuko na bo Imana izabakoresha cyane.

Iyi ncuro turi mo ni incuro mbi cyane. Turimo gukata ikoni mbona rinteye ubwoba. Umuhutu ari mo guhanwa cyane kubera ko yanga kwihana icyaha gikomeye cy'itsembabwoko, no gukomeza gushaka kwica umututsi. Imivumo y'itsembabwoko iteye ubwoba n'ingaruka za ryo ntizoroshye... nawe uzi aho zikugejeje. Dore uko bimeze: turamutse duciye bugufi tukihana twemeye ko turi Interahamwe, byakora cyane kuko icyaha kiri ku bwoko ntabwo ari gatozi nk'uko amategeko y'igihugu abivuga.

Imivumo yose yatugezeho, itugeraho kandi izakomeza no kutugeraho «directement ou indirectement». Nawe bihindure mu kinyarwanda bimeze nka (OBADIYA 10-16). Umututsi ntasinzire ngo ntibimureba kuko ikizaba ku muhutu ntikizamusiga, icyo gihe IBIKUNDANYE BIZAJYANA, n'IBYANGANYE BIKAZABA UKO.

Umututsi yarahunze cyane. Umuhutu we na n'ubu aracyahunga cyane. Ariko n'umututsi ndabona nawe anyuza mo «agasimbuka» agahunga atari ukubera ko akekwa ho jenoside. Ahubwo ni inzangano z'amashyari hagati yabo, kandi na bo bangana nabi, bose banga agasuzuguro. Uwiyita Umunyarwanda yarahunze muri rusange. Abatutsi barafunzwe. Abahutu barafunzwe na n'ubu, ariko n'abatutsi ndabona banyuza mo bagafungwaho. Abahutu barapfuye cyane. Abatutsi bo baratsembwe cyane. Buri bwoko bwagiye bugerwaho n'ibyo bwagiriye ubundi uretse itsembabwoko ryakorewe abatutsi.

Waba ubizi waba utabizi, warabikoze utarabikoze, ntaho wabihungira, abahutu barapfuye benshi bisobanura ko n'ubundi bari benshi. Abahutu Imana irabasaba kwihana ku mugaragaro icyaha cy'itsembabwoko, kuko ni RUSANGE kuri buri muhutu wese.

Babanze bakizwe bakore Abaroma 10: 9, 10. Kandi basabe kuzakomeza agakiza. Abatutsi Imana irabasaba kubabarira, no kwihana ibyaha byo kwihorera n'ibindi binyuranye bya ba sekuruza bohejwe ngo bacumure, bakore na bo Abaroma 10: 9, 10 na bo basabe kuzakomeza agakiza.

Umva neza ko nta tsembabwoko Imana ibara ku batutsi, ibabara ho ibyaha byo kwihorera n'ibyo mu ntambara n'ubwo bishe abahutu benshi, kandi koko bishe benshi barabizi. Impamvu nta tsembabwoko Imana ibara ku batutsi ngiye kuyikubwira. Ndabizi ko niba uri umuhutu kubera igikomere, ubu watangiye kuvuga kubera ko wabuze abawe. Ubutegetsi bwabo bwaba ubw'igihe cya cyami na gikolonize n'iki gihe, nta na rimwe bigeze bategura kumaraho abahutu; aha nta mpaka nshaka, nta manza z'urudaca nkeneye, ubyange cyangwa ubyemere, ntabwo ari ikiganiro mpaka, nanjye nakoze ubushakashatsi. Iyo mvuze ibi bahita bavuga ko mu nkambi no mu mashyamba ya Kongo na Gisenyi na Ruhengeri na Byumba na za Kibungo na Gikomero na Gikoro, n'ahandi henshi bapfuye, kandi ni byo. Nanjye ngahita mbabaza uko byari kugenda. Mbese bari kubihorera bivanze n'abacengezi kugira ngo mubite abana beza? Bari gusanga abahutu bamaze bene wabo maze bakabihorera?

Mbese ko mwateguraga intambara mu makambi bari kubihorera kugira ngo muzavuge ko bera de? Ko kirya abandi bajya kukirya cyo kishaririza? Iyo ngeze aho ngira umujinya mwinshi nkirinda ko izuba rirenga gusa. Noneho nkibariza bene wacu ikibazo gikunze kubananira gusubiza nti: iyo aba ari twe twahunze 1959 tukaba ari twe twagarutse 1990 tugafata igihugu 1994, mbese haba hasigaye abatutsi bangahe? Ndabaza gusa (wibwire ukuri). Ariko iki kibazo nakibajije impunzi muri Kongo barandahira bati nta n'uwa kirazira uba yarasigaye. Twari gukubura tukanayora tukanajugunya, tukanatwika, tugasiribanga. Nabajije abajenosideri bati nta n'umwe twari gusiga; bati twabatsembye tutarahunze ntacyo badutwaye, maze iyo baza kuba baratwirukanye byari gucura iki? None iyo tuza kuba bo byari gusiga indi nkuru nyamukuru mu mateka y'isi n'ijuru.

Abigirira impuhwe akenshi baba bijuse bazi ko ngo bagikomeye batazi ko Imana yabacogoje. Ntibakomeze kudutera umwaku bahagire hirya nta n'ubwo bibabuza gupfa bahagaze, no guhora muri politiki zishaje. Nta n'ubwo bibabuza gutinya gacaca nta n'ubwo bibabuza kubura ijambo, kubebera n'ibindi bisa bityo. Koko ngo «amatwi ari mo urupfu ntiyumva ihoni». Satani afite ikirego cy'igikangisho ni cyo yadufatiye ho.

Kuko ujya kwinyagambura ati wapfa itsembabwoko. Ba ucecetse se nyine barakuzi. Abahutu b'abategetsi barasabwa kwihana, abari mu butegetsi bw'amadini n'abayoboke babo b'abahutu, abari mu butegetsi bw'igihugu nabo bayoboye b'abahutu ibyo nibiba bizafungurira benshi inzira n'abandi bihane kuko bariya ni bo babyishe. Kugeza ubu haracyari umuzi washoye w'isoni n'uburakari n'ikimwaro kandi nta kindi kibimara cyeretse kwihana.

Kwihana ni uguhindukira, tukiha ibihano. Kandi mumenye ko mba mbivugana urukundo si ukubanga nk'uko muvuga. Kandi sinariye amafaranga y'abatutsi nk'uko muvuga. Byarantangaje kubona bene wacu bavuga ko ngo nariye amafaranga y'abatutsi ngo njye ngenda mvuga ko abahutu bakoze itsembabwoko ngo bihane. Nawe unyumvire koko. Niba abatutsi ari bo bampongera ngo mbwire bene wacu bihane babeho, ubu se noneho mvuge iki? Wa mugani wa Yesu rero: Ubwami bw'Imana bubaguye gitumo. Byaba bibaye ubwa mbere mu mateka y'isi abacitse ku icumu ry'itsembabwoko basabira ababatsembye ubuzima buzira umuze, n'ubuhoraho bo biyirengagije. Bakagerekaho kugurira abazababwiriza ngo bihane. Na none nkavuga nti biratangaje, abatutsi baba ari abana beza bitavugwa ndetse baba babaye aba mbere ku isi niba bashobora gukunda inyoko-hutu kugera hariya ni byo yabakoreye. Ahubwo abavuga ibyo si bazima mu mitwe, bahahamuwe n'ubugome. Reka nze nanjye mbite abasazi maze ndebe. Ni nka cya gihe abafarisayo byabayobeye Yesu ari mo kubakorana ibitangaza bati ni Bezeburi umukuru w'abadayimoni umuha ububasha. Ahita abasubiza (ndamukunda cyane), ati «Ubwami iyo bwigabanije buba bugiye kuva ho; none se niba Satani ari we umpa ububasha bwo kwirukana Satani, ubwo muri bazima? Murumva bitabacikiye hejuru?

Abafarisayo ni kimwe n'abahutu n'abatutsi b'ibisambo. Bene ibyo ni ukubura icyo umuntu avuga, agapfa kuvugaguzwa. Ukanegura n'inka ngo dore igicebe cyayo kubera kumwara. Nangaga kumwara, maze Imana yemera ko mwara mu buryo bunyuranye, irangije inyigisha igituma umuntu atamwara iti ujye uvugisha ukuri muri byose ntuzamwara na rimwe, kandi nakuremanye iyo mpano, ntacyo bazagutwara kuko ndi kumwe nawe, babwire, kuko nta muhanuzi upfa gupfa. Nyuma byaranyoroheye cyane, sinzi ko n'aka kazi nari kuzagashobora.

Nongere mbisubire mo kuko nari nabivuze, impunzi zigomba gutaha nta mpunzi Imana ishaka hanze abo bose irashaka ko bataha, ku neza cyangwa ku nabi. Ni bamara kugera mu gihugu ntihagire igikorwa ngo bacogoze uburakari bw'Imana, bose bazanywera ku gikombe cy'umujinya wayo rero, wabyanga wabyemera uzawunywa waba uzi kurasa cyangwa utabizi, cyangwa warize ICT. Idini ryiyita Itorero rigomba kugira uruhare rugaragara mu BWIYUNGE NYAKURI, muri gacaca rigomba kugira uruhare mu kweza igihugu no gucyura impunzi apana kujya buri gihe mu byo Leta yikoreye. Hagomba gushyirwaho umurimo wihariye w'iki gikorwa ugizwe n'abahutu bihebeye Imana, Padiri, Pasitori, Bishop Intumwa n'abandi uko amapeti yabo angana. Abari mu buyobozi bw'igihugu, n'abandi banyabwenge b'ingeri zose, abahunze bari hanze, na buri muhutu wese wumva yagira uruhare muri iki gikorwa cyiza byose byakorwa bibanjirijwe no kwimika Yesu mu mitima yacu, ni we wabidufasha mo akoresheje Umwuka we Wera. Bakirinda gusa kuvanga na politiki kandi n'abacitse ku icumu bakabiza mo tukabibana mo. Nk'uko abahutu b'abayobozi bagiye hamwe bagapanga itsembabwoko ni ko na none abahari bazajya hamwe kugira ngo bihane itsembabwoko.

Bahamye ukuri bahambure igihugu kuko kiboshye, baraboshye bakaboha n'abandi. Ndumva byumvikana. Uyu ni wo MUTI NYAMUTI ibindi ni amatiku n'inda nini n'amagambo adafite ishingiro na za conferances zo kurya no kunywa gusa buri wese ahagaze ku izima rye maze bikazabyara gushwanyuka. Nta mutegetsi wari wihana ku mugaragaro kugeza ubu. Ni ishyano! Keretse muri za disikuru bivugisha utuntu batonora inzara, bavuga basoma, nabwo kandi biba byuzuye mo politiki nyinshi ngo ibigira gatozi kandi nyuma bakanabihakana, bakunze kubikora cyane mu Cyunamo. Mbese kuki abo twavuganye bose baba abayobozi cyangwa abandi bo mu nzego zinyuranye bose bemeje ko uyu muti ari wo?

Maze bakanga ngo ko bivugwa ku mugaragaro ngo batarakaza abazungu n'abahutu. Abemeye ibyaha benshi babyemeye haje Gacaca kugira ngo babagabanirize ibihano, ibyo si ukwihana ahubwo ni ukwikiza byo kwishakira indamu, wirengera ngo usohoke ujye gutema abandi.

Abahutu bari mu madini yiyita Itorero bihane itsembabwoko kugira ngo babohore na bene se b'abatutsi kugeza na n'ubu ibikomere bikiri bibisi, n'igihugu muri rusange. Nzakomeza kubabwira n'ibindi mwibaza bigendana n'ibyabereye mu Rwanda uko Imana ibibona.

- Niba utarakizwa (Kwakira Yesu mu bugingo bwawe) subira muri iri sengesho uti Mana Data, maze kumva icyo ushaka ku Banyarwanda none mbabarira ibyaha byanjye, ibyo nzi n'ibyo ntazi. Mwami Yesu ndakwakiriye mu bugingo bwanjye ngo umbere Umwami n'Umucunguzi, uhereye none unyandike mu Gitabo cy'Ubugingo umvane mu gitabo cy'urupfu. Mbabarira ibyaha bya ba sogokuru na ba sogokuruza ibyo bakoze ntazi binkurikirana. Nakiriye imbabazi zawe mbaye Umwana wawe amaraso yawe Yesu anyeze ibyaha byose kuko nizeye ko uri Umwana w'Imana ko wamfiriye ku musaraba. Kandi ko wazutse mu bapfuye. Urakoze Mana ko umbababariye mu izina rya Yesu Amen!

- Niba warakijijwe ukaba uri umuhutu subira muri iri sengesho uti Mana Data maze kumva ubutumwa bwawe, none ndagusaba imbaraga zo kwatura ibyaha by'itsembabwoko ku mugaragaro, mbabajwe cyane n'ibyo twakoze nk'ubwoko bw'abahutu. Niba warishe wivuge usaba imbabazi ku mugaragaro niba utarishe uri muri Rusange nawe saba imbabazi ku mugaragaro. Ubwoko bwacu twakoze amahano atarigeze abaho mu isi, ni cyo cyatumye udusandaza ho umuvumo, kuko nta handi higeze gukorwa nk'ibyo twakoreye abatutsi. None Mana yanjye nk'umuhutu w'ubwo bwoko, ndagusaba imbabazi ngo ugenderere imitima yacu kugira ngo tubashe guha agaciro itsemababwoko, turibone nk'uko uribona.

Kandi nk'uko wavuze mu Balewi 26: 14-45 ko ni tutihana iriya mivumo yose izatuza ho n'urubyaro rwacu, ariko kandi wanavuze ko ngo ni tuvuga gukiranirwa kwacu n'ukwa ba sekuruza bacu ni ko bicumuro twagucumuye ho tukemera yuko kunyuranya nawe kwacu ari ko kwatumye nawe unyuranya natwe; ko icyo gihe imitima yacu yanduye nk'imibiri itakebwe ni yicisha bugufi, tukemeresha imitima ikunze ibihano byazanywe no gukiranirwa kwacu, ngo nawe ni bwo uzibuka ukatubabarira.

None Mana yacu, ku bwacu nk'abahutu twese ni isoni n'ikimwaro, nyamara kugeza ubu ntabwo twakwinginze ngo utugirire imbabazi, ndetse ntitwaretse gukiranirwa kwacu ngo tumenye ukuri. N'ubwo waduhaye gutegeka incuro ebyiri zose imyaka irenga 30 yose ntabwo twigeze dushimwa nawe, nta n'ubwo twigeze tunamenya ko wari udufite ho umugambi, ahubwo twakomeje gukora ibyangwa nawe gusa.

Mana ndakwinginze ku bwo gukiranuka kwawe kose, uburakari bwawe bw'inkazi buve ku bwoko bw'abahutu kuko twahindutse igisuzuguriro bikabije ku bw'icyaha cy'itsembabwoko n'ibindi byaha bikomeye twakoze, n'ibya ba sogokuruza na ba data. Nuko none Mana yacu umva gusenga kwanjye no kwinginga kwanjye udukize imivumo igendana n'itsembabwoko.

Twishingikirije ku maboko yacu n'ubwinshi bwacu byose bidupfira ubusa, none dutabare, hwejesha amaso yawe urebe, utege ugutwi kwawe wumve, ibyacu byaracitse twahindutse ibivume, twamennye amaraso atari ho urubanza. None tubabarire uko imbabazi zawe zingana, ugire icyo ukora.

Twatsinzwe n'imanza nyinshi zarundanijwe zikagera imbere yawe, none twagiweho n'urubanza rurusha izindi gukomera ari rwo tsembabwoko. Kandi ni yo mpamvu twabaye uko tumeze uku, tugahunga, tukicwa n'inkota, n'ibyorezo, benshi akaba ari imbohe, tugakorwa n'isoni nk'uko bimeze ubu. Ariko n'ubwo bimeze bityo, werekanye imbabazi zawe, udusigariza igice cy'abarokotse ngo tugucire bugufi.

Dukure mo imitima y'amabuye udushyire mo imitima yoroshye kugira ngo tubashe kukwihana ho uko bikwiriye, twihanire na bene Data b'abatutsi, kuko kugeza ubu bagifite intimba z'ababo twamaze, bakaba bakomeje kubabazwa ni byo twabakoreye. Twabihinduye nk'aho nta cyabaye.

Mana tubabarire iki gihe cyose gishize nta gikozwe kubera kutagonda kwacu, bikaba byarabaye intandaro yo kongererwa ibihano, tubabarire k'ubw'umututsi na n'ubu watwihanganiye, tubabarire ku bw'abahutu bari mu buyobozi kandi cyera bo tutarabashyiraga mo, tubabarire ku bw'izo mfubyi no ku bw'abo bapfakazi; tubabarire cyane kubona na n'ubu harabuze abayobozi bihana. Tubabarire twiyemeje kubikora twebwe «nanjye ndi mo uvuge izina ryawe».

Turihana ku batutsi bose twiciye abantu ntacyo badutwaye na n'ubu tukaba tugikomeje kubica, kubahiga no kubanga.

Abatutsi turabasaba imbabazi, bumve guca bugufi kwacu kwa buri wese w'umuhutu ufite umutima wo guca bugufi, mutubabarire icyaha cyacu gikomeye cy'itsembabwoko twabakoreye. Ntimutuzize bene wacu b'intagondwa bakomeje ubugome bwabo.

Mana urakoze ko wumvise kwihana kwacu twihaniye abatutsi nawe ubwawe. Buri mututsi wese aho ari atubabarire kugira ngo dukurweho imivumo yatuvuzwe ho, turasaba abacitse ku icumu b'abatutsi imbabazi ku byo twabakoreye byose mutubabarire mu izina rya Yesu. Murakoze ku bw'imbabazi muduhaye natwe turazakiriye. Amen!

- Niba warakijijwe uri umututsi w'umwinginzi mu izina ry'abatutsi bose hamwe n'abavuye hanze, subira muri iri sengesho. Narihawe n'umututsi wacitse ku icumu ry'itsembabwoko, yababariye abahutu, twaraganiriye cyane, ni inshuti yanjye.

«Mana Data, maze kumva ubutumwa bwawe n'uko Satani yagenje bene Data b'abahutu, none nciye bugufi imbere yawe nk'umututsi natura ibyaha byanjye n'ibya ba sogokuruza na ba sogokuru. Ni koko twagucumuye ho, wahaye ba sogokuruza ubwami ntibakubaha, ahubwo bariyobagiza bakora ibyangwa nawe, ndetse twakoze ibyaha bikomeye byazaniye umuvumo ubwoko bwacu. Ibyaha by'ibigirwamana, gusambana bigayitse byo mu miryango ya hafi, ubugome bw'indengakamere mu bwoko bwacu, ubwibone bukabije n'agasuzuguro twasuzuguye ayandi moko ari yo abahutu n'abatwa, twishyira hejuru. Mana yanjye kuri twe ni isoni naho wowe urakiranuka, byatumye udusandaza ho umuvumo muri 1959 dutangira kuzerera isi nk'impunzi.

«Mana yacu umuvumo wo mu mahanga turawuzi, ariko twageze aho tukwikubita imbere tugusaba gutaha (igice kimwe) ni bwo abo wari warasigaje wongeye kutugarura mu gihugu utwihanangiriza ko tuzaguhesha icyubahiro, kandi ntidukore nk'ibyo bene wacu b'abahutu bakoze, n'ibyaha bya ba sogokuruza bacu bakoze. Nyamara si ko byagenze, tumaze kugera mu Rwanda igihugu waduhaye, twakoze ibyangwa nawe turihorera, turasahura, turasambana, turagambana, n'ibindi wanga, ndetse ntitwigeze dushyira Izina ryawe hejuru. Maze abo muri twe bitirirwa Izina ryawe barayoba ntibasohoza inshingano zabo. Wakomeje kutwihanganira kugeza ubu.

«None tubabarire udukureho ibihano byose wari watugeneye, kandi uduhe umutima wo kubabarira abahutu ku birebana n'itsemababwoko badukoreye kuko byateye imitima yacu kubanga urunuka. Mana umva kwinginga kwacu nk'abatutsi, maze utubabarire na bene Data b'abahutu batubabarire ibyaha byose twabakoreye cyera na n'ubu, maze utwumve uzaduhere umugisha hamwe muri iki gihugu waduhaye.

«Urakoze Mana ko wumvise gusenga kwacu mu izina rya Yesu Kristo Umwana wawe Amen!» »

Ibi byose umaze kumva cyangwa gusoma, biramuste bikurikijwe u Rwanda rwahabwa amahoro arambye, nta maraso yongeye kumeneka, ariko nibidakurikizwa: Imana ntinegurizwa izuru, icyo ubiba ni cyo usarura. (Abagalatia 6: 7). Impongano y'amaraso ni amaraso (Kubara 35: 33).

Ariko ni bitubahirizwa, ni ukuvuga abahutu ni badakora kwihana no kubabarira, abatutsi ni badakora kwihana no kubabarira, abakozi b'Imana ni batihana ko babyishe. Kweza intebe z'ubuyobozi, ni hataba kweza igihugu muri rusange, abayobozi b'abahutu bakihana itsembabwoko, hanyuma twese hamwe tugakora 2 Ingoma 7: 14, ku bw'igihugu hagakoreshwa Yona 3. Ibi Imana ishaka ko bikorwa ni bidakorwa: U Rwanda Imana izarwihanira, Satani azaba igikoresho rukubitwe cyane birenze ibyo ushobora gutekereza, ibyanyuma birushe ibya mbere kuba bibi. Kuko hazaba hakozwe Abaroma 11: 32. Ntabwo mvuze itsembabwoko kuko nta rizongera kubaho mu Rwanda. Ubyumve neza ntubivange.

Inama nagira abayobozi b'amadini yiyita Itorero n'abategetsi b' igihugu nuko bategura iminsi itatu yo gucira bugufi Imana twihana kugira ngo tubabarirwe. Maze idini ryiyita Itorero rigategura ya minsi 40 ibanziriza iriya itatu, kubera ko itatu izakorwa nta kazi, izemezwa

463

na Leta, kuko ni yo yabitangaza nk'uko i Nineve byagenze. Naho iminsi 40 yo twapanga nk'idini ryiyita Itotero bikajya biba buri munsi, kuko Imana ntiyishimiye guhora hameneka amaraso, ariko ihora irwana ku Cyubahiro cyayo ngo «ntabwo izagiha undi» n'ubwo baba ari abiyita Abanyarwanda. Aha ho na yo ntishobora guca bugufi. Guca bugufi kwayo ni byo nyine, murahangana, bikagenda uko bigenda.

Kagame ni we Imana yasanze muri iki gihe (ubu nandika) wategeka abiyita Abanyarwanda, kuko gutegeka uwiyita Umunyarwanda ntibyoroshye kubera umuhamagaro n'amavuta bimuri ho, umubwira ko 1+1 = 2, we akakwemeza ko ari 3, kandi ko arangije muri KIST cyangwa muri ULK, ukumirwa. Byamuyobera akakurega ingengabitekerezo kandi ya jenoside, cyangwa amacakubiri. Cyangwa akagusobanurira ama PHD afite n'aho yayakuye kandi 1+1 byamunaniye. Kagame ni umurwanyi w'umunyezima w'umunyaburakari, n'imijinya y'imiranduranzuzi.

Muri kamere ye, ni umunyezima kabuhariwe, ni ko aremye, aho gutsindwa yapfa, aho gusuzugurwa yaca ibintu, ariyizera bikabije kandi ariyizi, afite amavuta y'igitinyiro n'íterabwoba menshi, ariko nta mavuta y'igikundiro agira, ntayo yigeze nta na yo azagira. Kandi ni we wari ubereye u Rwanda kuva kiriya gihe kugeza... igihe ntazi ariko cya vuba. Ni umwega Imana yemeye ko ajya ku ngoma ngo biringanire, ye gutera ishyari mu batutsi. Kuko ubundi Abanyiginya ni bo babaga mo umwami noneho Abega bagatanga abageni ari bo bazava mo Abagabekazi. Aho ni na ho Kanjogera yinjiriye maze arabidurumbanya, ateza intambara yo ku Rucunshu we na basaza be. Hari amahano yakorewe hariya mbere yaho Umugabekazi Kanjongera ashaka ko Musinga ari we uzima. Kagame rero akomoka aho ngaho kwa ba Kanjogera. Abatutsi rero na bo irabareshyesheje.

Abanyiginya babanje igihe cy'ingoma ya cyami, none Abega barakurikiye igihe cya Repubulika ya gatatu. Ehhhh, Abanyiginya igihe cya cyami, maze Abega igihe cya Repubulika? Kubera iki? Ntaho yibeshye na hamwe. Byose babisogongeye ho, ari ubwami, ari na Repubulika. Kuki Repubulika? Niba Abanyiginya bazagaruka simbizi.

Ng'uko uko Imana yamuhise mo ngo iki gihe buri wese wiyita Umunyarwanda ari umurwayi wahahamutse, ngo aze amutware muri iyi ambulance yitwa u Rwanda. Nguwo, uwo Imana yemeye ko ajya ku butegetsi bw'u Rwanda: ntavogerwa, ntiwamwemeza ibyo atemera n'iyo byaba ari ukuri. Kandi gupfa kw'abandi ntacyo bimubwiye, apfa kuba yasumbye byose kandi yumviwe na bose, kandi amahanga yamushimye. Kuko muri we azi ko ibye ari byo kuri, ntugire ikindi urenzaho, cyeretse niba ushaka kuba.... uko ntazi. Ni igikenya cy'ibihe.

Nguwo uwagombaga kuyobora u Rwanda nyuma y'itsembabwoko, mu myaka iruhije n'amateka amuremereye cyane, mu ikoni rikata rikananyerera bikabije. Umwe ati *Kagame ni umushoferi mwiza, ariko aba convoyeurs be si beza*. Undi ati «Kagame n'abo bakorana batwaye ambulance (imodoka itwara abarwayi) kandi iyi modoka icanye cya gitara cyo hejuru cy'umutuku, kiranasakuza cyane. Kandi n'abatwaye na bo ni abarwayi». Yasizwe amavuta y'igitinyiro menshi ateye ubwoba ntapfa kuvogerwa. No kumugira inama ntibyoroshye. Umenya ntabyo yakwemera, ahubwo wahita witwa «useless and nothing» cyangwa umuginga, n'ibindi ajya avuga bikansetsa, kuko sinkibabara. Wagira ngo si Perezida. Ni umusirikari? Ni inyeshyamba cyangwa? Bavuga ko azi kuneka kurusha kurwana nk'uko Pasitori Gitwaza azi kuririmba kurusha ibindi akora. Buri wese agira impano irya izindi. Uko Kagame ameze biberanye n'ibi bihe u Rwanda rurimo. Agomba kurara amenye uko igihugu cyose cyiriwe ku buryo burambuye, wowe wabishobora? Kandi agomba no kumenya uko kiraye. Ni Uwiteka se? Hagombaga koko umuntu umeze nkawe 100%. Agasuzugura, agatukana, agakubita izo nkomere zigakomeza gukomereka. Byarimba akanazica kuko azi gufata ibyemezo ndakuka. Nta bwoba agira mu bigaragara, ariko mu bitagaragara ashobora kuba ari mu ba mbere b'abanyabwoba ku isi. Kuko nti wakora ibyo akora udafite ubwoba bwakurenze. Ni nka Bush kuri mandats ze zombi, yari yashyiriwe ho gusohoza umugambi w'ibihe by'imperuka, ibihe bya Antikristo ngo agushe ubukungu bw' Amerika kuko hagomba kuzamuka Ubulayi. Ni nde wari gutinyuka gutera Irak atemerewe na Loni? Cyeretse we. Ntiyigeze abaza na Loni. Ashobora kuba yaranayibajije ikanga maze akabirengaho nkana. Buri wese aba afite impamvu agiyeho n'impamvu azava ho. Ni abagabo bateguwe gusohoza ibyanditswe byo mu minsi y'imperuka bibi.

Itsembabwoko rirabaye, ibyo yakoze Imana ni Yo ibizi. Ngo hari abihoreraga Kagame akabahana ibihano bikabije. Hari n'abagifunze kugeza ubu. Impamvu zabimuteraga ntuzinzane ho izo ari zo zose ziramaze kuko iyo anashaka yari gutanga itegeko ryo kwica buri muhutu wese wacaracaraga, maze abazungu na Loni bakavuga, bakanabyamagana, bakazaceceka nk'uko bisanzwe.

Ariko byageze aho amagambo y'abahutu yamurembeje babaga banateguye kumutera aratomboka! Ati harya ngo twarabishe? Ati... muri benshi di!? Yes.... Hanyuma se umuntu agiye afata akayiko akagenda akayoza amazi ntiyazashira muri Océan Indien... Mu Ngunguru?? Ntiyashira mo? Ariko kubera ko «UHONGERA UMWANZI AMARA INKA». Bamuvuze ibyo bashaka byose ntawabyitayeho ngo basi abihe agaciro. Nyuma nawe yasanze yararuhiye ubusa abahutu bagenda bamuhemukira banavuga n'ibigambo, maze yicuza impamvu atabikoze neza ngo amareho abaginga. Ibyo yabwiye abahutu muri disikuru uko yicujije impamvu atabamaze ho. Ati harya ngo ni benshi? Ese umuntu agiye akuraho umwe gahoro gahoro ntibazagera aho bagashira? Ngo ye! Amazi yuzuye ingunguru wirinda

465

kuvomesha indobo. Ufashe agafuniko ukajya uvomesha n'akayiko! Duke duke ntiyazashira mo? Yes...Yes... Nawe baba bamuzengereje. Ni byo bisubizo aba abonye

Abo yahaye akazi barakoze jenoside, n'ubwo abacungisha abavuye i Bugande cyane, baba bamennye amabanga make baba bazi, maze igikomere kikongera kumurya. Yewe Rwanda we! Ko utabusya abwita ubumera se, iyo aba wowe kiriya gihe wari kubigira ute? Ngaho ba umugabo wifate wishyire mu mwanya we maze urebe.

Aho kwirirwa umugaya ngo yarabyishe gusa. Iyo aza kuba wowe wari kubigenza ute? Ati «Ubumwe n'Ubwiyunge ku ngufu: uwishe n'uwiciwe bagomba kubana kuko ari Abanyarwanda, twese dusangiye igihugu, utabishaka nkanguke yarebye ahandi ajya hatari mu Rwanda, kuko u Rwanda ni urw'Abanyarwanda twese! Wowe umuseka duhe gahunda yawe twumve?

Yaba abeshya, yaba atabeshya na byo biramaze. Ati n'ubwo mutakundana nta kibazo murarubana mo kuko mwese muri Abanyarwanda. Ati Abacitse ku icumu mwemere muwunywe n'ubwo usharira cyane ariko murawunywa nta kundi byagenda kuko mutakuzura na minibus. Afungura abicanyi ku mugaragaro n'itangazo rikomeye rivuye mu biro bye, atari imyanzuro y'inama ya Leta. Na none uhongera umwanzi amara inka: nta shimwe.

Kagame ateye ubwoba: Agufatiye abahutu abarunze mu butegetsi, na bo ntibabyumva, bagakora bahahamutse batazi ibyo bavuga maze ingengabitekerezo ya jenoside ikabacika. Baravuga ariko ntacyo amagambo amubwiye, baranga bakamunaniza ariko wapi agakomeza, kuko ibi n'ibihe bye, kandi arabikoresha neza wo kagira Imana we.

Mbega igitinyiro! Kirazira kumuvuguruza, uretse ko jye hari byinshi namuvuguruza ho kandi twabyumvikana ho. Nta n'ubwo yarakara yabyumva neza. Akabaha akazi barangiza bakagira ibyuririzi byinshi maze «rusange» ikabasiribanga bakibagirwa, maze ingengabitekerezo ikabacika. Bava ku butegetsi bagatoroka bagera hanze bakavuga! Ku ngufu agatonganya n'abategetsi, akabambura n'imodoka, ku ngufu ntawe atinya, yavuze ko ashobora no kubaha imigeri n'amakofe, umenya ngo ajya anabatimbagura. Narabyiyumviye ni cyo cyabashobora. Yanga n'utugambo bamuhwihwisa mu matwi banga kubivugira ahagaragara ntabwo ari poubelle. Yanabakanguriye kwatura ibyaha byabo nk'abarokore. Ariko se ko atari yatura? Ariko umenya ngo hari ibyo ajya yemera byo kubwirwa amagambo y'ibinyoma y'amashyari akabyemera, na raporo z'abapfumu z'ibinyoma gusa, nyuma akazasanga atari byo, kuko ntabwo ari malayika. Kandi ayo magambo yemera yishe byinshi. Ibyo nabikoreye ubushakashatsi bitangoye, bimwe byanyizaniraga kubera umuhamagaro nkabimenya ntagombaga kubimenya. Ibyo bita amabanga biransetsa, na bo ubwabo ntibazi ibanga icyo ari cyo. Icyampa agakizwa agaha Yesu igihugu maze agakomeza imbere na za mandats ze zose, yashaka akazaniyongeza n'ibindi. Ariko ibyo nsabye ntibishoboka igihe cyamurangiranye. Kandi nzi neza ko adashobora kubikora. Ntako ntagize maze Imana iranshwishuriza iti «Ntashobora kwihana». Ahubwo arakomeza gukora ibibi no kurushaho.... Afite umwuka wa Farawo na Nebukadineza. Harimo n'uwa Herodi, n'uwa Pilato, n'uwa Hiteleri, n'uwa idi Amini Dada, n'uwa Robert Mugabe, n'uwa *Mobutu Sese Seko* Kuku Ngbendu wa Za Banga, n'abandi bagerageje kubaho bumva ari bo bigize.

Hiteleri niba bamubeshyera simbizi. Ngo rimwe gutegeka isi byamwuzuye, umuhamagaro wa Satani umurembeje ngo yaravuze ati ubu igihe kirageze ngo Imana itegeke iwayo mu ijuru, nanjye ntegeke iwanjye mu isi. Nawe unyumvire. Nyuma gato Imana yamweretse ko yamwumvise, kandi ko no mu isi ihafite ijambo, maze ubwe yitwikira niba ari mu ngunguru yuzuye lisansi cyangwa mazutu. None se ko isi yari iye, yitwikiraga iki? Hari mo ubugoryi bwinshi. Kagame hari ibyemezo bye nkunda, azi kwihagararaho no kwishongora bikabije, cyane biterwa n'ubwoba bwinshi, no kutiyizera, na «complexe d'infériorité». Kubera ibyo, buri gihe ashaka gukora ibyatuma agaragara kugira ngo ibyo bikorwa biba bimwitirirwa arebe ko byakorosa iriya complexe, ariko wapi! Ifite ibilo byinshi kuko yarayivukanye. Ntacyayibasha kuko iri muri kamere ye no mu mateka y'igihe gishyize cyera. Kandi imurusha imbaraga. Iyo haje nk'itangazo rivuye muri Perezidansi ya Repubulika rivuga ngo «Ashingiye ku bubasha ahabwa n'itegeko-nshinga, yirukanye Minisitiri runaka ku kazi», kenshi aba atari no mu gihugu. Nkunda ririya tegeko cyane. Ngo imwe mu mpamvu zituma akunda kuba Perezida ngo n'uko avuga agakora ibyo ashaka. Ntiwumva se?

Uragira ngo se yicaje Yesu ku ntebe ya mbere ntiyahama ho? Ariko arabyanga, ahari yishyize mo ko amwemereye yamwambura ubutegetsi? Ntakamenye ko ahubwo yamufasha kubukomeza. Reka mbamare amatsiko: Nta n'umwe ufite ububasha bwo kugira icyo amutwara cyeretse Imana yonyine, ni yo yemeye ko ajyaho ni na yo izemera ko ava ho. Mwe kwirushya rero muhora mu tuntu, mwiteza ibibazo mutazakemura, kugeza ubu nandika hari ibindi agomba gutunganya bike cyane, hasigaye gato cyane, simbabwira igihe kandi ndakizi, asigaranye agahe gato cyane. Hari ibindi agomba kudogereza induru zikavuga, na none abantu bakifata impungenge. Ababyeyi bakifuza kuba ingumba. Ni mubona bibaye abahunga muzahunge. Yesu ati «Mwa bagore b'i Yerusalemu, mwiririre ni murangiza muririre n'abana banyu mwa bagore b'i Yerusalemu mwe!.. «Jye mfite vision»...Sinzi niba barumvise ibyo yababwiye.

Gahunda y'Imana ku Rwanda ni ukutugirira neza, ikadukoresha ku bw'Icyubahiro cyayo mu mavuta menshi, tukabwiriza isi yose, igaha umugisha u Rwanda muri byose, maze Yesu agatwara Itorero rye. Umunyarwanda akaba isoko y'umugisha apana umuhutu cyangwa umututsi cyangwa umutwa. Mvuze Umunyarwanda nyir'izina. Ibyo bizakorwa nta moko agihari mu mitima yacu kuko Satani yayakoresheje ibintu bibi cyane yombi. Imana na yo irashaka kuyakoresha ibyiza no kurushaho. Leta yiyita iy'Ubumwe yagerageje kubikora mu mubiri «bisa n'Isezerano rya Cyera». Batambaga ibitambo byorosaga ibyaha, ariko byageze aho Imana irabihaga, itanga Yesu ngo abe ari we ubonerwa mo agakiza ku umwizeye wese. Birenze ubwenge iby'Imana yageneye u Rwanda, ni na yo mpamvu Satani nawe abifiye ishyari ryinshi, adashaka ko bisohora ku neza, ariko ubushake, umugambi w'Imana k'u Rwanda uzasohora byanze bikunze. Aho twageze mu marorerwa tuzasumbyaho mu gukoreshwa ibyiza. Tuzahesha isi umugisha. Ibi ni ukuri. Ngaho kunda buri munyarwanda, usenge nkanjye uti Mana ndagusaba ngo nzabe ndiho muri kiriya gihe, ndebe u Rwanda rutari mo amoko mu mitima y'abarutuye, ndebe umuhutu n'umututsi babana nta buryarya cyangwa itegeko, ndebe aho Imana izamura umutwa maze aya moko yombi akamwubaha. Ngaho isabire nawe kuzarureba, uvuge n'ibyo ushaka ko wazarubona mo, hanura wihanurire nawe, uhanurire n'abawe ibyo usaba Imana, ibyo wahaze ubishyireho iherezo, maze tuzahererwa umugisha hamwe. MU IZINA RY'UMWAMI N'UMUCUNGUZI WACU YESU KRISITO, AMEN!

KWIHANA KWABEREYE I DETMOLD MU BUDAGE

«Twebwe abakirisito bo mu madini atandukanye twavuye mu Rwanda n'ahandi duteraniye i Detmold mu Budage, dutumiwe na Docteur Fulgence Rubayiza afashijwe n'Umuryango w'impuzamatorero w'i Hidessen, kugira ngo dusenge kandi turebere hamwe uko twakwiyemeza kubaka u Rwanda ruzima aho tuzabana twese.

«Nyuma y'ibiganiro no kungurana ibitekerezo no gusenga; twemeje ibi bikurikira:

- Abanyarwanda ntibaziyunga niba buri ruhande rutemeye gucira bufi urundi ngo rwemere imbere y'urundi ruhande kandi ngo rwature icyaha cy'ubwicanyi, maze rusabe imbabazi, ruciye bugufi cyane imbere yabo rwahemukiye.

- Ni yo mpamvu: Twebwe Abakirisito b'abahutu turi i Detmold, twemera ko bene wacu batoteje abatutsi mu buryo bwinshi kuva muri 1959, turatura icyaha cy'itsembabwoko cyakozwe n'agatsiko k'abahutu, kagikorera abatutsi mu mateka y'U Rwanda cyane cyane muri 1994.

- Dufite isoni n'ikimwaro ku marorerwa abahutu bakoreye abatutsi: kubica urubozo, gufata abagore n'abakobwa ku ngufu, gufomoza abagore batwite, kubaca mo ibipande, kubahamba babona.

- Kubahigisha imbwa nk'abahiga inyamaswa, kubicira mu nsengero, ubundi zari izo guhungira mo.

- Kwica abasaza, abana, abarwayi mu bitaro, guhatira bamwe kwica bene wabo, kubatwika babona, kutabahamba, n'ubundi buryo bakoresheje bwa kinyamaswa mu kwica urubozo. Turishyiraho ibi bibi byose kandi twiyemeje no kwemera ingaruka zabyo nta mananiza.

- Turasaba bene wacu b'abahutu kutibagirwa ibyabaye.

- Turasaba Imana imbabazi na bene Data b'abatutsi ku bibi byose twabakoreye.

- Twiyemeje gukora ibyo dushoboye ngo tubasubize ubumuntu n'icyubahiro twabambuye.

- Twebwe abakirisito b'abatutsi duteraniye i Detmold, tunejejwe kandi turuhuwe n'imbabazi dusabwe na bene Data b'abahutu, natwe ku ruhande rwacu turasaba imbabazi Imana n'abahutu ku bwo kwihorera bene wacu bakoreye abahutu batari bafite kirengera «Inkoni ikubise mukeba uyirenza urugo».

- Turasaba kandi Imana imbabazi na bene Data b'abahutu ku bw'imyifatire y'agasuzuguro twabakoreye mu mateka y'u Rwanda, twitwaje kwishyira hejuru no gushyira ubwoko bwacu hejuru;

- Twebwe abakirisito b'abazungu turi i Detmold, twanejejwe n'ubutumire bwa bene Data b'Abanyarwanda, badutumiye gusengana, turihana ko kuva aho umuzungu wa mbere yagereye mu Rwanda, twagize uruhare mu gutatanya Abanyarwanda, tubabajwe kandi no kwishyira hejuru kwacu n'ubwibone bwacu. Twateje amacakubiri, dushyira mu mitima y'Abanyarwanda ko bamwe ari babi abandi bakaba beza.

- Tubabajwe n'uko ibihugu byacu byatanze intwaro ku mpande zombi, kugira ngo bamarane.

- Tubabajwe no guceceka kwacu n'ukuntu twatereranye impunzi igihe cy'ubwigenge; Tubabajwe n'ukuntu twirengagije

Abanyarwanda bagashira mu itsembabwoko ryo muri 1994. Tubababjwe n'uko tutitaye ku kibazo cy'impunzi nyuma ya jenoside.

- Tubabajwe no kutita ku mibabaro y'inshuti zacu z'Abanyarwanda.

- Ku bw'ibyo bibi byose, turasaba Imana imbabazi na bene Data b'Abanyarwanda tutigeze twubaha, none turashaka gufatanya na Yesu mu nzira y'ubwumvikane n'ubufatanye.

- Turahamagarira Abanyarwanda n'imiryango mpuzamahanga kumva ko imibabaro y'Abanyarwanda ibareba, turabingingira kubungabunga no korohera abo bose bashegeshwe n'ibyabaye, abapfakazi, imfubyi, imfungwa, impunzi za cyera n'iz'ubu, abadafite aho baba, na ba bandi bibagiranye ari bo Batwa.

- Turifuza ko buri wese mu Rwanda yubahwa agahabwa agaciro, tukabana nk'abavandimwe, nk'inshuti.

- Turashimira Imana Data waduhaye Umwuka Wera kugira ngo adukure mo imitima y'amabuye, akatubohora mu bwoba n'urwikekwe byadutandukanyaga, akaduhindura abavandimwe dusangiye inzira y'Umwana we wapfuye akazuka, kugira ngo atwunge n'Imana nawe.

«Byahinduwe mu kinyarwanda na Mariya E. Murebwayire».

Maze kubona ibi bintu nabanje gutangara kuko bwari ubwa mbere mbyumvana abandi batari jyewe, habanza abahutu kwemera itsembabwoko kandi byari bikiri bibisi muri 1996 impunzi ziri mo gupfa muri Kongo. Nabibonye ntinze kuko byakozwe mu mpera za 1996 ariko jye mbibona muri 2001. Nahise njya gushaka umwe mu bari aho ndetse icyo gihe wihannye mu izina ry'abahutu ari we Hitimana Nicolas, natangajwe n'ubutwari namubonanye n'imbaraga Imana yamuhaye mu kumukoresha icyo gihe n'ahandi, namenye ubuhamya bwe ndatangara. Ariko kandi iki gikorwa cyakurikiwe n'ibitutsi n'incyuro zikabije ntashobora kukubwira uko bingana ku mpande zose. Buri bwoko budashaka ko bavuga ko bwakoze nabi kubera ibikomere buri bwoko bwifitiye, byari bikiri na bibisi cyane. Simbitinda ho ariko icyo nagira ngo mvuge n'uko uko ibihe bigenda, umwanzi arushaho gutesha agaciro ikintu nka kiriya ku buryo imbuto zacyo nyuma usanga byarahindutse guterana amagambo, hari mo n'ibyuririzi byinshi, ugasanga bamwe barasubirwa kubera ibihe n'uburemere bw'itsembabwoko. Impamvu ndayikubwira: Ni ukubera IBYURIRIZI Abanyarwanda b'amoko yose bafite, noneho kubera ko baba bari mu mubiri gusa buri wese akirwanaho arengera ubwoko bwe kandi Imana yo ishaka ko duca bugufi. Natangajwe n'ukuntu Imana yamukoze ho hakabanza kwihana abahutu. Kiriya ni ikintu cy'ingenzi cyane kuko ni ko kuri. Ikintangaza cyane n'uko buri wese avuga ko undi ari we wabyishe we ari umwere . Ni imyuka yo muri Edeni ya Adamu na Eva.

Rwose biriya nabyita uburwayi bwo mu Mwuka gusa nta kindi. Kuko abitana bamwana bose bararwaye, bakeneye umuti ariko ntibashaka kuwunywa ku neza bikundira inabi bivuga «gusumirwa n'amaboko y'Uwiteka».Kandi nta ntege bigirira. Ibindi wibaza: Kuki iyo bavuze Umunyarwanda twese twiyumva mo nta kibazo bitera, buri wese akumva ari mo. Wavuga umuhutu cyangwa umututsi bakavuga ko ufite ingengabitekerezo ya jenoside, cyangwa ko ufite amacakubiri. Impamvu n'uko Ubunyarwanda nta kosa bufite, nta cyaha bwakoze, ntacyo bupfa n'abandi, ariko aya moko yo yaragaciye, afitanye inzigo nta kirayikura ho.

Amoko aramutse adafite ikibazo yavugwa mu bwisanzure, ntibihindukire icyaha uvuze ngo uyu n'iki cyangwa iki. Hari uwigeze kurega undi ngo yamwise umuhutu bari mu kabari. Erega uwo wamwise umuhutu maye baramufunze; kubera iki? Impamvu n'uko bikoreshwa nk'igitutsi kuko byakoreshejwe nabi, noneho bene byo bagashaka kubyiyambura, abandi nabo kubera ubwo busembwa bakabyitwaza mu gusesereza. Ni nka ba bandi na bo bashaka guhunga ubuhutu bagahimba ko bari bafite bene wabo muri Uganda, ko bari barahungiye Gahunge na Nshongerezi cyangwa Nyakivala, cyangwa ko bari za Luwelo, ko biganye na Kagame Ntare School, bamwe ngo bari imbere ye imyaka ibiri cyangwa inyuma ye umwaka umwe. Ibyo byose baba bahunga ubuhutu, cyangwa ngo n'ubwo bazi ko ndi umuhutu «uwo aba adafite aho yabihungira», ariko maman ni umututsikazi ubwo ngo hari aho bivangira kwa sekuru na nyirasenge.

Hari n'uwo nigeze kumva asobanura ibisekuru bye, ageze kuri nyirakuruza avuga ko yari umututsikazi wo mu muryango w'ibwami. Byabanje kujya bindakaza bigeze aho biransetsa. Iyo babaye hanze bwo rwose bahita bavuga akongereza gake ubwo bakaba barangije kuba abatutsi. Ukagira ngo nta muhutu uvuga icyongereza, ibyo bikamworohereza, akaba ahushye ku gisebe atyo. Abatahutse bose ngo nta muhutu cyangwa umutwa wari uri mo? Kandi bari bari mo benshi.

Ubwo se ibyo byose si uguhunga ubwoko, abo babuhunga se abenshi hari abatutsi bishe? Si RUSANGE ibazunguza? Bagomba kunywa umuti kandi neza niba bashaka gukira neza.

ITANGAZO RYA M. E. Murebwayire:

Iyo mvuga ubutumwa cyangwa mpanura, ntabwo mba ngisha inama cyangwa ngira ngo nkosorwe, ntegekwa n'uwantumye ari we Mwami wanjye Yesu Kristo. Ndi umuhamya n'intumwa ya Yesu Kristo, ntabwo nshinzwe kwigana iby'abandi bakoze cyangwa se bavuze, nk'uko buri wese agira imirimo ye, bisobanuke neza. Iyo hari ukeneye gusobanuza ku byo atumva, musobanurira bigendanye n'ubutumwa bwatanzwe, ngendeye ku Ijambo ry'Imana ryo bisubizo by'ibibazo. Ntabwo mpangana rero kuko ntabwo ari ibiganiro mpaka. Ntabwo kandi mba natumiye abanyamakuru kuko *icyo utazi urakibaza, wabaza ukamenya, wamenya ugakora.*

Si ngombwa ko ibyo mvuga cyangwa nandika bigushimisha, urasabwa kwibabarira ukihangana cyangwa se ukabireka, akenshi mba nikuraho urubanza. Kuko Umunyarwanda ni we wavuze ati «Ntawe uneza rubanda», Yesu nawe ati «Nta muhanuzi wemerwa n'ab'iwabo». Uko ni ukuri cyane.

Gushimwa no kugawa n'abantu kuri jye birangana, ntacyo bimaze. Kuko nta gaciro bigabanya cyangwa binyongera imbere y'Imana yanjye, ntacyo bimpindura ho n'Imana ntacyo biyihindura ho. Ni nka bya bindi ngo «umugayo uvuna ugaya ugawa yigaramiye». Abanyarwanda bazi ubwenge, ariko bajye baba bazima. Byavuzwe n'umugabo umwe nawe bamushobereje.

Umwe yigeze kuvuga atanga urugero rwanshimishije rwanyongereye imbaraga, ni umunyamahanga nawe yari yarazonzwe bahora bamubaza ibibazo kandi yari afite ihishurirwa abarusha ubwenge bw'Imana, bakamupinga. Yari afite ubutumwa budasa n'ubw'abandi, butanyuraga bose ati: «Kungaya no kunshima byose ni kimwe.

Ni nk'igiceri cya 20 gishaje n'igiceri gishya cya 20 byombi biba bifite agaciro kamwe, ntabwo kimwe cyakwirata ko hari agaciro kirusha ikindi. Agaciro kabyo byombi karangana byombi bibara 20. Uko byagenda kose, igishaje ntikibara 19 naho igishya ngo kibare 21.» Bivuga ngo wanshima, wangaya byose ni kimwe biranganya agaciro. Ahubwo wowe akira Yesu nk'Umwami n'Umukiza wawe: Subira muri iri sengesho: Vuga uti Mwami Yesu ndi umunyabyaha, mbabarira ibyaha byanjye byose, ndizera ko uri Umwana w'Imana kandi ko Imana yakuzuye mu bapfuye, unyandukure mu gitabo cy'urupfu unyandike mu gitabo cy'ubugingo, nanze ibya Satani byose, nje mu Bwami bwawe, urakoze ko unyejesheje amaraso yawe kandi ko umpaye ubugingo buhoraho AMEN!

ICYO NONGERAHO: Ndashimira cyane abitwa «ABARINZI B'INKIKE» bahagaze neza kugeza ubu, bakora amanywa n'ijoro ntako batagira, bararwana intambara abenshi batanazi, baraharanira kurinda cyane INKIKE z'igihugu nk'uko njya mbona ku bishushanyo bibaranga, na gahunda baba bafite shenge! Bari mu gihugu hose. Nagize umutwaro ukomeye kuva aho abarinzi b'inkike bagiriye ho, nshima n'Imana ku bwabo. Dore ibisobanuro byabyo nabonye: Imana iti «mwagombaga kubanza kuvana abanzi imbere mu gihugu mwamara kubata hanze mugahita murinda sasa, mukarinda inkike nta mwanzi uri imbere mu gihugu, kandi afite imbaraga, none rero, dufite ikibazo gikomeye.

Turinze inkike, none twafungiraniye umwanzi imbere mu gihugu, aridagadura, akora ibyo yishakiye, wiyoberanya cyane kuko azi icyo ari ho. Yaramunze cyane kandi azi ko batamuzi. Ndasaba Abarinzi b'inkike dufatanije, tuzabanza twirukane umwanzi uri imbere mu gihugu, maze tubone kurinda inkike. Kandi ntawe uzatwinjirana, kuko imbere hari mo ibyitso byinshi cyane. Imana ikomeze gufasha «ABARINZI B'INKIKE», bahishurirwe kurushaho…….

Gahunda y'umusozi w'amasengesho mu karere ka Gasabo

Hashize igihe mbwiwe gushyiraho Umusozi w'Amasengesho: Prayer Mountain, n'Inzu y'Amasengesho «Rwanda National Prayer House», ariko uko nagiye mbibwirwa nicaga amatwi cyane byabaga bindenze, bikajyana n'uko igihe cy'Imana kitari cyakagera. Iti itonde uzabikora nyuma y'ibi. Nabwiraga Imana nti n'ibya mbere banze kubikora, none ibi ni byo bazumvira. Aho dukoreye amasengesho y'abagore baboroga (Yeremiya 9: 16-19, Imana iduhishurira ibiri muri RWANDA RWA GASABO, duhora twitirirwa.

Ndavuga bimwe bikeya: hari kuri biriya bivumu, twabwiwe ko umwami Ruganzu kugira ngo yongere ubuhangange bwe yabikesheje kuba yarahahambye inka nzima, n'umugabo n'umugore bazima.

Ube uretse guhahamuka cyangwa gupinga, banza utekereze neza. Ubwo hari n'ibindi byinshi ariko icyo cyatubereye gishya. Hari na hariya muri Gasabo na none hahora habira ikigage, hariya ni iwabo w'imandwa zose. Mfite ibisobanuro byinshi, uretse ko hari n'abandi bafite uwo mutwaro. Gasabo rero nabwiye umwe mu bayobozi bayo icyo gukora ati «Uramenye ntimuzagire icyo mutwara ahantu hacu nyaburanga, ati *uzi amadevise hinjiza? Ni bya bindi ngo «mire mire mire umuriro, ncire, ncire, ncire akaryoshye»*. Ariko icy'ingenzi n'uko bemeye gutanga umusozi kandi tukaba dufatanije kuwushaka, tunabaza Imana aho ishaka ko haba uwo musozi, niba binashoboka ko twazita Gasabo tukayita «Gasabo NSHYA». Cyangwa hagashakwa irindi zina rikemerwa n'abayobozi b'u Rwanda rwa Yesu. Nta kibazo rero na ya nyoni yo kuri minisiteri yarahavuye, maze Imana zo muri Misiri zirasezererwa. Habaye ah'Imana ngo ikinyoni cya Mubaraki na Habyarimana kirimburwe. Uretse ko hakiri mo imbaraga nke.

Hasigaye kariya kanyazi k'akabindi gahora gashinze mo umuheha. Kandi hagomba gukorwa ibarura ry'ahantu nk'aho hakorewe imihango yangiza igihugu, kugira ngo bisengerwe biveho : nka Bugesera, urwobo rwa Bayanga, kwa Nyagakecuru wari utuye mu Bisi bya Huye, ku Kibuye, Gikongoro, za Kibungo n'ahandi tuzaharondora.

Ikindi kihutirwa ni ugushyiraho Inzu y'Amasengesho mu rwego rw'igihugu, «RWANDA NATIONAL PRAYER HOUSE» kandi abategetsi bakabigira mo uruhare. Ntibizaba ari ibya kanaka. Murakoze guhishurirwa kurushaho no gukunda igihugu gishya cyane.

Kubera ko atari buri wese wajya muri iyi gahunda bigitangira, birasaba ababyumva, kwanza abe ari bo batangira, noneho abandi na bo bazakomezanye na bo. Birasaba ubwitonzi n'ubushishozi no kureka bene nyir'ukubibwirwa akaba ari bo babiyobora, naho ubundi byazapfa ubusa nk'ibindi byose byagiye bitangira ngo bizakomeza tugategereza tugaheba. Ubu u Rwanda ntiruba rwarakize koko?

Benshi twagiye tuzana ibyo twahishuriwe tukabigeza kuri bamwe twabonaga na bo bafite umutwaro w'igihugu, bakabyumva, barangiza bakabigira ibyabo bakabikora bakabyica bakaba badashobora no kubwira NYIRUBWITE, ari we Visionnaire ngo agire ibyo asobanura. Ngo bangaga ko abo babyitirirwa. U Rwanda n'igipimo muri byose. Ngaho niba hari icyo Imana yaba yarakubwiye ku gihugu, iki ni igihe cyo kuguhuza n'abo muhuje kugira ngo mugire icyo mumara «mu gihe gisa nk'iki». Imana ibahe umugisha mwebwe mwese mwifuriza amahoro u Rwanda, abo bose bafite umutwaro, bategereje kubona amahoro y'u Rwanda rushya. RWANDA WE HUMURA UZAKIRA.

Kuva cyera Imana yakoranaga n'ubwoko bwayo bwa Isirayeli, bagiye bashwana bapfa kutayumvira, maze ikabahondagura, bakajya ku murongo bumvise uko inkoni ziryana. Ikibazo cy'u Rwanda nuko natwe turiho umuhamagaro ni na yo mpamvu natwe dukubitwa, ariko ntitugonde ijosi. Iyo tutagonze amajosi Imana iyagonda ku ngufu agakonyoka. Ndakwifuriza guhamana ijosi ryawe rizima kuko rikonyotse ntacyo wakwimarira.

«⁶Ubwoko bwanjye burimbuwe buzize kutagira ubwenge. Ubwo uretse ubwenge, nanjye nzakureka we kumbera umutambyi. Ubwo wibagiwe amategeko y'Imana yawe, nanjye nzibagirwa abana bawe». (Hoseya 4: 6)

Ibi bibazo birareba cyane abakirisito bavutse ubwa kabiri, bitabujije ko n'abandi babisubiza. Ni ibibazo by'igipimo cy'umuntu ku giti cye ku birebana n'ubwiyunge bw'abiyita Abanyarwanda. *Birarebana n'icyaha «Rusange»*

1. Abahutu bose bakoze itsembabwoko? «yego cyangwa oya».
2. Abakoze itsembabwoko bose barahanwe? Barafunze? Barahunze? Barapfuye?
3. Abahutu batishe babigendeye mo? Barapfuye? Barafunzwe? Barahunze? Bazize ubwoko? Bazize ubusa? Bazize ko ari Abanyarwanda?
4. Abateguye jenoside bose barahanwe? Ibihano bahawe se bikwiriye ibyaha bakoze?
5. Hari abababariwe? Kubera iki? Sobanura impamvu y'izo mbabazi.
6. Vuga umubare nyawo udakekeranya n'umwirondoro w'abahutu bakoze itsembabwoko niba uwuzi, niba ubazi.
7. Vuga umubare nyawo n'imyirondoro y'abahutu batagize uruhare muri jenoside udakekeranya, niba uwuzi, niba ubazi.
8. Vuga umubare nyawo udakekeranya n'imyirondoro y'abafungiye ibyaha bya jenoside barabikoze koko.
9. Vuga n'umubare udakekeranya n'imyirondoro y'abafungiye ibyaha bya jenoside batarabikoze,abarengana.
10. Vuga umubare nyawo udakekeranya n'imyirondoro yabo, abatutsi bazize jenoside, niba uwuzi, niba ubazi.
11. Vuga umubare nyawo udashidikanya w'abatutsi bacitse ku icumu n'imyirondoro yabo utibeshya.
12. Vuga umubare udakekeranya w'abateguye itsembabwoko bo mu rwego rwa mbere abayishyize mu bikorwa bo mu rwego rwa kabiri, n'umubare w'abasahuye, abariye inka n'imyirondoro yabo.
13. Vuga umubare w'abahutu barebereye muri jenoside udakekeranya, unavuge imyirondoro yabo, utibeshya. Unasobanure kurebera icyo ari cyo, uko umbyumva.
14. Vuga umubare w'abahutu bakoze jenoside kugeza ubu batazwi.
15. Wemera ko Abanyarwanda batsembye abandi banyarwanda? Sobanura uko ubyumva niba ubyemera, unavuge imibare n'imyirondoro yabo banyarwanda, abatsembye n'abatsembwe.
16. Icyaha gikozwe mu izina ry'ubutegetsi ugifata ute? Tanga urugero.

17. Niba wemera ko jenoside yabaye, abayobozi bari bariho icyo gihe babigize mo uruhare? Nibo batanze amabwiriza? Bararengana? Vuga uko ubizi.

18. Nyuma ya jenoside ubuyobozi bw'abatutsi bwatanze amabwiriza yo kwihorera? Byakozwe mu izina rya Leta yiyita iy'ubumwe? Byakozwe n'umuntu ku giti cye? Byakozwe n'abasirikare? Ntabyabaye? Sobanura.

19. Vuga impamvu kugeza ubu abahutu benshi bemera ko jenoside yabaye ariko bagahita bavuga ko nabo bayikorewe n'abatutsi.

20. Vuga impamvu abatutsi bahakana ko batishe abahutu bakabyoroshya ngo n'abapfuye bose n'ibyaha by'intambara.

21. Vuga umubare w'abahutu mu itsembabwoko bitandukanije na bene wabo, bakabikora ku mugaragaro, kuri radio cyangwa mu binyamakuru, unavuge n'imyirondoro yabo.

22. Iyo bahemba ba banyarwanda b'abahutu bahishe abandi banyarwanda b'abatutsi bakabashimira ubutwari bagize icyo gihe babahisha; sobanura impamvu bariya banyarwanda b'abahutu muri jenoside bo bari bafite uburenganzira bwo kubaho no guhisha abandi banyarwanda b'abatutsi. Sobanura uko ubyumva.

23. Sobanura kuba ufite icyangombwa kigaragaza ko uri umuhutu ntupfe, waba ufite icy'abatutsi ugapfa muri jenoside; ibyo ni gatozi cyangwa ni Rusange? Ndabaza abanyamategeko cyane cyane, n'abatsimbaraye ku moko n'abandi banyabwenge.

24. Abana n'abagore n'abavandimwe b' abajenosideri wabita ba nde? Bafatwa bate? Baba mu ruhe rwego? Ntibibareba? Ni ba gatozi? Jenoside ntacyo ibareba ho? Nta ngaruka zabageze ho zayo?

25. Wemera ko jenoside yakozwe mu izina ry'ubwoko bw'abatwa? Bw'abatutsi? Bw'abahutu? Mu izina rya Leta yari iriho icyo gihe? Mu izina ry'amahanga yarebereye? Mu izina ry'Abanyarwanda bose? Mu izina ry'imiryango mpuzamahanga? Mu izina rya Loni? Mu izina ry'amadini, cyangwa mu izina ry'ikindi kintu uzi? Wavuga icyo kintu?

26. Icyaha gikozwe mu izina ry'ubwoko wowe ugifata ute? Ucyita gute? Ugisobanura gute? Wakihana ute? Umuntu ku giti cye? Umuryango? Cyangwa Rusange? Koresha ibisubizo by'ubumenyi bwa muntu wize cyangwa wavukanye, cyangwa ubw'Umwuka Wera, Ijambo ry'Imana, cyangwa Science na Technologie, cyangwa amategeko, uburere mboneragihugu, amateka n'izindi mfashanyigisho.

27. Kuki hari za karande zikurikirana abana b'abahutu bari batoya cyane igihe cya jenoside ndetse batari baranavutse, ariko ugasanga bafite imizi y'ubwoko hutu n'ubugome bagirira abandi bana bigana b'abatutsi nk'uko byagiye bigaragara mu mashuri? Sobanura witonze ikibitera niba ubizi.

28. Ubona ingaruka za jenoside zamarwa n'iki? Politiki ya Leta y'Ubumwe? Imfashanyo z'amahanga? Amadini yo mu

476

Rwanda? Ayo hanze? Loni? Kwihana kw'abakoze jenoside bose? Kwihana kw'abahutu muri rusange? Kwihana nk' igihugu cyose? Kumera nk'aho nta cyabaye? Gukomeza gukora ubushakashatsi kuri jenoside? Gushyiraho ishuri ribyiga? Guha imbaraga Komisiyo ishinzwe kurwanya jenoside? Kureka igihe kikazabona igisubizo? Guhamisha ingengabitekerezo mu nda? Gushyiraho ibihano bikaze kuri buri wese ubonetswe ho ingengabitekerezo ya jenoside agahanwa by'intangarugero? Gukora ingando nyinshi? Nawe uvuge uko ubyumva.

29. Icyaha cya jenoside kiramutse ari Rusange ku bahutu bose byaba byaravuye hehe? Urabyemera? Ntubyemera? Uri ubuhe bwoko? Hutu-tutsi? Sobanura.

30. Abahutu bapfuye mu itsembabwoko bazize ubwoko cyangwa ibitekerezo? Bishwe na ba nde? Abasigaye bo mu miryango yabo bitwa abacitse ku icumu? Cyangwa ayandi mazina? Yavuge niba uyazi?

31. Abatutsi bari barahungiye mu mahanga, bacitse ku icumu? Iyo baza kuba mu Rwanda mu itsembabwoko baba barabatsembye? Impamvu batapfuye n'uko batari bahari?

32. Sobanura kuzira ubwoko icyo ari cyo, no kuzira ibitekerezo, no kuzira ko uri Umunyarwanda cyangwa uri umunyamahanga. Biba byagenze bite?

33. Itonde usubize neza: Wemera ko abatutsi bapfuye? Ko abahutu bapfuye? Hari jenoside yabaye? Niba yarabaye yatewe n'iki? Niba itarabaye habaye iki? Habaye jenoside ebyeri? Iy'abahutu n'iy'abatutsi? Iy'abatutsi gusa? Iy'abahutu gusa? Habaye intambara hagati y'amoko? Indege ya Habyarimana n'uko yahiye? F.P.R. n'uko yateye muri 1990? Vuga n'ibindi bisobanuro waba uzi byaba byarateye jenoside yakorewe abatutsi biyita Abanyarwanda.

34. Ni ubuhe bwoko bw'ubugome kurusha ubundi hagati y'abahutu n'abatutsi n'abatwa? Vuga utarakaye kubera ibikomere. Tanga ingero nkeya zigaragaza ubugome bwabo. Ntabwo ari ingengabitekerezo ya jenoside, ndimo gukora ubushakashakatsi.

35. Nawe se wemera ko nta moko aba ho? Ko twese turi Abanyarwanda gusa? Ko Abanyarwanda bari mu gihugu birukanye abandi banyarwanda muri za 1959 bagahunga; maze Abanyarwanda bari mu gihugu bakanga ko Abanyarwanda bari hanze bataha; maze Abanyarwanda bari hanze barahunze bakarakara bagataha ku ngufu barwana muri 1990 baje kurengera abandi banyarwanda bari mu gihugu, bakandamizwaga n'abandi banyarwanda; maze Abanyarwanda bavuye hanze bagahagarika jenoside yari ikozwe n'abandi banyarwanda bayikoreye Abanyarwanda; maze abo banyarwanda bari bakoreye jenoside abandi banyarwanda bagahungira muri Zayire; maze abandi banyarwanda babohoje igihugu bakajya kubazana; none ubu

477

Abanyarwanda twese tukaba tubanye neza mu Bumwe n'Ubwiyunge? Ibi urabyemera udakekeranya? Tanga ibitekerezo uko ubyumva.

36. Itsembabwoko ry'abayahudi urifata nk'iry'abatutsi? Hari itandukaniro? Sobanura.

37. Sobanura niba uzi Bibiliya, impamvu Daniyeli yihana yakoresheje ijambo ngo «twaracumuye» n'ibindi byinshi biri mo za «twa», kandi we yari umukiranutsi (Daniel 9: 5 na Nehemiya 9; bakabikora batyo kandi bari abakiranutsi b'inyangamugayo).

38. Sobanura imvugo ivuga ngo itsembabwoko abahutu bakoreye abatutsi.... Aba ...«hutu» / «aba» ...tutsi iriya «aba» ... wowe uyisobanura ute? Ni gatozi cyangwa ni Rusange? Bariya ni bande? Bariya ni bangahe? Ni abasirikare? Ni abasivili? Ni abihaye Imana? Ni abanyamadini? Ni abazungu? Ni abana biga mu kiburamwaka, Primaire, Secondaire, Universite? Ni ba nde? Abayobozi? Loni? Mfasha udusobanurire, ahubwo mbere bwo byari itsembabwoko Abanyarwanda bakoreye abandi banyarwanda. Byo ubivuga ho iki?

39. Wemera se ko twese turi Abanyarwanda gusa ko nta kibazo gihari? Ko abavuga ku moko hutu-tutsi baba bafite ingengabitekerezo ya jenoside?

40. Abana b'abahutu bakuye hehe ingengabitekerezo ya jenoside? Ku babyeyi babo? Niba ari kuri bo, abo babyeyi se bo bayikuye hehe? Niba atari kuri bo yavuye hehe? N'ushaka uvuge ku mateka mu magambo make.

41. Abazungu ni bo batwambitse amoko? Barayatwambuye? Cyangwa amacakubiri? Twarayiyambuye? Turacyayambaye? Tuzayakura mo ryari? Tuzayahamana?

42. Agasuzuguro abatutsi basuzuguye abahutu mbere ya za 1959, umuti abahutu bakoresheje ni wo cyangwa si wo: kubatwikira, kubica, kubambura ibyabo, kubirukana... Niba ari byo bariya bahunze bari kubigenza gute? Bari guhama mu mahanga bagahererwa yo ibyangombwa? Bari gutaha ku neza? Bari gutaha barwana? N'ibindi watubwira. Vuga icyo ubyumva ho witonze.

43. Batashye barwana: Kuri wowe iriya ntambara yari gukorwa ite? Sobanura kugira ngo ubemere ko bakoze neza, uvuge n'ibyo bakoze nabi, ubagaye, ubashime. Nta kwifata kuri mo.

44. Gira ibintu bikeya ushima cyangwa ugaya ubutegetsi bw'igihe cy'abami, igihe cy'abakoloni, Repubulika ya mbere, iya kabiri, n'iya gatatu ari yo iyi turi mo. Gira bike ushima na bike ugaya. Nturondogore cyane.

45. Gira ibyo ushima cyangwa unenga amadini yari ahari mbere ya za 1959, nyuma yaho kugeza 1994, no kuva 1994 kugeza ubu. Isanzure.

46. Ku birebana no guhora ku ruhande rw'abatutsi, waba uzi abahutu bapfuye uko bangana n'umubare w'ingabo z'abatutsi babishe udakekeranya? Wavuga imyirondoro yabo utabeshya?

Ni uwuhe murongo wari kubaha bari kugendera ho nyuma yo gusanga bene wabo b'abatutsi biyita Abanyarwanda, abahutu biyita Abanyarwanda babishe? Gira icyo ubivuga ho, use n'ujya inama y'uko bari kubigenza, uvuge utarakaye.

47. Nyuma y'imyaka 18 irenga jenoside yakorewe abatutsi ibaye mu Rwanda, gira icyo uvuga, unenga ubuyobozi bw'igihugu, ubw'idini, ubw'itorero, Loni, imiryango itagengwa na Leta n'ibindi...

48. Ushyigikira cyane ko Abanyarwanda bari hanze bataha? Gute? Barwana? Ku neza? Imishyikirano? Ni uburenganzira bwabo gutaha? Cyangwa bahame yo babahere yo ibyangombwa? Mujya mubiganira ho?

49. Ubona amaherezo y'ubwiyunge bw'aya moko ari ayahe? Cyangwa bariyunze byararangiye? Gira icyo ubivuga ho.

50. Ni iki gikomeye gukorwa: Kwihana cyangwa kubabarira. Ubisubiza abyitondere abanze atekereze cyane.

51. Kuki abatutsi bacitse ku icumu ari bo bavuga cyane ngo «Never Again»? Abahutu na bo baramutse babivuze ku mugaragaro babikuye ku mutima ntibyarushaho kugira imbaraga? Vuga uko ubyumva.

52. Hari ibyiringiro ko abahutu n'abatutsi bazabana nta buryarya mu mahoro mu Rwanda nk'uko Imana ibishaka? Vuga uko ubyumva.

53. Usenga ute? Ngo abahutu bagaruke ku butegetsi? Uvuga ko iyi Leta ari iy'abatutsi? Ko n'abahutu bari mo ari udukingirizo? Urashaka ko Imana iduhana twese? Vuga uko wumva umeze mu mutima wawe.

54. Kugira ngo igihugu kigire amahoro arambye, kibe ho nta bene-gihugu baba hanze barwanya abari imbere mu gihugu, byagenda gute? Vuga uko ubyumva.

55. Mu idini ryiyita Itorero ryawe cyangwa aho ukora hari mo amoko yombi hutu, tutsi? Urabyishimiye? Nta bibazo birebana n'amoko mugirana? Mwese muri Abanyarwanda?

56. Niba uri uwacitse ku icumu rya jenoside, wumva wakwihorera? Wibaza iki ku gikorwa cyo kuba barafunguye abakwiciye mukaba mugomba kubana mwihanganirana, mworoherana, mwirinda guhungabanya umutekano. Vuga icyo ubitekereza ho.

57. Niba uri umuhutu w'intagondwa, umuhezanguni, wumva mwakongera mukica abatutsi? Warababaye ko hari abacitse ku icumu bakiri ho? Wumva utahindukirira Imana? Ujya ubitekereza ho? Iyo bavuze ku Mana wumva urakaye? Uratukana? Uvuga ko bashinyagura? Ko batumwe n'Inyenzi? Ngaho vuga ibyo uba uri mo uvuga.

58. Niba uri umuhutu utari intagondwa ukaba ushaka amahoro, ubona abahutu bakora iki mu ruhare rwo gukiza igihugu? Biragusaba kuba uri muzima cyane.

59. Kuki abahutu batagaragara mu byunamo ngo bafate mo n'ijambo banashyigikire abacitse ku icumu babafate mu

479

mugongo? Tanga impamvu zose uzi. Kuki abatutsi batajya bibuka abahutu bapfuye ngo bagire n'icyunamo cyabo?

60. Urumva ibi bibazo ari ibya politiki gusa gusa, kandi wowe «uri mu Mwuka»? Duhugure uko ubyumva. Waduha n'uyu murongo wo mu 2 Abakorinto ba 5: 17? Havuga ko «abari muri Kristo Yesu baba ari ibyaremwe bishya, ibya cyera biba bishize». Dore byose biba bibaye bishya? Nawe wumva uri mushya nta bibazo by'amoko ufite? Ntiwibere!

61. Imana itangiye guhana wumva yahera hehe? Ku bahutu? Ku batutsi? Ku batwa? Ku banyarwanda bose? Ku bayobozi? Abanyamadini? Abacuruzi? Abakene? Abakire? Abikorera ku giti cyabo? Vuga aho yahera.

62. Imana itangiye guhemba abakoze neza se bwo yahera hehe?

63. Niba ubizi; bariya bakoze jenoside bafunguwe, iyo bageze mu madini yabo bakirwa bate? Vuga ibyo uzi.

64. Ko no muri gereza abanyururu bakomereza mu madini yabo, baba bayashimira ko yakoze neza? Cyangwa hari ibyo babagaya? Dusobanurire.

65. Biriya bihano nsimbura-gifungo urabyemera? Sobanura uko wowe watanga ibihano by'abakoze itsembabwoko. Ndabaza umuhutu n'umututsi b'Abanyarwanda.

66. Imana izakomeza kutwihanganira kugeza ryari? Izareka ibyaha bibanze bigwire nta kibazo? Cyangwa byaragwiriye? Izabihaga ryari?

67. Ko ishaka gukoresha Abanyarwanda vuba kandi ikaba ibashaka nta mizi y'amoko igishoreye muri bo, biragenda bite? Tuzayirandura? Izayirandurira?

Niba ufungiye jenoside urengana ni agahe Imana iguhaye ko kuyishaka ifite impamvu yemeye ko ufungwa: irinde gukorera politiki muri gereza, kuko uraba wongera umujinya w'Imana. Imana ibyanga urunuka, ihane umaramaze uzahita uva mo.

Niba ufungiye jenoside uvuga ko urengana, banza usobanukirwe na Obadiya 10–16. Baza Imana impamvu waje aho ngaho, kandi uyibaze utarakaye utayicira urubanza, numara kumenya, utunganye ibyatumye uza aho, uzahita usohoka. Kuko niba hari abakubeshyeye, bababarire kuko batazi ibyo bakora. Hari benshi babeshyewe nanjye ndabizi. Ariko kandi wirinde no kwitotombera Imana yemeye ko uza aho, kuko yo izi ibyo ikora.

Niba nawe ufungiye jenoside kandi ukaba warishe koko, ntiwirirwe uruhanya kuko wanze ukunze ni wowe uhomba. Ihane wemere, wature ibyo wakoze. Imana izakora ibisigaye. Uko ni ko kuri, urabikora cyangwa uzabikora?

Niba warafunzwe na Gacaca kandi wari wariyoberanije, ndagusaba kwihana vuba. Kuko Imana ntaho wayihungira, uwo uzaheka ntumwisha urume.

Niba kandi waratanze amafaranga ngo urenganurwe uhindurwe umwere. Ntuzabiheza, cyeretse wihannye ukavugisha ukuri kuko uri mo kwitinza kandi Imana yo ntiyibagirwa. Kandi amaraso wamennye yo aratabaza asaba ngo ahorerwe. (Kubara 35: 33). Cyeretse uhamagaye amaraso ya Yesu yonyine ni yo yacecekesha ayo wamennye, (Abaroma 3: 25, 26). Urasabwa kubyibaza ho, kandi bigakorwa ku mugaragaro.

Niba warafunguwe ubeshye cyangwa ubeshyeye abandi, ibizakubaho bibi ni ingaruka z'ibinyoma byawe. Amaraso ntaceceka, ntasaza, n'uzaba utanakiriho azasama abazagukomoka ho. Bitekereze ho.

Niba uri uwacitse ku icumu, ukaba warahawe ruswa ngo utavugisha ukuri, wowe ho rwose uragowe cyane, kuko uri umugambanyi incuro ebyiri, uzahanwa kabiri kuko wagurishije amaraso ya bene wanyu kandi nta giciro cy'amaraso kiba ho. Ayo mafaranga azagusama wanze ukunze. Isuzume uriyizi.

Wowe wavugishije ukuri ukaba uri mu bihano Nsimbura-gifungo, wirinde kwinuba no kuvuga amagambo mabi, kuko imbabazi wagiriwe ntaho ziba mu isi. Witonde uzarangize neza. Wirinde ibigendana na politiki byose bitazongera kugusama.

Wowe wabeshye ngo ukunde usohoke muri gereza, ukaba uri muri TIG, uzi ko hari abo wabeshyeye, ibyabo bizakugaruka ku mutwe. Ndakugira inama yo kwihana kuko abameze nkawe mwateje akaduruvayo kenshi muri Gacaca. Itabare rero.

68. Ese wemera ko turi Ishyanga ryatoranijwe n'Imana kuyikorera ibihe bya nyuma? Ko tutagomba gukora ibyo twishakiye nk'ayandi mahanga? Sobanura.
69. Wumva abayobozi b'igihugu bakizwa, bakizera Yesu Kristo, cyangwa bakomeza ibyo bari mo. Cyangwa wakoresha ya mvugo ivuga ngo «twese turasenga».
70. Sobanura impamvu hamwe n'ibyabaye mu Rwanda, ku banyarwanda, twananiranye ntiduhindukirire Imana nk'i Ninewe (Yona ibice 3) kandi ari byo Imana idusaba gukora ngo itugirire neza. Wowe ubibona ute? Niba ufite abawe

bafungiye jenoside ubyifashe mo ute? Usenga Ute? Nanjye ndabafite.

71. Kuki idini ryiyita Itorero, abavutse ubwa kabiri, badakora ibyo Imana ishaka. Bazajya ku murongo ryari? Ku neza? Ku nabi? Ubona bazi ko babyishe? Gira icyo ubivugaho.

72. Tandukanya idini, n'Itorero. Sobanuro uko ubyumva.

73. Niba uri umuyobozi mu Rwanda, ubona washobozwa na nde gukora ako kazi? Abapfumu? Ukunda kuraguza cyane? Abacwezi? Ndakugira inama yo kwakira Yesu mu bugingo bwawe, kandi subiza amaso inyuma wibuke ibyo wanyuze mo byose biragutera gutekereza ufate ibyemezo. Mbese mbere y'uko uba umuyobozi wari wabanje kuraguza? Hari icyo wabivuga ho?

74. Wumva wifuza intambara? Kubera iki? Niba wifuza n'amahoro se ni ukubera iki? Vuga uko ubyumva.

75. Kuki nta cyunamo cy'abahutu kiba ho? Vuga uko ubyumva.

76. Kuki abahutu badafite ubwisanzure bwo kugaragaza uko ababo bapfuye? No kugira ngo ababishe bahanwe.

77. Tanga umusanzu wawe uko wumva igihugu cyacu cyamera, kugira ngo tugire amahoro arambye. Kandi niba wanga igihugu kubera imibereho n'ibyakubaye ho, usabe Imana ugikunde, witoze neza gukunda n'abanzi bawe, bizagucira inzira yo kugirirwa neza n'Imana. Bivuge ho gakeya.

78. Wumva wanga abayobozi b'igihugu? Sobanura impamvu ubanga. Niba ari uko bakora nabi unavuge ibyo bakora nabi ,muri make. Saba Imana urukundo kuko ni Satani udashaka ko ubona umugisha, ngo uramire mu gihugu cyawe. Gira icyo ubivuga ho unavuge impamvu ubwanga, isanzure, humura kuko ufite impamvu zatewe n'amateka, ariko Imana izagukiza ikumenyeshe ukuri. Humura! Humura! Nanjye uguhaye ikizamini mfite ibyo nenga n'ibyo nshima.

Ndasenga ngo igihe uzaba uri mo kubikora Umwuka w'Imana azagusange kugira ngo ubone ibisubizo bimuturutse ho kuko ni byo by'ukuri. Ikitonderwa: Ibisubizo by'ibi bibazo ushobora kubyohereza kuri: Email: garukagaruka@gmail.com, kandi ubanze ubisengere cyane. Imana igufashe, kugira ngo ibisobanuro uzahabwa bizakunyure.

«[1] Hanyuma y'ibyo, nzasuka Umwuka wanjye ku bantu bose, abahungu banyu n'abakobwa banyu bazahanura, abakambwe banyu bazarota, n'abasore banyu bazerekwa. [2]Ndetse n'abagaragu banjye n'abaja banjye nzabasukira ku Mwuka wanjye muri iyo minsi.».
(Yoweli 2: 28 cg. Yoweli: 3: 1-2 muri bibliya zimwe na zimwe)

Inzozi narose:

- Narose umugore agoma ashuka umugabo isi irorama (Itangiriro 3). Ndota umugore yica u Rwanda, arateranya, arangana, arica ararimbura ateza imiborogo. Ndongera ndota afite ubushobozi bwo kurokora ibintu n'abantu, ndota yarashakashatse ibigirwamana n'abapfumu b'ingeri zose, afite muri we imbaraga zo kwica no gukiza, kandi ko ari we icyaha cyaturutseho.

- Bukeye ndota afite kwihangana no kwihinduranya kwinshi ari byo bimutiza imbaraga bigatuma n'abagabo bamutinya bakamwumvira muri byose (Itangiriro 3: 6); ndota afite ibihendo n'amayeri byinshi bishobora guhitana nibihangange (Abacamanza 16: 4-21). Ndota ari we wazanye ubuharike ku isi kabishywe binamubabaza cyane (Itangiriro 16: 1-2). Ndota akoresha abasaza amahano nta soni afite (Itangiriro 19: 30-38); nkomeza kurota yateje amacakubiri mu bana yibyariye (Itangiriro 27: 1-17). Umugore aba umujura n'umubeshyi bimuviramo gukenyuka (Itangiriro 31: 10, 34, 35); umugore ashukana cyane (Kuva 12: 1-2); ategeka abami n'abatware bakamwumvira; ndota afite iterabwoba muri we ku buryo n'abahanuzi abahahamura bakamuhunga (Abami: 19: 1-3).

- Narose umugore atagira impuhwe, abana n'abakize gusa (Yobu 2: 9); Abami 19: 2). Nakomeje kurota ububi bw'umugore, ijoro naryo riba rirerire nkomeza kurota ba Nyirarunyonga na ba Kanjogera, ba Nyiramavugo Nyiramongi, nkomeza ndota ba Nyagakecuru wari utuye mu Bisi bya Huye, ndota ba Kazitunga na Kamashara, ba Kanziga, ba Nyirasafari na Nyiramasuhuko, naba Angelina Mukandutiye wo kuri Sainte Famille», mpita nkanguka ariko nahahamutse.

- Ijoro ryakurikiyeho narose umugore utandukanye n'uwambere; ndota malaya akiza umuryango we wose abandi bararimbuka (Yosuwa: 2). Umugore aba umucamanza akanahanurira n'abagabo, akajya no ku rugamba kandi kizira (Abacamanza 4: 6-8). Uwundi arwana urugamba aranarurangiza (Abacamanza 4: 17-22). Ndota umugore utajya ava ku izima kandi akazagirira n'igihugu akamaro (Rusi 1: 6).

- Narose undi mugore uzi kwinginga Imana cyane yari ingumba abona urubyaro ndetse abyara n'umuhanuzi (1 Samweli 1: 9-18). Ndota umugore arengera umuryango we, afite umugabo w'ikigoryi (1 Samweli 25: 18-35). Ndota undi mugore utangaje numva ndashaka kumera nkawe, uwo yasiribanze amategeko y'Abamedi n'Abaperesi kandi ataravuguruzwaga yakoresheje ibanga ryo gusenga akiza ubwoko bwe (Esiteri 4; 16).

- Ndota umugore mwizaaa! (Imigani 31: 10-31), naje no kurota ngo abagore baboroga baniha binginga, b'abahanga (Yeremiya 9: 6). Izo nzozi zabaye ndende kuko nakomeje kurota umugore yabyaye umucunguzi w'isi yose (Luka 1: 26-38). Ndota uwihanganiye ubupfakazi (Luka 2: 36), abagore bafashaga Yesu (Luka 8: 1-3), ndota abagore bafite impuhwe (Luka 23: 55, 56), ndota abagore batagira ubwoba kandi abagabo batinye (Matayo 28: 5-7). Narose umugore usobanukiwe iby'amoko akaba n'umuvugabutumwa (Yohana 4: 9), ndota abagore ari aba mbere mu kuvuga ubutumwa (Yohana 4: 28; Yohana 20: 11-18).

- Ndongera ndota umugore w'ingeso nziza wa mbere mu gufasha, yaranapfuye Imana iramuzura. (Ibyakozwe n'Intumwa 9: 36). Nakomeje kurota n'abadiyakonikazi mu matorero (Abaroma 16); ndota Imana ihana inzoka (Itangiriro 15), hanyuma numva ijwi rivuga ngo mu gihano cy'umwanzi havuyemo iki: «Umuhamagaro w'umugore». Izi nzozi zarantangaje cyane, narose umugore arwana incuro ebyiri, arwana urugamba rwe n'urw'urubyaro rwe, nkomeza ndota yitwa umufasha, ko iyo adahari akazi gahagarara (Itangiriro 2: 18).

- Narose kandi Imana ivuga ngo «si byiza», kubera ko umugore atari yabizamo. Narose urubyaro rwe ruzashwanyaguza urw'umwanzi. Ndota umugore ari we ugomba gutunganya ibintu, cyangwa akabyica, ko no mu Rwanda babitayeho cyane, bagomba no kuba nka 64 % mu buyobozi; ndota abagore b'abapasitori, b'abavugabutumwa, abagore b'abahanuzi benshiii! B'abaririmbyi, ko no mu kinyarwanda bitwa ba Gahuzamiryango (atari BBC cyangwa Primus). Akitwa umutima w'urugo. Umukobwa akaba Nyampinga.

- Nkomeza kurota umugore ayobora neza mu nzego zose iyo abishatse, ndetse ko ashobora no kuba Perezida w'igihugu. Ndetse ko ari no mu ntwari z'igihugu. Ariko mbere nari narose ari umugore wunze Abanyarwanda nanirwa kubisobanukirwa.

484

- Nongeye kurota ntangazwa no muri Yeremiya 9: 16-19. Mbyibazaho cyane. Aho Yeremiya avuza induru atabaza ngo «¹⁶*Uwiteka Nyiringabo avuga atya ati «Mutekereze kandi muhamagare abagore bazi kuboroga baze, mutumire abagore b'abahanga baze. ¹⁷Kandi batebuke batuborogere, kugira ngo amaso yacu avemo amarira atemba, n'ibihene byacu bihongobokemo amazi. ¹⁸Kuko ijwi ry'umuborogo ryumvikanye riturutse i Siyoni riti 'Yemwe, ko twanyazwe! Dukozwe n'isoni cyane kuko twataye igihugu, kandi badusenyeye ingo. ¹⁹Ariko nimwumve ijambo ry'Uwiteka mwa bagore mwe, kandi amatwi yanyu yakīre ijambo ryo mu kanwa ke, mwigishe abakobwa banyu kuboroga n'umuntu wese yigishe umuturanyi we kuganya».* Ntabwo yahamagaye abagabo. Na byo byarancanze.

- Nkomeza kurota abahutu n'abatutsi bunzwe n'abagore abagabo byabananiye. Mbona abahutu n'abatutsi bahoberana nta buryarya mu mitima yabo. Mbega inzozi! Ndota mpabwa ubutumwa bw'igihugu n'ibihugu, n'ubutumwa bw'abami n'ibikomangoma, nshyirwa no mu ma Komisiyo menshi. Buri hantu hari amakimbirane y'amoko n'ibindi.

- Narose mpabwa no kunga ingo, abana n'ababyeyi abagabo n'abagore ngo barasubirana. Nyamara jye narabigizemo ibibazo. Ndota nyoboye ibintu byinshi binyuranye. Ndota nyoboye ibicaniro by'amasengesho biri hose mu gihugu muri buri karere. Narose impunzi zose zitaha, n'iza politiki. Mbona abarokore ari 95% mu Rwanda. Narose umurokore afite agaciro kuko mbere bamusuzuguraga kuko benshi bishe ubuhamya.

- Narose ari twe bakristo banyuma kandi mu Rwanda hagiye kuva ububyutse buteye ubwoba, abapagani bakizwa cyane ibitangaza bikorwa, ariko na Antikristo yatangiye kugaragara no gukorera mu mayeri menshi ku buryo atahurwa n'abahishurirwa gusa. Ndota ari igihe gikomeye cyo gutegereza kumva Impanda. Kuko narose barya banywa, bashyingira, bagura amajipe, bubaka amazu y'imitamenwa, baboneza imbyaro, bubaka amadini agomba kubyemeza, yabyemeje abifitiye n'imirongo yo muri Bibiliya, n'imishinga myinshi, n'ikoranabuhanga ryinshi. Ariko ngo benshi bagiye gutungurwa kuko barahuze cyane ndetse no mu bakozi bitwa ab' Imana ngo harimo abahuze cyaneee!

- Nongeye kurota ariko nsa n'usubiye inyuma mbona u Rwanda ruyoborwa na Yesu Kristo. Mbona ibyamubuzaga byose byavuyeho. Byaranjije ariko mu kanya mbona ibisobanuro.

Narose abiyita Abanyarwanda banga Imana n'Umwana wayo maze irabahana. Mbona intambara mbi cyane ifite izina ryitwa ngo «igikombe cya nyuma cy'umujinya w'Imana ku biyita Abanyarwanda». Muri iyo ntambara harimo abazungu benshi n'abirabura bavuga ibindi birimi. Ndota abantu benshi cyane bapfuye ariko ndabyirengagiza kuko ari inzozi sinabifata nk'ukuri kuko byankuye umutima.

- Ndota hapfuye 2/3 hagasigara 1/3, mbifata nk'inzozi, mbona kwiha amahoro. Icyo gihe narose Imana yararindiye abantu mu busabusa. Abasigaye bibagoye. Ariko mbere nari narose umujinya w'Imana ku Rwanda, ariko na byo biranyobera. Ndota nyuma y'iyo ntambara nta macakubiri yongera kubaho Imana ihita isuka urukundo rwinshi mu biyita Abanyarwanda bahindutse Abanyarwanda nyAbanyarwanda, b'abene guhugu atari abaturarwanda cyangwa abavukarwanda, cyangwa abaturage. Kandi ko aribwo ikibuga cy'indege kizarangira kubakwa. Na bya bindi byose by'ubukungu bukabije aricyo gihe bizazira. Narose abanyamahanga benshi baza gusura u Rwanda atari ibi ngibi biriho baza bashaka kugura u Rwanda. Ndetse batangiye gutera metero z'ubutaka, kandi ari gakondo yacu y'Abanyarwanda. Kandi ko visa nabo zizabakomerera nk'uko natwe kubona izabo bitugora.

- Narose u Rwanda rwaguka. Kivu y'amajyepfo n'iy'amajyaruguru byabaye byose u Rwanda. Mbona za Kabale, Mbarara n'Akagera byabaye u Rwanda na byo biranyobera. Mbona Uburundi bwafatanije n'u Rwanda bisa n'ibifatanye. Mbona ubwibone bwashize mu biyitaga Abanyarwanda mbona byose bigiye kuri gahunda. Narose imirimo yose nta ruswa nta kutishyura imisoro n'inguzanyo. Nta bujura. Ikindi narose: nishimiye y'uko nta n'umwe wari ufite ibyo yibye abapfakazi n'imfubyi n'abacitse ku icumu na ba mayibobo; ibya FARGE byavuyeho byose, na Ibuka. Mbona abiyitaga Abanyarwanda barwanira noneho kuba Abanyarwanda nyabo bashaka kuruka ubuhutu n'ubututsi. Batinya Imana bose bashaka gusenga nta kubinginga. Ndota idini rivaho. Noneho mbona Umwuka w'Imana ayobora neza yisanzuye, agasuzuguro karangiye, ariko kugira ngo bigerweho byahitanye benshi na byinshi.

- Narose nta kavuyo kandi umuriro n'amazi bigaruka bikanacungwa n'Abanyarwanda nta kubiha abazungu, nta no kongera kubigurisha n'abikorera ku giti cyabo. Kuko ni nko kugurisha amaraso n'umwuka umuntu ahumeka. Narose ndi umujyanama mukuru w'ubuyobozi bw'igihugu kuko ngo nari nuzuye ubwenge bw'Imana butangaje. Ngomba kugarura Itorero rya Yesu Kristo ku Rufatiro rw'Intumwa n'Abahanuzi. Narose ngo abakorera Satani biyoberanya kababayeho kuko

Imana yahise igaragaza itandukaniro (Malaki 3: 18). Ndota imbaraga z'Imana zimenegura iz'abaframaso, na ba Rose croix, n'Abarangi, Abacwezi, n'abandi bakozi ba Satani na Sataniya babura aho bakwirwa. Ba Illuminati batangira gukora amanama bibaza ibibaye mu Biyaga Bigari. Bamwe barakizwa benshi bahindukirira Umwami Yesu.

- Narose u Rwanda rwubatswe vuba vuba kuko nabonaga ariya mazu meza menshi yashenywe, ndetse n'iriya yubatswe ahari Gare na yo yagiye hasi, kuko Bibiliya ivuga ngo amabuye ayubatse azavuga ashoze urubanza: ngo kuko zubatswe n'amarira y'ababuze ababo, n'ibisahurano, by'ibyibano. (Inzozi zirahangara koko!) Ariko ndota ngo mu kanya gato hongera kubakwa noneho mu buryo bunezeza Imana.

- Ndota ibipinga byasigaye byihana kuko hari abo Imana yasize ngo bazacishwe bugufi n'ubwoba bwabo, cyangwa gupinga n'ubusambo byabo. Kuko bashakaga kweza ibyanduye byabo babyejesha «ubufana» ngo babirinde bizahameho ubuziraherezo.

- Narose ibindi ntasobanukiwe neza byari byanditse mu rurimi ntazi mbona bijya gusa na cya kiganza cyanditse ku rusika nko muri Bibiliya igihe muri Daniel ngo ikiganza cyandika ku rusika ngo «Mene Mene Tekeli Ufarisini», bisobanura ngo «wapimwe ugaragara ko udashyitse...ubwami bwawe buragabwe, buhawe undi» (Daniel 5: 25).

- Nakomeje kurota ibintu bidafututse, nkabonamo abaririmbyi, bamwe nzi abandi ntazi, bitangira kutagaragara neza. Ariko mbere yo gukanguka narose nshaka kurotora inzozi ariko ngo abo nzibwiye bagahita barakara njye nkayoberwa ikibarakaje kuko ari inzozi. Ndota nsabwa ibisobanuro byazo kandi ntabyo nzi, kandi hari ibyo bibanzeho kurusha ibindi cyane, nko kumbaza iby'impunzi za politiki n'imitahire yazo, no gusenyuka kw'amazu y'imitamenwa.

Ndibaza nti kuki batitaye ku murimo w'Imana no kwaguka k'u Rwanda? Na byo biranyobera. Narose banyita karosi nk'igihe cya Yozefu, kandi abanyabyaha ngo nibo zababaje cyane, kuki? Naje kurota nanone hari abantu bamfashe banjyana kuri brigade imwe ntabonaga neza iyo ari yo kuko hari n'ijoro bampfutse n'igitambaro mu mutwe. Ngo bagiye kumfunga ngo kubera ibyo ndota ngo bikura Abanyarwanda umutima. Ngo nyuranya n'abandi kuko bo barota ibinezeza abandi by'amahoro gusa. Ariko ntibantutse ngo bubaha abagore cyane kubera «Gender». Gusa ibyo bambajije byari bimeze nko gusetsa imikara, kuko wagira ngo nibo basaze. Narabahimye mpita nsinzirira aho mpita ndota, ariko mbere nasinziriye mvuga ngo «ntawe uzira inzozi». Ni nko gutuma umuntu agasohoza ubutumwa maze abo abuhaye bakamugirira nabi nk'aho ari we.

Mu nzozi nabonye ngo bene abo ni ba «lâches» (ntabwo ari abagabo), kuko ngo niba ari abagabo bagatekereje neza. Nibumve bazisobanure cyangwa bahamagare ba Yozefu barotore inzozi, cyangwa se babyihorere bijye iyo byakagiye. Narose ngo mbona mfite abana b'umusirikare wari uw'inzirabwoba maze njya kubaza niba bamfasha basi minérval, barantsembera ngo nta mikoro igihugu gifite. Ariko naje kubyumva neza aho mboneye imfubyi z'Inkotanyi nazo zifashwa n'umuhisi n'umugenzi, mpita mpora; mpita ncururuka mu nzozi kuko byose bisa, naranasetse cyane. Nahise niyamirira ngo «yoo! yo! Nta bisusa nta mboga!» Uretse ko nagize ubwoba bw'ukuntu ibintu bisa ntacyo bipfana. Ni imyuka yirirwa izerera, ibikorwa byayo birasa n'ubwo abantu ikoresha badasa.

Aha harimo ibanga ry'inzozi. Naje kurota bandekuye bavuga basakuza ngo nimurekure uriya musazi ariko abandi ngo «umusazi wa hehe, afite ubwenge bwakuraho Leta! Igihe nasohokaga bambajije impamvu nandikiye Perezida wa Repubulika taliki ya 09/02/2003, ndabihorera kuko ari uburenganzira bwanjye, kandi ndi aho nkaba ndi gatozi. Abanyamakuru ndabasuzugura kuko bashakaga inkuru z'impimbano.

- Narose abiyita abashumba barababajwe na 2 Ingoma 7: 14 kuko batigeze bayikora yose. Ariko ibyo ntacyo, kuko ni hahandi habo, bazabonana n'uwabyandiste agasaba ko bikurikizwa. Narose banga ibyumba by'amasengesho ndetse baranabirwanya; atari ukubera ko hakorerwa ibibi, ahubwo ahanini ari ukubera ko bamwe ari ho batanga ibya cumi n'amaturo, kandi bamwe bakabikoresha mu manama yo guhungabanya umutekano w'igihugu, kandi ngo bahanura n'intambara ko igiye kuba.

- Narose abahanuzi b'ibinyoma bahanura ngo umwaka wa 2000 ni umwaka w'ubukire, hakaza ubukene mu itorero; ngo 2001 kugeza 2009 ngo ni imyaka ya bose yo kubona visa no kujya muri Amerika, kurongorwa, kurongora, no kugura amajipe. Ndota abo babihanuriye barapfuye, abandi barafungwa abandi barahunga abandi bapfa bahagaze, abandi bacira isazi mu maso.Narahahamutse mu nzozi, bahita bamfata ngo ntagira ibyo nangiza. Kandi ngo ndota nsakuza nkaba nashobora no kumena amabanga, kuko bazi ko nzi menshi. Narababaye ntangira kwibaza aho bizaherera.

- Narose ko ngo guhora basenga biriya by'iminsi magana, amezi magana, imyaka magana, nta kijya kivamo. Ko birushaho kuba bibisi. Ko ahubwo bituma bakora ibyangwa n'Uwiteka kurushaho, kuko nta guhinduka kurimo. Buri wese

488

aba afite icyo apfa na buri wese, kandi bose bakaba imfura bakarenzaho. Ndota abigisha bigishiriza mu mubiri, kandi byarabaye akamenyero. Naje kurota inzozi zanteye ubwoba, ngo mbona Imana yabihaze byose byose. Ndota ishyiraho iherezo, kuko ngo twarayimenyereye cyane. Ndota nta mpumyi irandata indi. Mbona Yesu afite agahinda kenshi mu mutima we, kubera ko abo yapfiriye, inyangabirama zirirwa zibafotora zibakoramo imishinga minini n'iciriritse. Ndota byose byatawe hanze, buri wese ukinakina mu mirimo y'Imana cyane mu bwiyunge, kababayeho. Ndota ngo hari ibyo babeshye abazungu byinshi kugira ngo babihere amafaranga.

Iryo joro riracya, bukeye nduhukaho ariko buba burije na none nongera kurota noneho bikomeye. Ngo impamvu amadini menshi aba mu mijyi ntagere mu byaro nsanga ngo ari ukubera ko abaturage nta bya cumi byinshi n'amaturo bafite, kandi Nyakubahwa ufite ijipe igarukira mu nkengero z'umujyi, cyeretse iyo agiye guhaha no kujyana mukecuru kwa muganga, cyangwa se itembereza madamu, cyangwa hari abashyitsi bavuye hanze baba bakeneye kureba ibyiza bitatse u Rwanda, no gusura urwibutso rwa jenoside ku Gisozi.

- Hari ibindi: Narose mbazwa ngo kuki twacuritse Ijambo ry'Imana rivuga ko tuvuga ubutumwa duhereye i Yerusalemu, i Samariya, i Yudeya tukabona kugera ku isi yose ariko ngo twe dushaka guhera ku isi yose n'i Samariya n'i Yudeya tukabona kuzabuvuga i Yerusalemu. Mbega ubuyobe!

- Naje kugaruka ku nzozi z'icyunamo aho Satani atinda cyane mu kwezi kwa 4 kugeza mu kwa 7, mbona yarabonye ikiraka anakunda cyane, ni ho akunda birenze ahandi, kuko iyo yongeye kwibutsa Imana iby'itsembabwoko abahutu bakoreye abatutsi kandi bakaba baranze kwihana bibabaza Imana bigashimisha Satani maze si ukurega akavayo n'imizi n'imiganda, aho ni naho ngo afatira abacitse ku icumu na n'ubu batari bahozwa akabahahamura yivuye inyuma kuko abateza gutekereza cyane akabibutsa ibyababayeho byose, ngo ko bafunguye n'ababiciye. Abahutu nabo akabibutsa ibyo bakoze, n'impfu abatutsi babishe, kandi ko bo nta n'icyunamo mu rwego rw'igihugu bashyiriweho ukagira ngo bo ntibapfuye cyangwa ngo bapfushe.

- Narose idini ryiyita Itorero ntacyo biribwiye, kuko naryo ryibereye muri gahunda ya Leta yiyita iy'ubumwe, kuko ibyo Leta yikoreye, idini naryo ribyitereramo nk'aho nta nshingano zaryo rifite. Ibyo na byo bikanyura umwanzi cyane, bigatiza imbaraga n'ibirego bye. Ndota habura uhugura undi, kuko barasuzugurana cyane birenze urugero. Habura abajya mu cyuho, maze Satani arisanzura akora wenyine, kuko abenshi mu bitirirwa izina ry'Imana ni abanyamoko basa basa.

Erega bihagurutsa n'abashinzwe umutekano wo mu mubiri ngo nabo babyigeho birabashobera babivangana n'ab'umwuka biba agatogo. Imana ntiyabyitaho kuko yarabihaze. Narose kandi ngo buri bwoko burwanira kuba ubwa mbere mu kuzana «Ububyutse». Aha ho hateye ubwoba kuko barabicurikaga mu nzozi bikambabaza. Narose ngo batanshaka, badashaka no kunyumva, kuko ngo nari mfite ukuri kubababaza, bakaguhindura INGENGABITEKEREZO ya jenoside.

Benshi baba ba «Bwoba», abandi baba «Nda nini», abandi baba ba «Rusahurira mu nduru», abandi baba «Abahakirizwa», abandi baba ba «Ndiyo bwana», abandi babaswe n'amoko, abandi baba «Amasiha rusahuzi», abandi baba «abatutsi cyaneee!», abandi baba «abahutu cyaneee!», n'ibindi bidafite epfo na ruguru. Satani arongera aramwenyura; akunda iyo dosiye cyane kuko imwongerera ubuyanja. Ngarutse ku nzozi nari narigeze kurota igihe ntazi, zasaga n'ibirego bya Satani yashyize imbere y'Imana arega abiyita Abanyarwanda, kandi ngo byari byo neza, byose yari abifitiye ibimenyetso simusiga.

Yabanje kujyana dosiye y'igihe cy'abami b'abatutsi, akurikizaho iya Kayibanda, hataho iya Habyarimana, mbona n'igipande gito cya dosiye ya Kagame, maze ndashyanuka mbaza impamvu itazanye dosiye za; Mbonyumutwa, Sindikubwabo na Bizimungu. Malayika yandebye nabi cyane arancecekesha ambwira arakaye ngo ibyo ntibindeba, njye ngira ubwenge. Maze Satani si ukuregana avayo, atanga ingero nyinshi n'ibimenyetso bimwe bifatika ibindi ari simusiga, maze ntegereza nihanganye ikiri buvemo.

Kubera ko byagombaga kwiganwa ubushishozi byaratinze, nararambiwe mu nzozi nanirwa gutegereza ariko nari nkeneye ibisobanuro. Igihe ntegereje ibikurikiraho, mbona Satani agarutse yiruka nk'uwari wibagiwe iby'ingenzi. Mbona afunguye muri dosiye avanamo impapuro ziriho ibirego na none by'itsembabwoko ryakorewe abatutsi, akurikizaho dosiye yo mu Rwanda na Kongo, no mu nkambi ya Kibeho, no mu mashyamba ya Kongo, za Tingitingi aho ingabo za FPR zarimbaguriye abahutu, n'izindi zisa nazo. Mbona byose abacamanza barabyemeye, babishyira muri dosiye imwe nini, mbona Satani ayitaye aho ariko nyihangaho amaso ngo numve icyo bari buyivugeho, maze mbona Malayika asohokanye igitabo nk'ugiye gusomera mu rukiko. Aratangira ati «Ibyaha by'abiyita Abanyarwanda birakabije, mwese mukwiye guhanwa (Itangiriro 18: 20). Niterera hejuru ndatakamba nk'uko nsanzwe ntangira kurata abiyita Abanyarwanda mbaburanira nemeza Malayika ko ari beza, ko kizira kuvuga ko uwiyita Umunyarwanda atabizi, ko ari imfura, inyangamugayo, Interahamwe, Abahuzamugambi, Imanzi, Imena, Ingeri, Inyemeramihigo, Intore, Inyenzi, Intwari, Inkotanyi, Ingangurarugo, Inyemerabahizi, Inyange zera de, n'ibindi bisingizo biranga uwiyita Umunyarwanda nyawe, ariko mbona umucamanza mukuru yanze kubyemera. Mvuga ko uwiyita Umunyarwanda wiyubashye azi kurwana no kwica cyane, akagira ishyari n'ubugome byinshi.

Ndongera mvuga ko impunzi zatashye, ko n'Abacengezi baza bagahitira mu ngando «i Mutobo mu Ruhengeri», ko n'abakoze itsembabwoko bireze bakemera ibyaha bakagabanirizwa ibihano, bakaba bakora TIG «Imirimo-nsimbura-gifungo», bamwe bakayikora bataha, ndetse ko twese ngo turi Abanyarwanda. Mbona agiye nko kunyica kubera umujinya, na byo yanga kubyemera. Mvuga ko abana bose biga nta busumbane buriho. Andeba nabi cyane, nigirira ubwoba. Nongeraho ko batishyura Minerivali noneho ampa Gasopo. Ndota nshaka kwemeza Imana ko ubupfura bwacu buba mu nda, iranga, mvuga ko hari ubwiyunge na Gacaca na TIG no gusubiza mu buzima busanzwe ingabo zavuye ku rugerero, iranga. Nyibwira ko turi abakozi cyane ko twubaka nk'abatanguranwa bari mu marushanwa, ko dufite amajyambere n'isuku ikabije muri Kigali, ko twabonye n'ibikombe byinshi, ko twaciye n'ama sachets kubera ko yangizaga ibidukikije.

Nyereka Centenary House - Kigali, ziriya Minisiteri ziri ku Kimihurura, mu Kiyovu hahoze hitwa ah'abakene uko batangiye kuhagira. Nyereka n'uko bagiye kugira i Kiyovu cy'abakire hariya Afandi PC atuye, maze indebana agasuzuguro nko kumbwira ko «nduhira ubusa».

Ndakomeza nyereka Serena Hotel, MINADEF y'umutamenwa yubatse nka Ambassade y'Amerika, ihita incira amarenga ngo «biriya byose ni ukubera ubwoba». Ariko icyo gisubizo ndakirengagiza, sinakitaho nyereka Nyarutarama yose, Kibagabaga, Gacuriro, za Gisozi, Kagugu, Kimironko, Kinyinya, mbese uko umugi ugenda waguka, nzana za BCDI yahindutse Echobank, KIST 1, 2, 3, 4, 5, 6, 7, 8, 9, 10. City Plaza, Bacar yahindutse Fina Bank, za Kacyiru, Union Traide Center bita kwa Rujugiro. (Ngo nawe yarahunze)? Nakumatt, na Simba Super Market, byose irabyanga, nazanye n'ibindi byinshi by'amajyambere iranga, na bya bindi byubatswe aho Gare yahoze byananiye gusobanura n'ibindi biri hahandi isoko ryahoze.

Nabonye irakaye igihe nayiratiraga imitamenwa yose izamutse mu mujyi hagati imeze nk'ibihepfu, ibyo byo nari nzi ko biri buyitere kwibaza ukuntu u Rwanda ruteye imbere mu gihe gito nyuma y'amahano y'ibyorezo byarugwiriye, kandi ko byose tubikesha Leta yiyita iy'ubumwe, n'ubwitange budashyikirwa bwa Afande PC, ariko iranga, ikomeza kurakara. Nayeretse ibikorwa byinshi bitanakwirwa ku mpapuro, ndwana no kuyemeza gusa, mbonye ibyanze nzana bingoye VISION 20/20 yose, igishushanyo cyayo cyakozwe ngo niba ari Singapour, nongeraho ko dushobora gukora na Vision 20/30 cyangwa 50, noneho mbona irushijeho kurakara; ntegereza ko

491

icururuka mba nzanye igishushanyo mbonera cy'umujyi wa Kigali gusa, nkanagerageza no gusobanura ko amazu yubatswe nyuma agomba gusenywa, nza kuyiratira ko dufite Presidence ya Union Africaine, ko tunafite présidence ya Banque Africaine de Développement, nzana Est African Community n'ibikombe twatsindiye kubera imiyoborere myiza. Nyereka imiryango itagengwa na Leta; nabwo iranga. Nyereka byinshi, ariko tukanyuranya buri gihe.

Nayeretse n'iriya nzu intera ubwoba yubatswe ahahoze gare, numva nsheshe urumeza. Nanyuzagamo nkayereka isuku mu mujyi wa Kigali cyane. Mbega inzu yanteye ubwoba mu nzozi! Mana yanjye weee! Ayi weeee! Turagira dute Mana? Naje no kuyibwira ko twanga agasuzuguro, kuko ku isi nabwo turi aba mbere, ko turi ba «Simbikangwa» utari Pascal. Mbona biyiteye umujinya na none cyane. Ntangira kwibaza impamvu ibyanga ko ahari wenda ari ukubera ko ari iby'umubiri bigaragarira ijisho, kandi yo ari Umwuka, nigira inama yo kuzana iby'umwuka, nizera ko byo ibyemera nta kabuza.

Ntangira nyereka ibikorwa byose idini ryiyita Itorero rimaze kugeraho nyuma ya 1994, nabonaga mu nzozi byo iri bubyemere. Na yo mbona ihinduye position, itangiye kunyumva neza. Ntangira mvuga amavu n'amavuko y'Itorero Yesu yasize rivuye mu bise bye i Gologota. Mpera ku itorero rya mbere rya ba Petero, Yohana, Mariko, Pawulo, Sitefano, Timotewo, mbona irasetseee! Nti seka wo gaseka we, seka neza kandi ukomeze, kuko nanjye ngaruye agatima.

Ahari wenda wadushima natwe muri iki gihe. Nyereka ukuntu bateraniraga mu mago, mu nzu zabo, ko batigeze bashakisha n'indamu z'amafranga na hato, ko batubakaga inzu zihenze ngo ni zo Nsengero, kandi Umwenda ukingiriza ahera wari waratabutsemo kabiri, ko bari bazi ko Imana itakiri mu rusengero rwa Yerusalemu ko yimukiye mu mitima yacu. Ko bariya bagabo n'abagore bari bariyeguriye Yesu nya kumwiyegurira.

Mbona kabisa iratuje indeba neza, isa n'aho imbwiye ngo nkomereze aho. Nkomeza kuyereka nyuma aho bapfiriye, mbona itangiye kurakara, haza idini riranatinda, ba Luther bahinduyeho gato, imwenyuraho kubera ba bandi bose bitirirwa ububyutse ikamwenyuraho gatoya, mbona mu nzozi turi mu Rwanda cya gihe cy'ububyutse, nabwo mbona iramwenyuye ariko ntibyamara umwanya biba byageze i Bugande na Kenya, irarakara.

Nyuma gato mbona hari umwami uhaye Yesu igihugu cy'u Rwanda, Yesu akorwaho cyane kubona umwami w'u Rwanda n'ubwibone bwabo, uwo we apfukama agaca bugufi imbere y'abaturage ategeka, cyari igitangaza ijuru ritazibagirwa, kubona umwami w'Umunyarwanda, w'umunyiginya aca bugufi. Apfukama imbere y'abagaragu n'abaja. Bihita byandikwa ubutazibagirana. Nabonaga mu nzozi biteye ubwoba. Mu ijuru babishyira mu gitabo cy'urwibutso. Na n'ubu ngo baracyabyibuka.

Vuba vuba idini rihita risubiza igihugu Bikiramariya ngo utarasamanywe icyaha, kandi uyu Mariya yarabyawe na Ana na Yowakimi b'Abayuda bakomokaga bose kuri Adamu watangije icyaha cy'inkomoko. Imana irongera irarakara, mbona ibabazwa cyane no kutamenya, cyangwa kwirengagiza kubera ubucucu cyangwa inyungu.

Nabonye hakurikiraho ibintu bibi byo muri 1959, ndota kuva ubwo kugera muri 1994 Imana yari irakaye, ariko isa n'aho ishonje ihishiwe, ndota nshaka kuyiratira nyuma ya 1994. Kuva taliki ya 06/04/1994 kugeza taliki ya 04/07/94, sinashakaga kuherekana. Ndetse na nyuma yaho narahahishe. Ntangira kurata Amadini yiyita ay'umwuka, ariko nari nirengagije mbishaka ibyo mu gihe cya jenoside, kuko simba nshaka kubyibuka nta gisubizo cyabyo gihari; nzana ADEPR, na Assemblée de Dieu, Imana ntiyanyeganyega, nzana Abaporoso b'ingeri zose, ba EAR, abamethodistes, EPR, abadivantistes b'umunsi wa karindwi, mbona ntacyo biyibwiye na gato meze nko «gucurangira abahetsi».

Maze ndibwira ngo ahari n'uko ayo madini yarahari mbere y'amahano y'itsembabwoko kandi na yo akaba yarabigizemo uruhare. Nti reka nzane ayaje nyuma, akaba yitwa INZADUKA, za CHURCHES. Ndisuganya mbanza kuzana mbere na mbere; Restoration Church, umenya ari yo Nzaduka ya mbere, nzana Rwanda for Jesus, Apostolique pour le Réveil na Apostles, nzana za Vivante n'Inkuru nziza ya saa sita, nzana za Shining Light mu Gakingiro. Kugeza ubwo yari irakaye gusa nanjye nkomeza gucuraganwa mpakirizwa nshaka kuyemeza ngo ibyemere nduhuke.

Noneho mu nzozi, ndiyemeza, ndiyizera ndihandagaza, ndisuganya nizeye ko ibyo ngiye kuzana ibyemera 100%, maze nzana Zion Temple, nabwo ntiyanyeganyega. Ntangira kugira ubwoba ariko mpita mvuza induru ngira ngo koko nasaze nk'uko bavuga, mbona biturangiriyeho. Ndahendahenda nzana za UCC wapi, nzana Calvary na Carmel, Bethel na Betisida na Solution yahindutse Problème, n'ayandi mazina aryoheye amatwi ngira ngo irabyemera, nzana ku ihema, aba des amis, Nazarene, Bon Berger, nzana CELPA na CELPAR, Deliverance na Healing Center, New Jerusalem, binyobeye nzana Maranatha, nzana Agape na Philadelphia, nzana Victory Mission na Victoire de Golgotha. Mfata imbaraga nzana Faith Center na Miracle Center, Clé du Réveil na Amour de Christ, nzana za Faith Evangelical Church, Goshen, CICR, CECA n'ibindi ntazi uko byandikwa.

Nzana Prayer Palace na za MOUCECORE (Mouvement Chrétien Pour L' Evangélisation, Le Counseling Et La Réconciliation), na AEE, CARSA na ARM na MPA za MMI, nzana Women today na Women foundation na za ONAP na Jehovah Jire, iranga ntangira guta umutwe nibaza cyane. Nzana Anointed Center na Christian Family, ntangira kunanirwa gukomeza, ariko nzana na Bethsaida Holy Church, na Goshen Holy Church, na Silowamu na Bethlehem Church, numva naniwe kujarajara, mbona ihagaze hahandi yari iri kuva kare ireba nabi cyane, ndiruka ngarura bya bindi byose nari nayiratiye, na yo ibona ko nasaze, nacanganyikiwe kandi naniwe mu mutwe.

Ariko muri uko gucanganyikirwa mba nzanye EVIM: «Esther Vision Ministries, gira icyo umara mu gihe gisa n'iki», na «garuka ku rufatiro rw'intumwa n'abahanuzi» (back to the apostles and prophets foundation), na G. L. H. M.:«The Glory of the Last Louse Ministries», n'ibindi byo kubwira impunzi ziri hanze biri muri Zaburi 137: 4, no kubwiriza abanyepolitiki, kuko ari byo jyewe urota nshinzwe gukora. Ndebye ko Imana igihari n'icyo wenda yavuga, nshaka no kuyiha ibisobanuro, nsanga yigendeye, aho yari ihagaze handitse ngo Ezekiyeli ibice 9, na Ezekiyeli 33: 33, ngo mbyitondere cyane, menye ibyo ngomba kurengera.

Ndavuga ngo umenya nduhiye ubusa. Nti jamais. Sinshobora kwemera kuruhira ubusa kandi nzi neza ko ibyo nkora ari Imana yambwiye kubikora, ndakomeza ndaburana, mbaza impamvu zabyo. Nsubizwa ngo uwera akomeze yere, uwanduye nawe akomeze yandure; byose bigiye gupimwa, kandi wowe kihebe-giharamagara, ibyo nakubwiye gukora bisigaye se ubu wabikorera hehe? Uzi ko bagupinga karibu ku kwica? Simpora ngukiza impfu baba bagupangiye? Reka bazabanze baveho uzabone kuyobora "team" iteguriza impanda, aho mugomba kugarura itorero rya Yesu ku rufatiro rw'intumwa n'abahanuzi. Mbwira Imana mu byishimo byinshi ngo WOW!. Halleluiah Lord. I praise You, I worship You, glory be to you my Lord of lords and King of kings, nkomeza no gushimira mu cyongereza no mu gifaransa, no mu kinyarwanda no mu giswayire.

Nkangutse numva navunaguritse umubiri wose umutima udiha cyane, ndebye mbona Malayika ati rangiza vuba ibyo urimo kandi hita usoma ariya magambo. Nti ese nongere ndote? Ati kanguka ubivuge ureba kuko byose ni kimwe. Ntangira kurocangwa ngo erega bariya bose bafite imishinga y'amajyambere iteza igihugu imbere harimo na SIDA no kuboneza imbyaro, abapfakazi, impfubyi, mayibobo n'ibibembe na malariya, no gusoma no kwandika na visions nyinshi z'amabanki no kugura indege, na «One dollard campaign». Imana iti ariko uba muzima? Nsubiza vuba ko ngiye kujya mu icapiro ariko nkaba numvise ibindi biteye ikintu byitwa «Agaciro Development Fund».

Ati ibyo ubizanye ute ko ntarabigeraho? Igihe navugaga ntahagarara ngira ngo ndi bumwemeze. Malayika ati ngaho sinzira vuba wongere urote ubone kuvuga. Mpita nsinzira mpita ndota, nkomeza gutanga ibisobanuro. Haza abagabo bambaye imyenda yera barancecekesha babonaga ndushye ariko nari ntararota Gacaca n'idini n'ikusanyamakuru nise simusiga na za TIG n'Imihigo... Mba nageze mu rinini ndota buri dini, bose bafite gahunda bagenderaho. Ndota batazi aho ibihe bigeze, kuko nabonye mu nzozi bibakomereye gusobanukirwa n'ibihe bibi kubera uko bameze: bararya, barubaka, baratembera, baratunze, bafite icyubahiro, ndetse hari n'abavuga ko barutashye.

Numva ndarushye noneho cyane ndekeraho kurota ntangira gutekereza neza ndi maso, ndibaza nti Mana yanjye ibi ni ibiki? Mbabarira nitorokere mve muri iki gihugu n'ubwo cyanduhije bwose. Igihe ndimo gusaba guhunga nsinzirira mu ntebe aho nari nicaye maze si ukurota. Ndota buri mwene Data wese anzunguriza umutwe, mbona bimeze nk'igihe Yesu yari ku musaraba, mbona bandakariye, bambaza ngo nsengera hehe? Ariko mbere yaho nari narose mbona mu nsengero zabo baririmba ngo «Rwanda nziza gihugu cyacu wuje imisozi n'ibiyaga n'ibirunga, ngobyi iduhetse gahorane ishya, reka tukurate tukuvuge ibigwi, wowe utubumbiye hamwe twese Abanyarwanda uko...» Ibindi sinabyumvise naguye muri «coma» mu nzozi sinzi aho banshyize ngo ntakomeza kuderanja kuko hari haje ba Nyakubahwa, narashwanaga cyane nshaka ko turirimba indirimbo 149, 85 mu gushimisha cyangwa se 100, 150, noneho tukazajya kuri stade kwidagadura dufite na gahunda yo gusengera igihugu.

Ibyo nabonye mu nzozi byambyariye abanzi benshi b'umusaraba ngo ndi intagondwa, ngo ndi umuhezanguni, ngo nanga iby'ubu, ngo nshaka kugarura, «Rwanda rwacu Rwanda gihugu cyambyaye, ndakurata n'ishyaka n'ubutwari, iyo nibutse ibigwi wagize kugeza ubu, nshimira abarwanashyaka bazanye Repubulika......»; nsubira muri «coma» mvuga ngo nta bisusa nta mboga, ngo please muvane ibyo aho mwita ahera hanyu h'Imana murakabije. Kayizari mumuhe ibye, n'Imana muyihe ibyayo kuko aka ari agasuzuguro k'agasomborotso gakabije, kazababyarira ibihunyira.

Ako kanya mbona mu ijuru bitunganya, hari ingabo zitegura kuza kurwana, numva ijwi rivuga ngo birahagije ndetse birakabije muze tujye kubashyira ku murongo. Na none ndatakamba kuko nabonaga barakaye cyane nta kiri busigare, nsaba akanya ngo ngire icyo mvuga ariko hemera bacye cyane abandi bambera ibamba, nkabona ibyo batabona, kuko nari nabonye hari ba Malayika bane, bari ku mipaka y'igihugu cy'u Rwanda, umwe iburasirazuba, undi iburengerazuba, undi amajyepfo, undi amajaruguru.

Hari n'undi umwe ukomeye cyane, ushinzwe ubugenzuzi, uri ku burinzi bw'umujyi wa Kigali. Mbona abandi bane badakina bari mu mujyi wa Kigali hagati uyobowe ubu ndota na Kirabo Aisa Kakira, hari n'undi uri muri Gasabo ya Claudine Nyinawagaga, ubu nandika nkosora, numvise umenya ngo yaregujwe ku mirimo kubera amasoko ya Leta n'ayandi matiku y'amashyari n'inzangano no kwanga agasuzuguro». Bashyizeho undi.

Undi ari Kicukiro ya Paul Jules Ndamage, ubu nandika, n'undi uri Nyarugenge ariko amaze kwegura. Nti basi reka mbabwire rimwe gusa nibatumva muzakore icyo mushaka.

Haza Chef wabo ambaza icyo nshaka: nsubiza vuba ko nsaba ko bigizayo agahe maze nkongera nkavuga, basi rimwe gusa, nkatabaza. Aranyemerera ariko ampa agahe gato cyane kandi arambwira ngo erega ntibazakumvira! Ngo n'abatari wowe barabapinze nkanswe wowe. Nti basi ntacyo. Ntangira iyindi nzira itoroshye yo kurangurura mbwira umuhisi n'umugenzi, mera nka Yeremiya na Mikaya. Mbabwira ko nta mahoro ahari n'ubwo basenga, ibyo na byo bibyara ibibazo ngo ndarwanya amajyambere ya Repubulika ya gatatu, ngo ndashonje n'ibindi bibi byinshi. Maze ndarakara nshaka kubivamo ngo mere nka Yona, ariko byo ntibyamvamo.

Naje gushaka kubonana na ba EX-FAR bonyine, ubuyobozi buranga, nshaka kubonana n'Inkotanyi zaturutse Uganda zonyine, baranga ngo ni amacakubiri, ngo nimbonane na RDF yose, nanjye ndanga; nshaka kubonana n'abagore b'abafandi biragorana babyibazahooo! Nshaka kubonana n'inzego zinyuranye, bakabigira birebire. Ntangira gucika intege ariko harimo n'uburakari, kurambirwa, no kwiyenza ngo mbone impamvu, numva nshaka kwivumbura cyane ngo bamfunge bya bindi byo kumanuka 1930, nabo baranga ngo bazajya bampoza za DMI na CID BRIGADE gusa, ni bwo ntazabona ibimenyetso bituma nsakuza. Batinya ibimenyetso!

Mbere nari narose nshaka kubonana n'abatorewe imirimo ya Alitari zo ku tununga. Abo bose biyubakiye Amasinagogi, maze barankuba ngo ntabwo nibura nyoboye idini ry'abantu 1000. Abandi bambaza amafaranga nateganirije icyo gikorwa ngo babanze bayagabane, kandi ngo sindi muri FORUM y'Amadini yabo (ndamaze!). Nifuje kandi kubonana n'abayobozi b'abagore biragorana bisaba ibisobanuro birebire. Nifuje mu nzozi kubonana na Prezida wa Leta yiyita iy'ubumwe bubanziriza ubwiyunge, ariko ngo nzabanza kuvuga icyo mushakira. Namwe munyumvire. Kubera iki se kandi ari we nshaka? Abo bambaza atari bo nshaka kubwira. Mba ntangiye guteza ubwega nereka Imana ko byananiranye maze iti «Hasigaye rimwe gusa». Biranyobera na byo, kuko hari n'ikindi gihe yari yarambwiye ngo hasigaye rimwe, ibyo bya buri gihe hasigara rimwe na byo biranshobera.

Hari izindi nzozi narose mbi ngo hafi y'abakozi biyita ab' Imana bose barapfukamiye Satani, ngo barangije gukora (Luka 4: 5-7) buri wese wateye ivi imbere ya Sekibi anyura imbere yanjye, maze numva ubwonko bwanjye burayaze mu nzozi mbonye ibyo bakora, amanyanga, gukoresha za magies blanches ngo babone amavuta yo gukundwa no kwirukankirwa kurusha abandi, no «kudomina» no «kumanipila» no «guteroriza» no «guposeda» no «kw'exploita». Ariko mu nzozi ngo mbona Imana igiye kubita hanze byose. Inzagano karibu kwicana, amashyari aruta ay'abo bita abapagani, n'inzangano ziruta iz'abanyepolitiki bo mu Rwanda. Numva ijwi rivuga nka rya rindi rya mbere ngo «Humura nshyizeho iherezo». Kandi hasigaye rimwe gusa. Rya rimwe na none riragarutse kandi rimpahamura. Mbona Satani abaka ibitambo by'abantu, mbona bazamuka mu ntera iyo mu myorera bafite amavuta ya Satani peke yake, mu nzozi ndijijisha ngira ngo si mu Rwanda ni muri Amerika, numva uwambwiraga ati «ndaje nkwereke n'ibindi». Mbona abamaze gucumuzwa n'akamanyu k'umutsima; abashatse kuba intumwa za rubanda batabitewe n'umutwaro, Imana itabibemereye; abafasha gahunda y'igihugu kandi mu idini yabo abakene bicira isazi mu jisho; mpita nsakuza mvuga ngo mubonye ishyano, murarusha Babuloni ubugome. Narambiwe kurota nsaba ikiruhuko, maze ansubiza neza ati «Ndacyafite ibihumbi birindwi bitigeze bipfukamira Satani», mu gihe gito ndabatangiza umurimo wanjye kuko ntibakorana n'ibisambo n'abicanyi. Nti ese nanjye ndi muri ibyo bihumbi birindwi, ati «bien sur Kihebe».

Ndota ibindi na byo byankuye umutima ngo nari ahantu hameze nko ku Mukamira numva ijwi ridasa n'irya mbere rivuga ngo kino gihugu cyahawe Satani n'abategetsi ba mbere ngo none igihe cyo gukora kw'Imana kirageze kandi Satani agomba kucyamburwa, mbona asa n'uncira amarenga anyereka uko twabigenza.

Umugabo wari wambaye imyenda y'ibitare arambwira ngo abategetsi nibambure igihugu Satani ngo kandi idini rifate iya mbere, ribigiremo uruhare 100%, kandi nibanga ndareka Satani abasiribange nta cyatsi kizasigara. Ntangira gutekereza mu nzozi icyakorwa, numva biroroshye twanabikora vuba ariko mbona habuze ababivuga, ndakazwa n'uko babuze maze numva rya jwi rimbwira ngo wowe rangurura gusa hatazagira ugira icyo yireguza. Mvuze banyita umusazi nsanga narabimenyereye. Bampimbira ibintu biteye ubwoba, ukuntu ngo ndi muri oposition ngo mfatanije n'abarwanya Leta yiyita iy'ubumwe. Abitwa ba Forces Négatives n'ingabo z'umwami Kigeri V.

Baba baranzamuye ndamenyekana cyane buri wese agashaka kumenya uwo muntu, kuko byatumye ngira imbaraga nyinshi kubera kuvugwa nabi cyane (niba bari bazi ukuntu nanga politiki y'abantu). Nababonye mu nzozi ntongana cyane mvuga n'ibigambo byinshi, ndanabacyurira, naje kwigarura nyuma ariko nari natombotse cyane.

Malayika ati mwaracuramye, ubwo se ko mwiyanga muzakundwa na nde? Ko murwanya abahanuzi mufite icyo mupfana n'Abaheburayo. Mbona ahanditse ngo Yesaya 1: 19, 20 na (zekiyeli 2. Mbona mbazwa ngo nzageza hehe kwitangira abiyita Abanyarwanda ko batumva? Ndarira ndongera ndarira, kuko namenyereye kurira. Ati wemerewe kubaza. Nti ese ngereranije abiyita Abanyarwanda n'abayisirayeli ubu tugeze hehe mu rugendo? Ati muri mu butayu. Ndashiguka nti reka turi i Kanani mu gihugu cy'amata n'ubuki! Ati cyangwa wasaze? Muri mu gihugu cy'amaraso gusa. Nti uramenye ma! Uzi ko Abamalayika bapfa kuvuga ibyo babonye nk'aho nta bwoba bagira? Kubera ko bataba mu Rwanda ngo bumve ubwoba buhari. Kandi nta n'umubiri bagira. Bisobanura ko badashobora no gupfa.

Mbona aransuzuguye nk'aho mvuze ubusa, ati mwavuye muri Egiputa ryari? Ntangira gushidikanya nsa nk'aho mutera igihe, ati «niba mwaravuyeyo ibyaha mwakoreye mu butayu bingana iki? Ati ese ba Yosuwa na Kalebu bagezeyo byagenze gute? Mose amaze gupfa byagenze gute? Uyu Yosuwa yanamutinzeho cyane ngo ko yabwiwe ngo niyitondera amategeko yayo azahirwa arumbuke anakire, maze se ntiyinjiye i Kanani arwana akarinda apfa akiri umusirikare? Ati se ko muzi kwigisha kuri Prosperité cyane aho muzi ibyo muvuga? Mwaba mwarageze ikirenge mu bibi mwasanze aho mwagiye? Cyangwa mwarabarushije? Nti se kandi twagize dute Malayika rwose, ko bamwe twari ino turi aba Résistants (abatava ku izima), b'abahezanguni, abandi bakaba baravuye hanze barutashye, ari imfura zigororotse, tugize gute kandi? Numva arasakuje ngo IBYAHAAA, kwica, kugambana, gusambana n'inyamaswa no gusambanya abana mwibyariye, ubugome, uburyarya, ishyari, inzangano, kuboneza imbyaro, ngo ntibyuzuye mu idini? Mbona (Yesaya 1: 11-15) «itsembabwoko» mwarananiranye ntimwumva, n'intambara ntizibumvisha, mugomba guhanwa kandi hasigaye rimwe. Nana none ya rimwe iragarutse.

Mana yanjye nanga iyi rimwe cyane kuko inkura umutima. Nongeye gufata agatotsi Malayika arambwira ati kanguka ngire icyo nkubwira. Ati ngiye kukubwiriza ku muntu cyane cyane uwiyita Umunyarwanda hutu-tutsi. Nti Amen! Atangirira kuva isi yabaho Imana ikarema Adamu na Eva, Adamu ni we watangiye urubanza wa mbere ngo si we wakoze icyaha n'umugore Imana yari yamuhaye, ashinja Imana atyo icyaha cya mbere (Itangiriro 3: 12).

Arakomeza ati «Umuntu yakomeje kunanirana mbese muri we aguma ari umwere Imana akaba ari yo nyabyaha. Kamere muntu yanga kwemera no kwihana ibyaha akomeza kwihanisha Imana. Ati ni kimwe no mu Rwanda rwanyu kugeza ubu nta munyabyaha uhaba. Nk'itsembabwoko koko buriya habuze ababyemera? Abahutu b'abayobozi mu nzego zose ntibabizi? Ukuntu FPR n'ingabo zayo n'abakada bayo bishe abahutu batagira ingano mu Rwanda no muri

Kongo-Zayire bakaba bavuga ngo ni ukubera intambara. None se nta bacitse ku icumu bihoreye? Ngo mu ntambara ni agasasu kabacikaga? Koko? Muba bazima cyangwa?

Nti mbabarira Malayika rwose ibyo ni INGENGABITEKEREZO ya jenoside uzanye, ni amacakubiri kandi mu Rwanda birahanirwa ndetse cyane. Sinshaka gufungwa «BURUNDU y'AKATO». Ati kuki bagomba gushyiraho «Inyoroshyagihano» ngo babone kwemera? Ndasubiza ngo pfobya jenoside wenyine ubizire, jye sindimo. Abantu bakora itsembabwoko maze bakabahemba «Inyoroshyagihano». Nti mbabarira nsinzire batazagira ngo najye ni ko mbyumva. Kirazira ko uwiyita Umunyarwanda avuga umuhutu cyangwa umututsi.

Kuko hari n'abitirirwa izina ry'Imana batangiye kwemeza ko nta moko abaho. N'umuyobozi wa Ibuka nigeze kumva abisobanura. Ngo ni ukubera umurongo wa politiki waciwe kandi ntawe uwurenga (cyeretse jyewe). Ati ari abahutu ari abatutsi ari abatwa mwese ibyaha byanyu birakabije. Nti se mwebwe mupimye musanga ari ubuhe bwoko bufite ibyaha byinshi? Ati «Yesu aracyagukeneye muri iki gihugu mu kazi ke dore ko ukunda kubaza; ndabikubwira ariko ntubivuge. Nti Sawa! Ati ntuzi ko iyo uvuze ngo abahutu bihane batangira kuguhiga? Wavuga ngo abatutsi bihane bakaguhamagara muri CID ngo ubisobanure? Uramutse uvuze ko abahutu ari bo bafite ibyaha byinshi abatutsi bahita bishima, bibeshya ko ari abamalayika batacumuye bavuye mu ijuru. Uvuze kandi ko abatutsi ari bo bafite byinshi, Mana yanjye wabisobanura biruhanije, gutabarwa kwawe kwava mu ijuru; kandi uvuze ko abatwa ari bo bafite byinshi waba ubahimbiyeho ko nta mbaraga bagira na byo wabizira; wabishyira ku banyekongo byafata Abafransa. Malayika ati ibyaha bya buri shyanga biri imbere y'intebe y'imanza y'Imana, ceceka rero agatinze katazahera n'amenyo ya ruguru.

Ibyo mu Rwanda bindambiye mu nzozi musaba guhindura aranga, mpagarika kumubaza, ariko we akomeza kuvuga. Arongera agarura dosiye y'amadini, za "churches" kandi zindambira kubi: ibyo gusenga bicuritse, gusenga babogamye, gushima Imana batihannye, cyangwa ntibanashime, gukorana mu buryarya, guhuzwa n'abazungu na Leta. Mbona Malayika ari gatumwa ko namwihoreye agakomeza kuvuga, asigara avuga wenyine ndisinzirira.

Haza uwundi w'umunyamahane ati kanguka uruhuke ho gato nanjye hari ibinzanye. Ati wirirwa wibaza impamvu mudahuza na ba Nyakubahwa biyita ba Réverends b'Amadini? Ati ariko uzasobanukirwa ryari wowe ko ufite umwuka wa Eliya na Mikaya na Yeremiya.

Nsaba gusinzira kuko nicyo kindinda imanza. Ati ni ukubera ko abenshi ari ba *Bwoba*, abandi ari *Abidishyi*, abenshi ari ibisambo. Malayika yakomeje avuga wenyine namwihoreye ngo abe ari we bizabazwa akomeza avuga ngo hari amasengesho yababaje mu ijuru kuko yari yuzuyemo byinshi bicuramye ku birebana n'imyizerere. Amadini yose yari ahari, nuko ngo agiye kubona abona bazanye agatuti kanditseho RWANDA FOR JESUS kandi bahamagara MUFTI (umukuru w'abayisilamu) w'U Rwanda ngo ababwirize. Mbese ngo abe ari we ubanza gusengera ayo materaniro.

MUFTI atangira avuga ngo ntabwo bahuje ukwemera. Kandi mbere hari Revérend. wari wiseguye mu ijambo ati twese abanyamadini duhuriye ku mana imwe, dupfa iki? Ko Ikorowani na Bibiliya ari Ibitabo Bitagatifu. Ariko Mufti we aramuvuguruza atanga n'ingero. Icyo gihe ba Malayika bo ngo bari bahari nanjye banyemeza ko nari mpari mpfa kwemera kuko nabonaga avuga nabi cyane (kandi koko nari mpari). Ati ngaho sobanurira abakumva ubwiyunge icyo aricyo?

Niyama Malayika nkomeje mubwira ko ntabyo nzi. Twarabipfuye cyane byari bigiye no kumviramo ibihano ariko ndanga ndanangira. Agaruka na none kuri ba Eliya, mbona atangiye kubivanga. Ariko kubera ko namwimye ijambo asigara avuga wenyine: Ngo hari imbaraga ebyiri zihanganye, ngo nimvuge umwuka bafite n'uwo njye mfite. Uwo mfite n'uwo bafite, ndamuhakanira ko ntabyo nzi. Ati ese nawe wagize ubwoba imyuka yagufashe? Nsaba Imana imbabazi ko hari imyuka y'ingengabitekerezo itugendaho. Maze mu nzozi mbona Malayika ankorera délivrance avuga ati «u Rwanda ni igipimo koko! Nawe koko»!

Hari ikindi nabajije Malayika abandi bavuga bihishe: Kuki nta cyunamo cy'abahutu kibaho? Malayika ati biterwa n'uburemere bw'itsembabwoko butsikamira cyane ibindi byinshi kubera ko itsembabwoko aricyo cyaha kirusha ibindi byose uburemere harimo no kwihorera. Ati kandi mu by'ukuri ni amahoro kubona ari nta cyunamo cy'abahutu kiriho kuko bibarinda abandi bazimu. Iyi dosiye ibazwa Malayika wenyine.

Naje gusaba akaruhuko ngo nsinzire mbona ni byo. Ndasinziraaa, nkangutse nsanga amagambo yanditse mu cyapa ngo Ezekiyeli 7: 1-14, 23-27, noneho ndareba nta n'iroro mfite, mvugana nawe ati nta rubanza buri wese asobanura inzozi uko abyumva bizaterwa n'ingengabitekerezo iba iri mu muntu. Ni ko kumbwira ngo hapfa uwavutse, uwanze gupfa yaheze mu nda, ngo gupfa byishe nde? Gufungwa byafunze nde? Guhunga byahungishije nde? N'ayandi magambo y'urwenya nti seka wo gaseka!

Nti Imana ishimwe kuko utangiye kunsobanurira; nti ariko se byose wahozemo ntabwo byambarwaho, ntibyazankoraho? Arambwira ngo hariho ibigomba kubaho kugira ngo ibyaha by'Abamori byuzure. Nti cyore! Abamori se ni bande? Mbira ibyuya kubera ubwoba, mbaza byinshi, namubwiye ko nigeze gufungwaho muri iyi Repubulika ya 3.

Hari hamwe muri komini imwe yiyubashye y'iburasirazuba maze bourgmestre na IPJ baza basinze saa munani z'ijoro, baratubyukije twari ababyeyi batatu badusanga mu cyumba aho twari turyamye, batubyutsa bavuga ngo basanze duhungabanya umutekano. Ngo dufite n'ingengabitekerezo ya jenoside, badushorera twambaye amakanzu y'ijoro batujyana muri kasho ya Komini mu mbaragasa. Icyaje kuntangaza ni umudamu umwe twari kumwe yanga kujya mu mbaragasa kuko ngo nawe yari mu babohoje igihugu, ngo nawe yarazi inkuru zo mu rugano, ngo n'umugabo we yari akomeye yaguye ku rugamba bamuroze, maze uwo mugore ababera ibamba. Twagiye mu mbaragasa muri cachot we aranga, jye nari naruciye narumize kuko nta jambo nari mfite ahubwo nari ndifite muri Repubulika ya 2, kubera ko babitwambuye.

Iyaba cyera mba naravuze (icyuririzi kiraje), mbaza Malayika nti ese na none bagiye kongera kumfunga? Ati yes! Kuko agacuma kabo kagomba kuzura, kandi turashaka ko ari wowe utuma kuzura kuko byakuruhije cyane. Kugupinga bibongerera ubutagondwa bikongera ibyaha n'ibihano, ukarushaho gutebutsa ibihano byabo. Niba bari bazi ko ubafatiye runini bakwitaho bakakubaha bakumva imiburo ubaburira. Ariko baranangiye ni wowe uzabatera umwaku; ahubwo niba bazi ubwenge baguhakweho kuko ni wowe ubayoboye. Nti bakwemera bagapfa aho kugira ngo mbayobore. Ati justement nicyo kizabica: kwanga ko ubayobora kandi ari wowe wasutsweho ayo mavuta yabyo. Maze mbazwa ibyo ndegwa, kuko icyo gihe jye nitwaga igipinga, naho wa wundi we yari yarabaye mu rugano nta kibazo. Yavugaga icyongereza cyinshi n'amagambo najyaga numvana Inkotanyi, akavangamo n'igiswayire cyiza cyo muri Tanzaniya, na za kweri nyinshi, abaginga, uburinzi, kulala cini, harimo n'ikigande: Abasajya, Sinagara, Kale, Wangi? Na za «Nyo, Nyo» nyinshi. Yanabwiye abo badufashe ngo ni abasiru «ibicucu». Ngira ubwoba ngira ngo avuze abashiru. Naho ngo bivuga igicucu mu kigande. Ndeba aho nanyuza igifaransa ndaheba kuko kibatera iseseme. Maze bukeye batujyana kuri parquet ngo tubazwe ukuntu twahungabanije umutekano turyamye saa munani z'ijoro. Ninjira mu biro bya chef, urubanza ruratangira.

Ni RC no 01/01/02
Urubanza aburana n'abanzi b'umusaraba.

Urega: Satani n'abambari be
Uregwa: M. E. Murebwayire
Umuburanira: Avocat: Yesu Kristo Umwami we
Icyo aregwa: Ingengabitekerezo n'ibindi bisa na byo

- Guhungabanya umutekano w'idini n'igihugu.
- Guhishurirwa iby'igihugu bibi.
- Ibyaha byibasiye kwanga gahunda za Leta yiyita iy'Ubumwe
- Gukura Abanyarwanda umutima, kandi ari amahoro

- Kuremereza itsembabwoko cyane, no gushinja abahutu.
- Gushinja abatutsi ko ingabo zabo zishe abahutu urubozo.
- Kutubaha abazungu ba «bailleurs de fonds».
- Gusebya Kiliziya ntagatifu.
- Kutubaha amakosa y'abategetsi ba FPR
- N'ibindi byaha byibasiye inyoko-dini.

Ibimenyetso simusiga: Amagambo ye n'ibyo yandika
Abamushinja: Abafarisayo, Abatambyi, Abanditsi, amasega, ingunzu, ibisambo.
Abamushinjura: Abarokore nyabo, Abamalayika, n'Umwuka Wera
Abagabo b'ibinyoma: Abana bo kurimbuka
Abacamanza: Abanditsi n'abasadukayo
Perezida w'urukiko: Umutambyi mukuru muri uwo mwaka.
Ibihano: Nafungwe, nafungwe, nafungwe cyangwa se mumutambikane…, mumurebere…sinzi……murebe uko mumugenza…. uwo muginga. Bamaze kwiherera, bamukatira igifungo cy'iminsi 7 n'ihazabu y'amafranga 5 gusa benshi bararakara ngo ni bikeya ariko uwacaga urubanza ati icyo navuze nakivuze, amera nka Pilato.

Maze mo iminsi ibiri nashatse kubonana na Perezida wa Leta yiyita iy'Ubumwe, baramunyima ariko nkomeza gutegereza. Ndota abazungu baje na za camera, bambaza ubusa, ndabihorera ngo mbanze nshyire ubwenge ku gihe. Ubwa nyuma narose nanga gufunganwa na ba bandi bari Arusha, na La Haye na Guantanamo na 1930 na Brigades zose, mvuga ko nshaka gereza yanjye jyenyine, nabo baraseka banyita umutesi kandi ngo bo nta miteto bagira kuko ngo barababaye cyane mu buzima bw'ubuhunzi, ariko ngo ubu batangiye guhembuka.

Umwe muri bo ati uyu mumujijije ubusa (ngo jyewe) kuko azize inzozi, abibutsa cya gitekerezo kivuga ngo: «Gahanga gahanga wishwe n'iki? Ati nishwe n'urw'abagabo ariko wowe unteye umuhunda w'icumu ntakwakuye uzazira ubugome bwawe». Nkanguka mvuga ngo Mbega inzozi weee! Malayika ati ni koko nta tsembabwoko rizongera kuba mu Rwanda. Ariko nari narose mbaza Imana niba idashobora kuduha umugisha nta zindi ntambara zibaye; ihita impa igisubizo ko iramutse ibikoze tutazamenya gukomera n'imbaraga byayo, ngo twakomeza ubugome bwacu.

Ntangira kuburanira na none uwiyita Umunyarwanda, Malayika ahita agenda haza undi wafunze isura, numva nifitiye n'ubwoba, arambwira ati komeza ubaze. Nti ese mwababariye abiyita Abanyarwanda ko ari abana beza. Mbona ararakaye, aragiye azana inkota maze umutima umvamo, ariko ati humura! Kuki wirengagiza ububi bwa bene wanyu abiyita Abanyarwanda? Mwanze kwihana! Ntangira kurira ubwo ariko mbona ntacyo bimubwiye asa n'uwabimenyereye; ati urarrira nde? Nti ndarrira igihugu cy'u Rwanda n'abiyita Abanyarwanda. Ati ceceka se nyine barakuzi! Ririra abapfakazi n'imfubyi, inzirakarengane zose, indaya n'abajura n'abapagani n'abakijijwe bagihuzagurika, n'umuryango wawe utorohewe. Muri izo nzozi mbaza Malayika mukanika nti ese igihugu ko mfite umutwaro wacyo? Ngo non, nti ese idini ryiyita Itorero ryo? Ngo non, ngo keretse abokomerekejwe n'abagombaga kubarengera. Nti Abashumba se? Ngo non non non noooooooooooooon. Ibyaha by'abiyita Abatambyi biranuka cyane ntiwabishobora kuko nibo bateza igihugu ibyago. Ehh! Ako nako mba ndakamenye mu nzozi, ariko ngira ngo Malayika yacanganyikiwe.

Haza undi urakaye kurusha uwa mbere, ati ngo Abashumba? Ibyaha byabo birakabije kuruta iby'abapagani kandi bazi ko ari bo ba Malayika. Nshaka guseka ariko byari bikomeye ndiyumanganya, nti rero cyereka ari wowe uje kubabwira ahari kubera ko uri Malayika, kuko jyewe banyita umusazi, uwavangiwe, inyangaLeta, inyanga vision 20/20, ufite amacagutatu, ushaka kugarura MDR, MRND, CDR na FDLR. Wambabariye ukaza ukababwirira kuri radiyo na televiziyo na sitade ko wenda ubwo waba uvuye mu ijuru bakumva.

Andeba nabi cyane ati «*Nowa, Yeremiya n'abahanuzi bose bari nkawe, ... kandi wowe ufite umwuka wa Yeremiya, Eliya, Mikaya, Pawulo*». Nti none se urabyihoreye barimbuke? Nawe ati ibyo ntibikureba nzasigaza abo kubara inkuru. Haza undi wa gatatu ati komeza ubaze. Nti ese tuzahora duhanwaaaaa? Nawe ati ibi ni byo byanyuma. Mbona yandika ariko adashaka ko mbisoma, mbasha kubona ngo hazasigara 1/3 kuko ngo 2/3 bazapfa, sinabyitaho yari yanabimpishe ndinumira ariko nishyizemo ko ntabibonye neza kugira ngo nihe amahoro. Mpita mubwira nti ngusabe ikintu? Ati saba twumve. Nti mwambabariye abampinze bose mukazabasigara nyuma ntihazagire n'umwe ubigwamo? Ansubiza yansuzuguye ati «ORORORORO, ko ari hafi ya bose se basigara bate? Mara urw'uriho gusa ibindi ntibikureba». Narose hari idini ryiyita itorero gusa. Itorero ni umuntu ku giti cye.

Mu nzozi numva ngo niba nzi kuburana mbanze ndebe Itorero rya mbere uko ryari rimeze. Malayika ati ntimwubatswe ku Rufatiro rw'Intumwa n'Abahunuzi se da? Nti yes! Ati ngaho soma Ibyakozwe n'Intumwa 2: 44: «*Abizeye bahuzaga umutima n'Imana, bakaba hamwe,* (atari ukubana mu nzu) *bagasangira ibyabo byose*»; Ibyakozwe n'Intumwa 2: 45 «*ubutunzi bwabo n'ibintu byabo barabiguraga bakabigabanya bose nk'uko umuntu yabaga akennye*»; Ibyakozwe n'Intumwa 2: 46:. «*Kandi iminsi yose bakomezaga kujya mu rusengero n'umutima uhuye, iwabo bakamanyagura imitsima bakarya bishimye, bafite imitima itishama*»; Ibyakozwe n'Intumwa 2: 47 : «*bahimbazaga Imana bashimwa n'abantu bose kandi uko bukeye umwami Imana ikabongerera abakizwa*».

Ati ongera urebe itorero rya mbere. Ibyakozwe n'intumwa 4: 32-33: «*Abizeye bose bahuzaga umutima n'inama kandi nta n'umwe wagiraga ubwiko ku kintu, ahubwo byose barabisangiraga, kandi Intumwa zagiraga imbaraga nyinshi zo guhamya kuzuka k'Umwami Yesu, n'uko rero ubuntu bw'Imana bwinshi bukaba kuri bose.* Ibyakozwe n'intumwa 4: 43, «*nta mukene wababagamo, kuko abari bafite amasambu bose cyangwa amazu babiguraga bakazana ibiguzi by'ibyo baguze bakabishyira intumwa nazo zikabigabanya abantu;* «*umuntu wese uko akennye*».

Malayika ati «niba uzi kuburana ngaho mbwira Itorero mu Rwanda rimeze gutya ndahita ndijyamo, nurimbwira Yesu arahita aza». Ntangira gushakisha muri ya yandi yose ndaheba ahubwo nsanga biteye ubwoba. Mu nzozi biba byakomeye ; ndabazwa ngo nimvuge muri ya yandi 7 yo muri Asia iryo turi ryo. Nti turi Lawodikiya; Malayika ati uvuze neza!

Narose ibindi bitari byiza, mbazwa impamvu amadini yitirirwa abantu, nko kuvuga ngo kwa kanaka aho kuvuga Itorero rya Yesu ry'aha n'aha, bakavuga itorero rya Mariya, Mariko, Petero, Claudine Habyarimana, Twagiramungu, Bizimana.... Hope, Lyidia, Roméo, Robert na Juliette, Ivan na Angélique. N'abandi......arambaza ati «ni kuki?» Nti n'uko aba ari ayabo; ati ese irya Yesu riri hehe? Nti simbizi! Ati umva mbese uko babaye? Ntubizi koko? Mbona ararakaye; ati ubonye ngo barahindura izina rya Yesu agakingirizo, igitutsi! Ndicecekera ariko we ntiyaceceka, ati «Icyubahiro cyayo ntizagiha undi, muzaba murarora»; ndaceceka. Ati kuki muri abajura? Ndaceceka nkivugisha mu mutima ngo uramenye ma! Nti winshora kandi utaba ino nta n'umubiri ugira. Ati kuki muvangavanga? Mbona mu nzozi haje undi urakaye cyane ati ese nawe wafashwe n'ubwoba? Nawe se uri mu bavuga ko ari amaharo? Ndanangira. Ati babwire rero urangurure ubabwire bihane bababarirane nibitaba ibyo......Nti ni akazi kawe, twebwe turi i Kanani mu mata n'ubuki n'amajyambere.

Naje kongera kurota noneho mera nk'umusazi mu nzozi, numva ijwi rivuga ngo kuki mutejeje igihugu? Ibyo kweza biranyobera. Ijwi riti igihugu kiranduye cyose kiranduye kuko abategetsi bacyo uhereye kera bagihaye Satani. Imisozi n'udusozi n'ibiti n'amazi n'ibyatsi n'ubutaka n'abantu byose biranduye, sinakubwiye kubivuga none ukaba utangiye kununa, ngo kuko wabivuze ugahinduka umusazi. Hose hari amaraso. Kuki wanga gusara? Nohereje abanyamahanga ngo bakunganire.

Rya jwi ricecetse, mbona Malayika ampagaze imbere ati «Umva neza: buri ntara ifite imyuka yayo mibi iyigenga, bisaba guhishurirwa. Abami ba mbere bakoze ibintu bibi; bagiye bahamba abantu bazima, inka nzima ho ibitambo bya Satani ndetse bagahamba n'abagore n'abagabo bazima n'abana n'ibindi byinshi bihumeka by'amasugi bakabitambaho ibitambo kugira ngo bakomeze ubwami bwabo; babatinye, bagire imbaraga zo guhora barwana

504

bahora ku rugamba, kandi baguke cyane, babemo n'abapfumu bavugana na Satani imbona-nkubone. Reba amateka ibyo abami bamwe bagiye bakora bimeze nk'ibitangaza, biriya ni ibya Satani n'imbaraga z'Abacwezi, ntabwo ari ibyacu ntibazakubeshye. Na none agaruka kuri dosiye y'igihugu ngo kuki mutejeje igihugu? Nti ariko Malayika rwose uranshakaho iki? Ko iyo mbivuze ngo mba nanga iby'ubu bya FPR (MOTERI), ngo nkaba mba nshaka kugarura ibyashize byacu bya MRND (UBWATO). Ararakara ati noneho kanguka nkubwire turebana. Ati dore uko mwagombaga kubigenza:

- Imyaka itatu ya mbere, ni ukuvuga kuva taliki ya 04/07/1994 kugeza 04/07/1997, cyari igihe cyo kweza igihugu gusa kugira ngo Kubara 35: 33 bihagarare, kugeza ubu ibyo mwakoze ni ZERO = 0 point. Nta kwiyeza kwanyu kwabaye, nta n'ukw'igihugu kwabaye.

- Ntuzi ko abasirikare ba FPR bo babanje gukuraho za mine, guhamba intumbi, kugenzura aho Interahamwe yaba iri hose, no guhitana buri muhutu wese basanze mu nzira? Mbese bejeje uko bashoboye mu buryo bwabo bahamagara n'impuguke z'abanyamerika, ntubyibuka? Ko no kugeza ubu bagihirimbanira ibindi. Ariko idini ngo ryitirirwa izina ryanjye ryo wapi!

- Kuva taliki ya 05/07/1997 cyari igihe cyo kuvuga ubutumwa bwiza apana bw'inda no kubohoza, n'ibyubahiro, n'ubutunzi. Kugeza ubu ibyo mwakoze ni ZERO = 0 point.

Numvise bindambiye kuko na byo nari narabivuze ntibyahabwa agaciro, musaba kureka iyo dosiye kuko inyibutsa byinshi bibi cyane n'ukuntu nari ngiye kuyizira ngo ikura Abanyarwanda umutima. Ati sinyireka maze ndebe ; nti noneho ngaho sigara uvuga wenyine ndanarushyeee! Maze si ukuvuga avayo, ngo igihugu cyabereyemo amahano bagakomereza aho byari bigeze? Idini rikomereza aho byari bigeze? N'igihugu kigakomereza aho byari bigeze?

Numva aravuze ngo «c'est du jamais vu dans l'histoire de toute l'humanité», abavuye hanze, abari ino mwese mukomereza aho mwari mugeze. Imizimu irabasama mwese maze murandavura. Satani arabarahira. Ndamwihorera numvaga anasakuza cyane, ati ko utavuga ariko? Nti winshora wowe nta n'umubiri ugira, bagukura hehe bashaka gukora za amaperereza? Watanga iyihe «statement» kugira ngo bagufungire i Kami. Ariko wowe wabatoroka kuko wigira uko ushatse, iyo ushatse uba umwuka washaka ukaba umuyaga. Ese i Kami urahazi?

Aratangara ngo ubwo nawe ufashwe n'ubwoba byarangiye, agacuma k'umujinya w'Imana kuzuye. Cyangwa ngo Akebo kagiye kongera gusubira iwamugarura. Nyoberwa ibyo avuze musubirishijemo aranga, ati igikombe murakinyweraho mwese. Atari bya bindi Perezida wanyu birirwa bamuha, ahubwo ni igikombe cyitwa «icy'Umujinya w'Imana». Ngira ngo n'icy'icyayi, cyangwa igikoma cyangwa café. Andeba nabi ngo nimvane umuteto aho, nta rwenya akeneye kuri buri wese wiyita Umunyarwanda. Ajya muri Bibiliya ngo Yesu yabwiye ba bandi ngo «Ese igikombe ngiye kunyweraho namwe mwakinyweraho»? Na byo biranyobera. Arongera ngo Byose byujujwe, uwera niyere, uwandura akomeze yandure. Abica bakomeze bice, abiba bakomeze bibe cyane, abasambana basambane cyane, abagambana bagambane cyane, ababeshya babeshye cyane, abica uruboozo bakomeze bice uruboozo cyane, abaraguza barenzeho, abatingana batingane cyane. Nti «ibyo ni ibyawe».

Ngo ariko kandi n'abakora neza bokomeze gukora neza, kuko «*ndaza vuba kandi nzanye ingororano, nzitura buri wese ibikwiriye ibyo yakoze*». Ati ni nde wabahaye igihugu? Nti n'Imana yakibahaye? Ati Ko wowe wikuyemo? Nti nari nibagiwe n'Imana yakiduhaye, ariko kandi ntabwo nibeshye kuko jyewe nari mpari kuva navuka, nta gihugu nahawe. Mba ndamutsinze ariko ntiyabyitaho akomeza kurakara ati barayishimiye? Nti simbizi. Bizi nde? Nti Bizimana ni umwana w'Umunyarwanda. Malayika arakomeza ati sinumvise bavuga ngo bazi kurwana? Nanjye ntii nyamuneka Malayika rwose aho nturi gatumwa? Nti «ntabyo numvise, sinzi ababivuze».

Malayika atangira ambwira uko impunzi zari zimerewe mu buhungiro za Uganda n'ukuntu zasengaga ngo zitahe, n'ukuntu abenshi bari abarokore, bageze mu gihugu cy'amata n'ubuki bivanze n'amaraso, baragwa. Ngo yarabahannye kubera ibyaha bya ba sekuruza. Nahise nsinzira kuko byari byandambiye maze si ukuvuga arasizora, nti none se iyi ngoma iriho ifite ibiro (kgs) bingahe ko twebwe twabonye zero?

Twatahiye imihanda na za projets nyinshi z'Abafransa, turwanya nyakatsi dusakaza amabati n'amategura, twubaka ziriya Minisiteri zo ku Kacyiru na BNR na SONARWA na SORAS na Telecom house na Méridien na Mille collines na Diplomate, na Roi Faycal na Aéroport Grégoire Kayibanda n'imihanda ya Nzirorera Yozefu, n'inganda, na poids lourds n'amazi n'umuriro na CEPGL na OBK na BDGL na CINELAC. Ati «Ibyo byose c'est zéro»! Koko zéro! Naramwaye cyane ndiyegeranya, ndiheba, ndisuganya mbura aho nkwirwa. Ati urananiwe hasigaye kuruhuka, kandi hasigaye mwe gusa nkaguha vacances nzizaaa, kuko niba nawe usigaye urata inkovu z'imiringa byabarangiriyeho, cyangwa uracyafite ibyuririzi. Ati ngaho soma igitabo cya Amosi ibice 7, maze ngusobanurire.

Yamaze kunsobanurira nanga kubivuga ni ho havuye amahane dutangira gushwana nabi, ati «Ngaho se sobanura Ezekiyeli ibice 9 usobanure neza. Nabwo ndanga na none turashwana, ati se noneho urasobanura Ezekiyeli ibice 2 cyangwa se? Wafashwe n'ibiki? Nti wapi kabisa, ambwira n'ibindi byinshi byo gusobanura maze ndambiwe nanjye nari nashize ubwoba n'amanga kubera kwiheba.

Arandeba asa n'aho amfitiye impuhwe z'akazi bampaye kadasa n'ak'abandi, maze arambwira ati reba nkwereke: ndebye mbona dosiye yanjye harimo ibihembo bya hano mu isi n'ibyo mu ijuru, mu byo mu isi nabonyemo ikintu gikomeye nzahembwa kubera guhara amagara, nkibabwiye mwatangira kugira ishyari. Ariko biransaba ubwenge bwo kuzabasha kukimanajinga (gérer).

Dukomeza kuvugana ibizakurikiraho, n'ibindi bizakurikiraho, n'ibindi uko bizakurikirana, n'uko bizajya bigenda, n'uko birimo gupangwa iyo mu ijuru, n'ingamba zafashwe zose n'uko byari kuba byaragenze na mbere, n'ukuntu byari kuzakomeza kugenda. Mbona mu nzozi ndarushye, n'amarira yarakamye na byabindi najyaga nirirwamo ngo by'abagore baborogera igihugu na byo numva nabireka, na byabindi byambuzaga amahoro bisa n'ibihagaze. N'igihugu numva nakireka nanjye nkibera umusivili. Ariko kuva mu gisirikare cya Yesu ntibyoroshye. N'iyo wakomerekeye ku rugamba ntakureka, ntabwo ajya ademobiliza. Hashira nk'iminota 7 niyumvira gusa, harongera hashira indi 7 ntekereza ku Rwanda gusa, harongera hashira indi 7 nibaza iby'Itorero ntarimo kubona, ko hagaragara Idini ryiita Itorero gusa, hashira indi 7 nibaza ku moko y'abiyita Abanyarwanda, «hutu-tutsi», hashira indi 7 nibaza ku mpunzi z'aya moko ziri hanze zishaka gutaha ku ngufu zirirwa zigambanirana kubera inda, hashira indi 7 nibaza ku mibereho yanjye kuva mvuka kugeza ubu, hashira indi 7 nibaza ukuntu abantu muri rusange banga ukuri. Nsanga ni 7x7 incuro 7. = 343. Ntangira no kwibuka ukuntu abantu banyangira ubusa, bikagera n'aho bashaka kundoga no kunyicisha izindi mpfu bazobereyemo.

Nibuka ukuntu nagerageje guhakirizwa ngo ndebe ko nabana n'abantu bose amahoro ku rwanjye ruhande nk'uko Bibiliya ivuga ariko baranga barananira. Nkomeza nibuka benshi twagiye dukorana ngira ngo barankunze, nkaza gusanga barankoresha gusa kubera inyungu zabo. Nibuka Imana intumaho ngo «Rekera aho kuba nka Kongo». Ngo ni yo ifite ubutunzi bwahebuje ariko abaturage bayo bagakena cyane bakicwa n'inzara.

Byarambabaje cyane. Ntangiye kureka kumera nka Kongo noneho ndangwa ku mugaragaro. Nibuka uko bambeshyeye ngo nsigaye mfungisha abantu muri za Gacaca. Ngo hari n'inzu ya Afandi General wavuye i Bugande ngo natwitse. Ngo nkoresha ibitaramo nishimira ko hari abo bafunze bazira Gacaca. Bampamya ubugome bwinshi, ibintu bitigeze biza no mu bitekerezo byanjye ni byo bamvugaga, n'uko ngo nshobora kuba mfatanije na FDRL n'iyindi mitwe y'iterabwoba ifite ibirwanisho yitwara gisirikare, n'ibindi byinshiii!

Ntangiye gupanga kwiregura Imana iti «sigaho se nyine ntabwo uri umucamanza w'abari mu isi. Ahubwo basengere. Ubwo se ibyo bigutwaye iki? Mpanga amaso gusa». Numva meze nk'udafite gahunda maze ntangira kuririmba ya ndirimbo y'icyongereza ivuga ngo:

«*Above all powers*
Above all kings
Above all nature
And all created things
Above all wisdom
And all the ways of man
You were here
Before the world began»

Ndongera ndisinzirira n'inzozi zirakama, nkomeza kuruhuka ariko ntekereza mvangavanga n'ibintu bimwe na bimwe. Bimwe nkabona bicuritse ibindi bicuruye, nkabona noneho mfite inzu yanjye mbamo nziza cyane ariko ntayishimiye mbona ntacyo imaze kuko abo nagombaga kwishimana nabo benshi ntabariho. Nsanga ndagendera mu modoka nziza ariko na none biba hahandi hanjye. Nkomeza kwibaza Impanda iramutse ivuze niba nagenda. Nibuka Isezerano Yesu yampaye ariko sinarivugira aha, mwahita muvuga ngo ndigereranije. Nongera kureba za Films za ba ILLUMINATI, ba bandi bayobora isi bashorewe na Satani, nkomeza no kwibaza uhereye cyera kuva namenya ubwenge, nsanga kweri Imana imfiteho umugambi ukomeye. Nyuma byatumye ntekereza byinshi, ariko nta gihe nari mfite, kuko hari akazi kenshi nagombaga gukora ntanguranwa n'ibihe, kadafite aho gahuriye n'inzozi. Ako kazi ni ako «KUGARURA ITORERO RYA YESU KRISTO KU RUFATIRO RW'INTUMWA N'ABAHANUZI» (Abefeso 2: 20), «KUGIRA NGO UBWIZA BW'INZU YA NYUMA BUZARUTE UBW'IYA MBERE». (Hagayi 2: 9). Ngateguriza Impanda.

Ndibaza, ndatekereza, ndeba byose ndangije nti nitudahura ngo twiyunge, nitutumvira Imana, izatwumvisha, itwunge mu bundi buryo ikunze gukoresha: Ibirunga nka Nyiragongo na Muhabura bizaruka. Amasasu aturuka impande zose n'ibindi...Haze n'Imitingito, habeho Imyuzure hamwe na hamwe, haze Indwara z'ibyorezo, habeho intambara za kirimbuzi mu Karere k'Ibiyaga Bigari (kandi igomba kuba byanze bikunze). N'ahandi......maze ayo mahoni navugira icyarimwe, ntihazabura uzumva n'iyo yaba umwe. Ariko gusubira ku murongo byarangoye kuko nari narahombokeye mu kurota noneho n'ibyakurikiyeho nkagira ngo na byo ni inzozi kandi byari ukuri kuzuye. Noneho ndasara neza atari ukumbeshyera. Mpinduka umusazi atari uw'i Ndera ariko.

Ntangira kwitera ibibazo, nanjye ndipinga nkagira ngo byose ni inzozi, ibyo ntekereje, nkagira ngo ni inzozi, ibyo nkoze nkagira ngo ni inzozi, ibyo mbonye nkagira ngo ni inzozi, ibyo mpishuriwe nkagira ngo ni inzozi, ibyo mbwiwe nkagira ngo ni inzozi.

Nasubiye kwiga kugira ngo ubumenyi bwanjye bujye ku gihe; nsubira kwihugura mu Mateka y'Itorero n'ay'isi, no mu Mbonezamubano, no mu kugira abantu inama, byatumye nanaruhukiramo mpamenyera n'ibindi ntari kumenya.

Ndashima Yesu ko yashyize mu itorero agaha bamwe kuba Intumwa, abandi akabaha kuba Abahanuzi, abandi akabaha kuba Ababwirizabutumwa bwiza, abandi akabaha kuba Abungeri, abandi akabaha kuba Abigisha (Abefeso 4: 11-12).

Muri izi mpano uko ari eshanu hari iyo ntinya ari yo yo kuba Umushumba. Iyi yo ishobora kunteza ibibazo kuko ari yo ituma haboneka ibya cumi n'amaturo. Nabaye nyihoreye kuyikoresha kuko ndayitinya cyane, ariko na yo umenya iri mu nzira. Itegereje icyo gihe abazaba barwanira ibyo ngibyo navuze haruguru bazaba batagihari. Kandi iyo ubivuze ngo uba wigereranije. Nkomeza kwibaza ukuntu gukorera Imana bitoroshye, ndetse birusha akandi kazi kose ko mw'isi…igihe nkibyibazaho nongera gushima Imana yangize umwana wayo, nshima Yesu wemeye kumpfira ngo nzahabwe ubugingo buhoraho, nshimira Umwuka Wera nasigiwe ngo ajye amfasha mu byo nkora byose, anandinde.

Nkomeza gushima Imana mvuga ngo «Nitureke Imana yitwe Imana», ibindi bibe ibigirwamana n'ibindi ntibuka. … nkomerezaho ndirimba n'izindi ndirimbo ziramya Imana na Yesu Umwana wayo, nshima cyane ko nahawe n'indi mpano yo kuririmba no guhimbaza no kuramya Yesu, nteguriza no kugaruka kwe.

Muri izo ndirimbo imwe iravuga ngo

Nimuze twihanire Imana maze tubone kuragwa ibyiza
Twihanirane hagati yacu, kandi tunababarirane (refrain)

1. Abahanuzi barahanura, bamwe bahanura ibinyoma,
   Ngo: amahoro amahoro amahoro, kandi ibyaha birushaho kugwira,
   Imana ntinegurizwa izuru, ibyo ubiba ni byo uzasarura.

Refrain

Urubanza ruhereye mu itorero, muze twikiranure n'Imana.
Urubanza ruhereye mu Bashumba, muze mucire bugufi Imana.

«¹ Abantu batangiye kugwira mu isi babyara abakobwa, ²abana b'Imana bareba abakobwa b'abantu ari beza, barongoramo abo batoranyije bose. ³Uwiteka aravuga ati "Umwuka wanjye ntazahora aruhanya n'abantu iteka ryose, kuko ari abantu b'umubiri. Nuko rero iminsi yabo izaba imyaka ijana na makumyabiri» (Itangiriro 6: 1-3)

«Umuzi w'inzika y'inzigo: Rwanda nyuma y'amahirwe ya nyuma».

Adamu na Eva amahirwe yabo ya nyuma bayahawe igihe Imana yazaga ibaza Adamu aho ari. Iti uri hehe? Ko aho twahuriraga nahakubuze? Waba wariye kuri cya giti nakubujije kurya ho? Ng'ayo amahirwe ya nyuma ya Bwana Adamu, birava mu gisubizo ari buhe Imana. Maze atangira gusobanurira Imana ukuntu nta kosa afite, ko ahubwo yayobye, ko umugore yamuhaye ari we wateje ikibazo, ko we yera de. Aha ngaha niyemera icyaha akihana arahabwa ibindi byiringiro, niyinangira nk'uko yabigenje arazanira ubutaka kuvumwa, ari na ko byagenze.

Imana yanga gushyogoranya. Iyo Imana ikubwiye iti kora iki, iba izi impamvu. Umuntu we rero kubera kamere imuhagaze mo ya yindi ishaka buri gihe kumenya icyiza n'ikibi, no kwisobanukirwa ariko ari we wisobanuriye uko abyumva, buri gihe aba ashaka kumenya impamvu n'igituma, n'iyo yaba yabyishe agomba kuburana. Yesu wenyine ni we utarashyogoranije na se, nta terabwoba yamushyizeho cyangwa umuteto, kandi ku Mana biba byakomeye iyo ivuze iti: ndagutumye. Mose ati sinzi kuvuga, Yeremiya ati ndi umwana, Gidewoni ati ndi umuhererezi wo mu nzu y'abakene inyuma y'abandi.

Ariko Yesu ati «*ndaje Data mu muzingo w'igitabo ni ko byanditse kuri jye*»; uwo wenyine ni we wumviye atabanje imanza ni na yo mpamvu yitwa umukiranutsi wenyine wakiranukiye muri iyi si, uwanesheje n'ayandi mazina ajyana no kumvira. Natwe twese, nawe umuntu akubajije wagira icyo ubivugaho. Ikigendererwa n'u Rwanda ni umuhamagaro warwo, n'ukuntu rugeze nyuma y'amahirwe yarwo ya nyuma, na nyuma yayo.

Iyo Umwuka Wera akoreye mu umutima-nama wawe akwemeje ibyaha, wumva ari byo ariko ugatangira kuburana wirengera ushaka ingingo zigaragaza ko ufite impamvu zifatika. Nyamara iyo ushaka kurya iby'Imana ujye wemera ikivuga bwa mbere, wemere wihane utaragera nyuma y'amahirwe ya nyuma. Umwuka Wera ni we wemeza ibyaha umuntu ntasubizeho. Nta na rimwe Imana yigeze ihutiraho ngo ihite ihana idatanze amahirwe ya nyuma, ndetse akenshi na nyuma yayo, kuko ntabwo ari umunyagitugu.

U Rwanda ruhorana ibibazo by'intambara kubera ko ruriho umuhamagaro. Byitwa: «*ibigeragezo by'umuhamagaro*». Ni nka Aburahamu, Mose, Dawidi, Isaka, Yakobo, Yozefu, Debora, Esiteri, Yeremiya, Ezekiyeli, Pawulo, Mariya (jyewe) n'abandi uzi nawe uri mo, nanjye ndi mo n'abandi benshi bari mo, n'u Rwanda rero.

Iyo Imana ifite umugambi runaka ku muntu, ku gihugu, ku muryango nta kabuza Satani arabanza akagerageza kuburiza mo wa mugambi kuko ni ko kazi ke, kandi Imana iramwihorera. Ariko agombe atsindwe nk'uko byagiye bigenda. Imana ikunze kuhigishiriza abantu, maze bigafataniriza hamwe kutuzanira ibyiza (Abaroma 8: 28). Umuntu nta mbaraga afite, nta n'izo azagira zo kugamburuza Iyaremye ijuru n'isi.

Murebe igihugu cya Isirayeli maze mbabwire iby'u Rwanda. Ububyutse bwaje mu Rwanda muri za 1936 bwakwiriye hose. Icyo gihe Uganda yarafashwe, Kenya biba uko, n'ahandi, ndetse ngo bwageze no muri Australiya, hamwe ngo byageze n'aho babyita idini y'Abanyarwanda. Aho ububyutse bugendeye, aho buviriye mu Rwanda ni ho hatangiye mu by'ukuri ibimenyetso bigaragaza kwihimura kwa Satani, kwigaragambya kwe, n'agahinda k'Imana.

Habaye inzara nyinshi, amacakubiri menshi hagati y'Abanyarwanda ubwabo no hagati yabo n'abazungu b'abakoloni, habaho kwica kwinshi, imyivumbagatanyo myinshi, abazungu bati abatutsi twabapimye dusanga bazi ubwenge turakorana. Mu kanya bati oya bafite agasuzuguro, kuko Musinga yari yabasuzuguye karahava yanga n'idini yabo yanga no kubatizwa. Barahindura bati turikoranira n'abahutu bo twasanze ari ba «ndiyo bwana». Sinzi ngo uko abo bazungu bahishuriwe ko abatutsi bazi ubwenge, naho abahutu ngo ari ibicucu, ibyo byandikwa mu bwenge bwa bombi. Bamwe bemera biyizeye ko bazi ubwenge koko, abandi bemera bamwaye ko ari ibicucu, kuko byavuzwe n'umuzungu, ibyo byabyaye namwe murabizi.

Yesu yaravutse Herodi ata umutwe ngo aje kumutwara ubwami, bituma atikiza abana b'abahungu bose bari muri icyo gihugu, bamaze imyaka ibiri n'abatarayimara. Guterwa ubwoba n'uruhinja birenze ububwa nyabubwa. N'u Rwanda nuko: rurarwanirwa n'imbaraga z'ubwoko bubiri, iz'Imana n'iza Satani. Satani yari azi ko yarurangije muri 1994 biranga, yari yaranagerageje kuva na mbere ariko biranga. Abahunze yari azi ko azabamarira yo biranga. Abari mu Rwanda yari azi ko nta gisigaye biranga. Abahungiye Zayire yari azi ko nta kizasigara biranga. Ahubwo yanahombye ho kuko bamwe muri abo benshi bagiye bakizwa ndetse cyane, ariko hari benshi batorotse Gehinomu. Twitegure gukora kw'Imana mu Rwanda, twitegure imbaraga zidasanzwe, twinjire mu muhamagaro ku neza, cyangwa turwane n'Imana kabe katubaye ho, kuko ni nko kurwana n'umuriro ukongora, kandi ngo birakomeye gusumirwa n'amaboko yayo.

Mwiteguye kurwana n'amagare y'intambara yaka umuriro? N'abamalayika baremewe kurwana intambara bitwa Abakerubi. Mu biteguye kurwana n'Imana jye sindimo kandi ndi kumwe na benshi twiyemeje guca bugufi tukemera ko twabyishe, kandi iki ni igihe buri munyarwanda wese agomba kuba ari mu gihugu, hari abagomba gufungurwa ndetse benshi barafunguwe, abandi bagomba gutaha ngo tunywere ku gikombe kimwe, abandi bakeya bazasigara kugira ngo bazabare inkuru.

Imana igiye kutuyungurura, benshi bari bugaruke mu gihugu batazi ikibasunika. Natangiye kubabona, murahura ati nje kugura inzu, uzi ukuntu u Rwanda ari rwiza. Nje gutangiza uruganda, nje kwishakira imirimo. Kwihangira imirimo! Mbega amahoro! Mbega umutekano! Mbega amajyambere! Mbega isuku! Akizihirwa...... Ngarutse iwacu sha, nari naragiye guhaha, uzi ukuntu ari amahoro, uzi ko n'abazungu bashaka kugura amazu ino? Uzi ko abashoramari b'isi yose baje gushora imari zabo ino? Ku mutima nti: igihe cyasohoye, abenshi kandi barakijijwe ariko si cyane, baravangavanga. Kubera umwuka w'idini.

Dusobanukirwe neza rero ko mu bitera u Rwanda ibibazo, hari mo kuba rwarahamagawe n'Imana. Kuva isi itararemwa Imana yagambiriye kuzakoresha igihugu cy'u Rwanda mu buryo bukomeye mu minsi ya nyuma ibanziriza IMPANDA. Satani we arabizi ni na yo mpamvu yakomeje kurwanya uwo mugambi na n'ubu akaba akigerageza kuwuburiza mo.

U Rwanda ntirusanzwe; Umunyarwanda ntasanzwe; ariko ntabwo tubizi. U Rwanda si Kongo, Uganda, Tanzaniya, Kenya n'ibindi bihugu. Turi umwihariko w'Imana. Turi ibyirato byayo. Ku isi hose uretse Abayahudi nta handi habaye itsembabwoko rifite intego, aho hari igisanira kigomba kwitonderwa, nzabivugaho ubutaha.

Imana yagiye yihanganira ibyaha byinshi byakozwe cyangwa biri mo gukorwa n'ubu, abenshi muzi igihe yahereye ivuga iti «muhindukire mbone kubagirira neza». Iyo umuntu agejeje igihe cy'umujinya w'Imana aba ashigaje guhanwa. Kandi akenshi iyo Imana yavuze ntiwumve cyangwa ukirengagiza, ihana yihanukiriye kuko iba yararuhijwe cyane. Na yo iraruhanya.

RWANDA: NYUMA Y'AMAHIRWE YA NYUMA. AMAHIRWE YAHE? NYUMA Y'AYAHE? HANYUMA SE?

U Rwanda rwahawe amahirwe menshi ntarondora, ariko ku bigendanye n'igihe Imana yimenyekanishije mu buryo budasanzwe, yatangiye kubara.

Igihe cy'aba Padiri na Kiliziya Gatulika yabo ni nabo badukanye Imana yaje ikuraho Imana z'ibigirwamana Abanyarwanda bari basanzwe bifitiye ariko na bo bayibangikanya n'ibindi, bayiha aho itagombaga kurenga, bayambura n'imirimo imwe n'imwe, bayigira mukeba wa Bikiramariya, n'Abatagatifu bose, n'Abamalayika, baba bahaye urubuga za Nyabingi na Ryangombe n'ibindi byose by'ibinyamahanga, birakomeza kugeza aho guterekera no kubandwa bitari bikiri icyaha, kuko byitwaga umuco nyarwanda.

Iyo wabangikanije Imana n'ibindi, yo ihita iva mo kuko irafuha cyane. Iyo uyimuye ukiha ibigirwamana, igukuraho kurinda kwayo maze Satani agakora yisanzuye, wowe nturabukwe kugeza igihe kigeze ariko washegeshwe, cyangwa utakiri ho. Ntiyigeze ibyemera rero kuko imbuto abambari ba Kiliziya ngo Ntagatifu beze zabaye mbi cyane, n'ubwo bitabujije benshi mu banyarwanda kubatizwa umubatizo wo ku gahanga utaba muri Bibiliya. Byose bifataniriza hamwe kutuzanira ibyiza.

Kandi nta n'iyerekwa ryo gukorera Imana bari bafite kuko ahanini bishakiraga guhaka no gukoloniza. Bari bafite Iyerekwa ry'ibihugu byabo, ryari rishorewe n'umwuka mubi wa gikoloni.

Umwami Rudahigwa igihe yahaga u Rwanda KRISTO UMWAMI, sinzi uwambwiye ngo umwami w'Ababiligi yari yamutegetse kurumuha. Umva mbese: «kumuha u Rwanda», noneho abyanga mu ibanga bagira ngo agiye kurumuha, maze apfukamye ati «u *Rwanda ndutuye Kristo Umwami*», ngo byaba ari byo byabarakaje.

Simbizi neza. Kuva yatanga u Rwanda mu maboko ya Kristo Umwami, kugeza Ababiligi bamwishe aho ni ho agahenge kabonetse mu Rwanda. Murebe neza icyo gihe nta maraso yamenetse, nta mwiryane, ahubwo biri buze kumukurikirana, we arabizira. Kuriya guca bugufi Imana ntizigera ibyibagirwa, biracyari imbere yayo, bafitanye igihango gishyize cyera.

Ririya sengesho riracyari imbere y'Imana. Bwabaye ubwa mbere mu mateka y'isi umwami akora ikintu nka kiriya. Nyamara icyo gihe umusenyeri umwe wo mu ba Padiri bera, «les pères blancs» witwaga André Perraudin we yari muri politiki y'ivugurura-mpindura-matwara «Révolution». Yari Impirimbanyi ya Demokarasi, nawe yari Parmehutu cyane. Iyo za 1959 bibyara ubwicanyi, gutwika amazu, maze impunzi z'abatutsi zikwira imishwaro ziratatana.

Kuva icyo gihe Kiliziya Gatulika ni yo yagiye igaragara mu kugira uruhare mu bwicanyi cyane cyane mu kwanga no gutoteza abatutsi, hafi ibintu bibi byose byagiye biba mu Rwanda byagiye bigaragara mo abapadiri, ababikira, abafurere, n'aba pasitori, cyane ko abo babaga baranize mu iseminari, bazi gupanga bikaborohera gufata impu zombi. Kuko babaga barize Tewolojiya bakayirenza ho filozofiya.

Imana yagiye ibihanganira ku bw'impamvu imwe gusa: Yabafataga nk'abatizerwa, ariko irindiriye igihe nyacyo kuko ikorera ku gihe cyane ikacyubaha. Mu myaka yakurikiyeho 1959, 1961, 1963, 1973, 1990, 1994, hose hagiye hagaragara mo ikiganza cya Kiliziya Gatulika n'ayandi madini y'abaporoso yari ari ho icyo gihe. Icyo gihe habuze abakozi b'Imana nyakuri ahubwo abiyitaga batyo ni bo bagiye muri politiki cyane. Ejo bundi aha 1994 igihe Satani yari yadusabye n'ibirego bifatika, habura abahuje bahagarara mu cyuho ngo Imana itarimbura igihugu. «BARABUZE» kirarimbuka.

Ntugire ibyo unsobanurira ndabizi. Iyo baboneka ntabwo haba harabaye amahano ameze kuriya. Ntuzane izindi manza, niba warasenze waramaze, wakijije ubwawe bugingo; Imana iguhe umugisha, ntiwari wakagera ku rwego rwo kwingingira igihugu, kandi nta cyaha wakoze, uzajya no mu ijuru. Rero mwumve neza ngo «Ntabwo abiyita Abanyarwanda bazahorana akarago ku mutwe, bamwe batahuka abandi bahunga, ibyo ngo ntibizongera kuba ho. Kandi ngo nta n'itsembabwoko rizongera kubaho. Ni ko Imana ivuze.

Ngo yahaye amahirwe menshi abiyita Abanyarwanda, none tugeze nyuma yaho! Iki ni igihe gikomereye uwiyita Umunyarwanda, ni igihe cyo gusama amagara y'umuntu ku giti cye, ni igihe ishakisha abahuje igaheba, ni igihe gishobora kutwinjiza aho umwana arira nyina ntiyumve, ni igihe gifite imyuka nk'iy'igihe cya ba Nowa na Sodomu na Gomora, ni igihe kibi cyane, ni ikoni riruhije gukubanuka kandi turi muri vitesse ya kane, ni: «NYUMA Y'AMAHIRWE YA NYUMA».

Vitesses zose zarangije gushyirwa mo, hasigaye INTERMEDIAIRE. Kandi benshi ntabwo bambaye imikandara, ntibiziritse barayanze gusa, kandi bagiye gukora agisida, ngo ni ba «najyuwa», ngo bazi kurwana.

IBYAHA IMANA YANGA URUNUKA

N'ubwo nta cyaha gitoya cyatuma umuntu ajya mu ijuru, hari ibyaha biteza intambara n'ingaruka biteye ubwoba, hari ibyaha iyo bitihanwe bituma Imana irakara wa mujinya w'umuranduranzuzi, igakuraho kurindwa ku bantu, kakaba kababayeho.
Ibyo byaha n'ibi:

-   *Gusenga ibigirwamana:* bijyana no kuraguza, guterekera, kubandwa, ubupfumu bw'uburyo bwose, mbese muri make guhindukirira izindi mana zitari Imana Rurema, icyo ni cyo yagiye ipfa n'Abisirayeli ibihe byose, ni na cyo cya mbere ipfa n'Umunyarwanda. Ni na cyo ipfa n'umuntu muri rusange.

514

- *Gusambana:* Bibiliya ivuga ko ibindi byaha byose bikorerwa inyuma y'umubiri uretse icyaha cyo gusambana gusa, dore ko noneho byafashe n'indi ntera aho basigaye basambana n'inyamaswa, na bya bindi by'abagabo basambana, n'abagore basambana, na byo ngo byageze no mu Rwanda cyera. No gusambana n'inyamaswa. Bimaze gukwira hose mu isi.
- *Kwica, no kwica urubozo:* Amaraso aratabaza asaba guhorerwa. Imana yubaha ubugingo yashyize mu muntu kandi mu maraso ni ho ubugingo buba, nta muntu n'umwe ufite burenganzira bwo kubuvutsa undi.
- *Kumena amaraso atari ho urubanza:* Ibi byo kumena amaraso bifite uburemere buteza umuvumo urusha iyindi ingaruka kubera ko ubutaka buba bwayanyweye bukayasinda, bwarangiza amajwi yayo agatabariza mu butaka asaba guhorerwa, asaba ko ayandi ameneka.
- *Kuraguza n'ibijyana na byo*
- *Gusambana byo mu rwego rwo hejuru n'ibijyana na byo*
- *Kwica byo mu rwego rwo hejuru n'ibijyana na byo.*

Mu gice cya kabiri cy'iki gitabo nigeze kuvuga Satani yigabanije Ibiyaga Bigari nk'uko tubwirwa muri Yohana 10: 10 ko akazi ke ari «KWIBA, KWICA no KURIMBURA».

Kongo iriba, Burundi ikica, Rwanda ikarimbura, kandi ni byo 100%. Ni amavuta y'imihamagaro yabo Satani yacuritse, kuko ubigenzuye neza hari amavuta y'Imana yabasutsweho, maze Sekibi abimenye, arabavunjira nk'uko asanzwe, maze arabanza arabazunguza. Atanguranwa buri gihe no kuburiza mo umugambi w'Imana, ariko yaratsinzwe.

Ariko Imana ntijya itungurwa, yari ibizi. Ibya Adamu na Eva yari ibizi: Yababujije kurya ku giti kimenyesha icyiza n'icyibi. Iby'umwuzure yari ibizi: Yabwiye Nowa kubwiriza no kubaza inkuge. Iby'I Sodomu na Gomora yari ibizi: Loti byaramubabazaga cyane, yarabisengeye biramubabaza, ndetse na Aburahamu yarabingingiye. Ibyo muri Egiputa yari ibizi: Yabwiye Farawo kurekura ubwoko bwayo ngo bugende ku neza, yanze imuhanisha ibyago cumi bya Misiri, no gutakaza abasirikare bose b'ingenzi, n'ibikoresho by'intambara. Abisirayeli mu butayu yari ibizi: Yarabagerageje ngo ipime kwizera kwabo, banze amategeko yayo bashiririra mu butayu uretse Yosuwa na Kalebu. Itsembabwoko ry'Abayahudi Imana yari ibizi baziraga ibyaha bya ba Sekuruza yari yarabihanangirije ko nibatayumvira, bagasenga ibigirwamana bakabyikubita imbere, izabatataniriza mu mahanga, kandi ikanabakurikira ikuye inkota. Iby'itsembabwoko byo mu Rwanda yari ibizi: Yabibwiye abahanuzi ndetse yihanangirije abavuganaga na yo, yabahaye n'amabwiriza, ibabwira n'ibyo bazize ari abari hanze, no mu gihugu imbere barabwiwe.

Habyarimana yahawe ubutumwa kenshi, ndetse n'abo bategekanaga barabwiwe. Nakubwira byinshi ariko nagira ngo utazagira ngo ibiba byose ntiba ibizi. Impamvu nuko kuva aho umuntu ashukiwe na Satani, akarya ku mbuto zimenyesha ikiza n'ikibi, tayari yahise mo. Nuko rero hakora guhita mo, ariko akenshi umuntu ahita mo nabi, kuko yanze kuyoborwa n'Imana ahita mo kwiyobora, ubwo ngo azi ubwenge.

Gukorana n'Imana rero ni ukwemera gutegekwa. Uti bite? Twatakaje kumvira Imana muri Edeni, twishyiraho, dushaka gucukumbura ngo natwe tumenye ubwenge ngo nk' Imana da! Subira mo ngo «GUSHAKA KUMENYA». Dutandukana n'Abamalayika dutyo kuko bo barumvira gusa, nta byiza cyangwa ibibi, nta mpaka, bumvira batabanje kubaza. Icyo gihe Uwiteka yabarizwaga muri Edeni. Abamalayika ni ba: «YES LORD» gusa.

Umuntu rero afite uburenganzira bwo guhitamo kuvuga yego cyangwa oya. Imana iti ubwo nawe wigize «umujyuwayi» rero, nutagira gutya nanjye sinzagira gutya, ariko nugira gutya nanjye nzagira gutya. Ng'icyo icyo tuzira nk'abantu. Akenshi umuntu akunze kunyuranya n'ubushake bw'Imana maze bikabyara amahane, cyane cyane iyo uriho umuhamagaro. Satani rero ararwanarwana kuko azi iby'Imana yagambiriye ku Rwanda kugira ngo aburize mo iyo migambi, we icyo akora ni wa mugani ngo «utakwambuye aragukererereza». Ateza nyir'uguhamagarwa ibyaha kuko azi ko Imana ibyanga urunuka, akadushwanisha nayo, maze ikarega gusa kuko irabizi cyane. Yitwa umurezi wacu. Iyo abitirirwa izina ry'Imana batabaye maso nk'uko mu Rwanda byakunze kugenda biba, nk'uko byabaye nyine, ibyanyuma bikagenda birusha ibya mbere kuba bibi.

Imana yakomeje kwihanganira Abanyarwanda muri byinshi, ariko Umunyarwanda nyir'izina, irindi zina yitwa *«nyir'izima»*, we arangariye ibindi, yihaye kumera nk'ayandi mahanga kandi kizira. Satani yagiye yica Abanyarwanda igira ngo izabamaraho, yagiye idushora mu byaha binyuranye, ntitwasobanukirwa ngo duhinduke kandi duhindukire tuve mu ngeso zacu mbi. Imana ifite agahinda yatewe n'abo yari yiringiye ko bazayumvira ari bo bakozi bayo.

Ku byerekeye gushimira tuzabanze twihane kuko byaba ari nko gushotorana. Ntushobora kubwira uwo mufitanye ikibazo ngo nuko warakoze, utabanje kwiyunga nawe, waba uri mo kumwibutsa ibyaha byawe usa nk'aho umwishongoraho umukina ku mubyimba, kandi uba ufite umwuka wo kurenzaho yagira ngo uramwishongoraho kuko muba mubiziranyeho. Akarakara kurushaho. Nta masengesho yo mu masasu!

Imana igiye ishaka ko ivugwa igatinywa, igasengwa, igasingizwa, yajya ireka intambara zikaba. Kuko iyo isasu rivuze, buri wese atangira gusenga ahamagara Imana n'ubwo yaba yaravuze ko

516

itabaho. Ayo masengesho nayise amatakirangoyi. Benshi barayasenze mu ntambara bavuga ngo «Mana nundinda nanjye nzakurinda». Kubera ubwoba, icyo gihe ayo Imana yitaho ni ya yandi bavuga ngo «Mana nundinda nkarokoka nzagukorera».

Ariko benshi bayasenze barabyirengagije nyamara biracyari imbere y'Imana nk'ibyambaye ubusa. Ubu Umunyarwanda azajya yumva ari uko asigaye wenyine? Kandi usigaye nawe asigare avuma Imana ayibaza ngo yari iri hehe byose biba?

Rahira ko tudafite umwuka wa ba Nyirakazihamagarira. Tuzajya dutegereza amasasu na za bombardiers F16, M15, na za missiles M16, na Katiyusha n'izindi missiles? N'ibindi bitwaro bya Kirimbunzi. Kuko Umunyarwanda ntanoga cyeretse anogotse.

IMANA IKUNDA ABANTU YAREMYE

Adamu na Eva barinangiye Imana ibaha amahirwe ya nyuma barananirana, barashyogoranya, bararegana. Kamere-muntu yari yinjiye igihe baryaga ku giti babujijwe kurya, batangira kwitana bamwana. Nyamara bari bahawe amahirwe ya nyuma yo kugira ngo babeho cyangwa bapfe, bahita mo gupfa, no kuvumisha isi yose n'abazabakomokaho bose. Kuko Imana yari izi ibyabaye ariko yaje ibaza nk'aho ntabyo izi, mbese ibaza iby'izi nk'umwarimu, kugira ngo ipime amahirwe yari ibahaye. Icyo bayikoreye murakizi, kuko bayihinduye umusazi. Uwa mbere ndetse yayishinjije ibyaha ko byatewe n'umugore yihaye kumuzanira. Ngo irwanya abibone ariko abicisha bugufi ikabahera ubuntu (Yakobo 4: 6). Ngaho rero abibone abe ari bo bitegura kurwana.

Ngo nuvuga ko nta cyaha ufite uba uyise inyabinyoma (1 Yohana 1: 10), ariko nitwatura ibyaha byacu ni yo yo kwizerwa, iratubabarira.

Umunyarwanda rero nawe yageze aho ashaka kwihanisha Imana, nka Adamu rwose. Yasobanuye uwateye kiriya cyaha asobanurira Imana ko na yo isetsa, ukuntu yiyibagije ko ari yo yazanye umugore atayisabye, akarema n'inzoka yaje gushukana. Ni nk'aho yavuze ati nkiri jyenyine byari bimeze neza, ariko uzanye umugore bimera nabi, none irwarize n'umugore wazanye n'inzoka wiremeye, mubifite mo uruhare mwari mwarabipanganye none murigiza nkana mwibinzana mo, nifititiye gahunda. Nyamara Imana ntijya itsindwa. Yamubujije kuzirya umugore adahari, ntiyigeze imubwira ko naza azazimurisha. Imana iracyatsimbaraye kuri rya jambo ryayo yavuze iti «*ibiti byose byo muri iyi ngobyi wemerewe kubirya uko ushaka, ariko imbuto z'igiti zimenyesha ikiza n'ikibi ntuzazirye kuko nuramuka uziriye no gupfa uzapfa*» (Itangiriro 2: 16-17). Adamu yakoresheje amayeri Imana imubajije aho ari ati «ndihishe». Ntiyavuze impamvu yihishe, ahubwo Imana ni Yo yamubajije impamvu yihishe. Yaramutanguranwe iti «wariye kuri cya giti nakubujije kuryaho»?

517

Imana yari imuhaye amahirwe ya nyuma yo kwemera icyaha no kwihana. Ahita aregana maze haza nyuma y'amahirwe ya nyuma, bihita biba bibi no kurushaho, azanira ubutaka kuvumwa, aba ateye imbuto y'icyaha cy'inkomoko mu muntu.

Ibi bya Adamu na Eva ari nabo bantu ba mbere, ni yo myuka ihora izerera mu bantu yokamye isi. Umwuka wo kunyuranya n'Imana, umwuka wo kwanga guca bugufi, ngo wihane utabanje kuburana, ugashinja abandi, wigira umwere, urengera ibyaha byawe, ugerageza kubyeza, waba umugabo ukaringaniza ibyaha wabanje kubyigaho, wagiye kubyiga, wanashakishije, ukabibonera n'impamyabumenyi.

Ku gihe cya Nowa, Imana yaramubwiye iti «*Iherezo ry'abifite umibiri bose rije mu maso yanjye, kuko isi yuzuye urugomo ku bwabo*» (Itangiriro 6: 13). Abantu bakabije gukora ibyaha. Hari Nowa n'umuryango we, maze aratangira arababwira ati «mwihane». Yabwirije imyaka 120 baramuseka nk'uko na n'ubu bimeze. Bibiliya ntivuga amagambo n'ibitutsi bamututse ariko ndumva barabanje kumubwira ko atize Météolorogie, (Iteganyagihe), ko atari azi aho ibihe bigeze, ko yigereranije ndetse bamubaza aho Imana yabimubwiriye n'ukuntu yabimubwiye. Abandi barashega ngo nabo izaze ibibwirire niba iriho. Ngo ntazi Siyanse na Tekinoloji, ngo ntazi ukuntu imvura igwa n'ikibitera, ngo aranakuze yacyuye igihe, kandi hari aba jeunes bagezweho ariko b'ibikenya. Bamubwira ko ibyiza biri imbere. Kandi icyo gihe imvura yari itaragwa.

Bamwishongoye ho biratinda, ko atize iteganyagihe na ICT. Umusaza nawe yari yarumvise ijwi ry'Imana aranangira abima amatwi yihanganira ibitutsi byabo n'incyuro zose. Abanyamihamagaro nyabo bakunze kurangwa no kwihangana. Bavuze ko ari ukubera ko yari umusaza washakaga kubabuza amajyambere, ko atari agishoboye guceza za RAP n'ibindi byari bigezweho icyo gihe, cyane ko banamubwiraga ko yarengeje igihe, kuko yari ageze mu zabukuru.

Ibyo byose n'ibindi ntavuze byabwiwe Nowa nawe arakomeza arababwira ati nyamara ni mwihane muzinjire muri iyi nkuge ndi mo kubaza, kuko imvura igiye kugwa. Baraseka bakomeza guceza no kunywa inzoga nyinshi no kubaka amazu agezwe ho, no gukora ibyangwa n'Imana gusa. Rero wapinga mu ndimi zose, uzanga kumva ariko ntuzanga kubona, uzanga abagutera ubwoba, nyamara uzabwitera ubwawe, uzihindura igihungetwe ubwawe.

Nkubaze: Ko yahaye ab'icyo gihe imyaka 120 kubera ibihe, urumva twebwe izaduha ingahe? Mbese tumaze ingahe mu kutumvira? Nsubiza kuko wumva ubizi. Nsubiza kuko ndakubaha uzi ubumenyi bwinshi cyane. Ariko niba wari uzi ibyo nzi wakwihananye nanjye uvugu uti: «Mana tubabarire».

Mu gihe cya Sodomu na Gomora na bwo ngo Loti yahoraga ababazwa n'ibyaha byakorerwaga i Sodomu. Bibiliya ntitubwirwa igihe byamaze, icyo nzi ntashidikanya n'uko bahawe amahirwe ya nyuma. Na Aburahamu yarabingingiye birananirana, maze bahinduka ivu, na Madame Loti yihaye guhindukira ngo arebe za Nyarutarama na Kibagabaga na Gacuriro na Kagugu. Yibuka n'ibyo yari yaraye aguze muri SIMBA SUPER-MARKET na NAKUMATT kuko yari ahafite n'imigabane, na machine à laver yari ikiri nshya, na cuisinière ya 6 plaques n'ibindi yari yariguriye bigezweho byose. Arabyibuka maze arakebuka kandi Malayika yari yababujije gukebuka, nawe yahise aba inkingi y'umunyu kuko nta mikino yari ihari.

Ni nko muri jenoside aho twari turi benshi tutahigwaga, bamwe bapfuye basahura iby'abapfuye n'abo bishe, n'iby'abazungu bari bamaze gusubira iwabo, bagahura n'amasasu yitwa «les balles perdus». Wowe bite? Munyarwanda bite? Rwanda bite? Muhutu bite? Mututsi bite? Mutwa bite? Ariko ubundi mwibaza iki? Uzahora muri urwo?

TWIHANE NKA DAWIDI AHO KWIHANA TUBURANA NKA SAWULI

Iyindi ngeso umuntu agira ni ibisa no kwihana akabikora aburana atanga ingero n'ingingo, n'impamvu yabiteye. Biba mu muntu, ni ko kamere ye iteye. Uwiteka yategetse Sawuli ati «Genda urwanye Abameleki, ubarimburane rwose n'ibyo bafite byose ntuzababarire...» (1 Samweli 15: 3). Muri 1 Samweli 15: 15, Bibiliya itubwira ukuntu Sawuli yashatse kwisobanura neza cyane icyamubujije kudakora neza ibyo Uwiteka Imana yari yamutegetse. None se buriya ko Uwiteka yari yabwiye Sawuli kumaraho Abameleki biriya byo kuburana byaje bite? No kwitera inkunga asobanura atanga n'ingingo zifatika, arata n'imirimo yakoze, nta soni!

Muri wowe nanjye haba mo kwirwanaho, kwisobanura. Kandi «kumvira biruta ibitambo». Bariya Sawuli yasize si ho havuye ba Hamani abanzi b' Imana n'ubwoko bwayo. Yemeye icyaha byarangiye bya bindi byo kwihana warangije guhanwa, byanamuteye gukomeza gutegeka yarataye umutwe, yuzuye abazimu. Mu marembera ye yagiye no gushikisha ku mupfumukazi. Uranyumvira nawe, Sawuli yapfuye yarataye umutwe.

Abo ni nka ba Mugabe muri iki gihe, n'abandi imizimu ya za politiki mbi yaritse mo, yatesheje umutwe, bari ho umwuka wo kutisazira mu gihe cyabo, ngo bakine n'abuzukuru n'abuzukuruza n'ubuvivi. Bagakenyuka kubera kugundira ubutegetsi, kandi ntibajye no mu ijuru, nka ba Dadis Kamara, natihana azarimbuka nk'abandi bose, na ba Samuel Doe. Lisiti ni ndende. Nanze mbishaka gushyira mo abiyita Abanyarwanda.

Ku rundi ruhande ariko umugabo Dawidi we arahambaye! Imana iramuhamiriza iti «*Mbonye umuntu umeze nk'uko umutima wanjye ushaka*». Ibya Dawidi biteye ubwoba! Umuntu atangira kwicisha bugufi akiri umushumba, akimikwa asutswe ho amavuta n'umuhanuzi agasubira kuragira, akica Goliyati, agasubira kuragira kandi n'abagore bari batangiye no kumuririmba. «Dore ko buri gihe abagore bagomba guteza ibibazo». Si nka ba bandi batangiye kuririmba ngo «Kayitare ni Intare batinya», abandi bati Sawuli yishe igihumbi ariko Dawidi we yica inzovu. Nyuma bati Sawuli yasaze maze Dawidi akajya kumucurangira ngo amukure mo imizimu. Ni nk'ukuntu twirirwaga ku zuba tubyinira Habyarimana. Sawuli akajya arara amugera amacumu, umwana akayizibukira gusa. Dawidi kabiri kose yashoboraga kumwica akamureka, ngo ntiyashoboraga kwica uwo Uwiteka yimikishije amavuta.

Uranyumvira Dawidi. Ba maneko b'ingoma bamubikiye ko Sawuli yapfuye bishimye ko bamuzaniye inkuru nziza z'umwanzi we, yari abahitanye. Ndebera igihe agwa mu busambanyi na Betisheba, muka Uriya w'umuhiti, umuhanuzi Natani aje kumucira wa mugani w'agatama kamwe, iyo aba nk'uwiyita Umunyarwanda ubu ntaba akiri ho kuko ngo yari kuba yasuzuguye umwami, ndarahiye kuko wari kuba umusuzuguye nawe yari kuguhitana. (2 Samweli. 12).

Umugabo Dawidi arahambaye, arizihiwe yibuka ibyo Imana yamukoreye, arahimbaje abyiniye Imana, aciye ikibungo imbere y'Uwiteka ari n'imbere y'abagaragu n'ingabo, n'abayaya n'ababoyi, na ba karani-ngufu, n'abatwara uduhene, n'abanyonzi b'amagare, n'abamotari, maze umwenda we uragwa. Madame Dawidi Mikali umukobwa wa Sawuli uwo Dawidi yatsindiye igihe yicaga Goliyati, ntiyabyihanganira: ngo yikojeje isoni imbere y'abagaragu n'abaja, ngo yisuzuguje kandi ari umwami.

Ngo «yibeyuye»!. Dawidi ati ko Uwiteka nabyiniye yirukanye so Sawuli ku Ngoma akayingabira, akamwambura, akamunyaga, akamukura ku ntebe y'ubwami akayinyicaza ho. Uragira ngo mbyinire nde se wundi chérie wanjye? Uragira ngo mbyinire nde se! Ngo umwenda waguye abagaragu bamureba kandi ari umwami nyir'icyubahiro, kandi ntiyabyinanye ikinyabupfura ngo anaririmbe gahoro, ngo yasamye cyane yabize n'ibyuya kandi akomeye. Maze aramunegura. Dawidi amusubiza amagambo nkunda cyane ansubiza mo imbaraga buri gihe iyo mbyinira Imana yanjye nyihimbaza, yagize ati «Nabyiniye Uwiteka nyine, uragira ngo mbyinire nde wundi se Mika»? Mada……niko Honey! Erega nasimbuye so ku ngoma nyabusa maze kugutsindira k'ubw'intego so yari yateze, ko uzica Goliyati azamuguha. Ndeka mbyinire Imana yanjye yansimbuje so.. Ubisome muri 2 Samweli. 6: 12-23.

Ngo yanapfuye atabyaye, adashyize ingobyi i mugongo ni ko abibone bakunze kumera. Kuko iby'Uwiteka ntibikinishwa, yari afite umwirato utamuhesha abana, kuko yari kujya ababuza gukina n'abandi ngo batabanduza, nabo yari kuzababuza guhimbaza Uwiteka Imana ya se Dawidi ngo batabira ibyuya.

Yari kuzabera umwami Dawidi ikigeragezo cyamurimbuza, bituma Mikali apfa atyo nta ngobyi imugeze imugongo nta n'inda yavuye mo.

Ngaho wowe komeza wishyireho tuzareba.

ABANA BO KURIMBUKA: FARAWO, YUDA ISKARIOTA, IGISAMBO CYO KU MUSARABA, HERODI, N'ABANDI BOSE BATAGONDA AMAJOSI.

Reka mpere ku cyo nakwita UMWUKA WA FARAWO. Mu kuva 3: 7, turasoma ngo Uwiteka abwira Mose ati «*Genda kwa Farawo umubwire arekure ubwoko bwanjye bujye kuntambira ibitambo mu butayu*» (Kuva 3: 7).

Farawo ateye ubwoba asubiza avuga ngo Uwiteka ni nde? Uwiteka n'iki? Habaye iki? Murajya hehe? Ni ibiki mutangiye? Mwabyumvise mu yihe radiyo mpuzamahanga? Muzi ko nayifunga? Muzi uwo ndi we? Jye simvugirwa mo nanga agasuzuguro murumva? Mugende mumubwire aze tubonane n'ibindi byirato byinshi. Ubunebwe gusa, mwa baginga mwe! Nakorerwa na nde? Nta soni. Mukomeze ahubwo murushe ho, abanebwe gusa! Sinongere kumva ibyo muhimba mwinihisha. Atangira no kubaza ababiri inyuma. Kandi nkeneye kumenya vuba uwabashyize mo iyo Ngengabitekerezo, ngo muhane by'intangarugero. Ndashaka kumenya ababiri inyuma. Maze Imana imwerekaniraho imbaraga zayo nyinshi, yabanje no kumunangira umutima kugira ngo imwereke ko batiganye, akubitwe cyane. Maze inkuru azasiga mu isi zizabe akabarore.

Ibya Farawo bikunze kuba ku bana bo kurimbuka, aho babona byakomeye akaba ari ho binangira no kurushaho, bagahabwa amahirwe ya nyuma bakanga kwihana, maze nyuma y'amahirwe ya nyuma hakaza ikibahitana, ariko nabo bagahitana benshi na byinshi. Wagira ngo Farawo yishakiraga guhomba kugeza ku wanyuma.

Yicishije ingabo ze zose zatoranijwe nawe biramuhitana, n'umwana we w'imfura yapfanye n'imfura zose za Misiri. Kandi n'ubu abanyezima baragwiriye bafite nabo utugambo tumeze nk'utwa Farawo ngo mugende ariko ntimujye kure, Abandi bo baravuga ngo: musenge ariko ntimukabye, kandi ntimugasakuze, iyo muvuze gahoro iyo Mana ntiyumva?

Kuki se batabwira abasinzi ngo bavuge gahoro, ngo banabahugure bati iyo munyoye inzoga nkeya kandi bucece hari ikibazo? Farawo ati musige ibi n'ibi. Abandi bati twese dusenga Imana imwe kuki mwitandukanya? Ariko ntabwo twese dusenga Imana imwe ntibazakubeshye. Iyo umwana w'umuntu yatangiye kuvuga ngo

Imana n'iki? Ngo ntabwo ibaho. Akorerwa nk'ibyakorewe Farawo. Kandi abwirwa benshi ariko akumvwa na bene yo gusa.

Hari undi mwana wo kurimbuka witwa Yuda Iskariota. Matayo 26: 14-25 Yesu ati "Umwe muri mwe ari bungambanire". Maze batangira kubazanya uwo ari we, ako kanya arabaruhura ati «uwo ndi buhurize nawe ikiganza ku isahane, n'uwo nguwo». Maze wagira ngo Yuda si we babwiraga, mu by'ukuri yahawe na nyuma y'amahirwe ya nyuma arinanirwa, bituma adashirwa, yiyongeza kwimanika.

Uwo mwuka nawo urahari, aho kugira ngo umuntu yihane ace bugufi, akora ibyaha atigeze akora akaba ari na byo bimuhitana burundu. Wabaza uti se Yuda yabuze iki kugira ngo yihane rwose? Yabuze icyo nawe ubura none aha, yabuze icyo twese twaburaga igihe cy'ubujiji, yari yaramaramaje mu gukora ibyaha, igihe yari yarahereye abika, yiba amafaranga yari atarageza ku mpiya 30 koko? Ko yahuye na rwangendanyi. Kuko na bya biceri 30 ntabwo yabiriye, yabijugunye mu Hekalu ngo yikureho umuvumo ariko wapi, kari kabaye. Jye numva yari yaribye menshi ariko yaranze yishakira nyuma y'amahirwe ya nyuma, ubwe yimanika mu mugozi. Nyamara uwamurushije icyaha mu bigaragara, Petero, inkoko yarabitse bwa gatatu ahuje amaso n'Umwami we, atangira ubwo yihana arira, ndetse yamaze no kuzura Umwuka Wera abwirije bwa mbere hakizwa abantu 3000. Kuzageza aho igicucu cye gikiza abarwayi. Benshi bananiwe no gucunga amahirwe yabo ya nyuma, noneho nyuma yayo hakaba habi cyane.

Ndasaba Imana ngo izamfashe gucunga ayanjye neza. Wowe wasomye ibi uri ku ruhe ruhande? Ni kwa Yuda cyangwa kwa Petero? Waciye bugufi da! Uri kwa Dawidi? Cyangwa kwa Sawuli? HITAMO.

Tugeze ku musaraba i Gologota, Abayuda barangije kuvuga ngo Yesu ni abambwe. Abaroma bateguye ibikoresho by'ubugome ndengakamere byo kubamba Umwami wanjye. Barabasi we agomba kuba yahise ataha yihuta amaze kurekurwa ngo hatagira igihinduka, umushinjacyaha mukuru w'urukiko mpanabyaha rwashyiriweho Abayuda, akagira icyo yibuka akamugarura, agasubira muri gereza ya «Mpanga». Ageze iwe, na radiyo na télévision bahita babifunga kuko nta makuru ashaka. Yahise ategeka ngo bafunge na za mobiles, zanaje na nyuma y'uko afungwa, kuko ziri mo gusakuza babaza ab'aho amakuru bumvise. Cyangwa yategereje kureba urupfu uwamusimbuye agiye gupfa, simbizi, ibyo ari byo byose Barabasi yafunguwe, iwe hari umunsi mukuru n'ubwo atari yashyira ubwenge ku gihe, ariko ntibibuza umugore n'abana n'inshuti kwishima, ibindi ntibibareba. Ariko mu ijuru, umuryango no mu bakunzi ba Yesu hari ikiriyo.

Yesu arimo kubambwa i Gologota, hari imiborogo y'abagiraneza b'abagore barira nk'abahanzweho, ijwi ryumvikana cyane ni irya

522

Mariya Magdalena, kuko nyina wa Yesu we yanoze, inkota yarangije kumuhinguranya umutima nk'uko umuhanuzi muzehe Simewoni yari yaramuhanuriye (Luka 2; 33-35). Bamwe bishimiye ko Umwami wanjye apfuye urupfu rw'agashinyaguro yambaye ubusa ku manywa y'ihangu, intumwa n'abandi bagiraneza bafite ubwoba n'agahinda byenda kubica. Nanjye ndandika numva mfite agahinda. Ariko hari ibisambo bibiri bihawe amahirwe ya nyuma atarigeze abaho ku isi, kandi na byo biri i Gologota, byombi biri ku musaraba, kimwe ibumoso ikindi iburyo, byakoze ibyaha bimwe, byose n'ibyicanyi by'ibijenosideri by'ibicengezi by'ibi-NAZI, biri mu rwego rwa mbere, biri no kuri lisiti ya ba Ruharwa, byaranasahuye, byafashe n'abagore ku ngufu, byibisha n'intwaro, ni ibijura kabuhariwe, ndetse byari byarakatiwe urwo gupfa kabiri.

Mbere bari barabikatiye gufungwa burundu y'akato. Ngo ni na byo byari byarateye za Grenades mu mugi wa Kigali. Hari n'ibindi byakoze byambura igihugu umudendezo. Ngo byari byararemye n'umutwe w'iterabwoba witwara gisirikare ukorana na FDRL. Icy'ibumoso gitangiye nk'uko nawe wabigenza ubu kiti: «ariko ubundi ko numvise ko wakijije abandi»! Cyari cyarabyumvise kuko cyari muri gereza, bamenya amakuru cyane. Kiti: «wakwikijije natwe ukadukiza»? Kigerekaho n'ibitutsi dore ko bitabura mu bana bo kurimbuka, baratukana cyane, barapinga cyane, baracyurirana cyane. Maze Umwami wanjye aracyihorera, kuko akunze kwihorera abana bo kurimbuka. Yihoreye Herodi numva namuhemba, yihorera Pilato ararocangwa, bene abo akunze kubihorera, abamutonganya, abamutuka, abamushyiraho agahato arabihorera. Ni Umwami w'amahoro koko.

Icyo gihe icy'ibumoso kirangije gutukana maze icy'iburyo kiragihindukirana kiti: «upfuye nabi urakabije, wamaze urwo uri ho? Ntunatinya na hano turi koko? Wagize ngo turacyari muri gereza ya Mpanga?» Ntubona ko tubambwe? Twebwe turazira ibyo twakoze, ntabwo batubeshyera, twaribye, twarishe, twibishije intwaro, twashinyaguriye imirambo, twafashe abagore ku ngufu, twariye inka, ariko uyu we arazira ubusa, ni umukiranutsi. Ni umwere. Gabanya amagambo. Na Pilato yamuhanaguyeho icyaha. Uramuhora iki? Wamaze urwo uriho!

Maze igisambo kirahishurirwa gusa, nta wakibwirije ubutumwa bwiza, kuko na Yesu yavuze amagambo atari Ivangili-ntagatifu. Kiti Mwami ndakwisabira kuzanyibuka nkazabana nawe mu Bwami bwawe. Kibwiwe n'iki ko ari Umwami? Yesu agisubiza vuba vuba ati «si cyera: uyu munsi turabana muri Paradizo.

Kiriya gisambo cy'ibumoso ku munsi w'amateka kizaburana inkundura kibonye Satani akijyanye, naho icy'iburyo cyigiriye mu ijuru. Kuko agakiza kabonerwa muri Yesu Kritso ni UBUNTU. Hari benshi bazaburana bene ziriya manza ku munsi w'amateka, cyane abazaba barakoze imirimo myinshi myiza nk'iya Mama Tereza w'i Kalikuta, cyangwa ibikorwa byinshi by'amajyambere. Na benshi bubatse amadini y'inkuta enye ngo ni zo nsengero z'intangarugero, ngo zihesha Imana icyubahiro, ukagira ngo iba mu mazu yubatswe n'abana b'abantu. Yarivugiye ngo ijuru ni yo ntebe yayo, naho isi ni yo ishyiraho ibirenge, ni irambirizaho. Nyumvira nawe, none ngo bari mo kuyubakira amazu meza koko? Na n'ubu iyo myuka iracyahari, ubonye no ku musaraba koko. Abo ni ba bandi baba bageze mu rupfu bakanga bagakomeza ubugome bwabo kandi bahawe amahirwe ya nyuma na nyuma yaho, maze bakarimbuka bagitukana, bagicyurirana, bagasamba bamenagura ibintu, bagapfa batuka Imana, kandi baba barahawe amahirwe ya nyuma, ewe na nyuma yayo.

Ibyakozwe n'intumwa 12: 20-23, hatubwira iby'ubwibone bwa Herodi. Abibone baragwira, abagome bakarusha. Herodi ngo yamaze kwicisha intumwa Yakobo inkota arashyekerwa ashaka no kwiyongeza na Petero, maze ahamagaza inama rusange y'abaturage «y'umutekano», baraterana ashaka ko abaturage bose babanza bakamuhimbaza barangiza bakamuramya bakanamusingiza, bagakoma n'amashyi menshi cyane. Maze Satani aramusiga aramunogereza atangiye kuvuga abaturage bariyamirira bati noneho si umwami Herodi uri mo kuvuga ahubwo n'Imana ubwayo, nawe ngo yumva bavuze ukuri asanga koko ari Imana.

Ariko muri ako kanya Malayika ahita amukumbanya ahinduka inyo. (Ibyakozwe n'Intumwa 12: 20-23).

Imana ku cyubahiro cyayo ntukore ho, irakureka ugatumbagira ukagira ngo ntibona, ugasigara wibwira ko ari wowe ufite isi n'ijuru mu biganza, umunsi umwe uzahanantuka kubera ko wihanitse cyane. Bizivugiza cyane twese tubimenye dutinye, kuko n'ubundi twatangariraga ubuhangange bwawe. Kuko kwicisha bugufi bibanziriza gushyirwa hejuru ariko, kwihanika bikabanziriza guhanuka cyane. Irakubwira nka wa wundi ngo co ja! Co ja! Co ja! Yagera aho iti «bashi wagonje!» Kandi uba wárangije kugonga koko.

Dukunze kuvuga ubutumwa twagera ku bihano bati sigaho Imana yahanaga cyera abu turi mu buntu busesuye, Yesu yarapfuye yarazutse ntimukadukure umutima. Muvuge ko ari amahoro gusa. None se Herodi ni uwa ryari? Ananiya na Safira se ni aba ryari? Herodi yarantangaje, wagira ngo nta mahirwe ya nyuma yahawe. Ariko ucukumbuye usanga yarayahawe igihe yicishaga Yakobo inkota, abirenga ho ashaka no kwiyongeza na Petero, maze nyuma y'amahirwe ya nyuma agwa inyo. Agomba kuba yarahambwe biruhanije. Kandi hari n'inzika Imana yari yaramurwaye. Uriya muryango wo kwa ba Herode, kuko ni umwana wa Herodi uriya waciye igihanga cya Yohani umubatiza, akaba ari umwuzukuru wa Herode wakindaguye abana b'i Betelehemu ngo ashaka mo Yesu, n'utundi dutendo tw'ubugome uwo muryango w'abami wagiye ukora. Imana yaramwibutse rero, asiga inkuru mbi imusozi, agenda ari ruvumwa. Abo mu miryango y'abami namwe mwitonde cyane, ibyanyu si byiza, si bizima, hari imyuka ibagenda ho. Murabizi se?

AMAHIRWE YA NYUMA YA NABUKADINEZA, SAWULI WAJE KWITWA PAWULO, MARIYA ARI WE NJYEWE, N'ABANYARWANDA MURI RUSANGE.

Kwishyira hejuru kwa Nebukadineza muzi icyo byamukoreye avuga ngo Babuloni n'iye ngo ni we wayiremye aranayiyubakira. Imana iti: Sawa, turareba ukuntu ari wowe. Uyu Nebukadineza ni sekuruza wa Sadam-Hussen, uriya wahoze ayobora Iraki, agombe no kuba ari na mwene wabo wa Osama Ben Laden, bakaba bafite icyo bapfana na Mouhamar Kadafi, kuko uyu ngo ni we washakaga ko Afurika iba imwe akanayiyobora. None dore yitabye Imana ye atayoboye Afurika. Ashobora kuba ari na mwene wabo wa bugufi wa Al-bashir, ubu nandika arashakiswa n'inkiko.

Bihishe byinshi natandukiriye, ashobora kuba ari na mubyara wa Yaser-Arafat wa munyepalestina. Ubu yitabye «imana ye» ariko umuzimu we uracyakora cyane, wenda bakaba ari ba se wabo wa Muhamud Abasi, bakaba ari ba sekuru wa Ayatolah Komeni, na Ahamedinijad, n'abandi nawe uzi benshi. Yarirase ariyongeza, ngo Babuloni ni iye. Maze arangije, Imana iti «Hita ujya kurisha nk'inyamaswwa se nyine barakuzi, ubu ugiye kurisha nk'inka, ube nk'inyamaswa zo mu ishyamba. Ni ko byagenze, imyaka 7 yose.

Abategetsi bakunda amajyambere kuko ni yo abazamurira ibyubahiro cyane, ariko baba bahishwe amaherezo. Mana duhe kumenya amaherezo yacu, tuguhe icyubahiro kuko ni wowe wenyine ugikwiriye, tugushimire ibyo dukora kuko n'ubwenge uba waraduhaye, Amen! Nebukadineza amaze gukubitwa nk'iz'akabwana ni ho yemeye ko atazongera kwigereranya n'Iyaremye ijuru n'isi.

Hari abatazi ko Uwiteka ari umurwanyi kabuhariwe, ko afite n'ingabo akaba anitwa «JEHOVA SABOTH, UWITEKA NYIRINGABO». Ba Nebukadineza barahari ariko sinzi niba bazagira amahirwe nk'aye yo kujya kurisha imyaka 7 maze bakazagaruka ku ngoma. Sinzi, kuko turi mu gihe cyihuta cyane, Yesu agiye kugaruka gutwara Itorero rye.

Ikitonderwa: Abaperezida benshi bafite umwuka wa Nebukadineza. Ariko ntibajya bahabwa amahirwe nk'aye. Kuko nyuma yo kujya kurisha nk'inyamaswa imyaka 7 yagarutse ku ngoma. Ariko noneho aza yarahahamutse, abwiriza Ubutumwa bwiza bw'ubwami ko: «Uwiteka ari we Mana», ibindi ari ibigirwamana mutupu. Amen

Pawulo alias Sawuli ndamukunda cyane. Ni inshuti yanjye y'amagara; nta mpaka yagiye amaze gukubitwa hasi mu nzira ajya i

Damasiko agiye kwica abarokore. Kuko yahise anahuma nta gatege yari asigaranye.

None se buri gihe Yesu azajya akoresha amafarashi muyahanuke ho maze bivuge ngo pi!!(Ibyakozwe n'Intumwa 9). Urashaka guhamagarwa nka Sawuli? Nawe se ufite umuhamagaro nk'uwe? Pawulo yakoresheje amahirwe ye ya nyuma neza yahise amaramaza, wagira ngo si we waciye bugufi igihe abaza ngo Uri nde Mwami? Gukubitwa hasi bya Pawulo byamugizeho ingaruka zikomeye. Koresha amahirwe yawe ya nyuma neza. Sama amagara yawe nsame ayanjye, dukomeze urugendo.

Pawulo mwibuke ko kubera umuhamagaro yakoreshejwe na Yesu imirimo iruta iy'izindi ntumwa. Kuko «Uwababariwe byinshi, akunda cyane. Akora cyane, ibye byose ni cyane».

Mu bantu Imana yahaye amahirwe ya nyuma y'igihe kirekire, na M. E. Murebwayire, ari we jyewe, ari mo. Yankururushije imbaraga nyinshi, abantu barapfa, ibintu binshiraho, mpinduka igisebo, ibyo niringiraga byose bikurwaho, aho nambariye inkindi mpambarira ibicocero, nakebuka ngakubitwa, nahindukira ngahondwa, mpinduka urwo baseka, buri wese anzunguriza umutwe. N'umuhamagaro nahawe nawo unteza ibibazo. Mbega ibibazo!

Amahirwe yanjye ya nyuma nayahawe taliki ya 11/12/1990, ni bwo nakiriye Yesu nk'Umwami n'Umucunguzi mbatizwa kuri 25/12/1990. Nyuma y'amahirwe ya nyuma nahageze ku wa 13/3/96. Murumva ukuntu Imana yanyihanganiye. Nawe se wahamagawe nka njye? Nzabirambura neza mu gitabo nanditse ku buhamya bwanjye.

Undi muhamagaro ukomeye uri kuri BA TWEBWE ABIYITA ABANYARWANDA. Abanyarwanda bari mu ba mbere bahawe amahirwe ya nyuma, bamaze igihe muri ayo mahirwe ya nyuma, kandi barabizi, abatabizi nabo bizabica. Nkunda Imana kuko mu butabera bwayo ntijya ihana itabanje kuburira abantu. Amahirwe yacu ya nyuma ashyize kera, twarabwiwe nk'abiyita Abanyarwanda tukigira mu bindi, twarahanuriwe cyane ariko ntitwumva. Ntibishoboka ntibizashoboka ko Imana ipfa gusuka imigisha gusa, mu by'ukuri, igihugu cy'u Rwanda gifite imigisha yakivuzweho myinshi ariko ntizapfa kuza gusa.Twarabwiwe, turapinga, maze umunsi twagezweho tuzavuga ngo uzi ko babitubwiye!

NI BANDE BAZANEZERERERWA UBUBYUTSE MU RWANDA?

Uzanezererwa ububyutse mu Rwanda:
- Agomba kuba ari umushumba nka Mose
- Agomba kubara inkuru za kigabo nka Yosuwa na Kalebu
- Agomba kuba afite Umwuka Wera nka Daniyeli, Debora, Yayeri.

- Agomba kugira umutima nk'uwa Dawidi
- Agomba kugira umutwaro n'ishyaka bya Nehemiya na Ezira
- Agomba kwirengagiza itegeko yiteguye no gupfa nka Esiteri na Pawulo
- Agomba kuba yihangana nka Yobu
- Agomba gusenga nka Daniel
- Agomba guhanura nka Yeremiya
- Agomba kuba yuzuye Umwuka w'Ibyakozwe n'Intumwa
- Agomba kuba afite ubuhamya bwiza imbere y'Imana, agakoresha impano; zose uko Imana yazimuhaye, nta n'imwe agurishije.
- Agomba kwera imbuto zikwiriye abihannye
- Agomba kuba adafite umwuka wa «umpisha ko unyanga nkaguhisha ko mbizi» hakenewe Umwuka w'urukundo rwa kivandimwe.
- Agomba guhagarara mu mwanya we, ntarwanire ibitari ibye.
- Agomba kudahatira abandi gukora ibyo ashaka, n'ibindi byinshi, ngo ariko banza umere gutya, gerageza
- Agomba kuba nta macakubiri amurangwa ho

None se abiyita Abanyarwanda murapfira iki? Abiyita Abanyarwanda kuki musuzugura ibintu by'Imana? Igihe mwahereye ntimurarambirwa? Mbese 1994 ntiyabahagije. Mbese mu mashyamba ya Kongo-Zayire ntihabahagije. Uri ho umuhamagaro wowe wiyita Umunyarwanda, Imana ntizakureka, ngo n'iyo hazasigara umwe izakoresha uwo. Kuko abiyita Abanyarwanda barahunze abandi barafunzwe, abenshi barapfuye, bamwe bapfanye agahinda ko kutizera Yesu.

Nimuze twihanire Imana maze tubone kuragwa ibyiza, twihanirane hagati yacu, kandi tunababarirane. Urubanza rurahera mu idini, muze ducire bugufi Imana. Urubanza ruhereye mu Bashumba muze mucire bugufi Imana. Iyo ni indirimbo ya Malayika Singers.

Mumenye kandi ko tutagomba guhuza muri byose. Iyo duhuza tukumvikana muri byose ntacyo dupfa, tuba turi Interahamwe, Abahuzamugambi. Nkoresheje aya mazina kugira ngo ubyumve neza ntabwo ari amacakubiri. Guhuza, gutera hamwe.

Ntacyo wapfa n'umuntu ubwira buri kimwe cyose akacyemera. Uti: Dore ibi ati «ndiyo», uti n'ibingibi, ati «sawa», uti se ibi ngibi? Ati «kweri», uti se bya bindi byo? Ati ni "ok". Ubwo se uwo nguwo mwapfa iki? Ko aba yararangije guhinduka robot. Abantu bapfa kudahuza nta kindi, bamwe bati; ni ibi, abandi bati si byo, ako kanya bahita bashwana kandi buri wese aba arwana ku nyungu ze, ashaka ko ibye ari byo byemerwa.

Urugero: MRND na FPR, ntabwo ari amacakubiri ndagira ngo ubyumve neza n'ingero zifatika, bapfuye ko bamwe bashatse gutaha mu gihugu abandi barabyanga, bararwana, iyo baza kwemeranwa, MRND ikemera ibya FPR, MRND hari inyungu yari gutakaza, maze yanze ihomba byose. Iyo FPR na yo iza kwemera ibya MRND na yo yari guhomba byinshi, habayeho rero kutumvikana. Nyuma ngo Habyarimana yaje kwemera aranasinya, ariko inyangabirama ziramwica kuko ni we wari ikibazo.

Jye nkunda abatumvikana. Impamvu: iyo abantu bahuza 100%, haba hari mo ikibazo gikomeye hagati yabo, inyuma haba hishishe uburyarya, ubwoba, n'igitugu. N'ikimenyimenyi uzarebe uko birangira. Ngaho mbwira ukuntu idini ryiyita Itorero na Leta yiyita iy'ubumwe bahuza. Keretse bamwe bemeye kugendera munsi y'ubuyobozi bw'abandi, na bwo biba ari ku itegeko. Kuko buri gice kiba gifite ibyo gitsimbarayeho.

Ntabwo abantu bahuza kubera ko badateye kimwe, ntibahamagarwa kimwe, umubiri n'Umwuka, wenda bamwe bapfa kubyemera kubera ubwoba cyangwa izindi nyungu zinyuranye, ariko ntabwo abantu bahuza kuri byose kuko: «Yego Mwidishyi» ni dayimoni. Ahubwo iyo bafite intumbero imwe bahuriza kuri iyo ntumbero, ariko ntawe utekereza nk'undi kuko badafite ubwonko n'umutima bimwe. Cyeretse tugiye mu buryo bwo mu Mwuka, ni ho iyo Umwuka w'Imana aje ateza guhuza ku kintu runaka, uretse aho nta handi ku isi wambeshya ngo bahujije ibyiza.

Umwe aremera kubera inyungu runaka ariko nta guhuza, cyeretse na none iyo bari muri wa mwuka w'igihe bubakaga umunara w'i Babeli, igihe abantu bashakaga guhinyuza Imana, cyangwa igihe mu Rwanda bateraga hamwe bagahuza umugambi wo kumara abatutsi. Dore ahubwo icyo nkundira ab'isi b'abanyakuri kwabo; umwe azana ibye, undi ibye noneho bagashaka aho bahurira, icyo bahuriraho, n'ubwo baba batacyemeranwaho ariko bakihangana, kandi ngo ntihagire uryamira undi. Aho ni ho hava iringaniza, za Forums, n'ibindi bisa na byo kubera inyugu za politiki.

No mu isi ntibahuza none ngo idini ryiyita Itorero ni ryo rizahuza n'isi? Mfite kamere yanjye, tuvuge ko nkunda ibara ry'umutuku, wowe ukunda ubururu, hanyuma impamvu yatumye tuvuga iby'amabara n'iyihe? Tugashakashaka kuko turi mu gihugu kimwe tuzarubana mo, kuko twese turi Abanyarwanda, tugomba kwihanganirana bituruhije, ariko wanze ukunze njye nkunda umutuku wowe ni ubururu. N'ubutaha tuzabisubira mo, ariko kuko twese tugomba kubana mu gihugu, nzihanganira bingoye ubururu bwawe, nawe wihanganire bikugoye umutuku wanjye, turubane mo kugeza igihe tuzabihagira, tukajya ahagaragara, kuko biratinda ntibihera, ni nko kugupfuka ku mazuru kandi ukeneye guhumeka.

Reka turebe ibyo Itotero rya mbere ryapfuye n'Abafarisayo n'ubutegetsi bwabo icyo gihe. Soma igitabo cy'Ibyakozwe n'Intumwa witonze, ukomeze urebe uko Itorero ryari rimeze, maze n'uba umunyakuri uzibwire ukuri. Naherutse kumva ibintu byerekeranye n'Impuzamadini mu Rwanda, ibyo bintu byaranyobeye mbura n'uwo mbaza.

- Umwe ati twese twizera Imana imwe rwose sinzi icyo dupfa vraiment kandi turi Abanyarwanda.
- Undi akurikiyeho naranamukunze ati ntabwo duhuje ukwemera, kandi koko ntiduhuje kuko we yemera Imana itabyara kandi iyanjye ishobora byose no kubyara biri mo, ndetse na Yesu n'Umwana wayo. Ndetse nanjye ndi umwana wayo. Naramukunze azi Iyo yizeye kandi abihagazeho, wamwica aho kugira ngo abireke, wenda yaniturikirizaho n'igisasu agahitira mu byo bise ijuru ryabo, ariko ntumuvangire.

Nyuma ni ho baje kwemeranya ko Bibiliya na Korowani byose ngo ari ibitabo bitagatifu. Ibi na byo byavuzwe n'uhagarariye idini runaka.

Impuzamadini ni ukugira ngo Ibyahishuwe 13 bisohore, kuko ntawe uzabasha kugira icyo agura adafite numero abarizwa ho. Numvise ngo ko hari amadini yatangiye gukora amafishi y'abayoboke bayo, bazashyiraho imyirondoro yabo. Na COMPUTER yifitiye umubare 666 na za «www» n'ibindi byinshi. Tayari babambuye ubu muntu babahinduye ama robots. Bagiye kujya banamenya niba ugiye kwituma n'isaha wagiriye yo, niba witumye ibyoroshye cyangwa ibikomeye, simvuze kugenzura imishahara yanyu cyane, boshye babafasha gukora. Twitondere na za BANKI nyinshi zadutse. Hita ubara imibare ikoze WWW. Hagiye no kuzaza abazajya binginga abantu ngo babahe amafaranga y'ubusa, ngo babafitiye impuhwe.

Ahangaha umurokore uzahasimbuka azahabwa ubugingo buhoraho abukwiriye. Mwitonde bakristo twajwe mo.

Aha ni ho Yesu yavuze ko iyo minsi itaza kugabanywa ngo n'intore zari kubigendera mo. Dukeneye kubaza Umwuka Wera icyo gukora muri ibi bihe, naho ubundi wa mugani wa Malayika Singers bati «Ibi bihe bya nyuma, ni twe bisanze ku isi. Yesu yari azi uruzaba asenga ati « [20]"Sinsabira aba bonyine, ahubwo ndasabira n'abazanyizezwa n'ijambo ryabo, [21]ngo bose babe umwe nk'uko uri muri jye, Data, nanjye nkaba muri wowe ngo na bo babe umwe muri twe, ngo ab'isi bizere ko ari wowe wantumye » (Yohana 17: 20-21).

None se koko duhuje ukwemera, imyizerere, bamwe bizera ibigirwamana? Hari n'uherutse kumbwira ati burya Ryangombe rwose mumwangira ubusa na Ruganzu bari bafite imbaraga.

None se ko bakoreshwaga n'imbaraga z'abacwezi twavuga iki? Ntabwo ari iz'Imana Rurema. Nawe se umuntu arerura agapfukama imbere y'udushusho, kuko n'utazi ubwenge ntiyabyemera ariko ni yo myizerere ye, kuko nanjye wandika ibi nigeze kugapfukama imbere, ni ho ubwenge bwanjye bwagarukiraga icyo gihe, ni ho imyizerere yanjye yari ishingiye. Abandi basenga igitunguru, abandi inka, abandi inyenyeri, abandi Nyabingi, abandi abakurambere, izuba n'ukwezi n'ibindi byinshi, n'udusimba cyangwa ibikoko.

Maze twaba twateranye tukaririmba indirimbo zivuga ku mana zitavuga kuri Yesu kuko benshi batamwemera kuko ari we kimenyetso kigirwa impaka. Maze ngo amasengesho y'igihugu akaba ararangiye. Iyo uzanye Yesu ngo uba utangiye gukabya no kwica ubumwe n'ubwiyunge. Ariko ni ko byanditswe kuri ko ari ikimenyetso kigirwa impaka.(Luka 2: 34-35).

Amaraso ahamagara ayandi ati mporera! Uwiteka yabwiye Kayini ati *"Ijwi ry'amaraso ya murumuna wawe rirantakira ku butaka"* (Itangiriro 4: 9-10).
- Imana iramenwa amatwi n'amajwi y'amaraso y'abiyita abatutsi
- Amajwi y'amaraso y'abiyita abahutu
- Amajwi y'amaraso y'abiyita abatwa
- Amajwi y'amaraso y'abazayiruwa (abanyekongo)
- Amajwi y'amaraso y'ababiligi
- Amajwi y'amaraso y'abafaransa
- Amajwi y'amaraso y'abaganda
- Amajwi y'amaraso y'abanyezimbabwe
- Amajwi y'amaraso y'abanyangola
- N'ayandi ntazi nawe utazi.

Ku butaka bw'u Rwanda hari 99% y'amaraso hutu-tutsi; ku butaka bwa Kongo hari 95% y'amaraso hutu-tutsi. Ahandi 5% y'amaraso hutu-tutsi. Mfite uko nabaze iyi mibare. Buri ruhande ruba ruvuma urundi. Abahutu n'abatutsi.
U Rwanda rugomba kwezwa kuva ku Kanyaru, kuva i Gatuna, kuva i Kagitumba, kuva ku Rusumo, na Rusizi ya 1 n'iya 2, no kuva ku mupaka wa Goma na Gisenyi na la Corniche. Umutara ukezwa cyane kuko namwe muzi ko ari ho hatangiriye intambara muri 1990, kandi ni nabwo «Bushiru» bw'ubu. Sinakwibagirwa i Bugesera hariya na ho hafite ibyaho byihariye. Ku byerekeye amaraso, igihe cya gihake na gikolonize hamenetse amaraso menshi igihe hategekaga abami b'abatutsi.

Hari ubutegetsi buvanze n'ubugome n'ibinyoma n'ubwiyemezi byinshi, n'ubwo hari umurengwe hari hagwiriwe mo no kwiyahura kwinshi, ibitambo by'abantu byinshi, ubupfumu bwinshi, kuraguza kwinshi, guhishurirwa na Satani byo mu rwego rwo hejuru. Imyuka y'abacwezi n'abarangi.

Ugira ngo iriya myuka ya ba Kanjogera, ba Kamegeri n'urutare rwe, ibyo ku Rucunshu, kurwana kwa Rwabugiri, kugwa ku gasi kwa Musinga, urabona bitarakurikiranye abamukomotse ho? Umwe ari we Rudahigwa ntiyaguye i Burundi yishwe n'abazungu agapfa ari n'incike? Undi ari we Ndahindurwa Jean Baptiste Kigeli V, ntakiri mu mahanga ubu nandika kandi afite igihugu cye? N'ibindi byinshi umuntu abivuze wakumirwa. Kandi kweza igihugu nta kindi kibanza uretse kwezwa kwa bene cyo, ari bo benegihugu.

N'ubwo isi yose yadufasha, hagomba kuboneka buri gihe abashonji, abatindi, n'abakene, abavumana bashonje. Ni ukubera ko ubwami buriho ubu ari ubw'isi, ni ubwa Antichristo. Ni ubwami bw'ubusumbane. Na Yesu yigeze kuvuga ngo «Abakene muzahorana iteka», ariko igihe kiraje ndetse cyasohoye ngo dukore itandukaniro.

Tugaruke aho twari tugeze ku birebana n'uwiyita Umunyarwanda no kutava ku izima kwe. Bamwe kubera guhorana ubwoba ngo bazi ko ari amahoro, ngo ibintu biragenda neza kubera amajyambere, ntimuzi ko ubutsinzi bubanzirizwa n'intambara? Kandi intambara ikabanziriza ubutsinzi? Ntimuyobe Torero ry'Imana, muramenye kuko «Uwambaye umwambaro w'intambara atabaye, ye kwifata nk'uwambura atabarutse» (1 Abami 20: 11).

Kwambura imyenda y'intambara ntibirageza igihe, turacyambaye imyenda y'intambara; buretse kuririmba intsinzi muvandimwe, sigaho. Nta nsinzi twari twabona, kuko ifitwe na Yesu kandi mwaramwanze. Satani nta ntsinzi agira mubimenye. Kubera ko uhereye mbere na mbere akora ibyaha, ari umubeshyi ashyeshyenga abantu ababwira ko afite intsinzi, iyo aza kugira intsinzi aba yarihannye ubwibone ntacirweho iteka, rero ntacyo dupfana n'uwaciriweho iteka. Yesu ni we ufite intsinzi, we wenyine waducunguye atsinze urupfu, maze duhinduka abatsinze no kurusha ho.

ABAHANUZI B'UWITEKA MU GIHE CY'IMBANZIRIZA-BUBYUTSE.

Hariho abavuga ko kubyuka ari ugukanguka. Nyamara biraruhije gukangura uwisinzirije wenda naba n'usinziriye. Naho kubyuka byo biterwa na position waryamye mo.

Hari uburyo bwinshi bwo gukangura abantu basinziriye: ushobora kuzana urusaku ugahonda ikintu gisakuza gituma yikanga; ushobora kumurya urwara umutunguye; ushobora no kumusuka ho utuzi dukonje cyangwa dushyushye; ushobora no kuririmba usakuza cyane n'ibindi.

Umenya Imana izahonda ikintu kiremereye gituma twikanga, tuvuge wenda nka "Katiyusha" cyangwa ibindi nk'ibyo bisakuza, kuko turahuze cyane kandi duhugiye mu bidafite akamaro.

531

Kubyuka si ikibazo ahubwo ikibazo ni ugukanguka. Biragoye gukangura uwiyita Umunyarwanda ku neza kuko aba yifitiye ibitotsi bifite gahunda. Umunyarwanda ntakunda abamumwinjirira n'ubwo yaba agiye guhira mu nzu, ugomba kubanza kumwaka Rendez-vous, ukanabitangira ibisobanuro, kuko bishobora kuba hari abantu babiri inyuma». Kandi akenshi aba yisinzirije. Ni icyo kibazo gikomeye! Kwisinziriz!

UMUNTU UGIYE KUZARYA IBYIZA BYO MU GIHUGU:

- Ni usenga Imana mu kuri no mu Mwuka.
- Uwicisha bugufi ngo Imana abe ari yo imushyira hejuru.
- Uhindishwa umushyitsi n'Ijambo ryayo.
- Urenganura impfubyi n'abapfakazi.
- Udafite ururimi rugoreka.
- Utarayigambanira kubera imigati.
- Ni uwubaha Imana kuko ni bwo bwenge, kandi akava mu byaha akajijuka.
- Uwihangana kugira ngo azemerwe rwose.
- Udafite umutima winangira nk'uwa Farawo.
- Udafite umutima w'ubwibone nk'uwa Nebukadineza.
- Udafite inda nini.
- Utigwiza ho ubutunzi mu manyanga.
- Utarwanira ibyubahiro.
- Utari intinya maso.
- Utishakira indamu mu binyoma.
- Udashyigikira inama z'ubugambanyi cyangwa zisebanya.
- Utarangwa ho ishyari muri byose.
- Utarihisha ngo agurishe impano z'Imana.
- Uzi aho ibihe by'igihugu bigeze.
- Ubana n'abantu bose amahoro ku rwe ruhande.
- Uwavuye mu ivangura ry'amoko neza neza.
- Ufite negatif ya V/HTT (HUTU TWA TUTSI).

Ugomba kudakora ibyo Abayisirayeli bakoze:

- Kwitotombera Uwiteka (Kuva 14: 10-12, Kuva 15: 24, Kuva 16: 2, 3; Kubara 11: 1)
- Kugerageza Uwiteka (Kuva 17: 2)
- Kwiremera izindi mana (Kuva 32: 1-6;
- Kurarikira ibyo wasize muri "Egiputa" (Kubara 11: 4-22)
- Kugomera Uwiteka, kumusuzugura ntiwizere isezerano rye (Kubara 13: 26-29; Kubara 14: 1-4; Kubara 20: 2-5).

Muri iyi mirongo ya Bibiliya, muzasanga mo kwitotomba kw'Abayisirayeli no kutizera Imana ya ba sekuruza ni ko kwatumye Uwiteka arahira ko nta n'umwe mubavuye muri Egiputa uzagera i

Kanani, uretse Yosuwa na Kalebu bagarukanye inkuru nziza bavuye gutata icyo gihugu.

Mu gihe cy'imbanziriza-bubyutse, muzasanga haragiye haduka abo nakwita "abasazi". Ariko abo basazi barasaraga bakagwa ku ijambo. Kandi umusazi wasaze neza nta bwoba agira:

- Nowa yarasaze agwa ku ijambo ryitwa umwuzure;
- Loti yababazwaga n'ibyaberaga i Sodomu, harashya;
- Yona yaburiye Nineve atabishakaga na gato. Yari nk'umusazi ariko ab'i Nineve birwanyeho bamenya ko babwiwe n'umusazi barihana uhereye ku mwami wabo. Kugeza ubu Ninewe ni cyo gihugu cyihannye uhereye ku mwami wabo na Guvernema yose na sena, n'umutwe w'abadepite, na ba Guverneri, na ba Mayors, n'inzego zose z'ibanze, kugeza ku nkoko na zo zabujijwe gutoragura ibiryo, inka ntizajya kurisha, ababyeyi ntibonsa abana, umwami nawe yari yavuye ku ntebe ye y'ubwami ndetse ni nawe watanze n'itangazo rikomeye, rirumvirwa. Naratangaye!

Ndasenga ngo n'u Rwanda ruzamere nk'i Nineve. Imana yahita itubabarira ibyaha byacu byose, ikanadukiriza n'igihugu burundu, nta maraso yongeye kumeneka, ariko mwaranze.

Umuhanuzi Yesaya yahanuriye Yerusalemu yambaye ubusa imyaka itatu. Hari umusazi urenze uwo koko! (Yesaya 20: 2-6). Ari uwo mu Rwanda bamufunga kuko nta kinyabupfura n'umuco yaba afite. Ezekiyeli yasabwe gutekesha ibyo kurya amabyi (Ezekiyeli 4: 12) kubera ibyaha bya bene wabo Ezekiyeli nawe byamuteye ubwoba, aborogera Uwiteka, maze aramusubiza ati *"Dore amabyi y'abantu nyagukuyeho, nguhaye ibisheshe by'amase y'inka uzabe ari byo utekesha ibyo kurya byawe"*. Ezekiyeli yakorewe ibintu bitangaje, nawe yari umusazi.

Umuhanuzi Yeremiya yafatwaga nk'umusazi. Yahoraga ku nkoni n'uburoko rugeretse ashyirwa mu rwobo (Yeremiya 5: 1-15; Yeremiya 4, Yeremiya 14: 14-18, Yeremiya: 8, Yeremiya: 23, 26 Yeremiya: 20: 1-3). Usome ibyo bice byose witonze nturambirwe, biragufasha.

Hoseya Uwiteka yaramubwiye ati *"genda ucyure umugore wa maraya ufite abana b'ibinyendaro..."* (Hoseya 1: 2). Hoseya yarongoye iyo ndaya ku gahato. Ntiyari asetse! Banabyaranye n'abandi bana, n'ab'iyo ndaya arabarera ari byo!

Muri 2 Ngoma 18, Bibliya itubwira ukuntu umwami wa Isirayeli yateranije abahanuzi magana ane (400) ngo abagishe inama. Ariko agira amakenga arababaza ati *"mbese nta wundi muhanuzi w'Uwiteka uri hano ngo tumuhanuze"*. Nabo bati hari uwitwa Mikaya, ariko nta kigenda kuko ahanura ibibi gusa. Mikaya baramuzana ahageze ati «*Icyo Uwiteka Imana yanjye iri buvuge ni cyo mvuga"*, kabone n'ubwo nanyuranya n'abandi biyita abahanuzi ngahinduka umusazi (2 Ingoma 18: 5-27).

Igihe abahanuzi 400 bahanuriraga Sedekiya intsinzi, Mikaya ahagarara yemye abwira umwami ati aba bose barakubeshya, ahubwo *"Uwiteka akuvuzeho ibyago"*. Umwami Sedekiya nawe ati urushyi nturuzira (2 Ngoma 18: 22–23). Amosi yahanuye ibyago bigomba kuba, maze umutambyi Amasiya ajya kubwira Umwami Yerobowamu ngo «*Amosi yakugambaniye, ntabwo igihugu cyakwihanganira amagambo ye yose*» (7: 1-17), Mika ati «*nziyambura inkweto ngende nambaye ubusa, nzabwejagura nk'ingunzu, mpume nk'igihunyira*» (Mika 1: 8, 9). Bati ni "umusazi".

Hari n'abandi "basazi" benshi bari mu Ibyakozwe n'Intumwa ariko cyane muzasome ibyo Pawulo yarezwe. Ni ubusazi butakwihanganirwa, icyampa nkaregwa nkabyo, bakareka kujya bambeshyera ibihimbano byo gutwika amazu yabo bandengerwaho. Dore ikirego bareze Pawulo nkunda cyane: «[18]*Abarezi bahagurutse ntibamurega ikirego cyose cyo mu bibi nakekaga,* [19]*ahubwo bamurega impaka zo mu idini yabo n'iz'umuntu witwa Yesu wapfuye, uwo Pawulo yavugaga ko ari muzima*» (Ibyakozwe n'Intumwa 25: 18-19).

Uru rubanza rwa Pawulo nararukunze cyane. Uru rubanza rwansobanuriye byinshi, kuko runyibutsa urwo naburanye i Kibungo badufunze ngo turahungabanya umutekano kandi basanze dusinziriye saa munani z'ijoro. N'urundi muri CID bampamagaje ngo ni mvuge ukuntu natwitse inzu y'umujenerali. Ngo hari hahiye igikarito cyo mu gikoni. Ni umurengwe? Ni agasuzuguro? Ni uguta umutwe, cyangwa?

Hari rero shebuja w'abasazi ari we Mwami wanjye Yesu Kristo Umwana w'Imana, na mubyara we Yohana umubatiza. Bari abasazi bujuje ibyangombwa. Kuko bavugaga bagakora ibinyuranye n'amahame ya Leta n'umurongo ngenderwa ho. Bibliya iratubwira ngo Yesu ageze «*iwabo abantu benshi bongera guterana, bituma babura uko bafungura. Nuko ab'iwabo babyumvise barasohoka ngo bamufate, kuko bagiraga ngo ni umusazi*» (Mariko 3: 20-21).

Naho Yohana Umubatiza nawe ngo babonye atajyana na bo mu kabare, ngo arye inkoko na brochettes nta na vision 20-20, n'ibindi byari bigezweho icyo gihe, baravuga ngo «*afite dayimoni*».

Tugarutse ku byo kwihana, hari umuntu umwe wambwiye ngo ndakabya, ngo ntibishoboka ko igihugu cyose cyihana nk' i Nineve. Kuki se nyine i Nineve byashobotse? Sobanura ukoresheje ubwenge bwawe, wibwire ukuri. Icyo gihe Yesu yari ataraza, hari Imana ya Aburahamu, Isaka na Yakobo gusa.

Kubera ko bari bafite ibigirwamana binyuranye nk'ibyo mu Rwanda, Yona yari yaranze no kubaburira kuko amoko yabo yanganaga bikabije maze bimuvira mo kumirwa n'urufi. Ufite amatwi yumva yumvire aha. Aho rumurukiye ni bwo aho yagombaga kugenda iminsi itatu yahagendaga umunsi umwe kubera agahimano. Agomba kuba yaranavugaga gahoro kuko n'ubundi ntabwo yashakaga ko Imana ibababarira.

Maze namwe mwisomere Yona 3, mwiyumvire ukuntu guca bugufi kw'umwami w'i Nineve n'abaturage bo muri icyo gihugu byatumye Imana yigarura, *ireka ibyago yari yabageneye ntiyabibateza.* Bumviye Imana Rurema y'Abaheburayo, iyo Mana y'Abaheburayo yabakuye muri Egiputa ni yo ab'i Nineve basenze irababababarira, bumviye Uwiteka Imana ya Yona.

Mwakumviye Uwiteka Imana ya Mariya mwa biyita Abanyarwanda mwe. Muri iki gihe rero ntacyo twakora, ntacyo twasaba bitanyuze muri Yesu, mu izina rye ni ho dusubirizwa, kuko ari na mwo dukirizwa. Aho ni ho ikibazo kiri. Kuko byanditswe kuri we no kuri jye ngo *«Dore uyu ashyiriweho kugira ngo benshi mu Bisirayeli bagwe, benshi babyuke, abe n'ikimenyetso kigirwa impaka; ngo ibyo abantu benshi batekereza mu mitima bizahishurwe; kandi nawe inkota izagucumita mu mutima»* (Luka 2: 34, 35).

Iyo Yesu aje mu bintu, impaka ziratangira, kandi ni ko bigomba kumera kugira ngo ibyanditswe n'ibyahanuwe bisohore. Mariya Esther nawe iyo avuze bahita barakara ngo mba natukanye kandi mbubaha cyane. Kuko ngo ubutumwa buba nta kinyabupfura kirimo nta burere bwiza rwose, ngo jye na Yesu na Pawulo nta discipline tugira, ngo Yesu yasubizanyaga abatambyi agasuzuguro, na Pawulo yavugishaga «ihanjagari».

Amaraso ya Yesu ni yo atweza ho ibyaha, ntabwo ari aya Data wa twese kuko ntiyigeze aba umuntu ngo bimuheshe gupfa. Kandi tugomba no gusobanura neza iyo Mana tuba tuvuze iyo ari yo kuko hariho Imana nyinshi. Dore umwuka uhari: ni nk'igihe cyo mu 2 Ngoma 18: 10-11 *«[10]Sedekiya mwene Kenāna yicurishiriza amahembe y'ibyuma aravuga ati "Uku ni ko Uwiteka yavuze ati 'Aya mahembe uzayakubitisha Abasiriya kugeza aho bazashirira.' " [11]N'abandi bahanuzi bose bahanura batyo bati "Zamuka utere i Ramoti y'i Galeyadi uragira ishya, kuko Uwiteka azahagabiza umwami. ».*

Hari n'abandi b'abanyabwoba batinya kuvugisha ukuri bagateza n'abandi ubwoba. Muri 2 Ingoma 18: 12 turasoma ngo *«Maze intumwa yari yagiye guhamagara Mikaya iramubwira iti «dore* abahanuzi bahuje amagambo ahanurira umwami ibyiza.....» ntuzane bya bindi byawe.

Ba Sedekiya nabo barahari baragwiriye: 2 Ngoma 18: 23 "*Maze Sedekiya mwene Kenana yigira hafi akubita Mikaya urushyi aramubaza ati «Uwo mwuka w'Uwiteka yanyuze he? Ava kuri jye aza kuvugana nawe?"*. Nanjye ndore! Igisubizo kiri ku murongo wa 24 kandi ni cyiza cyane, kuko hari abazi ko bavukanye impano z'umwuka, kandi twese twaragiriwe ubuntu, ndetse abakijijwe twese twavutse ubwa kabiri tukaba turi abami n'abatambyi b'Imana Ihoraho. Alleluya!

Hari abandi basazi nkunda nka ba Debora watinyutse guca imanza akanahanura kandi abagabo bahari. Ni ugushira isoni cyane! Ndetse agereka ho no kujya ku rugamba kandi abagabo bahari. Yarashyanutse cyane!. Icyo gihe amategeko ya Mose sinzi aho yari yagiye. (Abacamanza 4: 4-10). Hari undi mugore w'umusazi nawe witwa Yayeri watinyutse gukubita Sisera urubambo muri nyiramivumbi. Maze urugamba araruranginza. (Abacamanza 4: 17-22). Abagore baragwira! Bariya bakoranye mu bihe bimwe maze baruzuzanya, ndabakunda (Abacamanza 4).

Esiteri nawe yasaze ho kuko yemeye guhara amagara akiza abayuda kurimbuka kandi hari abagabo (Esiteri 4: 10-17). Yirengagije amategeko y'Abamedi n'Abaperesi, kandi cyaraziraga ko avuguruzwa cyane kuvuguruzwa n'umugore. Nawe yarashyanutse. Tekereza... Gutinyuka kurenga ku mategeko y'Abamedi n'Abaperesi atavuguruzwa. (Esiteri 4: 16).

Mariya Magdalena nawe yaje gusara no gushyanuka, igihe yasigaga intumwa mu bwoba zatinye Abafarisayo akajya kureba Yesu mu mva. Ahinduka atyo umuvugabutumwa wa mbere Yesu amaze kuzuka. Uriya mugore koko yari yarasaze kubona azinduka agashyanuka abagabo bari bahari ntabategereze ngo bakanguke bazabanze bashire iroro n'ubwoba maze bamuherekeze, cyangwa ngo ababwire ibyo bagombaga kujya kuvuga kuko bari abagabo. Yarabasuzuguye cyane ndetse yishyize no hejuru, sinzi n'impamvu batamuteye amabuye kubera ko yari yaciye ku mategeko ya Mose n'Abafarisayo, yazindutse wenyine mu museke arijyana.

Muri ibi bihe by'imbanziriza-bubyuke twirinde kurengwa tutazamera nk'abo hambere.

Hari indirimbo Abanyuramatwi baririmbye, «ni Korari yari iriho ku gihe cya Perezida Kayibanda». Icyo gihe rero hari igitero baririmbye ngo bacyuriraga abari baritandukanije nabo kubera kutumvikana, bitwaga; «abataye umurongo», maze baravuga bati: «Baramenye abameze batyo, ko basiga umurage mubi mu bana, rubanda rugufi rurabarora, uwo murengwe badukanye uzabagaruka nk'abo hambere».

Habyarimana amaze kuvana u Rwanda muri rwa rwobo, bariya Banyuramatwi bahise bitwa «abagabo b'i Gitarama», ako kanya barasuzugurwa karahava kandi bari bafite impano. Rwanda we! Icyo nanga cy'abanyepolitiki mbi, n'uko ahanini bavuga ko bashaka gusigira abana umurage mwiza, baba bafite iyerekwa ryiza, ariko cya kindi kiba mu Rwanda n'ahandi batazi kikabagamburuza, maze bagasigira ababakomokaho na bene wabo umurage mubi cyane wo gupfa, guhunga, kwangara, ikimwaro cy'iteka, n'ibindi bibi utasigira uwawe uramutse utekereza neza. Bikagendana n'isoni n'ikimwaro. U Rwanda ni ishuri-kaminuza-ntangarugero. Buri wese waryize mo yagombye kumenya ubwenge, none ndabona barisohoka mo bameze nk'uko biryinjiye mo.

Twirinde umurengwe w'uburyo bwose, twirinde kumena ibiryo abandi bicira isazi mu maso, twirinde gusuzugurana, twirinde kuvuna umuheha ngo batwongeze undi, twirinde umuteto mu gahinda. Reka mbabwire: twirinde kwishyira hejuru, n'ubwibone; twirinde gusesagura, twirinde kumera nk'aho twiremye, twirinde kuvuga ko Imana itabaho, twirinde kurya iby'imfubyi n'abapfakazi bitazadukoraho. Twirinde gushinyagurira abakene n'abamugaye, twirinde kumva ko hari uko tumeze. N'ugirira nabi imfubyi, nawe abawe bazaba imfubyi babagenze uko wagenje ab'abandi. N'ugirira nabi umupfakazi nawe uzapfa uwawe apfakare bamugenze uko wagenje ab'abandi. N'ushinyagura nawe uzashinyagurirwa. Iryo ni ihame ryo kubiba no gusarura, ntaho wabicikira.

Repubulika ya mbere yagombye kuba yarabereye iya kabiri akabarore, iya kabiri yagombye kubera iya gatatu akabarore, ikayibera n'indorerwamo, ya y'indi yo ku modoka yitwa rétroviseur, kugira ngo ibibi byakozwe icyo gihe bitazongera, maze aba bariho bavaho bagasigira icyitegererezo abazabasimbura.

Narababwiye ngo Repubulika ya mbere yarapimwe Imana isanga idashyitse, n'iya kabiri biba uko. Repubulika ya gatatu ni mwe mubwirwa: Mwirindeee! Ndapima nkabona namwe nta biro bihagije biraboneka, sinzi uko muri bubigenze. Rahira ko mudatangiye gutsindwa, umuhamagaro w'u Rwanda wabatsikamiye cyane.

Kubera ibi ibihe bidasanzwe turi mo rero, kubera «état de siège / état d'urgence» turi mo, nimwumve iri «TANGAZO». Minisiteri y'Umutekano mu Mwuka iramenyesha Abakristo b'abarokore bose ko bibujijwe kwivanga n'amadini ayo ay'ari yo yose ari byo bise «IMPUZAMADINI»:

- Birabujijwe kwirirwa mujarajara mushakisha abahanuzi, buri wese yishakire Imana ku giti cye, izamwiyereka.

537

- Mwirinde impuha z'amaradiyo runwa; uzafatwa akurikira inkuru zitari iza Bibiliya Imana itabimuyoboye mo azahanwa by'intangarugero.
- Nta guhagarara, gusenga na n'ijoro murabyemerewe kuko muyoborwa n'Umwuka.
- Musabwe kuvumbura umwanzi kandi mukavuza induru, ntihazagire umuhishira; mujye muvugisha ukuri muri byose murwanye Satani nawe azabahunga, we n'Abadayimoni be.
- Mugomba kurwanya buriya bubari bucuruza abana b'abakobwa ha handi baceza bambaye ubusa n'ibindi biyobyabwenge byose.
- Buri wese asabwe gukunda igihugu cye ntiyite ku banyamurengwe.
- Umenye inkuru idasanzwe asabwe kubimenyesha aba Pasitori, niba bahari.
- Ni byiza gufunga amadini atubatse neza kuko bituma bagura Viziyo ya Antikristo, «ariko biranatuma Yesu yunguka kuko twasubiye ku "Rufatiro rw'Intumwa n'Abahanuzi", aho bateraniraga mu ngo zabo.
- Ntacyo inyubako zitubwiye.
- Abasakurisha ibyuma nabo nababwira iki? Kuki se badacecekesha utubari?
- Mwirinde kumara umwanya munini kuri television, no mu yandi mazimwe.
- Buri wese ajye mu mwuka wo gusenga, na Polisi y'igihugu ifatwe n'uwo mwuka icunge sana, trafic cyane cyane. Abasirikare barinde imipaka.
- Buri Mukristo w'umurokore abaze Imana vuba vuba icyo amaze kugira ngo atazaburana yamaze kuba «Démobilisé».
- Niba utera (kwera) imbuto zikwiriye abihannye nturi uwa Kristo ahubwo uri umukozi wa Antikristo, so ni Satani, Urabyemera se?
- Ntimuzigere mwemera abatinganyi. Ntimuzemere gukura mo inda.
- Ntimuzemere gutwika imirambo.
- Mushyingure ayo magufa mwanitse imyaka n'imyaniko.
- Buri wese ufite ubwoba bwo gupfa ni arebe impamvu abitinya, n'uwishimiye kubaho amenye impamvu.
- Abagize Yesu agakingirizo ibyabo byagaragaye.
- Abakorera Satani mu mayeri bishushanya nabo kababaye ho isaha yabagereye ho.
- Muri iki gihe twitegura gusurwa n'ijuru, Imana yarangije gushyira hanze abishakira inyungu zabo.
- Buri wese wariye akarigisa iby'abapfakazi n'imfubyi na mayibobo n'izindi mfashanyo z'abatishoboye haba mu idini ryiyita Itorero cyangwa mu buyobozi bwite bwa

538

Leta, ibyo yibye ntabwo bizagira umumaro ntazabirya n'abamukomoka ho ntibazabiheza.
- Buri wese wabibye inzangano, yiyimbire kuko isaha yamugereye ho, nawe bazamuteranya yumve uko abaye.
- Ibyahanuwe byose byasohoye nta kindi gisigaye uretse...... ibibanziriza Impanda.
- Basetse Meshaki ngo yaravuze ngo amaboko ya Malayika agiye kumanuka, ahubwo yavuze bikeya, turi mo kumwunganira.
- Twitegure gusenga nta bya cumi bisabwa cyangwa bitangwa kuko bikiza bamwe bigakenesha abandi, kandi biteza imivurungano, ngo bikura umutima.
- Mwitegure gutotezwa kw'abarokore nyabo kuko hamanutse Umwuka Wera mwinshi, hagomba kuboneka n'abasazi benshi.
- Mwitegure itandukaniro hagati y'idini ryiyita Itorero, n'Itorero nyaryo. (Malaki 3: 18).
- Mwitegure kubahana kw'abakozi b' Imana bazasigara, kuko benshi bagiye gupfa.
- Mwirinde kwivanga n'ab'isi.; Mwirinde ibihendo by'abarozi bo mu mwuka.
- Nzakomeza kubagezaho andi matangazo yo muri iki gihe kidasanzwe.

Ubu kandi wabona hari abakutse umutima cyangwa bakampamagaza ngo ni nze nsobanure. Bo se babisobanuye? Ndasobanura iki? Mu ruhe rurimi? Bo se babisobanuye ko ari ikinyarwanda byand
itse mo. Mwirinde!

Erega ubu Imana yibutse ibyaha byose by'abiyita Abanyarwanda, yibutse urukundo ikunda u Rwanda n'ubuhemu bw'abiyita Abanyarwanda, yibutse ukuntu yagiye itugirira neza tukayitura inabi, yibutse ukuntu yagiye yihanganira kamere-hutu-tutsi-nyarwanda. Yibutse uko yagiye ituburira tukanga kumva, yibutse ibirego bya Satani n'ukuntu ayishongora ho asobanura uko twananiranye. Yibutse abazize ubwoko mu Rwanda no muri Kongo/Zayire, n'ahandi; yibutse n'abazize politiki n'abihoreye, yibutse impinja n'abagore n'abandi benshi. Yibutse abakubiswe udufuni bose irabazi none yabibutse; yibutse abo basyonyogoye, abatewe ibyuma, abazize imigozi n'amasashe, n'abo bahaye uburozi bw'amazi, abicishijwe inzara, abahambwe babona, abicukuriye imva, abatemeshejwe imipanga, abakubiswe za «Ntampongano», abafaswe ku ngufu, abo bahinduye ifu n'ifumbire babaseye mu ma mashini barengana. Abazize imitungo yabo baruhiye, Imana byose yabyibutse. Abo wibwira ko uzabisigira nabo bazabyamburwa bahasige n'ubuzima.

Imana yibutse abana bashyiraga mu mucanga bavanze n'isima bagapfa bafatanye n'iyo béton; yibutse abagore bajombye ibisongo

539

mu bitsina; ibibero by'ababyeyi babaze. Imana yibutse mbere ya za 1959 na nyuma yaho; yibutse amarira impunzi zarize; yibutse uko yabagaruye mu Rwanda; yibutse uko bayihemukiye bahageze, itangira kugira agahinda kagiye gukurikirwa n'umujinya. Imana yibutse uko yirukanye umwami, ikavanaho Repubulika ya mbere, ikirukana Repubulika ya kabiri ya Habyarimana amanywa ava, ikemera ko iya gatatu ya Kagame ijyaho. Imana yibutse ukuntu yategereje ko bavuga ko ari yo yabahaye igihugu ku mugaragaro bagashyiraho n'uwo munsi iraheba, ndetse yibutse ko bavuze ko bazi kurwana, agahinda karongera karayegura. Aka gahinda kandi kagiye gukurikirwa n'umujinya-kirimbuzi.

Imana yibutse ukuntu basenga; yibutse ibintu yababujije bakabirenga ho; yibuka ko yabujije kugurisha bimwe bimwe... irimo kwibuka abapfakazi birukankana bikoreye udutaro batabateguje ngo babibabwirane urukundo babashakire n'aho baba, maze bakabambura imineke yabo na avocats bakabirya. Yibutse imivumo y'abo bapfakazi ifite ishingiro, ukuntu bari mo kuvumaaa! Hari n'abo nabonye b'ababyeyi babahenera bavuga ngo nabo bazapfakare, nabo bazasige imfubyi bumve. Nagize ubwoba!

Hari ibindi yibutse: ariya mazu y'abacitse ku icumu afite amadirishya angana n'ijisho, kandi abaterankunga baba baratanze amafranga atubutse, n'ukuntu babihorera bakayubaka kuko «usenya urwe umutiza umuhoro». Yibutse byinshiii... ntarondora.

Twigeze kubona ko mu mateka ya Bibiliya, iteka mu gihe cy'imbanziriza-bubyutse, hajyaga haduka abakozi b'Imana barangwa no kudakorera ku bwoba, ba "basazi" basaraga bakagwa ku ijambo. None reka ngire icyo mbibariza mwebwe banyarwanda mwakoreraga Imana mukiri mu mahanga: mugeze mu Rwanda mwabaye iki? Mwasamwe n'ibyari mu gihugu ntimwabimenya?

Umunyarwanda wakoreraga Imana mu mahanga, kimwe n'abandi bose iyo yamaraga kwambuka umupaka yinjira mu Rwanda yahitaga aba umututsi mubisi, agahita atangira umunsi mukuru; ngo "intsinzi bana b'u Rwanda intsinzi"!. Byanze bikunze yahitaga aba umuhutu cyangwa umututsi cyangwa umutwa. Nako nari nibagiwe ko ngo nta muhutu wavuye hanze cyangwa umutwa, bose ngo bari abatutsi b'umwimerere.

Iyo yamaraga kuba umututsi cyane, umwana wa ba bandi birukanywe n'abahutu muri za 1959, yahitaga ahindura byose, agatangira ubuzima bushya bwo mu byaha, agahinduka "normal".

Bibagirwa vuba! Normal rero mu Rwanda ntikora; urashyuha cyangwa se ugakonja; iyo uhinduye Imana inyantege nkeya iguha agahe ko kongera kuyifata nk'inyembaraga; iyo ibibuze irabyizanira; ntabwo yabyihorera burundu kandi igushaka.

Cyangwa mwashakaga gushimangira imvugo ko Abanyarwanda turi ubwoko butagonda ijosi! Kandi koko, ibitangaza n'ibyago byabereye mu Rwanda iyo bikorerwa ahandi baba barihannye! Ibyo Abanyarwanda barebesheje amaso, iyo bibonwa na Tanzaniya baba barihannye; iyo bibonwa n'abagande baba barihannye; iyo bibonwa n'abanyakenya baba barihannye; iyo bibonwa n'abo muri Gabon, baba barihannye. Ni yo mpamvu abiyita Abanyarwanda bagomba guhanwa kubera kutumvira kwabo. Kuko ibitangaza byabereye mu Rwanda, ibyago n'ibyorezo byabereye mu Rwanda, itsembabwoko ryabereye mu Rwanda, iyo ribera ahandi baba barahindukiriye Imana. Impunzi z'Abanyarwanda iyo ziba iz'ahandi; imfungwa z'Abanyarwanda iyo ziba iz'ahandi ziba zarihannye.

Ariko Yesu yabwiye abo bose ati: "*Bafite Mose n'abahanuzi, babumvire. Kandi nibatumvira Mose n'abahanuzi, n'uko batakwemera n'aho umuntu yazuka.*"

Imana iratuzi, niba Yesu yaraje gucungura abantu akaba ari bo bamubamba se, jyewe ndi nde wo kwemerwa na bene wacu? Naba mbasaba ibyo badafite. Naba nyuranije n'Umwami wanjye. Ariko rero uwiyita Umunyarwanda n'Umunyarwandakazi, aho uri hose, ufite Mose n'abahanuzi, na Mariya (Luka 16: 29)

ITORERO RYO MU RWANDA NYUMA Y'AMAHIRWE YA NYUMA.

Ububyutse bwo mu Rwanda bugereranywa n'umugore utwite ugiye kubyara. Uburyo bwo kubyara nzi kugeza ubu ni bune, niba hari ubundi nta kibazo ndakoresha ubu:

1. Hari ukubyara neza nk'uko ababyeyi babyara; impundu zikavuga ngo Ahiiiii!hiiiiii!hhiiiiii!
2. Hari ugutinda ku nda hakaba hatangiye ibibazo, abaganga bagatera umubyeyi ibyo bita «Theobal», bituma ngo ibise biza vuba vuba. Sinayitewe ariko ngo irababaza cyane, ikanasiga umubyeyi ababara mu mugongo.
3. Hari igihe umwana aba ari munini bakamukurura bakoresheje «ventouse». Nanjye ni ko byangendekeye mvuka, kandi na n'ubu ndacyafite inkovu mu gahanga. Kubera ahari ko icyo gihe hari hataraza amajyambere n'ibyuma byinshi kabuhariwe, byansigiye umwobo mu gahanga.
4. Hari n'igihe binanirana, umwana acyicaye ataracurika umutwe ngo afate "position" yo gusohoka, cyangwa se yitambitse, cyangwa ari umunebwe gusa, cyangwa hari ibindi bibazo. Icyo gihe abaganga b'inzobere mu by'abagore babaga uwo mubyeyi, ariko aba ari hagati yo gupfa no gukira, n'ubwo amajyambere yaje. Kuko bashobora kumutera ikinya akagendera ko. Hariho n'igihe umwana abigendera mo cyangwa se bagapfa bose.

Ku birebana n'Ububyutse bw'u Rwanda rero, Itorero riratwite ariko kubyara neza byararinaniye. Muganga mukuru ari we Mwuka Wera arakomeza aragerageza, ariko mu kugerageza amakosa yose yakozwe n'uyu mugore utwite, ibibazo byose ni we wabyiteye.

Uhereye kuva yasama iyi nda, "uyu mugore" yitwaye nabi cyane: ntiyigeze yikingiza; nta fishi agira; ntiyigeze arya indyo yuzuye ikwiriye umugore utwite umwana umeze kuriya; ntiyambaye imyenda imurekuye; kenshi yagiye anahisha iriya nda; ahisha ko atwite; n'ibindi byinshi byazatuma atabyara neza; yagiye akora imirimo idahuye n'uko ameze; yagiye yiha kwigana abadatwite. Ni yo mpamvu kubyara neza byananiranye. Iyo kubyara neza binaniranye, hatangira uburyo bwo guterwa za «Theobal». Na byo birananiranha, basanga umwana ni munini n'ubwo atariye indyo yuzuye, ariko ntibamukurura kuko batinyaga ko byamugiraho ingaruka mbi kandi akenewe cyane, kandi ubwo ni ko uwo mubyeyi afite ibise. Ibise kandi birababaza cyane, abagore babyaye bonyine ni bo babyumva.

Ikibazo rero: Kubyara neza byaranze; umugore aterwa Theobal imusigira ububabare n'ubumuga bwo guhora ababara mu mugongo; bagiye no gukurura umwana basanga hakwangirika byinshi. None inama y'abaganga yarateranye yemeza ko uyu mugore agomba kubagwa, n'umugabo we yarabisinyiye. Impamvu nyamukuru ni uko uyu mwana akenewe vuba cyane kandi akazavuka ari muzima. Nyina sinzi uko bizamugendekera, kuko ashobora no kubigenda mo. Ariko igikenewe ni "UMWANA".

Ufite amatwi niyumve icyo Umwuka abwira Itorero: Uyu mwana ni we "BUBYUTSE". Imana igiye gukubura ibishingwe n'urukungu ibitwike hasigare amasaka meza, kandi arahari n'ubwo ari make bwose. Imana yahaze amayeri abiyita Abanyarwanda bayishyiraho, bibwira ko Imana ari igicucu bakagenza uko bishakiye, bazi ko bayiremye mu ishusho yabo. Mwanze kureba ku Musaraba, ngo mwizere uwawubambwe ho. Mwanze kujya munsi y'Umusaraba, ngo mwakire imbabazi. Mwanze gukunda Imana n'Umwana wayo, mwanze no kuyumvira. None iraje kandi ije irakaye.

Ni agahinda kubona uyu mwana yazarerwa na nyina wundi ataruhije, bitewe n'uburangare bwa nyina nyawe, kuko ntiyumva inama, ari mu majyambere. Césarienne ni bwo buryo bwa nyuma bukoreshwa, ariko uyu mwana we agomba kuvuka byanze bikunze. Nyina baramubaga rero. Kandi abagore batinya kubagwa cyane.

IBITAMBO BY'INTWARI Z'IBIKENYA

«Kuko ukurikije amategeko ibintu hafi ya byose byezwa n'amaraso, kandi amaraso atavuye ntihabaho kubabarirwa ibyaha». (Abaheburayo 9: 22)

Igitambo ni ikintu kicwa kugira ngo kigire icyo kirengera kandi nta gitambo kibaho. Igitambo kigomba gupfa kuko kiba kigiye mu mwanya w'icyo gitambiwe. Bivuga ngo igitambo kirapfa, icyo gitambiwe kikabaho. Ukurikiranye uko byagiye bigenda muri Bibiliya, ukareba n'igihe cyose mu mateka y'isi, cyane cyane ay'iwacu mu Rwanda, uzasanga hagomba kubaho «ibitambo by'intwari z'ibikenya», kugira ngo hagire ibibaho. Habaho ibitambo kugira ngo bicungure, bibe impongano, bipfe mu mwanya wa bya bindi bigomba kubaho.

Ndabaha urugero rwa mbere rw'igitambo mwese muzi: Yesu Kristo. Sindi butinde ku bye benshi murabizi, yaritanze aba igitambo gikomeye kizima, aritamba ngo tubeho ubuziraherezo. Arapfa tubaho. Igitambo kigomba kuba nta nenge gifite.

Reka noneho turebe ibindi bitambo wenda utari uzi byatambwe ngo hagire ibikira. Kubera ko igitambo kigomba kuba ari kizima akenshi gikunze no kutagira inenge kigomba gusuzumwa, kigomba kuba ari gitoya mu myaka kugira ngo kigire agaciro kuko igitambo cy'umusaza ntabwo byakumvikana neza, kuko n'ubundi aba yegereje gupfa. No mu bitambo by'inyamaswa Imana yasabaga izikiri ntoya:

- Isaka, dore ko ashushanya Kristo, yagiye gutambwa afite imyaka 13, nawe unyumvire!
- Abana b'igihe cya Mose babaga ari abahungu b'uduhinja, kuko itegeko ryavugaga ko abahungu bavutse bagombaga kubaniga, ariko abakobwa bakabaho. Bariya rwose babaye ibitambo bya Mose kuko ni we Satani yahigaga.
- Abana b'igihe cya Yesu *"kuva bamaze imyaka ibiri n'abatarayimara"* nabo babaye ibitambo bye byamutegurizaga kugira ngo nagira imyaka 33 nawe azacungure isi ari umusore w'intarumikwa. Muri Bibiliya hari mo ibitambo byinshi by'ibikenya.

Reka noneho tuze iwacu mu Rwanda. Habaye mo ibitambo byinshi ariko ibikomeye muri byo ni igihe cyose habaga hari intambara z'amoko hagati y'abahutu n'abatutsi, cyangwa se cyera abami batanze cyangwa bagiye kwima, cyangwa hari ikindi kibazo gisaba igitambo.

Buri gihe hicwaga cyane abasore, abana b'abahungu. I Burundi ho rwose ngo bajyaga bica abagabo gusa hagasigara abagore b'abapfakazi. Biri mu mateka yabo. Mu Rwanda ni ho bagaciye muri jenoside bica n'uduhinja, babaga n'amada, botsa n'ibibero by'abagore, barya n'imitima, banywa n'amaraso yabo. Ibitambo bikunze kuba igitsina gabo kuko no mu isezerano rya kera Uwiteka avuga ngo *"Nibamuhe amasekurume n'amapfizi y'inka n'intama"*.

Sinzi impamvu Uwiteka akunda igitsina gabo. Nawe kora ubwo bushakashatsi uzatubwire ibyo wagezeho. Hari ikigomba kuvaho ngo ikindi kijyeho, kuko ntibyabangikana, kirazira!

Umva neza: Kuki hapfuye abatutsi mu itsembabwoko? Kwari ukugira ngo bene wabo bari hanze babone inzira. Biri mu Mwuka cyane ariko n'utekereza neza utarakaye urabyumva. Ibi ntibitere abacitse ku icumu akandi gahinda, ntabwo ari ukubashinyagurira ndabyandika nciye bugufi cyane, kandi bazi ko mbakunda. Ariko n'uko ari ko kuri kandi ntabwo Imana ibanga, nk'uko itanga Abayahudi, ahubwo hari imigambi idakuka igomba gukurikizwa byanze bikunze. Kandi bihangane abasigaye bakifata neza ibahishiye uruhisho rwiza vuba, izabamara umubabaro, izabahanagura amarira, mwihangane, ahubwo mwitegure kujya mu myanya ariko mwubahe kandi mushake Imana. Muharanire kubona agakiza kabonerwa muri Kristo Yesu.

Intwari n'iki? Intwari ni umuntu ukoze ibyo benshi badakora, batakora, cyangwa bakeka ko yazakora, barebeye ku byo agaragaza. Mu Rwanda ho baranabipanze maze babica mo imirwi: hava mo INTWARI, IMENA, IMANZI ariko byose biganisha ku byo bakoze.

Igikenya n'iki? Igikenya ni umuntu upfuye akiri mutoya. Akenshi ntidukunze kubyitaho ariko ndagira ngo nshyire ku murongo ibikenya by'ibirangirire, bikeya ushobora kuba uzi. Kugira ngo nkorohereze ubyumve neza, ni wa wundi upfa bigacika buri wese akabyibaza ho.

Hari ukuntu aba azwi noneho yapfa bigateza imivurungano, bitabujije ko n'abatazwi nabo bakenyuka. Bariya basirikare bose bagwa ku rugamba, baba ari ibikenya byo guhesha imbaraga ubwami buba buriho n'ububa bushaka kujyaho, biterwa n'abo baba barengera. Abasirikare abenshi baba ari abasore b'intarumikwa.

Ndavuga abo nzi nawe uzamfasha hari abo uzi. Yesu Kristo ni «Igikenya», na Yozefu umugabo wa Mariya, Sitefano, na Yakobo mwene se wa Yohana, «bene Zebedayo». Na Yohani umubatiza, umwami Rudahigwa, umukobwa wa Yefuta, Mayuya, ba Rwigema na ba Bayingana na Bunyenyezi, ba Rwendeye, ba Sankara Thomas, n'abandi nk'abo nawe waba uzi. Haba hari impamvu baba bakenyutse.

Bariya basirikare bagwa ku rugamba bose urwo ari rwo rwose n'iyo baba barwanira ukuri. Nzi impamvu ariko sinyisobanura none aha, cyeretse ubutaha. Uzabaze abakoreye Satani cyane bazakubwira ibyo abasaba ngo agire ibyo abakorera. Imana na yo rero, iyo utizeye amaraso y'Umwana wayo, ngo abe ari yo uyishyira imbere ahoshe uburakari, hakoreshwa bwa buryo bwa cyera igihe cy'ibitambo by'Abalewi mu Isezerano rya Kera.

Buri gihe Satani aba arekereje ngo asabe ibitambo. Iby'Imana bifite amahame yihariye ntakuka, ntacyo wakora ngo ubihindure. Ariko......... NYAMWANGA KUMVA NTIYANZE NO KUBONA, NYUMA Y'AMAHIRWE YA NYUMA.

«[20]*Uwiteka aravuga ati "Ubwo gutaka kw'abarega i Sodomu n'i Gomora ari kwinshi, ibyaha byaho bigakabya cyane,* [21]*ndamanuka ndebe ko bakora ibihwanye rwose no gutaka kw'abaharega kwangezeho, kandi niba atari ko bimeze, ndabimenya.»*. (Itangiriro 18: 20)

RWANDA NYUMA Y'AMAHIRWE YAWE YA NYUMA URACYAFITE UMUZI W'INZIKA Y'INZIGO.

Mu by'ukuri nta gahe gasigaye, buri muhutu, buri mutwa, buri mututsi, abiyita Abanyarwanda bose, bashatse bakwishyira mu maboko y'Uwabaremye kuko tugeze cya gihe Imana ibwira Nowa iti «*Iherezo ry'abafite umibiri bose rije mu maso yanjye...*» (Itangiriro 6: 13).

Yesu yabwiye Abafarisayo ati «*Kandi uko byari biri mu minsi ya Nowa, ni ko bizaba no mu minsi y'Umwana w'umuntu:* [27] *bararyaga, baranywaga, bararongoraga, barashyingiraga, bageza umunsi Nowa yinjiriye mu nkuge, umwuzure uraza urabarimbura bose.* [28] *No mu minsi ya Loti na yo byari bimeze bityo: bararyaga, baranywaga, baraguraga, barabibaga, barubakaga,* [29]*maze umunsi Loti yavuye i Sodomu, umuriro n'amazuku biva mu ijuru biragwa, birabarimbura bose.* [30]*Ni na ko bizamera umunsi Umwana w'umuntu azabonekeraho*». (Luka 17: 26-30).

Murumva ko igihe cya Sodomu na Gomora Aburahamu yatakambiye kugeza aho Imana yigendeye Aburahamu agasigara avuga? Na bwo ngo uwo mujyi wari uteye imbere cyane bose bawutangarira kubera ICT. Yesu yarongeye abwira Sawuli (Pawulo) ati «*Biragukomereye gukomeza gutera imigeri ku mihunda*». Icyo gihe Sawuli yari akabije gukora mu jisho ry'Imana n'Umwana wayo, akora, agakoreshwa n'idini. Uko byamugendekeye murabizi. (Ibyakozwe n'Intumwa 9).

Icyaduha tukamera nka we aho kumera nka Herodi (Ibyakozwe n'Intumwa 12: 21-23). Ubu kandi kubera gupinga kwawe, ntushobora no kubitekereza ho, kuko uri «very busy». Cyangwa use na wa mu "afandi", ngo umukozi w'Imana yaramubwirije, maze arangije afandi warutashye amaze guhaga no kugira ibintu byinshi, wiyizeye, wifitiye «vision» ye n'imbunda ze, wamaze kwaguka, aramusubiza ngo ibyo ni za «ayidewolojizi» zimeze nka biriya by'abarabu ba *Al-Qaida*, na Al-shabab bizirika ibisasu, ngo ni imyumvire yambura abantu ubwenge, ngo ni amadini. Undi yaramwihoreye, ariko amutega iminsi kuko nta wiyita Umunyarwanda wakagombye kuvuga kuriya.

Nanjye nti: ibije ntabwo azabibwira abakeka ko birimo za «ayidewolojizi». Kandi kugeza ubu turemeranywa ko mu Rwanda nta muntu ukomeye uhaba, niba wanibeshyaga hita wibeshyuza kuko nawe uri kuri lisiti y'abantu badakomeye, kandi nturi butinde kubibona.

REKA MVUGANE NAWE RWANDA, AHARI HARI ICYO WAMARA

Rwanda, Rwanda, Rwanda ko mbona uriho umuhamagaro. Ko mbona uriho umuhamagaro ujya gusa n'uwa Sawuli/Pawulo. Mbese ntuzi ko kubera ko Sawuli Pawulo yari ariho umuhamagaro, Yesu yamugenje kuriya abanje kumutungura, amukubita hasi ku manywa y'ihangu, agahita ahuma akamara iminsi ITATU atarya atanywa. Ibyakurikiyeho urabyibuka? Uribuka ko yakoze n'akazi kurusha izindi ntumwa. Kuko «*uwababariwe byinshi akora cyane, akunda cyane, ibye byose ni cyane*».

None rero Rwanda nawe warabwiwe, wabwiwe n'umuhisi n'umugenzi, nyamara wanze kumva imiburo y'Imana. Wabwiwe n'abantu ubwirwa n'ibintu, ubwirwa n'ibihe, ubwirwa n'ibyago birenze urugero; ubwirwa n'ibyakubaye mo, ariko ntiwumva.

Ndaje rero nkubaze kandi unsubize kuko nzi ko ukunze kwigira "umunyabwenge". Uyu munsi ndashaka kuvugana nawe Rwanda, kuko abandi bananiye. Kuko wowe udafatika ahari hari icyo wamara, n'ubwo nawe utoroshye.

RWANDA, RWANDA RWANDA:

Wabwiwe n'abiyita Abanyarwanda atari bo, ubwirwa n'abanyamahanga, wanze kumva. Ndabwira u Rwanda kuko rufite amatwi, kuko ruriho umuhamagaro nk' igihugu. Kuko uwiyita Umunyarwanda we yarananiranye, ntakoreka, ntafatika, ahora yihinduranya kubera ko afite amavuta y'ubukenya ahora abira.

Rwanda, kuki buri gihe wishakira imidugararo, ugakunda intambara ukanga amahoro kandi ntacyo atwara? Rwanda wakwibabariye ukikunda urukundo rusanzwe ntiwiyange ngo wiyahure wiyahuze n'abagutuye. Ubonye igihe wahereye koko! Rwanda wanze kumva! Igihe wahereye na n'ubu nturashegeshwa n'ibyakubaye ho bikakubera mo na n'ubu bikaba bikikubikiye ngo byongere biguhekure. Urumva ugishaka guhangana n'Uwaguhanze akagushyira ku ruhande nk' igihugu yitoranirije ngo kizavuge ubutumwa ku isi buteguriza Impanda. Rwanda wabaye ute? Kuki ukunda guhangana?

Mfite ikibazo. Ni wowe uhora uteza ibibazo? Cyangwa ni abagutuye, cyangwa n'abakwitirirwa, abitwa iryo zina ryawe? Ese ni wowe waribahaye? Cyangwa bararyihaye, cyangwa se barihawe n'Uwaguhanze? Abiyita Abanyarwanda ni aba ki? Bavuye hehe?

547

Nsobanurira ukomereze no ku by'amoko...... na byo ndabikeneye kuko ibyawe byose ntibisobanutse, ni na yo mpamvu uruhanya.

Ubonye n'amoko y'abagutuye na yo ngo yigire akari aha kajya hehe!. Uri akamasa kazaca inka se? Uri Kazihamagarira ko ukunda amatiku nk'iki? Ushobora kuba uri na Bangamwabo, cyangwa se Bariyanga.

Ndakomeza kukwibariza: Uri «*ishyanga ry'abantu barebare b'umubiri urembekereye, ryahoze ritera ubwoba na bugingo n'ubu, ishyanga risenya rigasiribanga igihugu cyaryo kigabanywa n'imigezi*» (Yesaya 18: 1). Abagufi se bo babarizwa hehe? Aho si ho ukura ibibazo by'insobe? Yemwe abasiribanga igihugu cyabo mwe! Mukaba mwarabaye akabarore ku isi yose! Rwanda ugatera ubwoba ukuvuze wese n'ukumvise. Buri wese aba akeneye kukureba, buri wese akeneye kugushora mo imari. Kuki ukunda gushukana?

Ukunda kwibonekeza kandi ntako umeze. Abagutuye bamwe babuze aho bahunika ibisahurano kubera ubwinshi bwabyo, abandi baricwa n'inzara ku mugaragaro. Urumva ibyo wabirata? Uhora ushaka guseruka ngo bakurebe? Barakureba mo iki? Urimo iki? Cyeretse niba ari amaraso uhora ugotomera bakeneye ko ubaha ho. Erega ukajya aho ukihandagaza maze bamwe mu bagutuye bakakubeshya ko ngo bagukunda kuruta uko bikunda. Kandi na byo ukabyemera! Ngo hari abagukunda kurusha abandi da? Barakubeshya! Ndetse n'ibihangange ntubitinya, dore byose byarangije kugupfukamira. Baguha ibikombe bameze nk'abigura, kandi usize induru ivuza ubuhuha mu wawe. Uri umwiyahuzi! Uzi no kubihisha ntibabimenye, ariko igihe cyaje ndetse cyasohoye, bigiye kujya ahagaragara nk'ibyambaye ubusa. Uri ho iki Rwanda we!

Ariko n'iki utunze Rwanda gituma uhora uteza akaduruvayo? Aho si ibyakubaye mo byahahamuye isi? Aho si ubwenge bwinshi bw'ubucakura waremanywe, ukananirwa kubwubahisha uwabuguhaye. Cyangwa ni iperereza wahise mo kugira ngo ukomeze wiremere abanzi benshi. Ufite amashuri menshi ariko ntiwiga, kandi nta barimu wigirira. Uzi kwiyoberanya gusa gusa. Aho si amaraso yakumenekeye mo atuma uhora usabayangwa ugasabayangisha n'ukuri mo wese? Wumva uri iki cyatuma utagirwa inama? Wowe iyo utekereje wumva uri iki koko?

Ko uzi ko ufite ubumenyi se wanyunganiye ukambwira impamvu uhorana ibibazo kandi ugateza ibindi. Wararahiye ntiwabaho nta nduru ikuvugiye mo cyangwa ubwawe ukayivugiriza. Ukunda gushungerwa kandi wanga kumwara. Cyangwa ni ubutunzi buhishe munsi y'isi yawe no hejuru yayo no mu mazi yawe buhora bukuzunguza? Rahira ko utazunguzwa na byinshi utanazi, kandi wowe uzi ko uri «Bamenya». Niba wari uzi ibyo nzi Rwanda we!

Ukunda icyubahiro kandi hari ugikunda kukurusha dore ko anakurusha amaboko nyabusa! Wumve neza ko akurusha amaboko, umva ko uzi kurwana reka turebe, cyangwa tuzanarebe kuko biraje ndetse birasohoye, wanze ukunze reka turebe! Wanze ukunze uraba mushya. Ngaho rundanya intwaro turebe! Urarasa nde ureke nde? Ko wahagurukiwe na benshi, uriyambaza nde ureke nde, ko ugeze aho utazi umwanzi n'umukunzi? Aho ugeze ni ha handi wamenyereye, aho byose ubivanga bigatuma ushobora no kwikora mu nda. Kuko uba ugeze ahamanuka nko kuri Buranga kandi nta feri ugira.

Ko ukomeje amajyambere bite byawe? Ko ukomeje kugira abanzi benshi, mbese urabagenza ute? Ba uretse bari bugufashe gusenyuka.

Rahira ko atari amavuta wasutswe ho ukoresha nabi kubera kutamenya ibihe kwawe, bigatuma utanahishurirwa, maze akakwiyokereza kuko ahora abira. Ntajya akonja ngo aguhe agahenge maze nawe ukayavanga n'amaraso atari ho imanza uhora umena, maze uko kuvanga bikakotsa. Bizanakotsa koko rero, ndetse biraje bikotse. Uzageza hehe Rwanda kuvanga ibyawe byose n'amaraso. Uzabivangura ute se ko warangije kubikoroga cyane.

Mbwira aho ubuhangange bwawe buva Rwanda. Mbwira kandi ntumbeshye bya bindi byawe wihaye byo gucurika abantu n'ibintu ngo ni bwo bwenge. Kubera kuruha cyane, ukaba uzi no gusibanganya ibimenyetso. Iyaguhanze irarakaye ivuza impanda, ifite agahinda n'umujinya mwinshi, igatera mu rya wa muhanzi wagize ati:

«*Urashaka amakosa hose, kuko wowe ngo uri umwere Rwanda, abandi ngo ni bo banyabyaha. Urarema ugahimba ubutitsa, ngo byange bikunde mererwe nabi*». Akongera iti «*Narakugoragoje urananira, naguhaye ayera bigoye......*», kubera kutagonda kwawe yagiye iguha imyanya myiza iranaguhanika, iragutumbagiza ariko ntiwumva; uba uzi ko ari wowe wabikoze...... *Nkwicaza aho benshi baririra uranga wigira KAGARARA*.

Ntiwigeze ushimira Imana ko ari yo yakugejeje aho hose, byose ngo ni wowe, ngo urihagije. Ni yo mpamvu uhereye ubu nkwise «Kagarara», kugeza igihe uzasubirira ku murongo uri «Kagarara». Wibwiye ko ntagira umutima ushengurwa n'agahinda, wibwira ko ntagira ubwenge, wigira intakoreka. Kuki uri intakoreka?

Nyibagirwa Rwanda, nyibagirwa se nyine n'ubwo twabanye, ariko ndagusabye nyibagirwa, kandi unyibagirwe burundu. Byose ngo ni wowe wabyihaye, uwo mwuka uhumeka ngo ni wowe wawushakashatse uwugera ho, ni wowe wigize, uri: «Mugabo arigira»?

Ushatse nawe wakomeza ugafatanya agahinda n'Umuremyi kuri dosiye yawe Rwanda! Kuki utumva Rwanda? Kuki ibyago bitakumvisha Rwanda we! Kuki wibagirwa vuba? Kuki usuzugura abagutumwe ho nk'aho uri umwana wo kurimbuka? Kuki utibuka ibigufitiye umumaro?

Ariko amaboko ufite wayakuye hehe Rwanda? Ubwo butwari bwawe buturuka hehe? Ako gasuzuguro ko se kavuye hehe? Mbega ubwiyemezi no kwanga agasuzuguro! Wambwira aho wabikuye? Ariko ibyakuvuzwe ho bizasohora byose nta kibuze ho? Nsubiza, erega uzi icyo uriho! Uzi ubwenge ariko ujye uba na muzima.

Ni nde ukesha ubwenge Rwanda? Ese ko utavuga kandi ubundi usanzwe uri imvuzivuzi, wabaye iki? Watsinzwe se da? Cyangwa urimo gupanga ibindi, ibyo nkubwira wabisuzuguye nk'uko usanzwe, wansuzuguye? Dusuzugurane? Njye se ko naba mfite icyo ngusuzuguranye wowe ufite iki?

Rwanda ndagutinya kuko ushirika ubwoba ukaba ukunda no guhangana. Ubu se uzabiva mo? Uri nka wa mugore w'inyongezankoni? Ngo uratabara ntuterwa? Mbega ibinyoma gusa! Uribeshya ugira ngo urambeshya. Ahubwo ushigaje kwitera ubwawe, cyangwa byaranabaye ukabihisha dore ko wibwira ko ari wowe uzi ubwenge wenyine. Aho uhisha hose hari Ireba, umunsi umwe izabikubaza ubure icyo usubiza, ndetse uzanamwara ubure aho ukwirwa.

Warangije kwitera ugirirwa akabanga none urashaka kukimenera ubwawe. N'ubundi ni wowe usanzwe wiva mo, kandi noneho nta n'icyo bikimbwiye, kuko urancenga cyane, ndabihaze, dore watangiye no gusibanganya ibimenyetso. Kuko ukunda kugaragara neza inyuma kandi imbere hawe haraboze, ukunda kuvangavanga byose.

Byose byakuba ho, cyangwa byakubaye ho, cyangwa bigiye kukubaho. Ko wanga n'agasuzuguro kandi bavuga ko gucishwa bugufi bibanziriza gushyirwa hejuru, maze kuba hejuru na byo bikabanziriza gucishwa bugufi? Jye ndi wowe nahita mo ubu kuba ncishwa bugufi; nigirira ubwoba bwo kwambarira ibicocero aho nambariye inkindi.

Ko wanga guseba wakubashye Iyaguhanze. Kuko njye byambayeho ibyo nkubwira ndabizi. Ariko ndabona uri hejuru cyane mu bushoroshori ibikoba bikankuka Rwanda, maze amabere na yo akikora kandi ntaheruka konsa. Mbona ibyawe bisa n'ubukunguzi, kandi ni wowe wikungurira.

Ngire nte se ko «gukunda ikitagukunda ari nk'imvura igwa mu ishyamba». Menya ko urushya gusa. Ariko nanjye ndarushye cyane, ndarushye rwose, kuko nk'uko bavuze ko urugiye cyera ruhinyuza intwari, nanjye urampinyuje, kandi ndemeye. Kandi ngo «*akiziritse ku muhoro gasiga kawuciye*» Ntabwo unciye ariko uranshegeshe. Kandi ngo «*akamasa kazaca inka kazivuka mo*». Urashaka kumpindura akamasa? Cyangwa ni wowe kamasa?

Nkugenze nte se ko wananiye ukaba warananshobereje cyane! Waranzitiye umbuza kugira agahinda mbabaye, umbuza guseka nishimye, umbuza kurera narabyaye, umbuza guhumeka mfite ubuzima, umbuza epfo na ruguru, umbuza kurira napfushije, umfunga ibumoso n'iburyo, umbuza kurya nshonje, umbuza gukundwa mfite igikundiro, umbuza kuvuga uko mbyumva nisanzuye. Kuko buri gihe ngo haba hari abashinzwe gukora iperereza ku byavuzwe, kubera kutiyizera kwawe, uhorana ubwoba bwakokamye. Ariko nzagera aho ngutoroke narangije no kubona icyuho, kandi wowe ntubizi umva ko uri Bamenya. Uzankura hehe? Uzamenya nyuze he? Uzabwirwa n'iki ibyo ntekereza? Cyeretse ubihimbye nk'uko usanzwe.

Ndacyafite ibisebe byawe wankomerekeje, bimwe ndacyabigendana, na n'ubu biracyava amaraso. Ibindi byarakize ariko inkovu zabyo kuzirinda birutwa no kurinda ibisebe ngo bidatonekara, kubera ibyuririzi uhorana Rwanda. Kuko nta wawe udafite igisare, n'ugukunze arabizira, n'ukwanze bikaba uko. N'ukuryarya mukabana muhanganye mu byo wita ubwenge, maze *akaguhisha ko akwanga, nawe ukamuhisha ko ubizi*. Ubwo ngo ni bwo bwenge wahise mo.

Hari icyo namenye usa n'aho utazi cyarakwisobye: ukunda abakwanga ukanga abagukunda. Ariko wabaye ute Rwanda? Ko mbona usa n'aho ucurika ibintu. Ufite amatwi ariko ntiwumva, ufite amaso ariko ntubona, ufite intege nke ariko ntubizi.

Niba wari uzi ibyo nzi Rwanda, wakumva imiburo yanjye, wakumva ko ndushye guhora mvugira ubusa, wanyumvira ugakura ibishimwa mu bigawa. Wareka nkakuyobora kuko naraguhawe. Naguhishuriwe n'Uwaguhanze, none hama hamwe se nyine.

Ugira abana bananiranye. Abenshi babaye ibirara. Ni nka wa muririmbyi wa kera igihe yagiraga ati «*Rwanda urabyara ugaheka kandi ugahora ku bise, abo bana uzabarera ute*»? Koko rero kubarera birakomeye nawe urabizi ko bakunaniye, kandi kubarera byoroshye, ariko kubera ko utagirwa inama, ndakureka utorome.

Uwo muririmbyi arongera ati «*Rwanda uracyakennye cyane kandi ukagira abanebwe*». Yunga mo ati «*Rwanda urafite abanyarugomo ndetse n'imbunzarunwa*». Abo bana uzabagenza ute? Ngaho se subiza twumve. Ntiwabona na byo ubifitiye ibisubizo? Uzabagenza ute? Uzabashyirira ho za Komisiyo se? Cyangwa Urukiko rwihariye? Ko abenshi bahahamuwe n'ibyababaye ho bakuri mo, urabagenza ute? Ko nabonye batangiye no kugutinyuka, bahaze iterabwoba ryawe, biyemeje no guhara amagara, kuko ngo ntuvuguruzwa. Baraje bakuvuguruze amanywa ava, maze ndebe uko wifata. Imana indinde ikimwaro cyawe.

Rwanda uhorana abinjira n'abasohoka, batagiye muri misiyo cyangwa se babonye "bourse". Ntabwo ari ibisanzwe ahubwo bamwe baba bagutashye abandi bagusohotse mo, birukanwe na ba bandi na none bari barirukanwe na bariya. Benshi batorotse akenshi kubera inzara n'inzangano, na politiki, n'amashyari menshi aterwa n'ubusambo n'umururumba uhora mu bagutuye, n'ibindi by'ubugome byashinze imizi. Ntibaba mu rugo, benshi baheze ishyanga.

Uzi ko buri gihe uhorana abari ishyanga? Abandi barapfa ubusa gusa kubera umururumba ukuri mo Rwanda, n'umwuka w'ubukenya wabasaritse. N'iyo barya bagahaga sinzi uko babaye, wagira ngo ni imbuto baguteye mo. Abandi bangana urunuka n'iyo baba bava mu nda imwe, cyangwa barabanye, cyangwa baraturutse hamwe, cyangwa barahunganye, barabanye mu makambi, cyangwa barafunganywe, cyangwa barakoranye amahano, barafatanije kwica urubozo. Kuko iryo ni ibanga ryawe wahishe ubundi ritari rikwiye gusohoka none byose biri hanze. None bavananye mo, urabigira ute?

Kandi abawe bose bashatse ntawaseka undi, kuko bombi banyuze mu nkambi z'impunzi, kandi bose bafite ibiganza biriho amaraso. Ni abarwayi bari mu byiciro. Ibi urabizi cyangwa mbisubire mo ndavuze ngo «abawe bose bariho amaraso, cyangwa abakwiyitirira kugira ngo ubyumve neza, ubyemere ubyange, usakuze, wiheke wiyururutse, abawe bose ni abagome, uretse ko ubugome bwabo burutana sinzi uwigishije undi ariko bose bijya gusa».

Nawe ubwawe wanyoye amaraso. Hakana se numve, tangira imanza, seruka bakurebe n'ubwo uzi kuburana ariko se watsinda nde ko nanjye ubwanjye ndangije kwiga amategeko ngo utazava aho umbindikiranya muri za manza zawe uhorana, n'inkiko zihariye washyiriweho. Namaze no kumenya uko usibanganya ibimenyetso. N'abashinjabyaha, n'abagenzabyaha bawe byabayobeye. Tuza nanjye mfite ingingo zindengera, ubanze urangize imanza watangije, n'izindi nyinshi zigutegereje, izanjye nawe zizaza nyuma, kandi uzatsindwa nta shiti. Kuko ntibwaba ari bwo bwa mbere utsindwa n'ubwo utarabyemera kugeza ubu. Ni nka wa mwambari w'umwana ugenda nka se.

Wabona kandi n'ubu urakaye, iyo urakaye se wankoraho iki ko namenyereye iterabwoba ryawe? Ntabwo ukinkanga, ibyawe byose biramenyerwa. Kuko ntabwo uzi ko «nta muhanuzi upfa aticiwe i Yerusalemu», ni yo mpamvu wagerageje bikakunanira. Ndaguhanikiye dore ko bavuga ngo iki! Nta muhanuzi upfa gupfa, nta munyamuhamagaro upfa gupfa di! Urumva cyangwa warangaye? Uri

552

mo uratekereza gusubira Kongo ngo amaradiyo mpuzamahanga wongere uyahe akazi? Isi yongere ikote? Kongo? Kongo na yo iri mu byaguteye umwaku. Kongo, Kongo, urandiza, uranshengura umutima.

Kongo yaragushingiriye Rwanda we! Washobora kuyihanaho ra? Ntushobora kwihana kuri Kongo koko? Ndarose? Ariko wahaye amahoro Zayire/Kongo? Rahira ko itari buguteshe umutwe, ko nukomeza izagukora ho. Wabanje ugatunganya ibyawe Rwanda.

Wagira ngo ibyahanuwe bibi ni wowe byavugaga ngo «*muri iyo minsi y'imperuka*».... Ibi byarangije kugusohora ho uri ku yindi ntera. Wambabariye ukumva neza ibyo umuhanuzi Yoweli yavuze ati: «*¹Hanyuma y'ibyo, nzasuka Umwuka wanjye ku bantu bose, abahungu banyu n'abakobwa banyu bazahanura, abakambwe banyu bazarota, n'abasore banyu bazerekwa. ²Ndetse n'abagaragu banjye n'abaja banjye nzabasukira ku Mwuka wanjye muri iyo minsi.*». (Yoweli 2: 28 cg. Yoweli: 3: 1-2 muri bibliya zimwe)

Ariko ubu uri mo gusohoza ubuhanuzi buvuga ko ababyeyi bazangana n'abana babo, umuhungu ahangane na se, umukobwa ahangane na nyina, maze abavandimwe bicane babanje kugambanirana. Wagira ngo ni wowe ubwirwa Rwanda. Ibyawe birahahamura gusa. Kuri wowe wishimira ko iyo bwije butacya, cyangwa bwaba bwakeye butakwira. Urashotorana cyane, uri nka wa mugore w'inyongezankoni. Cyangwa uri Nyirakazihamagarira. Yesu nawe ati: "*³⁷Yerusalemu, Yerusalemu, wica abahanuzi ugatera amabuye abagutumweho, ni kangahe nshaka kubundikira abana bawe, nk'uko inkoko ibundikira imishwi yayo mu mababa yayo ntimunkundire? ³⁸ Dore inzu yanyu muyisigiwe ari umusaka. ³⁹ Ndababwira yuko mutazambona uhereye none ukageza ubwo muzavuga muti 'Hahirwa uje mu izina ry'Uwiteka.'*" (Matayo: 23: 37-38)

Ariko ntabwo Yerusalemu yabyemeye ntiyashatse kuba imishwi, ngo ibundikirwe, yishakiye kuba amasake maze yanze kubundikirwa ishiraho imarwa n'utuyongwe.

Aho ntacyo waba upfana na Yerusalemu ya kiriya gihe Rwanda we! Kirahari.
Ubu ndavugana nawe bwa nyuma Rwanda, kuko ni «*nyuma y'amahirwe yawe ya nyuma*». Sinzi niba nakongera no kukwinginga, kuko iyo winginzwe urushaho kutagonda ijosi ukarushaho kundemerera, sinzi uko wabaye. Nkugenze nte? Ko ntako ntagize? Aya ko ari amagambo buri wese avuga wamushobereje, iyo ageze nyuma y'amahirwe ya nyuma!

No mu marembera ya Habyarimana Juvenal, nyuma y'amahirwe ye ya nyuma aya magambo yaravuze ngo «*ntako atagize*». Wari watangiye kumuhungeteshwa, bya bindi byawe, kandi koko ntako atari yaragize. Sinamuseka, nawe ntuseke, kuko *inkoni ikubise mukeba iyo udashaka amahane uyirenza urugo*, cyane cyane iyo uri uwiyita Umunyarwanda, uba mu Rwanda ubizi neza. None se ko wayibitse wayibikiye iki? Si ukugira ngo nawe izagukubite ndetse inakubabaze kuko izaba yarahonze. Wari wamuhahamuye, wamwisubiranye, byose byamwisubiranye. Iteka wisubirana abawe, wabanje kubashuka ngo ni byiza, bamaze kuba aba mbere ku isi yose, bamaze kwiyizera, maze ukirundarunda ukayoberana. We yabonaga akora neza. Rwanda urarushya! Utesha umutwe abagutuye buri wese aba aneka buri wese, bivuga ngo bose baratinyana, bose ni ba maneko.

Ubona ibyo byazakugeza hehe? Rwanda rwa GASABO NSHYA, imaze kuvanwa mo biriya bigirwamana, biriya bigage byirirwa bibira. Na biriya bivumu ibyabyo bigiye ahagaragara, kuko birica byinshi. Byatwaye ubwenge bwawe Rwanda maze biguha ubucuramye. Watumye niga amateka n'imbonezamubano, kugira ngo duhangane ariko wapi, bimwe byamfiriye ubusa nawe bitagusize, duhomba twembi.

Rwanda ibikuri mo ntibishaka ko ubyara ngo uheke kandi ni ko byakubeshye ngo bizaguha byose. Ni ukugira ngo bihore biguhekura. Ubyare ibikenya gusa bihora bisiga ibitenga bituzuye. Bahora bakereye urugamba no gutabara. N'ibitabareba babyirunda mo kugira ngo babone icyabagabanya kandi n'ubundi basanzwe ari bakeya. Kuva wabaho uhorana amahano. Ugira "udutendo" tubi bikabije. Ni wowe ubarizwa mo abitwikira mu mazu, abamarana bavukana, abirukana abo bavukana, abarurumbira ibyo batazamara, abubaka ayo batazaba mo, abiga ayo batazakoresha, abatabara ntibatabaruke, ababyara abo batazarera, abarwanira inzuri, aborora izo batazakama, abambara ntibaberwe, abaruhira ubusa gusa gusa. Ibyo nise «kuruhira Nyanti ya Ntibanyagwa».

Ni wowe uhorana amarira y'abapfakazi basigiwe inda, cyangwa impinja zitazi uko ba se basaga. Ni wowe ubarizwa mo amateka mabi. Ni wowe ubarizwa mo ubugome ntangarugero. Ko hari aho wagaburiraga imfungwa igishyimbo kimwe (1) ku munsi, ko hari abo wicaga urubozo ukanabahamba babona, ubaha umunyu mwinshi ngo bazicwe n'umwuma. Rwanda we! Ko ufite ubugome bwakurenze, hari icyo waba upfana na Sekibi?

Wuzuye ubugome bujya kurenga ubwa nyirabwo Satani. Ko hari aho nigeze kumva niba barateraga urwenya ngo nawe yarakwihakanye ngo hari ibyo ukora atabigize mo uruhare. Ngo umurusha ubugome ra! Arakubeshya arajijisha ni we ubiguteza, ni wowe apimisha aho ageze, kuko azi ko afite igihe gito. Nawe wemeye kuvanga imari nawe. Ba uretse uzaba urarora, arakwigarika aho bukera! Urasigara mu cyeragati, bose bari buguhe urw'amenyo.

Ntiwongere kumvugisha se nyine dore ko iyo byagushobeye wakubise epfo na ruguru, bose bakwamaganye, uhita unyitabaza. Wabona utangiye kwiregura unsobanurira kandi ntabyo nkubajije. Nta manza zawe ngikeneye, ndashaka kwikura. Iyo wabuze icyo ufata n'icyo ureka, wabuze abo wica urubozo ngo ubavange amagufa, ay'abahutu n'abatutsi, n'abatwa n'abaganda, abazayirwa-kongomani, abafaransa n'ababiligi, abazimbabwe n'abanyangola, n'abandi ntazi amazina, ni bwo utangira gusabayangwa maze buri wese ugize ngo arakuyoboye akaba yiyemeje gupfa rubi. Akiyemeza kwangwa n'isi. Akiyemeza kutarera abana, kandi ngo aba akora abateganyiriza, yirirwa arundanya ibyo atazamara.

Subira mo Rwanda we uti: «kurundanya». Kandi ntabwo abamubanjirije bamubera urugero. Sinzi uko umeze Rwanda, sinzi aho urora, sinzi niba ugitekereza. Rahira ko bitari buhinduke ureba n'amaso dore ko ukunda no kurebuzwa ubusa, ukumva wakontorora isi yose. Wabishobora se nyabusa ko n'abakurusha iterambere basigaye bagubwa gitumo. Kuki ushaka gutegeka bose? Wowe urashaka ubutegetsi bw'isi, umenya ari bwo watuza. Ibyawe birandenga, kandi ndagusabye ntumwarire ho. Imbere y'abantu ifate nk'aho tutaziranye, nzi impamvu nkubwiye gutyo, ntunshimuze.

Ntunsobanurire ibyo utazi ntabyo nkubajije, kuko ndakurusha. Wowe uri aho gusa ngo uzi ko bigenda naho byahe birakajya! Kuki usama abayobozi bawe? Kuki utareka ngo bisazire? Kuki utareka ngo baveho neza? Kuki utareka ngo birerere abana? Kuki ukunda kubabwa mo n'abapfakazi bahora baguhenera bakuvumira ku gahera? N'izo mfubyi zihorana intimba, na ba kajoriti (casualty) b'abasore na bo baba bibaza impamvu bacitse amaguru n'amaboko, n'impumyi nyinshi ngo barakuzize. Ororororo! Barinda bakuzira se kubera iki? Ngo ni wowe baba barwanira? Kuki se wowe utabarwanirira?

Ubona uzahereza hehe? Wanga no kugirwa inama ngo uzi byose ntuhugurwa. Ngo uhora kuri *top*. Umenya uri n'*umu star*. Komeza ube *vedette* nzaba ndarora amaherezo yawe kandi ndayakozaho imitwe y'intoki. Amaherezo yawe ni mabi cyane. Nk'ubu ndumva nshaka kuvuza induru ngo ndangurure bose bumve. Kuko n'aho wakumva, uranangiye nka Farawo wo muri Egiputa. Kuko byose ndabyibutse; nibutse uko ibihe byagiye bisimburana none ndasubiwe. Wari uzi ko byose mbyibutse Rwanda we?

Nibutse irwana ryawe n'ishotorana ryawe, nibutse ubugome bwawe dore ko ukunda no kwikora mu nda. Aha ho sinzahumva n'iyo wagira ute. Wabaye ute? Mvuge iki ndeke iki ko ibyawe byinshi mbizi, ko byose bigarutse imbere yanjye. Kuki mbyibutse Rwanda we! Kuki koko? Biranshenguye weee! Kuki ukunda guhora uvugwa nabi? Ufite benshi mu bana baguhisha ko bakwanga maze nawe ukabahisha ko

555

ubizi. Uhangana n'abo wibarutse. Ntiwumva ko ubwenge bwawe bwacuramye?

Nkuzi ugira inda nini na n'ubu nturarya ngo uhage? Nkuzi uhorana umururumba n'inzangano z'urudaca, wabura uko ubigenza ugategeka abagutuye gufunga imikanda kandi n'ubundi ntaho bafite bafingira. Uhora urundanya ibyo utazarya. Nkuzi uhekura ababyeyi kandi nawe ufite abana. Nkuzi ubeshya ngo uteganiriza abana ukabahemba kwangara. Nkuzi uri umwiyahuzi gusa. Nkuzi upinga n'Umuremyi wa byose! Cyakora koko ushirika ubwoba, umenya koko nta bwoba ugira Rwanda. Iyo uza kubugira uba warateganirije ibizaza, ariko ni wowe buri gihe usiga inkuru mbi mu isi. Ukagenda uri ruvumwa, ugasiga inkuru mbi imusozi.

Byose ndabyibutse. Nibutse ko nanjye byankozeho ndetse bikabije, nkaba mpora ndi mu ngaruka mbi gusa. Ndabyibutse byose. Nzi impamvu mbyibutse ndetse nibutse ukuntu imburamumaro zikogeza ngo uri intwari kuko uhora mu ntambara, nawe ukitera inkunga ugira ngo n'ukuri. Kuki bakogeza nawe ukumva ari byo? Kandi baba bakuninira. Ukunda abakubeshya?

ESE RWANDA, UBUNDI URI UWA NDE? Uri u Rwanda rwa Gihanga? Cyangwa uri urw'ibimanuka bya bindi ujya ubeshyabeshya? Urw'abami se? Bariya bagutwaye imyaka 400? Uri urw'abazungu bakwanga nk'iki? Uri se urwa Repubulika ya mbere? Nkundira nkubaze, uri u Rwanda rwa Repubulika ya kabiri se? Mbabarira nongere rimwe kandi ntibikurakaze kuko ukunda no kurakazwa n'ubusa iyo hari ukoze ku gikomere cyawe kuko uri igisenzegeri. Iyo bakuvuze iby'ukuri, uhita urakara, bakubeshya ugakoma mu mashyi. Ibigenderwaho warabicuritse. Ubundi ukunda kwiyizera no kwihagararaho no kwitera inkunga.

None mbwira: uri u Rwanda rwa Repubulika ya gatatu? Cyangwa uri urw'ibindi ntazi dore ko ibyawe byose ari amayobera. Buri gihe ngo hagomba gukorwa ubushakashatsi bwarwo, kuko wananiranye. Byose uba wabibeshye ibindi wabihishe.

Nari nibagiwe kukubwira ko ukunda n'amazimwe cyane wagira ngo bakuroze kwanga ukuri. Uzamera nka «Gahanga Gahanga wishwe n'iki». Nongereho ngo «menya ko ukunda abaguteranya», bikugwa neza agahe gato kuko biguhesha gukoresha ubugome bwawe wiyoberanya, maze ukazibuka ibitereko washeshe. Aho ni ha handi baguteranya na nyoko na so, n'abo wibarutse n'inshuti magara kandi ukanga ukabyemera, ukemera amazimwe y'amanjwe, n'ibihimbano bya Satani kubera ko ugira ibibazo byakurenze. Ntuzi umwanzi n'umukunzi, kandi nturi igisekeramwanzi. Iyo bigushobeye bose bahinduka abanzi, maze ugakomeza kubica urubozo. Uzasigara wenyine ku isi? Cyangwa uzagenda mbere yayo?

Ukica benshi ugafunga benshi, hagahunga benshi, ukabona koroherwa. Ukunda iki? Uri «Nta munoza»? Ushaka iki? Ugamije iki?

Ubwo se wambwiye? Ko uzi kuvuga indimi zose? Ukaba uri uwa mbere muri ICT. Ntundatishe isuku wahinduye "ubuhenda-bigoryi" bitareba cyangwa byirengagiza kubera ubwoba. Isuku sinyikeneye, kuko hasukura uwijuse. No mu bindi byinshi uhora ushimirwa cyane cyane isuku. Ariko nkubaze nawe unsubize: wagira isuku utariye? Aha wahansobanurira? Ngaho bishyire mu ikoranabuhanga turebe. Ngaho ambarira hejuru y'ubwicanyi, inzara n'ubwoba maze uberwe turebe. Wakubura utakoze ku munwa? Wakaraba inda iri mo ubusa?

Jye ndi wowe aho bigeze nakwibera u Rwanda rwa Nyiribihe nkigwira mu maboko ye, kuko naba nyaguye mo nyizaniye ariko atansumiye. Ariko ukunda kurwana sinzi uko wabaye! Urashaka no kurwana na Nyiribihe? Urashaka kurwana n'Uwiteka Nyiringabo?

NYUMA Y'AMAHIRWE YA NYUMA, RWANDA URACYAFITE IMIZI Y'INZIKA Y'INZIGO? Wanze gukizwa ngo wakire Umwana w'Imana Yesu Kristo umuhe Intebe y'Icyubahiro nawe aguhe Amahoro? Ibyo ntubikozwa warabyanze. Ukunze no kwanga abakwifuriza amahoro ugakunda abaguteza intambara. Ibyawe ni ibiki? Biracuritse, byaragucuritse? Cyangwa!

UBU SE NONEHO URAVUGA IKI? NYUMA Y'AMAHIRWE YAWE YA NYUMA? UYU MUZI URAWURANDURA UTE? UMUZI W'INZIKA Y'INZIGO.

Urakomeza wemerere Komisiyo kuwuca mo kabiri bikomeze gushimisha umwanzi? Cyangwa urumvira Imana bikugwe neza. Ukunda no kwishakira ibyawe akaba ari byo wikorera utazi ko aguhoza ho amaso. Ngaho nzaba ndora n'umwana w'Umunyarwanda.

Wabona na none kandi ugifite ivogonyo kandi byakurangiriye ho! Wibereye muri «Zone neutre» mu buryo bw'Umwuka, ndetse n'abasesengura barabona ko no mu mubiri byagusatiriye, maze aho guhindukira ukarushaho gushakisha ingufu, kuko ukunda gukoresha ingufu muri byose; ingufu mu bwiyunge, ingufu mu bumwe, ingufu muri ICT ingufu mu mibereho, ingufu gusaaa! Nawe Imana izazigukoresha ho. Ingufu mu butegetsi, ingufu muri Gacaca, ingufu muri TIG, ingufu mu za Komisiyo zose.

Naguhatswe ho bihagije, sinzongera kugukeza, nzakeza Iyandemye, ibyo ubyumve neza, ntukankange narangije gukangwa. Urumva cyangwa wapfuye amatwi? Cyangwa urigiza nkana. Ndakuzi ubu ugiye kwiyoberanya wirize ngo ndakuvuze? Uhite undega ko mpfobeje jenoside? Ndagusetse ndanakuneguye, kuko ibyo narabimenyereye. Wamaze mo ubwoba kuko waranyirukankanye cyane.

557

Kandi abicanyi bakuri mo narabarahiye ko ntawanyica, kuko n'ubundi narapfuye, byaba ari nko gushinyagurira umurambo kandi mu mategeko yawe kizira. Washyizeho ibihano bikaze kuri uwo uzabikora cyangwa wabikoze. Uzi ko abapfuye baramutse bazutse na bo wabacira imanza. Kandi baba bazukanye certificat de décès (icyangombwa cyerekana ko bapfuye).

Dore ikibazo cy'ingorabahizi, n'uko bitari ibyawe wenyine. Hari ibindi ushamikanye na byo ku buryo iyo hagize ikigukora ho abagutuye babigendera mo, n'abaturanyi ntubareka ngo bibereho, naho abagutuye bo bagukunda birenze urugero byo kugufana, gusa mu mafuti. Ariko barakubeshya ni ukubera ubwoba. Ntibabona amakosa yawe bakwemera ukabagenza uko ubagenza ariko ntibakuvirire. Gusa ndabona byahindutse, witegure impinduka utateganije, utigeze ushyira muri «vision 20/20». N'utirimutse ku bw'impamvu runaka ntagoheka. Uwagiye nabi aba ashaka kugaruka ku ngufu. Yirirwa atukana akoronga bukamwirira ho. Afitiye urwango abandi baturarwanda cyangwa abavukarwanda bakuri mo.

Ufite ikikuri ho Rwanda. Kandi uzakivuga wanze ukunze. Uzagera aho bikunanire ariko uzaba warashegeshwe. Ni nde uzakurwaza se ko bose wabihenuye ho? Uzabaga wifashe? Imana indinde ikimwaro cyawe. N'ubu ndabyandika numva ikintu, kandi koko hari ikintu. Abatakuri mo birirwa bakoronga. Birabagoye kubaho batakuri mo. Iyo babwiwe aho ugeze mu majyambere, kuko ukunda amajyambere, barahahamuka bagashaka kuza n'amaguru bari mu km 8000, kandi ngo bakaza barwana. Kuki uri isibaniro?

Jye singishaka kumvikana nawe kuko ntubikunda. Iyo uba undi wagombye kuba warumvise, ukanambabarira kuko waranduhije cyane. Ariko umenya uheruka imbabazi kera igihe kitazwi, cyangwa nta n'izo wigeze. None jye ndagusezera nta n'ikindi nongera ho. Nta nteguza kuko nta "kontaro" twakoranye. Erega ndakuzi! Kandi turaziranye. Umva neza: ntumpugure ntitwiganye kandi ntabwo nkwaturiye ho nabi. Ndeka twubahane. Ndeka, ndekura ngende rwose. Urugiye cyera ruhinyuza Intwari. Reka nitabarize Imana nawe witabaze kuko wiyizera, tuzareba uzatsinda hagati yawe nanjye.

Ariko menya iki: mbere yo kugusezera ubanze utekereze neza kuko narangije gufata ingamba, ariko wowe uracyajandajanda. Urabeho Rwanda rushaje. Kandi dutandukanye nabi. Urikunguriye Rwanda rushaje we! Usabwe no guceceka kuko ibyo ugiye kuvuga ndabizi. Ugiye kwigusha magwandi ugoreke imvugo wirize ngo ngaruke, kuko udashobora kubaho utambona umbabaza. Ndagucitse kandi ni mu gihe.

Ni wowe ugiye jye ndasigaye kandi ari wowe wampemukiye. Ndagiye kandi ndaje, ariko wowe ugiye burundu, umenya ahari tuzongera guhura. Tuzongera duhure warabaye mushya kandi tuzahura vuba, ibyo nawe urabizi, ariko ubigira ibanga kuko bikumwaza.

Uko bizagenda kose tuzahura kandi tuzamenyana. Simpamya ko uzanakomeza kwitwa «Urwa Gasabo» uzaba warahinduriwe izina. Uzitwa urwa «KRISTO UMWAMI», kandi nzaba ndi mu bazakwita izina rishya, n'abazaba bagutuye bizaba uko, abakwitirirwa cyane cyane. Ukunda amateka n'umuco kandi ibyinshi muri byo ni bibi gusa. Ariko ukunda ibibi. Ndategereje kuko ibyiza bizaza, ikibi n'uko bizabanzirizwa n'ibibi, aha ni ho ubera akabarore. Isi yose ikakota, na none dore igiye kukota. Ndifuza ko wazaba u Rwanda rwa Kristo Umwami, ari rwo: u Rwanda rwa Yesu cyangwa ugahindurirwa izina.

Ndi maso Rwanda sindota, ni ryo sengesho ryanjye. Wakwemera tugasengana se da? Ko ubyanga nk'aho wabirogewe mo. «Rwanda Nyuma y'Amahirwe Yawe ya Nyuma»: Ibikoba birankutse!

Uri «spécial», ibyawe ni «spécial», sinjya nshaka no kubisubira mo bisigaye bindambira kuko birihariye kandi ni bibi. Uri u Rwanda rugizwe na za KOMISIYO nyinshi, hari n'izishinzwe gucukumbura ibyo abandi bakoze kandi ukavana mo ukuri. Kubera ibibazo byinshi, ugira n'abanyamanyanga benshi, abajura benshi, abicanyi benshi, abagambanyi batagira ingano, abarya ruswa benshi, abapfakazi benshi, imfubyi nyinshi, ba «kajoriti» (casualty) benshi, abatindi-nyakujya benshi, abashonji benshi, mayibobo nyinshi, abakuvuma benshi.

Urashaka kuzansaza? Nari ngiye kuvuga ngo «sara wenyine» nibagiwe ko naba nkuri mo tugasarana, cyangwa ukansarana, ariko waracyererewe ntuzambona. Warabigerageje usanga nanjye nihagazeho. Jyana ibyo wankoze birenze ibihagije, nutihana uzasare wenyine. Kuva nabona izuba narakubonye umpera ubwo undushya. Amatiku yawe yose uyandoha ho, yose ndayihanganira binduhije.

Ndakwibuka mu buto bwanjye, nabwo twagiye dushwana bitari byasobanuka, ntari namenya icyo wanzizaga. Nta mbabazi wigeze ungirira, mu mvura, mu zuba, ijoro n'amanywa, mu ntambara zawe z'urudaca. Nkura ntyo mpanganye n'ubutagondwa bwawe, mpanganye n'abazungu bakubaga mo, n'abawe bahora bashyamiranye buri gihe, n'imanza z'urudaca uhorana zitagira abacamanza nyabo babihuguriwe. Nkurira muri politiki mbi y'inzangano. Kandi ibibi byawe ukihutira kubigeza no mu bana utanguranwa no kubaraga uko wabaye. Kuraga ibibi buri gihe koko. Ukunda kuraga ibibi, ariko ubu ni bwo bwa nyuma uraga ibibi.

Rwanda warangerageje mbere y'uko mvuka, ukomeza imigambi na nyuma yaho, ibibazo by'amoko akuba mo nabivukiye mo, umenya ari na yo mpamvu byankukiye mo, warangerageje ariko na n'ubu ndacyari ho; sinzi ufite igihombo. Ni wowe cyangwa ni njye?

Sinigeze ninyagamburira ahandi ngo mbe naba yo agahe, n'iyo nagiraga aho ngana ngo mbone nahumeka ho wahitaga unkururisha rukuruzi yawe wagira ngo waranzinze. Ngo ugomba guhora undemereye? Buri gihe uba ushaka ko duhorana kandi mu bibazo, kuki mu byiza utanshaka ngo tubisangire? Mbwira icyo uba utekereza.

Ni nde wahamagawe hagati yacu? Ni wowe? Cyangwa ni jye? Cyangwa ni twe twembi? Ibyo ari byo byose hari mo ikintu kiduhuza ntarasobanukirwa. Reka mbe nigiye yo. Kuko iyo nkuruhutse wowe ntunduhuka. Kandi ngo ntugira aho uregwa. Ariko ibyo ni ibyawe, jye mfite Umucamanza uca izitabera. Narakuririmbye, ndanakuririmbira, ndanakuririmbisha, ariko uri indashima ni ko wambereye, none ndananiwe nsanze uri «Ntamunoza». Isaha ishigaje iminota, nanjye ngo iminota, nako ni amasegonda, n'ibice byayo maze nawe uti iki? Urajya hehe? Wakwakirwa na nde? Ko ushakishwa n'isi yose? Ni nde waguha indaro se ko byose wabyangije.

Byinshi byabaye ndora. Nakuze mbona ibikubera mo nkibaza aho bizahereza. Aho abagutuye bose basubiranamo n'iyo nta kibaye. Bibarimo n'iyo ntabyo barabihimba kugeza amaraso amenetse. Ariko ibije ni byo bya nyuma

Umuto n'umukuru, umuremure n'umugufi, amajyepfo n'amajaruguru, abize n'abatarize, abazi kurasa n'abazi kwandika, abazi gucuruza n'abikorera ku giti cyabo, bose buzuye imyuka y'inzangano barazwe n'abababanjirije babasize mo «IMIZI Y'INZIKA Y'INZIGO». Abo bana uzabagenza ute? Ntabwo wabashobora. Maze Ishobora byose yabagusaba ngo ibagufashe, ukayirebana agasuzuguro.

- Ko ibyo upanga byose ubipangira hejuru y'imizi y'inzika y'inzigo?
- Ko wubakira amagorofa y'imitamenwa hejuru y'inzika y'inzigo?
- Ko wungira hejuru y'inzika y'inzigo?
- Ko ushakashakira hejuru y'inzika y'inzigo?
- Ko wigishiriza ikoranabuhanga hejuru y'inzika y'inzigo?
- Ko wunga ugasudira ufatanya icyuma n'igiti hejuru y'inzika y'inzigo?
- Ko uhuriza mu ngando nyinshi na za morali hejuru y'inzika y'inzigo?
- Ko uhemberwa ibikombe n'amashimwe menshi hejuru y'inzika y'inzigo?
- Ko wibukira buri gihe mu bikomere bidashira hejuru y'inzika y'inzigo?
- Ko wambariye neza byahebuje hejuru y'inzika y'inzigo?

- Ko uyoborera imiyoborere myiza ku isi yose hejuru y'inzika y'inzigo?
- Ko ushimwa n'umuhisi n'umugenzi hejuru y'inzika y'inzigo?

Uratinyuka koko? Ibindi ukorera hejuru y'inzika y'inzigo nawe ubyuzuze ndarushye kuko urutonde ni rurerure, ariko nari nibagiwe ko ugira n'isuku nyinshi hejuru y'umwanda n'inzika y'inzigo.

Uzi ko wibwiye ko wakunga icyuma n'igiti bigakunda? Wabyishyize mo gusa wibwira ko ari byo kandi uzi neza ko atari byo, ubitegeka n'abandi ngo babyumvire, na bo bibwira ko ari byo, murabyemeranwa? Kuko ngo uzi ikoranabuhanga. Ukunda kuzunga muzunga? Ukunda abakuzunguza. Ntabwo uzunga icyuma n'igiti ntibizashoboka, cyeretse byose ari ibiti, cyangwa byose ari ibyuma.

Mvanaho amatiku yawe se nyine. Buri wese ukuvukiye mo bamwe BAVUGA KO BAVUKANA AMASHURI ATATU yisumbuye kubera amayeri n'ubucakura bw'ubugome. Noneho barongereye ngo bavukana atandatu. Ubutaha ni Kaminuza. Mpa amahoro Rwanda rwose, ndaguhaze kandi ni mu gihe. Iyo ntangiye kukuruhuka witerera hejuru ukavuka mo ibindi.

Ariko hari ibyo nanga kurusha ibindi: n'uko buri wese ukuri mo yiyemera. Biriya ni ibiki koko? Wabona kandi na byo ubifiye ibisobanuro. Erega nta soni ukishyira ho! Ibyawe ndabihaze uzajye n'ahandi. Mbabarira kukubwira gutyo nanjye si jye ni bya bindi by'urukundo rubura aho rwinyagamburira nyira rwo agahahamuka. Ni muri ubwo buryo nta kindi.

Ntugire ibindi ukeka. Kandi tunafitanye n'amabanga akomeye. Niba nzagera aho nkayamena maze nkakuva mo! Niba nzakomera ku ibanga! Niba nzakomeza guca amarenga! Ariko byose bizaterwa nawe, uretse ko warangije guta umutwe. Uhora uncokoza umeze nk'aho untata ushaka irimva mo, bizakumarira iki se ko natangiye kukwerurira? Ntabwo tukivuganira mu migani erega! Ibikangisho byawe narabihaze, kuko ngo «wirukana umugabo cyera ukamumara ubwoba».

Ikibi cyawe n'uko utamenyerwa. Uhora wihinduranya, umeze nka virus. Erega ndagukunda n'ubwo wowe unyanga! Kandi ni ha handi hawe, jye nawe twahabanye. Ariko warakabije nanjye ndakuzinukwa. Ndongeye nti: narakuzinutswe! Ntiwizera ariko nawe ntiwizerwa ni ha handi hawe. Uhora uhomba ntunishyuze indishyi kuko ni wowe uba ufite amakosa. Ariko ufite uko ubigenza? Wanasiribanganya n'ibimenyetso?

Rahira ko iyi ncuro uyihanganira? Aho ntiribugusige mo imvune uzavurwa n'Iyaguhanze yonyine imaze kukumara mo ivogonyo?

Kandi nk'uko nabikubwiye, ndongeye nti «witegure kubagwa nta kinya». Ndinda induru yawe, ubwo utangiye gutabaza abatakumva.

Rwanda wakwemeye ko unaniwe dore ko utajya uva ku izima. Byagutwara iki wemeye ko unaniwe, ko utagishoboye guhangana ko byakurangiriye ho. Wanze ukunze uraba mushya, kandi ubushake bw'Imana ni bwo bugomba kuba. Uraca bugufi wanze ukunze, iryo josi ryawe irarigonda, kandi ntacyo uri burenze ho. Irarikonyora nta gisigara. Uko wakwigira kose uraba mushya, kuko: «*ubu butumwa bwiza bw'ubwami buzigishwa mu isi yose, ngo bube ubuhamya bwo guhamiriza amahanga yose, ni bwo imperuka izaherako ize*» (Matayo 24: 14).

Wanze ukunze buravugwa, uhari udahari buravugwa: ariko buravugwa uhari kuko ugomba kubirebesha amaso yawe ukabyumvisha amatwi yawe, udakeka ibindi, dore ko ukunda no gukekeranya ukabihindura ukuri. Kuko wuzuwe mo n'ubutasi bwagusabitse.

Buretse ndaje nongere nkubwire kandi nzi neza ko ari ugucurangira abahetsi, kuko ibyo ndabimenyereye, ntujya wumva, wumva upfuye. Ntujya unoga, cyeretse unogotse. Uriyanga wagira ngo wararozwe, kandi wowe uzi ko uri muzima. Ndongeye ngo niba wari uzi ibyo nzi Rwanda wakwikubita agashyi. Ariko kubera ko uzi ko wiremye, ufite iterambere, n'ikorana-buhanga, ngaho komeza turebe, aho biri bukugeze, hangana na bose usuzugure bose, uhitane byose, ariko utegereze nawe kuzahitanwa.

Rwanda tekereza neza, subiza ubwenge ku gihe nkubwire n'ibindi nari nibagiwe. Kuki ugira abanzi benshi hari mo n'abakwangira ubusa gusa? Aho si umuhamagaro ukuri ho ntusobanukirwe?

Icyakora reka nkugarukire Rwanda, mvuge nti n'aho wari amabuye! Se ntiwagowe kubona ubana na «nyoni nyinshi» kandi wibwiraga ko ari wowe uzi ubwo bwenge wenyine! Bakakwizeza ko ntawe uzahirahira ngo agutere aturutse iwabo, nyamara bidateye kabiri bakabagushumuriza. Mu kinyabupfura cyinshi bati ntuturenganye abo ba "boys" badutorotse, nitubaca urwaho tuzabafunga. Mbe Rwanda ko ukomeza umutsi! Ko numva ko kirya gihe n'iburasirazuba bwawe ishyamba ritari ryeru. Ngo hari abakubanukaga mu majyepfo, bakambuka Ruvubu, bakagera Tanzaniya bagahabwa indaro n'impamba, maze bagasanga abandi iyo mu Birunga. Imyaka ine yose waragoragoje, wari usigaye warabaye «nkinamubanzi». Ukajya i Burundi bakakubeshya, ukajya Tanzaniya bakakuryarya bati turabahuza nta kigoye, maze bakabogama nturabukwe. Erega na Clinton ngo ntiyatanzwe! Burya mwabonaga yiriza ay'ingona, ngo ntabyo yamenye, ngo ntiyabibwiwe! Muzamubwire muti

Abanyarwanda bazi ubwenge, bene icyo kinyoma n'abahinde ntibakibeshywa!.

Ariko se Rwanda aho ujya utekereza icyatumye wicirwa umuyobozi, akagendana n'ibyegera bye bya hafi, ariko ntibibuze amahanga gusakuriza icyarimwe ngo garura ituze mu banyarwanda kandi batayobewe ko iwawe mu mbere Inyenzi-nkotanyi na zo zitakoroheye?

Kuki wumva ufite imbaraga zarwana n'isi yose? Ntacyo waba upfana na Isirayeli? Nari mvuze ngo bakwangira ubusa? Byahe se ko ari ukuri. Ubu se urabigira ute? Imana nigukuraho amaboko? Igacogoza imbaraga zawe kandi ko inkoni wari wishingikirije ho izigerereye, za zindi wiratana utitaye aho zavuye n'icyazizanye.

Imana nikwima amaso akanya gato, uramenya urwana ute? Urarwana na nde? Ko udashobora kubaho utarwana kuko ngo wumva ufite ingufu. Urashaka kuzakora intwaro za kirimbuzi? Rahira ko atari zo ushigaje cyangwa urazifite ndi mu zasabwe. Kuko n'izo ufite ni zo uzimarisha, wowe ubwawe uzimara wimare ho, wimaramaze. Komeza uzirunde, uzirundarunde ngo urirengera.

None wazihana ku munota wa nyuma bitagishobotse, ugakizwa nk'ukuwe mu muriro? None wazasenga amatakirangoyi kandi narayakubujije kuva cyera. Cyangwa waribagiwe, dore ko unibagirwa vuba. Rwanda ukomeje ubushakashatsi? None jye wazanshaka udashobora kumbona? Nyobewe iki se ko nzagukwepa maze nkareba uko uzabyifata mo. Sinshaka ko unyongera ku bushakashatsi bwawe maze ngo nanjye unshyire muri Vision 20/20. Kandi uribeshya sinakwirwa mo. Ese nta bindi uzi guhishurirwa? Mfite iyanjye y'ubuziraherezo.

Urashaka kunyongera kuri ibi bikurikira: Akarima k'igikoni, Agasozi ndatwa, Umurenge w'icyitegererezo, Ubudehe, Mwarimu Sacco, Umurenge Sacco, ARSSPI, UDPRS, Imihigo, Intore, Mituweri, n'ibindi, n'ibindi biri mo n'Intore nyinshi? Ugiye kongera na za Komisiyo? Kunyongera kuri Komisiyo y'Ubumwe n'Ubwiyunge, Gacaca, iya Mucyo ishinzwe kurwanya jenoside, n'iya Mutsinzi ishinzwe kumenya abahanuye indege ya Habyarimana, n'izindi ntamenya. Aha ho nanjye nkeneye iyanjye kuko hari byinshi mfite byo gukora bigufitiye akamaro, ariko nzabikora: NYUMA Y'AMAHIRWE YA NYUMA, RWANDA. Kandi ugomba na byo kubyita Komisiyo? Nanjye nkeneye gukora iperereza ku banjye nabuze, kandi ntiwambuza kuko mbifitiye uburenganzira.

Hari ibyo nanga kuruta ibindi: ni amashyaka ya politiki n'amadini yiyita Itorero, kuko sinyemera na hato. Nta na rimwe nemera, bazajye bakureka wiyobore witegeke wijyane aho ushaka, kuko ubarusha ubwenge n'ubucakura, n'ubundi wararahiye ngo uzajya uhora ubahitana. Buri wese ukwigeze ahinduka «Rwigere urumpe», aka wa muhanzi Bikindi Simoni. Rwanda weeee! Ugeze ha handi umwana arira nyina ntiyumve.

Ndongeye ndagusezeye ariko nk'uko n'ubundi nakubwiye tuzongera duhure kandi uzaba warabaye mushya, ndabisaba Rurema. Ariko se tuzahura umeze ute? Ko uzaba warashenjaguwe n'ibigiye kukubera mo, kuko narabikubwiye ngo abiyise Abanyarwanda Imana igiye kubabaga ku ngufu, nta kabuza, nta kabuza kandi izababaga nta kinya. Abiyita Abanyarwanda bazize UBWIBONE, UBUSAMBO, UBWICANYI BUHANITSE, byababyariye ubugome ndengakamere, kandi bibuke ko ari cyo cyaha Satani yazize (UBWIBONE). Ngo yaribwiye muri we ngo nawe asanga ashobora kuba nk' Imana ndetse akaba yanayirusha. Ni nk'u Rwanda! None aho mvugira aha yarangije gucirwaho iteka burundu. N'iyo yashaka kwihana ubu ntibyakunda, kuko ni we muzi w'icyaha. (Ezekiyeli 28)

Imizi y'inzika y'inzigo hagati y'abiyita Abanyarwanda

Reka mvuge kuri ibi bikurikira:

- Abatutsi muri rusange hagati yabo hari mo imizi y'inzika y'inzigo;
- Abega n'abanyiginya hari mo imizi y'inzika yinzigo ituruka kuri Kanjogera, nawe hari ahandi yayikuye. Iriya myuka hari abagore yagiye ifata bagakoreshwa ibirenze amahano, n'ubu nandika barahari;

- Abahutu hagati yabo hari mo imizi y'inzika yinzigo, abanyenduga n'abakiga;

- Ibyo bikatugeza aho abahutu n'abatutsi baminuza ku mugaragaro mu mizi y'inzika y'inzigo, habaho itsembabwoko abahutu bakoreye abatutsi ku mugaragaro; habaho guhora kw'abatutsi bihorera ku bahutu, ndetse abanyabikomere byinshi b'abahutu benshi bakemeza ko habaye jenoside ebyiri.

Ntaho iriya myuka yagiye na n'ubu iracyahari, iracyashakisha abo ishamikanye nabo ngo ibarimbuze. Kandi ibyayo ni birebire, kugeza na n'ubu biri imbere y'Imana bitegereje ko byabyara ibyo byatwise, ndetse noneho ndabona n'inda ari imvutsi. Kandi nibimara kubibyara, Imana izishyiriraho gahunda yemewe idakuka, ari na yo u Rwanda ruzagendera ho, agasuzuguro karangiye.

Kuko ubu hagiye kubaho Leta ebyiri mu Rwanda, iyo mu Mwuka ni yo mu mubiri, kandi iyo mu Mwuka ni yo izayobora iyo mu mubiri, iyi na yo igomba kumvira. Kandi wa mugani wa Sankara w'Umunyarwanda aho yagize ati «*Iyo ntambara nzaba nyiri mo mu Mwuka ndetse no mu mubiri nzaba ndwana*». Jye nzaba mfite akazi gakomeye k'umujyanama mukuru mu by'Umwuka, kuko nzaba ndi mu Itorero rya Yesu Kristo kugira ngo tugaruke ku Rufatiro rw'Intumwa n'Abahanuzi.

Tuzagaruka!... nawe garuka. «GARUKA, GARUKA KU RUFATIRO RW'INTUMWA N'ABAHUZI». Hari n'ibindi byinshi mfite nzafasha ubuyobozi bw'iguhugu gishya. U Rwanda rushya...... Ubwami bw'u Rwanda rushya......... Izina rishya rizwi na Yesu wenyine kugeza ubu, ibintu byose byabaye bishya...

ITANGAZO RIGENEWE AMADINI N'ABANYAMADINI N'AMASHYAKA YA POLITIKI

Hari icyo nshaka kurangiriza ho. Iri ni ITANGAZO rikomeye rigenewe amadini n'abanyamadini, amashyaka ya politiki n'ibindi byose bivuga ko biharanira uburenganzira bwa muntu, n'abayoboke babyo bose bo mu Rwanda n'u Burundi n'Uburasirazuba bwa Kongo:

- Buri dini cyangwa biriya byose byiyesura bizibwirize bizabure, umunsi hazongera kumeneka amaraso mu Rwanda no mu Burundi. Nsubiye mo ngo buri dini ryose uko ryaba rimeze kose abazarokoka ntibazarisange muri ibi bihugu. Rizibwirize rizimire, ribure burundu. Imikorere yaryo izimire, abayoboke baryo bazarokoka intambara bazayoboke Yesu Kristo ako kanya. Ibisigisigi bizahambwe nk'ifuni iheze, maze bareke Yesu yime ingoma ye mu Rwanda, mu Burundi no mu Burasirazuba bwa Kongo, maze birebere itandukaniro.
- Amadini n'abayoboke bayo bayo bakore ibishoboka byose ntihazongere kumeneka amaraso mu Rwanda. Nibitaba ibyo, bazaburane (kubura) n'amadini yabo. Amaraso namenaka n'ayo amadini azameneke ubutazayorwa, burundu, burundu... burundu... burundu......

REKA NSENGE: Mana yaturemye ukatubeshaho, dore nshohoje ibyo wantumye mu izina rya Yesu Kristo Umwami wanjye. Mana wantumye ku uwiyita Umunyarwanda, umuhutu, umututsi n'umutwa, none narababwiye, ndongeye ndababwiye. Ntacyo nahishe ku byo wabantumyeho kandi ntacyo nababwiye utantumye, none ndangije iki cyiciro, ugiye kunyinjiza mu kindi. Ndagusaba kuri iyi ncuro gusa umbabarire ube uretse gato, kugira ngo ba bandi wambwiye nabo babanze bumve, binjire. Ndakwingize gabanya uburakari bwawe bukaze, maze wihangane iri rimwe gusa. Girira urukundo n'imbabazi n'ubuntu byawe byinshi kuko twebwe ntacyo dufite cyo kwirata. Ndagusaba iri rimwe gusa, n'ubundi nari nararigusabye. Ngire ikindi nkwisabira mu mbabazi zawe nyinshi: Harya nta cyakorwa ku buryo buri wese wiyita Umunyarwanda yazajya azira ibyaha bye? Ndongeye nsabye ibyo mfitiye ibisubizo, nsubiye mu byo nzi, kuko wavuze ko kwihana «Rusange» ari byo byonyine byatuma buri wese azira ibyaha bye, ko kandi twabikora twese nk'abitsamuye, tugakora cyane nk'ibyanditswe muri Yona 3. Ariko twanze kukumvira. Nacanganyikiwe mbabarira Mana, ndimo gusenga incuri, ngeze mu marembera nanjye se? Nanjye ngeze aho kuvuga ngo «ntako ntagize». Nanjye se kandi koko? Nanjye ndavuze ngo ntako ntagize koko? Eheeee! Ndamenye rwose. Iri jambo ndaryanga cyane, kuko n'ijambo ry'ubwihebe, n'ijambo ry'umuruho. Ngo iki? Ariko jye nta cyivugo mfite, kuko nta n'uruvugiro mfite, naranoze sinshaka kunogoka.

Hamwe n'urukundo rwawe rurenze urugero, nagusabaga kuvuga irya nyuma, nyuma y'amahirwe yacu ya nyuma, RWANDA; kandi ndizera ko ari ryiza. Ariko Rwanda uri Intagondwa, wakwemera ukahagwa, kubera izima ryawe. Ndavuga nivuguruza nawe nkagerageza kukuvuguruza, Mana, nirengagiza ibyo wagiye umbwira. Icyo nzi n'uko umfitiye imbabazi nyinshi, kuko ndi igikoresho cyagimbye ndetse bikabije, kubera gukoreshwa cyane, ni wowe wenyine wanyikiriza, kandi Mana yanjye yampamagariye uyu murimo, mbabarira ibyaha byose naba narakoreye muri uyu muhamagaro, kuko ni byinshi. Nibutse ibyo Mose yazize. Kandi ndabizi neza ko «Umurezi» adashobora kubura ibyo yitwaza ngo abizane imbere yawe, ariko mbabarira kuri byose bitagushimishije, nyeza n'amaraso ya Yesu Kristo.

Aha ndakwinginze Mwami Yesu ngo amaraso yawe anyeze antunganye. Ndakwinginze, kandi koko mfite n'isezerano rishyize cyera, rirambye. Mbabarira muri byose: aho nitotombye, aho navugagujwe, aho narakaye natonganye, nacyuriranye, navumye. Mbabarira Mana. Mbabarira n'aho naguye nkarambarara nkaramirwa n'imbabazi n'ubuntu byawe, n'Ijambo ryawe rivuga ngo: «Wa mwanzi wanjye we ntunyishime hejuru, kuko iyo nguye ndabyuka». Kandi ndakwinginze ubabarire na buri wese wiyita Umunyarwanda uzashima ko iki gikorwa gikorwa kikabyara imbuto.

Urakoze Mana yanjye ku bw'imbabazi n'ubuntu n'urukundo byawe byinshi, byose mbyingingiye mu izina rya Yesu Kristo Umwami n'Umucunguzi wanjye, Amen!

Umuzi w'Inzika y'Inzigo,
Rwanda, Nyuma y'Amahirwe Yawe Ya
Nyuma:
Wanze ukunze uraba mushya
Winjire mu mugambi w'Imana
Kuko warahamagawe ugomba
kwitaba
Kandi waranatoranijwe ugomba
kumvira.

ABANTU B'IMANA BASHYIRWA IKIMENYETSO MU RUHANGA

[1]Maze arangururira mu matwi yanjye n'ijwi rirenga ati "Abahawe gutwara umurwa nimubigize hafi, umuntu wese afite intwaro yicana mu kuboko kwe." [2]Nuko mbona abantu batandatu baturutse mu nzira y'irembo ryo haruguru ryerekeye ikasikazi, umuntu wese afite intwaro yicana mu kuboko kwe. Kandi mbona undi muri bo yari yambaye imyambaro y'ibitare, afite ihembe ririmo wino ku itako rye, maze barinjira bahagarara iruhande rw'igicaniro cy'umuringa.

[3]Nuko basanga ubwiza bw'Imana ya Isirayeli bwavuye ku mukerubi aho bwahoze bugeze mu muryango w'inzu, maze ahamagara uwo muntu wari wambaye imyenda y'ibitare, afite ihembe ririmo wino ku itako rye. [4] Nuko Uwiteka aramubwira ati "Genda unyure mu murwa, hagati muri Yerusalemu, maze ushyire ikimenyetso mu gahanga k'abantu banihira ibizira bihakorerwa byose bikabatakisha."

[5]Ba bandi arababwira numva ati "Nimugende munyure mu murwa mumukurikiye maze mukubite, amaso yanyu ye kubabarira kandi mwe kugira ibambe, [6]mutsembeho umusaza n'umusore n'inkumi, n'abana bato n'abagore, ariko umuntu wese ufite icyo kimenyetso mwe kumwakura, ndetse muhere mu buturo bwanjye bwera." Nuko bahera kuri abo basaza bari imbere y'inzu.

[7]Kandi arababwira ati "Nimuhumanye inzu kandi ingombe zayo muzuzuzemo intumbi. Ngaho nimugende." Nuko baragenda bica abo ku murwa.

[8]Nuko bakibica, aho nari nsigaye nikubita hasi nubamye ndataka nti "Ayii Mwami Uwiteka! Mbese uzarimbuza abasigaye ba Isirayeli uburakari bwawe ubusutse i Yerusalemu?"

[9]Maze arambwira ati "Ibibi by'inzu ya Isirayeli n'iya Yuda birakabije kandi igihugu cyuzuwemo n'amaraso, n'umurwa wuzuyemo imanza zigoretse kuko bavuga bati 'Uwiteka yataye igihugu, kandi Uwiteka nta cyo areba.' [10]Nanjye ijisho ryanjye ntirizabareba neza kandi

sinzabagirira ibambe, ahubwo ibicumuro byabo nzabigereka ku mitwe yabo."

[11]*Nuko mbona wa muntu wambaye imyambaro y'ibitare, ufite ihembe ririmo wino ku itako rye agaruye ubutumwa ati "Nagenje uko wantegetse." (Ezekiyeli 9)*

"[19]Uwo munsi hazaba igicaniro cyubakiwe Uwiteka, mu gihugu cya Egiputa hagati, kandi ku rugabano rwacyo bazashingira Uwiteka inkingi. [20]Izaba ikimenyetso n'umuhamya ku Uwiteka Nyiringabo mu gihugu cya Egiputa, kuko bazatakambira Uwiteka babitewe n'ababarenganya. Na we azaboherereza umukiza n'umurengezi, aze abakize. [21]Nuko Uwiteka azīmenyesha Egiputa kandi Abanyegiputa bazamenya Uwiteka uwo munsi, ndetse bazaramya batambe ibitambo bature n'amaturo, bazahiga umuhigo ku Uwiteka bawuhigure. [22]Uwiteka azatera Egiputa yice kandi akize, na bo bazagarukira Uwiteka. Azahendahendwa na bo, na we azabakiza.

[23]Uwo munsi hazaba inzira ngari iva muri Egiputa ijya i Bwashuri. Abashuri bazaza muri Egiputa n'Abanyegiputa bazajya i Bwashuri, kandi Abanyegiputa n'Abashuri bazasengera hamwe. [24]Uwo munsi Abisirayeli bazaba aba gatatu kuri Egiputa na Ashuri bo guhesha isi umugisha, [25]kuko Uwiteka Nyiringabo abahaye umugisha ati "Abantu banjye b'Abanyegiputa n'Abashuri umurimo w'intoki zanjye, n'Abisirayeli gakondo yanjye bahirwe.». (Yesaya 19: 19-25).

UBUTUMWA BW'UBWIYUNGE: «HUTU-TUTSI» BY'UMWIHARIKO.

"[15]Ijambo ry'Uwiteka ryongeye kunzaho riti [16]"Nuko mwana w'umuntu, wishakire inkoni maze uyandikeho uti 'Ni iya Yuda, n'iy'Abisirayeli bagenzi be.' Maze ushake indi nkoni uyandikeho uti 'Ni iya Yosefu, inkoni ya Efurayimu n'iy'inzu y'Abisirayeli bose bagenzi be.' [17]Maze uzihambiranyemo inkoni imwe, kugira ngo zihinduke imwe mu kuboko kwawe. [18]Maze igihe abantu b'ubwoko bwawe bazagusobanuza bati 'Mbese ntiwadusobanurira impamvu z'ibyo?' [19]Uzababwire uti 'Uku ni ko Umwami Uwiteka avuga ngo Dore ngiye kwenda inkoni ya Yosefu iri mu kuboko kwa Efurayimu, n'imiryango y'Abisirayeli bagenzi be, maze mbashyire hamwe n'inkoni ya Yuda mbagire inkoni imwe, babe umwe mu kuboko kwanjye.'

[20]"Kandi inkoni wanditseho zizaba ziri mu kuboko kwawe, uri imbere yabo. [21]Maze ubabwire uti 'Uku ni ko Umwami Uwiteka avuga ngo Dore ngiye kuvana Abisirayeli mu mahanga bagiyemo, mbateranirize hamwe baturutse impande zose, maze mbazane mu gihugu cyabo bwite. [22]Nzabagira ubwoko bumwe mu gihugu ku misozi ya Isirayeli, kandi umwami umwe ni we uzaba umwami ubategeka bose. Ntabwo

bazongera kuba amoko abiri ukundi, kandi ntabwo bazongera gutandukanywa ngo babe ibihugu bibiri ukundi, [23]ntabwo bazongera kwiyandurisha ibigirwamana byabo, cyangwa ibizira byabo cyangwa ibicumuro byabo byose, ahubwo nzabarokorera mu buturo bwabo bwose, ubwo bakoreyemo ibyaha, maze mbeze na bo bazabe ubwoko bwanjye nanjye mbe Imana yabo.

[24] " 'Kandi umugaragu wanjye Dawidi azaba umwami wabo, bose bazaba bafite umwungeri umwe. Bazagendera no mu mategeko yanjye, bakomeze amateka yanjye kandi bayakurikize. [25]Bazaba mu gihugu nahaye umugaragu wanjye Yakobo, icyo ba sogokuruza bahozemo. Ni cyo bazabamo bo n'abana babo n'abuzukuru babo iteka ryose, kandi Dawidi umugaragu wanjye azaba umwami wabo iteka ryose. [26]Maze kandi nzasezerana na bo isezerano ry'amahoro ribabere isezerano ry'iteka ryose, kandi nzabatuza mbagwize, ubuturo bwanjye bwera nzabushyira hagati yabo buhabe iteka ryose. [27] Ihema ryanjye ni ryo rizaba hamwe na bo, kandi nzaba Imana yabo na bo babe ubwoko bwanjye. [28]Amahanga yose azamenya yuko ari jye Uwiteka weza Isirayeli, igihe ubuturo bwanjye bwera buzaba muri bo hagati iteka ryose.' ». (Ezekiyeli 37: 15-28).

«RWANDA RW'AMATEKA MASHYA NDAGUTEGEREJE, KANDI NO KUGUHINDURIRWA IZINA KWAWE BIRANEJEJE, ARIKO MBABAJWE N'ABAGIYE KURIMBUKA KUBERA KUTAMENYA, CYANGWA UBWIBONE N'AGASUZUGURO».

«IMANA SE W'UMWAMI WACU YESU KRISTO IHE UMUGISHA UWO WESE UZAFATA AYA MAGAMBO NK'UKURI KANDI AZAMUGIRIRA UMUMARO. KANDI IKOMEZE GUHA IMBABAZI BURI WESE UZIYISABYE. MU IZINA RYA YESU». AMEN

«N'iyo hasigara umwe, Izakoresha uwo».

Made in the USA
Monee, IL
22 August 2025

24039606R00315